இந்து மதத்தில் புதிர்கள்

டாக்டர் பி.ஆர். அம்பேத்கர்
எம்.ஏ., பிஎச்.டி. டி.எஸ்.ஸி., எல்.எல்.டி., டி.லிட்.,
பாரிஸ்டர்

வெளியீடு
சிந்தன் புக்ஸ்

This Tamil text is taken from Volume - VIII of the Dr.Babasaheb Ambedkar - Writings and Speeches published by the Education Department, Government of Maharashtra, 1987.

RIDDLES IN HINDUISM
BABA SAHEB Dr. AMBEDKAR

CHINTHAN BOOKS
327/1 Dewan Sahib Garden, T.T.K.Road
Royapettah, Chennai - 600014
Phone 044 28114164
Mobile 94415123164
Email - kmcomrade@gmail.com

இந்து மதத்தில் புதிர்கள்
பாபா சாகேப் டாக்டர் அம்பேத்கர்
சிந்தன் புக்ஸ் முதற்பதிப்பு: 2023
சிந்தன் புக்ஸ் இரண்டாம் பதிப்பு: 2024

சிந்தன் புக்ஸ்
327/1 திவான் சாகிப் தோட்டம்
டி.டி.கே. சாலை, இராயப்பேட்டை
சென்னை 600014.
தொலைப்பேசி 044 28114164
கைபேசி - 9445123164
Email - kmcomrade@gmail.com

அச்சிட்டோர்:
லக்ஷன் பிரிண்டர்ஸ்,
மந்தவெளி, சென்னை 600004.
கைபேசி - 9080681503

அட்டை வடிவமைப்பு: எம்.ஜி. ராகுல்
புத்தக வடிவமைப்பு: ர. ரேவதி

பக்கம்: 464
விலை: ரூ 500/-

பதிப்புரை

புரட்சியாளர் அம்பேத்கர் அவர் வாழ்ந்த காலத்தில் பல புத்தகங்களை எழுதி பதிப்பித்து இருந்தாலும் அவரால் பதிப்பிக்க முடியாமல் போன புத்தகங்களும் பல இருக்கின்றன. அப்படி பதிப்பிக்க முடியாமல் போன புத்தகங்களில் ஒன்று "இந்து மதத்தில் புதிர்கள்". 1987-இல் ஜே.பி.பன் சோட் என்ற வழக்குரைஞரின் சட்டப் போராட்டத்தாலும் தலித் மக்களின் போராட்டத்தாலும் மகாராஷ்டிரா அரசு அம்பேத்கரின் எழுத்துகளையும் பேச்சுகளையும் பதிப்பித்தது. அப்படி பதிப்பிக்கப்பட்ட தொகுப்பில் இடம்பெற்ற "**இந்து மதத்தில் புதிர்கள்**" புத்தகத்திற்கு அன்றைய சிவ சேனா, ஆர்.எஸ்எஸ். அமைப்புகளைச் சேர்ந்த இந்து மத வெறியர்கள் எதிர்ப்பு தெரிவித்துப் போராட்டத்தில் ஈடுபட்டனர். சிவசேனா ஒரு படி மேலே சென்று இந்தப் புத்தகத்தை வீதியில் போட்டு எரித்தது. இந்தப் போராட்டத்திற்கு அஞ்சி பின்வாங்கிய அன்றைய ஆளும் கட்சியான காங்கிரஸ், "இந்து மதத்தில் புதிர்கள்" புத்தகத்திலிருந்து ராமன் கிருஷ்ணன் பற்றிய புதிர்களை நீக்கி புத்தகத்தை வெளியிட்டது. இந்த நீக்கத்துக்கு எதிராக தலித் மக்கள் நடத்திய போராட்டத்தின் விளைவாக, நீக்கப்பட்ட பகுதிகள் சேர்க்கப்பட்டு "இந்தப் புத்தகத்தில் கூறப்பட்டுள்ள கருத்துக்கும் அரசுக்கும் உடன்பாடு இல்லை" என்ற வாக்கியத்துடன் "**ராமன் கிருஷ்ணன் பற்றிய புதிர்கள்**" இணைத்துப் பதிப்பிக்கப்பட்டன.

புரட்சியாளர் அம்பேத்கரின் எழுத்துகளோடு உடன்படாத இந்த இந்துத்துவ பாசிச கும்பல்தான் இன்றைக்கு அவர் பிறந்த வாழ்ந்த இடங்களை "**பஞ்சம் தீர்த்த பூமிகள்**" என்று அறிவித்து அண்ணல் அம்பேத்கரை ஒரு வழிபாட்டுப் பொருளாக்கி தேர்தல் சூதாட்டத்திற்குப் பயன்படுத்திக் கொள்ள எத்தனிக்கிறது. அண்ணல் அம்பேத்கரின் சிந்தனைகளை வீதியில் போட்டு எரித்தவர்கள் இன்று அவருக்குச் சிலை வைத்து வழிபட வரிசையில் நிற்கிறார்கள். ராமனை இந்தியாவின் பெருமைமிகு அடையாளமாகக் காட்சிப்படுத்தும் வேளையில் ராம ராஜ்யத்தை எந்த விலை கொடுத்தாவது தடுத்து நிறுத்த வேண்டும் என்று முழங்கிய அண்ணல் அம்பேத்கரின் சிந்தனைகளைப் பரப்புரை செய்வது நம் ஒவ்வொருவரின் சமூகப் பொறுப்பு. இந்து மதத்தைக் குற்ற விசாரணைக்கு உட்படுத்தும்

"இந்து மதப் புதிர்கள்" புத்தகத்தைப் பதிப்பிப்பதன் மூலம் அண்ணல் அம்பேத்கரின் சிந்தனைகளைப் பரப்புரை செய்யும் பயணத்தில் சிந்தன் புக்சும் இணைந்து கொள்கிறது.

இந்து மதத்தில் புதிர்கள் மறுபதிப்பிற்கு தமிழில் வெளிவந்த 'டாக்டர் பாபாசாகேப் அம்பேத்கர்: பேச்சும் எழுத்தும் தொகுதிகளில், தொகுதி 8-ல்" இருந்து எடுத்துப் பயன்படுத்திக் கொண்டோம். இதன் ஆங்கில மூலம் "Doctor Babasaheb Ambedkar: Writings and speeches தொகுதிகளில், 4-ல்" உள்ளது. இந்நூல் ஆக்கத்தில் பணியாற்றிய அனைவரையும் நன்றியுடன் நினைவுகூர்கிறோம்.

- புளியந்தோப்பு மோகன்
சிந்தன் புக்ஸ்.

பொருளடக்கம்

வ. எண்	புதிர் எண்	தலைப்பு	பக்கம்
1	முன்னுரை		7
		பகுதி I சமயத் தொடர்புடையது	
2	புதிர் எண் 1	ஒருவர் இந்துவாக இருப்பது ஏன் என்று அறிவதில் உள்ள இடர்ப்பாடு	15
3	புதிர் எண் 2	வேதங்களின் தோற்றம்: பிராமணிய விளக்கம் அல்லது சுற்றிவளைத்துப் பேசும் தன்மை	20
4	புதிர் எண் 3	வேதங்களின் தோற்றம் பற்றி மற்ற சாஸ்திரங்களின் சான்று	23
5	புதிர் எண் 4	பிராமணர்கள் திடீரென்று வேதங்கள் பொய்யாதவை என்றும் கேள்வி கேட்கக் கூடாதவை என்றும் ஏன் அறிவிக்கிறார்கள்?	31
6	புதிர் எண் 5	பிராமணர்கள் அதற்கு மேலும் சென்று வேதங்கள் மனிதராலோ கடவுளாலோ படைக்கப்படாதவை என்று ஏன் அறிவித்தார்கள்?	35
7	புதிர் எண் 6	வேதங்களின் உள்ளடக்கம்: அவை அறநெறி ஆன்மிகப் பண்பு கொண்டவையா?	47
8	புதிர் எண் 7	தலைகீழ் மாற்றம் அல்லது பிராமணர்கள் வேதங்களைத் தங்களுடைய மிகத் தாழ்ந்த சாஸ்திரங்களுக்கும் தாழ்ந்தவையாக எவ்வாறு அறிவித்தார்கள்?	70
9	புதிர் எண் 8	உபநிடதங்கள் எவ்வாறு வேதங்களின் மீது போர் தொடுத்தன?	81
10	புதிர் எண் 9	உபநிடதங்கள் வேதங்களுக்குக் கீழ்ப்பட்டவையாக எவ்வாறு ஆக்கப்பட்டன?	88
11	புதிர் எண் 10	பிராமணர்கள் இந்துக் கடவுளர்களை ஒருவருடன் ஒருவர் ஏன் சண்டையிடச் செய்தார்கள்?	93
12	புதிர் எண் 11	இந்துக் கடவுளர்களைப்பிராமணர்கள் ஏன் எழுச்சியும் வீழ்ச்சியுமுறச் செய்தார்கள்?	105
13	புதிர் எண் 12	பிராமணர்கள் ஏன் கடவுள்களை அரியணையிலிருந்து இறக்கிவிட்டுப் பெண் தெய்வங்களை அரியணையில் அமர்த்தினார்கள்?	129
14	புதிர் எண் 13	அகிம்சை என்ற புதிர்	140

வ. எண்	புதிர் எண்	தலைப்பு	பக்கம்
15	புதிர் எண் 14	அகிம்சையிலிருந்து மீண்டும் இம்சைக்கு	147
16	புதிர் எண் 15	பிராமணர்கள் எப்படி ஓர் அகிம்சைக் கடவுளை இரத்த வெறி கொண்ட பெண்தெய்வத்துக்கு மணம் செய்வித்தார்கள்?	152
	பின் இணைப்பு 1	வேதங்களின் புதிர்	167
	பின் இணைப்பு 2	வேதாந்தத்தின் புதிர்	198
	பின் இணைப்பு 3	திரிமூர்த்தியின் புதிர்	211
	பின் இணைப்பு 4	ஸ்மார்த்த தர்மம் தாந்த்ரிக தர்மம்	231
	பின் இணைப்பு 5	வேதங்களின் பொய்யாமை	240
		பகுதி II சமூகம்	
17	புதிர் எண் 16	நான்கு வருணங்கள் - அவற்றின் தோற்றம் குறித்துப் பிராமணர்களுக்கு நிச்சயமான கருத்து உண்டா?	247
18	புதிர் எண் 17	நான்கு ஆசிரமங்கள் - இவை ஏன், எப்படித் தோன்றின?	268
19	புதிர் எண் 18	மனுவின் வெறித்தனம் அல்லது சாதிகளின் தோற்றம் பற்றிய பிராமணிய விளக்கம்	281
20	புதிர் எண் 19	தந்தை வழியிலிருந்து தாய் வழிக்கு மாற்றம் பிராமணர்கள் இதன் மூலம் என்ன ஆதாயம் பெற விரும்பினார்கள்?	297
21	புதிர் எண் 20	கலிவர்ச்சியம் அல்லது பாவத்தைப் பாவம் என்று கூறாமல் அதன் செயல்பாட்டை நிறுத்தி வைக்கும் பிராமணியக் கலை	307
	பின் இணைப்பு 1	வருணாசிரம தர்மத்தின் புதிர்	311
	பின் இணைப்பு 2	கட்டாயத் திருமணம்	345
		பகுதி III அரசியல்	
22	புதிர் எண் 21	மன்வந்தரக் கோட்பாடு	359
23	புதிர் எண் 22	பிரமம் என்பது தர்மம் அல்ல - பிரமத்தால் என்ன பயன்?	366
24	புதிர் எண் 23	கலியுகம் - பிராமணர்கள் அதை ஏன் முடிவற்றதாகச் செய்தார்கள்?	375
25	புதிர் எண் 24	கலியுகம் என்ற புதிர்	401
	பின் இணைப்பு 1	இராமன், கிருஷ்ணன் பற்றிய புதிர்	425
26		நூற்பட்டியல்	461

முன்னுரை[1]

இந்தப் புத்தகம் **பிராமணிய இறையியல்** என்று அழைக்கப்படக் கூடிய கோட்பாடு எடுத்துரைக்கின்ற நம்பிக்கைகளைப் பற்றிய ஒரு விளக்கவுரையாகும். இது சாதாரண இந்து மக்களுக்காக எழுதப்பட்டுள்ள நூல். பிராமணர்கள் அவர்களை எத்தகைய புதை சேற்றில் கொண்டு போய் வைத்திருக்கிறார்கள் என்பதை அவர்கள் அறியச் செய்வதற்காகவும், பகுத்தறிவு ரீதியான சிந்தனைப் பாதையில் அவர்களை இட்டுச் செல்வதற்காகவும் இது எழுதப்பட்டுள்ளது. பிராமணர்கள் ஒரு கருத்தைப் பரப்பி வந்திருக்கிறார்கள்: இந்து மதம் சனாதனமானது. அதாவது மாற்றம் இல்லாதது என்பதே அந்தக் கருத்து பல ஐரோப்பிய அறிஞர்களும் இந்தக் கருத்தை வலுப்படுத்தும் வகையில் இந்து நாகரிகம் மாற்றத்துக்கு உள்ளாகாமல் ஒரே நிலையில் உள்ளது என்று கூறியிருக்கிறார்கள். இந்தக் கருத்து உண்மைக்குப் புறம்பானது என்பதையும், இந்து சமூகம் காலத்துக்குக் காலம் மாறி வந்துள்ளது மட்டுமின்றி, பல சமயங்களில் இந்த மாற்றம் அடிப்படைக் கூறுகளையே மாற்றுவதாக இருந்தது என்பதையும் இந்தப் புத்தகத்தில் எடுத்துக்காட்ட முயன்றிருக்கிறேன். இது தொடர்பாக இந்தப் புத்தகத்தில் '**இம்சையிலிருந்து அகிம்சைக்கு**' என்ற புதிரையும், அகிம்சையிலிருந்து மீண்டும் இம்சைக்கு என்ற புதிரையும் ஒப்பிட்டுப் பார்க்கவும். இந்து மதம் சனாதனமானது அல்ல என்பதைச் சாதாரண மக்கள் உணரச் செய்ய விரும்புகிறேன்.

இந்தப் புத்தகத்தின் இரண்டாவது நோக்கம், பிராமணர்களின் தந்திரங்களைச் சாதாரண இந்து மக்களின் கவனத்துக்குக் கொண்டு வந்து, பிராமணர்கள் எப்படியெல்லாம் தங்களை ஏமாற்றியும் திசை திருப்பியும் வந்திருக்கிறார்கள் என்பதைப் பற்றி அவர்களைச் சுயமாகச் சிந்திக்கத் தூண்டுவதாகும்.

பிராமணர்கள் எவ்வாறு மாறியும் முரண்பட்டும் வந்திருக்கிறார்கள் என்பதும் எடுத்துக் காட்டப்படும். ஒரு காலத்தில் அவர்கள் வேதங்களில் கூறப்படும் கடவுளர்களை வணங்கி வந்தார்கள். பின்பு ஒரு காலத்தில் அந்தக் கடவுளர்களைக் கைவிட்டு வேதங்களில் இல்லாத கடவுளர்களை வழிபடத் தொடங்கினார்கள். எங்கே

---

1. இது ஏழு பக்கங்கள் கொண்ட ஒரு எழுத்துப் பிரதி இதில் டாக்டர் அம்பேத்கர் தமது கையெழுத்தில் திருத்தங்கள் செய்திருக்கிறார். தட்டச்சு செய்யப்பட்ட பிரதியின் இறுதியில் டாக்டர் அம்பேத்கர் கைப்பட எழுதிய சில பத்திகள் சேர்க்கப்பட்டன.
-பதிப்பாசிரியர்கள்

இந்திரன், எங்கே வருணன், எங்கே பிரமா, எங்கே மித்ரன் வேதங்களில் கூறப்படும் இந்தக் கடவுளர்கள் எல்லோரும் எங்கே என்று அவர்களை ஒருவர் கேட்கலாம் அவர்களெல்லாம் மறைந்து போனார்கள். அது ஏன்? இந்திரனையும் வருணனையும் பிரமாவையும் வழிபடுவது லாபம் தருவதாக இல்லாமல் போனதே இதற்குக் காரணம். பிராமணர்கள் வேதக் கடவுளர்களைக் கைவிட்டது மட்டுமின்றி, சில இடங்களில் முஸ்லீம் பீர்களை வணங்குவோராகக் கூட மாறியிருக்கிறார்கள். இது தொடர்பாக, மிக வெட்ட வெளிச்சமாகத் தெரிகின்ற ஒரு உதாரணத்தைக் குறிப்பிடலாம். பம்பாய்க்கு அருகே கல்யாண் என்ற இடத்தில் ஒரு குன்றின் உச்சியில் பாவா மலங்க்ஷா என்ற பீரின் பிரபலமான தர்கா உள்ளது. அது மிகவும் புகழ்பெற்ற தர்கா. அங்கே ஆண்டு தோறும் உர்ஸ் விழா நடப்பதும், அப்போது காணிக்கைகள் செலுத்தப்படுவதும் வழக்கம். அந்த தர்காவில் புரோகிதராக இருப்பவர் ஒரு பிராமணர்.

அவர் முஸ்லிம் உடை அணிந்து, தர்காவுக்கு அருகே அமர்ந்து கொண்டு, அங்கே செலுத்தப்படும் காணிக்கைகளைப் பெற்றுக் கொள்கிறார். இதை அவர் பணத்துக்காகச் செய்கிறார். மதமோ. மதம் இல்லையோ, பிராமணருக்கு வேண்டியது தட்சணைதான். உண்மையில் பிராமணர்கள் மதத்தை ஒரு வியாபாரப் பொருளாக ஆக்கிவிட்டார்கள். யூதர்களை வெற்றிகொண்ட மன்னன் நெபுகாத் நெசார். அவர்கள் தங்கள் மதத்தைக் கைவிட்டுத் தனது மதத்தை ஏற்க வேண்டும் என்று கட்டாயப்படுத்தியபோது கூட யூதர்கள் தங்கள் கடவுளிடம் காட்டிய விசுவாசத்தைப் பிராமணர்களின் இந்த விசுவாசமின்மையுடன் ஒப்பிட்டுப் பாருங்கள்.

"மன்னனாகிய நெபுகாத் நெசார் அறுபது முழ உயரமும் ஆறு முழ அகலமுமான பொற்சிலையொன்றைச் செய்வித்து. அதைப் பாபிலோன் மாகாணத்தின் துரா என்ற சமவெளியில் அமைத்தான்.

பின்பு மன்னன் நெபுகாத்நெசார சிற்றரசர்களையும். ஆளுநர்களையும், தலைவர்களையும், நீதிபதிகளையும், ஆலோசனைக் குழுவினர்களையும், கருவூல அதிகாரிகளையும், அமைதிக்காவலர்களையும் மாகாணங்களின் ஆட்சியாளர்களையும் தான் அமைத்த சிலையின் பிரதிட்டைக்கு வருமாறு கட்டளையிட்டான்.

அவ்வாறே சிற்றரசர்களும். ஆளுநர்களும், தலைவர்களும், நீதிபதிகளும், கருவூல அதிகாரிகளும், ஆலோசனைக் குழுவினர்களும், அமைதிக்காவலர்களும், மாகாணங்களின் ஆட்சியாளர்களும் நெபுகாத்நெசார் மன்னன் அமைத்த சிலையின் பிரதிட்டைக்கு வந்த சேர்ந்து, சிலையின் முன்னால் நின்றார்கள்.

அப்போது கட்டியக்காரன் உரத்த குரலில் கூறினான்;[1] "இதனால் மக்கள் அனைவருக்கும் எல்லா இனத்தினருக்கும். மொழியினருக்கும் அறிவிக்கப்படுவது என்னவென்றால் - எக்காளம், குழல், கின்னரம், சாம்புகை, சுரமண்டலம், தம்புரு முதலிய எல்லாவகை இசைக்கருவிகளும் ஒலிப்பதைக் கேட்டவுடன் நீங்கள் எல்லோரும் கீழே விழுந்து மன்னன் நெபுகாத்நெசார் அமைத்த பொற்சிலையை வணங்க வேண்டும்."

"யாராவது அப்படி விழுந்து வணங்கவில்லையென்றால், அவன் அப்போதே எரிகிற தீச்சூளையின் நடுவில் போடப்படுவான்."

ஆகவே, எக்காளம், குழல், கின்னரம், சாம்புகை, சுரமண்டலம், தம்புரு முதலிய எல்லா வகை இசைக்கருவிகளும் ஒலிப்பதைக் கேட்டவுடனே எல்லா மக்களும், எல்லா இனத்தவரும், எல்லா மொழியினரும் கீழே விழுந்து மன்னன் நெபுகாத்நேசார் அமைத்த பொற்சிலையை வணங்கினார்கள்.

அப்போது கல்தேயரில் சிலர் அருகில் வந்து யூதர்கள் மேல் குற்றம் சாட்டினார்கள்.

மன்னன் நெபுகாத் நெசாரிடம் அவர்கள் இவ்வாறு கூறினார்கள்: "மன்னரே, நீர் நீடு வாழ்க!

மன்னரே, எக்காளம், குழல், கின்னரம், சாம்புகை, சுரமண்டலம், தம்புரு முதலிய எல்லாவகை இசைக்கருவிகளும் ஒலிக்கக் கேட்கும் ஒவ்வொரு மனிதனும் கீழே விழுந்து பொற்சிலையை வணங்க வேண்டும் என்று கட்டளை பிறப்பித்தீர்;

யாரேனும் கீழே விழுந்து வணங்கவில்லையென்றால் அவன் எரிகிற தீச்சூளையில் போடப்படுவான் என்றும் நீர் கட்டளையிட்டீர்,

ஆனால், பாபிலோன் மாகாணத்தின் காரியங்களைக் கவனிப்பதற்காக நீர் நியமித்த ஷாத்ராக், மேஷாக், ஆபேத்நேகோ என்னும் யூதர்கள் உமது கட்டளையை அவமதித்து உமது தெய்வங்களிடம் பற்றில்லாதவர்களாகவும், நீர் அமைத்த பொற்சிலையை வணங்காமலும் இருக்கிறார்கள்."

அப்போது நெபுகாத் நெசார் கடும் சினம் கொண்டு ஷாத்ராக், மேஷாக், ஆபேத் - நேகோ ஆகியோரைக் கொண்டு வரும்படி ஆணையிட்டான். அவர்கள் மன்னன் முன் கொண்டு வரப்பட்டார்கள்.

---

1. இதன் பின் வருவது "பழைய ஏற்பாடு" தானியேல் அதிகாரம் 3-இல் இருந்து தரப்படுகிறது.

நெபுகாத் நெசார் அவர்களை நோக்கிக் கூறினான்: "ஷாத்ராக், மேஷாக், ஆபேத் - நேகோ, நீங்கள் மூவரும் என் தெய்வங்களிடம் பற்றில்லாதவர்களாகவும், நான் அமைத்த பொற்சிலையை வணங்காமலும் இருப்பது உண்மைதானா.

இப்போதாவது, எக்காளம், குழல், கின்னரம், சாம்புகை, சுரமண்டலம், தம்புரு முதலான எல்லா வகை இசைக்கருவிகளும் ஒலிப்பதைக் கேட்கும்போது நீங்கள் கீழே விழுந்து, நான் அமைத்து பொற்சிலையை வணங்கத் தயாராயிருந்தால் நல்லது; வணங்கவில்லையேன்றால் அப்போதே நீங்கள் எரிகிற திக்குளையில் போடப்பருவங்கள் உங்களை என்னிடமிருந்து காப்பாற்றக் கூடிய கடவுள் யார் இருக்கிறார்?

அதற்கு ஷாத்ராக், மேஷாக், ஆபேத்நேகோ ஆகியோர், "நெபுகாத்நேசாரே. இந்த விஷயத்தில் உமக்குப் பதில் கூற எங்களுக்கு அக்கறையில்லை".

ஏனென்றால் அரசே. நாங்கள் வழிபடுகின்ற எங்கள் கடவுள் எரிகின்ற தீச்சூளையிலிருந்தும், உம்முடைய கைகளிலிருந்தும் எங்களைக் காப்பாற்றி மீட்டு விடுவார்.

அப்படி ஆகாமற்போனாலும் உம்முடைய தெய்வங்களுக்கு நாங்கள் பணி செய்யமாட்டோம். நீர் அமைத்த பொற்சிலையை வணங்க மாட்டோம் என்பதை நீர் தெரிந்துகொள்ளும்" என்றார்கள்.

அப்போது நெபுகாத்நெசாருக்குக் கடும் சினம் மூண்டது. அவன் கடுகடுப்பான முகத்தோடு ஷாத்ராக், மேஷாக், ஆபேத் - நேகோ ஆகியோரைப் பார்த்தான். தீச்சூளையைச் சாதாரணமாகச் சூடாக்குவதைவிட ஏழு மடங்கு அதிகமாய்ச் சூடாக்கும்படி அவன் கட்டளையிட்டான்.

பின்பு ஷாத்ராக், மேஷாக், ஆபேத் - நேகோ ஆகிய மூவரையும் கைகால்களைக் கட்டி, அந்த எரிகிற தீச்சூளையில் போடும்படித் தன் படைவீரர்களுள் மிகுந்த உடல்வலிமை உள்ளவர்களுக்குக் கட்டளையிட்டான்.

உடனே அந்த மனிதர்களை அவர்களுடைய மேலங்கிகளோடும் நிசார்களோடும், தொப்பிகளோடும், மற்ற ஆடைகளோடும் கட்டி எரிகின்ற தீச்சூளையின் நடுவில் போட்டார்கள்.

மன்னனின் கட்டளையை உடனடியாக நிறைவேற்ற வேண்டியிருந்ததாலும், தீச்சூளை மிக அதிக வெப்பமாய் இருந்ததாலும், ஷாத்ராக், மேஷாக், ஆபேத்நேகோ ஆகியோரைத் தூக்கிச் சென்றவர்களைத் தீயின் சுவாலை கொன்று விட்டது.

ஷாத்ராக், மேஷாக், ஆபேத் - நேகோ ஆகிய மூவரும் கட்டப்பட்டவர்களாய் எரிகின்ற தீச்சூளையின் நடுவில் விழுந்தார்கள்".

இந்தியாவின் பிராமணர்கள் தங்கள் கடவுளர்களுக்கும் தங்கள் மத நம்பிக்கைக்கும் இத்தகைய உறுதியான விசுவாசத்தையும் பற்றுதலையும் காட்டமுடியுமா?

பக்கிள் (Buckle). **"நாகரிகத்தின் வரலாறு"** என்னும் தமது நூலில் கூறுகிறார்:

"ஐயம் எழத் தொடங்காதவரை முன்னேற்றம் ஏற்படமுடியாது என்பது தெளிவு. நாகரிகத்தின் முன்னேற்றம் முற்றிலுமாக மனித அறிவு பெறுகின்ற வளங்களையும், அந்த வளங்கள் எந்த அளவுக்கு மக்களிடையே பரப்பப்படுகின்றன என்பதையும் பொறுத்தது என்பதை நாம் ஏற்கெனவே தெளிவாகக் கண்டோம். ஆனால், தங்களது சொந்த அறிவைப் பற்றி முழுமையாகத் திருப்தியடைந்திருப்பவர்கள் அதை வளர்க்க ஒரு போதும் முயற்சி செய்யமாட்டார்கள். தங்களுடைய கருத்துக்கள் சரியானவை என்று முழுமையாக நம்புகின்றவர்கள் அவற்றின் அடிப்படையை ஆராய முயலமாட்டார்கள். தங்கள் தந்தையர்களிடமிருந்து பரம்பரையாகப் பெற்ற கருத்துக்களுக்கு முரணான கருத்துக்களை அவர்கள் வியப்புடனும் பல சமயங்களில் வெறுப்புடனும் பார்க்கிறார்கள் அவர்கள் இத்தகைய மனநிலையில் இருக்கும் போது, தாங்கள் ஏற்கெனவே ஏற்றுக்கொண்டுள்ள முடிவுகளில் குறுக்கிடுகின்ற எந்தப் புதிய உண்மைகளையும் வரவேற்க மாட்டார்கள்.

இந்தக் காரணத்தினால், புதிய அறிவுகளைப் பெறுவதன் மூலம் தான் சமூக முன்னேற்றப் பாதையில் ஒவ்வொரு அடியையும் எடுத்து வைக்க முடியும் என்றாலும், அந்த அறிவைப் பெறுவதற்கு ஆராய்ந்து உண்மை காணும் ஆர்வம் முதலில் ஏற்படவேண்டும். இந்த ஆர்வம் வரவேண்டுமானால் ஐயம் எழுப்பும் மனப்பான்மை ஏற்படவேண்டும். ஏனென்றால், ஐயம் இல்லை என்றால் ஆய்வு நடக்காது: ஆய்வு இல்லையென்றால் அறிவு வளராது. ஏனென்றால், அறிவு என்பது நாம் விரும்பினாலும் விரும்பாவிட்டாலும் நம்மிடம் வந்து சேருகின்ற பொருள் அல்ல; தேடித் தேடித்தான் அதை அடைய முடியும். பெரும் முயற்சியும், அதன் காரணமாகப் பெரும் தியாகமும் செய்வதன் விளைவாகத் தான் அறிவு கிட்டுகிறது.

ஆனால் தாங்கள் ஏற்கெனவே முழுமையாகத் திருப்தி அடைந்திருக்கும் விஷயங்களுக்காக மனிதர்கள் அத்தகைய உழைப்பையும் தியாகத்தையும் மேற்கொள்வார்கள் என்று எண்ணுவது தவறாகும். இருளை உணராதவர்கள் ஒளியைத் தேட

மாட்டார்கள். எந்த ஒரு விஷயத்திலேனும் நாம் நிச்சயமான கருத்தை அடைந்துவிட்டால் அதைப் பற்றி மேலும் ஆய்வு செய்யமாட்டோம்; ஏனென்றால் அது பயனற்றது மட்டுமின்றி ஒரு வேளை ஆபத்தானதாகவும் இருக்கலாம். ஐயம் குறுக்கிட்டால் தான் ஆய்வு தொடங்கும். எனவே ஐயப்படும் செயல் தான் எல்லா முன்னேற்றங்களையும் தோற்றுவிக்கிறது, அல்லது முன்னேற்றத்துக்கு முதல் படியாக அமைகிறது எனக் காண்கிறோம்."

பிராமணர்கள் ஐயம் எழுவதற்கு இடமே வைக்கவில்லை; ஏனென்றால் அவர்கள் மிகவும் விஷமத்தனமான ஒரு கருத்தை மக்களிடையே பரப்பியிருக்கிறார்கள். வேதங்கள் பொய்யாதவை, தவறுக்கிடமற்றவை என்பதே இந்தக் கருத்து. இந்துக்களின் அறிவு வளர்ச்சி நின்று விட்டதென்றால், இந்து நாகரிகமும் பண்பாடும் தேக்கமடைந்து முடை நாற்றக்குட்டை ஆகிவிட்டது என்றால் இதுதான் காரணம். இந்தியா முன்னேற வேண்டுமானால் இந்தக் கருத்தை வேரோடும் வேரடி மண்ணோடும் அழித்து ஒழிக்க வேண்டும். வேதங்கள் உதவாக்கரையான படைப்புக்கள். அவற்றைப் புனிதமானவை என்றோ பொய்யாதவை என்றோ கூறுவதற்கு எந்தக் காரணமும் இல்லை. பிராமணர்கள் தான் அவற்றைப் புனிதம் என்றும் பொய்யாதவை என்றும் போற்றும்படிச் செய்து வைத்திருக்கிறார்கள். ஏனென்றால் பிற்காலத்திய இடைச் செருகலான புருஷ சூக்தத்தின் மூலம் வேதங்கள் பிராமணர்களைப் பூமியின் அதிபதிகளாக ஆக்கியுள்ளன. இனக்குழுவின் கடவுளர்களைத் துதித்து, அவர்கள் எதிரிகளை அழித்து, அவர்களின் உடைமைகளைக் கொள்ளையடித்து. தங்களை வழிபடுவோருக்குக் கொடுக்கும்படிக் கேட்டுக்கொள்ளும் வேண்டுகோள்களைத் தவிர வேறெதுவும் இல்லாத இந்த உதவாக்கரை நூல்களைப் புனிதமானவை என்றும் பொய்யாதவை என்றும் ஆக்கப்பட்டது ஏன் என்று கேட்பதற்கு யாருக்கும் தைரியம் இல்லாமற் போயிற்று. ஆனால் பிராமணர்கள் பரப்பியுள்ள இந்த விவேகமற்ற கருத்தின் பிடியில்[1] இருந்து இந்து மனத்தை விடுவிக்க வேண்டிய தருணம் வந்துவிட்டது. இந்த விடுதலை ஏற்படாமல் இந்தியாவுக்கு வருங்காலம் இல்லை. இதில் உள்ள[2] அபாயத்தை நன்றாக அறிந்தே இந்தப் பணியை மேற்கொண்டிருக்கிறேன். விளைவுகளுக்கு நான் அஞ்சவில்லை. மக்களைத் தட்டி எழுப்பி விடுவதில் நான் வெற்றி பெற்றால் பெரிதும் மகிழ்வேன்.

- பி.ஆர்.அம்பேத்கர்

1.'**பிடி**' என்ற சொல் எங்களால் சேர்க்கப்பட்டது. கையெழுத்துப் பிரதியில் இந்தச் சொல் படிப்பதற்குத் தெளிவாகத் தெரியவில்லை.

2.'அபாயத்தை' என்ற சொல்லும் மூலப் பிரதியில் இல்லை.

பகுதி 1

சமயத் தொடர்புடையது

புதிர் எண் 1

ஒருவர் இந்துவாக இருப்பது ஏன் என்று அறிவதில் உள்ள இடர்ப்பாடு

இந்தியா பல்வேறு சமுதாயங்களின் தொகுதி ஆகும். இதில் பார்சிகள், கிறிஸ்தவர்கள், முகமதியர்கள், இந்துக்கள் இருக்கிறார்கள். இந்தச் சமுதாயங்களுக்கு அடிப்படையாக இருப்பது இனம் அல்ல. மதமே இவற்றின் அடிப்படையாகும். இது ஒரு மேற்போக்கான கருத்தேயாகும். இங்கு நாம் தெரிந்து கொள்ள வேண்டிய சுவாரசியமான விஷயம் ஒரு பார்சி தம்மைப் பார்சி என்றும், ஒரு கிறிஸ்தவர் தம்மை ஒரு கிறிஸ்தவர் என்றும், ஒரு இந்து தம்மை இந்து என்றும் ஏன் கூறிக்கொள்கின்றனர் என்பதேயாகும். பார்சி, கிறிஸ்தவர், முஸ்லிம் ஆகியோரைப் பொறுத்தமட்டில் இதற்கு விடை காண்பது எளிது. ஒரு பார்சி தம்மைப் பார்சி என்று கூறுவது ஏன் என்று அவரிடம் கேட்டால், இந்தக் கேள்விக்கு விடை கூறுவது அவருக்குக் கடினமாயிராது. தாம் ஜொராஸ்டரைப் பின்பற்றுவதால் தாம் ஒரு பார்சி என்று அவர் கூறுவார். இதே கேள்வியை ஒரு கிறிஸ்தவரிடம் கேளுங்கள். அவருக்கும் இந்தக் கேள்விக்கு விடையளிப்பது கடினமாயிராது. ஏசு கிறிஸ்துவை நம்புவதால் அவர் கிறிஸ்தவர். இதே கேள்வியை ஒரு முஸ்லிமிடம் கேளுங்கள். அவருக்கும் இந்தக் கேள்விக்கு விடை அளிப்பதில் தயக்கம் இருக்காது. தாம் இஸ்லாமை நம்புவதால் தாம் ஒரு முஸ்லிம் என்று அவர் பதிலளிப்பார்.

இதே கேள்வியை ஓர் இந்துவிடம் கேட்டீர்களானால், அவர் என்ன சொல்லுவதென்று தெரியாமல் முற்றிலும் திகைத்துப் போவார் என்பதில் சந்தேகம் இல்லை.

இந்துச் சமுதாயம் வணங்குகின்ற கடவுளர்களைத் தாம் வணங்குவதாகவும் அதனால் தாம் இந்து என்றும் அவர் கூறினால் அவரது பதில் உண்மையாயிருக்க முடியாது. எல்லா இந்துக்களும் ஒரே கடவுளை வணங்கவில்லை. சில இந்துக்கள் ஒரு கடவுளை மட்டும் வணங்குவோராகவும், சிலர் பல கடவுளர்களை வணங்குவோராகவும், மற்றும் சிலர் எல்லாவற்றையும் கடவுளாக வணங்குவோராகவும் இருக்கிறார்கள், ஒரு கடவுளை மட்டும் வணங்குவோர் அனைவரும் ஒரே கடவுளை வணங்கவில்லை. சிலர் விஷ்ணுவையும், சிலர் சிவனையும், சிலர் இராமனையும்,

சிலர் கிருஷ்ணனையும் வணங்குகிறார்கள். சிலர் ஆண் கடவுளர்களை வணங்கவில்லை. இவர்கள் ஒரு பெண் தெய்வத்தை வணங்குகிறார்கள். இவர்களும் கூட ஒரே பெண் தெய்வத்தை வணங்கவில்லை. இவர்கள் வெவ்வேறு பெண் தெய்வங்களை வணங்குகிறார்கள். சிலர் காளியையும், சிலர் பார்வதியையும், சிலர் லட்சுமியையும் வணங்குகிறார்கள்.

பல கடவுளர்களை வணங்குவோர் எல்லாக் கடவுளர்களையும் வணங்குகிறார்கள். இவர்கள் விஷ்ணுவையும் சிவனையும் வணங்குவார்கள்.

இராமனையும் கிருஷ்ணனையும் வணங்குவார்கள் இவர்கள் காளி, பார்வதி, லட்சுமி ஆகியோரையும் வணங்குவார்கள். ஒரு இந்து சிவனுக்குப் புனிதமான சிவராத்திரி நாளில் விரதம் இருப்பார். விஷ்ணுவுக்குப் புனிதமான ஏகாதசி நாளிலும் விரதம் இருப்பார். சிவனுக்குப் புனிதமானது என்பதால் வில்வ மரத்தை நடுவார், விஷ்ணுவுக்கு விருப்பமானது என்பதால் துளசிச் செடியை நடுவார்.

இந்துக்களில் பல கடவுளர்களை வணங்குவோர் இந்துக் கடவுள்களை வணங்குவதோடு நின்றுவிடவில்லை. ஒரு முஸ்லிம் பீரையோ அல்லது கிறிஸ்தவ மாதாவையோ வணங்குவதற்கு ஒரு இந்து தயங்குவதில்லை. ஆயிரக்கணக்கான இந்துக்கள் முஸ்லிம் பீரிடம் சென்று காணிக்கை செலுத்துகிறார்கள். உண்மையில் சில இடங்களில் முஸ்லிம் பீர்களின் பரம்பரை அறங்காவலர்களாக பிராமணர்கள் இருக்கிறார்கள் இவர்கள் முஸ்லிம் பீரின் உடையை அணிகிறார்கள். ஆயிரக்கணக்கான இந்துக்கள் பம்பாய்க்கருகே உள்ள கிறிஸ்தவ மாதாவான மந்த் மவுலி ஆலயத்துக்குச் சென்று காணிக்கை செலுத்துகிறார்கள்.

இவ்வாறு முஸ்லிம் அல்லது கிறிஸ்தவ கடவுளர்களை வணங்குவது ஏதேனும் சில நேரங்களில் நடக்கும் நிகழ்ச்சியாகும். ஆனால் மதவிசுவாசம் நிரந்தரமான முறையில் மாற்றமடைந்துள்ள நிகழ்ச்சிகளும் உள்ளன. இந்து என்று கூறப்படும் பலருடைய மதத்தில் வலுவான முகமதிய அம்சம் காணப்படுகிறது. இந்த வகையில் பஞ்ச்பிரியா என்ற விசித்திரமான பிரிவினர் குறிப்பிடத்தக்கவர்கள். இவர்கள் ஐந்து முகமதிய ஞானிகளை வழிபட்டு அவர்களுக்குச் சேவல்களைப் பலியிடுகிறார்கள். இதற்கு முகமதிய தபாலி பக்கீர் ஒருவர் புரோகிதராகச் செயல்படுகிறார். இந்த ஐந்து புனிதர்கள் யார். அவர்களின் பெயர் என்ன என்பது கூட நிச்சயமாகத் தெரியவில்லை. இந்தியா முழுவதிலும் பல இந்துக்கள். பஞ்சாபில் உள்ள சக்கி சாவார் போன்ற முகமதிய புனித தலங்களுக்கு யாத்திரை செல்கிறார்கள்.

மல்கானாக்கள் என்பவர்களைப் பற்றி திரு.ப்ளன்ட் குறிப்பிடுகையில் அவர்கள் பல்வேறு சாதிகளைச் சேர்ந்த இந்துக்களிலிருந்து மதம் மாற்றப்பட்டவர்கள் என்று கூறுகிறார். இவர்கள் ஆக்ராவையும், அதைச் சுற்றியுள்ள மாவட்டங்களையும் முக்கியமாக மதுரா, எட்டா, மைன்புரி ஆகியவற்றைச் சேர்ந்தவர்கள் ராஜ்புத், ஜாட் பனியா வகுப்பினர்களின் பரம்பரையில் வந்தவர்கள். இவர்கள் தங்களை முஸல்மான்கள் என்று கூறிக்கொள்ள விரும்புவதில்லை. பொதுவாகத் தங்களுடைய பூர்வீக சாதிப் பெயர்களையே கூறுகிறார்கள். மல்கானா என்ற பெயரை இவர்கள் ஒப்புக்கொள்வது அரிது. இவர்களுடைய பெயர்கள் இந்துப் பெயர்களாக உள்ளன. இவர்கள் பெரும்பாலும் இந்துக் கோவில்களில் வழிபடுகிறார்கள். ராம் ராம் என்ற வணக்கச் சொல்லைப் பயன்படுத்துகிறார்கள். இவர்கள் தங்களுக்குள் மட்டுமே திருமணத் தொடர்பு வைத்துக் கொள்கிறார்கள். ஆனால் மற்றொரு புறம் இவர்கள் சில சமயங்களில் மசூதிக்குச் செல்லுகிறார்கள்: சுன்னத்துச் செய்துகொள்கிறார்கள்: இறந்தவரின் உடலைப் புதைக்கிறார்கள் முகமதியர்கள் முக்கியமான நண்பர்களாகயிருந்தால் அவர்களுடன் சேர்ந்து உணவு உண்பார்கள்.

குஜராத்தில் இதுபோன்ற பல வகுப்புகள் உள்ளன. மாட்டியா குன்பி என்ற வகுப்பினர் தங்களுடைய முக்கிய சடங்குகளைப் பிராமணர்களை வைத்து நடத்துகிறார்கள். ஆனால் இவர்கள் இமாம் ஷா என்ற பிரானா ஞானியையும் அவரது வழிவந்தவர்களையும் பின்பற்றுகிறார்கள்; முகமதியர்களைப் போலவே இவர்களும் இறந்தவரின் உடலைப் புதைக்கிறார்கள். ஷோக்கடா என்ற வகுப்பினர் தங்கள் திருமணங்களை இந்து, முகமதியர் ஆகிய இரண்டு மதப்புரோகிதர்களையும் வைத்து நடத்துகிறார்கள். மோமன் என்ற வகுப்பினர் சுன்னத்துச் செய்து கொள்கிறார்கள்: இறந்தவர் உடலைப் புதைக்கிறார்கள்; குஜராத்தி குரானைப் படிக்கிறார்கள்: மற்றப்படி இவர்கள் இந்துப் பழக்க வழக்கங்களையும் சடங்குகளையும் பின்பற்றுகிறார்கள்.

“இந்துக்களின் நம்பிக்கைகளை நான் கொண்டிருக்கிறேன் அதனால் நான் இந்து” என்று ஒருவர் கூறினால் அது சரியாக இருக்க முடியாது. ஏனென்றால் இந்து மதத்துக்கென்று ஒரு குறிப்பிட்ட சமயக்கோட்பாடு கிடையாது. எல்லோராலும் இந்துக்கள் என்று ஏற்றுக் கொள்ளப்பட்டவர்களின் நம்பிக்கைகளில் காணப்படும் வேறுபாடு கிறிஸ்தவர்கள் மற்றும் முகம்மதியர்கள் நம்பிக்கைகளில் காணப்படும் வேறுபாடுகளைவிட மிக அதிகம். மிக முக்கியமான சமய நம்பிக்கைகளை மட்டும் எடுத்துக் கொண்டு பார்த்தால்

கூட இவற்றிலும் மிகுந்த வேறுபாடு காணப்படுகிறது. இந்து சமய சாத்திர நூல்கள் எல்லாவற்றையும் ஏற்க வேண்டும் என்று சிலர் கூறுகிறார்கள். ஆனால் வேறு சிலர் தந்திர சாத்திரங்களை வியந்து பாராட்டுகிறார்கள்; மற்றும் சிலர் வேதங்கள் மட்டுமே முதன்மையான முக்கியத்துவம் வாய்ந்தவை என்று கருதுகிறார்கள். மற்றும் சிலர் கர்மம், மறுபிறப்பு என்ற கொள்கையில் நம்பிக்கை வைப்பது தான் ஒரே முக்கியமான அம்சம் என்று கருதுகிறார்கள்.

இந்து மதம் பல்வேறு கொள்கைகளும் கோட்பாடுகளும் ஒன்று சேர்ந்த கலவைத் தொகுப்பாகும். ஏகதெய்வவாதிகள். பலதெய்வக் கொள்கையினர். எல்லாம் இறைவனே என்பவர்கள், சிவன், விஷ்ணு ஆகிய பெருங்கடவுள்களை அல்லது இவர்களின் தேவிகளான பெண் தெய்வங்களை வணங்குவோர். தேவ மாதாக்களை அல்லது மரங்களிலும் பாறைகளிலும் நீரோடைகளிலும் உறைவதாகக் கருதப்படும் ஆவிகள், கிராம தேவதைகள் ஆகியோரை வணங்குவோர் என்ற பல திறத்தவருக்கும் இந்துமதத்தில் இடம் அளிக்கப்பட்டுள்ளது. தங்களுடைய தெய்வங்களைத் திருப்தி செய்வதற்காக எல்லா விதமான இரத்தப்பலிகளையும் அளிப்பவர்கள், எந்த உயிரையும் கொல்வதில்லை என்பது மட்டுமின்றி, வெட்டு' என்ற சொல்லையே பயன்படுத்தக்கூடாது என்ற கொள்கை உள்ளவர்கள், பிரார்த்தனையும், பஜனையுமே முக்கியமாக இடம் பெறும் சடங்குகளைப் பின்பற்றுவோர், மதத்தின் பெயரால் சொல்லமுடியாத வெறியாட்டங்களில் ஈடுபடுவோர் ஆகியோருக்கும் அது இடமளித்துள்ளது: வெவ்வேறு அளவில் முரண்பாடுகள் கொண்ட எத்தனை எத்தனையோ பிரிவுகளும் இதில் உள்ளன. இவற்றில் சில பிரிவுகள் பிராமணர்கள் எல்லோரினும் உயர்ந்தவர்கள் என்பதை மறுக்கின்றன அல்லது குறைந்த பட்சம் பிராமணரல்லாத மதத்தலைவர்களைக் கொண்டிருக்கின்றன.

மற்ற இந்துக்கள் பின்பற்றும் பழக்க வழக்கங்களையே தாமும் பின்பற்றுவதால் தாம் ஓர் இந்து என்று ஒருவர் கூறினால் அவருடைய கூற்று உண்மையாயிருக்க முடியாது. ஏனென்றால் எல்லா இந்துக்களும் ஒரே மாதிரியான பழக்க வழக்கங்களைப் பின்பற்றுவதில்லை.

வட நாட்டில் நெருங்கிய உறவினர்கள் திருமணம் செய்து கொள்வது தடை செய்யப்பட்டுள்ளது. ஆனால் தென்னாட்டில் சகோதரியின் மகளைத் திருமணம் செய்து கொள்வது அனுமதிக்கப்பட்டுள்ளது. இதைவிடவும் நெருக்கமான உறவுத் திருமணங்களும் அனுமதிக்கப்படுகின்றன. பொதுவாகப் பெண்களின் கற்பொழுக்கம் உயர்வாக மதிக்கப்படுகின்றன.

ஆனால் சில சமுதாயங்கள் இதைப் பெரிதாகக் கருதுவதில்லை. குறைந்தபட்சம் திருமணத்துக்கு முன் அப்படிக் கருதுவதில்லை. மற்றும் சில சமுதாயங்கள் ஒரு மகளை மதரீதியாக விபச்சார வாழ்க்கை நடத்துவதற்கு அர்ப்பணிப்பதை வழக்கவிதியாகப் பின்பற்றுகின்றன. நாட்டின் சில பகுதிகளில் பெண்கள் தாராளமாக நடமாடுகிறார்கள். வேறு சில பகுதிகளில் அவர்கள் தனிமைப்படுத்தி வைக்கப்படுகிறார்கள். சில பகுதிகளில் பெண்கள் பாவாடை அணிகிறார்கள் வேறு சில பகுதிகளில் காற்சட்டைகள் அணிகிறார்கள்.

தாம் சாதி முறையில் நம்பிக்கை கொண்டிருப்பதால் தாம் ஒரு இந்து என்று ஒருவர் கூறினால் அதுவும் ஏற்றுக்கொள்ளத்தக்கதல்ல. எந்த ஒரு இந்துவும் தம்முடைய அண்டை வீட்டுக்காரர் எதை நம்புகிறார் என்பதைப் பற்றி அக்கறை கொள்வதில்லை என்பதும், அவருடன் சேர்ந்து தாம் உணவு உண்ணலாமா, அவர் கையிலிருந்து தண்ணீர் பெறலாமா என்பதை அறிவதிலேயே அவருக்கு அக்கறை அதிகம் என்பதும் உண்மையே. வேறு வார்த்தைகளில் சொன்னால், சாதி முறைமை இந்து மதத்தில் இன்றியமையாத அம்சம் என்பது இதன் பொருளாகும். ஒப்புக்கொள்ளப்பட்ட இந்துச் சாதி ஒன்றைச் சாராத ஒருவர் இந்துவாயிருக்க முடியாது. இவையெல்லாம் உண்மை தான் என்றாலும் கூட சாதி முறைமையைப் பின்பற்றுவது மட்டும் போதாது என்பதை மறக்கக் கூடாது. பல முஸல்மான்களும் பல கிறிஸ்தவர்களும் கூட சாதி முறைமையைப் பின்பற்றுகிறார்கள். கலந்து உணவு உண்பதில் இதைப் பின்பற்றாவிட்டாலும், கலப்புத் திருமணம் செய்துகொள்வதில் நிச்சயமாகப் பின்பற்றுகிறார்கள். இதன் காரணமாக இவர்களை இந்துக்கள் என்று கூறிவிட முடியாது. இரண்டு அம்சங்களும் இருக்க வேண்டும். ஒன்று, அவர் இந்துவாக இருக்க வேண்டும். இரண்டு, சாதி முறைமையையும் பின்பற்ற வேண்டும். இது நம்மை மீண்டும் 'இந்து' என்பவர் யார் என்ற பழைய கேள்விக்குக் கொண்டு செல்கிறது. நாம் இப்போது இருக்கும் இடத்திலேயே இது நம்மை விட்டுச் செல்கிறது.

தம்முடைய மதத்தைப் பற்றிய விஷயத்தில் தமது நிலை இவ்வாறு சங்கடமாகவும் குழப்பமாகவும் இருப்பது ஏன் என்பது ஒவ்வொரு இந்துவும் சிந்திக்க வேண்டிய பிரச்சினை அல்லவா? ஒவ்வொரு பார்சியும், ஒவ்வொரு கிறிஸ்தவரும், ஒவ்வொரு முஸ்லிமும் விடை அளிக்க முடிகின்ற ஒரு எளிமையான கேள்விக்கு அவர் விடை அளிக்க முடியாமலிருப்பது ஏன்? இந்த மதக் குழப்பம் ஏற்படுவதற்கான காரணங்கள் என்ன என்று அவர் தம்மைத் தாமே கேட்டுக் கொள்ளத் தருணம் வந்துவிடவில்லையா?

புதிர் எண் 2

வேதங்களின் தோற்றம்: பிராமணிய விளக்கம் அல்லது சுற்றிவளைத்துப் பேசும் தன்மை[1]

வேதங்கள் இந்து மதத்தின் மிகப் புனிதமான நூல் என்று கருதாத இந்து எவரும் இல்லை எனலாம். ஆயினும் எந்த ஒரு இந்துவிடமேனும் வேதங்கள் எவ்வாறு தோன்றின என்று கேட்டுப் பாருங்கள். இந்த எளிய கேள்விக்குத் தெளிவான திட்ட வட்டமான விடை கூறக்கூடியவரைக் காண்பது கடினமாயிருக்கும். இந்தக் கேள்வியை ஒரு வைதிக பிராமணரிடம் கேட்டால் அவர், வேதங்கள் சனாதனமானவை என்பார். ஆனால் இது கேள்விக்கு விடை ஆகாது. முதலில் சனாதனம் என்ற சொல்லின் பொருள் என்ன?

'சனாதனம்' என்ற சொல்லுக்கு மிகச் சிறந்த விளக்கம் மனு ஸ்மிருதி அதிகாரம் 1.சுலோகம் 22-23க்கு குல்லுக பட்டர் எழுதியுள்ள உரையில் காணப்படுகிறது. குல்லுக பட்டர் சனாதனம் என்ற சொல்லுக்கு இவ்வாறு விளக்கமளிக்கிறார்.[2]

"**சனாதனம்**" என்ற சொல் '**என்றென்றும் முன்பே இருந்து வருவது**' எனப் பொருள்படும் என்று அவர் கூறுகிறார். வேதங்களின் தோற்றம்

---

1. "வேதங்களின் தோற்றம்" என்ற பொருள் பற்றி72 பக்கங்கள் கிடைத்துள்ளன. இந்தப் பக்கங்கள் சரியாக வரிசைப் படுத்திவைக்கப்படவில்லை; ஆசிரியரோ அல்லது தட்டச்சுச் செய்தவரோ பக்கங்களுக்கு எண்களும் கொடுக்கவில்லை. நாங்கள் இவற்றை ஒருவாறு ஒழுங்குபடுத்த முயன்றிருக்கிறோம். உள்ளுறை அட்டவணையில் காணப்படும் வரிசைப்படி இவற்றைப் புதிர் எண் 2 முதல் 6 வரை பிரித்திருக்கிறோம். ஒவ்வொரு அதிகாரத்திலும் எடுத்துக் கொள்ளப்பட்ட பொருள் பற்றி இந்தப் பக்கங்களில் முழுமையாகக் கூறப்பட்டுள்ளதாகக் கருதுவது கடினம். மேலும், 'வேதங்களின் புதிர்' என்ற தலைப்பில் 61 பக்கங்கள் கொண்ட தனியான ஓர் அதிகாரமும் உள்ளது. இது பின் இணைப்பு-1 என இப்புத்தகத்தில் தரப்பட்டுள்ளது. பொருள்கள் அட்டவணையில் எண் 2 முதல் 6 வரையான தலைப்புகளில் உள்ள எல்லாப் பொருள்கள் பற்றியும் ஒருங்கிணைந்த முறையில் இந்தக் கட்டுரையில் கூறப்பட்டுள்ளது. பல பத்திகள் அந்தக் கட்டுரையில் திரும்பவும் வந்திருக்கலாம். இங்குத் தரப்பட்டுள்ள அதிகாரம் 2 முதல் 6 வரையுள்ள பகுதியின் மூலப்பிரதியில் ஆசிரியரின் கையெழுத்தில் திருத்தங்களும் மாற்றங்களும் செய்யப்பட்டுள்ளன. ஆனால் பின் இணைப்பு-1 எனத்தரப்பட்டுள்ள அதிகாரம் தட்டச்சில் இரண்டாம் பிரதியாகவும் திருத்தங்கள் எதுவும் இல்லாமலும் உள்ளது. நாங்கள் உள்ளுறை அட்டவணையின் வரிசை முறையைப் பின்பற்றி, திருத்தங்கள் செய்யப்பட்ட பிரதியை ஒழுங்குபடுத்தியிருக்கிறோம்.
- பதிப்பாசிரியர்கள்.

2 முயிர் சமஸ்கிருத மூலநூல்கள், தொகுதி 3.ப.6

மனிதச் செயலுக்கு அப்பாற்பட்டது என்ற கோட்பாட்டை மனுவும் வலியுறுத்துகிறார்.

முந்தைய கல்ப காலத்தில் (இருந்த அதே வேதங்கள் பரமாத்மாவுடன் ஒன்றானவரும் எல்லாம் அளிப்பவருமான பிரமாவின் நினைவில் பாதுகாக்கப்பட்டன.

அந்த வேதங்களைத்தான் அவர் இப்போதைய கல்ப காலத்தின் தொடக்கத்தில் அக்னி, வாயு, சூர்யன் ஆகியோரிடமிருந்து வெளிக்கொணர்ந்தார். வேதத்தை ஆதாரமாகக் கொண்ட இந்தக் கோட்பாட்டைப் பற்றிக் கேள்வி கேட்கக்கூடாது. வேதம் இவ்வாறு கூறுகிறது: "ரிக்வேதம் அக்னியிடமிருந்தும், யஜுர் வேதம் வாயுவிடமிருந்தும், சாமவேதம் சூரியனிடமிருந்தும் வருகின்றன."

குல்லுக பட்டர் அளிக்கும் விளக்கத்தைப் புரிந்து கொள்வதற்குக் கல்பகாலம் என்பதன் பொருளை விளக்க வேண்டும்.

கல்பம் என்பது வேதகால பிராமணர்கள் பின்பற்றிய ஒரு காலக்கணக்கு. இந்த பிராமணியக் காலக் கணக்கின்படி காலம் இவ்வாறு பிரிக்கப்பட்டது:

(1) வருஷம், (2) யுகம், (3) மகாயுகம், (4) மன்வந்தரம், (5) கல்பம்.

வருஷம் என்பதை எளிதில் புரிந்துகொள்ளலாம். அது ஓர் ஆண்டைக் குறிக்கிறது.

ஒரு யுகம் என்று கூறப்படும் காலப்பிரிவின் அளவு என்ன என்பது பற்றி ஒரே மாதிரியான கருத்து இல்லை.

ஒரு மகாயுகம் என்பது நான்கு வெவ்வேறு யுகங்கள் சேர்ந்த காலம்.

(1) கிருதயுகம், (2) திரேதாயுகம், (3) துவாபரயுகம், (4) கலியுகம் என்பவை இந்த நான்கு யுகங்களாகும். இவை ஒன்றன் பின் ஒன்றாகச் சக்கரவட்டமாக வருகின்றன. முதல் யுகத்தின் காலம் முடிந்ததும் அதற்கு அடுத்த யுகம் தொடங்குகிறது. இவ்வாறே அடுத்தடுத்து வரிசைப்படித் தொடர்ந்து வருகின்றன.

ஒரு சக்கரவட்டம் முடிந்ததும் ஒரு மகாயுகம் நிறைவடைந்து அடுத்த மகாயுகம் தொடங்குகிறது. ஒவ்வொரு மகாயுகம் கிருத யுகத்துடன் தொடங்கிக் கலியுகத்துடன் முடிவடைகிறது.

மகாயுகமும் கல்பமும் காலக் கணக்கில் எவ்வாறு தொடர்பு கொண்டுள்ளன என்பதில் நிச்சயமின்மை எதுவும் இல்லை. 71 மகாயுகங்கள் கொண்டது ஒரு கல்பம். ஆனால் மகாயுகத்துக்கும் மன்வந்தரத்துக்கும் உள்ள காலக்கணக்குத் தொடர்பு பற்றி ஒரு

நிச்சயமின்மை உள்ளது. ஒரு மன்வந்தரம் என்பது 71 மகாயுகங்களும் மேலும் கொஞ்சமும் கொண்டது. 'மேலும் கொஞ்சம்' என்று கூறப்படும் கால அளவு என்ன என்பதைப் பிராமணர்களால் உறுதியாகக் கூறமுடியவில்லை. எனவே மன்வந்தரத்துக்கும் கல்பத்துக்கும் - இடையிலான காலக் கணக்குத் தொடர்பு நிச்சயமற்றதாக உள்ளது.

ஆனால் நாம் இப்போது எடுத்துக் கொண்டுள்ள விஷயத்துக்கு இது அவ்வளவு முக்கியமானதல்ல. இப்போதைக்குக் கல்பம் என்பதை மட்டும் கவனித்தால் போதும்.

கல்பம் என்ற காலக்கணக்குக்கு அடிப்படையான கருத்து. பிரபஞ்சத்தின் தோற்றம், அதன் அழிவு ஆகியவற்றுடன் நெருங்கிய தொடர்பு கொண்டது. உலகம் தோற்றுவிக்கப்படுவது 'சிருஷடி' என்று கூறப்படுகிறது. பிரபஞ்சத்தின் அழிவு 'பிரளயம்' என்று கூறப்படுகிறது. சிருஷடிக்கும் பிரளயத்துக்கும் இடைப்பட்ட காலம் 'கல்பம்' எனப்படுகிறது. இவ்வாறாக வேதங்களின் தோற்றம் பற்றிய கருத்து கல்பம் என்ற கருத்துடன் அதிகமாகத் தொடர்பு கொண்டுள்ளது.

இந்த முறையின் படி, ஒரு கல்பம் தொடங்கும் போது சிருஷடி தொடங்குவதாகக் கூறப்படுகிறது. சிருஷடி தொடங்கியதும் புதிதாக வேதங்களும் உண்டாக்கப்படுகின்றன. இவ்வாறு ஒவ்வொரு புதிய கல்பத்திலும் புதிதாக வேதங்கள் உண்டாக்கப்பட்டாலும், பழைய வேதங்களைத் தான் பிரமா தனது நினைவிலிருந்து மீண்டும் தருகிறார் என்பது தான் குல்லுக பட்டர் சொல்ல விரும்பும் கருத்து. அதனால் தான் அவர் வேதங்கள் சனாதனமானவை அதாவது என்றென்றும் முன்பே இருந்து வருபவை என்று கூறுகிறார்.

குல்லுக பட்டர் சொல்வது. வேதங்கள் நினைவிலிருந்து மீண்டும் த்ரப்படுகின்றன என்பதாகும். ஆனால் உண்மையான கேள்வி அவற்றைச் செய்தவர் யார் என்பதே யார் மீண்டும் தந்தார் என்பதல்ல. ஒவ்வொரு கல்ப காலத்தின் தொடக்கத்திலும் வேதங்கள் மீண்டும் தரப்படுகின்றன என்ற கொள்கையை ஏற்றாலும், முதல் கல்பம் தொடங்கியபோது வேதங்களைச் செய்தவர் யார் என்ற கேள்விக்கு விடை இல்லாமல் உள்ளது. வேதங்கள் ஒன்றுமில்லாத வெறுமையிலிருந்து வந்திருக்க முடியாது. அவற்றுக்கு இறுதி இல்லை என்றாலும் தொடக்கம் ஒன்று இருக்க வேண்டும். பிராமணர்கள் ஏன் இதை வெளிப்படையாகக் கூறவில்லை? ஏன் இந்தச் சுற்றிவளைக்கும் கூற்று?

புதிர் எண் 3

வேதங்களின் தோற்றம் பற்றி மற்ற சாஸ்திரங்களின் சான்று

1

வேதங்களின் தோற்றம் பற்றிய ஆய்வை வேதங்களிலிருந்தே தொடங்கலாம்.

ருக் வேதத்தில் வேதங்களின் தோற்றம் பற்றி ஒரு கோட்பாடு கூறப்படுகிறது. புகழ் பெற்ற புருஷ சூக்தத்தில் இது கூறப்பட்டுள்ளது. புருஷ என்ற புராணக் கற்பனைப் பிராணியைப் பலியிட்டு ஒரு யாகம் செய்யப்பட்டதாகவும் அந்த யாகத்திலிருந்தே ருக், சாம, யஜுர் ஆகிய மூன்று வேதங்கள் தோன்றியதாகவும் புருஷ சூக்தம் கூறுகிறது.

சாம வேதமும் யஜுர் வேதமும் வேதங்களின் தோற்றம் பற்றி எதுவும் கூறவில்லை.

இந்தப் பிரச்சினையைக் குறிப்பிடும் மற்றொரு வேதம் அதர்வண வேதமே. வேதங்களின் தோற்றம் பற்றி இதில் பல விளக்கங்கள் கூறப்படுகின்றன. இவற்றில் ஒரு விளக்கம்[1] பின் வருமாறு உள்ளது

"காலத்திலிருந்து ருக் வேதம் தோன்றியது. யஜுர் காலத்திலிருந்து தோன்றியது."

வேறு இரண்டு கருத்துக்களும் வேதங்களின் தோற்றம் பற்றி அதர்வண வேதத்தில் கூறப்படுகின்றன. இவற்றில் முதலாவதன் பொருள் - அதிகமாக விளங்கவில்லை. அது பின்வருமாறு அமைந்துள்ளது.[2]

"பூர்வ ரிஷிகள், ருக், சாமன், யஜுஸ், பூமி, ஒரு ரிஷி ஆகியோருக்கு ஆதாரமாயிருக்கும் அந்த ஸ்கம்பா (ஆதாரத்துவம்) யார் என்பதை அறிவிக்கவும்...

"யாரிடமிருந்து ருக் மந்திரங்கள் வெட்டியெடுக்கப்பட்டனவோ, யாரிடமிருந்து யஜுஷ சுரண்டியெடுக்கப்பட்டதோ, சாமன் மந்திரங்கள் யாருடைய உரோமங்களாக உள்ளனவோ, அதர்வண மந்திரங்கள் யாருடைய உரோமங்களாக உள்ளனவோ, அதர்வண மந்திரங்களும்

---

1. அதர்வ வேதம் 19.54,3 முயிரின் சமஸ்கிருத மூல நூல்கள், தொகுதி 3, ப 4-ல் தரப்பட்டுள்ள மேற்கோள்.
2. அதர்வ வேதம், 10,7,4 மேற்காட்டியுள்ள மேற்கோள் ப.3

அங்கீரசும் யாருடைய வாயாக உள்ளனவோ அந்த ஸ்கம்பா யார் என்பதை அறிவிக்கவும்." இது ருக், சாம, யஜுர் வேதங்கள் ஒரு ஸ்கம்பாவிலிருந்து தோன்றியதாக ஒருவருக்கு விடப்பட்ட சவாலாகத் தோன்றுகிறது.

அதர்வண வேதத்தில் தரப்பட்டுள்ள இரண்டாவது விளக்கம் வேதங்கள் இந்திரனிடமிருந்து தோன்றின என்று கூறுகிறது.[1]

2

வேதங்கள் அவற்றின் தோற்றத்தைப் பற்றிக் கூறுவதெல்லாம் இவ்வளவுதான். வேதங்களுக்கு அடுத்த வரிசையில் பிராமணங்கள் வருகின்றன. எனவே இந்த விஷயத்தில் அவை என்ன சொல்கின்றன என்பதை நாம் ஆராய வேண்டும். வேதங்களின் தோற்றம் பற்றி விளக்கம் கூற முயலும் பிராமணங்கள், சதபத பிராமணம், தைத்திரிய பிராமணம், ஐத்திரேய பிராமணம், கௌஷிதாகி பிராமணம் ஆகியவை மட்டுமே.

சதபத பிராமணம் பல வகையான விளக்கங்கள் கூறுகிறது. ஒரு விளக்கம் வேதங்களின் தோற்றத்துக்குக் காரணமாக பிரஜாபதியைக் குறிப்பிடுகின்றது. இது பின்வருமாறு உள்ளது:[2]

"பிரஜாபதி, முன்பு இந்தப் பிரபஞ்சமாக (அதாவது). அவர் ஒருவர் தான் இருந்தார். அவர் 'நான் ஆவேனாகவும், நான் பல்கிப் பரவுவேனாகவும் என்று விரும்பினார் அவர் உள்ளம் ஒன்றி முயன்றார், தவம் புரிந்தார்.

"அவர் அவ்வாறு முயன்று தவம் புரிந்த பின் அவரிடமிருந்து மூன்று உலகங்கள் படைக்கப்பட்டன - பூமி, காற்று, வானம். அவர் இந்த மூன்று உலகங்களுக்கும் வெப்பத்தை அளித்தார். அவை இவ்வாறு வெப்பம் அடைந்தபோது அவற்றிலிருந்து மூன்று சுடர்கள் தோன்றின - சுத்தம் செய்கின்ற அக்னி (நெருப்பு), பவனம் அல்லது வாயு (காற்று), சூரியன் அவர் இந்த மூன்று சுடர்களுக்கும் வெப்பத்தை அளித்தார். அவை இவ்வாறு வெப்பமடைந்தபோது அக்னியிலிருந்து ருக்வேதமும், வாயுவிலிருந்து யஜுர்வேதமும், சூரியனிடமிருந்து சாம வேதமும் உருவாயின், அவர் இந்த மூன்று வேதங்களுக்கும் வெப்பத்தை அளித்தார். அவை இவ்வாறு வெப்பமடைந்த போது அவற்றிலிருந்து மூன்று ஒளிரும் சத்துக்கள் தோன்றின. ருக் வேதத்திலிருந்து '**பூஹ்**', யஜுர் வேதத்திலிருந்து '**புவஹ்**', சாமவேதத்திலிருந்து 'ஸ்வர்'. ஆகவே

1 முயிரின் சமஸ்கிருத மூலநூல்கள், தொகுதி 3, ப4

2. முயிரின் சமஸ்கிருத மூலநூல்கள், தொகுதி 3, ப5

ருக் வேதத்துடன் அத்வாயு பதவியும் சாமவேதத்துடன் 'உதகாதரி' கடமையும், பிராமணரின் தொழில் மூன்று விஞ்ஞானங்களின் (அதாவது, மூன்று வேதங்களும் சேர்ந்த) ஒளிரும் சாத்திலிருந்தும் தோன்றின.

சதபத பிராமணம் பிரஜாபதியிடமிருந்து வேதம் தோன்றியது என்ற விளக்கத்தை வேறொரு விதமாகக் கூறுகிறது. பிரஜாபதி தண்ணீரிலிருந்து வேதங்களை உண்டாக்கினார் என்பது இந்த விளக்கம். சதபத பிராமணம் பின்வருமாறு கூறுகிறது:[1]

"இந்த ஆண், பிரஜாபதி, 'நான் பலகுவேனாகவும், நான் பரவுவேனாகவும்' என்று விரும்பினார். அவர் ஒன்றிய உள்ளத்துடன் முயன்றார்; கடுந்தவம் இயற்றினார். இவ்வாறு செய்து அவர் முதலில் பவித்திரமான அறிவை, மூன்று வேத விஞ்ஞானங்களைப் படைத்தார். இது அவருக்கு ஓர் அடிப்படை ஆயிற்று. அதனால் தான் பவித்திரஞானம் தான் பிரபஞ்சத்தின் அடிப்படை' என்று மனிதர்கள் கூறுகிறார்கள். இந்தக் காரணத்தினால் வேதங்களைக் கற்றபின் ஒரு மனிதன் தான் நிற்பதற்கு நிலம் உள்ளவனாகிறான். ஏனென்றால் பவித்திர ஞானம்தான் அவனுக்கு அஸ்திவாரம். இந்த அடிப்படையில் இருந்து கொண்டு அவர் (பிரஜாபதி) கடுந்தவம் இயற்றினார். அவர் வாக்கில் (பேச்சில்) இருந்து தண்ணீரை அவர்களின் உலகமாகப் படைத்தார். வாக் அவருடையவள்; அவள் படைக்கப்பட்டவள் அவள் தண்ணீரில் ஊடுருவி ('அப்னோத்') இருந்ததால் தண்ணீர் 'அபஹ்' எனப்பட்டது. அவள் எல்லாவற்றையும் கவிந்து (அவரினோத்) இருந்ததால் தண்ணீர் 'வர்' எனப்பட்டது. அவர் விரும்பினார். நான் இந்தத் தண்ணீரிலிருந்து பரவுவேனாகவும் என்று இந்த மூன்று வேத விஞ்ஞானங்களுடனும் அவர் தண்ணீரில் புகுந்தார். அதிலிருந்து ஒரு முட்டை வெளிப்பட்டது. அவர் அதற்கு ஓர் உந்துவிசை கொடுத்து, உண்டாகட்டும். உண்டாகட்டும், மீண்டும் உண்டாகட்டும்' என்று கூறினார். அதிலிருந்து முதலில் பவித்திர ஞானம், மூன்று வேத விஞ் ஞானம் படைக்கப்பட்டது. அதனால் தான் பிரபஞ்சத்தில் பவித்திர ஞானம் தான் முதலில் பிறந்தது' என்று மனிதர்கள் கூறுகிறார்கள். மேலும் பவித்திர ஞானம்தான் அந்த ஆணின் முன்பக்கத்திலிருந்து படைக்கப்பட்டது. அதனால் அது அவருடைய வாயாகப் படைக்கப்பட்டது. இந்தக் காரணத்தினால் தான் வேதங்களில் தேர்ந்த ஒருவனை அவன் அக்னியைப் போன்றவன்; ஏனென்றால் பவித்திர ஞானம் அக்னியின் வாயாக உள்ளது.' என்று கூறுகிறார்கள்."

சதபத பிராமணத்தில் மூன்றாவது விளக்கம் ஒன்று கூறப்படுகிறது.[2]

1. மேற்படி பக்கம் 8

2. முயிர், தொகுதி 1. பக்.9.10

"நான் சமுத்திரத்தை உன்னுடைய இருக்கையாக வைத்து உன்னை அதில் இருத்துகிறேன்."

"மனமே சமுத்திரம் மனச் சமுத்திரத்திலிருந்து வாக்கை மண்வெட்டியாகக் கொண்டு தேவர்கள் மூன்று வேத விஞ் ஞானத்தை வெட்டியெடுத்தார்கள். இதனால் இந்த மந்திரம் சொல்லப்பட்டுள்ளது: தேவர்கள் கூர்மையான மண்வெட்டியால் தோண்டி எடுத்த அந்த நிவேதனத்தை அவர்கள் எங்கே வைத்தார்கள் என்பதை ஒளிகொண்ட தெய்வம் இன்று அறியுமாக. மனமே சமுத்திரம்: வாக்கே கூர்மையான மண்வெட்டி; மூன்று வேத விஞ்ஞானமே நிவேதனம். இதைக் குறித்து, இந்த மந்திரம் கூறப்பட்டுள்ளது. அவர் அதை மனத்தில் இருத்துகிறார்"

தைத்திரீய பிராமணம் மூன்று விளக்கங்கள் தருகிறது. வேதங்கள் பிரஜாபதியிடமிருந்து வந்ததாக அது கூறுகிறது. பிரஜாபதி, மன்னன் சோமாவைப் படைத்ததாகவும், அவனுக்குப் பின் மூன்று வேதங்களும் படைக்கப்பட்டதாகவும் அது கூறுகிறது.[1] இந்தப் பிராமணத்தில் பிரஜாபதியுடன் சற்றும் தொடர்பற்ற மற்றொரு விளக்கமும்[2] கூறப்படுகிறது. இது இவ்வாறு உள்ளது:

"வாக் (வாக்கு) அழியாத பொருளாகும். அது சடங்கில் முதலில் பிறந்ததாகவும், வேதங்களின் தாயாகவும், அமரத்துவத்தின் மையப் புள்ளியாகவும் உள்ளது. நம்மிடம் மகிழ்ச்சி கொண்டு அவள் வேள்விக்கு வந்தாள். அந்தப் பாதுகாக்கும் தேவதை - ஞானியராகிய ரிஷிகள், பாடல்களை ஆக்கியவர்கள், தேவர்கள் ஆர்வத்துடனும் முயற்சியுடனும் தேடியவள்-என் துதியைக் கேட்பாளாகவும்!"

இதற்கெல்லாம் மகுடம் வைத்தது போல தைத்திரீய பிராமணம் மூன்றாவதாக ஒரு விளக்கம் கூறுகிறது.[3] வேதங்கள் பிரஜாபதியின் தாடியிலிருந்து வந்தன என்று அது கூறுகிறது.

3

உபநிடதங்களும் வேதங்களின் தோற்றத்தை விளக்க முயன்றுள்ளன.

சாந்தோக்கிய உபநிடதம் தருகின்ற விளக்கம்[4] சதபத பிராமணம் கூறுகின்ற அதே விளக்கமே - அதாவது. ருக் வேதம் அக்னியிலிருந்தும். யஜுஸ் வாயுவிலிருந்தும். சாம வேதம் சூரியனிலிருந்தும் தோன்றின என்பது இந்த விளக்கம்.

---

1. மேலது, ப8
2. மேலது, ப10
3. முயிர் தொகுதி 1, ப.10
4. மேலது, ப5

பிரகதாரண்யக உபநிடதம் இரண்டு விளக்கங்கள் கூறுகிறது. ஓரிடத்தில் அது இவ்வாறு கூறுகிறது.[1]

"ஈரமான விறகில் முட்டிய நெருப்பிலிருந்து பல்வேறு மாற்றங்களுடன் புகை வருவதைப் போலவே இந்தப் பெரிய உயிரின் மூச்சு உள்ளது. ருக் வேதம். யஜுர் வேதம், சாம வேதம். அதர்வாங்கிரசுகள், இதிகாசங்கள், புராணங்கள். விஞ்ஞானம். உபநிடதங்கள், சுலோகங்கள், சூத்திரங்கள். வெவ்வேறு விதமான உரைகள் - இவையெல்லாம் அவனுடைய மூச்சுகள்."

மற்றோர் இடத்தில் அது கூறுகிறது.[2]

"பிரஜாபதி (இது மரணம் அல்லது விழுங்குவோனைக் குறிக்கிறது) வாக்கை (பேச்சை) உண்டாக்கியதாகக் கூறப்படுகிறது. அவளின் மூலம், ஆன்மாவைச் சேர்த்து. வேதங்கள் உள்ளிட்ட எல்லாப் பொருள்களையும் உண்டாக்கினார்."

"அந்த வாக்கினாலும் ஆன்மாவினாலும் எல்லாப் பொருள்களையும்-ருக், யஜுஷ், சாமன் மூலபாடங்களையும். சந்தங்களையும், கேள்விகளையும், பிராணிகளையும், விலங்குகளையும் படைத்தார்.

"மூன்று வேதங்களும் இந்த மூன்றுடன் (வாக்கு. மனம், மூச்சு) (ஒன்றாகக் கருதப்படத்தக்கவை) வாக்கு ருக் வேதமும், மனம் யஜுர் வேதமும். மூச்சு சாம வேதமும் ஆகும்.

4

ஸ்மிருதிகளை எடுத்துக் கொண்டால், வேதங்களின் தோற்றம் பற்றி மனு ஸ்மிருதியில் இரண்டு கோட்பாடுகள் காணப்படுகின்றன. ஓர் இடத்தில் வேதங்கள் பிரமாவால் படைக்கப்பட்டவை என்று கூறப்படுகின்றது.[3]

"அவர் (பிரமா) ஆரம்பத்தில், வேதங்களின் சொற்களிலிருந்து பல்வேறு பெயர்களையும், செயற்பாடுகளையும், எல்லா உயிரினங்களின் வெவ்வேறு நிலைமைகளையும் உருவாக்கினார்.[4] அந்த அதிபதி துடிப்பான. உயிருள்ள பல தெய்வங்களையும், என்றுமுள்ள வேள்விகளையும் படைத்தார். வேள்விகளை நடத்துவதற்காக அக்னி, வாயு, சூரியன் ஆகியோரிடமிருந்து ருக், யஜுஷ், சாமன் என்ற மூன்று சாசுவத வேதங்களை வெளிக்கொணர்ந்தார்.'

---

1. முயிர், தொகுதி 1, ப.8
2. மேலது, ப9
3. மேலது, ப.6
4 மேலது, ப.7

வேறோர் இடத்தில், மனு பின் வருமாறு கூறுவதிலிருந்து, வேதங்கள் பிரஜாபதியால் உண்டாக்கப்பட்டவை என்பதை அவர் ஏற்பதாகத் தோன்றுகிறது:

“பிரஜாபதி மூன்று வேதங்களிலிருந்து ‘அ’. ‘உ’, ‘ம்’ என்ற எழுத்துக்களையும், ‘பூஹ்’. புவஹ ஸ்வர்’ என்ற சொற்களையும் அறந்தார். அதே பிரஜாபதி மூன்று வேதங்களில் ஒவ்வொன்றிலிருந்தும் தத்’ என்ற சொல்லுடன் தொடங்கும் சாவித்ரி (அல்லது காயத்ரி) என்ற மந்திரத்தின் மூன்று பகுதிகளையும் கறந்தார்... அழிவற்ற மூன்று சொற்களும் (பூஹ். புவஹ், ஸ்வர்) அவற்றின் முன் வரும் ஓம் என்ற சொல்லும். மூன்று வரிகளைக் கொண்ட காயத்ரியும் பிரமாவின் வாயாகக் கருதப்பட வேண்டும்.

5

வேதங்களின் தோற்றம் பற்றிப் புராணங்கள் என்ன கூறுகின்றன என்பதைப் பார்ப்பதும் சுவாரசியமாகும். விஷ்ணு புராணம் கூறுகிறது.

“தமது கிழக்கு வாயிலிருந்து பிரமா காயத்ராவையும் ரிக் சுலோகங்கள், திரிவிருத், சோம் - ராதந்தரா ஆகியவற்றையும் வேள்விகளில் அக்னிஷ்டோமாவையும் உருவாக்கினார். தமது தெற்கு வாயிலிருந்து அவர் யஜுஷ் சுலோகங்கள், திரிஷ்தூப் சந்தம் பஞ்சாதச ஸ்டோமா, விருகத்-சாமன், உக்த்யா ஆகியவற்றை உருவாக்கினார். தமது மேற்கு வாயிலிருந்து அவர், சாமன் சுலோகங்கள், ஜகதி சந்தம், சப்தாதச ஸ்டோமா, வைருபா அதிராத்ரா ஆகியவற்றை உருவாக்கினார். தமது வடக்கு வாயிலிருந்து அவர், ஏகவின் சா, அதர்வணம், அப்தோர்யாமன் ஆகியவற்றையும் அனுஷ்டூப், பிராஜ் சந்தங்களையும் உருவாக்கினார்.

பாகவத புராணம் கூறுகிறது:

“ஒரு காலத்தில், நான்கு முகப் படைப்புக் கடவுள் அனைத்து உலகங்களையும் முன்பு போல் எப்படிப் படைப்பது என்று சிந்தித்துக் கொண்டிருந்தபோது அவரிடமிருந்து வேதங்கள் தோன்றின... அவர் தமது கிழக்கு வாயிலிருந்தும் மற்ற வாய்களிலிருந்தும் ருக், யஜுஷ், சாமன், அதர்வணம் என்ற வேதங்களையும் துதி, வேள்வி, பாடல்கள். கழுவாய் ஆகியவற்றையும் படைத்தார்.” (இந்த இடத்தில் சில மேற்கோள்கள் விட்டுப் போயுள்ளதாகத் தோன்றுகிறது. ஏனென்றால் இந்த இரண்டு பத்திகளுக்குமிடையே இணைப்பு இல்லை.)

“அவளுடைய கண்களுக்கு இடையில் புகுந்தார். அவளிடமிருந்து பின்பு நான்கு மடங்கு பிராணி ஒன்று உண்டாக்கப்பட்டது. அது ஆண் வடிவில், பிரமாவைப் போல் ஒளி உள்ளதாய், இன்னதென்று கூறமுடியாததாய், சாசுவதமானதாய், அழியாததாய், உடலின் புலன்களும் பண்புகளும் அற்றதாய், ஒளியில் சிறந்ததாய், சந்திரனின் கிரணங்களைப்போலத் தூய்மையானதாய், ஒளியுள்ளதாய், எழுத்துக்களில் அமைந்ததாய் இருந்தது. அந்தக் கடவுள் தமது கண்களிலிருந்து ருக் வேதத்தையும் யஜுஷையும், சாம வேதத்தைத் தமது நாவின் நுனியிலிருந்தும், அதர்வணத்தைத் தமது தலையிலிருந்தும் உருவாக்கினார். இந்த வேதங்கள், தாம் பிறந்தவுடனேயே ஒரு உடலை (சேஷத்திரம்) தேடி அடைகின்றன. அவை இந்த இருப்பிடத்தை அடைவதினால் (விந்தந்தி) வேதங்களின் தன்மையைப் பெறுகின்றன. இந்த வேதங்கள் முன்பே இருக்கும் சாசுவத பிரமாவை (புனிதமான விஞ்ஞானத்தை) தெய்வ வடிவம் கொண்ட ஆணாக அவற்றின் மனத்தில் பிறந்த பண்புகளால் படைக்கின்றன.”

அது பிரஜாபதியையும் மூல காரணமாக ஏற்கிறது. மேலான கடவுள் பிரபஞ்சத்தைப் படைக்க எண்ணியபோது. இரணியகர்பன் அல்லது பிரஜாபதி, தமது வாயிலிருந்து ‘ஓம்’ என்ற ஒலியை எழுப்பினார். அவர் தம்மைக் கூறுகளாகப் பகுத்துக் கொள்ளும்படிச் சொல்லப்பட்ட போது அதை எப்படிச் செய்வதென்று பெரும் ஐயத்தில் இருந்தபோது - ஹரிவம்சம் கூறுகிறது. [1]

“அவர் இவ்வாறு தம்மிடமிருந்து வெளிப்பட்டு, பூமியாலும் காற்றிலும் வானத்திலும் எதிரொலித்த ஓம் என்ற ஒலியைப் பற்றிச் சிந்தித்துக் கொண்டிருந்தபோது, கடவுள்களின் கடவுளானவர் மனத்தின் சாரமான இதை மீண்டும் மீண்டும் ஒலித்துக் கொண்டிருந்தபோது, அவருடைய இருதயத்திலிருந்து வஷத்காரம் வெளிப்பட்டது. அடுத்து புனிதமான, உயர்ந்த அந்தச் சொற்கள் (பூஹ், புவஹ், ஸ்வர்), சிறந்த ஸ்மிருதிகளிலிருந்து ஒலி வடிவில் உருவாக்கப்பட்டவை, பூமியிலிருந்தும். காற்றிலிருந்தும், வானத்திலிருந்தும் உண்டாக்கப்பட்டன. அதன் பின் அந்தத் தேவி, சந்தங்களில் மிகச் சிறந்தது, இருபத்து நான்கு அசைகளைக் கொண்டது (காயத்ரி) தோன்றினாள். ‘தத்’ (என்று தொடங்குகின்ற அந்த தெய்வ மந்திரத்தைச் சிந்தித்த இறைவன் சாவித்ரியைப் படைத்தார். அவர் பின்பு ரிக், சாமன், அதர்வணம். யஜுஷ் ஆகிய நான்கு வேதங்களையும் அவற்றின் பிரார்த்தனைகளையும் சடங்குகளையும் உண்டாக்கினார்.”

1.மேலது, ப14

6

இங்கே, வேதங்களின் தோற்றம் பற்றிப் பின் கண்ட பதினொரு வெவ்வேறு விளக்கங்கள் உள்ளன. (1)புருஷா என்ற புராணப் பிராணி பலியிடப்பட்ட வேள்வியிலிருந்து தோன்றியதாக. (2)ஸ்கம்பாவை ஆதாரமாகக் கொண்டதாக, (3)அவரிடமிருந்து அவருடைய உரோமமாக வாயாக இருப்பதாக, (4)இந்திரனிடமிருந்து தோன்றியதாக (5) காலத்திலிருந்து தோன்றியதாக (6)அக்னி, வாயு. சூர்யன் ஆகியோரிடமிருந்து தோன்றியதாக (7)பிரஜாபதியிடமிருந்தும். தண்ணீரிலிருந்தும் தோன்றியதாக, (8)பிரமாவின் மூச்சாக இருப்பதாக (9) மனச் சமுத்திரத்திலிருந்து கடவுளர்களால் தோண்டியெடுக்கப்பட்டதாக, (10)பிரஜாபதியின் தாடியின் உரோமங்களாயிருப்பதாக. (11) ‘வாக்’கிலிருந்து தோன்றியதாக ஒரு எளிய கேள்விக்கு. இத்தனை வெவ்வேறு விடைகள் கிடைப்பது ஒரு புதிராகும். இந்த விடைகளையெல்லாம் தந்தவர்கள் அனைவரும் பிராமணர்கள். இவர்கள் ஒரே வைதிக சிந்தனையைச் சேர்ந்தவர்கள். இவர்கள் மட்டுமே புராதன சமய ஞானத்தின் பாதுகாவலர்களாக இருந்தவர்கள். இவர்கள் ஒரு எளிய கேள்விக்கு ஏன் இப்படி இணக்கமற்ற குழப்பமான விடைகளைத் தந்திருக்க வேண்டும்?

புதிர் எண் 4

பிராமணர்கள் திடீரென்று வேதங்கள் பொய்யாதவை என்றும் கேள்வி கேட்கக் கூடாதவை என்றும் ஏன் அறிவிக்கிறார்கள்?

வேதங்கள் இந்துக்களின் மத நூல்களில் மிக உயர்ந்த ஓர் இடத்தைப் பெற்றுள்ளன என்று கூறுவது குறைத்துக் கூறுவதாகும். வேதங்கள் இந்துக்களின் புனித நூல் என்று கூறுவதும் போதுமானதல்ல. ஏனென்றால் வேதங்கள் இந்துக்களின் புனித நூலாக இருப்பதோடு, எதிர்க் கேள்வி கேட்கக் கூடாத அதிகாரம் கொண்ட நூலாகவும் உள்ளன. வேதங்கள் பிழையாத்தன்மை கொண்டவை. வேதங்களை ஆதாரமாகக் கொண்ட எந்த வாதமும் இறுதியானது, முற்றுப் பெற்றது. அதை எதிர்த்து மேல் முறையீடு செய்ய முடியாது. இதுதான் வைதிக பிராமணர்களின் கொள்கை. எல்லா இந்துக்களும் பொதுவாக இதை ஒப்புக் கொள்கிறார்கள்.

I

இந்தக் கொள்கைக்கு ஆதாரம் என்ன? வேதங்கள் '**அபௌருஷேயம்**' ஆனவை என்ற கருத்தே இந்தக் கொள்கைக்கு ஆதாரம். பிராமணர்கள் வேதங்களை அபௌருஷேயம்' என்று கூறுவதன் பொருள் அவை மனிதரால் படைக்கப்பட்டவையல்ல என்பதாகும். மனிதரால் செய்யப்படாததால், ஒவ்வொரு மனிதனிடம் காணப்படும் தவறுகள், குறைகள், பலவினங்கள் என்பவை வேதங்களில் இல்லை. எனவே வேதங்கள் பொய்யாதவை என்பது கருத்து.

II

இப்படிப்பட்ட ஒரு கொள்கையை வேத பிராமணர்கள் எப்படி வெளியிட்டார்கள் என்பதைப் புரிந்து கொள்வது கடினமாக உள்ளது. ஏனென்றால், வேத பிராமணர்களே வேதங்களின் அதிகாரம் இறுதியானது. முற்றுப்பெற்றது என்பது பற்றி முற்றிலும் வேறுபட்ட கருத்துக் கொண்டிருந்த காலம் ஒன்று இருந்தது. இவ்வாறு கருதிய வைதிக பிராமணர்கள் வேறு யாரும் அல்ல, பல்வேறு தர்ம சூத்திரங்களை இயற்றியவர்களே அவர்கள்.

தர்ம சூத்திரங்களில் வேதங்களின் அதிகாரம் பற்றிப் பின்வரும் கருத்துக்கள் கூறப்பட்டுள்ளன.

முதலில் கௌதம் தர்ம சூத்திரத்தை எடுத்துக்கொள்வோம்.

வேதங்களின் பொய்யாமை பற்றி அதில் பின்வரும் விதி கூறப்படுகிறது:

"வேதம் புனித சட்டத்தின் ஆதார ஊற்றாகும்" I-1.

"வேதத்தை அறிந்தவர்களின் நடை மரபும் முறையும் கூட" I-2.

"சமமான பலம் கொண்ட இரண்டு பிரமாண அதிகாரங்கள் முரண்பட்டால் (இரண்டில் ஏதேனும் ஒன்றைப் பின்பற்றுவது) விருப்பத்தைப் பொறுத்தது" I-3.

வசிஷ்ட தர்ம சூத்திரத்தில் பின் வரும் கருத்து கூறப்படுகிறது.

"புனிதச் சட்டம், வெளிப்படுத்தப்பட்ட நூல்கள். அதாவது வேதங்கள் மூலமும் ஞானிகளின் மரபு மூலமும் முடிவு செய்யப்பட்டுள்ளது." I-4.

"இவற்றில் (இரண்டு ஆதாரங்களில்) (தரப்பட்டுள்ள விதிகள்) தவறுமானால் சிஷ்டர்களின் வழிமுறையே அதிகாரம் கொண்டவை (ஆகும்)." I-5.

போதாயனரின் கருத்துக்கள் கீழே தரப்படுகின்றன.

பிரஸ்னம் I, அத்தியாயம் I, கண்டிகை I.

(1) புனிதச் சட்டம் ஒவ்வொரு வேதத்திலும் கற்பிக்கப்படுகிறது.

(2) நாம் (இதை) அதற்கு இணக்கமான முறையில் விளக்குவோம்.

(3) மரபு முறையில் (ஸ்மிருதி) கற்பிக்கப்படும் (புனிதச் சட்டம்) இரண்டாவதாக உள்ளது.

(4) சிஷ்டர்களின் வழிமுறை மூன்றாவதாக (உள்ளது)

(5) இவையெல்லாம் தவறும் போது குறைந்தது பத்து உறுப்பினர்களைக் கொண்ட ஒரு சபை (சர்ச்சைக்கிடமான சட்டப் பிரச்சினைகளில்) முடிவு செய்யும்.

ஆபஸ்தம்ப தர்ம சூத்திரத்தின் கருத்து பின்வரும் மேற்கோள்களிலிருந்து புலனாகும்.

"இப்போது நாம் தினசரி வாழ்க்கையின் பகுதியாக அமைந்துள்ள நன்மை தரும் செயல்களை அறிவிப்போம்." I-1.

"(இந்த கடமைகளுக்கு) ஆதாரம், சட்டத்தை அறிந்தவர்களின் உடன்பாடு சமாயம் ஆகும். I-2,

"(பின்னதற்கு ஆதாரம்) வேதங்கள் மட்டுமே. I-3

"சிஷ்டர்கள்" என்பதைப் பொறுத்தமட்டில், வசிஷ்ட தர்ம சூத்திரமும் போதாயன தர்ம சூத்திரமும், சிஷ்டர்கள் என்று கருதத்தக்கவர்கள் யார் என்பதைக் கவனமாக விளக்குகின்றன.

வசிஷ்ட தர்ம சூத்திரம் கூறுகிறது:

"உள்ளத்தில் ஆசை இல்லாதவர் சிஷ்டர் (எனப்படுகிறார்)" - போதாயனர் சிஷ்டர்கள் என்போரின் தகுதி பற்றி மேலும் விரிவாக விளக்குகிறார்.

அவர் கூறுவது

"(6) சிஷ்டர்கள் என்போர், உண்மையாக, பொறாமையும் கர்வமும் இல்லாதவர்கள், பத்து நாட்களுக்குப் போதுமான தானியம் இருந்தால் போதுமென்று திருப்திப்படுவோர், பிறர் பொருளை விரும்பாதவர்கள். வெளிவேடம் போடாதவர்கள், அகம்பாவமும், பேராசையும், குழப்பமும், கோபமும் இல்லாதவர்கள் ஆவார்கள்

"(7). சிஷ்டர்கள் என்போர், புனிதச் சட்டத்தின்படி வேதங்களையும் அவற்றின் அங்கங்களையும் கற்று அவற்றிலிருந்து எப்படி முடிவுகள் எடுப்பது என்பதை அறிந்து. வெளிப்படுத்தப்பட்ட நூல்களிலிருந்து புலன்களால் அறியக்கூடிய சான்றுகளை எடுத்துக்காட்டத் தெரிந்தவர்கள்."

போதாயனர், சட்டப் பிரச்சினைகளை முடிவு செய்வதற்குத் தாம் குறிப்பிடும் சபையைப் பற்றிப் பின்வருமாறு கூறுகிறார்:

"(8) அவர்கள் (பின் வரும் சுலோகங்களையும்) மேற்கோள் காட்டுகிறார்கள்: நான்கு வேதங்களில் ஒன்றை அறிந்த நான்கு பேர். ஒரு மீமாம்சகர், அங்கங்களை அறிந்த ஒருவர். புனிதச் சட்டம் (சம்பந்தமான நூல்களைக் கூறுபவர். (மூன்று வெவ்வேறு) நிலைகளைச் சேர்ந்த மூன்று பிராமணர்கள் ஆகியோர் குறைந்தபட்சம் பத்து உறுப்பினர் கொண்ட சபையாக அமைகிறார்கள்."

(9) ஐந்து பேர், அல்லது மூன்று பேர், அல்லது மாசற்ற ஒருவர் புனிதச் சட்டம் (பற்றிய பிரச்சினைகளை) முடிவு செய்யலாம். ஆனால் ஆயிரம் முட்டாள்கள் அதைச் செய்ய முடியாது.

மரத்தால் செய்யப்பட்ட யானை, தோலால் செய்யப்பட்ட மான் இவற்றைப் போன்றவனே கல்வி இல்லாத பிராமணன்; இந்த மூன்றும் (தங்கள் வகையின்) பெயரைத் தவிர வேறு ஒன்றும் இல்லாதவை.

தர்ம சூத்திரங்கள் பற்றி நாம் இங்கு பார்த்ததிலிருந்து.

(1) வேதம். (2) மரபு (ஸ்மிருதி), (3) சிஷ்டர்களின் வழிமுறை.

(4) சபை ஒன்றில் ஏற்படும் உடன்பாடு ஆகிய நான்கு அதிகாரங்கள் முரண்பாட்டுக்கிடமான பிரச்சினைகளைத் தீர்ப்பதற்கு உள்ளன. வசிஷ்டர், போதாயனர் ஆகியோரின் தர்ம சூத்திரங்களின் காலம் அது. ஆபஸ்தபர் வேதங்களுக்கு எந்த அதிகாரமும் கொடுக்கவில்லை. வேதங்களை அறிந்திருப்பது ஒரு சபையின் உறுப்பினராகத் தேர்ந்தெடுக்கப்படுவதற்குத் தேவையான தகுதி என்று அவர் குறிப்பிடுகிறார். இந்தச் சபையில் உடன்பாட்டின் மூலம் ஏற்படும் முடிவே சட்டமாகும், ஒரே சட்டமாகும். வேதம் அடிப்படையான அதிகார நூலாகக் கருதப்படவில்லை. கற்றவர்களின் சபையில் ஏற்படும் உடன்பாடுதான் ஒரே அடிப்படை அதிகாரமாக ஏற்கப்பட்டது. கௌதமரின் காலத்தில் தான் வேதங்கள் ஒரே அடிப்படை அதிகாரமாகக் கருதப்படலாயின. ஒரு சபையின் உடன்பாடு ஓர் அடிப்படை அதிகாரமாக ஏற்கப்பட்ட காலம் ஒன்று இருந்தது. அது போதாயனரின் காலம்.

இந்த முடிவை வலியுறுத்துவதாக உள்ளது சதபத பிராமணத்தின் பின்வரும் மேற்கோள்.[1] அது கூறுகிறது...

(நிறைவு பெறாமல் உள்ளது. மேற்கோளும் தொடர்ந்து கட்டுரையும் காணப்படவில்லை)

---

1. தர்மசூத்திரங்களின் காலம் கி.மு. 600-க்கும் 200-க்கும் இடைப்பட்டது என்று மாக்ஸ் முல்லர் கூறுகிறார்.

புதிர் எண் 5

பிராமணர்கள் அதற்கு மேலும் சென்று வேதங்கள் மனிதராலோ கடவுளாலோ படைக்கப்படாதவை என்று ஏன் அறிவித்தார்கள்?

வேதங்கள் பொய்யாதவை என்று அறிவித்ததுடன் வேதப் பிராமணர்கள் திருப்தி அடையவில்லை. அவர்கள் அதற்கு மேலும் சென்று வேதங்கள் அபௌருஷேயம் ஆனவை என்று அறிவித்தார்கள். அவர்கள் இவ்வாறு அறிவித்ததன் பொருள் வேதங்கள் மனிதரால் ஆக்கப்படவில்லை என்பதாகும். இந்தக் கொள்கை, வேதங்கள் பொய்யாதவை என்ற கொள்கைக்கு நிச்சயமாக வழி அமைக்கிறது. வேதங்கள் மனிதரால் இயற்றப்படவில்லை என்றால், மனிதர்களின் தவறுகள், குறைபாடுகள், பலவீனங்கள் ஆகியவற்றுக்கு அவற்றில் இடமில்லை; எனவே அவை பொய்யாதவை ஆகின்றன. ஆயினும், இது தன்னளவிலேயே ஒரு தனியான கொள்கை என்பதால் இதையும் தனியாக ஆராய்வது அவசியமாகிறது.

உண்மையிலேயே வேதங்களை மனிதர் யாரும் இயற்றவில்லையா? உண்மையிலேயே அவை அபௌருஷேயமானவை தானா? இந்த விஷயத்தில் மிகச் சிறந்த சான்றாக 'அனுக்கிரமணிகைகள்' அமைந்துள்ளன. இவை புராதன சமஸ்கிருத இலக்கியத்தில் ஒரு தனி வகையான பகுதியாகும். அனுக்கிரமணிகைகள் எனப்படுபவை, புராதன வேத இலக்கியங்களின் பல்வேறு பகுதிகளுக்கும் முறையாகத் தொகுக்கப்பட்ட பொருள் அடைவு அட்டவணைகளாகும். ஒவ்வொரு வேதத்துக்கும் ஒன்றோ, பலவோ அனுக்கிரமணிகைகள் உள்ளன. ருக் வேதத்துக்கு ஏழு அனுக்கிரமணிகைகள் உள்ளன. இவற்றில் ஐந்தைச் சௌனகரும், ஒன்றைக் காத்தியாயனரும் இயற்றியிருக்கிறார்கள். இன்னொன்றை இயற்றியவரின் பெயர் தெரியவில்லை. யஜுர் வேதத்துக்கு மூன்று அனுக்கிரமணிகைகள் உள்ளன. அதன் மூன்று சாகைகளான ஆத்ரேயி, சரயனியாஸ், மத்யந்தினா ஆகிய ஒவ்வொன்றுக்கும் ஒன்றாக இவை அமைந்துள்ளன. சாமவேதத்துக்கு இரண்டு அனுக்கிரமணிகைகள் உள்ளன. ஒன்று ஆரஷேய பிராமணம் எனப்படுகிறது. மற்றது பரிஷஸ்டா என்று அழைக்கப்படுகிறது. அதர்வண வேதத்துக்கு ஒரு அனுக்கிராமணிகை உள்ளது. பிருகத் சர்வானுகிரமணிகை என்பது இதன் பெயர்.

இவற்றில் மிகச் சிறந்தது ருக் வேதத்துக்குக் காத்தியாயனரால் செய்யப்பட்ட சர்வானு கிராமணிகை என்று பேராசிரியர் மாக்ஸ்

முல்லா கூறுகிறார். இதன் முக்கியத்துவத்துக்குக் காரணம் இதில் பின் வரும் விவரங்கள் கொடுக்கப்படுவதாகும். (1) ஒவ்வொரு மந்திரத்தின் முதல் சொல், (2) மந்திரங்களின் எண்ணிக்கை, (3) அதை இயற்றிய ரிஷியின் பெயரும் அவரது குடும்பப் பெயரும், (4) தெய்வங்களின் பெயர்கள், (5) ஒவ்வொரு மந்திரத்தின் சந்தம் சர்வானுக்கிர மணிகையிலிருந்து நாம் அறிவது ருக் வேதத்தில் உள்ள மந்திரங்களை இயற்றியவர்கள் ரிஷிகள் என்பதாகும். அனுக்கிராமணிகை தருகின்ற சான்றின்படி ருக்வேதம் மனிதரால் செய்யப்பட்டதே என்று தெரிகிறது. மற்ற வேதங்களைப் பற்றியும் இதே முடிவுக்குத்தான் வரமுடியும்.

ருக் வேதத்தில் ரிஷிகள் தாங்கள் அந்த மந்திரங்களைச் செய்ததாகப் பல இடங்களில் குறிப்பிடுவதிலிருந்து அனுக்கிராமணிகைகள் உள்ளபடி தான் கூறியிருக்கின்றன என்பது நிரூபணமாகிறது.

இத்தகைய இடங்களுக்குச் சில உதாரணங்கள் கீழே தரப்படுகின்றன:

"கணவர்கள் உனக்கு ஒரு பிரார்த்தனை செய்கிறார்கள். இவர்களின் வேண்டுதலை நன்றாகக் கேள். இவ்வாறாக, இந்திரனே. குதிரைகளைப் பூட்டுபவனே, கோதமர்கள் இதற்கெனப் பலனுள்ள மந்திரங்களைச் செய்திருக்கிறார்கள்."

"செல்வச் செழிப்புமிக்க அசுவினி இந்த மந்திரம் உங்களுக்காகப் பயனுள்ள முறையில் மனாக்களால் செய்யப்பட்டுள்ளது."

"இந்தப் பெருமை செய்யும் பிரார்த்தனைகள், (இந்த) மந்திரம், ஓ, அசுவினிகளே, கிரித்சமதாக்கள் உங்களுக்காகச் செய்திருக்கிறார்கள்."

"சுவர்க்கத்தை அடைய விரும்பி, ஞானிகளான குசிகாக்கள் துதிகளுடன் ஒரு மந்திரத்தைச் செய்திருக்கிறார்கள் ஓ, இந்திரனே"

"கோதமரின் வழிவந்த நோதஸ் இந்தப் புதிய மந்திரத்தை (உனக்காகச்) செய்தார். இந்திரனே, பழமையாக உள்ளவனே, குதிரைகளைப் பூட்டுபவனே."

"இவ்வாறாக, வீரனே, கிரித் சமதாக்கள். உதவியை வேண்டி உனக்காக ஒரு மந்திரத்தை, மனிதர்கள் பணிகளைச் செய்வதைப் போல, செய்திருக்கிறார்கள்."

"ஞானிகள், பலனுள்ள பொருள் ஒன்றையும், இந்திரனுக்காக ஒரு பிரார்த்தனையையும் செய்தார்கள்."

"இந்த மந்திரங்கள், அக்னியே, உனக்காகச் செய்யப்பட்டு, நீ பசுக்களையும் குதிரைகளையும் நிரம்பக் கொடுத்திருக்கும் கொடையைப் புகழ்கின்றன."

“எங்கள் தந்தை இந்தப் பெருமை வாய்ந்த ஏழுதலை கொண்ட புனித சத்தியத்திலிருந்து பிறந்த மந்திரத்தை வெளிப்படுத்தினார் (அல்லது உருவாக்கினார்) எல்லா மனிதர்களுக்கும் நண்பனான அயஸ்யா இந்திரனைக் கொண்டாடி, நான்காவது புகழ்ப் பாடலை உண்டாக்கினார்.”

“ரகுவானாக்களாகிய நாங்கள் அக்னிக்குத் தேனார்ந்த மொழியைச் சொல்லியிருக்கிறோம். நாங்கள் அவனை இடையறாது புகழ்ந்து பாடுகிறோம்.”

“இவ்வாறாக, ஆதித்தியர்களே, ஆதிதியே, ஆளும் சக்திகளே, பிளாதியின் விவேகமிக்க மகன் உங்களைப் பெருமைப்படுத்தியிருக்கிறார். தேவகுலத்தை அமரத்துவம் பெற்ற கயன் புகழ்ந்திருக்கிறார்.”

“அவரைத்தான் ரிஷி என்றும் புரோகிதர் என்றும் பக்தியுடன் வேள்வி செய்பவர் என்றும், பிரார்த்தனை ஜபிப்பவர் என்றும், மந்திரம் சொல்பவர் என்றும் அழைக்கிறார்கள். அவர்தான் ஒளிமிக்க (அக்னியின்) மூன்று உடல்களையும் அறிபவர், கொடைகள் அளிப்பதில் மிகவும் உயர்ந்து நிற்பவர்.”

அனுக்கிரமணிகைகளின் சான்று தவிரவும். வேதங்கள் அபௌருஷேயமானவை என்ற கொள்கைக்கு எதிராக வேறொருவகையான சான்றும் உள்ளது ரிஷிகளே கூட வேதங்களை மனிதர்களால் செய்யப்பட்ட சரித்திரகாலப் படைப்புகளாகவே கருதினார்கள். ருக் வேத மந்திரங்கள் ரிஷிகளைப் புராதன ரிஷிகள் என்றும் நவீன கால ரிஷிகள் என்றும் வேறுபடுத்திப் பேசுகின்றன. இதற்குச் சில உதாரணங்கள் கீழே தரப்படுகின்றன:

“முன்னாளைய ரிஷிகளாலும் இந்நாளைய ரிஷிகளாலும் கொண்டாடத் தக்கவனான அக்னி, தேவர்களை இங்கே அழைத்து வருவான்.”

“உன் உதவிக்காக வேண்டிய முன்னாளையரிஷிகள்.”

“நவீன கால ரிஷியான என்னுடைய பாடலை, இந்த நவீனகால (ரிஷியின்) பாடலைக் கேட்பாயாக.”

“இந்திரனே, முன்னாளில் உன்னைப் புகழ்ந்து வணங்கியவர்களுக்கு தாகம் கொண்டவனுக்குத் தண்ணீரைப் போல் நீ மகிழ்ச்சி அளித்ததால், நான் உன்னை இந்த மந்திரத்தால் மீண்டும் மீண்டும் துதிக்கிறேன்.”

“புராதன ரிஷிகள், ஒளி மிக்கவர்களான ஞானிகள், அவர்களின் (பிரகஸ்பதியின் முன்னால் மகிழ்வூட்டும் நாவினால் வைத்தார்கள்.”

"புராதன ரிஷிகளோ, பிற்காலத்திய மனிதர்களோ, தற்கால மனிதர் யாருமோ உன்னுடைய வல்லமையை அடையவில்லை (கருத்தில் உருவாக்கவில்லை). ஓ. மாதவனே."

"(இந்திரனை) முன்னாட்களில் வணங்கியவர்களைப் போலவே குற்றமற்றவர்களாக, பழிக்கு இடமற்றவர்களாக, தீங்கு செய்யப்படாதவர்களாக (நாங்களும் இருப்போமாக)."

"சக்திமிக்க தேவனே, புராதன காலத்திலும், மத்திய காலத்திலும் பிற்காலத்திலும், இருந்தவர்கள் உன்னுடைய நண்பர்களாக இருந்தது போலவே இப்போதும் மனிதர்கள் உன்னை வணங்குகிறார்கள். மிகவும் துதிக்கப்படுபவனே, எல்லோரையும் விட மிகச் சமீப காலத்தில் வந்திருப்பவனைப் பற்றியும் நினைப்பாயாக."

"எங்களுடைய மிகப் புதிதான மந்திரத்தால் புகழப்பட்டு, நீ எங்களுக்குச் செல்வமும், உணவும், சந்ததியும் தருவாயாக."

ருக் வேதத்தை நுணுக்கமாக ஆராய்ந்தால், அதிலேயே பழைய மந்திரங்கள் புதிய மந்திரங்கள் என்று வேறுபடுத்திக் குறிப்பிடும் இடங்களைக் காணலாம். சில உதாரணங்கள் வருமாறு

"எங்களுடைய மிகப் புதிதான மந்திரத்தால் புகழப்பட்டு, நீ எங்களுக்குச் செல்வமும், உணவும், சந்ததியும் தருவாயாக."

"அக்னியே, நீ தேவர்களிடம் எங்களுடைய இந்தச் சமர்ப்பணத்தை எங்களுடைய மிகப் புதிய மந்திரத்தை அறிவித்திருக்கிறாய் (அல்லது நீ அறிவிக்கிறாய்)."

"எங்களுடைய புதிய மந்திரங்கள் மூலம், செயலில் சக்தியுள்ளவனே. நகரங்களை அழிப்பவனே, சக்தியளிக்கும் ஆசிகளால் எங்களைக் காப்பாயாக

"நான் வலிமையின் மகனான அக்னிக்கு. ஒரு புதிய சக்திவாய்ந்த மந்திரத்தை. சிந்தனையால் செய்யப்பட்டதை, குரலால் (வாசஹ்) ஒலிக்கப்பட்டதை, கொண்டுவருகிறேன்."

"மாபெரும் புரவலருக்கு நான் மனத்தால் செய்யப்பட்ட ஒன்றை (இப்போது) தோன்றுகின்ற ஒரு புதிய ஒலிப்பை அளிக்கிறேன்."

"எங்களுடைய புதிய பிரார்த்தனை, வீரனான, படைக்கலங்கள் ஏந்தியவனான, இடி முழக்கம் செய்பவனான உன்னை, எங்களுக்கு உதவிபுரியச் செய்யுமாக"

"பண்டையோரைப் போல நானும் பண்டையவனான உன்னை ஒரு புதிய மந்திரத்தால் செயலுக்குத் தூண்ட விரும்புகிறேன்."

“உன்னைப் புகழ்வதற்காகச் செய்யப்பட்ட புதிய மந்திரங்கள், இந்தப் பிரார்த்தனைகள் உன்னை மகிழ்விக்குமாக.”

“பாடு, ஓ, சோபாரி, ஒரு புதிய மந்திரத்தால், இளமையானவர்களும், சக்தியுள்ளவர்களும் ஒளியுள்ளவர்களும் ஆன (தேவர்களைப்) பாடு.”

“இந்திரனே, விருத்திரனைக் கொன்றவனே, இடி முழக்குபவனே, பலரால் துதிக்கப்பட்டவனே. (உன்னுடைய) பல வழிபாட்டாளர்களான) நாங்கள் உனக்குப் பரிசாக முன்பு இல்லாத மந்திரங்களைக் கொண்டு வருகிறோம்.”

“நான் இந்தப் பழமையான (தெய்வத்துக்கு). அவன் விரும்புகின்ற என்னுடைய புதிய புகழ் மொழிகளைக் கூறுகிறேன். அவன் நாங்கள் கூறுவதைக் கேட்பானாக.”

“குதிரைகளையும், பசுக்களையும், செல்வத்தையும் விரும்பி நாங்கள் உன்னை வேண்டித்துதிக்கிறோம்.”

வேதங்கள் மனிதர்களால் செய்யப்பட்டவை என்பதற்கு இவ்வளவு ஏராளமான சான்றுகள் இருக்கும் போது, பிராமணர்கள் அவை மனிதர்களால் செய்யப்பட்டவை அல்ல என்ற மிகைப்படுத்தப்பட்ட ஒரு கருத்தை இவ்வளவு தீவிரமாகப் பரப்பியது ஏன் என்பது புதிராக உள்ளது. பிராமணர்கள் இப்படிப்பட்ட கருத்தைப் பரப்பச் செய்தது எது?

இவ்வாறான போதிலும், சிறந்த தத்துவ அறிஞர்கள் பலர், வேதங்களை சனாதனமானவை என்றோ, அபௌருஷம் ஆனவை என்றே ஒப்புக்கொள்ளாதபோதும், அவற்றின் அதிகாரத்தை ஏற்கத் தயாராக இருந்தார்கள்.

நியாயம் என்ற தத்துவ முறையை நிறுவிய கௌதமர் கூறினார்

“வேதங்களின் அதிகாரம், மந்திரங்ளைப்போல, ஆயுர்வேதத்தை (மருத்துவம் பற்றிய நூல்) போல, அவற்றை அளித்தவர்களான தகுதிவாய்ந்த மனிதர்களிடமிருந்து வருகிறது. வேதங்களைச் செய்தவர்களான தகுதி வாய்ந்த மனிதருக்கு இந்த அதிகாரம் இருந்ததால், அவர் உண்மையைப் போதிப்பதால், வேதம் இந்தப் பண்பை உடைய ஒருவரால் உரைக்கப்பட்டது என்பது பெறப்படுகிறது. இவ்வாறு காரணவாதம் பார்க்கும்போது வேதங்களின் அதிகாரத்தை அனுமானம் செய்யலாம். இதற்கு உதாரணமாக அவர் மந்திரங்களையும் ஆயுர்வேதத்தையும் குறிப்பிடுகிறார். மந்திரங்கள் என்று அவர் கூறுவது நஞ்சு முதலானவற்றை மாற்றுவதற்கு உச்சரிக்கப்படும் சொற்றொடர்களாகும். ஆயுர்வேத நூல் வேதத்தின் ஒரு பகுதியாக உள்ளது. இந்த இரண்டு வகைகளிலும் வேதங்கள்

கூறுவது பொதுவாக ஏற்கப்படுவதனால், இந்த உதாரணத்தின் அடிப்படையில் வேதத்தின் தன்மையைக் கொண்ட எல்லாவற்றின் அதிகாரத்தையும் அனுமானித்துக் கொள்ள வேண்டும். ஆயினும் சிலர் இந்தச் சூத்திரத்துக்கு இவ்வாறு பொருள் கூறுகிறார்கள்: எதில் அதிகாரம் காணப்படுகிறதோ அல்லது ஒப்புக்கொள்ளப்படுகிறதோ அது வேதமாகும். இந்த வேதத்தன்மையை (வேதத்தின் தன்மையைக் கொண்டிருப்பதை) வைத்து எந்த ஒரு நூலின் அதிகாரத்தையும் அனுமானிக்கவேண்டும்.

வைசேஷிக தத்துவ முறை. வேதங்கள் அதிகாரத்தன்மை கொண்டவை என்று ஒப்புக்கொள்கிறது. ஆனால் இதற்கு அடிப்படையாக அது கூறும் காரணம் வருமாறு:

(1) வேதங்கள் நுண்ணறிவுள்ள ஒரு மனத்தின் படைப்பாகும்;

(2) அவை கடவுளால் உரைக்கப்பட்டவை. எனவே அவை அதிகாரத்தன்மை கொண்டவை.

கபிலர் தோற்றுவித்த சாங்கிய தத்துவ முறை, வேதங்கள் என்றும் உள்ளவை எனக் கூற முடியாது என்ற கருத்தைக் கொண்டுள்ளது. வேதங்களிலேயே அவை இயற்றப்பட்டவை என்று பல இடங்களில் கூறப்பட்டுள்ளது இதற்குக் காரணமாகும். கடவுள் எவரேனும் தானே நினைத்துச் செய்த முயற்சியால் வேதங்கள் தோன்றின என்ற கூற்றை அது வெளிப்படையாக மறுக்கிறது. சாங்கிய தத்தவ முறையின் கருத்துப்படி. வேதங்கள் சூரியனைப் போல தமது சொந்த ஒளியால் பிரகாசிக்கின்றன; தமது உயர்ந்த சிறப்பை வெளிப்படுத்துவதற்கும், மற்ற எல்லாவற்றையும் கடந்த காலம், வருங்காலம், பெரியவை, சிறியவை, அருகில் உள்ளவை, தொலைவில் உள்ளவை ஆகிய அனைத்தையும் விளங்கச் செய்வதற்கும் உள்ளார்ந்த சக்தியைப் பெற்றுள்ளன. வேதாந்தம் என்று அழைக்கப்படும் தத்துவமுறை இரண்டு தனித்தனிக்கருத்துக்களை ஆதரிப்பதாகத் தெரிகிறது. வேதங்கள் தோன்றுவதற்கு மூல ஊற்றானவர் அல்லது மூல ஊற்றுக்குக் காரணமானவர் என்று அது பிரமாவைக் குறிப்பிடுகிறது. பிரமாவைக் குறிக்கும் சொல் உயர்ந்த கடவுள் என்று பொருள் கொள்ளுமாறு பொதுமைப் பாலாகப் பயன்படுத்தப்பட்டுள்ளது. படைப்புக் கடவுள் என்று பொருள் கொள்ளுமாறு ஆண்பாலாகப் பயன்படுத்தப்படவில்லை. வேதங்கள் என்றும் உள்ளவை என்ற கருத்தையும் அது குறிப்பிடுகிறது. தம்மையே சார்ந்தவரான ஒருவரால் அவை செய்யப்பட்டவை என்றும் அது கூறுகிறது.

வேதங்கள் மனிதரால் செய்யப்பட்டவை அல்ல என்று கூறியதோடு பிராமணர்கள் திருப்தியடையவில்லை. அவர்கள் அதற்கு மேலும் சென்று வேதங்கள் கடவுளால் கூடச் செய்யப்படவில்லை என்று வாதித்தார்கள்.

பூர்வ மீமாம்சையின் ஆசிரியரான ஜைமினி இந்தக் கருத்தை வெளியிட்டார். இதற்கு ஆதாரமாக அவர் கூறும் காரணம் மிக விசித்திரமானது. அவர் என்ன கூறுகிறார் என்று பார்த்தால் தான் அது எவ்வளவு விசித்திரமானது என்பது புலனாகும்.

பூர்வ மீமாம்சை என்பது பிராமணீய தத்துவஞானம் பற்றிய ஒரு புத்தகம். இதில் தான் வேதங்கள் அபௌருஷேயம் ஆனவை என்ற கருத்து வெளியிடப்படுகிறது. இந்தப் புத்தகத்திலிருந்து கீழே தரப்படும் பகுதியைப் பார்த்தால் இந்த வாதம் எப்படிப்பட்டது என்பது தெரியும்

ஜைமினி முதலில் நையாயிகர்கள் என்ற தத்துவவாதிகளின் கருத்தை எடுத்துக் கூறுகிறார். இவர்கள் வேதங்கள் பரமேஸ்வரனால் செய்யப்பட்டவை என்று கூறுகிறார்கள்.

மீமாம்சகர்களின் வாதம் வருமாறு:

"வேதத்தை உருவமற்றவரான பரமேஸ்வரன் (கடவுள்) உரைத்திருக்க முடியாது. அவருக்கு அண்ணமோ அல்லது வேறு பேச்சு உறுப்புக்களோ இல்லாததால் (எழுத்துக்களால் ஆன்) வேதத்தின் எழுத்துக்களை உச்சரித்திருக்க முடியாது. இந்த ஆட்சேபம் திருப்தியாயில்லை (என்று நையாயிகர் கூறுகிறார்). ஏனென்றால், பரமேஸ்வரனுக்கு இயல்பாக உருவம் இல்லை என்றாலும், தம்மைப் பக்தியுடன் வணங்குகின்றவர்களிடம் கருணை காட்டுவதற்காக விளையாட்டாக அவர் ஒரு உருவத்தை எடுத்துக்கொள்ள முடியும் எனவே வேதம் ஒருவரால் இயற்றப்பட்டது அல்ல என்றவர் தம் முடிவானதல்ல"

இதன்பின் ஜைமினி, மீமாம்சகர்களின் கருத்தை வலியுறுத்துவதற்குத் தம்முடைய வாதத்தைக் கூறுகிறார்:

"இந்தச் சிக்கல்களையெல்லாம் நான் இப்போது தெளிவுபடுத்துகிறேன். 'பௌருஷேயத்துவம்' (தனிப்பட்ட ஒருவரிடமிருந்து பெறப்பட்டது) என்று நிரூபிக்க முயலுகிறீர்களே, அதன் பொருள் என்ன? (1) தனிப்பட்ட ஒருவரிடமிருந்து (புருஷா) வெளிப்படுதல் ('உத்பன்னத்துவம்') என்பதை மட்டும் அது குறிக்கிறதா? - நம்மைப் போன்ற சாதாரண மனிதர்கள் தினசரி வேதத்தைச் சொல்லும்போது வேதம் நம்மிடமிருந்து வெளிப்படுவதைப் போன்றதா இது? அல்லது (2) வேறு நிருபண முறைகள் மூலம் பெற்ற அறிவைக் காண்பிப்பதற்கு ஒழுங்குபடுத்துவதை, நம்மைப் போன்றவர்கள் ஒரு புத்தகம் எழுதும் போது நிகழ்வதைப் போன்ற நிகழ்வை அது குறிக்கிறதா? முதலில் கூறப்பட்ட பொருள் தான் குறிக்கப்படுகிறது என்றால் சர்ச்சைக்கு இடமில்லை.

இரண்டாவது பொருளை அது குறிக்கிறது என்றால், வேதம் (அதிகாரம் உடையது) என்று நிரூபிக்கப்பட்டதற்கு அடிப்படை (அ) அது அனுமானத்தை ஆதாரமாகக் கொண்டது என்பதா, அல்லது. (ஆ) இயற்கைக்கு அப்பாற்பட்ட அறிவை அது ஆதாரமாகக் கொண்டது ('ஆகம பலாத்') என்பதா?

முதலில் கூறப்பட்டது (அ) அதாவது வேதம் அனுமானத்தை ஆதாரமாகக் கொண்டிருப்பதால் அது அதிகாரம் பெற்றுள்ளது என்பது சரியாக இருக்க முடியாது. ஏனென்றால், மாலதி மாதவம் அல்லது இதைப்போன்ற ஏதேனும் உலகியல் நூலில் உள்ள வாக்கியத்தை எடுத்துக்கொண்டு பார்த்தால் இந்தக் கொள்கை நொறுங்கிப் போகிறது; எப்படியென்றால், அதில் அனுமானங்கள் இருக்கலாம், ஆனால் அதிகாரம் கிடையாது. இவ்வாறு இல்லாமல் (ஆ) வேதத்தில் கூறப்படுபவை மற்றப் புத்தகங்களுக்கு இல்லாத சிறப்பாக அதிகாரம் பெற்றுள்ளன என்று நீங்கள் கூறினால் இந்த விளக்கம் ஒரு தத்துவவாதிக்குத் திருப்தியளிக்காது. ஏனென்றால், வேதத்தின் சொல் (அதற்குக் கூறப்படும் பொருள் வரையறையின்படி), வேறு ஆதாரங்களால் நிரூபிக்க முடியாதவற்றை நிரூபிப்பது ஆகும்.

இந்த வேதச்சொல், வேறு சான்றுகளால் நிரூபிக்கக் கூடியதைத்தான் நிரூபிக்கிறது என்று காட்ட முடியுமானால் அது, ஒருவன் தன்னுடைய தாயார் மலடி என்று கூறுவதைப் போன்ற முரண்பாட்டில் சிக்குவதாகும்.

பரமேஸ்வரன் விளையாட்டாக ஒரு உடலை எடுத்துக் கொள்வதாக வைத்துக் கொண்டாலும் கூட, புலன்களுக்கு எட்டாத பொருள்களை அவர் அறிய முடியும் என்று கருதமுடியாது. ஏனென்றால் இடத்தாலும், காலத்தாலும், இயல்பாலும் தன்னிடமிருந்து தொலைவில் உள்ளவற்றை அறிவதற்கு வழி ஏதும் இல்லை. மேலும் அவருடைய கண்களும் மற்றப் புலன்களும் மட்டுமே இந்த அறிவைக் கொடுக்கும் சக்தி பெற்றுள்ளன என்று கூறமுடியாது. ஏனென்றால் மனிதர்கள் தாங்கள் புலன்களால் அறிபவற்றை வைத்து பொருள்களைக் கருத்தில் உருவகிக்கிறார்கள்.

எல்லாம் அறிந்தவரான ஒருவர் வேதத்தைச் செய்தார் என்பதை மறுப்பதற்குக்குரு (பிரபாகரர்) எடுத்துக்கூறியுள்ளவாதம் இது: எந்த ஒரு பொருளும் (பார்வைப் புலனால்) அதன் மிகச் சிறந்த செயல்பாட்டில் அறியப்படும் போது, அது மிகத் தொலைவில் உள்ளதை. அல்லது மிக நுண்ணியதான ஒன்றைப் பார்ப்பதாகத் தான் கருத முடியும். ஏனென்றால் எந்த உறுப்பும் தனக்கு உரிய பொருளை விட்டு அதற்கு அப்பால் அறிய முடியாது: உதாரணமாக செவிப்புலன் ஒருபோதும் உருவத்தை உணரமுடியாது.

எனவே, வேதத்தின் அதிகாரம், கடவுள் உடல் எடுத்துப் பெற்ற அறிவை ஆதாரமாகக் கொண்டது அல்ல."

நையாயிகர்களின் வாதத்தை முறியடிப்பதற்கு ஜைமினி கூறும் வாதங்கள் இவை. இதன்பின் அவர். வேதங்கள் கடவுளின் வாக்கு அல்ல என்றும், அதற்கும் மேற்பட்டவை என்றும் தாம் கூறும் கருத்துக்கு நேரடி ஆதரவான வாதங்களைக் கூறத் தொடங்குகிறார். அவர் கூறுவது இவ்வாறு உள்ளது:

"முந்திய சூத்திரத்தில் சொல்லுக்கும் பொருளுக்கும் உள்ள தொடர்பு சாசுவதமானது என்று கூறப்பட்டது. இப்போது இது (சாசுவதத் தொடர்பு) சொல்லின் (அல்லது ஒலியின்) சாசுவதத் தன்மையைச் சார்ந்தது என்று நிரூபிக்க விரும்பி, கேள்வியின் முதல் பகுதியை, அதாவது ஒலி சாசுவதமானது அல்ல என்று கூறுவோரின் கருத்தை எடுத்துக் கூறுகிறார்."

"சிலர், அதாவது, நியாய தத்துவத்தைப் பின்பற்றுவோர், ஒலி ஒரு செய்பொருள் என்று கூறுகிறார்கள்: ஏனென்றால், அது முயற்சியின் விளைவாகத் தோன்றுகிறது என்றும், ஒலி சாசுவதமானது என்றால் இப்படி இராது என்றும் கூறுகிறார்கள்."

"அது சாசுவதமானது அல்ல என்கிறார்கள்; ஏனென்றால் அது குறுகிய காலத்துக்கே நிலைக்கிறது; அதாவது கணநேரத்துக்குப்பின் அது புலப்படாமல் போகிறது."

"ஏனென்றால் அதைப் பற்றிக் குறிப்பிடும் போது செய்தல் என்ற சொல்லைப் பயன்படுத்துகிறோம். அதாவது ஒலி செய்தல்' என்று பேசுறோம்."

"ஏனென்றால், வெவ்வேறு மனிதர்களால் ஒரே சமயத்தில் அது உணரப்படுகிறது; எனவே அது அருகேயும் தொலைவிலும் உள்ள எல்லோருடைய கேள்விப் புலனையும் நேரடியாகத் தொடுகிறது. அது ஒன்றேயாகவும் சாசுவதமாகவும் இருந்தால் இவ்வாறு இருக்க முடியாது."

"ஏனென்றால் ஒலிகளுக்கு முதல் வடிவம் ஒன்றும் மாற்றம் பெற்ற வடிவம் ஒன்றும் உள்ளது. உதாரணமாக, ததி அத்ர' என்பது 'தத்ய் அத்ர' என்று மாறுகிறது. இலக்கண விதிகளின்படி 'இ'கரம் 'ய'கரமாக மாறுகிறது. மாற்றமடைகின்ற எந்தப் பொருளும் சாசுவதமானதாக இருக்க முடியாது."

"ஏனென்றால் ஒலி செய்வோரின் எண்ணிக்கையைப் பொறுத்து அது அதிகரிக்கிறது. எனவே ஒலி புலப்படுத்தப்படுகிறதேயன்றி மனித முயற்சியால் ஆக்கப்படுவதில்லை என்ற மீமாம்சகரின் கருத்து தவறாகும். ஏனென்றால் ஆயிரம் பேர் ஒரு பொருளைப் புலப்படுத்தினாலும் அவர்கள் அதை அதிகரிக்கச் செய்வதில்லை;

உதாரணமாக ஒரு ஜாடியை ஆயிரம் விளக்குகளின் ஒளியில் வைத்தாலும் அது அளவில் பெரியதாகிவிடாது."

ஒலி புலப்படுத்தப்படுகிறதேயன்றி மனிதரால் ஆக்கப்படுவதில்லை என்ற மீமாம்சகக் கொள்கையை எதிர்ப்பவர்கள் கூறும் இந்த ஆட்சேபங்களுக்கு இப்போது ஜைமினி பதிலளிக்கிறார். ஜைமினி கூறுகிறார் -

"ஒலி ஆக்கப்படுகிறது என்போர், புலப்படுத்தப்படுகிறது என்போர் ஆகிய இருதரப்பாரின் கருத்தின்படியும் ஒலியை உணர்வது கணநேரத்துக்கே உள்ளது. இந்த இரண்டு கருத்துக்களில் ஒலி புலப்படுத்தப்படுகிறது என்பதே சரியானது என்பது அடுத்த சூத்திரத்தில் காட்டப்படுகிறது."

"எப்போதும் இருப்பதான ஒலியை ஏதேனும் ஒரு குறிப்பிட்ட நேரத்தில் உணராமலிருப்பதற்குக் காரணம், ஒலியை உச்சரிப்பவருக்கு அதனுடன் தொடர்பு ஏற்படவில்லை என்பதேயாகும்."

ஒலி சாசுவதமானது. ஏனென்றால் 'க' என்ற எழுத்தை நாம் எப்போதும் கேட்டுள்ள அதே ஒலியாக அறிந்துகொள்கிறோம். அது எப்போதும் ஒரே மாதிரியாக உள்ளது என்பதைக் காட்டுவதற்கு இதுதான் மிக எளிய வழியாகும். ஒலியை உணர்வதில் குறுக்கிடும் அசைவற்ற காற்று, பேசுபவரின் வாயிலிருந்து வெளிப்படும் காற்று இணைப்புகளாலும் பிரிப்புகளாலும் அகற்றப்படுகிறது. அப்போது (உணரப்படாமலிருந்தாலும் எப்போதும் இருந்து வரும்) ஒலி, புலனால் உணரப்படுகிறது. ஒலி குறுகிய நேரத்துக்கே நீடிக்கிறது என்ற ஆட்சேபத்துக்கு இது விடையாகும்.

"ஒலிகளைச் செய்தல் என்ற சொல் அவற்றைப் பயன்படுத்துவது. அல்லது உச்சரிப்பது என்றே பொருள்படும்."

"ஓர் ஒலி ஒரே சமயத்தில் பலரால் கேட்கப்படுகிறது- சூரியன் அவர்களால் ஒரே சமயத்தில் பார்க்கப்படுவது போல் சூரியனைப் போல ஒலியும் அளவில் சிறியதாக இல்லாமல் மிகப் பெரியதாக உள்ளது. எனவே அது ஒருவருக்கொருவர் தொலைவில் உள்ள பலராலும் உணரப்படலாம்."

"பத்தாவது சூத்திரத்தில் குறிப்பிட்ட உதாரணத்தில் 'இ' என்ற எழுத்துக்குப் பதிலாக இடம்பெறும் ய என்ற எழுத்து இகரத்தின் திரிந்த வடிவம் அல்ல; அது ஒரு தனி எழுத்தாகும். எனவே ஒலி மாற்றமடையவில்லை."

"பலர் சேர்ந்து பேசும்போது அதிகரிப்பது ஓசையே தவிர ஒலி அல்ல. ஓசை என்பது காற்றின் இணைப்புகளையும் பிரிப்புகளையும் குறிக்கிறது.

இவை ஒரே சமயத்தில் வெவ்வேறு திசைகளிலிருந்து கேட்பவரின் காதுகளில் புகுகின்றன. இவற்றால் தான் அதிகரிப்பு ஏற்படுகிறது."

"ஒலி சாசுவதமாகவே இருக்க வேண்டும்; ஏனென்றால் அதை உச்சரிக்கும் போது மற்றவர்களுக்கு அது ஒரு பொருளைத் தருவதாக அமைந்துள்ளது. அது சாசுவதமானதாக (அல்லது நீடித்து இருப்பதாக) இல்லை என்றால், கேட்பவர் அதன் பொருளை அறிந்துகொள்ளும் வரை அது தொடர்ந்து இருக்காது. ஏனென்றால், காரணம் மறைந்து விடுவதனால் கேட்பவர் பொருளை அறிய முடியாமல் போகும்."

"ஒலி சாசுவதமானது; ஏனென்றால் ஒவ்வொரு முறையும் பலரும் ஒரே சமயத்தில் அதைச் சரியாகவும் ஒரே விதமாகவும் அறிந்து கொள்கிறார்கள். இவர்கள் அனைவரும் ஒரே சமயத்தில் தவறு செய்கிறார்கள் என்று கருத முடியாது.

"'கோ' (பசு) என்ற சொல் பத்து முறை சொல்லப்பட்டால் அதைக் கேட்பவர் 'கோ' பத்து முறை உச்சரிக்கப்பட்டது என்று தான் சொல்வார்களே தவிர, கோ' என்ற ஒலியை உடைய பத்து சொற்கள் உச்சரிக்கப்பட்டதாகச் சொல்லமாட்டார்கள். இதுவும் ஒலி சாசுவதமானது என்பதற்குச் சான்றாகக் கூறப்படுகிறது.

"ஒலி சாசுவதமானது. ஏனென்றால் அது அழிந்து போகும் என்று எதிர்பார்ப்பதற்கு ஆதாரம் எதுவும் இல்லை."

"ஆனால், ஒலி, காற்றின் இணைப்புகளால் ஏற்படுவதனால் அது காற்றின் திரிபு என்று கூறக்கூடும். மேலும் சிட்சை (உச்சரிப்பு பற்றிய வேதாங்கம்), 'காற்று ஒலியின் நிலையை அடைகிறது' என்று கூறுவதனாலும், அது இவ்வாறு காற்றிலிருந்து தோன்றுவதாலும், அது சாசுவதமானதாக இருக்கமுடியாது என்று கூறலாம்."

இந்தச் சிக்கலுக்கு விடை சூத்திரம் 22-இல் தரப்படுகிறது.

"ஒலி, காற்றின் திரிபு அல்ல; ஏனென்றால், அது அவ்வாறு இருந்தால், கேட்கும் புலன் உணர்வதற்குத் தகுந்த பொருள் ஏதும் இல்லாமல் போகும். (தொட்டுணரத்தக்கது என்று நையாயிகர்கள் கூறும்) காற்றின் திரிபு எதுவும், ஒலியுடன் மட்டுமே சம்பந்தப்பட்டுள்ள கேட்கும் புலனால் உணரப்பட முடியாது."

"ஒலி சாசுவதமானது என்பது வேதத்தில் 'சாசுவதமான குரலுடன், ஓ, விரூபா' என்று வரும் வாக்கியத்தில் காணக்கூடிய வாதத்தினாலும் நிரூபிக்கப்படுகிறது. இந்த வாக்கியம் வேறு ஒரு பொருளை குறித்துச் சொல்லப்பட்டது என்றாலும், அது மொழியின் சாசுவதத்தன்மையை அறிவிக்கிறது: எனவே ஒலி சாசுவதமானதாகும்.

வேதங்கள் சாசுவதமானவை என்றும் மனிதராலோ, கடவுளாலோ செய்யப்படாதவை என்றும் தாம் கூறும் கொள்கைக்கு ஆதரவாக ஜைமினி கூறும் வாதம் இவ்வாறு அமைந்துள்ளது.

இந்தக் கொள்கையின் அடிப்படை எளிமையானது.

முதலாவதாக, கடவுளுக்கு உடல் இல்லை, அண்ணம் இல்லை. எனவே அவர் வேதங்களை உச்சரிக்க முடியாது.

இரண்டாவதாக, கடவுளுக்கு - உடல் இருப்பதாக வைத்துக் கொண்டாலும், அவர் புலன்களுக்கு எட்டாத பொருள்களை அறிய முடியாது: ஆனால் வேதத்தில் மனிதப் புலன்களுக்கு எட்டாத பொருள்கள் கூறப்படுகின்றன.

மூன்றாவதாக, ஒரு சொல்லுக்கும் அதன் பொருளுக்கும் இடையிலான தொடர்பு சாசுவதமானது.

நான்காவதாக, ஒலி சாசுவதமானது.

ஐந்தாவதாக, ஒலி சாசுவதமானதால், ஒலிகளால் ஆன சொற்களும் சாசுவதமானவை.

ஆறாவதாக, சொற்கள் சாசுவதமானவை என்பதால், வேதங்கள் சாசுவதமானவை, வேதங்கள் சாசுவதமானவை ஆதலால் அவை மனிதராலோ கடவுளாலோ செய்யப்பட்டவை அல்ல.

இந்த வாதங்களைப் பற்றி என்ன சொல்வது? இவற்றைவிட அறிவுக்குப் பொருந்தாதவை எவையேனும் இருக்க முடியுமா? மனிதப் புலன்களால் அறிய முடியாதது எதுவும் வேதங்களில் இருப்பதாக யாராவது ஏற்கமுடியுமா? ஒரு சொல்லுக்கும் அதன் பொருளுக்குமிடையே சாசுவதமான தொடர்பு உள்ளது என்பதை யார் ஏற்க முடியும்? ஒலி, ஆக்கப்படுவதுமில்லை. புலனுக்கு வெளிப்படுத்தப்படுவதும் இல்லை. அது சாசுவதமானது என்பதை யார் ஏற்க முடியும்?

இந்த வாதங்கள் இவ்வாறு அறிவுக்குப் பொருந்தாதவையாக இருப்பதைப் பார்க்கும் போது, பிராமணர்கள் இப்படியொரு முரட்டு முடிவை நிலைநிறுத்துவதற்கு முரண்டுத்தனமாக முயன்றது ஏன் என்ற கேள்வி எழுகிறது. இதன் மூலம் அவர்கள் என்ன ஆதாயம் அடைய விரும்பினார்கள்? பிராமணர்களை எல்லாவற்றுக்கும் அதிபதிகளாக வைக்கும் சதுர்வருணக் கொள்கையை வேதங்கள் உரைக்கின்றன என்று ஆக்கப்பட்டது இதற்குக் காரணமா?

புதிர் எண் 6

வேதங்களின் உள்ளடக்கம்: அவை அறநெறி ஆன்மிகப் பண்பு கொண்டவையா?

1

வேதங்கள் மீறமுடியாதவை, பொய்யாதவை என்று ஏற்கப்பட வேண்டுமானால் அவற்றின் போதனைகள் அறநெறிப்பண்பும் ஆன்மிகப் பண்பும் கொண்டவையாக இருக்க வேண்டும். இப்படி ஏற்கவேண்டும் என்ற கருத்தை ஜைமினி போன்ற தத்துவ அறிஞர் ஆதரிப்பதனால் மட்டும் ஒரு பழங்கத்தைப் புத்தகத்தை மீறமுடியாதது என்றும், பொய்யாதது என்றும் யாரும் கருத முடியாது. வேதங்களுக்கு அறநெறி, ஆன்மிகப் பண்பு எதுவும் இருக்கிறதா? வேதங்கள் பொய்யாதவை என்று கருதும் ஒவ்வொரு இந்துவும் இந்தப் பிரச்சினையை ஆராயவேண்டும்.

நவீன கால எழுத்தாளர்கள் வேதங்களுக்கு ஆன்மிகப் பண்பு எதுவும் இல்லை என்ற கருத்தைத் தெரிவித்திருக்கிறார்கள். எடுத்துக்காட்டாகப் பேராசிரியர் முயிரின் கருத்துக்களைக் குறிப்பிடலாம். அவர் கூறுகிறார்:[1]

“இந்தப் பாடல்களின் தன்மையும், இவை. இயற்றப்பட்ட சூழ்நிலைகள் பற்றிய அகச்சான்றுகளும், இவை, இவற்றை முதலில் பாடிய பண்டைக்காலக் கவிகளின் சொந்த நம்பிக்கைகள், உணர்வுகள் ஆகியவற்றின் இயல்பான வெளிப்பாடுகளே தவிர வேறொன்றும் அல்ல என்ற கருத்துக்கு இணக்கமாக உள்ளன. இந்தப் பாடல்களில் ஆரிய ரிஷிகள் பரம்பரையாகத் தாங்கள் வணங்கும் கடவுள்களின் புகழைப் பாடி (அதே சமயம் அந்தக் கடவுள்களின் நல்லெண்ணத்தைப் பெறுவதற்காக அளித்து), பொதுவாக எல்லா மனிதர்களும் விரும்புகின்ற ஆசிகளை - உடல் நலம், செல்வம், நீண்ட ஆயுள் கால்நடைகள், குழந்தைகள், எதிரிகள் மீது வெற்றி, பாவ மன்னிப்பு, சொர்க்க போகம் ஆகியவற்றை அருளும்படி அவர்களை வேண்டிக் கொள்கிறார்கள்”

வெளிநாட்டு அறிஞர்கள் அனைவரும் காழ்ப்புணர்வு கொண்டவர்கள் என்றும், எனவே அவர்களின் கருத்துக்களை ஏற்க முடியாது என்றும் ஆட்சேபம் கூறப்படும் என்பதில் சந்தேகம் இல்லை.

1.முயிரின் சமஸ்கிருத மூல நூல்கள், தொகுதி-3 பக்கம் குறிப்பிடப்படவில்லை

அதிர்ஷ்டவசமாக, வெளிநாட்டு அறிஞர்களின் கருத்தை மட்டுமே நாம் சார்ந்திருக்கவில்லை.

நம் நாட்டிலேயே சில சிந்தனைப் பிரிவுகளின் தலைவர்கள் இதே கருத்தைக் கொண்டிருக்கிறார்கள். இவர்களில் மிகப் பிரபலமான உதாரணமாகச் சார்வாகர்களைக் குறிப்பிடலாம். சார்வாகர்களின் எதிர்ப்பை வைதிகர்களுக்கெதிரான வாதங்களை எடுத்துக்கூறும் பின் வரும் மேற்கோளில் காணலாம்:

"வருங்கால உலகம் ஒன்றில் இன்பம் அனுபவித்தல் என்பது இல்லை என்றால், அனுபவம் மிக்க அறிவு பெற்ற மனிதர்கள் அக்னிஹோத்திரம் முதலான, மிகுந்த பணச் செலவும் உடல் உழைப்பும் தேவைப்படும் வேள்விகளை எப்படிச் செய்வார்கள் என்பது உங்களுடைய ஆட்சேபம் என்றால் உங்கள் ஆட்சேபம் எங்களுக்கெதிரான கருத்திற்கு நிரூபணமாகாது. ஏனென்றால் அக்னிஹோத்திரம் முதலானவை வாழ்க்கை நடத்துவதற்கு ஒரு வழியாகத்தான் பயன்படுகின்றன. வேதம் மூன்று குறைபாடுகளால் கறைபட்டுள்ளது - உண்மையல்லாதது. தனக்குத்தானே முரண்படுதல், கூறியது கூறல் என்பவை இந்தக் குறைபாடுகள். மேலும், வேத பண்டிதர் என்று தங்களைக் கூறிக்கொள்ளும் ஏமாற்றுக்காரர்கள் தங்களுக்குள் ஒருவரையொருவர் அழிப்பவர்களாயிருக்கிறார்கள். கர்ம காண்டத்தின் அதிகாரத்தை ஏற்பவர்கள் ஞான காண்டத்தின் அதிகாரத்தைத் தூக்கியெறிகிறார்கள்; ஞான காண்டத்தை ஏற்பவர்கள் கர்ம "அக்னிஹோத்திரம், மூன்று வேதங்கள், சன்னியாசி, திரிதண்டம், சாம்பலைப் பூசிக்கொள்வது. இவையெல்லாம்" "ஆண்மையும் அறிவும் இல்லாதவர்களுக்கு வயிறு வளர்க்கும் வழிகளே" என பிருகஸ்பதி கூறுகிறார்:

இதே சிந்தனைப் பிரிவைச் சேர்ந்த மற்றொரு உதாரணம் பிருகஸ்பதி. வேதங்களை எதிர்ப்பதில் இவர் சார்வாகர்களைவிடத் துணிச்சலாகவும் தீவிரமாகவும் பேசுகிறார் மாதவ ஆசார்யர். பிருகஸ்பதியின் வாதத்தை இவ்வாறு கூறுகிறார்:[1]

"சுவர்க்கம் என்பது இல்லை. இறுதி முக்தி என்பது இல்லை, வேறொரு உலகில் ஆன்மாக்கள் என்பது இல்லை. நான்கு சாதிகள், ஆசிரமங்கள் முதலானவற்றின் செயல்களும் உண்மையில் விளைவு எதையும் தருவதில்லை. அக்னிஹோத்திரம், மூன்று வேதங்கள், சன்னியாசியின் திரிதண்டம், சாம்பலைப் பூசிக்கொள்வது இவையெல்லாம் அறிவும் ஆண்மையும் இல்லாதவர்களின்

1 சர்வதர்ஷன் சங்க்ரஹா (பக்கம் குறிப்பிடப்படவில்லை)

வாழ்க்கைக்காக இயற்கையால் செய்யப்பட்டவை. ஐயோதிஷ்டோமா சடங்கில் கொல்லப்படும் விலங்கே கூட சுவர்க்கத்துக்குப் போகும் என்றால், வேள்வி செய்பவர் தமது தந்தையை அதில் பலி கொடுக்காதது ஏன்?

சிரார்த்தம் நடத்துவது இறந்து போனவர்களுக்குத் திருப்தி அளிக்கும் என்றால், இங்கேயும் கூட, பயணம் செய்பவர்கள் புறப்படும்போது அவர்களுக்கு உணவுப் பொருள்களைக் கொடுத்து விடுவது அவசியமில்லை.

இங்கே சிரார்த்தத்தில் நாம் கொடுக்கும் நிவேதனங்கள் சுவர்க்கத்தில் உள்ளவர்களை மகிழ்விக்கும் என்றால் இங்கே வீட்டின் கூரைமேல் நிற்பவர்களுக்கு உணவைக் கீழேயே ஏன் கொடுக்கக்கூடாது?

உயிர் உள்ளபோது மனிதன் மகிழ்ச்சியாக வாழட்டும். கடன் பட்டாலும் கூட அவன் நெய்யுணவு உண்ணட்டும்; உடல் சாம்பலாகிப் போனபின் அது எப்படி மீண்டும் வர முடியும்?

உடம்பிலிருந்து பிரிந்து செல்பவன் மற்றொரு உலகத்துக்குச் செல்கிறான் என்றால், அவன் தன் உற்றார் மீது கொண்ட அன்பினால் திரும்பி வராமலிருப்பது ஏன்?

எனவே, பிராமணர்கள் இங்கே ஏற்படுத்தியிருப்பவை வாழ்க்கை நடத்துவதற்கான வழியே.

இந்தச் சடங்குகள் எல்லாம் இறந்தவர்களுக்காக நடத்தப்படுகின்றன இவற்றால் எங்கேயும் எந்தப் பலனும் இல்லை. வேதங்களை இயற்றிய மூன்று பேரும் கோமாளிகள், அயோக்கியர்கள், பிசாசுகள்.

பண்டிதர்களின் நன்கு தெரிந்த மந்திரங்கள் ஜர்பரி, துர்பரி ஆகியவையும், அசுவமேதத்தில் அரசிக்குக் கட்டளையிடப்பட்டுள்ள ஆபாசச் சடங்குகளும்:

இவையெல்லாம் கோமாளிகளால் கண்டுபிடிக்கப்பட்டவை; புரோகிதர்களுக்குக் கொடுக்கப்படும் பல்வேறு தட்சணைகளும் இப்படிப்பட்டவையே.

இதுபோலவே, மாமிசத்தை உண்பதும் இரவில் திரியும் பிசாசுகளால் கூறப்பட்டதே"

சார்வாகர்களின் கருத்தும், பிரகஸ்பதியின் கருத்தும் ஏற்கப் படவில்லை என்றால், வேறு சான்றுகள் நிறைய உள்ளன. நியாயம். வைசேஷிகம், பூர்வமி மாம்சை, உத்தர மீமாம்சை ஆகிய தத்துவவாதப்

பிரிவுகளின் புத்தகங்களில் இந்தச் சான்றுகள் கூறப்பட்டுள்ளன. இந்தத் தத்துவங்கள் சம்பந்தப்பட்ட புத்தகங்கள் எழுதியவர்கள், வேதங்களின் அதிகாரத்துக்கு ஆதரவாகத் தங்கள் தரப்பை எடுத்துரைப்பதற்கு முன், வேதங்களின் அதிகாரத்தை மறுக்கின்ற எதிர் தரப்பினரின் வாதங்களை மிகக் கவனமாக எடுத்துக் கூறுகிறார்கள். இதற்காக அவர்களைப் பாராட்ட வேண்டும். இதிலிருந்து இரண்டு விஷயங்கள் நிரூபணமாகின்றன. (1) வேதங்களைப் பிரமாண நூல்களாக ஏற்க மறுத்த சிந்தனையாளர்களின் பிரிவு ஒன்று இருந்தது; (2) இவர்களுடைய கருத்துக்களை, பிரமாணமாக ஏற்பவர்களே கூடப் பரிசீலனை செய்ய வேண்டிய அளவுக்கு மதிப்புக்குரியவர்களாக இந்தப் பிரிவினர் இருந்தார்கள். நியாயம், பூர்வமீமாம்சை ஆகிய தத்துவப் பிரிவினர் எதிர்த் தரப்பு வாதத்தை எடுத்துக் கூறியபடி இங்கே தருகிறேன்.

நியாய தத்துவப்பிரிவின் ஆசிரியரான கோதமர் வேதங்களின் அதிகாரத்தை ஏற்றவர். அவர் இந்தக் கொள்கையை எதிர்ப்பவர்களின் வாதங்களை 57-ஆவது சூத்திரத்தில் எடுத்துக்கூறுகிறார்.[1]

அது வருமாறு:

"வேதத்துக்கு அதிகாரம் இல்லை; ஏனென்றால் அதில் பொய், முன் பின் முரண்படுதல், கூறியது கூறல் ஆகிய குறைபாடுகள் உள்ளன. கண்ணுக்குத் தெரியும் பொருள்கள் தொடர்பான சான்றுகளைப் போலன்றி, சொற்களால் ஆன சான்று. அதாவது. வேதம் அதிகாரம் உள்ளதல்ல. ஏன்? ஏனென்றால் அதில் பொய் முதலான குறைபாடுகள் உள்ளன.

இவற்றுள், பொய் என்ற குற்றத்துக்கு நிரூபணமாக, புதல்வனை அல்லது வேறு எதையேனும் வேண்டிச் செய்யப்படும் வேள்விக்குப் பலன் இல்லாமல் போவதைச் சில சமயங்களில் நாம் காண்கிறோம். முரண்பாடு என்பது முதலில் கூறியதற்கும் பின்னர் கூறியதற்கும் இடையில் காணப்படும் வேறுபாடு. இவ்வாறாக, வேதம் கூறுகிறது: அவன் சூரியன் உதித்த பின் வேள்வி செய்கிறான். அவன் சூரியன் உதிப்பதற்கு முன் வேள்வி செய்கிறான். அவன் வேள்வி செய்கிறான். (இங்கு அடுத்துவரும் சொற்களை விளக்க முடியவில்லை என்று முயிர் கூறுகிறார்) பழுப்பு மஞ்சளான ஒன்று (நாய்?) சூரியன் உதிப்பதற்கு முன் வேள்வி செய்பவனின் நிவேதனத்தைத் தூக்கிச் செல்கிறது. இந்த இரண்டும் வேள்வி செய்பவனின் நிவேதனத்தைத் தூக்கிச் செல்கின்றன. இங்கே முன் பின் முரண்பாடு காணப்படுகிறது. வேள்வி செய்யும்படிக் கூறுகின்ற சொற்களும், இந்த வேள்விகளால் கெடுதலான பலன்கள் விளையும்

1 முயிர் மேற்காட்டிய நூல் தொகுதி,3,ப.113

என்று பொருள் படுமாறுக் கூறும் சொற்களும் ஒன்றுக்கொன்று முரண்படுகின்றன. மேலும் வேதத்தில் கூறியது கூறல் என்ற குற்றம் காணப்படுவதால் அதற்கு அதிகாரம் கிடையாது: அவன் முதலாவதை மூன்று முறை திருப்பிச் சொல்கிறான். அவன் கடைசியானதை மூன்று முறை திருப்பிச் சொல்கிறான். "என்று வேதத்தில் கூறப்படுகிறது. ஆனால் இறுதியாக, கடைசியானதும் முதலாவதும் ஒன்றேயாகச் சேர்ந்து விடுவதனாலும், சொற்கள் மூன்று முறை திரும்பக் கூறப்பட்டிருப்பதாலும் இந்த வாக்கியம் கூறியது கூறல் ஆகிறது. இந்தக் குறிப்பிட்ட வாக்கியங்களுக்கு அதிகாரம் இல்லை என்பதால், இந்த உதாரணங்களை வைத்து வேதம் முழுவதுமே இதே போன்ற நிலையில் தான் உள்ளது என்பது நிரூபணமாகிறது. ஏனென்றால் மற்ற எல்லாப் பகுதிகளும் இதே ஆசிரியரால் செய்யப்பட்டவையே, அல்லது அவையும் இதே தன்மை கொண்டவையே."

ஜைமினியைப் பார்ப்போமானால், அவர் வேதங்களை எதிர்ப்பவர்களின் கருத்துக்களைத் தம்முடைய பூர்வ மீமாம்சையின் 28 ஆம் சூத்திரத்தின் முதல் பகுதியிலும் 32-ஆம் சூத்திரத்திலும் சுருக்கித் தருகிறார். 28-ஆம் சூத்திரம் கூறுகிறது:

"வேதங்களில் சாசுவதமல்லாதவர்களும், பிறப்பு - இறப்புக்கு உட்பட்டவர்களுமான மனிதர்கள் குறிப்பிடப்படுவதால் வேதங்கள் சாசுவதமானவை அல்ல என்று ஆட்சேபம் கூறப்படலாம். இவ்வாறாக, வேதத்தில் பரப்ரவாகினி விரும்பினார். குசுர்விந்த அவுத்தாலகி விரும்பினார்," என்று கூறப்படுகிறது. இவர்களைக் குறிப்பிடும் வேத வாக்கியங்கள் இவர்கள் பிறப்பதற்கு முன்பு இருந்திருக்க முடியாது எனவே இந்த வாக்கியங்களின் தொடக்ககாலம் ஒன்று உண்டு. இவ்வாறாக இவை சாசுவதமானவை அல்ல என்பதால், இவை மனிதரால் செய்யப்பட்டவை என்று நிரூபிக்கப்படுகிறது"

சூத்திரம் 32 கூறுகிறது:

"வேதத்தில் அறிவுக்குப் பொருந்தாத, கோவையற்ற கூற்றுகள் இருப்பதால் அது எப்படி கடமைக்கு நிரூபணமாக முடியும் என்று கேட்கப்படுகிறது. உதாரணமாக இந்த வாக்கியம்: ஒரு கிழட்டு மாடு போர்வையும் செருப்பும் அணிந்து வாசலில் நின்று கொண்டு ஆசீர்வாதங்களைப் பாடிக்கொண்டிருக்கிறது. குழந்தை பெற விரும்பும் ஒரு பிராமணப்பெண், ஓ, மன்னரே. அமாவாசை நாளில் புணர்ச்சி என்பதன் பொருள் என்ன என்று கூறுங்கள்' என்று கேட்கிறாள் மற்றொரு உதாரணம்: பசுக்கள் இந்த வேள்வியைச் செய்தன!"

இதே கருத்தைத் தான் நிருக்தத்தின் ஆசிரியரான யஸ்கர் கொண்டிருக்கிறார், அவர் கூறுகிறார்:

"(முந்திய பகுதியில் குறிப்பிடப்பட்ட நான்கு வகையான பாடல்களில்), (அ) ஒரு தேவர் நேரில் இல்லாமல் அவரை விளித்துக் கூறும் பாடல்கள், (ஆ) அவர் நேரில் இருப்பதாக அவரை நோக்கிக் கூறும் பாடல்கள், (இ) தேவர் நேரில் இல்லாமலும், வழிபடுவோர் நேரில் இருப்பதாகவும், வழிபடுவோரை நோக்கிக் கூறும் பாடல்கள் ஆகியவைதான் மிக அதிகமாக உள்ளன : (ஈ) பேசுபவரையே குறிப்பிட்டுக் கூறுபவை மிக அரிதாகவே உள்ளன. யாரேனும் ஒரு தேவரிடம் எந்த ஒரு ஆசீர்வாதமும் கேட்காமலே அவரைப் புகழும் பாடல்களும் உள்ளன. உதாரணமாக (ருக்வேதம் 1,32), 'நான் இந்திரனின் வீரச்செயல்களைக் கூறுகிறேன்' என்பன போன்றவை புகழ்ந்து கூறாமலே ஆசீர்வாதம் கோரும் பாடல்களும் உள்ளன. உதாரணமாக, நான் என் கண்களால் நன்றாகப் பார்ப்பேனாகவும், முகத்தில் ஒளி படைத்தவனாக இருப்பேனாகவும், காதுகளால் நன்றாகக் கேட்பேனாகவும்.' இது அத்வர்யவா (யஜுர்) விலும், வேள்வி மந்திரங்களிலும் அடிக்கடி காணப்படுகிறது. மேலும், சில இடங்களில் சபதங்களும் சாபங்களும் காணப்படுகின்றன (ருக் வேதம் 7,104,15): "நான் ஒரு யதுதனா என்றால் நான் இறப்பேனாகவும்." சில நிலைமைகளை வர்ணிக்கும் அசையைச் சில இடங்களில் காண்கிறோம். உதாரணமாக (ரிக்வேதம் 10,129, 21), அப்போது மரணம் இருக்கவில்லை, மரணமின்மையும் இருக்கவில்லை என்பது போன்றவை. சில நிலைமைகளைக் குறித்து வருந்தும் பாடல்களும் உள்ளன. உதாரணமாக (ருக்வேதம் 10,95,14) இந்த அழகான தேவர் மறைந்து விடுவார், மீண்டும் வரமாட்டார்' போன்றவை. குற்றம் கூறலும் புகழ்ந்து கூறலும் உள்ளன (ருக் வேதம் 10, 117, 6), தனியாக உண்ணும் மனிதன் தனியாகப் பாவம் செய்பவன்" சூதாட்டம் பற்றிய பாடலில் (ருக்வேதம் 10, 34, 13) சூதாட்டத்தைக் கண்டித்துக் கூறி, விவசாயத்தைப் பாராட்டிக் கூறப்பட்டுள்ளது. இவ்வாறாக, ரிஷிகள் மந்திரங்களை உருவாக்கியதன் நோக்கங்கள் பலவாறாக உள்ளன."

யஸ்கரின் சொற்களை மீண்டும் மேற்கோள் காட்டுகிறேன்.

"ஒவ்வொரு பாடலிலும் ரிஷி ஏதேனும் நோக்கத்தை அடைய விரும்பி எந்தக் கடவுளை நோக்கிப் பிரார்த்தனை செய்கிறாரோ, அந்தக் கடவுள் அந்தப் பாடலின் தெய்வமாயிருக்கிறார்."

வேதங்களில் அறநெறி அல்லது ஆன்மிகப் பண்பு இல்லை என்பதை நிரூபிப்பதற்கு இது போதாது என்றால் மேலும் சான்றுகள் காட்ட முடியும்.

அறநெறியைப் பொறுத்தமட்டில் ருக்வேதத்தில் அதைப்பற்றிய பேச்சே கிடையாது. அறநெறி வாழ்க்கையைச் சிறப்பாக

எடுத்துக்காட்டும் உதாரணங்களும் அதில் இல்லை. இதற்கு மாறான மூன்று உதாரணங்களைக் குறிப்பிடலாம்.

முதலாவதாக, சகோதரனும் சகோதரியுமான யமனுக்கும் யமிக்கும் இடையிலான உரையாடல்:

"(யமி பேசுகிறாள்), நான் என் நண்பனை நட்புக்கு அழைக்கிறேன். பரந்த பாலைவனக் கடலைக் கடந்து வந்தபின் வேதஸ், சிந்தனை செய்த பின், பூமியில், சிறந்த குணங்களை உடைய தந்தையின் (உன்னுடைய) சந்ததியைத் தோற்று விப்பானாகவும்."

"(யமன பேசுகிறான்), உனது நண்பன் இந்த நட்பை விரும்பவில்லை. ஒரே இடத்திலிருந்து தோன்றியிருந்தாலும் அவள் வேறுபட்ட வடிவம் கொண்டிருக்கிறாள்: பெரும் அசுரனின் வீரப்புதல்வர்கள் சுவர்க்கத்தைத் தாங்குவோராகவும், பெரும் புகழ் பெற்றவர்களாகவும் இருக்கிறார்கள்."

"(யமி பேசுகிறாள்), அமரர்கள், மரணமடைவோருக்குத் தடை செய்யப்பட்டுள்ள இதுபோன்ற (சேர்க்கையில்) இன்பம் காண்கிறார்கள்; உன் மனம் என் மனத்துடன் இணங்கட்டும். (எல்லோரையும்) பிறப்பித்தவர் (தனது மகளின் கணவர் ஆதலால் நீ என் உடலை அனுபவிப்பாயாக."

"(யமன் பேசுகிறான்), முன்பு எது செய்யப்பட்டதோ அதை இப்போது நாம் செய்யவில்லை; உண்மையைப் பேசும் நாம் இப்போது எப்படி உண்மை அல்லாததைச் சொல்ல முடியும் கந்தர்வன் (சூரியன்) தண்ணீர்மயமான (வானில்) இருந்தான், தண்ணீர் அவனது மணமகளாயிருந்தாள். அவள் நமது பொதுவான தாய் ஆவாள், அதனால் தான் நம்முடைய நெருங்கிய உறவு.

"(யமி பேசுகிறாள்), தெய்வத்தன்மையுடைய, அனைத்து வடிவமான தந்தை த்வஷ்டரி நம் இருவரையும் கணவனாகவும் மனைவியாகவும் கருவிலேயே படைத்தார். அவருடைய செய்கையை யாரும் கொடுக்க வேண்டாம்; பூமியும் வானமும் இந்த நமது (சேர்க்கையை) அறிந்துள்ளன."

"(யமன் பேசுகிறான்). யார் இந்த (அவனுடைய) (உயிர் வாழ்க்கையின்) முதல் நாளைப் பற்றி அறிந்திருக்கிறான்? யார் இதைப் பார்த்திருக்கிறான்? யார் இதை வெளிப்படுத்தியிருக்கிறான்? மித்திரனும் வருணனும் வசிக்குமிடம் மிகப் பரந்தது. நீ என்ன சொல்கிறாய், யார் மனிதர்களுக்கு நரக தண்டனை கொடுக்கிறார்?"

"(யமி பேசுகிறாள்), யமனுடைய ஆசை. யமியான என்னை, அவனுடன் ஒரே படுக்கையில் படுக்குமாறு அணுகியிருக்கிறது; நான்

என் உடலை ஒரு மனைவி தன் கணவனிடம் விட்டுவிடுவதைப் போல விட்டுவிடுவேன்; நாம் நமது சேர்க்கையில் முனைந்து ஈடுபடுவோமாக, வண்டியின் இரண்டு சக்கரங்களைப் போல."

"(யமன் பேசுகிறான்), கடவுள்களின் ஒற்றர்கள் பூமியில் சுற்றிக் கொண்டிருக்கிறார்கள்; அவர்கள் ஒரு போதும் ஓய்வதில்லை. கண்களை மூடுவதில்லை. நாசகாரியே, என்னைத் தவிர வேறு யாருடனாவது விரைவாக இணைந்து, இருவரும் சேர்க்கையில் முனைந்து ஈடுபடுங்கள், வண்டியின் இரண்டு சக்கரங்களைப் போல."

"(யமி பேசுகிறாள்), அவனுக்கு (யமனுக்கு) ஒவ்வொருவரும் பகலும் இரவும் வேள்வி செய்வார்களாக, அவன் மீது சூரியனின் கண்கள் மீண்டும் மீண்டும் உதிக்குமாக; (அவனுக்கு) தொடர்புள்ள இரண்டும் (இரவும் பகலும்) சுவர்க்கத்துடனும் பூமியுடனும் இணையுமாக, யமி, யமனின் உறவின்மையைப் பற்றி நடப்பாள்."

"(யமன் பேசுகிறான்), பின்வரும் காலங்களில், சகோதரிகள் தங்கள் சகோதரன் அல்லாத ஒருவனைக் (கணவனாகத்) தெரிந்தெடுப்பார்கள்; ஆதலால், மங்களமானவளே, என்னைத் தவிர வேறு ஒருவனைக் கணவனாகத் தெரிந்தெடுத்து, உனது கையை உன் துணைவனுக்குத் தலையணையாக்கு."

" (யமி பேசுகிறாள்), யாருடைய சகோதரிக்குப்பதி இல்லையோ அவன் ஒரு சகோதரனா? (யாருடைய சகோதரனை) துரதிர்ஷ்டம் நெருங்குகிறதோ அவள் ஒரு சகோதரியா? ஆசையால் ஆளப்பட்டு நான் இந்த ஒரே வேண்டுகோளை வற்புறுத்துகிறேன்; உன் உடலை என் உடலுடன் இணைத்துக்கொள்."

"(யமன் பேசுகிறான்). நான் என் உடலை உன் உடலுடன் இணைக்க மாட்டேன். ஒரு சகோதரியிடம் நெருங்குபவனை, பாவி என்று அழைக்கிறார்கள். என்னைத்தவிர யாருடனாவது இன்பம் அனுபவி. மங்களமானவளே, உன் சகோதரனுக்கு அந்த ஆசை இல்லை.

"(யமி பேசுகிறாள்). ஐயோ. யமனே, நீ பலவீனமானவனா மிருக்கிறாய். உன் மனத்தையோ உள்ளத்தையோ நாம் புரிந்துகொள்ளவில்லை. வேறொரு பெண் உன்னை, குதிரையைச் சேணக்கச்சை தழுவுவது போலவும், மரத்தைக் கொடி தழுவுவது போலவும் தழுவுகிறாள்."

(யமன் பேசுகிறான்), யமி, நீயும் வெறொருவனைத் தழுவிக் கொள் வேறொருவன் உன்னை, மரத்தைக் கொடி தழுவுவது போலத் தழுவட்டும். அவனுடைய அன்பை நாடு, அவன் உன் அன்பை நாடட்டும்; இருவரும் மகிழ்ச்சியாக இணைந்து வாழுங்கள்.

"ராட்சசர்களை அழிப்பவனான அக்னி நமது பிரார்த்தனைக்கு இணங்கி நோயின் (வடிவில்) உன் கருவைத் தாக்குகின்ற (தீய ஆவியை) துரனாமன் என்ற நோயைப்போல உன் கருப்பையைத் தாக்கும் அவனை விரட்டுவானாக."

"அக்னி நமது பிரார்த்தனைக்கு இணங்கி, நோயாக வந்து உன் கருவைத் தாக்குகின்ற நரபட்சணியை, துர்னாமன் நோயைப் போல உன் கருப்பையைத் தாக்கும் அவனை அழிப்பானாக."

"கருவுறுத்தும் சக்தியை, அமருகின்ற வித்தினை, அசையும் கருவை அழிக்கின்ற (தீய ஆவியை) (குழந்தை பிறக்கும் போது அதை அழிக்க நினைப்பவனை நாம் ஒழித்து விடுவோமாக."

"உனது தொடைகளைப் பிரிக்கின்ற (தீய ஆவியை), கணவனுக்கும் மனைவிக்கும் இடையே கிடக்கின்ற, உனது கருப்பையில் புகுந்து (வித்துக்களை) விழுங்குகின்ற அவனை நாம் ஒழித்துவிடுவோமாக சகோதரன், கணவன், காதலன் என்ற வடிவில் உன்னை அணுகி உன் சந்ததியை அழிக்க எண்ணும் (தீய ஆவியை) நாம் இங்கிருந்து ஒழித்து விடுவோமாக."

"தூக்கத்தால் அல்லது இருளால் உன்னை ஏமாற்றி, உன்னை அணுகி, உன் சந்ததியை அழிக்க நினைக்கும் (தீய ஆவியை) நாம் இங்கிருந்து ஒழித்து விடுவோமாக."

ருக் வேதத்தில் வரும் சில பிரார்த்தனைப் பாடல்களைப் பாருங்கள். சில உதாரணங்கள் -

1. ஓ. வாயுதேவனே, நீ எவ்வளவு அழகாயிருக்கிறாய். நாங்கள் சோமரசத்தை (ஒரு மதுபானம்) வாசனைப் பொருள்களுடன் தயாரித்து வைத்திருக்கிறோம். நீ வந்து அதை அருந்தி எங்கள் பிரார்த்தனைகளை நிறைவேற்று - ருக் வேதம் 1.1.2.1.
2. ஓ. இந்திர தேவனே, நீ எங்களின் பாதுகாவலுக்குச் செல்வத்தைத் தருவாயாக. நீ எங்களுக்குத் தரும் செல்வம் எங்களுக்கு மகிழ்ச்சி அளித்து, என்றும் பெருகி நீடித்து, எங்கள் எதிரிகளை நாங்கள் கொல்வதற்கு உதவுமாக 1.1.8.1
3. நீங்கள் எப்போது யக்ஞம் செய்தாலும், தேவர்களான இந்திரனையும் அக்னியையும் புகழத்தவறாதீர்கள். அவர்கள் நிலையை உயர்த்தி, அவர்களது புகழைக் காயத்திரி சந்தத்தில் பாடுங்கள் 1.21.2.
4. ஓ. அக்னியே, சோமரசம் பருக ஆவலாயிருக்கும் தேவர்களின் மனைவியரையும் தவஷ்டாவையும் அழைத்து வாருங்கள்.

5. தேவர்களின் மனைவியர் விரைவாகவும் மகிழ்ச்சியுடனும் எங்களிடம் வரவேண்டுமென்று விரும்புகிறோம் - *122.11.*

6. இந்திரன், வருணன், அக்னி ஆகியோரின் மனைவியர் என் வீட்டுக்கு வந்து சோமரசம் பருக நான் விரும்புகிறேன்.

7. ஓ. வருணனே, உன்னுடைய சினத்தை விட்டுவிட வேண்டுகிறோம். ஓ, அசுரனே, நீங்களெல்லாம் விவேகமுள்ளவர்கள், எங்களுடைய பாவங்களிலிருந்து எங்களை விடுவியுங்கள் - *1.23.14.*

8. பெண்கள் முன்னும் பின்னுமாகக் கடைந்து எங்கள் சோமரசத்தைத் தயாரித்திருக்கிறார்கள். ஓ, இந்திரனே, நீ வந்து சோமரசம் பருக வேண்டுகிறோம் - *1.28.3*

9. உனக்கு நிவேதனம் கொடுக்காத உன்னுடைய எதிரிகள் மறைந்து போகட்டும்; உன்னைப் பின்பற்றுவோர் செழித்து வாழட்டும். ஓ, இந்திரனே, எங்களுக்குச் சிறந்த பசுக்களையும் சிறந்த குதிரைகளையும் கொடுத்து, எங்களை உலகில் புகழ் பெறச் செய் - *1.29.4*

10. ஓ. அக்னியே, எங்களை ராட்சசர்களிடமிருந்து தந்திரமான எதிரிகளிடமிருந்து, எங்களிடம் வெறுப்புக் கொண்டு எங்களைக் கொல்ல விரும்புவோரிடமிருந்து எங்களைக் காப்பாற்று.

11. ஓ. இந்திரனே, நீவீரன். நீ வந்து, நாங்கள் தயாரித்திருக்கும் சோமரசத்தைப் பருகி, எங்களுக்குச் செல்வத்தைக் கொடு உனக்கு நிவேதனம் கொடுக்காதவர்களின் செல்வத்தைக் கொள்ளையடித்து அதை எங்களுக்குக் கொடு *1.81-8-9.*

12. ஓ, இந்திரனே, சிறந்ததான, அமரத்துவம் கொடுக்கின்ற, மிகவும் போதை தருகின்ற சோமரசத்தைப் பருகு - *1.84-4*

13. ஓ, ஆதித்தியர்களே, எங்களுக்கு ஆசீர்வாதம் வழங்க நீங்கள் வருகிறீர்கள். நீங்கள் எங்களுக்குப் போரில் வெற்றி தருகிறீர்கள். நீங்கள் செல்வம் உடையவர்கள். நீங்கள் அறம் செய்பவர்கள். கடினமான பாதையில் தேர் இழுத்துச் செல்லப்படுவது போல் நீங்கள் எங்களை அபாயங்களிலிருந்து இழுத்துச் செல்கிறீர்கள் *1106- 22.*

14. ஓ, மருத்துக்களே... உங்களை வழிபடுவோர் உங்கள் புகழைப் பாடுகிறார்கள். உங்களுக்காகப் புல்மெத்தை தயாரித்து வைக்கப்பட்டுள்ளது. நீங்கள் அதில் அமர்ந்து சோமரசம் பருக வாருங்கள் - 757-1-2.

15. ஓ, மித்ர - வருணனே, நாங்கள் யக்ஞத்தில் உங்களுக்கு வழிபாடு செய்தோம். நீங்கள் அதை ஏற்று எங்களை எல்லா அபாயங்களிலிருந்தும் காப்பாற்றுங்கள் - 760 -12.

இவை ருக் வேதம் என்ற பெரிய மூட்டையிலிருந்து எடுத்த சில பாடல்களே. இவை மிகச் சிலவேதான் என்றாலும், மொத்தமும் எப்படிப்பட்டது என்பதைச் சரியாகக் காட்டுகின்றன.

ருக் வேதத்திலும் யஜுர் வேதத்திலும் காணப்படும் பல ஆபாசமான பகுதிகளை நான் வேண்டுமென்றே விட்டுவிட்டேன். இதைப் பற்றி மேலும் அறிய விரும்புகிறவர்கள் ருக் வேதத்தில் சூரியனுக்கும் புஷனுக்கும் இடையிலான உரையாடலையும் (மண்டலம் 10, 85, 37), இந்திரனுக்கும் இந்திராணிக்கும் இடையிலான உரையாடலையும் (மண்டலம் 10, 86, 6) பார்க்கலாம். மேலும் ஒரு ஆபாசத்தை யஜுர் வேதத்தில் அசுவமேதம் பற்றிய பகுதியில் காணலாம்.

இந்த ஆபாசங்களை விட்டு விட்டு ருக்வேதத்தின் பிரார்த்தனைப் பகுதியை மட்டும் பார்த்தாலும், இவை அறநெறியிலும் ஆன்மிகத்திலும் மனிதனை உயர்த்துவனவாக உள்ளன என்று யாரேனும் கூற முடியுமா? தத்துவ ஞானம் என்று பார்த்தால் ருக் வேதத்தில் ஒன்றும் இல்லை. பேராசிரியர் வில்சன் கூறுவது போல, முக்கிய வேதமான ருக்வேதத்தில் தத்துவ ஞானம் அல்லது கோட்பாடுகள் பற்றிய குறிப்பு எதுவும் இல்லை. பிற்காலத்தில் பலவேறு சிந்தனைப் பிரிவினர் கூறிய கருத்துக்களைப் பற்றியோ, மறு பிறவி பற்றியோ, அதனுடன் நெருங்கிய தொடர்புள்ள கருத்தான உலகம் மீண்டும் மீண்டும் புதுப்பிக்கப்படுதல் பற்றியோ அதில் எந்தக் குறிப்பும் இல்லை. ஆரியர்களின் சமூக வாழ்க்கையைப் பற்றி அறிவதற்கு வேதங்கள் ஆதாரத் தகவல் நூலாகப் பயன்படலாம். நாகரிகத்தின் ஆரம்பநிலையில் உள்ள வாழ்க்கை பற்றிய சித்திரமாக அதில் நிறைய விசித்திரங்கள் உள்ளன. ஆனால் உள்ளத்தை உயர்த்துவதாக எதுவும் இல்லை. அதில் கேடானவைதான் அதிகமாகவும் நலமானவை மிகச் சிலவாகவுமே உள்ளன.

2

இனி நாம் அதர்வண வேதத்தின் உள்ளடக்கம் என்னவென்று பார்ப்போம். இதற்கு மிகச் சிறந்த வழியாக அதர்வண வேதத்தின் உள்ளடக்க அட்டவணையிலிருந்து சில பகுதிகளைக் கீழே தருகிறேன்.

புத்தகம் I. நோய்களையும் பேய் பிடிப்பையும் குணமாக்கு வதற்கான மந்திர வசியங்கள்.

V.22. காய்ச்சல் முதலான நோய்களுக்கெதிரான மந்திர வசியம்.

VI.20. காய்ச்சலுக்கு எதிரான மந்திர வசியம்.

1.25. காய்ச்சலுக்கு எதிரான மந்திர வசியம்.

VII.116. காய்ச்சலுக்கு எதிரான மந்திர வசியம்.

V.4. காய்ச்சலைப் போக்குவதற்குக் குஷ்டா செடிக்கு ஒரு பிரார்த்தனை.

XIX.39. காய்ச்சலையும் அதனுடன் தொடர்புள்ள நோய்களையும் போக்குவதற்குக் குஷ்டா செடிக்குப் பிரார்த்தனை.

1.12 காய்ச்சல், தலைவலி, இருமல் ஆகியவற்றுக்குக் காரணம் என்று கருதப்பட்ட மின்னலுக்கு ஒரு பிரார்த்தனை.

1.22. மஞ்சள் காமாலை, அதனுடன் தொடர்புள்ள நோய்களுக் கெதிரான மந்திர வசியம்.

VI.14. ஹலசா நோய்க்கெதிரான மந்திர வசியம்

VI.105. இருமலுக்கெதிரான மந்திர வசியம்.

1.2 உடம்பிலிருந்து மிகுதியான வெளியேற்றங்களுக்கெதிரான மந்திர வசியம்.

II.3. உடம்பிலிருந்து மிகுதியான வெளியேற்றங்களுக்கெதிரான மந்திர வசியம், ஊற்று நீரைக் கொண்டு செய்யப் கருவது.

VI.44. உடம்பிலிருந்து மிகுதியான வெளியேற்றங்களுக்கெதிரான மந்திர வசியம்.

13. மலச்சிக்கல், சிறுநீர் போகாமை ஆகியவற்றுக்கெதிரான மந்திர வசியம்.

VI.90 ருத்ரனின் கணிகளால் ஏற்படும் உள் வலி (சூலை)க்கு எதிரான மந்திர வசியம்.

1.10. நீர் கோப்பு நோய்க்கெதிரான மந்திர வசியம்.

VII.83. நீர் கோப்பு நோய்க்கெதிரான மந்திர வசியம்.

VI.24. நீர் கோப்பு நோய், இதய நோய், இவற்றுடன் தொடர்புள்ள நோய்களுக்கு ஓடும் தண்ணீர் மூலம் சிகிச்சை.

VI.80. இரண்டில் ஒன்றாகக் கருதப்படும் சூரியனுக்கு ஒரு நிவேதனம்.

II.8. ஷேத்ரியா என்ற பரம்பரை நோய்க்கெதிரான மந்திர வசியம்.

II.10. ஷேத்ரியா என்ற பரம்பரை நோய்க்கெதிரான மந்திர வசியம்.

III.7 ஷேத்ரியா என்ற பரம்பரை நோய்க்கெதிரான மந்திர வசியம்.

I.23. கருமையான ஒரு செடியின் மூலம் தொழு நோயைப் போக்குதல்.

I.24. கருமையான ஒரு செடியின் மூலம் தொழு நோயைப் போக்குதல்.

VI.83. கண்டமாலை நோயைப் போக்குவதற்கு மந்திர வசியம்

VII.76.(அ) கண்டமாலை நோய்க்கெதிரான மந்திர வசியம்.

(ஆ) பொறாமையைச் சாந்தப்படுத்தும் மந்திரவசியம்.

(இ) சபதங்களின் அதிபதியான அக்னிக்குப் பிரார்த்தனை.

VI.25. கழுத்திலும் தோள்களிலும் வரும் கண்டமாலைப் புண்ணுக்கு எதிரான மந்திரவசியம்.

VI.57. கண்டமாலை நோய்க்குச் சிறுநீர்ச் சிகிச்சை

IV. 12. எலும்பு முறிவுக்கு அருந்ததி (லக்ஷா) செடியினால் சிகிச்சை அளிக்கும் மந்திர வசியம்.

V.5. காயங்களுக்கு சிலாகி (லக்க்ஷா) அருந்ததி செடியினால் சிகிச்சை அளிக்கும் மந்திரவசியம்.

VI.109. காயங்களுக்கு மிளகினால் சிகிச்சை

I. 17. இரத்தப் போக்கை நிறுத்துவதற்கு மந்திர வசியம்

III.31 புழுக்களுக்கெதிரான மந்திர வசியம்.

II.32. கால்நடைகளில் புழுக்களுக்கெதிரான மந்திர வசியம்.

V. 23. குழந்தைகளிடம் காணப்படும் புழுக்களுக்கெதிரான மந்திர வசியம்.

IV.6. நஞ்சுக்கெதிரான மந்திர வசியம்.

IV.7. நஞ்சுக்கெதிரான மந்திர வசியம்.

VI. 100. நஞ்சுக்கு முறிவாக எறும்புகள்

V.13 பாம்பு நஞ்சுக்கெதிரான மந்திர வசியம்.

VI.12. பாம்பு நஞ்சுக்கெதிரான மந்திர வசியம்.

VI.56. பாம்புகள், தேள்கள், பூச்சிகள் ஆகியவற்றின் நஞ்சுக்கெதிரான மந்திர வசியம்.

VI. 16. கண் அழற்சிக்கெதிரான மந்திர வசியம்.

VI.21. முடி வளர்வதற்கான மந்திர வசியம்.

VI.136. முடி வளர்வதற்கு நிடவுனி செடியினால் மந்திர வசியம்.

VI.137. முடி வளர்வதற்கு மந்திர வசியம்.

IV.4. ஆண்மை பெருக மந்திர வசியம்.

VI.iii. பைத்தியத்துக்கெதிரான மந்திர வசியம்.

IV. 37. ராட்சசர்கள், அப்சரசுகள், கந்தர்வர்கள் ஆகியோரை விரட்டுவதற்கு அகசிருங்கி செடியினால் மந்திர வசியம்.

II.9. நோய் தரும் பிசாசுகள் பிடித்திருப்பதை விரட்டுவதற்குப் பத்து விதமான மரக்கட்டைகளைக் கொண்ட தாயத்து.

IV.36. நோய்க்குக் காரணம் என்று கருதப்படும் பிசாசுகளுக்கெதிரான மந்திர வசியம்.

II.25. கண்வ என்ற நோய்க்குக் காரணமாகக் கருதப்படும் பிசாசுக்கெதிராக பிரிசினிப்பரணி என்ற செடியினால் மந்திர வசியம்.

VI.32. ராட்சசர்களையும் பிசாசுகளையும் விரட்டுவதற்கு மந்திர வசியம்.

XIX. 34. நோய்களுக்கும் பிசாசுகளுக்கும் எதிராக கங்கிதா மரத்தினால் செய்த தாயத்துடன் மந்திர வசியம்.

XIX. 35. நோய்களுக்கும் பிசாசுகளுக்கும் எதிராகக் கங்கிதா மரத்தினால் செய்த தாயத்துடன் மந்திர வசியம்.

VI.85. வரணா மரத்தினால் செய்த தாயத்தின் மூலம் நோய் தீர்க்கும் மந்திர வசியம்.

VI.127. எல்லா நோய்களுக்கு மருந்தாக கிபுத்ரு மரம்.

VI.91. எல்லா நோய்களுக்கும் மருந்தாக பார்லியும் தண்ணீரும்.

VIII. எல்லா நோய்களுக்கும் மருந்தாகப் பயன்படுத்துவதற்கு மந்திர சக்தியுள்ள, மருத்துவகுணம் உள்ள எல்லாச் செடிகளுக்கு மான பாடல்.

VI.96. எல்லா நோய்களுக்கும் மருந்தாகும் செடிகள்

ii.33. உடல் நலம் சிறப்புடன் விளங்குவதற்கு மந்திர வசியம்.

ix.8. எல்லா நோய்களிலுமிருந்து பாதுகாப்புப் பெறுவதற்கு மந்திர வசியம்.

ii.29. நீண்ட ஆயுளும், செல்வச்செழிப்பும் பெறுவதற்கு மந்திர வசியம்.

II. நீண்ட ஆயுளுக்கும் ஆரோக்கியத்துக்கும் பிரார்த்தனை.

iii.*11.* ஆரோக்கியத்துக்கும் நீண்ட ஆயுளுக்கும் பிரார்த்தனை.

ii.*28.* ஒரு உடலை வைத்து நீண்ட ஆயுளுக்கான பிரார்த்தனை.

iii.*31.* ஆரோக்கியத்துக்கும் நீண்ட ஆயுளுக்கும் பிரார்த்தனை.

vii.*53.* நீண்ட ஆயுளுக்குப் பிரார்த்தனை.

viii.*2.* மரண அபாயங்களிலிருந்து விலக்குப் பெறுவதற்குப் பிரார்த்தனை.

V.*30.* நோயிலிருந்தும் மரணத்திலிருந்தும் விலக்குப் பெறுவதற்குப் பிரார்த்தனை.

iv.*9.* உயிருக்கும் உறுப்புகளுக்கும் பாதுகாப்பாகப் பயன்படும் பூச்சுக் களிம்பு.

iv.*10.* முத்தையும் முத்துச்சிப்பியையும் நீண்ட ஆயுளும் செல்வமும் தரும் தாயத்துகளாகப் பயன்படுத்துதல்.

xix.*26.* நீண்ட ஆயுள் தரும் தாயத்தாகத் தங்கம்.

III. பிசாசுகள், மந்திரவாதிகள், எதிரிகள் ஆகியோரைச் சபித்தல்.

i.*7.* மந்திரவாதிகளுக்கும் பிசாசுகளுக்கும் எதிராக

I.*8.* மந்திரவாதிகளுக்கும் பிசாசுகளுக்கும் எதிராக

I.*16.* பிசாசுகளுக்கும் மந்திரவாதிகளுக்கும் எதிராகக் காரியத்தைப் பயன்படுத்தி மந்திர வசியம்.

vi.*2.* ராட்சசர்களுக்கெதிராக சோம நிவேதனம்.

iii. *14.* ஆண்களுக்கும் கால் நடைகளுக்கும் வீட்டுக்கும் கெடுதல் செய்வதாகக் கருதப்படும் பல பெண் பிசாசுகளுக்குக்கெதிரான மந்திர வசியம்.

iii.*9.* விஷ்கந்தா, கபவா (என்ற பிசாசுகளுக்கு) எதிராக

iv.*20.* பிசாசுகளையும் எதிரிகளையும் காட்டிக்கொடுக்கும் சதம்பூசணா என்ற செடியினால் மந்திர வசியம்.

iv.*17.* மந்திரவாதம், பிசாசுகள். எதிரிகள் ஆகியோருக்கெதிராக அபமார்கா செடியினால் மந்திர வசியம்.

iv. *18.* மந்திரவாதம், பிசாசுகள், எதிரிகள் ஆகியோருக்கெதிராக அபமார்கா செடியினால் மந்திர வசியம்.

iv. 19. பிசாசுகளுக்கும் மந்திரவாதிகளுக்கும் எதிராக அபமார்கா செடியின் சக்தி.

vii. 65. சாபங்களுக்கும் பாவச் செயல்களின் விளைவுகளுக்கும் எதிராக அபமார்கா செடியினால் மந்திர வசியம்.

v. 1. மந்திரங்களின் சக்தியை எதிர்க்க மந்திர வசியம்.

v. 14 மந்திரங்களின் சக்தியை எதிர்க்க மந்திர வசியம்.

v. 31. மந்திரங்களின் சக்தியை எதிர்க்க மந்திர வசியம்.

viii. 5. சிரக்தியா மரத்தினால் செய்யப்பட்ட தாயத்து பாதுகாப்பளிப்பதற்கான பிரார்த்தனை.

x. 5. வாரணமரத்தினால் செய்யப்பட்ட தாயத்தின் சக்தியைப் புகழ்தல்.

x. 6. கதிராமரத்தினால் ஏர் வடிவில் செய்யப்பட்ட தாயத்தின் புகழ்ச்சி

ix. 16. துரோகச் செயல்களிலிருந்து பாதுகாப்புப் பெறுவதற்கு வருணனுக்குப் பிரார்த்தனை.

ii. 12 புனிதப் பணிக்கு இடையூறு செய்யும் எதிரிகளுக்கு எதிராகச் சாபம் கொடுத்தல்.

vii. 70. எதிரியின் வேள்வியைக் கொடுத்தல்.

ii. 7. சாபங்களையும் சதிகளையும் எதிர்த்து ஒரு வகைச் செடியினால் செய்யப்படும் மந்திர வசியம்

iii. 6. எதிரிகளை அழிக்கும் அரச மரம்

vi. 75. எதிரிகளை ஒடுக்குவதற்கு நைவேத்தியம்.

V. 37. தீங்கான மந்திரவாதம் செய்பவர் மீது சாபம்.

vii. 13. எதிரிகளைப் பலம் இழக்கச் செய்யும் மந்திர வசியம்.

IV. பெண்கள் தொடர்பான மந்திர வசியங்கள்.

ii. 36. கணவனை அடைவதற்கு மந்திர வசியம்.

vi. 36. கணவனை அடைவதற்கு மந்திர வசியம்.

vi. 82. மனைவியை அடைவதற்கு மந்திர வசியம்.

vi. 78. தம்பதியருக்கு ஆசிர்வாதம்.

vii. 36. திருமணம் முடிந்த மணமக்கள் சொல்வதற்கான காதல் மந்திர வசியம்.

vii.*37.* மணமகன் மீது மணமகள் செய்வதற்கான மந்திர வசியம்.

vi.*81* கருத்தரிப்பதற்குத் தாயத்தாகக் கையில் அணியும் காப்பு.

iii.*23.* புதல்வனை அடைவதற்கான மந்திர வசியம்.

vi.*11.* புதல்வனை அடைவதற்கான மந்திர வசியம்

vii.*35.* பெண் கருத்தரிக்காமல் செய்வதற்கு மந்திரம்.

Vi.*17.* கருச்சிதைவைத் தடுப்பதற்கு மந்திரம்.

i.*11.* சுகப்பிரசவத்துக்கு மந்திர வசியம்.

i.*34.* பெண்ணின் அன்பைப் பெறுவதற்கு அதிமதுரத்தை வைத்து மந்திர வசியம்.

ii.*30.* பெண்ணின் அன்பைப் பெறுவதற்கு மந்திர வசியம்.

Vi.*8.* பெண்ணின் அன்பைப் பெறுவதற்கு மந்திர வசியம்.

vi.*9.* பெண்ணின் அன்பைப் பெறுவதற்கு மந்திர வசியம்.

vi.*102.* பெண்ணின் அன்பைப் பெறுவதற்கு மந்திரவசியம்.

iii.*25.* பெண்ணின் தீவிர அன்பைப் பெறுவதற்கு மந்திர வசியம்.

vii38. ஆணின் தீவிர அன்பைப் பெறுவதற்கு மந்திர வசியம்.

vi.*130.* ஆணின் தீவிர அன்பைத் தூண்டுவதற்கு மந்திர வசியம்.

vi. *132.* ஆணின் தீவிர அன்பைத் தூண்டுவதற்கு மந்திர வசியம்.

iv.*5.* காதல் சந்திப்பில் மந்திர வசியம்.

vi.77. விட்டுச்சென்ற பெண் திரும்புவதற்கு மந்திர வசியம்.

vi.1*8.* பொறாமையைத் தணிப்பதற்கு மந்திர வசியம்.

1.14. பெண் தனக்குப் போட்டியான பெண்ணுக்கு எதிராகச் சொல்லும் மந்திரம்.

iii.*18.* போட்டியான பெண் அல்லது சக மனைவிக்கெதிராகப் பெண் சொல்லும் மந்திர வசியம்.

vi.*138.* ஆணின் ஆண்மையை அழிப்பதற்கான மந்திர வசியம்.

vi.*110.* கெட்ட நட்சத்திரத்தில் பிறந்த குழந்தைக்குத் தோஷம் நீக்கும் மந்திர வசியம்.

vi.*140.* குழந்தைக்கு முதல் இரண்டு பற்கள் ஒழுங்கின்றி முளைப்பதன் தோஷத்தை நீக்கும் மந்திர வசியம்.

V. மன்னர்கள் தொடர்பான மந்திர வசியங்கள்.

iv.8. மன்னனின் அபிஷேகத்தின் போது சொல்லும் பிரார்த்தனை.

iii.3. நாடு கடத்தப்பட்ட மன்னன் மீண்டும் பதவி பெறுவதற்கு மந்திர வசியம்.

iii. 4. மன்னன் தேர்வின் போது சொல்லும் பிரார்த்தனை.

iv.22. மன்னன் உயர்நிலை பெறச் செய்வதற்கு மந்திர வசியம்.

iii.5. மன்னனின் அதிகாரத்தை வலுப்படுத்துவதற்காக பாணா மரத்திலிருந்து செய்யப்படும் தாயத்தின் புகழ்ச்சி.

1.9. பூமியிலும் சுவர்க்கத்திலும் வெற்றி பெறுவதற்குப் பிரார்த்தனை.

Vi.38. ஒளியும் அதிகாரமும் பெறுவதற்குப் பிரார்த்தனை.

viii.8. போரில் மந்திர வசியம்.

i.19. போரில் அம்புகளால் காயமடையாதிருக்க மந்திர வசியம்.

iii.1. போரில் எதிரி குழப்பமடையச் செய்வதற்கு மந்திர வசியம்.

iii.2. போரில் எதிரி குழப்பமடையச் செய்வதற்கு மந்திர வசியம்

vi.97. போர் தொடங்குவதற்கு முந்திய நாளில் மன்னனின் மந்திர வசியம்.

Vi.99. போர் தொடங்குவதற்கு முந்திய நாளில் மன்னனின் மந்திர வசியம்.

vi.9. போரில் உதவுமாறு அர்புதிக்கும் நியர் புதிக்கும் பிரார்த்தனை.

vi.10 போரில் உதவுமாறு திரிஷம்திக்குப் பிரார்த்தனை.

vi.20. போர் முரசுக்குப் பாடல்

vii.21. எதிரிக்கு அச்சமளிக்கும் போர் முரசுக்குப் பாடும் பாடல்.

VI. சபையில் இணக்கமும் செல்வாக்கும் பெறுவதற்கான மந்திர வசியங்கள்.

III 30. இணக்கம் பெறுவதற்கு மந்திர வசியம்.

VI.73. பிணக்கைத் தணிப்பதற்கு மந்திர வசியம்.

VI.74. பிணக்கைத் தணிப்பதற்கு மந்திர வசியம்.

VII.52. பூசலும் இரத்தம் சிந்தலும் ஏற்படாமலிருக்க மந்திர வசியம்.

vi.*64.* பிணக்கைத் தணிப்பதற்கு மந்திர வசியம்.

vi.*42.* சினத்தைத் தணிப்பதற்கு மந்திர வசியம்.

vi.*43.* சினத்தைத் தணிப்பதற்கு மந்திர வசியம்.

vii.*12.* சபையில் செல்வாக்குப் பெறுவதற்கு மந்திர வசியம்.

ii.*27* வாதத்தில் எதிரிகளை வெல்லுவதற்குப் படா செடியினால் மந்திர வசியம்.

VI.*94.* தனது விருப்பத்துக்குப் பிறரைப் பணிய வைக்கும் மந்திர வசியம்.

VII. வீடு, வயல், கால்நடைகள், வணிகம், சூதாட்டம் முதலான வற்றில் செழிப்பதற்கு மந்திர வசியங்கள்.

iii.*12.* வீடு கட்டும் போது சொல்லும் பிரார்த்தனை.

vi.*142* தானியம் விதைக்கும் போது ஆசீர்வாதம்.

vi.*79.* தானியம் பெருகுவதற்கு மந்திர வசியம்.

vi.*50.* வயலில் தானியங்களைத் தாக்கும் புழு, பூச்சிகளை ஒழிக்கும் மந்திரம்.

vii.*11.* தானியத்தை மின்னலிலிருந்து காப்பாற்றும் மந்திர வசியம்.

ii.*26.* கால்நடைகள் செழிப்பதற்கு மந்திர வசியம்.

iii.*14.* கால்நடைகள் செழிப்பதற்கு மந்திர வசியம்.

iii.*28.* இரட்டைக் கன்றுகள் பிறந்த தோஷம் நீங்க மந்திரம்.

vi.*92.* குதிரைக்கு வேகம் கொடுக்கும் மந்திர வசியம்.

iii.*13.* ஆற்றைப் புதிய பாதையில் பாயச் செய்யும் மந்திர வசியம்.

vi.*106.* நெருப்பு அபாயத்தைத் தடுக்கும் மந்திர வித்தை

iv.*3.* விலங்குகளுக்கும் கொள்ளைக்காரர்களுக்கும் எதிராக ஆடு மேய்ப்பவனின் மந்திர வசியம்.

iii.*15.* வணிகனின் பிரார்த்தனை.

iv.*38.* சூதாட்டத்தில் வெற்றி பெறப் பிரார்த்தனை.

vii.*50.* பகடை ஆட்டத்தில் வெற்றிபெறப் பிரார்த்தனை.

vi.*56.* வீட்டிலிருந்து பாம்புகளை வெளியேற்றும் மந்திரம்.

x.*4.* பாம்புகளைக் கொல்கின்ற போடுவின் குதிரையின் சக்தியால் பாம்புகளுக்கெதிரான மந்திர வசியம்.

xi.*2.* அபாயங்களிலிருந்து பாதுகாப்பதற்குப் பாவா, சர்வா ஆகியோரைக் குறித்துப் பிரார்த்தனை.

iv.*28.* அபாயங்களிலிருந்து பாதுகாப்பதற்குப் பாவா, சர்வா ஆகியோரைக் குறித்துப் பிரார்த்தனை.

vii.*9.* இழந்த பொருளைக் கண்டுபிடிப்பதற்கு மந்திர வசியம்

vi.*128.* வானிலையை முன்னறிந்து சொல்வோனைத்திருப்தி செய்தல்.

xi.*6.* ஆபத்திலிருந்து விடுவிப்பதற்கு எல்லாத் தெய்வங்களுக்கும் பிரார்த்தனை.

VII பாவத்தையும், தீட்டையும் போக்கும் மந்திர வசியங்கள்.

vi.*45.* மனத்தால் தவறிழைக்காமலிருக்கப் பிரார்த்தனை.

vi.*26.* தீமையைத் தடுக்கும் மந்திர வசியம்.

vi. *114.* வேள்வியில் குறைபாடுகளுக்குப் பரிகார மந்திரம்.

vi.*115.* பாவங்களுக்குப் பரிகார மந்திரம்.

Vi.*112.* மூத்தவன் இருக்க இளையவனுக்கு முன்னுரிமை கொடுத்தற்குப் பரிகாரம்.

Vi.*113.* சில கொடிய குற்றங்களுக்குப் பரிகாரம்.

vi.*120.* பாவங்கள் மன்னிக்கப்பட்டபின் சுவர்க்கம் அடையப் பிரார்த்தனை.

vi.*27.* தீய குறிகாட்டும் பறவைகளாகக் கருதப்படும் புறாக்களுக்கெதிராக மந்திர வசியம்.

vi.*29:* தீய குறிகாட்டும் பறவைகளாகக் கருதப்படும் புறாக்களுக்கெதிராக மந்திர வசியம்.

vi.*29.* தீய குறிகாட்டும் புறாக்களுக்கும் ஆந்தைகளுக்கும் எதிராக மந்திர வசியம்.

vii.*64.* தீய குறிகாட்டும் கறுப்புப் பறவையால் தீட்டுப்பட்டதற்குப் பரிகாரம்.

vi.*46.* தீய கனவுகள் வருவதை ஒழிக்க.

vii. தீய சகுனங்களை நீக்கி நல்ல சகுனங்களைப் பெறுவதற்கான மந்திர வசியம்.

3

இதிலிருந்து, அதர்வண வேதம், மந்திரவாதம், மாய மந்திரங்கள், மருத்துவம் ஆகியவற்றைப் பற்றிய தொகுப்பேயன்றி வேறொன்றுமில்லை என்பதைக் காணலாம். அதன் முக்கால் பகுதியில் மந்திர வாதங்களும் மாய மந்திரங்களுமே நிறைந்துள்ளன. ஆனால் அதர்வண வேதத்தில் மட்டும் தான் இவை உள்ளன என்று கருதக்கூடாது. ருக்வேதத்திலும் இவை உள்ளன. மந்திரவாதம், மாயமந்திரங்கள் தொடர்பான மந்திரங்கள் அதில் உள்ளன. இம்மாதிரியான மூன்று சூக்தங்களைக் கீழே தருகிறேன்.

சூக்தம் 17 (145)

இந்தப் பாடலின் தெய்வம் அல்லது நோக்கம், போட்டியான ஒரு மனைவியை ஒழிப்பதாகும், இதன் ரிஷி இந்திராணி, பாடலின் கடைசி சுலோகம் பங்கதி சந்தத்திலும், மற்ற சுலோகங்கள் அனுஷ்டுப் சந்தத்திலும் அமைந்துள்ளன.

1. மிகவும் சக்திவாய்ந்த இந்த மூலிகைக்கொடியை நான் தோண்டி எடுக்கிறேன்; இதன் மூலம் (ஒரு மனைவி) தனக்குப் போட்டியான மனைவியை அழித்து, தனது கணவனைத் தனக்கே சொந்தமாக்கிக் கொள்கிறாள்.

2. ஓ, செடியே, மேல் நோக்கிய இலைகள் கொண்ட மங்களமான செடியே, தேவர்களால் அனுப்பப்பட்ட சக்திவாய்ந்த செடியே, எனக்குப் போட்டியானவளை நீக்கிவிட்டு, என் கணவனை எனக்கு மட்டும் உரிமையாக்கு.

3. சிறப்பு வாய்ந்த (செடியே), நானும் சிறந்தவர்களில் சிறந்தவளாக இருப்பேனாகவும்; எனக்குப் போட்டியாயிருப்பவள் கேடானவர்களிலும் கேடானவளாக இருப்பாளாகவும்.

4. நான் அவள் பெயரைக்கூடச் சொல்ல மாட்டேன், அவளை எந்த ஒரு (பெண்ணுக்கும்) பிடிக்காது. அந்தப் போட்டி மனைவியை நாம் தொலைதூரத்துக்கு அகற்றி விடுவோமாக.

5. நான் வெல்லுகிறேன். நீ வெல்லுகிறாய்; நாம் இருவரும் பலம் பெற்றிருப்பதால் எனக்குப் போட்டியானவளை வெல்லுவோம்.

6. வெல்லுகின்ற மூலிகையான) உன்னை நான் தலையணையாக்கிக் கொள்கிறேன். மேலும் வெற்றியுள்ள அந்தத் தலையணையை நான் உனக்கு ஆதரவாக்குகிறேன்; உன் மனம் என்னை நோக்கி, பசுவிடம்

கன்று விரைவது போல், விரையுமாக; அது தண்ணீரைப்போல் விரைந்தோடி வருமாக.

சூக்தம் 4 (155)

சுலோகங்கள் 1 மற்றும் 4 ஆகியவற்றின் தெய்வம், துரதிர்ஷ்டத்தைத் தடுப்பது (அலக்ஷமிக்னா) ஆகும். சுலோகங்கள் 2 மற்றும் 3 ஆகியவற்றின் தெய்வம் பிராம்மணஸ்பதியும், சுலோகம் 5-இன் தெய்வம் விஸ்வதேவசும் ஆகும். இதன் ரிஷிபரத்வாஜரின் மகனான சிரிம்பிதர் ஆவார். இதன் சந்தம் அனுஷம்

1. பரிதாபமான அதிர்ஷ்ட மற்ற, உறுப்புகள் கோணலான, பிதற்றிக் கொண்டிருக்கும் (தேவதையே), உன் மலைக்குப் போய்விடு, சிரிம்பிதரின் இந்த வீரச்செய்லகளால் நாங்கள் உன்னை அச்சுறுத்தி ஓட்டுகிறோம்.

2. கருக்களையெல்லாம் அழிப்பவளான இவள் இந்த (உலகிலிருந்து) விரட்டப்படுவாளாக; அடுத்த (உலகிலிருந்து) விரட்டப்படுவாளாக; கூர்மையான கொம்பை உடைய பிரகஸ்பதி நெருங்கிவந்து அந்தத் துன்பத்தை விரட்டி விடு

3. மனிதர்களிடமிருந்து தொலைதூரத்தில் கடலோரத்தில் மிதக்கும் கட்டையைப் பிடித்துக் கொண்டு (ஓ, தேவதையே) தூரமான கடற்கரைக்குப் போய்விடு.

4. கடூரமான ஒலிகளை உச்சரிப்பவர்கள் விரைந்து செல்லும் போது நீ புறப்பட்டுச் சென்றாய், இந்திரனின் எதிரிகள் அனைவரும் கொல்லப்பட்டு விட்டார்கள், குமிழிகளைப் போல் மறைந்து விட்டார்கள்.

5. இவற்றை. (திருடப்பட்ட) கால்நடைகளை, (விஸ்வதேவஸ்) திரும்பக் கொண்டு வந்து விட்டார்; அவர்கள் நெருப்பு வளர்த்திருக்கிறார்கள்; அவர்கள் தேவர்களுக்கு உணவு படைத்திருக்கிறார்கள்; அவர்களை யார் வெல்வார்கள்?

சூத்தம் 12 (163)

இதன் தெய்வம் காச நோய் ஆகும், ரிஷி, காஸ்யபரின் மகனான விவரிகள், சந்தம் அனுஷ்டூப்

1. நான் நோயை உன்னுடைய கண்களிலிருந்து, உன் தலையிலிருந்து. உன் மூக்கிலிருந்து, காதுகளிலிருந்து, முகவாயிலிருந்து. மூளையிலிருந்து, நாக்கிலிருந்து வெளியேற்றுகிறேன்.

2. நான் நோயை உன்னுடைய கழுத்திலிருந்து. தசைநார்களிலிருந்து, எலும்புகளிலிருந்து. மூட்டுக்களிலிருந்து மேல் புயங்களிலிருந்து. தோள்களிலிருந்து, முன் கைகளிலிருந்து வெளியேற்றுகிறேன்.

3. நான் நோயை உன்னுடைய குடலிலிருந்து, குதத்திலிருந்து, அடிவயிற்றிலிருந்து இருதயத்திலிருந்து, சிறு நீரகங்களிலிருந்து. கல்லீரலிலிருந்து, மற்ற உள் உறுப்புக்களிலிருந்து வெளியேற்றுகிறேன்.

4. நான் நோயை உன்னுடைய தொடைகளிலிருந்து. முழங்கால்களிலிருந்து, குதிகால்களிலிருந்து, கால்விரல்களிலிருந்து. அரையிலிருந்து. பிட்டத்திலிருந்து, அந்தரங்க உறுப்பிலிருந்து வெளியேற்றுகிறேன்.

5. நான் நோயை உன்னுடைய சிறுநீர்க் குழாயிலிருந்து, சிறுநீர்ப்பையிலிருந்து. உரோமங்களிலிருந்து, நகங்களிலிருந்து. உடல் முழுவதிலுமிருந்து வெளியேற்றுகிறேன்.

6. நான் நோயை ஒவ்வொரு உறுப்பிலிருந்தும், ஒவ்வொரு உரோமத்திலிருந்தும், அது உருவாகின்ற ஒவ்வொரு மூட்டிலிருந்தும், உன் உடல் முழுவதிலுமிருந்தும் வெளியேற்றுகிறேன்.

வேதங்களில் ஆன்மிக ரீதியிலோ அறநெறி ரீதியிலோ மனிதனை உயர்த்தும் பண்ப உள்ளவையாக ஒன்றும் இல்லை என்று காட்டுவதற்குப் போதுமான உதாரணங்களைப்பார்த்துவிட்டோம். வேதங்களில் கூறப்படும் பொருள்களோ அவற்றின் உள்ளடக்கமோ, வேதங்கள் பொய்யாதவை என்று அவற்றுக்குக் கொடுக்கப்பட்டுள்ள பெருமைக்குத் தகுந்தவையாக இல்லை. அப்படியானால் பிராமணர்கள், வேதங்கள் புனிதமானவை என்றும் பொய்யாதவை என்றும் தோன்றச் செய்வதற்கு ஏன் அவ்வளவு கடினமாகப் போராடினார்கள்?

புதிர் எண் 7

தலைகீழ் மாற்றம் அல்லது பிராமணர்கள் வேதங்களைத் தங்களுடைய மிகத் தாழ்ந்த சாஸ்திரங்களுக்கும் தாழ்ந்தவையாக எவ்வாறு அறிவித்தார்கள்?[1]

1

இந்துக்களின் மத இலக்கியத்தில், *(1)* வேதங்கள், *(2)* பிராமணங்கள், *(3)* ஆரண்யகங்கள், *(4)* உபநிடதங்கள் *(5)* சூத்திரங்கள் *(6)* இதிகாசங்கள், *(7)* ஸ்மிருதிகள் *(8)* புராணங்கள் ஆகியவை அடங்கியுள்ளன.

முன்பே சுட்டிக்காட்டியபடி, இவையெல்லாம் ஒரே அந்தஸ்து பெற்றிருந்த காலம் ஒன்று இருந்தது. இவற்றில் உயர்ந்தது. தாழ்ந்தது. புனிதமானது. சாதாரணமானது, பொய்ப்பது, பொய்யாதது என்ற வேறுபாடு ஏதும் இருக்கவில்லை.

பின்னர் ஒரு காலத்தில், நாம் ஏற்கெனவே எடுத்துக்காட்டியது போல், பிராமணர்கள் வேதங்களுக்கும் மற்ற வகையான மத இலக்கியங்களுக்குமிடையே ஒரு சிறப்பு வேறுபாட்டை உண்டாக்க வேண்டும் என்று நினைத்தார்கள். அவர்கள், வேதங்களை மற்றவகை மத இலக்கியங்களை விட உயர்ந்தவையாக ஆக்கியதோடு, அவை புனிதமானவை என்றும் பொய்யாதவை என்றும் கூறினார்கள். வேதங்கள் பொய்யாதவை என்ற கருத்தை உருவாக்கும் போது அவர்கள் தங்களுடைய மத நூல்களை இரண்டு வகையாகப் பிரித்தார்கள் *(1)* சுருதி, *(2)* சுருதி அல்லாதவை. இந்த முதல் வகையில் அவர்கள் முன்பு குறிப்பிடப்பட்ட எட்டு வகை இலக்கியங்களில் இரண்டை மட்டுமே சேர்த்தார்கள் - இவை *(1)* சம்ஹிதைகள் *(2)* பிராமணங்கள் ஆகியவை. மற்ற எல்லாம் சுருதி அல்லாதவை என்று அறிவிக்கப்பட்டன.

2

எப்போது இந்த வேறுபாடு உருவாக்கப்பட்டது என்று கூற முடியவில்லை. இதை விட முக்கியமான கேள்வி: எந்த அடிப்படையில் இந்தப் பிரிவினை செய்யப்பட்டது? இதிகாசங்களும் புராணங்களும் விலக்கப்பட்டது ஏன்? சூத்திரங்கள் ஏன் விலக்கப்பட்டன?

---

1. இது 21 பக்கங்கள் கொண்ட தட்டச்சுப் பிரதியாகும்.'வேதங்கள் கீழே அமுக்கப்படுதல்' என்று தலைப்புக் கொடுக்கப்பட்டிருந்தது. ஆசிரியர் தாமே பல திருத்தங்களும் மாற்றங்களும் செய்திருந்தார். இந்த அத்தியாயத்தின் கடைசிப் பத்தியான இறுதியை ஆசிரியர் தாமே கைப்பட எழுதியிருப்பதால் முற்றுப் பெற்றதாகத் தோன்றுகிறது. -பதிப்பாசிரியர்கள்

இதிகாசங்களும் புராணங்களும் சுருதியில் சேர்க்கப்படாதது ஏன் என்பதைப் புரிந்துகொள்ளலாம். இந்தப் பிரிவினை செய்யப்பட்ட காலத்தில் இவை மிகவும் ஆரம்ப நிலையில், வளர்ச்சியடையாத நிலையில் இருந்தன. அநேகமாக இவை பிராமணங்களின் பகுதியாகச் சேர்க்கப்பட்டிருக்க வேண்டும். இதேபோல ஆரண்யகங்கள் ஏன் சுருதியில் சேர்ந்தவையாகக் குறிப்பிட்டுக் கூறப்படவில்லை என்பதையும் புரிந்து கொள்ளலாம். இவை பிராமணங்களின் பகுதியாக உள்ளன. எனவே இவை சுருதியில் சேர்ந்தவை என்று குறிப்பிட்டுக் கூற வேண்டியது அவசியமில்லாமலிருந்திருக்கலாம். உபநிடதங்களும் சூத்திரங்களும் ஏன் சேர்க்கப்படவில்லை என்பது புதிராகவே உள்ளது. இவை ஏன் சுருதியில் சேர்க்கப்படவில்லை? உபநிடதங்கள் பற்றிய கேள்வி மற்றொரு அத்தியாயத்தின் அடக்கப்பொருளாக உள்ளது. இங்கே சூத்திரங்களைப் பற்றிப் பார்ப்போம். சூத்திரங்கள் ஏன் சுருதியில் சேர்க்காமல் விலக்கப்பட்டன என்ற காரணங்களைப் புரிந்து கொள்வது கடினமாக உள்ளது. பிராமணங்களைச் சுருதி என்ற வகையில் சேர்ப்பதற்கு நல்ல காரணங்கள் இருந்தால் அதே காரணங்களால் சூத்திரங்களையும் சேர்த்திருக்கத் தான் வேண்டும்.

பேராசிரியர் மாக்ஸ் முல்லர் பின் வருமாறு கூறுகிறார்

"ஒரு மக்களினம் தங்களுடைய புராதன தேசிய கவிதைகள் குறிப்பாக, அவை தங்கள் கடவுளர்களைக் குறித்த பிரார்த்தனைகளும் பாடல்களும் கொண்டவையாக இருந்தால், அவை மனிதரால் தோற்றுவிக்கப்பட்டவை அல்ல என்ற கருத்தை எப்படி உருவாக்குகின்றன என்பதை நாம் புரிந்து கொள்ளலாம். ஆனால் தலைகீழ் மாற்றம் அல்லது பிராமணர்கள் வேதங்களைத் தங்களுடைய மிகத் தாழ்ந்த சாஸ்திரங்களுக்கும் தாழ்ந்தவையாக எவ்வாறு அறிவித்தார்கள்? உரைநடையில் செய்யப்பட்ட பிராமணங்களின் விஷயம் அப்படியில்லை. பிராமணங்கள், மந்திரங்களை விடக் காலத்தில் மிகவும் பிற்பட்டவை. இவை சுருதி என்ற வகையில் இடம் பெற அனுமதிக்கப்பட்டன என்றால் அதற்குக் காரணம், பிராமணர்கள் பேராசையுடன் கொண்டாடப்படும் பல உரிமைகளுக்குத் தெய்வீக ஆதாரமாகக் காட்டுவதற்கு எளிமையான பழைய கவிதைகளை விட இந்த இறையியல் நூல்களே பொருத்தமாக உள்ளன என்பதேயாகும். மந்திரங்களும் பிராமணங்களும் ஒரே காலத்தில் தோன்றியவையே என்று நிறுவுவதற்குப் பிராமணர்கள் கூறுகின்ற வாதங்களுக்கு நாம் அதிகமாக மதிப்பளிக்க வேண்டியதில்லை. என்றாலும், பிராமணங்கள், மந்திரங்கள் ஆகிய இரண்டும், சூத்திரங்கள், இந்தியாவின் மற்ற உலகியல் இலக்கியங்கள் ஆகியவற்றுடன் ஒப்பிடும் போது காலத்தால் மிகவும் முற்பட்டவை என்று பொதுவாக நிலவும் கருத்தையும் இதே போல மதிப்பற்றதாகத் தள்ளிவிடக்கூடாது. மதசம்பந்தமான புத்தகத்

தொகுப்புகளில் பிற்காலத்திய நூல்களும் புராதன நூல்களுடன் சேர்த்துத் தொகுக்கப்படுவது எளிதில் நடக்கக்கூடியதே பிராமணங்கள் இவ்வாறு தான் சேர்க்கப்பட்டுள்ளன. ஆனால் பழமையான உண்மையான பகுதிகள், மதநூல் தொகுப்பிலிருந்து விலக்கப்பட்டு அவை பிற்காலத்தைச் சேர்ந்தவை என்று கூறப்படுமானால், அவற்றில் கூறப்படும் சில கொள்கைகளுக்கு அதிகாரப் பிராமணம் அளிக்காமல் மறுப்பது சிலருடைய நலனுக்கு ஏற்றதாக இருந்தாலன்றி இவ்வாறு நடக்குமென்று நினைக்க முடியாது. இவ்வாறு நினைப்பதற்கு ஆதாரமாகப் பிற்காலத்திய நூல்களான சூத்திரங்களில் எதுவும் இல்லை. பிராமணங்களுடனும் அவற்றுக்கும் முந்திய மந்திரங்களுடனும் ஒப்பிடும்போது சூத்திரங்கள் காலத்தால் பிற்பட்டவை என்பதைத் தவிர இவற்றைச் சுருதியுடன் சேர்க்காமலிருப்பதற்குக் காரணம் எதுவும் இல்லை. பிராமணர்கள், தங்களுடைய ரிஷிகளின் பெரும்பாலான கவிதைகள் இயற்றப்பட்ட காலத்துக்கும், பிராமணங்கள் தோன்றிய காலத்துக்கும் இடையே மிக நீண்ட காலம் கடந்திருக்க வேண்டும் என்பதை உணர்ந்திருந்தார்களா என்ற கேள்விக்கு, ஆம் என்று பதிலளிக்க நாம் தயங்க வேண்டியதில்லை. ஆனால் இந்திய இறையியலாளர்கள் இந்தப் பிராமணங்களும் மந்திரங்ளைப் போல ஒரே தன்மையானவை. ஒரே காலத்தைச் சேர்ந்தவை என்று முரட்டுத்தனமாக வலியுறுத்துவதைப் பார்க்கும் போது, இதே தெய்வீக அதிகாரத்தைச் சூத்திரங்களுக்கும் கொடுக்காமல் இருந்ததற்குத் தனிப்பட்ட வலுவான காரணங்கள் இருந்திருக்க வேண்டும் என்று தோன்றுகிறது.”

சுருதியில் சூத்திரங்களைச் சேர்க்காமல் விலக்கியது. ஒரு புதிராகும் இதற்கு விளக்கம் காண வேண்டும்.

இந்த விஷயத்தை ஆராய்பவருக்கு வேறு புதிர்களும் எதிர்ப்படுகின்றன. சுருதி என்ற தலைப்பின் கீழ் உள்ள இலக்கியங்களின் உள்ளடக்கத்தில் ஏற்பட்ட மாற்றங்கள், இவற்றின் அதிகாரத்தில் உள்ள ஏற்றத் தாழ்வுகள் தொடர்பானவை இந்தப் புதிர்கள்.

இந்தப் புதிர்களில் ஒன்று பிராமணங்கள் என்ற வகையைச் சேர்ந்த இலக்கியத்தைப் பற்றியது. ஒரு காலத்தில் பிராமணங்கள் சுருதி என்ற தலைப்பில் சேர்க்கப்பட்டிருந்தன. ஆனால் பின்னர் இந்த நிலையை இழந்துவிட்டதாகத் தோன்றுகிறது. மனு, பிராமணங்களைச் சுருதி என்ற பிரிவிலிருந்து விலக்கியதாகத் தோன்றுகிறது. அவர் தமது ஸ்மிருதியில் பின்வருமாறு கூறுகிறார்:[1]

1. சிலர் இதை ஆட்சேபித்து, வேதம் என்ற சொல் பிராமணங்களையும் உள்ளடக்குகிறது என்று கூறலாம். இது உண்மையே, ஆயினும் மனு, சுருதி என்ற சொல்லைப் பிராமணங்களை விலக்கிய குறுகிய பொருளிலேயே பயன்படுத்துகிறார் என்று நான் கருதுகிறேன். ஒரே ஒரு இடத்தில் (iv,100) தவிர வேறு எங்கும் அவர் பிராமணங்களைப் பற்றிக் குறிப்பிடாதது இந்தக் கருத்துக்கு ஆதரவாக உள்ளது.

"சுருதி என்பது வேதங்களைக் குறிக்கிறது: ஸ்மிருதி என்பது சட்டங்களைக் குறிக்கிறது. இவற்றில் கூறப்பட்டவற்றை, காரண வாதத்தால் கேள்வி கேட்கக்கூடாது. ஏனென்றால், இவற்றிலிருந்து கடமை (பற்றிய அறிவு) எடுத்துக்காட்டப்பட்டுள்ளது. பகுத்தறிவு பேசும் புத்தகங்களை ஆதாரமாகக் கொண்டு, அறிவுக்கு அடிப்படை ஆதாரங்களான இந்த இரண்டையும் கண்டனம் செய்யும் பிராமணனை, சந்தேகவாதி என்றும், வேதங்களைப் பழிப்பவன் என்றும் நல்லவர்கள் சமூகப் பிரஷ்டம் செய்யவேண்டும்... கடமையை அறிய விரும்புகின்றவர்களுக்கு சுருதிதான் மிக உயர்ந்த பிரமாணமாகும்."

பிராமணங்கள் சுருதியில் சேர்க்காமல் விலக்கப்பட்டது ஏன்?

3

இப்போது நாம் ஸ்மிருதிகள் என்று அழைக்கப்படும் மத இலக்கிய வகையைப் பார்ப்போம். இந்த வகையில் மனு ஸ்மிருதியும் யாக்ஞவல்கிய ஸ்மிருதியும் மிக முக்கியமானவை. ஸ்மிருதிகளின் எண்ணிக்கை உயர்ந்து கொண்டே சென்றது. ஸ்மிருதிகளை எழுதுவது பிரிட்டிஷார் வருகை வரை தொடர்ந்து நடந்து கொண்டேயிருந்தது. மித்ரமிஸ்த்ரா 57 ஸ்மிருதிகளையும், நீலகண்டா 97 ஸ்மிருதிகளையும் கமலாகர் 131 ஸ்மிருதிகளையும், குறிப்பிடுகிறார்கள். ஸ்மிருதி இலக்கியம், இந்துக்கள் புனிதமாகக் கருதும் வேறு எந்த வகை இலக்கியத்தையும் விட அளவில் பெரிதாக உள்ளது.

ஸ்மிருதிகளுக்கும் வேதங்களுக்கும் இடையிலான உறவுநிலை பற்றிக் கவனிக்க வேண்டிய பல அம்சங்கள் உள்ளன.

முதலாவதாக, ஸ்மிருதி, தர்ம சாஸ்திர இலக்கியத்தின் ஒரு பகுதியாக ஏற்கப்படவில்லை. 2 போதாயன, கௌண்டின்னிய, ஆபஸ்தர்ம தர்ம சூத்திரங்களைப் போன்ற நூல்களைக் கொண்டது தர்ம சாஸ்திர இலக்கியம். ஆரம்பத்தில் ஸ்மிருதி என்பது சமூகத்தின் கற்றறிந்த தலைவர்கள் ஒப்புக்கொண்டு பரிந்துரைத்த சமூகப் பழக்க வழக்கங்களையும் மரபுகளையும் பற்றிய நூலாகவே இருந்தது. பேராசிரியர் அல்டேகர் கூறுகிறார்.

"ஆரம்பத்தில் ஸ்மிருதிகளின் தன்மையும் உள்ளடக்கமும் சதாசாரம் என்ற நல்லொழுக்கத்தையே பொருளாகக் கொண்டு அதன் அடிப்படையிலேயே அமைந்திருந்தன. ஸ்மிருதிகள் தோன்றிய பின் சதாசாரத்தின் பெரும்பகுதியும் அவற்றில் தொகுத்துக் கூறப்பட்டதால் சதாசாரத்தின் வீச்சு குறைந்து போயிற்று. ஸ்மிருதிகளில் கூறப்படாமல் உள்ள பழைய வழக்கங்களையும், ஆரம்பகால தர்ம சாஸ்திரங்களும் ஸ்மிருதிகளும் தொகுக்கப்பட்ட பின் சமூக அங்கீகாரம் பெற்ற புதிய வழக்கங்களையுமே அது குறிப்பதாயிற்று."

இரண்டாவதாக, ஸ்மிருதிகள், வேதங்கள் அல்லது சுருதிகளிலிருந்து முற்றிலும் வேறானவையாகக் கருதப்பட்டன. இவற்றின் அதிகாரம் முற்றிலும் வேறு அடிப்படையில் அமைந்திருந்தது. சுருதிகளின் அதிகாரம் தெய்வீகமானது. ஸ்மிருதியின் அதிகாரம் சமூக ரீதியானது. இவற்றின் அதிகாரம் பற்றி பூர்வ மீமாம்சை இரண்டு விதிகளைக் குறிப்பிடுகிறது. முதல் விதி, சுருதியின் இரண்டு கூற்றுக்கள் ஒன்றுக் கொன்று முரண்பட்டால் இரண்டுமே அதிகாரமுள்ளவையாகும் என்று கூறுகிறது. இந்த இரண்டில் எதை வேண்டுமானாலும் பின்பற்றலாம் என்று வேதங்கள் அனுமதிப்பதாகக் கருதப்பட்டது. இரண்டாவது விதி, சுருதியின் கூற்றுக்கு முரணாக உள்ள ஸ்மிருதியின் கூற்று முற்றிலுமாக நிராகரிக்கப் படவேண்டும் என்று கூறுகிறது. இந்த விதிகள் கண்டிப்பாகப் பின்பற்றப்பட்டதால், ஸ்மிருதிகளுக்கு வேதங்களைப் போன்ற அந்தஸ்தோ அதிகாரமோ கிடைக்கவில்லை.

ஆனால், ஆச்சரியப்படும்படியாக, பிராமணர்கள் தலைகீழாகக் குட்டிக்கரணம் போட்டு, ஸ்மிருதிகளுக்கு வேதங்களைவிட உயர்ந்த அதிகாரம் கொடுக்கின்ற காலம் ஒன்று வந்தது. பேராசிரியர் அல்டேகர் கூறுகிறார்:

“சுருதிகளின் சில கூற்றுகள், காலத்தின் போக்குக்கு ஏற்றதாக இல்லாமல் அல்லது அதனுடன் முரண்படுவதாக இருந்தபோது ஸ்மிருதிகள் இவற்றை நிராகரித்தன. வேதத்தில் கூறப்படும் வழக்கத்தின்படி தெய்வ காரியங்கள் காலையிலும், பித்ரு காரியங்கள் பிற்பகலிலும் செய்யப்பட்டன. பிற்காலத்தில் இன்றைய பிதுர் தர்ப்பணம் வழக்கத்துக்கு வந்தது. காலையில் குளிப்பது என்னும் நடைமுறை வழக்கமாக ஏற்பட்டதனால் இது காலையில் நடத்தப்பட்டது. இவ்வாறு செய்வது மேலே கூறப்பட்ட வேத விதிக்கு நேர் முரணனானது. ஆனால் இதில் தவறு ஏதும் இல்லை என்று ஸ்மிருதி சந்திரிகாவின் ஆசிரியரான தேவம் பட்டர் கூறுகிறார் தர்ப்பணத்தைத் தவிர மற்ற பிதுர் காரியங்களுக்குத் தான் சுருதியின் விதி கூறப்பட்டதாகக் கருத வேண்டும் என்கிறார். விசுவாமித்திரர், தமக்கு நூறு மகன்கள் உயிருடன் இருந்தபோதும் சுனஸ்ஸேபனை தத்து எடுத்துக் கொண்டதாகச் சுருதி இலக்கியத்திலிருந்து தெரிகிறது. எனவே ஒருவர் தம்முடைய சொந்த மகன்கள் பலர் உயிருடன் இருக்கும் போதே ஒரு மகனைத் தத்து எடுப்பதை இது அனுமதிக்கிறது. ஆனால் இவ்வாறு கருதுவது தவறு என்று மித்ரமிஸ்ரர் கூறுகிறார். ஸ்மிருதி வழக்கமும் ஒரு சுருதி விதியைத்தான் அடிப்படையாகக் கொண்டிருப்பதாகவும், அது இப்போது காணப்படவில்லை என்றாலும், இருந்ததாகக் கருதவேண்டும் என்றும் அவர் கூறுகிறார்.”

"வேதத்தில் 'ந ஸேஸோ க்னேன்யஜாதமாஸ்தி' என்று வருவது மகனாகத் தத்து எடுப்பதைத் தடுக்கிறது; ஆனால் பிற்கால ஸ்மிருதி இலக்கியங்கள் இதைத் தெளிவாக அனுமதிக்கின்றன. இது, சுருதியில் கூறப்பட்டதை ஸ்மிருதிகள் மாற்றியிருப்பதற்கு எடுத்துக்காட்டாகும். சுருதியில் கூறப்பட்டது வெறும் அர்த்தவாதமேயாகும்; அது தடை எதையும் விதிக்கவில்லை. ஆனால் ஸ்மிருதிகள் தத்து எடுக்குமாறு விதிக்கின்றன; ஹோமங்கள் முதலானவை சரியான முறையில் நடக்கச் செய்வதற்காக இவ்வாறு விதிக்கப்பட்டது. எனவே அர்த்தவாத சுருதியை, ஒரு குறிப்பிட்ட விதியைக் கூறுகின்ற ஸ்மிருதி வாக்கியம் நிராகரிப்பது பொருத்தமேயாகும்."

"பிற்கால வழக்கமான சதி என்ற உடன்கட்டையேறுதல், வேதத்தில் தற்கொலையைத் தடை செய்து கூறப்பட்டுள்ள விதிக்கு நேர் முரணானது. ஆனால் இந்த வழக்கம் சுருதிக்கு முரண்பாடாக இருந்தாலும் இதைத் தவறாகக் கருதக்கூடாது என்று அபரார்கர் கூறுகிறார். சுருதி, தற்கொலை கூடாது என்று ஒரு பொதுவான கோட்பாட்டைக் கூறுகிறது; ஆனால் ஸ்மிருதிகள் விதவையின் விஷயத்தில் ஒரு சிறப்பு விதிவிலக்கைக் கூறுகின்றன என்று அவர் கூறுகிறார்."

சதி வழக்கமும் தத்து எடுத்தாலும் நல்லதா, கெட்டதா என்பது வேறு விஷயம். எப்படியோ இவை சமூக ஒப்புதலைப் பெற்றுவிட்டன. ஸ்மிருதிகள் இவற்றுக்கு மத நூலின் அங்கீகாரத்தைக் கொடுத்து. வேதங்களின் அதிகாரத்துக்கு எதிராக இவற்றை ஆதரித்துக் கூறியுள்ளன.

இப்போது கேள்வி இதுதான்: பிராமணர்கள் வேதங்கள் மற்ற எல்லாவற்றையும் விட உயர்ந்த அதிகாரம் கொண்டவை என்று நிலை நிறுத்துவதற்குக் கடுமையாக முயன்றபின், வேதங்களின் நிலையைக் கீழிறக்கி, வேதங்களை விடவும் ஸ்மிருதிகளுக்கு உயர்ந்த அதிகாரம் உண்டு என்று ஏன் ஆக்கினார்கள்? வேதங்களின் அதிகாரம் கடவுளை விடவும் உயர்ந்தது என்று உயர்த்துவதற்குப் பெரிதும் பாடுபட்ட பிராமணர்கள் சமூக அங்கீகாரம் தவிர வேறெதுவும் இல்லாத ஸ்மிருதிகளையும் விடத் தாழ்வான நிலைக்கு வேதங்களைக் கீழே இறக்கியது ஏன்?

இதற்குப் பிராமணர்கள் பின்பற்றிய நடவடிக்கைகள் மிகவும் தந்திரமாகவும் செயற்கையாகவும் இருந்தன என்பதைப் பார்க்கும் போது, ஸ்மிருதிகளுக்கு வேதங்களை விட உயர்ந்த அந்தஸ்து கொடுப்பதற்குக் குறிப்பான நோக்கம் இருந்திருக்க வேண்டும் என்பது தெளிவாகிறது.

இதற்குப் பின்பற்றப்பட்ட வாதங்கள் எவ்வளவு தந்திரமாக, செயற்கையாக இருந்தன என்பதைக் காட்டுவதற்கு அவற்றை இங்குச் சுருக்கமாக எடுத்துரைப்பது பொருத்தமாகும்.

செயற்கையான வாதத்திற்கு உதாரணமாக பிரகஸ்பதியின் கருத்தைக் குறிப்பிடலாம். சுருதி, ஸ்மிருதி ஆகிய இரண்டும் பிராமணனுக்கு இரண்டு கண்கள் போன்றவை என்றும், இவற்றில் ஒன்று இல்லாமற்போனால் அவன் ஒற்றைக்கண்ணன் ஆவான் என்றும் அவர் கூறுகிறார்.

தந்திரமான வாதத்துக்கு உதாரணமாக குமாரில் பட்டரின் வாதத்தைக் குறிப்பிடலாம். காணாமற்போன சுருதி என்ற கோட்பாட்டை அடிப்படையாகக் கொண்டது இவரது வாதம். ஸ்மிருதிகளின் கருத்து சுருதிகளுக்கு நேர் முரணாக இருந்தாலும் கூட இந்தக் கருத்துக்களை மறுக்கக்கூடாது என்றும், ஏனென்றால் இவை சுருதியிலிருந்து காணாமல் போன வாசகங்களை அடிப்படையாகக் கொண்டிருக்கக் கூடும் என்றும் வாதிக்கப்பட்டது. எனவே முரண்பாடு சுருதி வாசகத்துக்கும் ஸ்மிருதி வாசகத்துக்கும் இடையில் அல்ல. சுருதியில் உள்ள ஒரு வாசகத்துக்கும் இழந்து போன ஒரு வாசகத்துக்கும் இடையில் தான் முரண்பாடு காணப்படுகிறது. எனவே, ஸ்மிருதி, காணாமற்போன சுருதியின் கருத்தைக் கூறுவதாகக் கொள்ளப்பட்டது.

ஸ்மிருதிகள் வேதங்களைவிட உயர்ந்தவை அல்லாவிடினும், அவற்றை வேதங்களுக்குச் சமமானவையாக வைப்பதற்குப் பிராமணர்கள் மூன்றாவதாக ஒரு வழியைப் பின்பற்றினார்கள். இது அத்ரி ஸ்மிருதியில் காணப்படுகிறது. ஸ்மிருதிகளை மதிக்காதவர்கள் சாபத்துக்கு உள்ளாவார்கள் என்று அத்ரி கூறுகிறார். பிராமணியம் என்பது, சுருதி, ஸ்மிருதி, ஆகிய இரண்டையும் சேர்த்துக் கற்பதால் ஏற்படுகிறது என்றும், ஒருவன் வேதங்களை மட்டும் கற்று, ஸ்மிருதிகளைத் தாழ்வாகக் கருதினால், அவன் 21 தலைமுறைக்கு விலங்குப் பிறவி எடுக்குமாறு சபிக்கப்படுவான் என்றும் அவர் கூறுகிறார்.

இவ்வாறு பிராமணர்கள் அச்சுறுத்தும் வழிகளைப் பின்பற்றி ஸ்மிருதிகளை சுருதிக்குச் சமமாக வைப்பதற்கு முயன்றது ஏன்? அவர்களுடைய நோக்கம் என்ன? அதற்கு அடிப்படையாக இருந்த தூண்டுதல் என்ன?

ஸ்மிருதிகள், பிற்காலத்தில் ஏற்பட்ட நடைமுறை வழக்கங்களுக்குச் சட்டத்தின் அங்கீகாரம் கொடுப்பதால் அவற்றுக்கு வேதங்களை விட உயர்ந்த நிலை கொடுக்கப்பட்டது என்று பேராசிரியர் அல்டேகர் கூறும் வாதம் போதுமானதாக இல்லை. வேத காலத்தில் சட்டம் இருந்தது என்றும், வழக்கங்கள் பிற்காலத்தில் ஏற்பட்டன என்றும், இரண்டுக்கும் முரண்பாடு ஏற்பட்டபோது, வழக்கங்கள் என்பவை முற்போக்கான

கோட்பாடுகள் என்பதைக் கருதி ஸ்மிருதிகளுக்கு உயர்ந்த அதிகாரம் கொடுக்கப்பட்டது என்றும் வாதிக்கப்பட்டால் அதைப் புரிந்துகொள்ள முடியும். ஆனால் அப்படி இல்லை. வேதங்களில் சட்டம் என்று எதுவும் இல்லை. பேராசிரியர் கானே கூறுகிறார்:

"எல்லாச் சட்டங்களுமே வழக்கத்தை அடிப்படையாகக் கொண்டவையே. மக்கள் அங்கீகரித்தார்கள் என்பதற்காக வழக்கங்களுக்கு அங்கீகாரம் கொடுப்பதற்கு அவசியம் இல்லை. இரண்டாவதாக, ஸ்மிருதிகள் வேதங்களைவிட முற்போக்கானவை என்று கூற முடியாது. எல்லோரும் அறிந்த சதுர்வருணக் கோட்பாட்டைத் தவிர, வழிபாட்டு முறைகள் நீங்கலான மற்ற எல்லா விஷயங்களிலும் சமூகம் சுயேச்சையாக வளரும்படி வேதங்கள் விட்டிருந்தன. ஸ்மிருதிகள் என்ன செய்தனவென்றால், வேதங்களில் காணப்படும் முற்போக்கற்ற அம்சமான சதுர்வருணத்தை எடுத்துக்கொண்டு, அதைப் பிரசாரம் செய்து மக்களின் மண்டைக்குள் அதை அடித்தடித்துப் புகுத்தின என்பதேயாகும்."

எனவே பிராமணர்கள், வேதங்களைவிட ஸ்மிருதிகளுக்கு உயர்ந்த அதிகாரம் ஏன் கொடுத்தார்கள் என்பதற்கு வேறு ஏதேனும் காரணம் இருக்க வேண்டும்.

பிராமணர்கள் தங்களுடைய முதல் குட்டிக்கரணத்தோடு திருப்தி அடையவில்லை. அவர்கள் மற்றொரு குட்டிக்கரணம் போட்டார்கள்.

காலவரிசையில் ஸ்மிருதிகளுக்கு அடுத்தபடியாகப் புராணங்கள் வருகின்றன. புராணங்கள் 18, உப புராணங்கள் 18 ஆக மொத்தம் 36 உள்ளன. ஒரு வகையில் பார்த்தால் எல்லாப் புராணங்களும் கூறுகின்ற விஷயம் ஒன்றுதான். உலகத்தைப் படைத்தல், காத்தல், அழித்தல் ஆகியவை பற்றியே புராணங்கள் பேசுகின்றன. இவைதவிர மற்ற விஷயங்களைக் கூறும் போது அவை முற்றிலுமாக மாறுபடுகின்றன. சில புராணங்கள் பிரமாவின் வழிபாட்டையும் சில புராணங்கள் சிவனின் வழிபாட்டையும் சில புராணங்கள் விஷ்ணுவின் வழிபாட்டையும் பரப்புகின்றன. இதேபோலச் சில புராணங்கள் வாயு, அக்னி, சூரியன், தேவிகள் ஆகியோரின் வழிபாட்டையும், வேறு தெய்வங்களின் வழிபாட்டையும் பரப்புகின்றன.

முன்பே சுட்டிக் காட்டியபடி, புராணங்கள் சுருதியில் சேர்க்கப்படாத காலம் ஒன்று இருந்தது. ஆயினும் பிந்திய காலங்களில் ஒரு குறிப்பிடத்தக்க மாற்றம் ஒன்று ஏற்பட்டதாகத் தெரிகிறது. சுருதியில் சேர்க்கக்கூடாத அளவுக்கு புனிதத்தன்மை அற்றவை என்று கருதப்பட்ட புராணங்களுக்கு வேதங்களை விட உயர்ந்த இடம் கொடுக்கப்பட்டது.

வாயு புராணம் கூறுகிறது:[1]

"எல்லா சாஸ்திரங்களிலும் முதலாவதாக புராணங்கள் பிரமாவால் உரைக்கப்பட்டன. அதன் பின் வேதங்கள் அவர் வாயிலிருந்து வெளிப்பட்டன."

மத்ஸ்ய புராணம் வேதங்களுக்கு முன்னால் புராணங்கள் படைக்கப்பட்டன என்று கூறுவதோடு, அவை அமரத்துவமானவை; ஒலியுடன் ஒன்றியிருப்பவை என்னும் பண்புகளையும் புராணங்களுக்குச் சேர்க்கிறது. இந்தப் பண்புகள் முன்பு வேதங்களுக்கு மட்டுமே உரியவையாகக் கருதப்பட்டன.

அது கூறுகிறது:[2]

"பிதாமகர் (பிரமா), அமரர்களில் எல்லாம் அமரராக முதலில் உருவெடுத்தார். பின்பு வேதங்களும் அவற்றின் அங்கங்களும் உபாங்கங்களும், அவற்றின் வெவ்வேறு வைப்பு முறைகளும் வெளிப்பட்டன. என்றும் உள்ளவையும், ஒலியால் ஆனவையும், தூய்மையானவையும் நூறு கோடி சுலோகங்களால் ஆனவையுமான புராணங்கள் எல்லா சாஸ்திரங்களிலும் முதலாவதாக பிரமாவால் உரைக்கப்பட்டன. அதன் பின் வேதங்கள் அவரது வாயிலிருந்து வெளிப்பட்டன : மீமாம்சையும், எட்டு வகையான நிரூபணங்களைக் கொண்ட நியாய சாஸ்திரமும் கூட வெளிப்பட்டன.

பாகவத புராணம் தனக்கு வேதத்துக்குச் சமமான அதிகாரம் இருப்பதாக உரிமை கொண்டாடுகிறது. அது கூறுகிறது.[3]

"(பிரமராத்ரா) பாகவத புராணம் என்று கூறப்படும் இந்தப் புராணத்தை அறிவித்தார். இது வேதத்துக்குச் சமமானது." பிரமவைவர்த்த புராணம் இதற்கும் மேலே சென்று தனக்கு வேதங்களை விட உயர்ந்த அதிகாரம் இருப்பதாகப் பறைசாற்றுகிறது. அது கூறுகிறது:[4]

"மதிப்புக்குரிய முனிவரே, நீங்கள் எதைப் பற்றிக் கேட்டீர்களோ, அதை நீங்கள் அறிய விரும்பியதை. நான் அறிவேன், அது புராணங்களின் சாரமான, மிக உயர்ந்ததான பிரமவைவர்த்த புராணம்; அது புராணங்கள், உப புராணங்கள், வேதங்கள் ஆகியவற்றின் பிழைகளை மறுத்துக் கூறுகிறது."

---

1. முயிரின் சமஸ்கிருத மூலநூல்கள், தொகுதி 3..ப27
2. மேற்படி, ப28
3. முயிர் காட்டியுள்ள மேற்கோள், தொகுதி,3
4. ஸ்மார்த்த தர்மம், தாந்திரிக தர்மம் பற்றி மேலும் விவரங்களுக்கு இந்தப்பகுதியின் பின் இணைப்புகள் 4.5 பார்க்கவும் - பதிப்பாசிரியர்.

இது பிராமணர்கள் தங்களுடைய புனித நூல்களின் வரிசை முறையையும் அதிகாரத்தையும் குறிப்பிடுவதில் இரண்டாவதாக அடித்த குட்டிக்கரணமாகும்.

வேதங்களைக் கீழே அமுக்கும் கதை இத்துடன் முடிந்து விடவில்லை. இதை விட மோசமானது இனிமேல் தான் வரவிருக்கிறது. புராணங்களுக்குப் பின்னால் தந்திரங்கள் என்ற வகையைச் சேர்ந்த இலக்கியம் தோன்றியது. இவற்றின் எண்ணிக்கையும் மிகப் பெரியது. சங்கராசாரியர் 64 தந்திரங்களைக் குறிப்பிடுகிறார். மேலும் பல தந்திரங்களும் இருக்கக்கூடும்.

தந்திரங்களை இயற்றியவர் தத்தாத்ரேயன் என்று கூறுவது மரபு. இவர் இந்து மதத்தின் மும்மூர்த்திகளான பிரமா, விஷ்ணு, சிவன் ஆகியோரின் அவதாரம் ஆவார். எனவே இவையும் மும்மூர்த்திகளால் வெளிப்படுத்தப்பட்டவை என்று கருதப்பட வேண்டும். ஆனால் இவற்றின் வடிவம் சிவனை மட்டுமே சார்ந்ததாக உள்ளது. சிவன் தமது மனைவியான துர்க்கை அல்லது காளியுடன் நடத்தும் உரையாடலில், தம்மை வழிபடுவோர் அறிந்து கொள்ள வேண்டிய கோட்பாடுகளையும், பின்பற்ற வேண்டிய நடைமுறைகளையும் வெளிப்படுத்துவதாக இவை அமைந்துள்ளன. அதிகாரத் தன்மை கொண்ட அல்லது உயர்வான இந்த மரபை அவர் தம்முடைய மத்தியமான அல்லது ஐந்தாவது வாயினால் வெளியிட்டதாகக் கூறப்படுகிறது. இந்தக் காரணத்தினால் இது மிகவும் புனிதமானதாகவும், ரகசியமானதாகவும் உரியவர்களல்லாதவர்களுக்கு வெளிப்படுத்தக்கூடாததாகவும் கருதப்படுகிறது. இவை ஆகமங்கள் என்ற பெயராலும் அழைக்கப்படுகின்றன. இதனால் இவை நிகமம் என்று கூறப்படும் வேதங்கள், தர்ம சாஸ்திரங்கள், மற்ற புனித நூல்கள் ஆகியவற்றிலிருந்து வேறுபட்டவை ஆகின்றன.

தந்திரங்கள் சிறப்பாக சாக்தேயர்களுக்கும் அவர்களின் பல்வேறு பிரிவுகளுக்கும் உரிய மத நூல்களாகக் கருதப்படுகின்றன. தாந்திரிக மரபில் வெவ்வேறு பிரிவுகள் உள்ளன. இவற்றுக்கிடையே உள்ள வேறுபாடுகள் இவற்றைச் சேர்ந்தவர்கள் என்ற வட்டத்துக்கு வெளியே உள்ளவர்களுக்குத் தெரிவதில்லை. தட்சிணாசாரிகளின் தந்திர சாஸ்திரங்கள் தூய்மையானவை என்றும், வேதங்களுக்கு இணக்கமானவை என்றும் கருதப்படுகின்றன; வாமசாரிகளின் தந்திரங்கள் சூத்திரர்களுக்கு உரியவையாகக் கருதப்படுகின்றன.

தந்திரங்களும் புராணங்களைப் போலவே பக்தி மார்க்கத்தைப் போதிக்கின்றன. பக்தி மார்க்கம் பிராமணங்களும் உபநிடதங்களும் கூறும் காமமார்க்கத்தையும் ஞான மார்க்கத்தையும் விட உயர்ந்தது என்று இவை

கருதுகின்றன. தனிப்பட்ட ஒரு கடவுளை, குறிப்பாக சிவனின் மனைவியான தேவியை வழிபடுமாறு இவை போதிக்கின்றன. தேவி, மீண்டும் படைக்கின்ற சக்தி அனைத்துக்கும் மூல ஊற்றாக வழிபடப்படுகிறாள். தந்திர சாஸ்திரங்கள் எல்லாவற்றிலும் பெண் தத்துவம் உருவகப்படுத்தப்பட்டு முக்கிய இடம் கொடுக்கப்படுகிறது. ஆண்தத்துவம் அநேகமாக முற்றிலும் ஒதுக்கப்படுகிறது.

தந்திரங்களுக்கும் வேதங்களுக்கும் இடையிலான உறவு நிலை என்ன? மனு ஸ்மிருதியின் புகழ்பெற்ற உரை ஆசிரியரான குல்லுக பட்டர், சுருதியானது வைதிகம் என்றும் ‘தாந்திரிகம்’ என்றும் இரண்டு வகைப்படும் என்று உறுதியாகக் கூறுகிறார். வேதங்களும் தந்திரங்களும் சமமான அந்தஸ்து உள்ளவை என்பது இதன் பொருளாகும். குல்லுக பட்டர் போன்ற வைதிக பிராமணர்கள் தந்திரங்களும் வேதங்களும் சமமானவை என்று ஏற்கிறார்கள். ஆனால் தந்திரங்களை இயற்றியவர்கள் இதற்கு மேலும் சென்று, தந்திரங்கள் வேதங்களை விட உயர்ந்தவை என்று கூறுகிறார்கள். வேதங்கள், சாஸ்திரங்கள், புராணங்கள் ஆகியவை ஒரு சாதாரணப் பெண் போன்றவை என்றும், தந்திரங்கள் உயர் பிறப்புக் கொண்ட பெண் போன்றவை என்றும் இவர்கள் கூறுகிறார்கள்.

இதுவரை கூறியதிலிருந்து ஒரு விஷயம் தெளிவாகிறது. பிராமணர்கள் தங்களுடைய மத நூல்கள் என்று கூறும் நூல்களின் புனிதத்தன்மை பற்றிய தங்கள் நம்பிக்கையில் மிக உறுதியாக இருக்கவில்லை. வேதங்கள் புனிதமானவை மட்டும் அல்ல, அவை பொய்யாதவை என்று நிலை நிறுத்துவதற்கு அவர்கள் போராடினார்கள். வேதங்கள் பொய்யாதவை என்று அவர்கள் வலியுறுத்தியது மட்டுமின்றி, இந்தக் கருத்துக்கு ஆதரவாக வினோதமான வாதங்களைக் கண்டு பிடிப்பதில் தங்களுடைய அறிவுச் சாமர்த்தியங்களை ஈடுபடுத்தினார்கள். ஆயினும் பின்பு வேதங்களை அவற்றின் உயர்ந்த இடத்திலிருந்து தூக்கியெறிந்து, அவற்றை முதலில் ஸ்மிருதிகளுக்கும், அடுத்து புராணங்களுக்கும், கடைசியாகத் தந்திரங்களுக்கும் தாழ்ந்த நிலைக்கு இறக்குவதற்கு எந்தத் தயக்கமும் காட்டவில்லை. கேள்விகள் எல்லாவற்றிலும் மிகப் பெரிய கேள்வி இதுதான்: பிராமணர்கள் வேதங்களை மிகவும் புனிதமானவை என்று கருதினால், அவற்றின் நிலையைத் தாழ்த்தி, அவற்றுக்கும் மேலே உயர்ந்தவையாக ஸ்மிருதிகளையும், புராணங்களையும், தந்திரங்களையும் வைக்கும்படி அவர்களைத் தூண்டியது எது என்பதுதான் முதற் கேள்வி?

புதிர் எண் 8

உபநிடதங்கள் எவ்வாறு வேதங்களின் மீது போர் தொடுத்தன?[1]

உபநிடதங்களுக்கும் வேதங்களுக்குமிடையிலான தொடர்பு நிலை என்ன! இவை ஒன்றையொன்று நிறைவு செய்கின்றனவா, அல்லது ஒன்றுக்கொன்று எதிராக உள்ளனவா? வேதங்களும் உபநிடதங்களும் ஒன்றுக்கொன்று பொருந்தாதவை என்று எந்த இந்துவும் ஒப்புக்கொள்ள மாட்டார். மாறாக, இந்த இரண்டுக்கும் இடையே எதிர்மாறானது எதுவும் இல்லை என்பதும், இரண்டும் ஒரே சிந்தனை முறையில் இணைந்துள்ள பகுதிகளே என்பதும் ஒவ்வொரு இந்துவின் நம்பிக்கை ஆகும். இந்த நம்பிக்கைக்கு நல்ல அடிப்படை உள்ளதா?

இந்த நம்பிக்கைக்கு முக்கிய காரணம் உபநிடதங்களுக்கு வேதாந்தம் என்ற மற்றொரு பெயர் இருப்பதாகும். வேதாந்தம் என்ற சொல்லுக்கு இரண்டு பொருள்கள் உள்ளன. வேதங்களின் இறுதிப்பகுதி என்பது ஒரு பொருள். இரண்டாவது பொருள் வேதங்களின் சாரம் என்பதாகும். உபநிடதங்களுக்கு வேதாந்தம் என்று மறு பெயர் இருப்பதனால் உபநிடதங்கள் என்பதற்கே இந்தப் பொருள்கள் ஏற்பட்டுவிட்டன. இந்தப் பொருள்கள் இருக்கின்ற காரணத்தினால் தான் வேதங்களுக்கும் உபநிடதங்களுக்கும் இடையே எதிர் மாறானது எதுவும் இல்லை என்ற பொதுவான நம்பிக்கை மக்களிடையே ஏற்பட்டுள்ளது.

உபநிடதங்கள் என்ற சொல்லுக்கு இவ்வாறு பொருள் கொள்வது எவ்வளவு தூரத்துக்கு நியாயமானது? முதலில் வேதாந்தம் என்ற சொல்லின் பொருளைக் கவனிக்க வேண்டும். இந்தச் சொல்லுக்கு மூலப்பொருள் என்ன? வேதங்களின் கடைசிப் புத்தகம் என்பது இதன் பொருள் ஆகுமா?

பேராசிரியர் மாக்ஸ் முல்லர் கூறுகிறார்:[2]

"வேதாந்தம் என்பது ஒரு நுட்பச் சொல்லாகும். இதன் மூலப்பொருள் வேதத்தின் இறுதிப்பகுதி என்பதோ, வேத இலக்கியத்தில் இறுதியாக

---

1. இது 15 பக்கங்கள் கொண்ட தட்டச்சு பிரதியாகும். ஆசிரியரின் கையெழுத்திலேயே இதில் மாற்றங்கள் செய்யப்பட்டுள்ளன. "வேதங்களுக்கெதிராக உபநிடதங்கள்" என்று முதலில் தலைப்புக் கொடுக்கப்பட்டிருந்தது. கடைசி இரண்டு பத்திகளை ஆசிரியர் தமது கையாலேயே எழுதியிருக்கிறார். - பதிப்பாசிரியர்.
2. (கீழைநாடுகளின் புனிதநூல்கள் வரிசை) உபநிடதங்கள், தொகுதி1, முன்னுரை, ப.1 86

இடம் பெற்றுள்ள அத்தியாயங்கள் என்பதோ அல்ல: வேதத்தின் முடிவு, அதாவது அதன் குறிக்கோள், மிக உயர்ந்த நோக்கம் என்பதே பொருள் ஆகும். சில வாசகங்கள், உதாரணமாக தைத்திரீய - ஆரண்யகத்தில் (பதிப்பாசிரியர் ராஜேந்திர மித்ரா, பக்கம் 820) உள்ள வாசகம் இந்திய அறிஞர்களாலும், வெளிநாட்டு அறிஞர்களாலும் தவறாகப் புரிந்து கொள்ளப்பட்டுள்ளது.

இங்கு வேதாந்தம் என்பது வேதத்தின் இறுதி என்றே பொருள்படுகிறது: யோ வேதாது ஸ்வரஹ ப்ரோக்தோ வேதாந்தே காப்ரதிஷ்டிதஹ, வேதத்தின் தொடக்கத்தில் உச்சரிக்கப்படுவதும், வேதத்தின் இறுதியில் இடம் பெற்றுள்ளதுமான ஓம். இங்கு வேதாந்தம் என்ற சொல் வேதாது என்பதற்கு எதிர் நிலையாகவே பயன்படுத்தப்பட்டுள்ளது. இந்தச் சொல்லுக்கு, சாயனர் பொருள் கூறுவது போல் உபநிடதத்தின் வேதாந்தம் என்று பொருள் கொள்ள முடியாது. வேதாந்தம் என்ற சொல் தத்துவஞானம் என்ற பொருளில் தைத்திரிய ஆரண்யகத்திலும் (பக்கம் 817), நாராயண உபநிடதத்தில் ஒரு சுலோகத்திலும் (இது முண்டக உபநிடதம் III:2.6-இல் மீண்டும் கூறப்படுகிறது), வேறுசில இடங்களிலும் பயன்படுத்தப்பட்டுள்ளது. 'வேதாந்தவிக்ஞான் சுநிஸ்கிதரஹ, வேதாந்தத்தால் (வேதத்தின் கடைசி புத்தகங்களால் அல்ல) வரும் அறிவின் நோக்கத்தை நன்கு உணர்ந்தவர்கள், என்று வருகிறது. ஸ்வேதாஸ்வ உபநிடதத்தில் (VI-22) வேதாந்தே பரமம் குஹ்யம்' வேதாந்தத்தில் மிக உயர்ந்த ரகசியம் என்று வருகிறது. பின்பு இது பன்மையிலும் பயன்படுத்தப்படுகிறது. உதாரணமாக, க்ஷுரிகோப நிடதத்தில் புண்டரீகேதிவேதாந்தேஷு நிகத்யதே,' வேதாந்தங்களில் இது புண்டரீகம் எனப்படுகிறது. என்ற இடத்தில் வேதாந்தங்களில் என்பது, உரையாசிரியர் கூறுவது போல கண்டோக்ய முதலான உபநிடதங்களில் என்று பொருள்படுகிறதேயன்றி, ஒவ்வொரு வேதத்தின் கடைசிப் புத்தகங்கள் என்று பொருள்படவில்லை.

இந்த விஷயத்தில் மேலும் நேரிடையான சான்று கவுதம் தர்ம சூத்திரத்தில் காணப்படுகிறது. இதில் அத்தியாயம் XIX, சுலோகம் 12-இல் கவுதமர் தூய்மையாக்கல் பற்றிக் குறிப்பிட்டு இவ்வாறு கூறுகிறார்.

"தூய்மையாக்கும் (நூல்களாவன) உபநிடதங்கள். வேதாந்தங்கள், ஸம்ஹிதை - வேதங்களின் மூலபாடம், முதலானவை."

இதிலிருந்து கவுதமரின் காலத்தில் உபநிடதங்கள் வேதாந்தங்களிலிருந்து வேறாகக் கருதப்பட்டனவேயன்றி, வேத இலக்கியத்தின் பகுதியாக ஏற்கப்படவில்லை என்பது தெளிவாகிறது.

ஹரித்தர் தமது உரைகளில் கூறுகிறார். "ஆரண்யகங்களில் (உபநிடங்கள்) அல்லாத பகுதிகள் வேதாந்தங்கள் எனப்படுகின்றன." உபநிடதங்கள், வேத இலக்கியம் என்ற வரம்புக்குள் வரவில்லை என்பதற்கும் மத நூல்களில் சேராதவையாக இருந்தன என்பதற்கும் இது மறுக்க முடியாத சான்றாகும்.

பகவத் கீதையில் வேதம் என்ற சொல் பயன்படுத்தப்படுவதும் இந்தக் கருத்துக்கு ஆதரவாக உள்ளது. பகவத்கீதையில் வேதம் என்ற சொல் பல இடங்களில் வருகிறது. வேதம் என்பதில் உபநிடதங்கள் அடங்கவில்லை என்று பொருள்படும் படியாகவே பகவத்கீதை ஆசிரியர் பயன்படுத்தியுள்ளார் என்று திரு.பட் கூறுகிறார்.[1]

உபநிடதங்களின் ஆய்வுப் பொருளும் வேதங்களின் ஆய்வுப் பொருளும் ஒன்று அல்ல. உபநிடதங்கள் வேதங்களின் பகுதி அல்ல என்பதற்கு இது மற்றொரு காரணமாகும். உபநிடதம் என்ற சொல் எப்படி வந்தது? இது தெளிவாகத் தெரியவில்லை.

பெரும்பாலான ஐரோப்பிய அறிஞர்கள் உபநிஷத் என்ற சொல் அமர்க என்ற பொருள்படும் 'ஷத்' என்ற மூலச்சொல்லிலிருந்து வந்தது என்றும் அதற்கு முன்னால் 'நி' (கீழே), உப (அருகில்) என்ற பகுதிகள் சேர்ந்துள்ளன என்றும் கருதுகிறார்கள். இவ்வாறாக இந்தச் சொல் ஆசிரியருக்கருகே மக்கள் அமர்ந்து அவருடைய உபதேசங்களைக் கேட்பது என்ற கருத்தைத் தெரிவிக்கிறது. திரிகண்டசேஷாவில் 'உபநிஷத்' என்ற சொல் 'சமீப சதன'. ஒருவருக்கு அருகே கீழே அமர்தல் என்று விளக்கப்படுவதால் இவ்வாறு கருதப்படுகிறது.

ஆனால், பேராசிரியர் மாக்ஸ் முல்லர் சுட்டிக்காட்டுவதைப் போல, இவ்வாறு பொருள் கொள்வதை ஏற்பதற்கு இரண்டு ஆட்சேபங்கள் உள்ளன. இப்படிப்பட்ட சொல், உபநிடதங்கள் என்று கூறப்படும் அத்தியாயங்களுக்கு மட்டுமின்றி வேதத்தின் எந்தப்பகுதியைக் குறிப்பதற்கும் பயன்பட முடியும். உபநிடதங்களை மட்டும் குறிக்கும் குறுகிய பொருள் இதற்கு எப்படி வந்தது என்று இதுவரை விளக்கப்படவில்லை. இரண்டாவதாக உபநிஷத்' என்ற சொல் அமர்கின்ற மக்களின் கூட்டம் என்ற பொருளில் எங்கும் பயன்படுத்தப்படவில்லை. இந்தச் சொல் எங்கு வந்தாலும், கோட்பாடு, ரகசியக்கோட்பாடு என்றே பொருள்படுகிறது. அல்லது, ரகசியக் கோட்பாட்டைக்கூறும் புத்தகத்தின் தலைப்பாகப் பயன்படுத்தப்படுகிறது.

1.கீழை நாடுகளின் புனித நூல்கள். தொகுதி 2, ப.275

வேறொரு விளக்கத்தைச் சங்கரர் கூறுவதைப் பேராசிரியர் மாக்ஸ் முல்லர் குறிப்பிடுகிறார். தைத்திரிய உபநிடதம் 11.9 உரையில் இந்த விளக்கம் கூறப்படுகிறது. மிக உயர்ந்த ஆனந்தம் இதில் அடங்கியுள்ளது (பரம் ஸ்ரேயோ ஸ்யம் நிஷன்னம்) என்பதால் இது உபநிஷத் எனப்படுகிறது என்பது இந்த விளக்கம். இதைப்பற்றிப் பேராசிரியர் மாக்ஸ் முல்லர் கூறுகிறார்.

"ஆரண்யகங்களில் இத்தகைய சொல் மூல விளக்கங்கள் நிறையக் காணப்படுகின்றன. இவை உண்மையிலேயே சொல் மூலத்தைக் கூறுவனவாக அன்றி, ஏதேனும் ஒரு வகையில் சொல்லின் பொருளுக்குக் காரணவிளக்கம் கூறும் நோக்கிலேயே அமைந்துள்ளன."

பேராசிரியர் மாக்ஸ் முல்லர் 'உபநிஷத்' என்ற சொல், அழித்தல் என்று பொருள்படும் 'ஷத்' என்ற மூலத்திலிருந்து வந்ததாகக் கொள்வதை ஆதரிக்கிறார். முக்திக்குச் சாதனமான பிரய ஞானத்தைப் பெறுவதன் மூலம் சம்சாரத்துக்குக் காரணமான அஞ்ஞானத்தை அழிப்பது என்பது இந்தச் சொல்லின் பொருளாகும். இந்திய அறிஞர்கள் இந்தப் பொருளைத்தான் ஒரு மனதாகக் கூறியிருக்கிறார்கள் என்று பேராசிரியர் மாக்ஸ் முல்லர் சுட்டிக்காட்டுகிறார்.

'உபநிஷத்' என்ற சொல்லின் பொருள் பேராசிரியர் மாக்ஸ் முல்லர் கூறுவது போலத்தான் அமைந்துள்ளது என்று ஏற்றால், இந்துக்கள் உபநிடதங்கள் பற்றிக் கொண்டுள்ள பொதுவான கருத்துத் தவறானது என்பதற்கும், வேதங்களும் உபநிடதங்களும் கூறும் விஷயங்கள் ஒன்றையொன்று நிறைவு செய்வதாக அன்றி எதிர்மாறாக உள்ளன என்பதற்கும் இது. மற்றொரு சான்று ஆகும். உபநிடதங்களிலிருந்து சில மேற்கோள்களை எடுத்துக்காட்டினால் அவை எவ்வாறு வேதங்களுக்கு எதிராக உள்ளன என்பது தெளிவாகும். முண்டக உபநிடதம் கூறுகிறது.

"தேவர்களில் பிரமா தான் முதலில் உண்டாக்கப்பட்டார். அவர் பிரபஞ்சத்தைப் படைப்பவர், உலகத்தைக் காப்பவர். அவர் தமது மூத்த மகனான அதர்வணருக்கு எல்லா அறிவுக்கும் அடிப்படையான பிரம விஞ்ஞானத்தை வெளிப்படுத்தினார். (2) பிரமா வெளிப்படுத்திய இந்த விஞ்ஞானத்தை அதர்வணர் அங்கிசுக்கு அறிவித்தார்; அங்கிஸ் அதைப் பரத்துவாஜரின் வம்சத்தில் வந்த சத்தியவாகருக்குத் தெரிவிக்க, அவர் அடுத்தப் படியாக அங்கிரசுக்கு இந்த ஞானத்தை அளித்தார். (3) மகாசல சவுனகர் தக்க முறைப்படி அங்கிரசை அணுகி வினவினார்: மரியாதைக்குரிய முனிவரே, எந்த ஞானத்தை அடைந்தால் இந்தப் (பிரபஞ்சம்) முழுவதையும் அறியலாமோ, அது என்ன? (4) (அங்கிரசு) பதிலுரைத்தார்" "இரண்டு விஞ்

ஞானங்களை அறிய வேண்டும் புனித ஞானத்தில் தேர்ந்த ரிஷிகள் இதைத்தான் கூறுகிறார்கள் - உயர்ந்தது. தாழ்ந்தது ஆகியவற்றை. (5) தாழ்ந்ததில் (அடங்கியவை) ருக்வேதம், யஜுர் வேதம், சாம வேதம், அதர்வண வேதம், உச்சாரணம், இலக்கணம், விளக்கவுரை, யாப்பு, வான நூல் ஆகியவை. உயர்ந்த விஞ்ஞானமாவது, என்றும் அழியாததை அறிவதாகும்." - இங்கு அவர் குறிப்பிடுவது உபநிடதங்களாகும்.

சாந்தோக்கிய உபநிடதம் கூறுகிறது:

"(1) நாரதர், சனத்குமாரரை அணுகி, மரியாதைக்குரிய முனிவரே எனக்குக் கற்பியுங்கள் என்று கேட்டுக் கொண்டார். அவர் பதிலுரைத்தார்." உமக்கு என்ன தெரியும் என்பதைத் தெரிவியும், அதற்கு மேல் நீர் என்ன கற்கவேண்டும் என்பதை நான் கூறுகிறேன். (2) நாரதர் பதிலுரைத்தார். நான் ருக்வேதம். சாமவேதம். யஜுர் வேதம், அதர்வண வேதம், இதிகாசங்கள் ஐந்தாவது வேதமான புராணங்கள், பிதுர்கிரியைகள், கணிதம், சகுனம், தர்க்கம், அறநெறி, தேவர்களைப் பற்றிய விஞ்ஞானம், மதநூல் அறிவு, பேய், பிசாசுகள் பற்றிய நூல்கள், போர்க்கலை. நட்சத்திரங்களைப் பற்றிய அறிவு, பாம்புகளையும் தெய்வங்களையும் பற்றிய விஞ்ஞானங்கள் ஆகியவற்றைப் பயின்றிருக்கிறேன். (3) மரியாதைக்குரியவரே. நான் மந்திரங்களை மட்டும் அறிந்திருக்கிறேன்; ஆன்மாவைப் பற்றி அறியாமலிருக்கிறேன். ஆனால் ஆன்மாவை அறிந்தவன் துன்பத்தை வெல்லுகிறான் என்று தங்களைப் போன்ற பெரியோர்கள் சொல்லக் கேட்டிருக்கிறேன். மரியாதைக் குரியவரே. நான் துன்பத்தில் இருக்கிறேன் என்னைத் துன்பத்திலிருந்து கரையேற்றுங்கள். சனத்குமாரர் பதிலுரைத்தார்: நீர் கற்றதெல்லாம் வெறும் பெயர்களேயன்றி வேறொன்றும் இல்லை. (4) ருக்வேதம் என்பது வெறும் பெயரே. அவ்வாறேதான் யஜுர்வேதம், சாமவேதம், அதர்வண வேதம், இதிகாசங்கள், ஐந்தாவது வேதமான புராணங்கள் முதலானவையும் (இங்கு மற்ற எல்லா அறிவுத்துறைகளும் முன்பு கூறப்பட்டபடியே பட்டியலிடப் படுகின்றன). இவையெல்லாம் வெறும் பெயர்களே. (5) பெயரை (பிரமா என்று எண்ணிக்கொண்டு) வணங்குகிறவன் அந்தப் பெயரில் அடங்கிய எல்லாவற்றின் மீதும் மனம் போலச் சுற்றுகிறான்.' நாரதர் கேட்டார் : 'மரியாதைக் குரியவரே. பெயருக்கும் அதிகமானது ஏதேனும் இருக்கிறதா? "பெயருக்கும் அதிகமானது இருக்கிறது" என்று அவர் பதிலளித்தார். "அதை எனக்குக் கூறுங்கள்," என்று நாரதர் கேட்டார். பிருகதாரணியாக உபநிடதம் கூறுகிறது:

"அந்த (ஆழ்ந்த உறக்க நிலையில்) தந்தை தந்தையல்ல, தாய்தாயல்ல உலகங்கள் உலகங்களல்ல, கடவுள்கள் கடவுள்களல்ல வேதங்கள் வேதங்களல்ல, வேள்விகள் வேள்களல்ல, அந்த நிலையில் திருடன்

திருடனல்ல. கருவை அழிப்பவன் கருவை அழிப்பவனல்ல, பவுலகசன் பவுலகசன் அல்ல. சண்டாளன் சண்டாளனல்ல. சிரமணன் சிரமணனல்ல, பக்தன் பக்தனல்ல. அப்போது புனிதனுக்குப் புண்ணியத்துடனோ பாவத்துடனோ அனுகூலமான உறவோ அனுகூலமில்லாத உறவோ கிடையாது.

ஏனென்றால் அப்போது அவன் மனத்தின் துயரங்கள் எல்லாவற்றையும் கடந்து விடுகிறான்."

கடோபநிடதம் கூறுகிறது:

"இந்த ஆன்மா கல்வியினாலோ, அறிந்துகொள்வதாலோ, மிகுந்த மதநூல் பயிற்சியாலோ அடையப்படுவதில்லை. அவன் யாரைத் தெரிந்தெடுக்கிறானோ அவனால் அது அடையப்படுகிறது. ஆன்மா அத்தகைய மனிதனின் உடலைத் தனது இருப்பிடமாகக் கொள்கிறது."

"இந்த ஆன்மாவை அறிவது கடினம் என்றாலும், தகுந்த சாதனங்களின் மூலம் அதை எளிதாக அடையலாம். கற்றுக்கொள்வதன் மூலமோ, பல வேதங்களை அறிவதன் மூலமோ அறிந்து கொள்வதன் மூலமோ, புத்தகங்களில் கூறப்பட்டவற்றை நினைவுக்குக் கொண்டு வரும் ஆற்றல் மூலமோ, மிகுந்த மதநூல் அறிவு மூலமோ இந்த ஆன்மாவை அடைய முடியாது. அப்படியானால், எதனால் அதை அடைய முடியும்? அவர் இவ்வாறு கூறுகிறார்."

உபநிடதங்களிடமும் அவற்றில் கூறப்பட்டுள்ள தத்துவ ஞானத்திடமும் எவ்வளவு வெறுப்பு இருந்தது என்பதை அனுலோமம். பிரதிலோமம் என்ற சொற்களின் மூலத்தைப் பார்ப்பதன் மூலம் தெரிந்து கொள்ளலாம். இந்தச் சொற்கள் சாதாரணமாக இந்துக்களிடையே திருமண உறவு சம்பந்தமாகப் பயன்படுத்தப்படுகின்றன. இந்தச் சொற்களின் மூலம் பற்றிக் குறிப்பிட்டு திரு.கானே கூறுகிறார்:[1]

"அனுலோமம், பிரதிலோமம் என்ற இந்தச் சொற்களை (திருமணம் குழந்தைகள் தொடர்பாகப் பயன்படுத்தப்படுவது போல) வேத இலக்கியத்தில் காண்பது அரிது. பிருகதாரண்யக உபநிடதத்திலும் (II.*1.5*), கவுசிதாகி பிருக தாரண்யக உபநிடதத்திலும் (IV.*8*) 'பிரதிலோமம்' என்ற சொல், ஒரு பிராமணன், பிரமத்தை அறிவதற்காக ஒரு சத்திரியனிடம் செல்லும் நடை முறையைக் குறிப்பதற்குப் பயன்படுத்தப்படுகிறது."

அனுலோமம் என்றால் வாரிசுக்கு ஏற்றபடி, அதாவது. இயல்பான வரிசை முறைப்படி என்று பொருள்படுகிறது பிரதிலோமம் என்றால்

1.தர்ம சாஸ்திரங்கள் வரலாறு, தொகுதி 2, ப.52.

வாரிசுக்கு எதிரான். அதாவது இயல்பான வரிசை முறைக்கு முரணான என்று பொருள்படுகிறது. பிரதிலோமம் என்ற சொல்லின் பொருளைக் கருத்தில் கொண்டு, திரு கானே கூறியுள்ளதைப் படித்தால், உபநிடதங்கள் வேத இலக்கியத்தின் பகுதியாக ஏற்கப்படவில்லை என்பதும், வேதப்பிராமணர்கள் அவற்றுக்கு மிகக் குறைந்த மதிப்பே கொடுத்தார்கள் என்பதும் தெளிவாகிறது. ஒரு காலத்தில் வேதங்களும் உபநிடதங்களும் ஒன்றுக்கொன்று எதிராக இருந்தன என்பதற்கு இது மற்றுமொரு சான்றாகும்.

உபநிடதங்களைக் கற்றவர்கள் பற்றி வைதிகப் பிராமணர்கள் கொண்டிருந்த மனப்பான்மைக்கு மற்றொரு உதாரணம் காட்டலாம். போதாயனரின் தர்ம சூத்திரங்களில் இது காணப்படுகிறது. இந்தத் தர்ம சூத்திரத்தில் (iii,*8.3*) போதாயனர், சிராத்தத்துக்கு அழைப்பதற்கு வேறு பிராமணர்கள் கிடைக்காவிட்டால் மட்டுமே ரகசியவித் அழைக்கப்படலாம் என்று கூறுகிறார். ரகசியவித் என்பது உபநிஷதத்தில் தேர்ந்த பிராமணரைக் குறிப்பிடுகிறது.

வேதங்களும் உபநிடதங்களும் ஒன்றையொன்று நிறைவு செய்கின்றன என்ற நம்பிக்கை உருவானதே உண்மையில் ஒரு புதிராகும்.

புதிர் எண் 9

உபநிடதங்கள் வேதங்களுக்குக் கீழ்ப்பட்டவையாக எவ்வாறு ஆக்கப்பட்டன?[1]

முந்தின அத்தியாயத்தில், உபநிடதங்கள் முதலில் வேதங்களின் பகுதியாக இருக்கவில்லை என்பதும், கோட்பாடுகளில் இரண்டும் ஒன்றுக்கொன்று எதிராக இருந்தன என்பதும் எடுத்துக் காட்டப்பட்டது. பிற்காலத்தில் இவற்றினிடையே உறவுகள் எப்படி இருந்தன என்பதை ஒப்பிட்டுப் பார்ப்பது பயனுள்ளதாகும். இந்த உறவுகளை ஜைமினி, பாதராயணர் ஆகிய இரண்டு தத்துவ அறிஞர்களிடையே நடந்த சர்ச்சை நன்றாக எடுத்துக்காட்டுகிறது.

ஜைமினி, **'மீமாம்ச சூத்திரங்கள்'** என்ற நூலின் ஆசிரியர். பாதராயணர் பிரம சூத்திரங்கள் என்ற நூலை எழுதியவர். ஜைமினி, வேதங்களின் உயர்வையும், பாதராயணர் உபநிடதங்களின் உயர்வையும் ஆதரித்தனர்.

சர்ச்சைக்கிடமான விஷயம், வேள்விகள் செய்வது அவசியமா என்பது. வேதங்கள் ஆம் என்கின்றன, உபநிடதங்கள் 'இல்லை' என்கின்றன.

ஜைமினியின் வாதத்தைப் பாதராயணர் தம்முடைய சூத்திரங்கள் 2-7-இல் எடுத்துக் கூறுகிறார். சங்கராச்சாரியர் தமது உரையில் இதை விளக்குகிறார்.

ஜைமினி கூறுகிறார்:[2]

"ஒருவன் தனது உடலிலிருந்து தான் வேறானவன் என்பதையும், மரணத்துக்குப்பின் தான் சுவர்க்கத்துக்குச் சென்று, தனது வேள்விகளின் பலனை அனுபவிப்பான் என்பதையும் உணராமல் வேள்வி எதையும் செய்வதில்லை. ஆன்ம ஞானத்தைப் பற்றிய நூல்கள் வேள்வியைச் செய்பவனுக்கு அந்த உணர்வைக் கொடுப்பதற்குத்தான் பயன்படுகின்றன; எனவே வேள்விச் செயலுக்கு அவை கீழடங்கியவையாகும்."

---

1. இந்த அத்தியாயத்துக்கு 'ஜைமினிக்கு எதிராக பாதராயணர்' என்று தலைப்பிக் கொடுக்கப்பட்டு பின்பு அடிக்கப்பட்டிருந்தது. இது 9 பக்கங்கள் கொண்ட தட்டச்சுப் பிரதியாகும். முதல் இரண்டு பக்கங்களில் ஆசிரியர் மாற்றங்கள் செய்திருக்கிறார். - பதிப்பாசிரியர்
2. பாதராயண சூத்திரம் 2.3

சுருக்கமாகச் சொன்னால், வேதாந்தம் போதிப்பதெல்லாம் உடலிலிருந்து வேறானது என்பதும் உடல் அழிந்த பின்னும் அது அழியாமலிருக்கிறது என்பது மேயாகும் என்று ஜைமினி கூறுகிறார். இந்த அறிவு போதுமானதல்ல. ஆன்மாவுக்கு சுவர்க்கத்துக்குச் செல்ல வேண்டும் என்ற எண்ணம் இருக்க வேண்டும்.

ஆனால் தம்முடைய கர்மகாண்டம் கூறுகின்ற வேத வேள்விகளைச் செய்யாமல் அது சுவர்க்கத்துக்குப் போகமுடியாது;

எனவே தம்முடைய கர்மகாண்டம் ஒன்றுதான் முக்திக்கு வழியாகும்; இந்த விஷயத்தில் ஞான காண்டம் முற்றிலும் பயனற்றதாகும் என்று ஜைமினி கூறுகிறார்.

இதற்கு ஆதரவாக ஜைமினி, வேதாந்தத்தில் நம்பிக்கையுள்ள மனிதர்களின் நடத்தையை எடுத்துக்காட்டுகிறார்:[1]

"விதேக நாட்டு மன்னர் ஜனகர் செய்த ஒரு வேள்வியில் தாராளமாக தானங்கள் வழங்கப்பட்டன. *(பிருகதாரண்யகம் 3.1.1)* நான் ஒரு வேள்வி நடத்தப் போகிறேன், ஐயன்மீர் *(சாந்தோக்கியம் 5.11.5)*. ஜனகர், அஸ்வபதி ஆகிய இருவருமே ஆத்ம ஞானிகள். இந்த ஆத்ம ஞானத்தின் மூலம் அவர்கள் முக்தி அடைந்திருந்தால் அவர்கள் வேள்வி செய்வதற்குத் தேவை இல்லை. ஆனால் மேலே எடுத்துக் கூறப்பட்ட இரண்டு வாசகங்களும் அவர்கள் வேள்வி செய்ததைக் காட்டுகின்றன. இதிலிருந்து வேள்விகள் மூலம்தான் ஒருவன் முக்தி அடைய முடியுமேயன்றி, வேதாந்திகள் கூறுவது போல ஆத்ம ஞானத்தினால் அடைய முடியாது என்பது நிரூபிக்கப்படுகிறது."

"ஆத்ம ஞானம், வேள்வி செய்தலுக்குக் கீழான நிலையிலேயே உள்ளது என்று மத நூல்கள் சந்தேகத்துக்கிடமில்லாமல் அறிவிக்கின்றன.[2] என்று ஜைமினி உறுதியாகக் கூறுகிறார். அவர் இதை ஆதரித்து இவ்வாறு கூறுகிறார்.[3] இரண்டும் (ஞானமும் செயலும்) ஒன்றாகச் செல்கின்றன (பிரிந்து செல்லும் ஆன்மாவுடன் சென்று பலனைத் தருகின்றன)." பாதராயணரின் ஞான காண்டத்துக்குச் சுயேச்சையான நிலை உண்டு என்று ஏற்க ஜைமினி மறுக்கிறார். இரண்டு அடிப்படைகளை வைத்து அவர் இவ்வாறு மறுக்கிறார்.

முதலாவது[4] "ஆன்மாவைப் பற்றிய அறிவு தானே தனியாகப் பலன் எதுவும் தருவதில்லை."

---

1. மற்றும் அதற்குச் சங்கரின் உரை ஆகியவற்றைப் பார்க்கவும்
2.பாதராயண சூத்திரம் 4 பார்க்கவும்.
3.பாதராயண சூத்திரம் 5 பார்க்கவும்.
4.பாதராயண சூத்திரம் 6 மற்றும் சங்கரின் உரை பார்க்கவும்.

இரண்டாவது:[1] வேதங்கள் கூறுகிறபடி, "(ஆன்ம) அறிவு செயலுக்குக் கீழான இடத்திலேயே உள்ளது."

பாதராயணரின் ஞான காண்டம் பற்றி ஜைமினியின் நிலை இதுதான். ஜைமினியைப் பற்றியும் அவரது ஞான காண்டம் பற்றியும் பாதராயணரின் நிலை என்ன? இதைப் பாதராயணர் 8 முதல் 17 வரையுள்ள சூத்திரங்களில் விளக்குகிறார்.

பாதராயணர் எடுக்கும் முதல் நிலை,[2] ஜைமினி கூறுகின்ற ஆன்மா வரம்புக்கு உட்பட்ட ஆன்மாவாகும். அதாவது அது பரமாத்மாவிலிருந்து வேறாகக் கருதப்பட வேண்டியது: பரமாத்மாவைத்தான் மதநூல்கள் ஒப்புக் கொள்கின்றன.

பாதராயணர் எடுக்கும் இரண்டாவது[3] நிலை, வேதங்கள் ஆன்ம ஞானம், வேள்விகள் ஆகிய இரண்டையும் ஆதரிக்கின்றன என்பது.

பாதராயணர் எடுக்கும் மூன்றாவது நிலை[4], வேதங்களை நம்புவோர் மட்டுமே வேள்விகளைச் செய்ய வேண்டியுள்ளது என்பதாகும். ஆனால் உபநிடதங்களைப் பின்பற்றுவோர் இந்தக் கட்டளைக்குக் கட்டுப்பட வேண்டியதில்லை. சங்கராச்சாரியர் விளக்குகிறார்:

"வேதங்களைப் படித்து வேள்விகளைப் பற்றித் தெரிந்து கொண்டவர்கள் வேள்விகளைச் செய்யலாம். உபநிடதங்களிலிருந்து ஞானம் பெற்றவர்களுக்கு வேள்வி எதுவும் கூறப்படவில்லை. அந்த ஞானம் வேள்விக்குப் பொருந்தாதது."

பாதராயணர் எடுக்கும் நான்காவது[5] நிலை, கர்ம காண்டம் பிரமானந்தத்தை அடைந்தவர்களுக்கு விருப்பத்தைப் பொறுத்தது என்பதாகும். சங்கராச்சாரியர் விளக்குகிறார்:

"சிலர் தாங்களாகவே எல்லாச் செயல்களையும் விட்டு விடுகிறார்கள். அதாவது, ஞானத்தை அடைந்த பின் சிலர் மற்றவர்களுக்கு உதாரணமாக இருப்பதற்காகச் செயல் செய்ய விரும்பலாம், மற்றும் சிலர் எல்லாச் செயல்களையும் விட்டு விடலாம். தன்னை அறிந்து கொண்டவர்கள் செயல் செய்ய வேண்டும் என்ற கட்டாயம் இல்லை."

அவர் எடுக்கும் இறுதியான[6] நிலை,

---

1. பாதராயண சூத்திரம் 7 பார்க்கவும்.
2. பாதராயண சூத்திரம் 8 பார்க்கவும்.
3. பாதராயண சூத்திரம் 9 பார்க்கவும்.
4. பாதராயண சூத்திரம் 12 பார்க்கவும்.
5. பாதராயண சூத்திரம் 15 பார்க்கவும்.
6. பாதராயண சூத்திரம் 16 பார்க்கவும்.

"தன்னைப் பற்றிய ஞானம் எல்லாச் செயல்களுக்கும் எதிர்ப்பானது என்பதால் அது செயலுக்குக் கீழானதாக இருக்கமுடியாது" என்பதாகும். இதற்கு ஆதரவாக அவர் மத நூல்களில் சன்னியாசம் நான்காவது ஆசிரமமாக ஏற்கப்பட்டு, சன்னியாசி கர்மகாண்டத்தில் கூறப்படும் வேள்விகளைச் செய்வதிலிருந்து விடுவிக்கப்பட்டிருப்பதைக் காட்டுகிறார்.[1]

பாதராயணருடைய நூலில், இந்த இரண்டு அறிஞர்களும் ஒருவரைப் பற்றி மற்றவர் கொண்டுள்ள கருத்தைக் காட்டும் இத்தகைய பல சூத்திரங்களைக் காணலாம். ஆயினும் மேலே எடுத்துக்காட்டப்பட்டது இவற்றின் தன்மைக்கு நல்ல உதாரணமாக இருப்பதால் இதுவே போதுமானது. இதைப் பற்றி ஆராயத் தொடங்கினால் நிலைமை வினோதமானதாகத் தோன்றும். ஜைமினி, வேதாந்தத்தைப் பொய்யான சாஸ்திரம் என்றும், அது ஒருவலை என்றும், ஏமாற்று என்றும், மேற்போக்கானது, தேவையற்றது, பொருளற்றது என்றும் கண்டனம் செய்கிறார். இந்தத் தாக்குதலின் முன் பாதராயணர் என்ன செய்கிறார்? அவர் ஜைமினியின் கர்மகாண்டத்தைப் பொய்யான சாஸ்திரம் என்றும். வலை என்றும், ஏமாற்று என்றும். மேற்போக்கானது, தேவையற்றது. பொருளற்றது. என்றும் உபநிடதங்களே கண்டனம் செய்தது போலத் தாமும் கண்டனம் செய்கிறாரா? இல்லை அவர் தம்முடைய வேதாந்த சாஸ்திரத்தை ஆதரிப்பதுடன் நின்று விடுகிறார். ஆனால் அவர் அதைவிட அதிகமாகக் கூறுவார் என்றும், ஜைமினியின் கர்மகாண்டத்தைப் பொய்யான மதம் என்று கண்டனம் செய்வார் என்றும் யாரும் எதிர்பார்ப்பார்கள். பாதராயணரிடம் அந்தத் தைரியம் இல்லை, மாறாக, அவர் மிகவும் தழைந்து பேசுகிறார். ஜைமினியின் கர்மகாண்டம் மதநூல்களை ஆதாரமாகக் கொண்டுள்ளது என்றும், அவற்றின் புனிதத்தையும் அதிகாரத்தையும் எதிர்த்துப் பேசமுடியாது என்றும் அவர் கூறுகிறார்.

தம்முடைய வேதாந்த சாஸ்திரத்துக்கும் மத நூல்களின் ஆதரவு இருக்கிறது என்றும், எனவே இதுவும் உண்மையானது என்றும் மட்டுமே அவர் கூறுகிறார்.

இது மட்டுமல்ல, பாதராயணர் வேதாந்தம் என்ற சொல்லை இரண்டு பொருள்கள் தருமாறு பயன்படுத்துகிறார். உபநிடதங்கள் வேத இலக்கியத்தின் பகுதியானவை என்பதை வலியுறுத்தும் வகையில் அவர் இதைப் பயன்படுத்துகிறார். வேதாந்தம் அல்லது உபநிடதங்களின் ஞான காண்டம் வேதங்களின் கர்மகாண்டத்துக்கு எதிரானது அல்ல என்றும் இரண்டும் ஒன்றையொன்று நிறைவு

1.பாதராயண சூத்திரம் 17 பார்க்கவும்.

செய்கின்றன என்றும் வலியுறுத்தும் வகையில் அவர் இந்தச் சொல்லைப் பயன்படுத்துகிறார். உண்மையில் பாதராயணர் இந்த அடிப்படையில் தான் தம்முடைய வேதாந்த சாஸ்திரத்தின் முழுக் கட்டமைப்பையும் உருவாக்கியிருக்கிறார்.

பாதராயணரின் இந்தக் கொள்கை - உபநிடதங்கள் வேதத்தின் பகுதி என்றும் வேதங்களுக்கும் உபநிடதங்களுக்குமிடையே மோதல் எதுவும் இல்லை என்றும் கூறுவது உபநிடதங்களின் கருத்தோட்டத்துக்கும் அவற்றுக்கும் வேதங்களுக்குமிடையிலான உறவு நிலைக்கும் முற்றும் முரணானது. பாதராயணரின் மனப்போக்கைப் புரிந்து கொள்வது எளிதாயில்லை. ஆனால், பாதராயணர் தம்முடைய போரைத் தொடங்கும் போதே எதிரியின் கருத்துச் செல்லத்தக்கதே என்று ஒப்புக்கொள்கின்ற பரிதாப நிலையில் இருக்கிறார் என்பது தெளிவாக உள்ளது. வேதங்கள் பொய்யாதவை என்ற கருத்தை உபநிடதங்கள் எதிர்த்துள்ள போதிலும், இந்த விஷயத்தில் பாதராயணர் ஜைமினிக்கு விட்டுக் கொடுத்தது ஏன்? உபநிடதங்கள் எடுத்துக் கூறியபடியான உண்மையை, முழு உண்மையை, உண்மை தவிர வேறொன்றும் இல்லாததை அவர் ஏன் உறுதியாக தரிக்கவில்லை பாதராயணர் தம்முடைய வேதாந்த சாஸ்திரத்தில் உபநிடதங்களுக்குத் துரோகம் இழைத்துவிட்டார். அவர் ஏன் அவ்வாறு செய்தார்?

புதிர் எண் 10

பிராமணர்கள் இந்துக் கடவுளர்களை ஒருவருடன் ஒருவர் ஏன் சண்டையிடச் செய்தார்கள்?[1]

உலகத்தைப் பற்றிய இந்து இறையியல் கொள்கை திரிமூர்த்தி தத்துவத்தின் அடிப்படையில் அமைந்துள்ளது. இந்தத் தத்துவத்தின்படி உலகம் மூன்று நிலைகளைக் காண்கிறது. அது படைக்கப்படுகிறது, காக்கப்படுகிறது; அழிக்கப்படுகிறது. இந்தச் சுழற்சி முடிவில்லாமலும் நிற்காமலும் நடந்து கொண்டேயிருக்கிறது. இந்தச் சுழற்சியின் மூன்று செயல்களை பிரமா, விஷ்ணு, மகேஸ்வரன் ஆகிய மூன்று கடவுள்கள் செய்கிறார்கள். பிரமா உலகத்தைப் படைக்கிறார், விஷ்ணு பாதுகாக்கிறார், மகேஸ்வரன் உலகம் மீண்டும் படைக்கப்படுவதற்காக அதை அழிக்கிறார். இந்த மூவரும் சேர்ந்து மும்மூர்த்தி என்று கூறப்படுகிறார்கள். இந்தத் தத்துவத்தின்படி மூன்று கடவுளர்களும் சமமான அந்தஸ்து உள்ளவர்கள். இவர்கள் செய்யும் தொழில்கள் அந்தந்தக் காலங்களில் செய்யப்படுகின்றன. இந்தத் தொழில்களில் ஒன்றுக்கொன்று போட்டி இல்லை. மூவரும் நண்பர்கள்: போட்டியாளர்கள் அல்ல. இவர்கள் ஒருவருக்கொருவர் கூட்டாளிகளேயன்றி எதிரிகள் அல்ல.

ஆனால், இந்த மூன்று கடவுளர்களின் செயல்களைக் காறும் இலக்கியத்தை ஆராய்ந்தால், தத்துவத்துக்கும் நடைமுறைக்கும் இடையே முழுமையான வேறுபாடு இருப்பதைக் காண்கிறோம். இந்தக் கடவுள்கள் நண்பர்களாயில்லை என்பது மட்டுமின்றி ஒருவருக்கொருவர் கடுமையான எதிரிகளாயிமிருக்கிறார்கள். தங்களுக்குள் உயர்ந்த நிலையையும் அதிகாரத்தையும் அடைவதற்குப் போட்டியிடுகிறார்கள். புராணங்களிலிருந்து சில உதாரணங்கள் எடுத்துக் காட்டினால் இது தெளிவாகத் தெரியும்.

ஒரு காலத்தில் பிரமாவே சிவனையும் விஷ்ணுவையும் விட மிக உயர்ந்த கடவுளாக இருந்ததாகத் தோன்றுகிறது. பிரமாதான் பிரபசத்தைப் படைப்பவர் முதல் பிரஜாபதி - ஆவார். அவர்தான்

1.இந்தக் கட்டுரையின் மூலப்பிரதியில் 'கடவுளருக்கிடையே போர்' என்று தலைப்புக் கொடுக்கப்பட்டிருந்தது. 25 பக்கங்கள் கொண்ட தட்டச்சுப் பிரதி திருத்தங்கள் செய்யப்பட்டுள்ளன. கடைசி மூன்று பக்கங்களை ஆசிரியர் தாமே கைப்பட எழுதியிருக்கிறார் -பதிப்பாசிரியர்.

சிவனை உண்டாக்கினார்.[1] அவர் விஷ்ணுவுக்கு எஜமானர். ஏனென்றால் அவர் கட்டளையிட்டதால்தான் விஷ்ணு உலகத்தைக் காக்கிறார். பிரமா மிக உயர்ந்த கடவுளாயிருந்ததால் அவர்தான் ருத்ரனுக்கும் நாராயணனுக்கும் இடையேயும், கிருஷ்ணனுக்கும் சிவனுக்கும் இடையிலும் தாவாக்களில் நடுவராயிருந்தார்.

பின்பு ஒரு கட்டத்தில் பிரமாவுக்குச் சிவனுடனும் விஷ்ணுவுடனும் மோதல் ஏற்பட்டு, மிக உயர்ந்த கடவுள் என்ற நிலையை அவர்களிடம் இழந்துவிட்டார் என்பது நிச்சயமாகத் தெரிகிறது. விஷ்ணுவுடன் அவருடைய மோதலுக்கு இரண்டு உதாரணங்கள் குறிப்பிடலாம்.

முதல் உதாரணமாக அவதாரங்களின் கதையைக் குறிப்பிடலாம். அவதாரங்கள் விஷயத்தில் பிரமாவுக்கும் விஷ்ணுவுக்குமிடையே ஒரு போட்டி இருக்கிறது. மனித குலத்தை ஒரு பேராபத்திலிருந்து காப்பாற்றுவதற்குக் கடவுள் அவதாரம் எடுக்கும் கதை பிரமாவுடன் தொடங்கியது. அவர் (1) வராகம், (2) மச்சம் ஆகிய இரண்டு அவதாரங்கள் எடுத்ததாகக் கூறப்படுகிறது. ஆனால் விஷ்ணுவை வழிபட்டவர்கள் இதை ஏற்க மறுத்து இவை விஷ்ணுவின் அவதாரங்கள் என்று கூறினார்கள். இது மட்டுமின்றி அவர்கள் விஷ்ணுவுக்கு மேலும் பல அவதாரங்களும் கொடுத்தார்கள்.

விஷ்ணுவின் அவதாரங்கள் பற்றிப் புராணங்கள் ஏராளமாகக் கூறியுள்ளன. வெவ்வேறு புராணங்கள் இந்த அவதாரங்களின் பட்டியலை வெவ்வேறு விதமாகத் தந்துள்ளன. அவை பின்வருமாறு:

விஷ்ணுவின் அவதாரங்கள்

வ. எண்	ஹரிவம்சத்தின் படி	நாராயணி ஆக்யானத்தின் படி	வராக புராணத்தின் படி	வாயு புராணத்தின் படி	பாகவத புராணத்தின் படி
1.	வராகம்	அன்னம்	கூர்மம்	நரசிம்மம்	சனத்குமாரர்
2.	நரசிம்மம்	கூர்மம்	மச்சம்	வாமனன்	வராகம்
3.	வாமனன்	மச்சம்	வராகம்	வராகம்	
4.	பரசுராமர்	வராகம்	நரசிம்மம்	கூர்மம்	நர- நாராயணர்
5.	இராமர்	நரசிம்மம்	வாமனன்	சங்கிராம்	கபிலர்
6.	கிருஷ்ணர்	வாமனன்	பரசுராமர்	ஆதிவக	தத்தாத்ரேயர்
7.		பரசுராமர்	இராமர்	திரிபுராரி	ஜத்னா
8.		இராமர்	கிருஷ்ணர்	அந்தாகர்	ரஷபா
9.		கிருஷ்ணர்	புத்தர்	த்வஜா	பிரிதி

1 விஷ்ணு புராணம். முயிர், மேற்படி. ப. 392.

வ. எண்	ஹரிவம்சத்தின் படி	நாராயணி ஆக்யானத்தின் படி	வராக புராணத்தின் படி	வாயு புராணத்தின் படி	பாகவத புராணத்தின் படி
10.		கல்கி	கல்கி	வர்த்தா	மச்சம்
11.				ஹாலஹால்	கூர்மம்
12.				கோல்ஹாஹால்	தந்வந்தரி
13.					மோகினி
14.					நரசிம்மம்
15.					வாமணன்
16.					பரசுராமர்
17.					வேதவியாசர்
18.					நரதேவ்
19.					இராமர்
20.					கிருஷ்ணர்
22.					புத்தர்
23.					கல்கி

இரண்டாவது கதையாக முதலில் பிறந்தவர் பிரச்சினையைக் குறிப்பிடலாம். இது ஸ்கந்த புராணத்தில் கூறப்படுகிறது. இந்தக் கதையின்படி ஒரு சமயத்தில் விஷ்ணு, தேவியின் மார்பின் மேல் படுத்து உறங்கிக் கொண்டிருந்தார். அவரது கொப்பூழிலிருந்து தாமரைக்கொடி ஒன்று எழுந்து தாமரை மலர், வெள்ளத்தின் மேல்பரப்புக்கு வந்தது. அந்த மலரிலிருந்து பிரமா தோன்றினார். தம்மைச் சுற்றிலும் எல்லையற்ற பரப்பில் வேறு எந்த உயிரும் இல்லாததைக் கண்டு தாமே முதலில் பிறந்தவராகவும், வருங்காலத்தில் தோன்றக்கூடிய உயிர்கள் எல்லாவற்றையும் விடத் தாமே உயர்ந்தவராக இருக்க உரிமை உள்ளவராகவும் எண்ணிக் கொண்டார். இருந்தாலும் பிரபஞ் சத்தில் வேறு உயிர் ஏதாவது இருக்கிறதா என்று பார்க்க நினைத்து, தாமரைத் தண்டின் வழியே கீழே இறங்கிச் சென்றார். அங்கே விஷ்ணு உறங்கிக் கொண்டிருப்பதைப் பார்த்து, அவர் யார், என்று உரத்த குரலில் கேட்டார். நான் முதலில் பிறந்தவன்' என்று விஷ்ணு பதிலுரைத்தார். ஆனால் பிரமா அதை ஏற்க மறுத்ததால் இருவரும் சண்டையில் இறங்கினார்கள். அப்போது மகாதேவர் குறுக்கிட்டு நான் தான் உண்மையில் முதலில் பிறந்தவன் என்றார். ஆயினும் உங்களில் யார் என்னுடைய தலையின் உச்சியை அல்லது என்னுடைய உள்ளங்காலைத் தேடி அடைகிறீர்களோ அவருக்கு என்னுடைய இடத்தைக் கொடுத்து விடுகிறேன்' என்று கூறினார். பிரமா உடனே மகாதேவரின் தலையைத் தேடிக்கொண்டு மேலே சென்றார். அதைக் கண்டுபிடிக்க முடியாமல் களைத்துத் திரும்பினார். ஆனால் தம்முடைய உரிமையை விட்டுக் கொடுக்க விரும்பாமல் தலையின் உச்சியைக்

கண்டுவிட்டதாகக் கூறி, அதற்குச் சான்றாக முதலாவதாகப் பிறந்த பசுவை அழைத்தார். இவ்வாறு பிரமாவிடம் கர்வமும் பொய்யும் காணப்பட்டதைக் கண்டு கோபமடைந்த சிவன், பிரமாவுக்குப் புனிதச் சடங்குகள் எதுவும் நடத்தப்படக்கூடாது என்றும், பசுவின் வாய் அசுத்தமாகும் என்றும் கட்டளையிட்டார். விஷ்ணுதிரும்பிவந்து மகாதேவரின் பாதத்தைத்தாம் கண்டுபிடிக்க முடியவில்லை என்று ஒப்புக்கொண்டார். அப்போது மகாதேவர், அவர் தான் கடவுள்களில் முதலில் பிறந்தவர் என்றும், அவர் தான் எல்லோருக்கும் மேலானவராக இருக்க வேண்டும் என்றும் கூறினார். பின்பு மகாதேவர் பிரமாவின் ஐந்தாவது தலையைக் கொய்து விட்டார். இவ்வாறாக பிரம்மாவின் கர்வமும் அதிகாரமும் செல்வாக்கும் தொலைந்தன.

இந்தக் கதையின்படி பிரமா தானே முதலில் பிறந்தவர் என்று உரிமை கொண்டாடியது பொய்யானது. இதற்காக அவர் சிவனால் தண்டிக்கப்பட்டார். முதலில் பிறந்தவர் என்று கூறிக்கொள்ளும் உரிமையை விஷ்ணு அடைகிறார். ஆனால் அது சிவனின் தயவால் தான் கிடைக்கிறது. இவ்வாறு பிரமாவின் உரிமையைச் சிவனின் உதவியுடன் விஷ்ணு பறித்துக் கொண்டதற்காக, பிரமாவை வழிபடுவோர் விஷ்ணுவைப் பழிவாங்கினார்கள். அவர்கள், விஷ்ணு பிரமாவின் நாசித்து வாரங்களிலிருந்து ஒரு பன்றியின் வடிவில் வெளிப்பட்டு வராகம் என்ற காட்டுப்பன்றியாக வளர்ந்தார் என்று ஒரு கதையை உருவாக்கினார்கள். விஷ்ணுவின் வராக அவதாரத்துக்கு அவர்கள் இவ்வாறு கேவலமான ஒரு விளக்கத்தை உருவாக்கினார்கள்.

இதன்பின் பிரமா தமது நிலையை உயர்த்தும் எண்ணத்துடன் சிவனுக்கும் விஷ்ணுவுக்கும் இடையே பகைமை ஏற்படுத்த முயன்றார். இந்தக் கதை இராமாயணத்தில் கூறப்படுகிறது. இது வருமாறு "மிதிலை மன்னரான ஜனகரின் மகள் சீதைக்கும் இராமனுக்கும் திருமணம் முடிந்தபின் தசரதர் ஜனகரிடம் விடை பெற்றுக் கொண்டு தமது நகருக்குத் திரும்பிக் கொண்டிருந்தார். அப்போது சில பறவைகள் தீய சகுனங்களைக் குறிக்கும் ஒலி எழுப்புவதைக் கேட்டு மனத்தில் அச்சங்கொண்டார். ஆயினும் காட்டு மிருகங்கள் அவரைச் சுற்றி வலம் வந்து செல்வதால் தீய சகுனத்தை அது மாற்றிவிட்டது என்று விசுவாமித்திர முனிவர் ஆறுதல் கூறினார். பறவைகளின் சகுனத்தால் குறிப்பிடப்பட்ட நிகழ்ச்சி பரசுராமரின் வருகையாகும். அவருக்கு முன்னால் பெரும் புயல் காற்று வந்து உலகையே உலுக்கி, மரங்களைச் சாய்த்தது. அடர்ந்த இருள் சூரியனை மறைத்தது. பரசுராமர் பயங்கரத் தோற்றம் கொண்டவராகவும், நெருப்பைப் போல் சுடர்பவராகவும் கையில்

கோடரியும் வில்லும் ஏந்தியவராகவும் இருந்தார். அவருக்கு உரிய மரியாதையுடன் அளிக்கப்பட்ட வரவேற்பை ஏற்றுக்கொண்டார். பின்பு பரசுராமர் இராமனைப் பார்த்து, அவர் ஜனகரின் வில்லை ஒடித்த வல்லமையைக் கேள்விப்பட்டதாகவும், தாமும் ஒரு வில் கொண்டு வந்திருப்பதாகவும், அதை அவர் வளைத்து நாணேற்றி அம்பு தொடுக்க வேண்டும் என்றும் கூறினார். இதை இராமன் செய்தால் அவருடன் ஒற்றைக்கு ஒற்றையாகப் போரிடத் தயாராயிருப்பதாகவும் பரசுராமர் கூறினார். இதைக் கேட்டு தசரதர் கவலையடைந்து பரசுராமரிடம் பணிவாகப் பேசினார்.' ஆனால் அவர் இராமனையே பார்த்துப் பேசி, அவர் ஒடித்தவில் சிவனின் வில் என்றும், தாம் கொண்டுவந்திருப்பது விஷ்ணுவின் வில் என்றும் கூறினார். விஸ்வகர்மா இரண்டு தெய்வீக விற்களைச் செய்ததாகவும் அவற்றில் ஒன்றைத் தேவர்கள் மகாதேவருக்கும் மற்றொன்றை விஷ்ணுவுக்கும் கொடுத்ததாகவும் அவர் சொன்னார்.

இதன்பின் கதை இவ்வாறு தொடர்கிறது.

"தேவர்கள், மகாதேவருடையவும் விஷ்ணுவுடையவும் பலத்தையும் பலவீனத்தையும் அறிந்து கொள்ளும் நோக்கத்துடன் பிரமாவிடம் ஒரு வேண்டுகோள் தெரிவித்தார்கள். தேவர்களின் நோக்கத்தைக் கேட்ட பிரமா. அவர்கள் இருவருக்கும் இடையே பகைமையை உருவாக்கினார்.

இதனால் மகாதேவருக்கும் விஷ்ணுவுக்குமிடையே பயங்கரப்போர் மூண்டது. பயங்கர சக்தி கொண்ட சிவனின் வில் அப்போது தளர்ந்தது. கூடியிருந்த தேவர்கள், ரிஷிகள், சாரணர்கள் ஆகியோர் இந்த இரண்டு பெரிய கடவுளர்களையும் வேண்டிக் கேட்டுக் கொண்டதன் பேரில் அவர்கள் சமாதானமானார்கள். விஷ்ணுவின் பலத்தினால் சிவனின் வில் தளர்ந்த காரணத்தால் தேவர்களும் ரிஷிகளும் விஷ்ணுவை உயர்ந்தவர் என்று மதித்தார்கள்."

இவ்வாறாக பிரமா, மகாதேவர் தமக்குச் செய்த தீமைக்கு அவரைப் பழிவாங்கினார்.

இந்தத் தந்திரத்தினால் கூட விஷ்ணுவுக்கெதிராகப் பிரமா தம்முடைய நிலையைக் காப்பாற்றிக் கொள்ள முடியவில்லை. பிரமா தம்முடைய நிலையை முற்றிலுமாக விஷ்ணுவிடம் இழந்துவிட்டார்.

இதனால், ஒரு காலத்தில் பிரமாவின் கட்டளைக்கு உட்பட்டவராயிருந்த விஷ்ணு, பிரமாவைப் படைத்தவராகிவிட்டார். உயர்ந்த நிலைக்காகச் சிவனுடன் நடந்த போட்டியிலும் பிரமா இதே போலவே தோல்விகண்டார்.

இங்கேயும் நிலைமை தலைகீழாகி விட்டது. சிவன் பிரமாவால் படைக்கப்படுவதற்குப் பதில், பிரமாவைப் படைப்பவர் ஆகிவிட்டார். பிரமா, முக்தியளிக்கும் சக்தியையும் இழந்தார். சிவன் தான் முக்தியளிக்கும் கடவுள் என்று ஆனார். பிரமா தமக்கு முக்தி கிடைப்பதற்காக சிவனையும் சிவலிங்கத்தையும் வழிபடுகின்ற சாதாரண பக்தன்[1] ஆகிவிட்டார். அவர் சிவனுக்குச் சேவகனாகி, சிவனின் தேர்ப்பாகனின் வேலையைச் செய்பவர்[2] ஆகிவிட்டார்.

இறுதியாகப் பிரமா தமது மகளுடன் சோரம் செய்தார் என்று குற்றம் சாட்டப்பட்டு வழிபாட்டுக்கே தகுதி இல்லாதவர் ஆக்கப்பட்டார். இந்தக் குற்றச்சாட்டு பாகவத புராணத்தில் பின் வருமாறு கூறப்படுகிறது:

"ஓ, க்ஷத்திரியனே, சுயம்பு (பிரமா) தமது அழகான மகளான வாச்சிடம் ஆசை கொண்டிருந்தார் என்றும், அவளுக்கு அவர் மேல் ஆசை இல்லை என்றும் கேள்விப்பட்டிருக்கிறோம். அவருடைய மகன்களான மரீசி முதலான முனிவர்கள் தங்கள் தந்தை தீய வழியில் மனம் செலுத்துவதைக் கண்டு அவரை அன்போடு கடிந்து பேசினார்கள். "உங்களுக்கு முன் உள்ளவர்களும் பின் உள்ளவர்களும் செய்யாத செயல் இது அதிபதியான நீங்கள் உங்கள் மகளைக்காமத்துடன் அணுகுவது, மனிதர்கள் பின்பற்றத் தகுந்த பெருமையுள்ளவர்களிடம் இது பாராட்டத்தக்க செயல் அல்ல.

தம்முடைய ஒளியால் இந்தப் (பிரபஞ்சத்தை வெளிப்படுத்திய கடவுள் (விஷ்ணு) வாழ்க. அவர் 'தர்மத்தைக் காக்க வேண்டும்." தமது புதல்வர்களான பிரஜாபதிகள் இவ்வாறு பேசுவதைக் கேட்ட பிரஜாபதிகளின் அதிபதி (பிரமா) வெட்கமடைந்து தமது உடலை விட்டுவிட்டார். இந்தப் பயங்கர உடல் தான் பனிமூட்டமான இருள் என்று கூறப்படுகிறது.

இவ்வாறு பிரமா மீது கேவலமான குற்றச்சாட்டுக் கூறப்பட்ட தன் விளைவாக அவர் முற்றிலுமாகப் பழிக்கப்பட்டவராகி விட்டார். இந்தியாவில் அவரை வழிபடுவது முற்றிலுமாக மறைந்து விட்டது. திரிமூர்த்தியில் அவர் பெயரளவில் மட்டுமே ஒரு மூர்த்தியாயிருக்கிறார்

பிரமா வெளியேற்றப்பட்ட பின் சிவனும் விஷ்ணுவும் மட்டும் களத்தில் இருந்தார்கள். இந்த இருவரும் ஒருபோதும் சமாதானமாயிருக்கவில்லை. இருவருக்குமிடையே தொடர்ந்து போட்டி இருந்து வந்தது. சிவனையும் விஷ்ணுவையும் வணங்கும் பிராமணர்களின் பிரசாரங்களும் எதிர்ப் பிரசாரங்களும் புராணங்களில்

1 மகாபாரதம், முயிர் காட்டிய மேற்கோள்படி, 10. ப.132

2 மேற்படி, ப 199

நிறைந்துள்ளன. ஒன்றுக்கொன்று இவை சளைக்காதவையாயிருந்ததைப் பின்வரும் உதாரணங்களிலிருந்து காணலாம்:

விஷ்ணு, வேதத்தில் கூறப்படும் சூரியனுடன் தொடர்பு படுத்தப்பட்டுள்ளார். சிவனை வழிபடுவோர் அவரை அக்னியுடன் தொடர்புபடுத்துகிறார்கள். இதன் நோக்கம், விஷ்ணுவுக்கு வேதத்தில் மூலம் கூறப்பட்டால், சிவனுக்கும் வேதத்தில் மூலம் கூறவேண்டும் என்பதே. உயர்ந்த மூலம் உள்ளவர் என்பதில் ஒருவர் மற்றவருக்குத் தாழ்ந்தவராக இருக்கக்கூடாது.

சிவன் விஷ்ணுவைவிட உயர்ந்தவராக இருக்கவேண்டும். விஷ்ணு சிவனை விடக் குறைந்தவராக இருக்கக்கூடாது. விஷ்ணுவுக்கு ஆயிரம் பெயர்கள் உள்ளன. எனவே சிவனுக்கும் ஆயிரம்[1] பெயர்கள் இருக்க வேண்டும் என்று அவருக்கும் ஆயிரம் பெயர்கள் கொடுக்கப்பட்டுள்ளன.[2]

விஷ்ணுவுக்கு நான்கு அடையாளங்கள் உள்ளன[3]. எனவே சிவனுக்கும் நான்கு அடையாளங்கள் கொடுக்கப்பட்டன. அவையாவன: (1) கங்கை (2) சந்திரன் (3) பாம்பு (4) சடை சிவன் விஷ்ணுவுடன் போட்டி போடாதது அவதாரங்கள் மட்டுமே இதில் போட்டியிட விரும்பவில்லை என்பது காரணமல்ல. இதற்குத் தத்துவரீதியான இடையூறு இருந்ததே காரணம். சைவர்களும் வைஷ்ணவர்களும் அழிவில்லாத ஆனந்தம் பற்றிக் கொண்டிருந்த கருத்துக்களில் அடிப்படையிலேயே மாறுபட்டார்கள். திரு. அய்யர் பின்வருமாறு சுட்டிக் காட்டுகிறார்.

"சைவர்களின் இலட்சியம், உடலும் மனமும் பற்றிய எல்லாத் தளைகளையும் அழித்து. அவற்றிலிருந்து இறுதியாக விடுதலை பெறுவதாகும். எனவே அவர்கள் ருத்திரனை நீக்க முடியாதவராக, ஒரு காலத்திலும் அழிக்கப்பட முடியாதவராக, மற்ற எல்லாவற்றையும் தாம் அழிப்பவராக உருவகம் செய்தார்கள். அதனால் தான் ருத்திரன், அழிப்பவர் என்று அழைக்கப்பட்டார். ஒரு மனிதனின் ஆன்மிக வளர்ச்சியின் இறுதிக் கட்டத்தில் பரம்பொருளான சிவனிடமிருந்து எந்தவிதத்திலும் பிரிந்திருக்கக் கூடாது. அவன், உடல், மனம், இன்பம், துன்பம் என்பன போன்ற எல்லா இருமைகளையும் கடந்து சிவனுடன் ஒன்றிவிட வேண்டும். சிவ சாயுச்சியம் என்ற இந்த நிலையில் தன்னைச் சிவனிடமிருந்து வேறொருவனாகக் கருத முடியாது. ஒருவன் அந்த நிலையை அடையும் வரை, அவன் எவ்வளவு தூய்மையானவனாக

---
1. பார்க்க விஷ்ணு சகஸ்ரநாமம்.
2. இவை பத்ம புராணத்தில் கூறப்படுகின்றன.
3. மேற்படி

இருந்தாலும் சாயுச்சியம் அடைவதற்கு எவ்வளவு தகுதியுடையவனாக இருந்தாலும் அவன் பரிபூரணம் அடையாதவனே. ஏனென்றால் அத்தகைய தகுதியை மட்டும் அடைந்தவர்கள் சாயுச்சியத்துக்குக் கீழான சாலோகம், சாமீபம், சாரூபம் என்ற நிலைகளையே அடைந்திருக்கிறார்கள். அதனால் தான் அவதாரக் கோட்பாடு சைவர்களுக்கு ஏற்புடையதாயில்லை. அவதாரம் என்ற நிலையில் கடவுள் ஒரு வரம்புக்கு உட்பட்டவராகிறார். தம்மைத் தளைகளிலிருந்து விடுவித்துக் கொள்ளும் திறன் அவருக்கு இருக்கக்கூடும் என்றாலும் தளைகள் இல்லாதவர் அல்ல. வைஷ்ணவர்களின் நம்பிக்கை வேறுவிதமானது. தாங்கள் அடையக்கூடியதும், அடைய வேண்டியதுமான மிக உயர்ந்த நிலை பற்றி அவர்களும் தெளிவான கருத்துக் கொண்டிருந்தார்கள். ஒருவன் தன்னுடைய தனித்தன்மையை முற்றிலுமாக இழந்துவிடும் கருத்து அவர்களுக்கு ஏற்புடையதாயில்லை. ஒருவன் பரம்பொருளுடன் இணைய வேண்டும், அதே சமயம் இணைந்திருப்பதை உணர்ந்திருக்கவும் வேண்டும். அவன் பிரபஞ்சத்துடனும் இணைந்திருக்க வேண்டும்; பிரபஞ்சம், அழியாத பரம்பொருளின் மறு அம்சமாகக் கருதப்பட வேண்டும். வேறுவிதமாகச் சொன்னால், பரம புருஷனான கடவுளிடமிருந்து பிரபஞ்சம் வேறானது என்பது போல் அது அழிந்து போவதை அவர்கள் ஏற்கவில்லை. பிரபஞ்சம் பரம புருஷனின் வெளிப்பாடான தோற்றமே தவிர வேறொன்றும் இல்லை என்பதால் பிரபஞ்சம் பாதுகாக்கப்படவேண்டும் என்பதே அவர்களின் கருத்து. அதனால் தான் விஷ்ணு காக்கும் கடவுள் என்று அழைக்கப்பட்டார். உண்மையை உணரும் விதத்தில் உள்ள வேறுபாடே இது. சைவர்கள் பிரபஞ்சத்தைத் துன்பமும் துயரமும் நிறைந்த பொருளாக - பாசம் எனப்படும் தளையாக (இதனால் கட்டப்பட்டிருக்கும் 'உயிர் பசு' எனப்பட்டது) உடைத்து அழிக்கப்பட வேண்டியதாகக் கருதினார்கள். வைஷ்ணவர்கள் அது கடவுளின் பெருமையைக் காட்டுவதாகவும் பாதுகாக்கப்பட வேண்டியதாகவும் கருதினார்கள். சைவர்கள் உயர்வாகக்கருதிய துன்பியல் நோக்குக் கொண்டிருந்ததால், தர்ம சாஸ்திரங்கள் அர்த்தசாஸ்திரங்கள், மற்ற மத நூல்கள் ஆகியவற்றுக்கு மதிப்பளிக்காமலிருக்கலாம். ஏனென்றால் இவையெல்லாம் உலகத்தின் நல்வாழ்வுக்காக ஒழுங்குமுறையை ஏற்படுத்தும் நோக்கத்துடன் உருவாக்கப்பட்டவை. அவர்கள் மரபுக்குள் அடங்காதவர்களாக, விதிகளையும் வழக்கங்களையும் மதிக்காத வர்களாகத்தான் இருக்க முடியும். மிக உயர்ந்த ஆன்ம வளர்ச்சி பெற்ற சைவனுக்குச் சாதிக்கட்டுப்பாடு பற்றிய கருத்துக்களெல்லாம் வெறுப்பாயிருக்கும். அதிகபட்சமாக, தன்னைப் போன்று வளர்ச்சி பெறாத மற்றவர்களிடம் அது காணப்படுவதை அவன் சகித்துக் கொள்ளக்கூடும். அவன்,

சிவனுடன் சாலோகம், சாமீபம், சாரூபம், சாயுச்சியம் அடைவதற்குத் தகுதியுள்ளவர்கள் எந்தச் சாதியாயிருந்தாலும் அவர்களுடன் மட்டுமே பழகுவான். அவர்களுக்குத்தான் மதிப்பளிப்பான். ஆனால் வைஷ்ணவன் உலகில் அமைதியையும் மகிழ்ச்சியையும் வளர்க்க உதவக்கூடிய விதிகளையும் ஒழுங்கு முறைகளையும் பாதுகாப்பதில் நாட்டம் கொண்டவன். தர்மம் அழிந்தால் உலகமும் அழிந்து போகும். ஆனால் உலகம் பரம புருஷனின் மகிமையின் வெளிப்பாடு ஆதலால் அதை அழிய விடக்கூடாது. எனவே தர்மத்தைப் பாதுகாப்பதற்குத் தன்னால் இயன்றதனைத்தையும் செய்வது அவனது கடமையாகும். இது தன்னுடைய சக்திக்கு மீறிப்போனால் விஷ்ணு தாமே இதைச் செய்வார் அவர் உலகில் அவதாரம் எடுப்பார். இவ்வாறு விஷ்ணு உலகில் வந்தால், அது தீயவர்களை, அதாவது தர்மத்தைச் சீர்குலைப்பதற்குக் காரணமாயிருந்த எல்லோரையும் அழிப்பதற்காகவே இருக்கும். எனவே விஷ்ணுவிடம் அவ்வாறு தண்டனைக்கு உரியவராகாமல் நடந்துகொள்ள வேண்டும். எனவே சிவ பக்தர்கள் பின்பற்றுவதற்காகக் கூறப்பட்ட ஆகமங்கள் அல்லது விதிகள் சாதியை வலியுறுத்தவில்லை. பக்தர்களின் கடமைகளைத்தான் அவை எடுத்துக்கூறுகின்றன. இவற்றை முறையாகச் செய்கின்ற பக்தன் கடவுளின் காட்சியைப் பெறுவதற்கும் இறுதியாகச் சிவனுடன் இரண்டற ஒன்றி விடுவதற்கும் தகுதி பெறுவான். இந்தக் கருத்துக்கள் சாதிமுறைமைக்கு எதிராக இருந்ததால் மற்றவர்கள் இவற்றைத் தூய்மையற்றவை என்று கருதினார்கள். எனவே, முன்பே குறிப்பிட்டபடி இவை கண்டிப்பான மத நூல்களில் குறிப்பிடப்படவில்லை."

பெருமைக்குரிய செயல்களைச் செய்வதில் சிவனைப் பற்றிய பிரசாரங்களுக்குச் சமமாக விஷ்ணுவைப் பற்றியும் பிரசாரம் செய்யப்பட்டது. இதற்கு ஒரு உதாரணம் கங்கை தோன்றியதைப் பற்றிய கதை[1] ஆகும். சிவ பக்தர்கள் கங்கை சிவனால் தோற்றுவிக்கப்பட்டது என்கிறார்கள். சிவனின் சடை முடியிலிருந்து கங்கை வந்ததாக அவர்கள் கூறுகிறார்கள்.

ஆனால் வைஷ்ணவர்கள் இதை ஏற்கவில்லை. அவர்கள் வேறொரு கதையை உருவாக்கினார்கள். புனிதமானதும் புனிதமளிப்பதுமான கங்கை நதி விஷ்ணுவின் உறைவிடமாகிய வைகுண்டத்தில் விஷ்ணுவின் பாதங்களிலிருந்து வெளிப்பட்டு, கைலாசத்தில் இறங்கி சிவனின் தலைமேல் விழுந்தது என்பது இந்தக்கதை. இந்தக் கதையில் இரண்டு உட்குறிப்புகள் உள்ளன. முதலாவதாக, கங்கையைச் சிவன் தோற்றுவிக்கவில்லை. இரண்டாவதாக, சிவன் விஷ்ணுவைவிடத் தாழ்ந்தவர்; விஷ்ணுவின் பாதங்களிலிருந்து வரும் நீரைத் தமது தலைமேல் ஏற்பவர்.

1.மூர் எழுதிய 'இந்து தெய்வங்கள்' பக். 40-41

மற்றொரு உதாரணம் தேவர்களும் அசுரர்களும் பாற்கடலைக் கடைந்த கதையில் காணப்படுகிறது. அவர்கள் மந்தர மலையை மத்தாகவும். சேஷனாகிய பெரிய பாம்பைக் கயிறாகவும் கொண்டு கடலைக் கடைந்தார்கள். அப்போது பூமி நடுங்கியது; உலகம் அழியப் போகிறது என்று மக்கள் பயமடைந்தார்கள். விஷ்ணு கூர்ம (ஆமை) அவதாரம் எடுத்து பூமியைத்தம் முதுகின் மேல் தாங்கிக்கொண்டு, கடல் கடையப்படும் போது பூமி நடுங்காமல் காத்தார். இந்தக் கதை விஷ்ணுவின் பெருமையைக் காட்டுவதற்காகக் கூறப்படுகிறது. சைவர்கள் இதற்கு ஒரு பின்னிணைப்புச் சேர்த்தார்கள். இதன்படி, கடலைக் கடைந்ததன் மூலம் அதிலிருந்து பதினான்கு மணிகள் என்று கூறப்படும் பதினான்கு பொருள்கள் வெளிப்பட்டன. இவற்றில் ஒன்று மிகக் கடுமையான நஞ்சு. அதை யாரேனும் குடித்தாலன்றி அது உலகத்தையே அழித்துவிடும். சிவன் ஒருவர்தான் அதைக்குடிக்க முன் வந்தார் இதன் கருத்து, எதிரிகளான தேவர்களையும் அசுரர்களையும் கடலைக் கடைய அனுமதித்து நஞ்சு வெளிப்படச் செய்த விஷ்ணுவின் செயல் மதியீனமானது என்பதாகும். நஞ்சைக் குடித்து, விஷ்ணுவின் மதியீனத்தால் நேரவிருந்த பெரும் ஆபத்திலிருந்து உலகைக் காத்த சிவன் பெருமை மிக்கவர்.

மூன்றாவது உதாரணம், விஷ்ணு அறிவற்றவர் என்றும், சிவனே தமது பெரும் அறிவினாலும் பலத்தினாலும் விஷ்ணுவின் அறிவீனத்தின் விளைவிலிருந்து அவரைக் காப்பாற்றுகிறார் என்றும் காட்டுகின்ற முயற்சியாகும். இது அக்ரூராசுரன் கதை[1] அக்ரூரன் கரடி முகம் கொண்ட அசுரன். ஆயினும் அவன் எப்போதும் வேதங்களைப் படித்துக் கொண்டும் பக்தியான செயல்களைச் செய்து கொண்டும் இருந்தான். விஷ்ணு இதனால் மகிழ்ச்சியடைந்து அவன் என்ன வரம் கேட்டாலும் தருவதாகக் கூறினார். அக்ரூரன், அப்போது மூன்று உலகங்களிலும் உள்ள எந்தப் பிராணிக்கும் தனது உயிரைப் போக்கும் சக்தி இருக்கக்கூடாது என்று வரம் கேட்டான். விஷ்ணு அந்த வரத்தைக் கொடுத்தார். வரம் பெற்ற அசுரன் மிகவும் கர்வம் கொண்டு தேவர்களை ஒடுக்கினான். அவர்கள் ஓடி ஒளிந்து கொள்ள வேண்டியதாயிற்று. அக்ரூரன் உலகின் அதிபதியாகிவிட்டான். விஷ்ணு, அசுரனின் நன்றி கெட்ட செயலை நினைத்துக் கவலைப்பட்டுக் கொண்டு காளி நதிக்கரையில் உட்கார்ந்திருந்தார். அவருடைய உள்ளத்தில் கொதித்த கோபத்தினால் அவருடைய கண்களிலிருந்து முன்பு எப்போதுமே இருந்திராத உருவம் ஒன்று வெளிப்பட்டது. அதுதான் மகாதேவரின் அழிக்கும் தன்மை கொண்ட உருவம் அவர் ஒரு நொடியில் விஷ்ணுவின் கவலையைத் தீர்த்து வைத்தார்.

---

1. இந்தக் கதை விஷ்ணு ஆகமத்தில் கூறப்படுகிறது. மூரின் "ஹிந்து தெய்வங்கள்" என்ற நாவில் (பக்கம் 19-20) இது மேற்கோள் காட்டப்படுகிறது.

இதற்கு மாறாக, சிவன் அறிவற்றவர் என்றும். அவரது அறிவின்மையின் விளைவிலிருந்து விஷ்ணு அவரைக் காப்பாற்றுகிறார் என்றும் காட்டுவதற்குப் பஸ்மாசுரன் கதை சொல்லப்படுகிறது. பஸ்மாசுரன் சிவனை மகிழ்வித்து அவரிடம் வரம் கேட்டான். யாருடைய தலையில் தன் கையை வைத்தாலும் அவர் உடனே எரிந்து போகவேண்டும் என்பது அவன் கேட்ட வரம். சிவன் வரத்தைக் கொடுத்துவிட்டார். பஸ்மாசுரன் சிவனின் தலையிலேயே தன்கையை வைக்க வந்தான். சிவன் பயந்துபோய் விஷ்ணுவிடம் உதவி கேட்டார். விஷ்ணு ஒரு அழகான பெண்ணின் உருவத்தை எடுத்துக் கொண்டு பஸ்மாசுரனிடம் சென்றார். அவன் அவள் மேல் மோகம் கொண்டான். தான் அவனுக்கு இணங்கவேண்டுமானால் தான் சொல்கின்றபடி செய்ய வேண்டும் என்று விஷ்ணு நிபந்தனை போட்டார். பஸ்மாசுரன் ஒப்புக்கொள்ளவே, அவன் தன் தலையையே தன் கையால் தொடவேண்டும் என்று விஷ்ணு கூறினார். பஸ்மாசுரன் அவ்வாறே தன் தலையைத் தன் கையால் தொட்டதும் எரிந்து இறந்தான். சிவனின் அறிவீனத்தின் விளைவிலிருந்து அவரைக் காப்பாற்றியதற்காக விஷ்ணுவுக்குப் புகழ் சேர்ந்தது.

"ஈசன் (மகாதேவர்) வேறு எதனாலும் காரணங்களின் காரணமாயிருக்கிறரா? வேறு யாருடைய லிங்கமும் (ஆண்குறி) தேவர்களால் வழிபடப்படுவதாக நாம் கேள்விப்படவில்லை. மகாதேவரின் லிங்கத்தைத் தவிர வேறு யாருடைய லிங்கமாவது தேவர்களால் வழிபடப்படுவதாக அல்லது முன்பு வழிபடப் பட்டதாகத் தெரிந்தால் அதைத் தெரிவிப்பாயாக. எனவே, யாருடைய லிங்கத்தை பிரமாவும் விஷ்ணுவும் நீயும் (இந்திரன்) மற்ற தெய்வங்களும் எப்போதும் வழிபடுகிறார்களோ, அவரே மிக உயர்ந்தவர் ஆவார். குழந்தைகள், பிரமாவின் தாமரைக் குறியோ, விஷ்ணுவின் சக்கரக் குறியோ, (இந்திரனின்) இடிக்குறியோ கொண்டு பிறப்பதில்லை. ஆனால் ஆண்குறியும் பெண்குறியும் கொண்டு பிறக்கின்றன. தேவியின் அம்சத்தைக் காரணமாகக் கொண்டு பிறக்கின்ற எல்லாப் பெண்களுக்கும் பெண்குறி உள்ளது. எல்லா ஆண்களும் அரனின் ஆண்குறியைப் பெற்றிருக்கிறார்கள். ஈஸ்வரனை (மகாதேவர்) அல்லாமல் வேறு காரணம் உண்டு என்று கூறுபவன், தேவியின் குறி இல்லாத எந்தப் (பெண்ணாவது) இருப்பதாகக் கூறுபவன்) மூன்று உலகிலும் யாராயிருந்தாலும் அந்த அறிவிலியை வெளியே தள்ளுக. ஆணாயிருப்பது எல்லாம் ஈஸ்வரன் என்றும், பெண்ணாயிருப்பது எல்லாம் உமா என்றும் அறிவாயாக; இந்த உலகம் முழுவதுமே, அசைவன, அசையாதன் எல்லாம் (இந்த) இரண்டு உடல்களால் நிரம்பியுள்ளன.

பல கடவுள் கொள்கை நினைத்துப் பார்க்க முடியாதது என்றும் முரணானது என்றும் கிரேக்க தத்துவ அறிஞர் ஜெனோபேனீஸ் கூறுகிறார். ஒரே - கடவுள் கொள்கைதான் உண்மையானது என்கிறார். தத்துவரீதியாகப் பார்த்தால் ஜெனோபேனீஸ் கூறுவது சரியாயிருக்கலாம். ஆனால் வரலாற்று ரீதியாகப் பார்க்கும் போது இரண்டுமே இயல்பானவைதான். சமூகம் ஒரே சமுதாயமாக அமைந்திருக்கும்போது ஒரே - கடவுள் கொள்கை இயல்பானது. சமூகம் பல்வேறு சமுதாயங்களின் சம்மேளனமாயிருக்கும் போது பல கடவுள் கொள்கை இயல்பானதும் தவிர்க்கமுடியாததும் ஆகும். புராதன சமுதாயம் ஒவ்வொன்றும் மனிதர்களை மட்டும் கொண்டதாக இல்லாமல், மனிதர்களையும் அவர்களின் கடவுளர்களையும் கொண்டதாக இருந்ததால், பல்வேறு சமுதாயங்கள் ஒன்று சேர்ந்து இணைய வேண்டுமானால் தங்களின் கடவுள்களை மற்றவர்களும் ஏற்கவேண்டும் என்ற நிபந்தனையின் பேரில்தான் இணைய முடியும். இவ்வாறு தான் பல - கடவுள் கொள்கை வளர்ந்தது.

எனவே இந்துக்களிடையே புல கடவுள்கள் இருப்பது புரிந்து கொள்ளக்கூடியதே. ஏனென்றால் இந்து சமூகம் பற்பல இனக் குழுக்களும் சமுதாயங்களும் ஒன்று சேர்ந்து உருவாகியுள்ளது. இவை ஒவ்வொன்றுக்கும் வெவ்வேறு கடவுள்கள் இருந்தார்கள். ஆனால் விசித்திரமாகத் தோன்றுவது என்னவென்றால், இந்துக் கடவுள்கள் ஒருவரோடு ஒருவர் போட்டியிட்டுப் போராடிக் கொண்டிருப்பதும், சாதாரண மனிதர்கள் வெட்கக்கேடானதாகவும் அவமானகரமானதாகவும் கருதக்கூடிய விஷயங்களை ஒரு கடவுள் மேல் மற்றொரு கடவுள் சுமத்துவதும் ஆகும். இதற்குத்தான் விளக்கம் தேவைப்படுகிறது.

புதிர் எண் 11

இந்துக் கடவுளர்களைப் பிராமணர்கள் ஏன் எழுச்சியும் வீழ்ச்சியுமுறச் செய்தார்கள்?[1]

இந்துக்கள் உருவ வழிபாடு செய்பவர்கள் அதாவது சிலைகளை வணங்குபவர்கள் என்று குற்றம் சாட்டப்படுகிறது. ஆனால் சிலைகளை வணங்குவதில் தவறு ஒன்றும் இல்லை. சிலை செய்வது. தெய்வத்தின் புகைப்படத்தை வைத்துக்கொள்வது போன்றதே. புகைப்படங்களை வைத்துக்கொள்வதற்கு ஆட்சேபம் எதுவும் இல்லை என்றால் உருவத்தை வைத்துக் கொள்வதற்கும் ஆட்சேபம் இருக்க முடியாது. ஆனால் இந்துக்கள் சிலைகளை வணங்குவது, புகைப்படம் போல ஒரு உருவத்தை வைத்து வணங்குவது மட்டும் அல்ல, அதைவிட அதிகமான ஒன்று. இந்துவின் சிலை ஒரு உயிருள்ள பொருளாகவும், மனிதர்களில் எல்லாச் செயல்களையும் கொண்டதாகவும் கருதப்படுகிறது. பிராணப் பிரதிஷ்டை என்ற ஒரு சடங்கின் மூலம் சிலைக்கு உயிர் கொடுக்கப்படுகிறது. பௌத்தர்களும் புத்தரின் சிலையை வைத்து வணங்குவதால் அவர்களும் சிலை வணக்கக்காரர்களே. ஆனால் அவர்கள் வணங்கும் சிலை வெறும் புகைப்படம் போன்ற உருவமே அதற்கு உயிர் கிடையாது. இந்துக்கள் சிலைக்கு உயிர் கொடுத்து அதை உயிருள்ள பொருளாக ஏன் வைத்தார்கள் என்று ஆராய்ந்தால் பல உண்மைகள் தெரியவரும்.

ஆனால் அந்த ஆராய்ச்சி இந்த அதிகாரத்தின் வரம்புக்கு அப்பாற்பட்டது.

இந்துக்கள் மீது கூறப்படும் இரண்டாவது குற்றச்சாட்டு, அவர்கள் பல கடவுள்களை வணங்குகிறார்கள் என்பதாகும். ஆனால் பல கடவுள்களை வணங்கும் வழக்கம் இந்துக்களிடம் மட்டுமே காணப்படுவதல்ல. இரண்டு உதாரணங்கள் மட்டும் தருவதென்றால் ரோமர்களையும் கிரேக்கர்களையும் குறிப்பிடலாம். இவர்களும் பல கடவுள்களை வணங்குகிறார்கள் எனவே இந்தக் குற்றச்சாட்டில் பலம் இல்லை.

---

1. இது 43 பக்கங்கள் கொண்ட தட்டச்சுப்பிரதியாகும். ஆசிரியரின் கையாலேயே திருத்தங்களும் மாற்றங்களும் செய்யப்பட்டுள்ளன. இறுதிப் பத்தி ஆசிரியரின் கையாலேயே திருத்தங்களும் மாற்றங்களும் செய்யப்பட்டுள்ளன. இறுதிப் பத்தி ஆசிரியரின் கையால் மையினால் எழுதப்பட்டுள்ளது. இந்த அதிகாரத்துக்குக் கடவுள்களின் எழுச்சியும் வீழ்ச்சியும்' என்று தலைப்புத்தரபட்டிருந்தது. ஆனால் வேண்டாதவற்றை அடிப்பதற்கு ஆசிரியர் பயன்படுத்தும் நீலப் பென்சிலாக இந்தத் தலைப்பு அடிக்கப்பட்டிருக்கிறது. - பதிப்பாசிரியர்கள்

இந்துக்கள் மீது கூறக்கூடிய உண்மையான குற்றச்சாட்டைப் பெரும்பாலானவர்கள் கவனிக்கத் தவறிவிட்டதாகத் தோன்றுகிறது. இந்துக்கள் தங்கள் கடவுள்களிடம் காட்டும் ஈடுபாடு நிலையானதாகவும் உறுதியானதாகவும் இல்லை என்பதே அந்தக் குற்றச்சாட்டு. அவர்கள் ஒரே கடவுளிடம் விசுவாசமும் பற்றும் நம்பிக்கையும் கொள்ளவில்லை. சில கடவுள்கள் சில காலத்துக்கு வணங்கப்படுவதும், பின்பு அவர்களை வணங்குவது கைவிடப்பட்டு அவர்கள் குப்பையில் போடப்படுவதும் சாதாரணமாகக் காணப்படுகின்றன. புதிய கடவுளர்கள் வணக்கத்துக்கு எடுத்துக் கொள்ளப்படுகிறார்கள் வெகுவாகப் பொங்கிப் பெருகும் ஆர்வத்துடன் வணங்கப்படுகிறார்கள். இந்தப் புதிய கடவுள்களும் கைவிடப்பட்டு வேறு சில புதிய கடவுள்கள் எடுத்துக் கொள்ளப் படுகிறார்கள். இந்தச் சக்கரம் சுழன்று கொண்டேயிருக்கிறது. இவ்வாறாக இந்துக் கடவுள்களுக்கு எழுச்சியும் வீழ்ச்சியும் ஏற்பட்டுக் கொண்டேயிருக்கின்றன. உலகில் வேறு எந்தச் சமுதாயத்திலும் இம்மாதிரி நடப்பதில்லை.

இந்துக்கள் தங்கள் கடவுள்கள் விஷயத்தில் இவ்விதம் மிகவும் பொறுப்பின்றி நடந்து கொள்கிறார்கள் என்ற கூற்றை ஏற்பதில் தயக்கம் இருக்கலாம். இந்த விஷயத்தில் சில சான்றுகள் தருவது அவசியமாகும். சான்றுகள் ஏராளமாக உள்ளன. இப்போது இந்துக்கள் நான்கு கடவுளர்களை வழிபடுகிறார்கள். (1) சிவன், (2) விஷ்ணு, (3) இராமன், (4) கிருஷ்ணன். இப்போது கவனிக்க வேண்டிய கேள்வி, இந்துக்கள் தொடக்கத்திலிருந்து இந்த நான்கு கடவுள்களை மட்டும் தான் வழிபட்டு வந்தார்களா என்பதே.

இந்துக்கள் வணங்கும் கடவுள்களின் எண்ணிக்கை மிகப் பெரியது. எண்ணிக்கையில் வேறு எந்த மதத்தின் கடவுள்களும் இவ்வளவு அதிகமாக இல்லை. ருக் வேதக் காலத்தில் இந்த எண்ணிக்கை மிகப்பெரிய தொகையாகக் காணப்படுகிறது. ருக்வேதத்தில்[1] இரண்டு இடங்களில் மூவாயிரத்து முந்நூற்று ஒன்பது கடவுள்கள் இருப்பதாகக் குறிப்பிடப்படுகிறது. இந்த எண்ணிக்கை பின்பு முப்பத்து மூன்றாகக்[2] குறைக்கப்பட்டது. இதற்கு என்ன காரணம் என்பதை இப்போது நாம் தெரிந்து கொள்ள முடியவில்லை. இது மிகப் பெரிய குறைப்பு ஆகும். ஆயினும் இந்துக் கடவுளர்களின் இந்த எண்ணிக்கையே கூட மிக அதிகமாகவே உள்ளது.

இந்த முப்பத்து மூன்று கடவுளர்கள் யார் என்பதைச் சதபத பிராமணம்[3] விவரிக்கிறது. வசுக்கள் *8*. ருத்திரர்கள் *11*. ஆதித்யர்கள் *12*. தியாசுஸ் (வானம்), பிருதிவி (பூமி).

---

1. ருக்வேதம்.3 99.10.52: 6 வஜ் 5.33.7 முயிர். தொ 5.ப.12
2. ருக்வேதம்.1.139.3.6.9.8.28.1.8.35.3 முயிர். தொ.5.ப.10
3. கீ நா.பு.நூ 4.5.7.2 முயிர், தொ. 5.ப 11 1.

எண்ணிக்கையை விட முக்கியமானது கடவுளர்களுக்கு இடையே உள்ள உயர்வு தாழ்வுகள் இந்த 3 கடவுளர்களிடையே உயர்வு தாழ்வு இருந்ததா? ருக்வேதத்தில் உள்ள ஒரு மந்திரத்தில் இந்தக் கடவுளர்கள் மரியாதையும் முதன்மையும் அளிப்பதற்கு இரண்டு பிரிவுகளாகப் பிரித்துக் கூறப்படுகிறார்கள். இவற்றுள் ஒன்று பெருமையுள்ளதும் சிறியதும் என்றும், மற்றது இளமையானதும் வயதானதும் என்றும் கூறப்படுகிறது. இந்தக் கருத்து ருக் வேதத்திலேயே கூறப்படும் மற்றொரு கருத்துக்கு முரணானதாகத் தோன்றுகிறது. பழைய விதி கூறுகிறது:

"ஓ கடவுள்களே, உங்களில் எவரும் சிறியவரோ இளையவரோ அல்ல. நீங்கள் அனைவருமே பெரியவர்கள்." பேராசிரியர் மாக்ஸ் முல்லர் கூறும் முடிவும் இதுதான்

"இந்தத் தனித்தனிக் கடவுள்கள் அழைக்கப்படும் போது அவர்கள் மற்றவர்களின் சக்தியினால் வரம்புக்கு உட்படுத்தப்பட்டவர்களாகவோ, உயர்ந்தவர்களாகவோ தாழ்ந்தவர்களாகவோ கருதப்படுவதில்லை. ஒவ்வொரு கடவுளும். அவரை வணங்கி வேண்டிக் கொள்கிறவனுக்கு மற்ற எல்லாக் கடவுள்களையும் போலவே சிறந்தவராவார். அந்த நேரத்தில் அவர் உண்மையான தெய்வமாகவும், எல்லோரிலும் உயர்ந்தவராகவும் முழு முதலானவராகவும் கருதப்படுகிறார். ஆனால் பல கடவுளர்கள் இருப்பதனால் ஒவ்வொரு கடவுளுக்கும் வரம்பு இருக்க வேண்டும் என்றும் நம் மனத்துக்குத் தோன்றும். ஒரு கடவுளை வணங்குகின்றவனுக்கு அந்த நேரத்தில் மற்ற எல்லோரும் அவனுடைய கண்ணிலிருந்து மறைந்துபோய், அவனுடைய விருப்பங்களை நிறைவேற்ற வேண்டிய அந்தக் கடவுள் மட்டுமே அவனுடைய கண்களின் முன் முழுவெளிச்சத்தில் நிற்கிறார்"

"எங்குமே எந்தக் கடவுளுமே மற்றவர்களின் அடிமையாகக் கூறப்படவில்லை."

இது ஒரு குறிப்பிட்ட காலத்துக்குத்தான் உண்மையாகும். கடவுள்களைப் பற்றிய பழைய பார்வைக் கோணத்தில் ஒரு மாற்றம் ஏற்பட்டதாகத் தோன்றுகிறது. ஏனென்றால் வேதங்களில் பல பாடல்களில் சில கடவுள்களை அனைவரிலும் உயர்ந்தவர்களாகவும் முழு முதலானவர்களாகவும் கூறப்படுகிறார்கள்.

இரண்டாவது மண்டலத்தின் முதல் பாடலில் அக்னி. பிரபஞ்சத்தை ஆள்பவர் என்றும், மனிதர்களின் அதிபதி என்றும். விவேகமிக்க மன்னர் தந்தை, சகோதரன், மகன், நண்பன் என்றும் கருதப்படுகிறார்; மற்ற எல்லோருடைய சக்திகளும் பெயர்களும் இவருக்கே கூறப்படுகின்றன.

பின்பு இரண்டாவதாக ஒரு கடவுள் அக்னியின் இடத்துக்கு உயர்த்தப்படுகிறார். அவர்தான் இந்திரன். வேத மந்திரங்களிலும்

பிராமணங்களிலும் இந்திரன் மிகவும் வலிமை மிக்க கடவுளாகப் பேசப்படுகிறார். பத்தாவது புத்தகத்தில் உள்ள பாடல்களில் ஒன்றின் பல்லவி, விஸ்வஸ்மத் இந்தர உத்ரஹ இந்திரன் எல்லோரையும் விடப் பெரியவன்' என்று கூறுகிறது.

பின்பு மூன்றாவதாக ஒரு கடவுள் மிக உயர்ந்த நிலைக்கு உயர்த்தப்படுகிறார். இந்தக் கடவுள் சோமன். அவர் மிக உயர்ந்தவராகப் பிறந்தவர் என்றும், எல்லோரையும் வெல்லுபவர் என்றும் கூறப்படுகிறது. அவர் உலகத்தின் மன்னர் என்றும், மனிதர்களின் ஆயுளை நீடிக்கச் செய்யும் வல்லமை உள்ளவர் என்றும் கூறப்படுகிறது. ஒரு மந்திரத்தில். அவர் சுவர்க்கத்தையும், பூமியையும், அக்னியையும். சூரியனையும். இந்திரனையும், விஷ்ணுவையும் படைப்பவர் என்று கூறப்படுகிறது.பின்பு சோமன் மறக்கப்பட்டு, நான்காவதாக ஒரு கடவுள் உயர்த்தப்படுகிறார். இவர் வருணன். வருணன் எல்லாக் கடவள்களிலும் மிக உயர்ந்தவர் ஆக்கப்பட்டார். தெய்வ சக்தியை, எல்லாவற்றிலும் உயர்ந்த சக்தியை மனிதனின் மொழியில் பின் வருமாறு வேதக்கவி கூறுவதைவிட வேறு எப்படிக் கூறமுடியும்: 'நீ எல்லாவற்றுக்கும் அதிபதி, பூமிக்கும், சுவர்க்கத்துக்கும்', மற்றுமோர் மந்திரம் *(ii,27,10)* "நீ எல்லோருக்கும் மன்னன்; கடவுள்களுக்கும், மனிதர்களுக்கும், என்று கூறுகிறது.

மேலே கூறப்பட்ட சான்றுகளிலிருந்து 33 வேதக் கடவுளர்களில் நால்வர். அக்னி, இந்திரன், சோமன். வருணன் ஆகியோர் முக்கிய கடவுள்களானார்கள் என்பது தெளிவாகிறது. மற்றக் கடவுள்கள் கடவுள்களாயில்லாமல் போய்விடவில்லை. இந்த நான்கு கடவுள்கள் மற்றவர்களைவிட மேலானவர்களாக உயர்த்தப்பட்டார்கள். பின்பு ஒரு கட்டத்தில் சதபத பிராமணத்தின் காலத்தில் வெவ்வேறு கடவுள்களுக்கிடையிலான நிலையில் மாற்றம் ஏற்பட்டதாகத் தெரிகிறது. சோமன், வருணன் ஆகிய இருவரும் முக்கிய கடவுள்கள் என்ற நிலையை இழந்துவிட்டார்கள். அக்னியும் இந்திரனும் தொடர்ந்து அந்த நிலையைப் பெற்றிருந்தார்கள். ஒரு புதிய கடவுளும் வந்து விட்டார். அவர்தான் சூரியன். இந்த மாற்றத்தின் விளைவாக, அக்னி, இந்திரன். சோமன், வருணன் ஆகியோர் முக்கிய கடவுள்களாக ஆனார்கள். இது சதபத பிராமணத்தில் பின்வருமாறு கூறப்படுவதிலிருந்து தெரிகிறது.

"ஆரம்பத்தில் எல்லாக் கடவுள்களும் ஒரே மாதிரியாக, எல்லோரும் தூய்மையானவர்களாக இருந்தார்கள். எல்லோரும் ஒரே மாதிரியாக, எல்லோரும் தூய்மையானவர்களாக இருந்த அவர்களில் மூவர், அக்னி, இந்திரன், சூரியன் ஆகியோர் 'நாங்கள் உயர்ந்தவர்கள் ஆவோமாக' என்று விரும்பினார்கள்.

"2....

"3. ஆரம்பத்தில் அக்னியிடம், இதே சுவாலை, இப்போது அவனிடம் இருக்கும் சுவாலை இருக்கவில்லை. அவன் விரும்பினான். என்னிடம் இந்தச் சுவாலை இருக்குமாக,' என்று அவன் இந்த கிரஹ்ஸைப் பார்த்தான், அதை எடுத்துக் கொண்டான். அதனால் அவனிடம் இந்தச் சுவாலை உண்டாயிற்று

"4. ஆரம்பத்தில் இந்திரனிடம் இதே ஆற்றல்... (பத்தி 3-இல் உள்ளபடி)

"5. ஆரம்பத்தில் சூரியனிடம் இதே ஒளி...

எவ்வளவு காலத்துக்கு இந்த மூன்று கடவுள்களும் மற்றவர்களை விட உயர்ந்தவர்கள் என்ற நிலையில் இருந்தார்கள் என்று கூறுவது கடினம். ஆனால் பின்பு ஒரு கட்டத்தில் ஒரு மாறுதல் ஏற்பட்டது என்பதில் சந்தேகம் இல்லை. சூள நித்தேசத்தில் வரும் ஒரு குறிப்பிலிருந்து இது தெரிகிறது. சூள நித்தேசம் பௌத்த இலக்கியத்தைச் சேர்ந்த நூல். இதன் காலம் உத்தேசமாக... (நிறைவடையாமல் உள்ளது).

சூள நித்தேசம் அப்போது இந்தியாவில் காணப்பட்ட பல்வேறு மதப் பிரிவுகளின் பட்டியலைக் கொடுக்கிறது.

கோட்பாடுகள், சம்பிரதாயங்கள் அடிப்படையில் இவை வகைப்படுத்தப்பட்டுள்ளன.

இந்தப் பட்டியல் வருமாறு:

I-கோட்பாடுகள்		
வரிசை எண்	**கோட்பாட்டின் பெயர்**	
1.	*ஆஜீக் சிராவகா1*	*ஆஜீவிகா2*
2.	*நிகத்த சிராவகா*	*நிகந்தா3*
3.	*ஜடில சிராவகா*	*ஜடிலா4*
4.	*பரிவ்ராஜக சிராவகா*	*பரிவ்ராஜகா3*
5.	*அவருத்த சிராவகா*	*அவருதகா*

1.சிராவகா என்றால் பின்பற்றுபவர் என்று பொருள்.

2.வாழ்க்கை முறை பற்றித் தனிப்பட்ட விதிகளைக் கொண்ட துறவிகள்

3.எல்லாக் கட்டுக்களிலிருந்தும் தடைகளிலிருந்தும் விடுதலை பெற்ற துறவிகளும்

4.முடியைத் தலைமேல் முறுக்கிக் கட்டிக் கொள்ளும் துறவிகள்

5.சமூகத்திலிருந்து தப்பிச் செல்லும் துறவிகள்

II வழிபாட்டுமுறைகள்[1]

வரிசை எண்	உட்பிரிவினரின் பெயர்	வழிபடப்படும் கடவுள்
1.	ஹஸ்தி விரதிகர்	ஹஸ்தி[1]
2.	அஸ்வ விரதிகர்	அஸ்வம்[2]
3.	கோ விரதிகர்	கோ[3]
4.	குகுர் விரதிகர்	குக்கு[4]
5.	காக விரதிகர்	காகம்[5]
6.	வசுதேவ விரதிகர்	வசுதேவர்
7.	பலதேவ விரதிகர்	பலதேவர்
8.	பூரணபத்ர விரதிகர்	மணிபத்ரர்
9.	மணிபத்ர விரதிகர்	மணிபத்ரர்
10.	அக்னி விரதிகர்	அக்னி
11.	நாக விரதிகர்	நாகம்
12.	சுபர்ண விரதிகர்	சுபர்ணர்
13.	யட்ச விரதிகர்	யட்சர்
14.	அசுர விரதிகர்	அசுரர்
15.	கந்தர்வ விரதிகர்	கந்தர்வர்
16.	மகாராஜ விரதிகர்	மகாராஜா
17.	சந்திர விரதிகர்	சந்திரன்
18.	சூரிய விரதிகர்	சூரியன்
19.	இந்திர விரதிகர்	இந்திரன்
20.	பிரம விரதிகர்	பிரமா
21.	தேவ விரதிகர்	தேவர்
22.	தீஷ விரதிகர்	தீஷா

சதபத பிராமணத்தின் காலத்தில் இருந்த நிலைமையை, சூள நித்தேசத்தில் உருவாகியுள்ள நிலைமையுடன் ஒப்பிட்டுப் பார்க்கும் போது பின் வரும் கருத்துக்கள் உறுதியாக ஏற்படுகின்றன: (1) முதலாவது, அக்னி, சூரியன், இந்திரன் ஆகியோரை வழிபடுவது சூள நித்தேகத்தின் காலம் வரை தொடர்ந்தது.

---

1. விரதிகர் என்றால் வழிபடுபவர் என்று பொருள்.
2. யானை
3. குதிரை
4. பசு
5. நாய்
6. காக்கை

(2) இரண்டாவதாக. அக்னி, சூரியன், இந்திரன் ஆகியோரை வழிபடும் சம்பிரதாயங்கள் மறைந்துவிடவில்லை என்றாலும் அவை பெற்றிருந்த முதன்மையான இடங்களை இழந்துவிட்டன. வேறுபல புதிய சம்பிரதாயங்கள் உருவாகி மக்களின் ஆதரவைப் பெற்றிருந்தன. (3) மூன்றாவதாக, பிற்காலத்தில் முக்கியத்துவம் பெற்ற இரண்டு சம்பிரதாயங்கள் புதிய சம்பிரதாயங்களில் இடம் பெற்றுள்ளன. (4) நான்காவதாக, விஷ்ணு, சிவன், இராமன், ஆகியோரை வழிபடும் சம்பிரதாயங்கள் இதுவரை உருவாகவில்லை.

சூள நித்தேசத்துடன் ஒப்பிடும் போது இப்போதுள்ள நிலைமை எப்படி இருக்கிறது? இங்கேயும் மூன்று கருத்துக்கள் உறுதியாகின்றன. முதலாவது: அக்னி, இந்திரன், பிரமா, சூரியன் ஆகியோரை வழிபடும் சம்பிரதாயங்கள் மறைந்துவிட்டன. இரண்டாவது: கிருஷ்ணன் தொடரந்து தமது நிலையில் உள்ளார். மூன்றாவது : விஷ்ணு, சிவன். இராமன் ஆகியோரை வழிபடும் சம்பிரதாயங்கள் சூள நித்தேசத்தின் காலத்துக்குப் பின் புதிதாகத் தோன்றியுள்ளன. இந்த நிலைமையைப் பார்க்கும் போது மூன்று கேள்விகள் நம் முன் எழுகின்றன. ஒன்று: அக்னி, இந்திரன், பிரமா, சூரியன் ஆகியோரை வழிபடும் பழைய சம்பிரதாயங்கள் ஏன் மறைந்தன? இந்தக் கடவுள்களை வழிபடுவது ஏன் கைவிடப்பட்டது? இரண்டு கிருஷ்ணன், இராமன், சிவன், விஷ்ணு ஆகியோரை வழிபடும் புதிய சம்பிரதாயங்கள் தோன்றுவதற்குக் காரணமாயிருந்த சூழ்நிலைகள் என்ன? மூன்று: புதிய கடவுள்களான கிருஷ்ணன். இராமன், சிவன், விஷ்ணு ஆகியோர் ஒருவருக்கொருவர் என்ன நிலையில் இருந்தார்கள்.

முதல் கேள்விக்கு நாம் விடை காண முடியவில்லை. பிராமணர்கள் அக்னி, இந்திரன், சூரியன் பிரமா ஆகியோரை வழிபடுவதை ஏன் கைவிட்டார்கள் என்பதற்குப் பிராமணிய இலக்கியங்களில் எந்தத் தடயமும் இல்லை. பிரமா வழிபாடு ஏன் மறைந்தது என்பதற்குச் சிறிதளவு விளக்கம் கிடைக்கிறது. பிராமணிய இலக்கியங்களில் பிரமா மீது கூறப்படும் ஒரு குற்றச்சாட்டு இதற்கு ஆதாரமாக உள்ளது. அவர் தமது சொந்த மகளையே கற்பழித்தார் என்பது இந்தக் குற்றச்சாட்டு. இதனால் அவர்வழிபாட்டையும் பக்தியையும் பெறுவதற்கான தகுதியை இழந்தார். இந்தக் குற்றச் சாட்டு பற்றிய உண்மை எப்படி இருந்த போதிலும் பிரமாவின் வழிபாடுகைவிடப்படுவதற்கு இது போதுமான காரணமாக இல்லை. இதற்குக் காரணங்கள் இரண்டு. ஒன்று, அந்தக் காலத்தில் அத்தகைய நடத்தை வழக்கமில்லாதது அல்ல. இரண்டு, பிரமா மீது கூறப்பட்ட குற்றச்சாட்டை விட மிகவும் ஒழுக்கக்கேடான நடத்தை உள்ளவராகக் கிருஷ்ணன் இருந்தபோதிலும், அவரை வழிபடுவது தொடர்ந்து நீடித்தது.

பிரமாவின் வழிபாடு கைவிடப்பட்டது ஏன் என்பதை ஊகிப்பதற்கு ஓரளவு ஆதாரங்கள் இருந்த போதிலும் மற்ற கடவுள்களின் வழிபாடு கைவிடப்பட்டதற்குக் காரணம் எதுவும் தெரியவில்லை. அக்னி, இந்திரன், சூரியன், பிரமா, ஆகியோரின் வழிபாடு மறைந்தது ஒரு புரியாத மர்மமாகவே உள்ளது. இந்துக்களின் கடவுள்கள் கடவுள்களாயில்லாமல் போனார்கள் என்று கூறுவது மட்டுமே போதுமானது. இது ஒரு பயங்கரமான விஷயமே.

இரண்டாவது கேள்வியும் மர்மத்தில் மறைந்துள்ளது. புதிய கடவுள்களான கிருஷ்ணன், விஷ்ணு, சிவன், இராமன் ஆகியோரை வழிபடும் சம்பிரதாயங்களின் முக்கியத்துவம் பற்றி பிராமணீய இலக்கியங்களில் ஏராளமாகக் கூறப்படுகின்றன. ஆனால் இந்த கடவுள்கள் எப்படி முக்கிய நிலைக்கு உயர்ந்தார்கள் என்பதைக் காட்டுவதற்குப் பிராமணீய இலக்கியங்களில் எதுவும் இல்லை. இந்தப் புதிய கடவுள்கள் ஏன் கொண்டுவரப்பட்டார்கள் என்பது மர்மமாகவே உள்ளது. இந்தப் புதிய கடவுள்களில் சிலர் நிச்சயமாக வேதங்களுக்கு எதிரானவர்கள் என்பதைப் பார்க்கும் போது இந்த மர்மம் மேலும் ஆழமடைகிறது.

சிவனின் விஷயத்தைப் பார்ப்போம்...

சிவன் ஆரம்பத்தில் வேதத்துக்கு எதிரான கடவுள் என்பது மிகத் தெளிவாகத் தெரிகிறது. பாகவத புராணத்திலும் (மகாபாரதத்திலும் கூட) குறிப்பிடப்படும் இரண்டு நிகழ்ச்சிகள் இதைப்பற்றி நன்றாக விளக்குகின்றன. முதல் நிகழ்ச்சி, சிவனுக்கும் அவரது மாமனாரான தட்சனுக்கும் இடையே எப்படி பகைமை வளர்ந்தது என்பதைக் காட்டுகிறது. பிரஜாபதிகள் நடத்திய ஒரு வேள்வியில் கடவுள்களும் ரிஷிகளும் கூடியிருந்தார்களாம். அங்கே தட்சன் உள்ளே வந்தபோது கூடியிருந்த அனைவரும், பிரமாவையும் சிவனையும் தவிர மற்றவர்கள் எழுந்து, வணக்கம் செய்தார்கள். தட்சன் பிரமாவுக்கு வணக்கம் கூறிவிட்டு அவர் உத்தரவின்படி அமர்ந்தான். ஆனால் சிவன் தன்னிடம் நடந்து கொண்ட விதம் தன்னை அவமதிப்பதாக இருப்பதாக அவன் நினைத்தான். அவன் சிவனைப் பார்த்து இவ்வாறு கூறினான்:

"முன்பே அமர்ந்திருந்த மிர்தாவை (சிவனைப் பார்த்து அவருடைய அவமரியாதையைத் தாங்கமுடியாமல், அவரை விழுங்குபவனைப் போலப்பார்த்துக்கொண்டு தட்சன் கூறினான்: கேளுங்கள் பிராமண ரிஷிகளே, தேவர்களே, அக்னிகளே! அறியாமையாலோ ஆணவத்தாலோ அல்லாமல் சான்றோரின் வழக்கத்தைக் கூறுகிறேன். இந்த வெட்கங்கெட்டவன் (சிவன்)

உலகைக் காப்பவர்களின் புகழைக்குறைக்கிறான். பிடிவாதக்காரனான இவனுடைய செய்கை நல்லவர்களின் வழிமுறையை மீறுவதாக உள்ளது. இவன் என்னுடைய மாணாக்கனைப் போன்றவன் எப்படியென்றால். ஒழுக்க முள்ளவனைப் போல இவன் பிராமணர்கள் முன்னிலையிலும் அக்னியின் முன்னிலையிலும், சாவித்திரியைப் போன்ற என் மகளின் கரம் பற்றினான். குரங்குக் கண்ணனான இந்தக் (கடவுள்), (என்னுடைய) மான் கண்ணியான (மகளை) மணந்து கொண்டபின், எழுந்து நின்று எனக்கு வணக்கம் செலுத்த வேண்டியவன், வார்த்தையால் கூட எனக்கு மரியாதை தரவில்லை. தூய்மையற்றவனும், கர்வம் கொண்டவனும், சடங்குகளை ஒழிப்பவனும், கட்டுப்பாடுகளை அழிப்பவனுமான இவனுக்கு விருப்பமில்லாமலே என் மகளை, சூத்திரனுக்கு வேத வார்த்தையைக் கொடுப்பதுபோலக் கொடுத்தேன். ஆனால் இவன் பேய்களும் பூதங்களும் உடன் வர, பித்தனைப் போல, ஆடையற்றவனாய், கலைந்த முடியுடன் சிரித்துக் கொண்டும் அழுது கொண்டும். சுடுகாட்டுச் சாம்பலைப் பூசிக்கொண்டும், மண்டை எலும்பு மாலையையும் எலும்பாலான அணிகளையும் அணிந்து கொண்டும் பயங்கரமான இடுகாட்டில் சுற்றித்திரிகிறான். சிவன் (மங்களமானவன்) என்று கூறிக்கொண்டு உண்மையில் அசிவனாக (மங்கள மற்றவனாக), பித்தனாக. பித்தர்களால் விரும்பப்படுபவனாக. இருள் தன்மை கொண்ட பிரமதாக்களுக்கும் பூதங்களுக்கும் தலைவனான இவன் திரிகிறான் வஞ்சக நெஞ்சம் கொண்டவனான, வெறியர்களின் தலைவனான. தூய்மை இழந்தவனான இவனுக்கு அந்தோஸனான என் மகளை பிரமாவின் தூண்டுதலால் கொடுத்துவிட்டேன் இவ்வாறாக கிரீசனை (சிவனைப் பழித்துப் பேசிய தட்சன் கோபத்துடன் தண்ணீரைக் கையில் எடுத்துக்கொண்டு (இவ்வாறு) சபிக்கத் தொடங்கினான்: 'இந்தப் பாவா (சிவன்) கடவுள்களின் வழிபாட்டில், இந்திரன், உபேந்திரன் (விஷ்ணு) முதலான கடவுள்களுடன் சேர்ந்து பங்கு எதையும் பெறாமல் போவானாக.' இவ்வாறு சபித்துவிட்டு தட்சன் வெளியே போய்விட்டான்."

மாமனாருக்கும் மருமகனுக்கும் இடையிலான பகைமை தொடர்ந்தது. பிரமாவால் தலைமைப் பிரஜாபதியாக உயர்த்தப்பட்ட தட்சன், விருகஸ்பதிசவா என்ற பெரிய வேள்வியைச் செய்யத் தீர்மானித்தான். இந்தவேள்விக்கு மற்றக்கடவுள்கள் தங்கள் மனைவியருடன் செல்வதைப் பார்த்த பார்வதி சிவனையும் தன்னை அங்கு அழைத்துச் செல்ல வற்புறுத்தினாள். சிவன் அவளுடைய தந்தை தனக்கிழைத்த அவமதிப்பைச் சுட்டிக்காட்டி,

அவள் வேள்விக்குப் போகவேண்டாம் என்று கூறுகிறார். ஆனால் அவள் தனது உறவினர்களைப் பார்க்கும் ஆவலில் அவர் பேச்சைக் கேட்காமல் வேள்விக்குப் போகிறாள். தட்சன் அவளை அவமதிப்பாக நடத்துகிறான். அவன் தன் கணவனிடம் காட்டும் பகைமைக்காகப் பார்வதி அவனைக் கடிந்து பேசுகிறாள். தன் தந்தையுடன் தன்னை இணைக்கும் தனது உடலை விட்டுவிடப் போவதாக அச்சுறுத்திறாள். பின் அவ்வாறே தன் உடலை விட்டுவிடுகிறாள். பார்வதியுடன் வந்திருந்த சிவ கணங்கள் இதைப் பார்த்ததும் தட்சனைக் கொல்லப் போகிறார்கள். ஆயினும் பிருகு. வேள்வியை அழிப்பவர்களை அழிப்பதற்கான யஜுர் வேத மந்திரம் ஒன்றைச் சொல்லி, தெற்கு அக்கினியில் ஒரு அவியைப் போடுகிறார். (யக்ஞ்னேன யஜுஷா தக்ஷிணாக்னௌ ஜுஹவஹ). உடனே ரிபுக்களின் கூட்டம் ஒன்று தோன்றுகிறது. இவர்கள் சிவகணங்களை விரட்டியடிக்கிறார்கள். சாதி இறந்ததைக் கேட்ட சிவன் கோபங்கொண்டு தலையிலிருந்து ஒரு கொத்து முடியைப் பியத்தெடுத்தார். அதிலிருந்து ஒரு பெரிய பூதம் வெளிப்பட்டது. தட்சனையும் அவனது வேள்வியையும் அழிக்கும்படிச் சிவன் அதற்குக் கட்டளையிட்டார். அந்த பூதம் சிவகணங்களைக் கூட்டிக்கொண்டு சென்று சிவனின் கட்டளையை நிறைவேற்றுகிறது. அவர்கள் எப்படி அதைச் செய்தார்கள் என்பதைப் பாகவத புராணம் பின் வருமாறு விவரிக்கிறது:

"சிலர் வேள்விப் பாத்திரங்களை உடைத்தார்கள். சிலர் நெருப்பை அணைத்தார்கள். சிலர் சிறுநீர் கழித்தார்கள். சிலர் வேள்விக்களத்தின் எல்லைக் கயிறுகளை அறுத்தார்கள். சிலர் முனிகளைத் தாக்கினார்கள், சிலர் அவர்களின் மனைவியரை நிந்தித்தார்கள், மற்றும் சிலர் அருகிலிருந்த தேவர்களையும் ஓடிப்போனவர்களையும் பிடித்தார்கள்... தெய்வீக பாவா (சிவன்) கையில் கரண்டியுடன் சிரித்த முகத்தோடு அவி சொரிந்து கொண்டிருந்த பிருகுவின் தாடியைப் பியத்தெறிந்தார். சபையில் (சிவனை) சபித்த தட்சனுக்கு ஆதரவு காட்டும் வகையில் சமிக்ஞை செய்த பகனின் கண்களை அவர் தோண்டியெடுத்தார். சபையில் பெரிய கடவுள் சபிக்கப்பட்டபோது சிரித்த புஷனின் பற்களை அவர் உடைத்தார் (கலிங்கனின் பற்களை பாலா உடைத்ததைப் போல). திரியம்பகர் (சிவன் அல்லது உரையாசிரியரின் கூற்றுப்படி வீரபத்திரர்) பின்பு தட்சனின் தலையை வெட்டி விடுகிறார் நடந்ததையெல்லாம் தேவர்கள் சுயம்பு (பிரமா விடம் தெரிவிக்கிறார்கள் அவரும் விஷ்ணுவும் வேள்விக்கு வந்திருக்க வில்லை. வேள்வியில் சிவனுக்கு உரிய பங்கைக் கொடுக்காமல் அவரைத் தேவர்கள் விலக்கிவைத்தது தவறு என்று பிரமா கூறி அவர்கள்

சிவனைச் சாந்தப்படுத்த வேண்டும் என்று அறிவுரை கூறினார். அயன் (பிரமா) தலைமையில் தேவர்கள் கைலாசத்துக்குச் சென்றார்கள் அங்கே சிவன்" பக்தர்கள் விரும்பும் லிங்கத்துடனும், திருநீறு, தடி சடைமுடி, மான் தோல், பிறை நிலா ஆகியவற்றுடன் சாயங்கால மேகம் போல் பிரகாசித்துக் கொண்டிருப்பதைப் பார்த்தார்கள். பிரமா மகாதேவரை நிரந்தரமான பிரமா என்றும், பிரபஞ்சத்தின் கருப்பையும் வித்தும் ஆகிய சக்தி, சிவன் ஆகியோரின் இறைவன் என்றும், தன்னுடன் ஒருவரே ஆன் சக்தியிடமிருந்தும் சிவனிடமிருந்தும் விளையாட்டாக ஒரு சிலந்தியைப் போல் எல்லாப் பொருள்களையும் உண்டாக்கி, பாதுகாத்து, மீண்டும் தனக்குள் கவர்ந்து கொள்பவர் என்றும் கூறுகிறார். (இதே போன்று விஷ்ணு எல்லோரிலும் உயர்ந்தவர் என்று 7-ஆவது பிரிவில் கூறப்படுகிறது.) பிரமா மேலும், இந்தப் பெரிய கடவுள் தான் வேள்விகளையும், பிராமணர்கள் பக்தியுடன் பின்பற்றும் எல்லா ஒழுங்கு முறைகளையும் உருவாக்கினார் என்று கூறுகிறார். எல்லா மாயைகளுக்கும் அப்பாற்பட்டவரான அவர், மாயையின் சக்திக்கு உட்பட்டுச் சடங்குகளுக்கு முக்கியத்துவம் கொடுத்த அவர்களிடம் இரக்கம் காட்ட வேண்டும் என்று கேட்டுக்கொள்கிறார். தீயவர்களான புரோகிதர்களால் அவருக்குப் பங்கு மறுக்கப்பட்ட தட்சனின் வேள்வியை அவர் மீண்டும் கொடுக்க வேண்டும் என்றும் வேண்டிக் கொள்கிறார். மகாதேவர் உடனே அதற்கு இணங்குகிறார்"

சிவன் வேதத்துக்கு எதிரான கடவுள் என்று காட்டுவதற்கு அவர் தட்சனின் யக்ஞத்தை அழித்ததை விட வேறு சிறந்த சான்று இருக்க முடியாது.

இப்போது கிருஷ்ணனைப் பார்ப்போம்.

கிருஷ்ணன் என்ற பெயரில் நான்கு பேர் இருக்கிறார்கள். ஒரு கிருஷ்ணன், சத்யவதியின் மகன், திரிதராஷ்டிரன், பாண்டு, விதுரன் ஆகியோரின் தந்தை. இரண்டாவது கிருஷ்ணன், சுபத்ராவின் சகோதரன், அர்ஜுனனின் நண்பன். மூன்றாவது கிருஷ்ணன், வசுதேவர், தேவகி ஆகியோரின் மகன், மதுராவில் வசித்தவர். நான்காவது கிருஷ்ணன் கோகுலத்தில் நந்தனாலும் யசோதாவாலும் வளர்க்கப்பட்டவர்; இவர்தான் சிசுபாலனைக் கொன்றவர். கிருஷ்ண வழிபாட்டு முறையினரின் கடவுளான கிருஷ்ணன், தேவகியின் மகன் என்றால், கிருஷ்ணன் ஆரம்பத்தில் வேதத்துக்கு எதிரானவர் என்பதில் சந்தேகம் இருக்க முடியாது. சாந்தோக்கிய உபநிடதத்திலிருந்து அவர் கோர ஆங்கிரசின் மாணவர் என்று தெரிகிறது. அவருக்குக் கோர் ஆங்கீரஸ் என்ன கற்பித்தார்? சாந்தோக்கிய உபநிடதம் கூறுகிறது.

"ஆங்கிரசின் வம்சத்தில் வந்தகோரா, அதை முன்னால் கூறப்பட்ட ரகசிய அறிவை தேவகியின் மகனான கிருஷ்ணனுக்கு அறிவித்த பின் அவன் தாகத்திலிருந்து (அதாவது ஆசைகளிலிருந்து) விடுபட வேண்டும் என்று கூறினார். அதாவது. ஒரு மனிதன் தனது மரண நேரத்தில் இந்த மூன்று வாசகங்களைக் கூறுவானாக: 'நீ சிதைந்து போகாதவன், நீ அழிய முடியாதவன், நீ சுவாசத்தின் நுண்ணிய தத்துவமானவன்.'

உபநிடதத்தின் உரையாசிரியர் இவ்வாறு விளக்குகிறார்.

ஆங்கீரச வம்சத்தைச் சேர்ந்த கோரா என்பவர், தேவகியின் மகனான கிருஷ்ணனுக்கு வேள்வியின் கோட்பாட்டை அறிவித்துவிட்டுப் பின்பு கூறினார் முதலானவை. கடைசியான கூறினார்' என்ற சொல், பின்பு கீழே வருகின்ற இந்த மூன்று முதலானவற்றுடன் தொடர்புபடுகிறது. இந்தக் கோட்பாட்டைக் கேட்டதும் அவர் எந்தவிதமான அறிவுக்கும் ஆசை இல்லாதவராகிவிட்டார். இவ்விதமாக அவர் புருஷ - வேள்வியின் சிறப்பைக் கூறுகிறார். அது, தேவகியின் மகனான கிருஷ்ணனிடம் வேறு எந்த அறிவுக்கும் ஆசை இல்லாமல் செய்து விடும்படியாக அவ்வளவு சிறப்பானது என்று புகழ்கிறார். இப்போது அவர், கோர ஆங்கீரஸ் கிருஷ்ணனுக்கு இந்த அறிவை அறிவித்தபின் கூறியதை நமக்குத் தெரிவிக்கிறார். அது இதுதான்: முன்னே கூறிய வேள்வியை அறிந்தவன், தன்னுடைய மரணசமயத்தில் இந்த மூன்று வாசகங்களை உச்சரிப்பானாக. பராணசம் சிதம்' என்பது 'நீ, சுவாசத்தின் மிக நுட்பமான தத்துவம் என்று பொருள்படுகிறது. கோர ஆங்கிரஸ் கிருஷ்ணனுக்குக் கற்பித்த கோட்பாடு, வேதங்களுக்கும், ஆன்மமுக்திக்கு வழியாக வேத வேள்விகள் செய்வதற்கும் எதிரானது. ஆனால் விஷ்ணு ஒரு வேதக் கடவுள் ஆவார். ஆயினும் இவரது வழிபாடு, சிவன் வழிபாடு ஏற்பட்டதற்கு மிகவும் பிற்காலத்தில் தான் தோன்றுகிறது. விஷ்ணு இவ்வாறு புறக்கணிக்கப்பட்டது ஏன் என்பதைப் புரிந்து கொள்வது கடினமாக உள்ளது.

இராமன் வேதத்துக்கு எதிரானவர் அல்ல என்றாலும், வேதங்களில் அவர் குறிப்பிடப்படவில்லை. இராமனைக் கடவுளாக வழிபடத் தொடங்குவதற்கு என்ன அவசியம் ஏற்பட்டது, அதுவும் நாட்டின் வரலாற்றில் இவ்வளவு காலத்துக்குப் பின்?

இப்போது நாம் மூன்றாவது கேள்வியைப் பார்ப்போம். இந்தப் புதிய கடவுள்களுக்கும் பழைய புராணக் கடவுள்களுக்கும் இடையே அந்தஸ்து நிலை எப்படி இருந்தது?

பிரமா, விஷ்ணு, சிவன் ஆகியோரின் எழுச்சியும் வீழ்ச்சியும் பற்றி கடவுளருக்கிடையே போர்' என்ற அத்தியாயத்தில் ஏற்கெனவே

பார்த்தோம். அந்தஸ்துக்கும் அதிகாரத்துக்குமான போராட்டம் இந்த மூன்று பேருக்கிடையில் மட்டுமே நடந்தது. இவர்கள் வேறு யாருக்கும் கீழாகக் கொண்டு வரப்படவில்லை.ஆனால் இவர்கள் ஸ்ரீ என்ற பெயருள்ள தேவிக்கும் கீழானவர்களாக வைக்கப்பட்ட காலம் ஒன்று வந்தது. இது எவ்வாறு நடந்தது என்பது தேவி பாகவதத்தில்[1] கூறப்படுகிறது. ஸ்ரீ என்ற தேவிதான் இந்த உலகத்தையும் பிரமா விஷ்ணு, சிவன் ஆகியோரையும் படைத்தவர் என்று தேவி பாகவதம் கூறுகிறது. தேவி தனது உள்ளங்கைகளைத் தேய்த்துக் கொண்ட போது ஏற்பட்ட கொப்பளத்திலிருந்து பிரமா தோன்றினார் என்று அது கூறுகிறது. தேவி தன்னை மணந்து கொள்ளும்படி பிரமாவிடம் கூறினாள். தேவி தம்முடைய தாய் என்று கூறி பிரமா அதற்கு மறுத்தார். கோபமடைந்த தேவி பிரமாவைத் தனது கோபாக்கினியால் எரித்துச் சாம்பலாக்கினாள். தேவி இரண்டாம் முறை தனது உள்ளங்கைகளைத் தேய்த்தாள். அப்போது ஏற்பட்ட கொப்பளத்திலிருந்து விஷ்ணு தோன்றினார். தன்னை மணந்து கொள்ளும்படி தேவி விஷ்ணுவைக் கேட்டாள். அவரும் மறுத்தார். தேவி அவரையும் எரித்துச் சாம்பலாக்கினாள். தேவி மூன்றாம் முறை தனது உள்ளங்கைகளைத் தேய்த்த போது ஏற்பட்ட கொப்பளத்திலிருந்து மூன்றாவது மகனாகச் சிவன் தோன்றினார். தன்னை மணந்து கொள்ளும்படி தேவி சிவனிடம் கூறினாள். 'நீ வேறொரு உடல் எடுத்தால் நான் உன்னை மணக்கிறேன்' என்று சிவன் சொன்னார். தேவி அதற்கு இணங்கினாள். அப்போது சிவனின் பார்வை அங்கே இருந்த இரண்டு சாம்பல் குவியல்கள் மீது பட்டது. அவை அவரது இரண்டு சகோதரர்களின் உடல்கள் எரிந்த சாம்பல் என்றும், தன்னை மணந்து கொள்ள மறுத்ததால் அவர்களை எரித்ததாகவும் தேவி விளக்கினாள். "அப்படியானால் நான் மட்டும் எப்படி, மணம் செய்து கொள்ள முடியும்" என்று சிவன் கேட்டார். அந்த இருவருக்கும் இரண்டு பெண்களைப் படைக்கும்படியும் தாங்கள் மூன்று பேரும் மணம் செய்து கொள்வதாகவும் அவர் சொன்னார். அதன்படி மூன்று கடவுள்களுக்கும் தேவிக்கும், தேவி படைத்த இரண்டு பெண்களுக்கும் இடையே திருமணம் நடந்தது. இந்தக் கதையில் இரண்டு விஷயங்கள் உள்ளன. ஒன்று, சிவன் ஒரு கெட்ட செயலைச் செய்யும் போதும். பிரமாவையும் விஷ்ணுவையும் விட அதிக மோசமானவராகத் தம்மைக் காட்டிக் கொள்ளவும் அதன் மூலம் மற்ற இருவரையும் விடத் தாம் தாழ்ந்தவராகக் கருதப்படவும் விரும்பவில்லை. இரண்டாவது, இதைவிட முக்கியமானது. பிரமா, விஷ்ணு, சிவன் ஆகியோர் தேவியை விட அந்தஸ்தில் குறைந்தவர்களாக, தேவியால் படைக்கப்பட்டவர்கள் ஆக்கிவிட்டனர்.

---

1. விளக்கம்-பார்க்க சத்திய பிரகாஷ்

பிரமா, விஷ்ணு, சிவன் ஆகியோரின் எழுச்சியையும் வீழ்ச்சியையும் பார்த்தபின் இனி புதிய கடவுள்களான கிருஷ்ணன், இராமன் ஆகியோரை வழிபடும் முறை உருவானதைப் பார்ப்போம்.

பிரமா, விஷ்ணு, சிவன் ஆகியோரின் வழிபாட்டுடன் ஒப்பிடும் போது கிருஷ்ணன் வழிபாட்டில் ஒரு செயற்கைத் தன்மை காணப்படுகிறது. பிரமா, விஷ்ணு, மஹேஸ்வரன் கடவுள்களாகவே பிறந்தவர்கள். கிருஷ்ணன் மனிதனாகப் பிறந்து கடவுளாக உயர்த்தப்பட்டவர். அவருக்குத் தெய்வத்தன்மை கொடுப்பதற்காகவே அவர் விஷ்ணுவின் அவதாரம் என்ற கொள்கை கண்டுபிடிக்கப்பட்டிருக்கலாம். அப்போதும் கூட அவரது தெய்வத்தன்மை முழுமையடையவில்லை. ஏனென்றால் அவர் விஷ்ணுவின் ஒரு அம்ச[1] அவதாரமாகவே கருதப்பட்டார். கோபிகளுடன் அவர் நடத்திய காதல் லீலைகள் தான் இதற்குக் காரணம். அவர் விஷ்ணுவின் முழு அவதாரமாக இருந்தால் இது மன்னிக்க முடியாததாகும்.

கிருஷ்ணனின் தொடக்க நிலை இப்படி அடக்கமானதாயிருந்தாலும், அவர் எவ்வோருக்கும் மேலாக உயர்ந்த கடவுள் என்ற நிலைக்கு உயர்த்தப்பட்டவர் ஆனார்.

அவர் எவ்வளவு பெரிய கடவுள் ஆனார் என்பதைப் பகவத் கீதையின் பத்தாவது, பதினான்காவது அத்தியாயங்களிலிருந்து தெரிந்து கொள்ளலாம். இந்த அத்தியாயங்களில் கிருஷ்ணன் கூறுகிறார்:

“கௌரவர்களில் சிறந்தவனே, என்னுடைய தெய்வீக வெளிப்பாடுகளை நான் உனக்குக் கூறுகிறேன்: அவற்றில் முக்கியமானவைகளை மட்டுமே கூறுகிறேன்: ஏனென்றால் அந்த (வெளிப்பாடுகளின்) விரிவுக்கு எல்லை இல்லை. ஓ, குடகேசா, நான் எல்லா உயிர்களின் இதயத்திலும் அமர்ந்திருக்கும் ஆன்மா, எல்லா உயிர்களுக்கும் நான் தொடக்கமாகவும், நடுவாகவும், இறுதியாகவும் இருக்கிறேன். ஆதித்தியர்களில் நான் விஷ்ணு, சுடர்வனவற்றுள் நான் ஒளிவிடும் சூரியன்; மருத்துக்களில் நான் மரீசி, சந்திர மண்டலத்தில் நான் சந்திரன். வேதங்களில் நான் சாமவேதம், தேவர்களில் நான் இந்திரன். புலன்களில் நான் மனம் உயிருள்ளவற்றில் நான் உணர்வாக இருக்கிறேன். ருத்திரர்களில் நான் சங்கரன், யட்சகர்களில் நான் குபேரன். வசுக்களில் நான் அக்னி, உயர்ந்த மலைகளில் நான் மேரு. ஓ அர்ஜுனா, புரோகிதர்களில் நான் பிருகஸ்பதி என்று அறிவாயாக. சேனாபதிகளில் நான் ஸ்கந்தன். நீர் நிலைகளில் நான் சமுத்திரம். முனிவர்களில் நான் பிருகு, சொற்களில் நான் ஓரசைச்சொல் (ஓம்) வேள்விகளில் நான் ஜம் வேள்வி; அசையாப் பொருள்களில் (மலைகளில்) நான்

1.இது தொடர்பான குறிப்பை முயிர் தொ.4 பக்கம் 49-இல் பார்க்கவும்

இமயம்; மரங்களில் நான் அரசமரம். தேவரிஷிகளில் நான் நாரதர், தேவலோகப் பாடகர்களில் நான் சித்ரதன், சித்தர்களில் நான் கபிலர். குதிரைகளில் நான், அமுதத்துக்காகக் கடலைக் கடைந்தபோது தோன்றிய உச்சைசிரவஸ் உயர்ந்த யானைகளில் நான் ஐராவதம். மனிதர்களில் நான் 1. இது தொடர்பான குறிப்பை முயிர் தொ. 4 பக்கம் 49-இல் பார்க்கவும். மனிதர்களை ஆளும் அரசன். ஆயுதங்களில் நான் வச்சிராயுதம், பசுக்களில் நான் காமதேனு, சர்ப்பப் பாம்புகளில் நான் வாசுகி, நாகப்பாம்புகளில் நான் அனந்தன்; நீர்வாழ் உயிர்களில் நான் வருணன். பித்ருக்களில் நான் அர்யமா, தண்டித்து அடக்கும் அதிபதிகளில் நான் யமன். அசுரர்களில் நான் பிரகலாதன். எண்ணுவனவற்றுள் நான் கால தேவன்.

விலங்குகளில் நான் சிங்கம், பறவைகளில் நான் கருடன். வீசுவனவற்றுள் நான் காற்று. ஆயுதம் ஏந்தியவர்களில் நான் இராமன். மீன்களில் நான் மகரமீன். நதிகளில் நான் கங்கா நதி படைக்கப்பட்ட பொருள்களுக்கு நான் முதலாகவும் நடுவாகவும் ஈறாகவும் இருக்கிறேன். ஓ அர்ஜுனா, விஞ்ஞானங்களில் நான் ஆன்ம விஞ்ஞானம்; நான் வாதம் புரிவோரின் வாதமாக இருக்கிறேன். எழுத்துக்களில் நான் அகரம், முடிவற்ற காலம் நானே எல்லாத் திசைகளிலும் முகங்கள் உள்ள படைப்புக் கடவுள் நானே. எல்லோரையும் பறித்துக் கொள்ளும் மரணமும், பிறக்கப்போகிறவைகளின் பிறப்பும் நான். பெண்களிடமுள்ள புகழ், அதிர்ஷ்டம், பேச்சு, நினைவு. அறிவு, தைரியம், மன்னித்தல் முதலியவை எல்லாம் நான், சாமவேத மந்திரங்களில் நான் பிருகத் சாமன்; யாப்புக்களில் நான் காயத்ரி. மாதங்களில் நான் மார்கழி; காலங்களில் நான் வசந்தம் ஏமாற்றுக்களில் நான் பகடை ஆட்டம். புகழ் மிக்கவர்களின் புகழ் நான். நானே வெற்றி, முயற்சி.

நல்லவர்களின் நன்மை நானே. நான் விரிஷ்னி வம்சத் தோன்றல்களில் வசுதேவர்; பாண்டவர்களில் நான் அர்ஜுனன். முனிவர்களில் நான் வியாசர் அறிவோர்களில் நான் உசானஸ். தண்டிப்பவர்களின் கோலும், வெற்றியை விரும்புவோரின் கொள்கையும் நானே, ரகசியத்தைக் காக்கும் மவுனம் நான், ஞானிகளின் ஞானமும் நான். ஓ அர்ஜுனா, எல்லாப் பொருள்களுக்கும் வித்து நானே. நான் இல்லாமல் எந்த அசையும் பொருளும் அசையாப் பொருளும் இல்லை."

"சூரியனில் உள்ள உலகையெல்லாம் வெளிச்சமாக்குகின்ற ஒளியும், சந்திரனிலும் நெருப்பிலும் உள்ள ஒளியும் நான். பூமியில் புகுந்து நான் எனது சக்தியால் எல்லாவற்றையும் தாங்குகிறேன் சந்திரனின் நீராகி மூலிகைகளுக்கு ஊட்டமளிக்கிறேன். எல்லாப் பிராணிகளின் உடலிலும் நான் வெப்பமாக இருந்து, உள் சுவாசம்,

வெளிச்சுவாசம் ஆகியவற்றில் கலந்து, நால்வகை உணவையும் செரிக்கச் செய்கிறேன். நான் எல்லோருடைய இதயங்களிலும் இருக்கிறேன்."

"என்னிடமிருந்தே நினைவும் அறிவும் அவற்றின் நீக்கமும் வருகின்றன. எல்லா வேதங்களிலுமிருந்து என்னைத்தான் கற்றுக்கொள்ள வேண்டும். வேதாந்தங்களைத் தந்தவன் நானே: வேதங்களை அறிந்தவன் நானே. உலகில் அழிவன், அழியாதன என்று இரண்டு உள்ளன. அழிவன்வற்றில் எல்லாம் (அடங்கும்) பற்றற்ற ஒன்றே அழியாதது என்று கூறப்படுகிறது. ஆனால் எல்லாவற்றிலும் உயர்ந்த பரம் பொருள் வேறு. அது மூன்று உலகங்களிலும் பரவி நின்று (அவற்றைத் தாங்குகிறது. நான் அழிவன, அழியாதன் என்ற இரண்டையும் கடந்து நிற்பதால் உலகிலும் வேதங்களிலும் நான் அனைத்திலும் சிறந்த பொருளாகக் கொண்டாடப்படுகிறேன்."

எனவே பகவத் கீதையைப் பொறுத்த மட்டில் கிருஷ்ணனைவிடப் பெரிய கடவுள் யாரும் இல்லை என்பது தெளிவாகிறது. அவர் அல்லாஹு அக்பர். அவர் மற்ற எல்லாக் கடவுள்களையும் விடப் பெரியவர்.

இப்போது நாம் மகாபாரதத்தைப் பார்ப்போம். நாம் என்ன காண்கிறோம்? கிருஷ்ணனின் நிலையில் ஒரு மாற்றத்தைக் காண்கிறோம். அவருடைய நிலையில் ஒரு எழுச்சியும் வீழ்ச்சியும் காணப்படுகின்றன. முதலில் கிருஷ்ணன் சிவனுக்கும் மேலானவரா்க உயர்த்தப்படுவதைக் காண்கிறோம். கிருஷ்ணனின் பெருமையைச் சிவனே ஒப்புக்கொள்ள வைக்கப்படுகிறார். அதே சமயம் கிருஷ்ணன் சிவனைவிடத் தாழ்வான நிலைக்கு இறக்கப்பட்டு சிவனின் பெருமையை அவர் ஒப்புக்கொள்ளவைக்கப்படுவதையும் காண்கிறோம்.

கிருஷ்ணன் சிவனை விட உயர்ந்த நிலைக்கு உயர்த்தப்பட்டதற்குச் சான்றாக அனுசாசன பர்வத்தில் உள்ள பின்வரும் பகுதி அமைந்துள்ளது.

"பிதாமகரை (பிரமாவை) விடவும் உயர்ந்தவர் ஹரி, என்றுமுள்ள புருஷா, கிருஷ்ணன், பொன்னைப்போல் பிரகாசிப்பவர். மேகங்களற்ற வானில் எழுந்த சூரியனைப் போன்றவர், பத்துக் கரங்களை உடையவர், சக்தி மிக்கவர், தேவர்களின் எதிரிகளை ஒழிப்பவர். ஸ்ரீவத்சக் குறியை உடையவர், இருடிகேசன், எல்லாக் கடவுள்களாலும் வழிபடப்படுபவர். பிரமா அவர் வயிற்றிலிருந்து தோன்றினார், நான் (மகாதேவர்) அவருடைய தலையிலிருந்து தோன்றினேன்; ஒளியுடல்கள் அவருடைய தலையின் முடியிலிருந்தும், தேவர்களும் அசுரர்களும் அவரது உடலின் உரோமங்களிலிருந்தும் தோன்றினார்கள், ரிஷிகளும் என்றும் நீடிக்கும் உலகங்களும்

அவருடைய உடலிலிருந்து தோன்றினார்கள். அவர் பிதாமகர் வாழும் இடம்; தெய்வங்களில் அவர் இந்த பூமி முழுவதையும் படைத்தவர், மூன்று உலகங்களின் அதிபதி, அசைவன், அசையாதன் ஆகிய எல்லாப் படைப்புகளையும் அழிப்பவர். அவரே கடவுள்கள் எல்லோரிலும் உயர்ந்தவர், தெய்வங்களின் அதிபதி எதிரிகளை ஒழிப்பவர். அவர் எல்லாம் அறிந்தவர், (எல்லாப் பொருள்களுடனும்) நெருங்கி இணைந்தவர், எல்லாத் திசைகளையும் நோக்கியவர், எங்கும் உள்ளவர். இருடிகேசன், எங்கும் நிறைந்தவர், வல்லமை மிக்க இறைவன். அவருக்கு மேலானவர் மூன்று உலகங்களிலும் இல்லை, மதுவைக் கொன்றவரான அவர் என்றும் உள்ளவர், கோவிந்தன் என்று புகழ்பெற்றவர். அவர், கௌரவங்களை அளிப்பவர், தேவர்களின் நோக்கம் நிறைவேறுவதற்காகப் பிறந்தவர், மனித உடல் எடுத்து எல்லா மன்னர்களையும் போரில் வெல்பவர். மூவடி அளந்த திரிவிக்கிரமன் இல்லாமல் தேவர்களின் படைகள் எல்லாம், தேவர்களின் நோக்கத்தை நிறைவேற்ற முடியாது. எல்லாப் படைப்புகளுக்கும் தலைவர் அவர். எல்லாப் படைப்புகளாலும் வணங்கப்படுபவர்.

"தேவர்களின் அதிபதியான இவர், தேவர்களின் நோக்கங்களை நிறைவேற்றுபவர், தேவர்களுக்கும் ரிஷிகளுக்கும் புகலிடமானவர். பிரமா அவரது உடலுள், அவரது முகத்தில் உறைகிறார். எல்லாத் தேவர்களுக்கும் அவரது உடல் எளிதில் புகலிடமாகிறது. தாமரைக் கண்கள் கொண்ட கடவுள், ஸ்ரீயைத் தருபவர். ஸ்ரீயுடன் ஒன்றாய் உறைபவர்... தேவர்களின் நலனுக்காக கோவிந்தன், மனுவின் குடும்பத்தில் தோன்றுவார். உயர்ந்த அறிவும், பிரஜாபதியின் சிறந்த நெறியில் நடப்பவரும் ஆனவர் (கோவிந்தனின் முன்னோர்கள் இங்கு விவரிக்கப்படுகிறார்கள். பிராமணர்களாலும், புகழ்பெற்ற வீரர்களாலும் மதிக்கப்படுகின்றதும், நன்னடத்தையும் சிறந்த பண்புகளும் கொண்டதும் ஆன இந்தக் குடும்பத்தில், வீரம் மிக்கவர், புகழ்பெற்றவர் ஆன சிறந்த சத்திரியருக்கு அனகதுந்துபி என்ற மகன் பிறப்பார். வசுதேவர் என்றும் அறியப்படும் இவருக்கு நான்கு கரங்கள் கொண்ட வசுதேவன், பிராமணர்களுக்கு நன்மை செய்பவர், பிரமாவுடன் ஒன்றானவர், பிராமணர்களை நேசிப்பவர் மகனாகப் பிறப்பார்."

"தேவர்களாகிய நீங்கள் இந்த தெய்வத்தை, என்றுமுள்ள பிரமாவைப்போல வழிபட வேண்டும். மரியாதையுடன் அணுகி சிறந்த துதிமாலைகளால் வழிபட வேண்டும். என்னையும் பிரமாவையும் பார்க்க விரும்புகிறவன், தெய்வீகமான, சிறப்புமிக்க வசுதேவனைப் பார்க்க வேண்டும். அவர் பார்க்கப்படும் போது நானும் பிரமாவும் பார்க்கப்படுகிறோம் என்று கூற நான் தயங்கவில்லை. தவச் செல்வர்களான நீங்கள் இதை அறிந்துகொள்ளுங்கள்."

இனி, கடவுள்களில் இந்த உயர்ந்த நிலைக்கு உயர்த்தப்பட்ட கிருஷ்ணன் எப்படிக் கீழே இறக்கப்படுகிறார் என்று பார்ப்போம்.

மகாபாரதத்தில் பல நிகழ்ச்சிகளும் சந்தர்ப்பங்களும் கிருஷ்ணன் சிவனைவிடத் தாழ்ந்தவர் என்று காட்டுவனவாக உள்ளன. இவை அனைத்தையும் குறிப்பிடுவது கடினம். ஒரு சில மட்டும் உதாரணமாகத் தரப்படுகின்றன.

முதல் நிகழ்ச்சி, அர்ஜுனன் மறுநாள் ஜெயத்ரதனைக் கொல்வதாகச் சபதம் எடுப்பதைப் பற்றியது. சபதம் எடுத்த பின் அர்ஜுனன் மிகவும் மனச்சோர்வடைந்தான். ஏனென்றால் ஜெயத்ரதனின் நண்பர்கள் அவனைப் பாதுகாப்பதற்குத் தங்களால் இயன்றதனைத்தையும் செய்வார்கள். ஆதலால் தன்னிடம் குறிதவறாத ஆயுதங்கள் இருந்தாலன்றி தன்னுடைய சபதத்தை நிறைவேற்ற முடியாமல் போய் விடும் என்று அவன் நினைத்தான். அர்ஜுனன் கிருஷ்ணனிடம் போய் யோசனை கேட்கிறான். அர்ஜுனன் மகாதேவரை வேண்டிக் கொள்ள வேண்டும் என்று கிருஷ்ணன் யோசனை கூறுகிறார். மகாதேவர் தம்முடைய பாசுபத அஸ்திரத்தால் அசுரர்களையெல்லாம் அழித்திருக்கிறார். அந்தப் பாசுபதத்தை அர்ஜுனன் பெற்றால் ஜெயத்ரதனை நிச்சயமாகக் கொல்லமுடியும் என்று அவர் கூறுகிறார்.

இந்தக் கதையைக் கூறும் **துரோண பர்வம்** மேலும் கூறுகிறது:

"சிறந்த பண்புகள் கொண்ட வாசுதேவர் (கிருஷ்ணன்), பரிதாவின் மகனுடன் (அர்ஜுனன்), வேத மந்திரங்களைச் சொல்லிக் கொண்டு, தமது தலையைத் தரைக்குத் தாழ்த்தி, அவரை உலகங்களின் தோற்றுவாய் என்றும், பிறவாதவர், அழியாத இறைவன், மனத்தின் ஆதார மூலம், சமுத்திரங்களைப் படைத்தவர், தேவர்களையும் தானவர்களையும் யட்சர்களையும் மனிதர்களையும் படைத்தவர். பிரமாவை அறிந்தவர்களின் பொக்கிஷம், உலகத்தைப் படைப்பவர். அழிப்பவர், என்றெல்லாம் துதித்தார். பின்னர் கிருஷ்ணன், தம்முடைய மனம், மொழி, மெய்களால் அவரை வணங்கினார். அந்த இரண்டு (வீரர்களும்) பாவாவை (மகாதேவனை) தங்கள் புகலிடமாக நாடுகிறார்கள். நானும் நாராயணனுமான இந்த இருவரும் வருவதைக் கண்ட சர்வன் (மகாதேவன்) மகிழ்ச்சியடைந்து புன்னகைப்பது போல இவ்வாறு கூறினார்: வருக, மனிதர்களில் சிறந்தவர்களே, நீங்கள் என்ன விரும்புகிறீர்கள் என்று விரைந்து கூறுங்கள். நீங்கள் எந்த நோக்கத்துக்காக வந்திருக்கிறீர்களோ அதை நான் நிறை வேற்றட்டுமா? உங்கள் நலனுக்கு எது மிகவும் வேண்டுமோ அதைக் கேளுங்கள், நான் தருகிறேன்."

கிருஷ்ணனும் அர்ஜுனனும் மகாதேவரைப் புகழ்ந்து ஒரு பாடலைக் கூறுகிறார்கள். அதில் அவர் எல்லாப் பொருள்களின் ஆன்மா

என்றும், எல்லாப் பொருள்களையும் படைப்பவர் என்றும், எல்லாப் பொருள்களிலும் நிறைந்திருப்பவர் என்றும் வர்ணிக்கப்படுகிறார்.

அர்ஜுனன் கிருஷ்ணனையும் மகாதேவரையும் வணங்கி மகாதேவரிடம் தெய்விக ஆயுதத்தைக் கேட்கிறான். அவர் அவ்விருவரையும் தம்முடைய வில்லையும் அம்புகளையும் மறைத்து வைத்திருக்கின்ற ஒரு ஏரிக்கு அனுப்புகிறார். அங்கே அவர்கள் இரண்டு பாம்புகளைப் பார்த்தார்கள். அவை மகாதேவரின் சக்தியால் வில்லாகவும் அம்பாகவும் மாறுகின்றன. அவற்றைக் கிருஷ்ணனும் அர்ஜுனனும் மகாதேவரிடம் கொண்டு செல்கிறார்கள் இறுதியாக அர்ஜுனன் மகாதேவரிடமிருந்து பாசுபத அஸ்திரத்தை ஜெயத்ரதனைக் கொல்வதென்ற தன்னுடைய நோக்கத்தை நிறைவேற்றும் சக்தியுடன் வரமாகப் பெறுகிறான். பின்பு இருவரும் முகாமுக்குத் திரும்புகிறார்கள்.

மகாபாரதத்தின் அனுசாசன பர்வத்தில் யுதிஷ்டிரருக்கும் பீஷ்மருக்கும் இடையே உரையாடல் ஒன்று உள்ளது. யுதிஷ்டிரர் பீஷ்மரிடம் மகாதேவரின் பண்புகளைக் கூறுமாறு கேட்கிறார். அதற்குப் பீஷ்மர் இவ்வாறு பதிலளிக்கிறார்.

“மகாதேவரின் குணங்களைக் கூறும் திறன் எனக்கு இல்லை. அவர் எங்கும் நிறைந்த கடவுள் என்றாலும் எங்கும் காணப்படாதவர். அவர் படைப்புக் கடவுள் ஆவார். பிரமா, விஷ்ணு, இந்திரன் ஆகியோரின் அதிபதி அவர். பிரமாமுதல் பிசாசங்கள் வரையுள்ள அனைவராலும் வணங்கப்படுபவர். பொருள் தன்மையையும் ஆன்மாவையும் கடந்து நிற்பவர். யோகத்தில் சிறந்த ரிஷிகளால் தியானிக்கப்படுபவர். அவர் மிக உயர்ந்த, அழியாத பிரமா. இல்லாததும், ஒரே சமயத்தில் இருப்பதும் இல்லாத்தும் ஆனவர். தம்முடைய சக்தியால் பொருளையும் ஆன்மாவையும் கலக்கி, அதிலிருந்து தேவதேவனும் பிரஜாபதியுமான அவர் பிரமாவைப் படைத்தார். கருப்பையில் வசித்து. பிறப்பெடுத்து அழிந்து போகக்கூடிய என்னைப்போன்ற மனிதன் பாவாவின் குணங்களைப் பற்றி என்ன கூறமுடியும்? சங்கு, சக்கரம், கதாயுதம் ஏந்திய நாராயணன் அல்லாமல் வேறு யார் அதைக் கூறமுடியும்? ருத்ரனிடம் கொண்டுள்ள பக்தியினால் இந்த உலகம் வல்லமையுள்ள கிருஷ்ணனால் ஊடுருவி நிரம்பியுள்ளது. பத்ரியில் உள்ள இந்த தெய்வத்தை (மகாதேவரை) வழிபட்ட பின் கிருஷ்ணன் எல்லா உலகங்களிலும் செல்வத்தைவிட அதிகமாக விரும்பப்படும் தன்மையைப் பெற்றார். இந்த மாதவன் (கிருஷணன்) ஆயிரம் ஆண்டுகள் சிவனைக் குறித்துத் தவம் செய்தார். ஒவ்வொரு யுகத்திலும் மகேஸ்வரன் கிருஷ்ணனால் வழிபடப்பட்டு அவருடைய பெரும் பக்தியினால் மகிழ்ச்சியடைந்திருக்கிறார். நீண் புயங்களைக் கொண்ட (கிருஷ்ணன்

தேவதேவனின் பெயர்களையும், அவரது பண்புகளையும், மகேஸ்வரனின் உண்மையான சக்தியையும் விரிவாகக் கூறமுடியும்."

யுதிஷ்டிரருக்கும் பீஷ்மருக்கும் இடையிலான இந்த உரையாடல் கிருஷ்ணனின் முன்னிலையில் நடக்கிறது. பீஷ்மர் இவ்வாறு பதில் சொல்லி முடித்தவுடன், மகாதேவரின் பெருமையை விளக்கும்படிக் கிருஷ்ணனைக் கேட்கிறார். உயர்ந்த கடவுளான கிருஷ்ணன் தயக்கமின்றி அவ்வாறே செய்கிறார். அவர் கூறுகிறார்.

"ஈசனின் (மகாதேவரின்) செயல்கள் எத்தகையவை என்பதை உண்மையில் அறிந்து கொள்ள முடியாது. அவருடைய உண்மையான தன்மையை இரண்யகருப்பன் முதலான கடவுள்களும், மகரிஷிகளும், இந்திரனும் மிகநுட்பமானவற்றையும் காண்கின்ற ஆதித்தியர்களும் அறியமாட்டார்கள் என்றால் ஒரு சாதாரண மனிதனால் அதை எப்படி அறியமுடியும்? அசுரர்களைக் கொன்றவரும் யாகங்களின் தலைவருமான அவருடைய சிலபண்புகளை நான் அறிவிக்கிறேன்"

இங்கே கிருஷ்ணன் தாம் சிவனைவிடத் தாழ்ந்தவர் என்று ஒப்புக்கொள்வதைக் காண்கிறோம். கிருஷ்ணன் தோற்றுப் போனதையும், இப்போது அவர் தம்மைவிட உயர்ந்தவராக இல்லை என்பது மட்டுமின்றி, தமக்குச் சமமான வராகக் இல்லை என்பதையும் சிவன் அறிந்து கொண்டிருப்பதையும் காண்கிறோம். இது சௌப்திக பர்வத்தில் மகாதேவர் அசுவத்தாமனிடம் பின்வருமாறு கூறுவதிலிருந்து தெரிகிறது.

"கிருஷ்ணன் என்னை உண்மையாகவும். தூய்மையுடனும், தாராளமாகவும், விரதங்கள் சடங்குகளுனும், பொறுமையுடனும், மன அடக்கத்துடனும் அறிவாலும் சொல்லாலும் வழிபட்டிருக்கிறார். எனவே எனக்குக் கிருஷ்ணனைவிடப் பிரியமானவர் வேறு யாரும் இல்லை"
இவ்வாறாகக் கிருஷ்ணன் சிவனுக்கு மேலானவராக, எல்லாக் கடவுள்களிலும் உயர்ந்தவராக, உண்மையில் பரமேஸ்வரனாக இருந்தவர் இப்போது சிவனை வழிபடுபவராக அவரிடம் சிறிய வரங்கள் கோருபவராக நிலைதாழ்த்தப் பட்டுவிட்டார்.

கிருஷ்ணனின் நிலை தாழ்த்தப்பட்ட கதை இத்தோடு முடிந்து விடவில்லை. அவர் மேலும் அவமானத்துக்கு உள்ளாக்கப்படுகிறார். கிருஷ்ணன், சிவனை விடத்தாம் தாழ்ந்தவர் என்று ஒப்புக்கொண்டது மட்டுமின்றி, இன்னும் கீழே சென்று, சிவ பக்தரான உபமன்யுவின் சீடராகி, அவரிடமிருந்து சிவதீட்சை பெற்றுக் கொள்கிறார். கிருஷ்ணர் தாமே கூறுகிறார்:

"எட்டாவது நாளில் நான் அந்த பிராமணரிடம் (உபமன்யு) சாஸ்திரப்படி தீட்சை பெற்றேன். என் தலை முழுவதையும் மழித்து

விட்டு, உடம்பில் நெய் பூசிக்கொண்டு, கைகளில் கோலையும் குசப் புல்லையும் எடுத்துக் கொண்டு, மரவுரியை மேகலையால், (அரை நாணால்) கட்டிக்கொண்டு." கிருஷ்ணன் பின்பு தவம் செய்து மகாதேவரின் தரிசனம் பெறுகிறார்.

ஒரு கடவுளின் நிலை மிக உயர்ந்த அளவுக்கு எழுச்சி பெறுவதற்கும் பின்பு வீழ்ச்சியுறுவதற்கும் இதைவிடத் தெளிவான எடுத்துக்காட்டு இருக்க முடியுமா? கிருஷ்ணன் பரமேஸ்வரனாகவும் சிவன் வெறும் ஈஸ்வரனாகவும் இருந்தார்கள். இப்போது கிருஷ்ணன் ஈஸ்வரனாகக் கூட இல்லாமல் சிவனின் பக்தனாகி, உபமன்யு போன்ற சாதாரணப் பிராமணனிடம் சைவ சாஸ்திரங்களில் தீட்சை பெற்றுக்கொள்கிறார்.

இராமன் கடவுளானது கிருஷ்ணனின் விஷயத்தைவிட அதிகச் செயற்கையானது. தான் கடவுள் என்பதை இராமனே அறிந்திருக்கவில்லை. இராவணன் போரில் தோற்று இறந்த பின் இராமன் சீதையை மீட்ட பிறகு அவளது கற்பு பற்றிச் சந்தேகிக்கப்பட்டது. சீதையைப் பற்றி மற்றவர்கள் பேசிய வார்த்தைகளைக் கேட்டு இராமன் மனம் சோர்ந்தான். இராமாயணம் கூறுகிறது:

"பின்பு குபேரன், யமன், பித்ருக்கள், தேவர்களின் தலைவனான இந்திரன், தண்ணீரின் அதிபதி வருணன், மூன்று கண்கள் கொண்ட மகாதேவர், படைப்புக் கடவுளான பிரமா, தசரத மன்னன் ஆகியோர் வானத்தின் வழியாக தெய்விக ரதத்தில் அமர்ந்து தேவர்கள் தலைவனின் இடத்தைப் போல் ஒளியுடன் விளங்கிய அந்தப் பகுதிக்கு வந்து சேர்ந்தார்கள். இவர்கள் சூரியனைப் போல் பிரகாசிக்கும் ரதங்களில் இலங்கைக்கு வந்து ராகவனுக்கருகே இறங்கினார்கள். இந்தக் கடவுள்கள், வாகுவளையங்கள் அணிந்த இராமனின் கைகளைப் பற்றிக் கொண்டு இவ்வாறு கேட்டார்கள் பிரபஞ்சத்தைப் படைத்தவனும், விவேகிகளில் சிறந்தவனும் ஆன நீ, சீதை தீயில் குதிப்பதை எப்படிப் புறக்கணித்தாய்? தேவர்களுக்கெல்லாம் தலைவன் நீ என்பதை எப்படி உணராமற் போனாய்? நீ முன்பு ரீத்தமன் என்ற வசுவாக, வசுக்களின் பிரஜாபதியாக இருந்தாய், நீ மூன்று உலகங்களையும் படைத்தவன், ருத்திரர்களில் எட்டாவதானவன், சத்யாக்களில் ஐந்தாவதானவன். அசுவினி தேவர்கள் உன்னுடைய காதுகள், சூரியனும் சந்திரனும் உனது கண்கள்."

"நீ எதிரிகளை அலைக்கழிப்பவனும், படைக்கப்பட்டவற்றுள் முதலிலும் இறுதியிலும் உள்ளவனும் ஆனவன். ஆயினும் நீ சாதாரண மனிதனைப் போல் சீதையைப் புறக்கணித்தாய்." கடவுள்கள் கூறியதைக் கேட்ட இராமன் ஆச்சரியமடைந்து இவ்வாறு பதில் கூறினான்:

"நான் என்னை ஒரு மனிதனாக, தசரதரின் மகன் இராமனாகக் கருதுகிறேன். தெய்வங்களாகிய நீங்கள் நான் யார் என்றும் எங்கிருந்து வந்தேன் என்றும் கூறுங்கள்."

இதன் பின் பிரமா இராமனுக்கு இவ்வாறு பதில் கூறினார்

"உண்மையான சக்தி உள்ளவனே, என் உண்மையான வார்த்தையைக் கேள். நீ சிறந்த கடவுள். சக்கரம் ஏந்திய நாராயணன் நீ ஒற்றைக் கொம்பு வராகம், எதிரிகளை வெல்பவன், அழியாத பிரமா. நீ உலகங்களின் சிறந்த அறநெறி, நான்கு புயங்கள் கொண்ட விசுவக்சேனன். சாரங்கம் என்ற வில்லை ஏந்தியவன் ஹரிஷிகேசன் (புலன்களின் அதிபதி), புருஷன் (ஆண்) புருஷர்களில் உயர்ந்தவன். வெல்லப்படாதவன், வாள் ஏந்தியவன், விஷ்ணு. பெரும் சக்தி வாய்ந்த கிருஷ்ணன், சேனாதிபதி, தலைவன், உண்மையானவன் நீயே தோற்றத்துக்கும் அழிவுக்கும் காரணமாயிருப்பவன். நீ உபேந்திரன் (இளைய இந்திரன்) மதுசூதனன், மகேந்திரன் (மூத்த இந்திரன்), தாமரை மலர்ந்த கொப்புளை உடையவன். ரிஷிகளெல்லாம் உன்னையே தங்கள் புகலிடம் என்று கூறுகிறார்கள். நீ நூறு கொம்புகளை உடையவன். வேதங்களால் ஆனவன், ஆயிரம் தலைகள் கொண்டவன், வல்லமை மிக்கவன். மூன்று உலகங்களையும் படைத்தவன் நீ, சித்தர்களுக்கும் சஹ்யர்களுக்கும் புகலிடமானவன். நீயே யாகமும், வஷதகாரமும் ஓங்காரமும் ஆனவன். மனிதர்கள் நீ யார் என்று அறியவில்லை. நீ எல்லா உயிர்களிலும், பிராமணர்களிடத்திலும் பசுக்களிடத்திலும் காணப்படுகிறாய் எல்லா இடங்களிலும், மலைகளிலும் ஆறுகளிலும் காணப்படுகிறாய். இராமா. நீ உலகின் கடைக்கோடியிலும் தண்ணீரிலும் காணப்படுகிறாய். நீ மூன்று உலகங்களையும் தாங்கும் பெரிய நாகம். இராமா, நான் உன் இதயமாகவும், சரஸ்வதி தேவி உன் நாவாகவும் இருக்கிறோம். கடவுள்களை உன் உடலின் உரோமங்களாகப் பிரமா படைத்தான். உன் கண்கள் மூடுவது இரவாகவும், திறப்பது பகலாகவும் உள்ளன. வேதங்கள் உன்னுடைய எண்ணங்கள். உலகம் முழுவதும் உனது உடலாகும். அக்னி உன்னுடைய கோபமாகும், சோமா உன்னுடைய மகிழ்ச்சியாகும். ஸ்ரீவத்சக் குறியை உடையவனே. நீ ஒரு காலத்தில் உன்னுடைய மூன்று அடிகளால் மூன்று உலகங்களையும் அளந்தவன். மாவலியை நீ கட்டிப் போட்ட பின் மகேந்திரன் அரசன் ஆனான். நீ தான் மிக உயர்ந்த ஆன்மா. மிக உயர்ந்தது என்று பாடல்களில் கூறப்படுபவன் நீயே. மனிதர்கள் உன்னை தொடர்ச்சிக்கும் தோற்றத்துக்கும் அழிவுக்கும் காரணமானவன் என்று போற்றுகிறார்கள்.

இராமனைக் கடவுளாக வழிபடும் நெறியிலும் இதே அளவுக்குச் செயற்கைத் தன்மை உள்ளது. கிருஷ்ணனைப் போல் இராமனும் ஒரு மனிதனாக இருந்து கடவுள் ஆக்கப்பட்டார். பிரமா. விஷ்ணு. மகேஸ்வரன் ஆகியோரைப்போல் அவர் கடவுளாகப் பிறக்கவில்லை. அவருடைய கடவுள் தன்மையை முழுமையாக்குவதற்காகத் தான்

அவர் விஷ்ணுவின் அவதாரம் என்றும், அவரது மனைவி சீதை விஷ்ணுவின் மனைவியான லட்சுமியின் அவதாரம் என்றும் கூறும் கொள்கை கண்டு பிடிக்கப்பட்டதாகத் தோன்றுகிறது.

வேறொரு வகையில் இராமன் அதிர்ஷ்டசாலி. பிரமா, விஷ்ணு, கிருஷ்ணன் ஆகியோர் இராமன் கடவுள்களுக்குத் தாழ்ந்தவர்களாக ஆக்கப்பட்டது போன்ற நிலை இராமனுக்கு ஏற்படவில்லை. அவரை, பிராமணர்களின் வீரனான பரசுராமனுக்குத் தாழ்ந்தவர் ஆக்குவதற்கு ஒரு முயற்சி செய்யப்பட்டது. இந்தக் கதை இராமாயணத்தில் பின்வருமாறு கூறப்படுகிறது:

"மிதிலையின் மன்னரான ஜனகரின் மகள் சீதைக்கும் இராமனுக்கும் திருமணம் முடிந்தபின் தசரதர் ஜனகரிடம் விடைபெற்றுக் கொண்டு தமது நகருக்குத் திரும்பிக்கொண்டிருந்தார். அப்போது சில பறவைகள் தீய சகுனத்தைக் குறிக்கும் ஒலி எழுப்புவதைக் கேட்டு மனத்தில் அச்சங்கொண்டார். ஆயினும் காட்டு விலங்குகள் அவரைச் சுற்றி வலம் வந்து செல்வதால் தீய சகுனத்தை அது மாற்றிவிட்டது என்று விசுவாமித்திர முனிவர் அவருக்கு ஆறுதல் கூறினார். பறவைகளின் சகுனத்தால் குறிப்பிடப்பட்ட நிகழ்ச்சி பரசுராமரின் வருகையாகும். அவருக்கு முன்னால் பெரும் புயல் காற்று வந்து உலகையே உலுக்கி மரங்களைச் சாய்த்தது. அடர்ந்த இருள் சூரியனை மறைத்தது. பரசுராமர் பயங்கரத் தோற்றம் கொண்டவராகவும், நெருப்பைப் போல் சுடர்பவராகவும், கையில் கோடரியும் வில்லும் ஏந்தியவராகவும் இருந்தார். அவருக்கு உரிய மரியாதையுடன் அளிக்கப்பட்ட வரவேற்பை ஏற்றுக்கொண்டார். பின்பு பரசுராமர் இராமனைப் பார்த்து, அவர் ஜனகரின் வில்லை ஒடித்த வல்லமையைக் கேள்விப்பட்டதாகவும், தாமும் ஒரு வில் கொண்டு வந்திருப்பதாகவும், அதை அவர் வளைத்து நாணேற்றி, அம்பு பூட்ட வேண்டும் என்றும் கூறினார். இதை இராமன் செய்தால் அவருடன் ஒற்றைக்கு ஒற்றையாகப் போரிடத் தயாராய் இருப்பதாகவும் பரசுராமர் கூறினார்."

இராமன் தமது வீரம் இகழ்ந்து பேசப்பட்டாலும் தம்முடைய வல்லமையை நிரூபிப்பதாகக் கூறினார். பின் அவர் கோபத்துடன் பரசுராமர் கையிலிருந்த வில்லைப் பறித்து, வளைத்து நாணேற்றி அதில் ஒரு அம்பைப்பூட்டுகிறார். பின்பு தம்மை எதிர்த்த பரசுராமரைப் பார்த்து. அவர் ஒரு பிராமணராயிருப்பதாலும் அவரது உறவினரான விசுவாமித்திரரைக் கருதியும் அவர் மேல் அம்பு எய்யப் போவதில்லை என்று கூறினார். ஆனால், பரசுராமர் எங்கும் செல்வதற்குப் பெற்றிருக்கும்

மனித சக்திக்கு அப்பாற்பட்ட ஆற்றலை அழித்துவிடுவதாக, அல்லது தமது தவத்தின் மூலம் அவர் பெற்றுள்ள தெய்விக இருப்பிடங்களை அவருக்கு இல்லாமல் செய்து விடுவதாகக் கூறினார். இப்போது தேவர்கள் இந்தக் காட்சியினைக் காண வருகிறார்கள். பரசுராமர் மனம் தளர்ந்துபோய், தமது இயங்கும் ஆற்றலை அழித்துவிடவேண்டாம் என்று இராமனை வேண்டிக்கொள்கிறார். அது இல்லாமற்போனால் ஒவ்வொரு இரவும் பூமியை விட்டுப் போய்விடுவதாகக் காசியபருக்குத் தாம் கொடுத்துள்ள வாக்குறுதியை நிறைவேற்ற முடியாமற் போகும் என்கிறார். ஆயினும் தம்முடைய தெய்விக இருப்பிடங்களை இராமன் அழித்துவிடுவதற்கு இணங்குகிறார்."

இந்த ஒரு நிகழ்ச்சி தவிர இராமனுக்கு வேறு எந்தக் கடவுளின் போட்டியும் ஏற்படவில்லை. அவர் தாம் இருந்த இடத்திலியே இருந்து கொள்ள முடிந்தது. மற்றக் கடவுள்களைப் பொறுத்தமட்டில் கதை வேறுவிதமாக உள்ளது. பாவம் அந்தக் கடவுள்கள்! அவர்கள் பிராமணர்களின் கையில் விளையாட்டுப் பொம்மைகள் ஆகிவிட்டார்கள். பிராமணர்கள் கடவுள்களை ஏன் இப்படி மரியாதை இல்லாமல் நடத்தினார்கள்?

புதிர் எண் 12

பிராமணர்கள் ஏன் கடவுள்களை அரியணையிலிருந்து இறக்கிவிட்டுப் பெண் தெய்வங்களை அரியணையில் அமர்த்தினார்கள்?[1]

கடவுள்களை வழிபடுவது எங்கும் சாதாரணமாக வழக்கில் உள்ளதே ஆனால் பெண் தெய்வங்களை வழிபடுவது சாதாரணமானதல்ல. காரணம், கடவுள்கள் பொதுவாக மணமாகாதவர்களாக இருக்கிறார்கள், பெண் தெய்வங்கள் என்று உயர்த்தி வைப்பதற்குக் கடவுள்களுக்கு மனைவிகள் இல்லை. கடவுளை மணமானவராகக் கருதுவது எவ்வளவு தூரம் மனம் ஒப்பாத்தாக உள்ளது என்பதற்கு உதாரணமாக, இயேசுவைக் கடவுளின் மகன் என்று யூதர்களை ஏற்கச் செய்வது ஆரம்பகாலக் கிறிஸ்தவர்களுக்கு எவ்வளவு கடினமாக இருந்தது என்பதைக் குறிப்பிடலாம். கடவுளுக்கு மணமாகவில்லை என்றும், அதனால் இயேசு எப்படிக் கடவுளின் மகனாக இருக்க முடியும் என்றும் யூதர்கள் கேட்டார்கள்.

இந்துக்கள் விஷயத்தில் நிலைமை முற்றிலும் வேறு விதமாக உள்ளது. அவர்கள் கடவுள்களை வழிபடுவது மட்டுமின்றி பெண் தெய்வங்களையும் வழிபடுகிறார்கள். ஆரம்பத்திலிருந்தே இப்படித்தான் இருந்து வருகிறது.

ருக் வேதத்தில் பல பெண் தெய்வங்கள் பிருத்வி அதிதி, திதி, நிஷ்திக்ரி, இந்திராணி, பிரிஸ்னி. உஷா, சூர்யா, அக்னமி, வருணனி, ரோதசி, ராகா. சினிவலி, சிரதா, அரமதி, அப்சரஸ், சரஸ்வதி போன்றவர்கள் குறிப்பிடப்படுகிறார்கள்.

பிருத்வி மிகப்புராதனமான ஆரியப்பெண்தெய்வம் அவள் தியெளஸ் (வானம் என்ற கடவுளின் அல்லது புரஜன்யா என்ற கடவுளின் மனைவியாகக் கூறப்படுகிறாள். பிருத்வி பல கடவுள்களின் தாய் என்று கூறப்படுவதால் இவள் ஒரு முக்கியமான பெண் தெய்வமாவாள் மித்திரா, ஆர்யமான் வருணன் ஆகிய கடவுள்கள்

---

1. இந்த அத்தியாயத்தின் மூலக்கட்டுரை 'வேதத்தில் உள்ள பெண் தெய்வங்களும் வேதத்தில் இல்லாத பெண் தெய்வங்களும்' என்பதாகும். இந்த அத்தியாயத்தில் கூறப்படும் பொருளையும், இதன் இறுதிப் பத்தியையும் கருத்தில் கொண்டு இதைப் பொருளடக்க அட்டவணையின் வரிசைப்படி புதிர் எண் 12 என்று வைத்திருக்கிறோம். இது 21 பக்கங்கள் கொண்ட தட்டச்சுப் பிரதியாகும். இதில் ஆசிரியரின் கையாலேயே சில மாற்றங்கள் ,செய்யப்பட்டு இறுதிப் பத்தியும் எழுதப்பட்டுள்ளது.
-பதிப்பாசிரியர்கள்

இவளுடைய மகன்கள். அதிதியாரை மணந்திருந்தாள் என்பது ருக் வேதத்தில் கூறப்படவில்லை திதியைப் பற்றியும் நமக்கு அதிகமாகத் தெரியவில்லை. அதிதியுடன் சேர்த்து. அவளுடன் மாறுப்படுத்திக் கூறப்படும் ஒரு பெண் தெய்வமாக மட்டுமே நமக்குத் தெரிகிறது. இவளுடைய மகன்களான தைத்தியர்கள் பிற்கால இந்தியப் புராணங்களில் தேவர்களின் எதிரிகளாகக் கருதப்பட்டார்கள்.

நிஷதிக்ரி என்ற பெண் தெய்வம் இந்திரனின் தாய் ஆவாள். இந்திராணி என்ற பெண் தெய்வம் இந்திரனின் மனைவி. பிரிஸ்னி, மருத்துக்களின் தாய். உஷா, வானத்தின் மகள் என்றும், பகாவின் சகோதரி என்றும், வருணனின் உறவினள் என்றும் சூரியனின் மனைவி என்றும் வர்ணிக்கப்படுகிறாள் சூர்யா என்ற பெண் தெய்வம் சூரியனின் மகள். இவள் அசுவினி தேவர்கள் அல்லது சோமாவின் மனைவியாகக் கூறப்படுகிறாள்.

அக்னமி, வருணனி, ரோதசி ஆகிய பெண்தெய்வங்கள் முறையே அக்னி வருணன், ருத்ரன் ஆகிய கடவுள்களின் மனைவியர். மற்ற பெண் தெய்வங்கள் நதிகளின் உருவகங்களாக அல்லது விவரங்கள் எதுவும் இல்லாமல் குறிப்பிடப்படுகிறார்கள்.

இதுவரை கூறியதிலிருந்து இரண்டு விஷயங்கள் தெளிவாகின்றன. ஒன்று. இந்துக் கடவுள் மணம் செய்து கொள்ள முடியும் என்பதும் அவர்சாதாரண மனிதனை விட உயர்வாக நடந்துகொள்ளவில்லை என்பதால் அவரோ, அவரை வழிபடுபவனோ கூச்சப்பட வேண்டிய தில்லை என்பதும் ஆகும். இரண்டாவது கடவுளின் மனைவி, அவரை மணந்து கொள்ளும் காரணத்தாலேயே, அந்தக்கடவுளை வழிபடுபவனின் வழிபாட்டுக்குத் தகுதி பெற்று விடுகிறாள்.

வேத காலத்தை விட்டுப் புராண காலத்துக்கு வந்தால் பல பெண் தெய்வங்களின் பெயர்களைக்காண்கிறோம். தேவி, உமா. சதி, அம்பிகை, பார்வதி, ஹைமாவதி, கவுரி, காளி நிரநிதி, சண்டி காத்யாயினி, துர்க்கை, தஸ்புஜா, சிங்கவாகினி, மகிஷாசுர மர்த்தினி, ஜகதாத்ரி, முக்தகேசி, தாரா, சின்னமுஸ்தகா, ஜகத்கவுரி, பிரத்யங்கிரா, அன்னபூர்ணா. கணேஷ் ஜன்னி, கிருஷ்ணக்ரோரா, லட்சுமி போன்ற பெண் தெய்வங்கள் குறிப்பிடப்படுகிறார்கள். இந்தப் பெண் தெய்வங்களின் யார் - எவர் பட்டியல் ஒன்றை வரைவது கடினம். முதலாவதாக இந்தப் பெயர்கள் ஒவ்வொன்றும் தனித்தனிப் பெண் தெய்வங்களைக் குறிக்கின்றனவா அல்லது ஒரே பெண் தெய்வத்தின் வெவ்வேறு பெயர்களா என்று கூறுவது கடினம். இதேபோல் இவர்களின் தாய் - தந்தை யார் எனக் கூறுவதும் கடினம். இவர்களின் கணவர்கள் யார் என்பதையும் யாரும் உறுதியாகக் கூறமுடியாது.

ஒரு குறிப்பின்படி, உமா, தேவி, சதி, பார்வதி, கவுரி, அம்பிகா என்பன ஒரே பெண் தெய்வத்தின் வெவ்வேறு பெயர்களாகும். மற்றொருபுறம், தேவி என்பவள் தட்சனின் மகள் என்றும், அம்பிகா, ருத்ரனின் சகோதரி என்றும் கூறப்படுகிறது. பார்வதியின் வரலாற்றைக் குறிப்பிடுகையில் வராக புராணம் இவ்வாறு கூறுகிறது.[1]

"பிரமா கைலாசத்துக்குச் சென்று சிவனைப் பார்த்தபோது சிவன் அவர் அங்கு வந்த காரணம் என்ன என்று கேட்டார். பிரமா இவ்வாறு பதிலுரைத்தார். அந்தகன் (இருள்) என்ற பெரிய அசுரன் தேவர்களைத் துன்புறுத்துகிறான். நான் அவர்களுடைய புகாரை உங்களிடம் தெரிவிக்க வந்தேன்." சிவன் தமது எண்ணத்தின் மூலம் விஷ்ணுவை அங்கு வரவழைத்தார். மூன்று கடவுள்களும் ஒருவரையொருவர் பார்த்துக் கொண்ட பார்வையிலிருந்து தெய்வீக அழகு கொண்ட ஒரு கன்னிகை தோன்றினாள். நீலத்தாமரையின் இதழ்களைப் போன்ற நிறம் கொண்டவளாக, இரத்தினங்களால் அணி செய்யப்பட்டவளாக வந்த அவள் பிரமா, விஷ்ணு, சிவன் மூவரையும் வணங்கினாள். அவள் யார் என்றும் அவள் ஏன் கருப்பு, வெள்ளை, சிவப்பு என்ற மூன்று நிறங்களைக் கொண்டிருக்கிறாள் என்றும் அவர்கள் கேட்டார்கள். அதற்கு அவள், நான் உங்கள் பார்வைகளிலிருந்து தோன்றினேன், எல்லாம் செய்யவல்ல உங்களுடைய ஆற்றல் உங்களுக்குத் தெரியாதா?' என்று கூறினாள். பின் பிரமா அவளைப் புகழ்ந்து. நீ மூன்று காலங்களின் (கடந்தது, நிகழ்வது, வருவது) தெய்வம் என்றும், உலகத்தைக் காப்பவள் என்றும் அழைக்கப்படுவாய்; பல பெயர்களில் நீ வழிபடப்படுவாய் உன்னை வணங்குவோரின் ஆவல்கள் நிறைவேறுவதற்கு நீ காரணமாயிருப்பாய். ஆனால் நீ உன்னுடைய மூன்று நிறங்களுக் கேற்றபடி உன்னை மூன்று உருவங்களாகப் பிரித்துக் கொள் என்று கூறினார். அதன்படி அவள். ஒன்று வெள்ளை, ஒன்று சிவப்பு, ஒன்று கருப்பு என மூன்று நிறங்களைக் கொண்ட மூன்று வடிவங்களாகப் பிரிந்தாள். வெள்ளை வடிவம் சரஸ்வதி, பிரமாவுடன் படைப்பில் ஒத்துழைப்பவள் ஆனாள்: சிவப்பு வடிவம் லட்சுமி, விஷ்ணுவுடன் பிரபஞ்சத்தைக் காப்பவள் : கருப்பு வடிவம் பார்வதி, சிவனின் பல குணங்களையும் சக்தியையும் பெற்றவள் ஆனாள்."

இதில் சரஸ்வதி, லட்சுமி, பார்வதி ஆகிய மூவரும் ஒரே தெய்வத்தின் வெவ்வேறு வடிவங்கள் எனக் காட்டும் முயற்சி காணப்படுகிறது. இவர்களில் சரஸ்வதி பிரமாவின் மனைவி, லட்சுமி விஷ்ணுவின் மனைவி, பார்வதி சிவனின் மனைவி என்பதையும் இந்த மூன்று

---

1. விகின்ஸ் தமது, 'இந்து புராண இலக்கியம்' நூலில் காட்டியுள்ள மேற்கோள். பக் 290-91

கடவுள்களும் ஒருவரோடொருவர் போரிட்டுக் கொண்டிருந்தார்கள் என்பதையும் பார்க்கும் போது வராக புராணம் கூறும் விளக்கம் வினோதமாக உள்ளது.

கவுரி யார்? பார்வதியின் மற்றொரு பெயர்தான் கவுரி என்று புராணம் கூறுகிறது.[1] இதற்குக் காரணம் இவ்வாறு கூறப்படுகிறது: கைலாசத்தில் சிவனும் பார்வதியும் ஒன்றாக இருக்கும் போது. அவர்களிடையே சிறு சிறு சச்சரவுகள் வரும். அப்படியொரு சமயத்தில் சிவன் பார்வதியின் கருப்பு நிறத்தைச் சுட்டிக்காட்டி அவளைச் சீண்டினார். இதனால் மனவருத்தம் அடைந்த பார்வதி சில காலம் சிவனைப் பிரிந்து சென்று கடுந்தவம் புரிந்தாள். அதன் பலனாக பிரமா அவளுடைய மேனி பொன் நிறமாக விளங்கும் என்று வரம் தந்தார். இதனால் அவளுக்குக் கவுரி என்று பெயர் வந்தது.

மற்ற பெண் தெய்வங்களைப் பார்த்தால், அவை ஒரே பெண் தெய்வத்தின் வெவ்வேறு பெயர்களா, அல்லது தனித்தனித் தெய்வங்களா என்பது நிச்சயமாகத் தெரியவில்லை. மகாபாரதத்தில் அர்ஜுனன் துர்கையைக் குறித்த பாடல் ஒன்றில் இவ்வாறு கூறுகிறான்:[2]

“உன்னை வணங்குகிறேன், சித்த - சேனானி (சித்தர்களின் படைத்தலைவி), மந்தரமலையில் வசிப்பவள், குமாரி (இளவரசி) காளி, கபாலி, கபிலை, கிருஷ்ண - பிங்களை ஆகிய உன்னை வணங்குகிறேன். பத்ரகாளியே வணக்கம்: மகாகாளி, சண்டி, சண்டா, தாரிணி (விடுதலையளிப்பவள்), வரவாரிணி (அழகிய நிற முள்ளவள்) ஆகிய உனக்கு வணக்கம். ஓ கல்யாணி, ஓ காளி, ஓ விஜயா, ஓ ஜயா (வெற்றி), ஆயர்களின் தலைவனின் (கிருஷ்ணனின்) தங்கையே, மகிஷனின் இரத்தத்தில் மகிழ்பவளே, ஓ உமா, சாகாம்பரி, வெள்ளை நிறத்தவளே, கரிய நிறத்தவளே, கைதபனை அழித்தவளே! விஞ் ஞானங்களில் நீ பிரம (அல்லது வேத) விஞ்ஞானம். கந்தனின் அன்னையே தெய்வத் துர்க்கையே, காட்டில் வசிப்பவளே, தூய மனத்துடன் உன்னைத் துதிக்கிறேன். உன் அருளால் நான் என்றும் போரில் வெற்றியே பெறுவேனாக” இந்தப் பாடலிலிருந்து மேலே குறிப்பிடப்பட்ட சில பெண் தெய்வங்கள் துர்க்கையின் வேறு பெயர்களே என்று தெரிகிறது. இதே போல, தசபுஜா, சிங்கவாகினி, மகிஷாசுரமர்த்தினி, ஜகதாத்ரி, சின்னமுஸ்தகா, ஜகத்கவுரி, பிரத்யங்கிரி, அன்ன பூர்ணா ஆகியோரும் துர்க்கையே அல்லது துர்க்கையின் வெவ்வேறு வடிவங்களேயாகும்.

1.வில்கின்ஸ், மேற்படி, பக். 289-90
2.மேற்படி, ப. 306-307

இவ்வாறாக இரண்டு முக்கிய பெண் தெய்வங்கள் உள்ளன. ஒன்று பார்வதி, மற்றது துர்க்கை. மற்றவையெல்லாம் வெறும் பெயர்களே. பார்வதி, தட்சப் பிரஜாபதியின் மகளும், சிவனின் மனைவியும் ஆவாள். துர்க்கைக்கும் காளிக்கும் இடையிலான உறவு தெளிவாகத் தெரியவில்லை. அர்ஜுனன் பாடிய பாடலின்படி துர்க்கையும் காளியும் ஒருவரே எனத் தோன்றுகிறது. ஆனால் லிங்க புராணத்தில் வேறொரு கருத்துக் காணப்படுகிறது. அதன்படி [1] காளியும் துர்க்கையும் வெவ்வேறு தெய்வங்கள் ஆவார்கள்.

வேதத்தில் கூறப்படும் பெண் தெய்வங்களையும் புராணங்களில் கூறப்படும் பெண் தெய்வங்களையும் ஒப்பிட்டுப் பார்ப்பது, வரலாற்றை எழுதுவது மட்டுமின்றி, அதற்குப் பொருள் கூறுவதையும் பணியாகக் கொண்ட ஒரு மாணவனுக்குத் தவிர்க்க முடியாததாகும். ஒரு விஷயத்தில் இந்த இரண்டு வகைப் பெண் தெய்வங்களுக்குமிடையே பெரிய வேறுபாடு உள்ளது. வேதத்தின் பெண் தெய்வங்கள், கடவுள்களின் மனைவியராக இருந்த காரணத்தால் தான் வணங்கப்பட்டார்கள். புராணப் பெண் தெய்வங்கள் அப்படியில்லை. இவர்கள், கடவுள்களின் மனைவியர் என்பதனால் அன்றி, தங்களுடைய சொந்த முறையிலேயே வழிபாட்டைப் பெறுகிறார்கள். இந்த வேறுபாட்டுக்குக் காரணம் வேதப் பெண் தெய்வங்கள் போர்க்களத்துக்குச் சென்றதோ, வீரச் செயல்கள் செய்ததோ கிடையாது. ஆனால் புராணங்களின் பெண் தெய்வங்கள் போர்க்களம் சென்று பெரும் வீரச் செயல்கள் செய்தார்கள்.

துர்க்கைக்கும் இரண்டு அசுரர்களுக்கும் இடையே பெரும் போர் நடந்ததாகக் கூறப்படுகிறது. இதுவே துர்க்கைக்குப் பெரும் புகழைப் கொடுத்தது. இந்தக்கதை மார்க்கண்டேய புராணத்தில் விரிவாகக் கூறப்படுகிறது. அது வருமாறு:[2]

திரேதாயுகத்தின் இறுதியில் சும்பன், நிசும்பன் என்ற இரண்டு பெரும் அசுரர்கள் 10,000 ஆண்டுகள் கடும் தவம் புரிந்தார்கள். இதனால் சிவன் அவர்கள் முன் தோன்றினார். அவர்கள் தங்களுக்கு இறவா வரம் தர வேண்டும் என்று கேட்டார்கள். இதைத் தவிர வேறு எந்த வரம் வேண்டுமானாலும் கேட்கும்படி சிவன் அவர்களுடன் நெடுங்காலம் வாதாடியும் அவர்கள் இணங்கவில்லை. தாங்கள் கோரிய வரம் கிடைக்காததால் மேலும் கடுமையான தவத்தை மீண்டும் பத்தாயிரம் ஆண்டுகாலம் இயற்றினார்கள். சிவன் மீண்டும் அவர்கள் முன் தோன்றினார். ஆனாலும் அவர்கள் கேட்ட வரத்தைக் கொடுக்க இணங்கவில்லை அவர்கள் நெருப்புக்கு உயரே தங்களைத்

1. வில்கின்ஸ், மேற்படி, ப.313
2 வில்கின்ஸ், மேற்படி, ப.302-306.

தலைகீழாகத் தொங்கவிட்டுக் கொண்டு, கழுத்திலிருந்து இரத்தம் வடியத் தவம் செய்தார்கள். இது 800 ஆண்டுகள் நடந்தது. இத்தகைய கடுமையான தவத்தினால் இவர்கள் தங்களுடைய பதவிகளைப் பிடித்துக் கொள்வார்கள் என்று தேவர்கள் அஞ்சினார்கள். தேவர்களின் அரசன் ஒரு சபையைக் கூட்டித் தன்னுடைய அச்சத்தைத் தெரிவித்தான் அவர்களும் அதை ஆமோதித்து இந்த அபாயத்தை நீக்குவதற்கு என்ன வழி என்று கேட்டார்கள்.

இந்திரனின் யோசனைப்படி கந்தர்ப்பன் (மன்மதன்). தேவலோகப் பெண்களில் சிறந்த அழகியரான ரம்பையையும் திலோத்தமையையும் உடனழைத்துக்கொண்டு, அசுரர்களின் மனத்தில் காமத்தை எழுப்புவதற்காக அவர்களிடம் சென்றான். கந்தர்ப்பன் அசுரர்கள் மீது தனது பாணங்களை ஏவினான். அவர்கள் தங்கள் தவத்திலிருந்து விழித்து இரண்டு அழகான பெண்கள் தங்கள் முன் நிற்பதைக் கண்டு தேவர்களின் வலையில் விழுந்து தங்களுடைய தவத்தைக்கைவிட்டார்கள். அவர்கள் அந்தப் பெண்களுடன் 5000 ஆண்டுகள் இன்பமாக வாழ்ந்த பின், புலன் இன்பங்களுக்காக இறவாமையை அடையும் முயற்சியைக் கைவிட்டது அறிவீனம் என்று உணர்ந்தனர். இது இந்திரனின் சூழ்ச்சி என்று சந்தேகப்பட்டு, இரண்டு பெண்களையும் விரட்டி விட்டு மீண்டும் தவத்தில் இறங்கினார்கள். தங்கள் சதையையும் எலும்புகளையும் வெட்டி நெருப்பில் போட்டு சிவனுக்கு ஆகுதி செய்தார்கள். இவ்வாறு 1000 ஆண்டுகள் தவம் செய்து வெறும் எலும்புக்கூடாக ஆனார்கள். சிவன் மீண்டும் தோன்றி வரம் தந்தார் - செல்வத்திலும் வலிமையிலும் அவர்கள் தேவர்களை விட உயர்ந்தவர்களாக இருப்பார்கள் என்பது இந்த வரம்.

இப்போது தேவர்களுக்கு மேலான நிலையை அடைந்து விட்டதால் அவர்கள் தேவர்களுடன் போர் தொடுத்தார்கள்; நீண்ட போருக்குப் பின் இந்திரனும் மற்ற தேவர்களும் மிகவும் துன்பமடைந்து பிரமாவிடமும் விஷ்ணுவிடமும் முறையிட்டார்கள். அவர்கள் தேவர்களைச் சிவனிடமே அனுப்பினார்கள். சிவன் அவர்களைக் காப்பாற்றத் தன்னால் ஒன்றும் செய்ய முடியாது என்று கூறினார். சிவன் கொடுத்த வரத்தினால்தான் தங்களுக்குத் துன்பநிலை ஏற்பட்டது என்று அவர்கள் சுட்டிக்காட்டிய போது, துர்க்கையைக் குறித்துத் தவம் செய்யுமாறு சிவன் தேவர்களுக்கு யோசனை கூறினார். தேவர்களின் தவத்தைக் கண்டு துர்க்கை அவர்கள் முன் தோன்றி வரம் கொடுத்தாள். பின் ஒரு சாதாரணப் பெண் போல வடிவம் கொண்டு ஒரு தண்ணீர்க் குடத்தைத் தூக்கிக்கொண்டு தேவர்களின் கூட்டத்தின் வழியே சென்றாள். பின்பு அவள் தன்னுடைய சொந்த உருவத்தை எடுத்துக்கொண்டு அவர்கள் என்னைப் புகழ்ந்து கொண்டாடுகிறார்கள் என்று கூறினாள்.

இந்தப் புதிய பெண் தெய்வம் இப்போது இமயமலையில் சும்ப நிசும்பர்களின் ஏவலாளர்களான சண்டன், மண்டன் என்பவர்கள் வசித்த இடத்துக்குச் சென்றாள். அவர்கள் அவளைப் பார்த்து, அவளுடைய பேரழகைக் கண்டு அதிசயித்து. தங்களுடைய எஜமானர்களிடம் சென்று அவளுடைய அன்பைப் பெறுமாறு யோசனை கூறினார்கள். அவர்கள் தேவலோகத்தைக் கொள்ளையடித்துச் சேர்த்து வைத்துள்ள சிறந்த பொருள்களையெல்லாம் கொடுத்தாவது அதைச் செய்யலாம் என்றும் கூறினார்கள்.

சும்பன், சுக்ரீவன் என்பவனைத் தனது தூதனாக அந்தப் பெண் தெய்வத்திடம் அனுப்பினான். மூன்று உலகங்களின் செல்வங்களும் தனது அரண்மனையில் இருப்பதாகவும், தேவர்களுக்குக் கொடுக்கப்பட்டு வந்த காணிக்கைகள் எல்லாம் இப்போது தனக்குக் கொடுக்கப்படுவதாகவும், அவள் தன்னிடம் வந்துவிட்டால் இந்தச் செல்வங்களெல்லாம் அவளுடையதாகும் என்றும் அவளிடம் சொல்லுமாறு அனுப்பி வைத்தான். ஆனால் அவள் தான் மணந்து கொள்ளப் போகிறவன் தன்னைப் போரில் வென்று தன் கர்வத்தை அழிக்க வேண்டும் என்று தான் தீர்மானித்திருப்பதாகப் பதில் கூறினாள். சுக்ரீவன் அவளிடம் தன்னுடைய எஜமானன் முன் மூவுலகத்திலும் உள்ள தேவர்கள், மனிதர்கள், அசுரர்கள் யாரும் நிற்க முடியவில்லை என்றும், அப்படியிருக்க ஒரு பெண்ணான அவள் எப்படி எதிர்க்க முடியும் என்றும் கேட்டான். ஆனால் அவள் தான் தீர்மானம் செய்திருப்பதாகவும் அவன் தன்னுடைய எஜமானிடத்தில் சென்று அவனுடைய பலத்தைத் தன்னிடம் வந்து சோதித்துப் பார்க்குமாறு கூறும்படியும் சொல்லி அனுப்பினாள்.

தூதன் சென்று விவரத்தைக் கூறினான். சும்பன் பெரும் கோபமடைந்து தனது படைத்தலைவனான தூமலோசனனை அழைத்து, இமயமலைக்குச் சென்று அந்தப் பெண் தெய்வத்தைப் பிடித்துத் தன்னிடம் கொண்டுவருமாறு கட்டளையிட்டான்.

படைத்தலைவன் அவளிடம் சென்றபோது ஒரு பயங்கர கர்ஜனை செய்து அதன் மூலம் அவனைச் சாம்பலாக்கிவிட்டாள். அவனுடைய படை வீரர்களையும் அழித்தாள். தப்பிய ஒருசிலர் சும்பனிடமும் நிசும்பனிடமும் சென்று நடந்ததைக் கூறினார்கள். அவர்கள் கோபமடைந்து சண்டனையும் மண்டனையும் அனுப்பி வைத்தார்கள். அவர்கள் இமயமலைக்குச் சென்ற போது ஒரு பெண், ஒரு கழுதையின் மேல் அமர்ந்து சிரித்துக் கொண்டிருப்பதைக் கண்டார்கள். அவள் இவர்களைப்பார்த்ததும் கோபமடைந்து இவர்களது படைவீரர்களைப் பத்து, இருபது, முப்பது என்று ஒரே சமயத்தில் தன் வாய்க்குள் இழுத்து விழுங்கினாள். பின்பு மண்டனின் தலை முடியைப் பற்றிக் கொண்டு

தலையை வெட்டி அதிலிருந்து இரத்தத்தைக் குடித்தாள். இதைப் பார்த்த சண்டன் அவளை நெருங்கிப் போரிட வந்தான். ஆனால் அவள் ஒரு சிங்கத்தின் மீது ஏறிக்கொண்டு, மண்டனைக் கொன்றது போலவே அவனையும் கொன்று, அவனுடைய படையில் ஒரு பகுதியையும் கொன்று இரத்தத்தைக் குடித்தாள்.

இதைக் கேள்விப்பட்ட அசுரர்கள் எண்ணற்ற தங்கள் படை வீரர்களைக் கூட்டிக்கொண்டு அவளுடன் தாங்களே போரிடுவதற்கு இமயமலைக்குச் சென்றார்கள். இந்தப் படைகளையெல்லாம் அவள் அழித்தாள். சும்ப - நிசும்பர்களின் முக்கிய படைத்தலைவனான ரக்தவீஜன் அந்தப் பெண் தெய்வத்துடன் தானே போரிட்டான். போரில் அவன் உடலெங்கும் காயங்கள் ஏற்பட்டன. ஆனால் காயங்களிலிருந்து சிந்திய ஒவ்வொரு துளி இரத்தத்திலிருந்தும் அவனைப் போலவே பலம் கொண்ட ஆயிரம் அசுரர்கள் தோன்றினார்கள். இவ்வாறாக எண்ணற்ற எதிரிகள் துர்க்கையைச் சூழ்ந்து கொண்டார்கள். கடைசியாக துர்க்கைக்கு உதவியாக இருந்த சண்டி என்ற பெண்தெய்வம் அசுரனின் இரத்தம் தரையில் விழுவதற்கு முன் அவள் அதைத் குடித்துவிட்டால் தான் அவனுடன் போரிட்டு அவனையும் மற்ற அசுரர்களையும் கொல்வதாகக் கூறினாள். இவ்வாறு அவனும் அவனது படைகளும் அழிந்தார்கள்.

பின்பு சும்பனும் நிசும்பனும் பெண் தெய்வத்துடன் நேரில் போரிட்டார்கள். கடும் போர் நடந்தபின் இரண்டு அசுரர்களும் கொல்லப்பட்டார்கள். தேவர்களும் தேவிகளும் அந்தப் பெண் தெய்வத்தின் புகழைப் பாடினார்கள். அவர்கள் ஒவ்வொருவருக்கும் அவள் ஒவ்வொரு வரம் அளித்தாள்."

மார்க்கண்டேய புராணம், துர்க்கை தன்னுடைய பல்வேறு உருவங்களில் செய்த வீரச் செயல்களையும் சுருக்கமாகக் குறிப்பிடுகிறது. அது கூறுகிறது:

"துர்க்கையாக அவள் அசுரர்களிடமிருந்து ஒரு செய்தியைப் பெற்றாள் தசபுஜா(பத்துக்கைகளை உடையவள் ஆக அவள் அவர்களுடைய படையில் ஒரு பகுதியைக் கொன்றாள். சிங்கவாகினி (சிங்கத்தின் மேல் அமர்ந்தவள்) ஆக அவள் ரத்த விஜனுடன் போரிட்டாள் மகிஷாசுரமர்த்தினி (எருமையைக் கொன்றவள்) ஆக அவள் எருமை வடிவம் கொண்ட சும்பனைக் கொன்றாள். ஜகதாத்ரி (உலகத்தின் தாய்) ஆக அவள் அசுரர்களின் படைகளை வென்றாள். காளி (கருமை நிறப் பெண்) ஆக அவள் ரக்தவீஜனைக் கொன்றாள். முக்தகேசி (அவிழ்ந்த தலைமுடி கொண்ட பெண்)

ஆக அவள் அசுரர்களின் மற்றொரு படையை வென்றாள். தாரா (காப்பாற்றுபவள்) ஆக அவள் சும்பனை உண்மை உருவத்தில் கொன்றாள். சின்னமஸ்தகா (தலையில்லாதவள்) ஆக அவள் நிசும்பனைக் கொன்றாள். ஜகத்கவுரி (உலகெங்கும் புகழ்பெற்ற பொன் மேனிப் பெண்) ஆக அவள் தேவர்களின் பாராட்டையும் நன்றியையும் பெற்றாள்."

வேதத்தில் வரும் பெண் தெய்வங்களையும் புராணப் பெண் தெய்வங்களையும் ஒப்பிடும்போது சிலரசமான கேள்விகள் எழுகின்றன. இவற்றில் ஒன்றுமிக வெளிப்படையாகத் தெரிகிறது. வேத இலக்கியத்தில் அசுரர்களுக்கு எதிர்ான போர்கள் பற்றிய குறிப்புகள் நிறைய உள்ளன. பிராமணங்கள் எனப்படும் இலக்கியத்தில் இத்தகைய குறிப்புகள் ஏராளமாக உள்ளன. ஆனால் அசுரர்களுக்கெதிரான இந்தப் போர்களில் எல்லாம் வேதக் கடவுள்களே போர் செய்கிறார்கள். வேதங்களின் பெண் தெய்வங்கள் இந்தப் போர்களில் பங்கெடுக்கவில்லை. புராணப் பெண் தெய்வங்கள் விஷயத்தில் நிலைமை முற்றிலுமாக மாறியுள்ளது. புராண காலத்திலும் வேதகாலத்தைப் போலவே அசுரர்களுடன் போர்கள் நடந்தன. வித்தியாசம் என்னவென்றால், வேத காலத்தில் அசுரர்களுடன் கடவுள்கள் மட்டுமே போரிட்டதற்கு மாறாக, புராண காலத்தில் பெண் தெய்வங்களேதான் போரிடுகிறார்கள். வேதகாலக் கடவுள்கள் செய்ததைப் புராணப் பெண் தெய்வங்கள் செய்ய வேண்டியிருந்தது ஏன்? புராண காலங்களில் கடவுள்கள் இல்லாமற் போனார்கள் என்பது காரணமாக இருக்க முடியாது. பிரமா, விஷ்ணு, சிவன் ஆகிய கடவுள்கள் இருந்தார்கள். அசுரர்களுடன் போரிடுவதற்கு இவர்கள் இருந்தபோது ஏன் பெண் தெய்வங்கள் போரிட வைக்கப்பட்டார்கள்? இது விளக்கம் தேவைப்படுகின்ற ஒரு புதிராகும். இரண்டாவது கேள்வி. புராணப் பெண் தெய்வங்களிடம் இருந்த, ஆனால் வேதப் பெண் தெய்வங்களிடம் இல்லாத இந்தச் சக்தியின் ஆதாரம் என்ன? பெண் தெய்வங்களின் உள்ளேயே உறைந்த கடவுள்களின் சக்திதான் இது என்பது புராணங்கள் கூறும் பதில். ஒவ்வொரு கடவுளுக்கும் சக்தி என்று கூறப்படும் ஆற்றல் உள்ளது என்பதும், இந்தச் சக்தி அந்தக் கடவுளின் மனைவிகளிடம் உறைந்துள்ளது என்பதும் பொதுவான கொள்கையாகும். இந்தக் கொள்கை பொதுவாக ஏற்கப்பட்டதால் ஒவ்வொரு பெண் தெய்வமும் சக்தி என்று அழைக்கப்பட்டது. பெண் தெய்வத்தை மட்டும் வழிபடுவோர் சாக்தர்கள் எனப்பட்டார்கள்.

இந்தக் கொள்கை தொடர்பாக ஓரிரண்டு கேள்விகளுக்கு விடை காண வேண்டியுள்ளது.

முதல் கேள்வி: புராணங்களில் பெண் தெய்வங்களின் பல பெயர்கள் காணப்பட்ட போதிலும் உண்மையில் ஐந்து பெண் தெய்வங்கள் தான் இருக்கிறார்கள் என்று கருதலாம். சரஸ்வதி, லட்சுமி, பார்வதி, துர்க்கை, காளி ஆகியோர் இந்த ஐவர். சரஸ்வதியும் லட்சுமியும் முறையே பிரமா, விஷ்ணு ஆகியோரின் மனைவிகள். பிரமா, விஷ்ணு, சிவன் ஆகியோர் புராணக் கடவுள்களாக ஏற்கப்பட்டவர்கள். பார்வதி, துர்க்கை, காளி ஆகியோர் சிவனின் மனைவிகள். ஆனால் சரஸ்வதியும் லட்சுமியும் எந்த அசுரர்களையும் கொல்லவில்லை, வீரச் செயல்கள் எதையும் செய்யவில்லை. இது ஏன் என்பதுதான் கேள்வி. பிரமாவுக்கும் விஷ்ணுவுக்கும் சக்தி உண்டு. சக்திக் கொள்கையின்படி இது அவர்களுடைய மனைவிகளிடம் உறைந்திருக்க வேண்டும். அப்படியானால் சரஸ்வதியும் லட்சுமியும் அசுரர்களுடன் போர் செய்யாதது ஏன்? சிவனின் மனைவிகள் மட்டுமே இதைச் செய்கிறார்கள். இங்கேயும் பார்வதியின் பங்கு துர்க்கையின் பங்கிலிருந்து வேறுபட்டுள்ளது. பார்வதி ஒரு சாதாரணப் பெண்ணாகக் காட்டப்படுகிறாள். துர்க்கைக்குக் கூறப்படுவது போன்ற வீரச் செயல்கள் பார்வதிக்குக் கூறப்படவில்லை. துர்க்கையைப் போலவே பார்வதியும் சிவனின் சக்தியாவாள். அப்படியென்றால் அவளிடம் உறைந்த சிவனின் சக்தி மந்தமாகவும், உறங்குவதாகவும், இன்னும் சொல்லப்போனால் இல்லை என்று கூறும் அளவுக்குச் செயலற்றதாகவும் இருந்தது ஏன்?

இரண்டாவது விஷயம் இது: இந்தக் கொள்கை கடவுள்களிலிருந்து தனியாகப் பெண் தெய்வங்களை வழிபடும் முறையைத் தொடங்குவதற்கு நல்ல அடிப்படையாக இருந்தபோதிலும், இந்தக் கொள்கையின் தர்க்கரீதியான அல்லது வரலாற்று ரீதியான அடிப்படையை ஒப்புக்கொள்வது கடினமாகும். தர்க்கரீதியாகப் பார்க்கும் போது, ஒவ்வொரு கடவுளுக்கும் சக்தி இருக்கிறது என்றால் வேதக் கடவுள்களுக்கும் அது இருந்திருக்க வேண்டும். அப்படியானால் வேதக் கடவுள்களின் மனைவிகளுக்கு இந்தக் கொள்கை ஏன் கூறப்படவில்லை. வரலாற்று ரீதியாகப் பார்க்கும் போது புராணக் கடவுள்களிடம் சக்தி இருந்தது என்று கூறுவதற்கு நியாயம் எதுவும் இல்லை.

மேலும், பிராமணர்கள் துர்க்கையை மட்டுமே அசுரர்களை அழிக்கவல்ல வீராங்கனையாக ஆக்கியதன் மூலம் தங்களுடைய கடவுள்களையெல்லாம் பரிதாபமான கோழைகளாக ஆக்கிவிட்டதை உணரவில்லை. கடவுள்கள் அசுரர்களை எதிர்த்துப் போரிட்டு வெல்ல முடியாது என்றும் தங்களைக் காப்பாற்றுவதற்குத் தங்கள் மனைவிகளின் உதவியைக் கெஞ்சிக் கேட்க வேண்டியிருந்தது என்றும்

தோன்றுகிறது. அசுரர்களை எதிர்ப்பதில் புராணக் கடவுள்கள் எவ்வளவு திறனற்றவர்களாகப் பிராமணர்களால் காட்டப்படுகிறார்கள் என்பதற்கு மார்க்கண்டேய புராணத்திலிருந்து ஒரு உதாரணம் போதுமானது.

"அசுரர்களின் அரசனான மகிஷன் ஒரு சமயம் தேவர்களைப் போரில் தோற்கடித்து அவர்களை வறுமைக்குள்ளாக்கினான். தேவர்கள் பிச்சைக்காரர்களாகி பூமியில் திரிந்து கொண்டிருந்தார்கள். இந்திரன் இவர்களை முதலில் பிரமாவிடமும் பின்பு சிவனிடமும் கூட்டிச் சென்றான். இவர்கள் இருவரும் தேவர்களுக்கு உதவ முடியாததால் விஷ்ணுவிடம் சென்றார்கள். விஷ்ணு தேவர்களின் பரிதாப நிலையைக் கண்டு உள்ளம் வருந்தியதனால் அவரது முகத்திலிருந்து ஒளி வெள்ளங்கள் புறப்பட்டன. அவற்றிலிருந்து மகாமாயை (துர்க்கையின் மற்றொரு பெயர்) என்ற பெண் உருவம் தோன்றியது. மற்ற கடவுள்களின் முகங்களிலிருந்தும் ஒளிவெள்ளங்கள் புறப்பட்டு மகாமாயையினுள் புகுந்தன. இதனால் மகாமாயை ஒரே ஒளிமயமாக நெருப்பு மலையைப் போல் ஆகிவிட்டாள். பின்னர் கடவுள்கள் தங்களுடைய ஆயுதங்களை அந்தப் பயங்கரமான உருவத்திடம் கொடுத்துவிட்டார்கள். அவள் அச்ச மூட்டும்படியான பெரும் கூச்சல் எழுப்பிக்கொண்டு காற்றில் மேலே பாய்ந்து அசுரனைக் கொன்று தேவர்களின் துன்பதைத் தீர்த்தாள்."

இப்படிக் கோழைகளான கடவுள்களிடம் என்ன வல்லமை இருக்க முடியும்? அவர்களிடம் வல்லமை இல்லையென்றால் அவர்கள் எப்படி அதைத் தங்கள் மனைவிகளுக்குக் கொடுக்கமுடியும்? பெண் தெய்வங்களிடம் சக்தி இருப்பதால் அவர்களை வழிபடவேண்டும் என்று கூறுவது ஒரு புதிர் மட்டுமல்ல. பொருந்தாத பொருளற்ற கூற்றுமாகும். சக்திக் கொள்கை ஏன் உருவாக்கப்பட்டது என்பதற்கு விளக்கம் தேவைப்படுகிறது. சந்தையில் ஒரு புதிய பொருளை விற்பனைக்குக் கொண்டுவருவதற்காக பிராமணர்கள் பெண் தெய்வங்களை வழிபடும் முறையைத் துவக்கிவைத்துத் தங்கள் கடவுள்களைத் தாழ்ந்த நிலைக்கு இறக்கிவிட்டார்களா?

புதிர் எண் 13

அகிம்சை என்ற புதிர்[1]

இந்துக்களின் பிற்காலத்திய வழக்கங்களையும் சமூகப் பழக்க வழக்கங்களையும் புராதன் ஆரியர்கள் பின்பற்றியவற்றுடன் ஒப்பிட்டுப் பார்த்தால், அநேகமாக ஒரு சமூகப் புரட்சி என்று சொல்லும் அளவுக்கு மிகப் பெரிய மாற்றம் ஏற்பட்டிருப்பதைக் காண முடியும்.

ஆரியர்கள் சூதாடும். இனத்தினர். ஆரிய நாகரிகத்தின் மிக ஆரம்ப காலத்திலேயே சூதாட்டம் ஒரு விஞ்ஞானமாகவே வளர்க்கப்பட்டு, அதற்கெனத் தனியாகத் தொழில் நுட்பச் சொற்கள் கூட உருவாக்கப்பட்டிருந்தன. இந்துக்களின் வரலாற்றுக் காலத்தை நான்கு யுகங்களாகப் பிரித்து அவற்றுக்குக் கிரேதா. திரேதா, துவாபர, கலி என்று பெயர்வைத்திருந்தார்கள் உண்மையில் இந்தப் பெயர்கள் ஆரியர்கள் சூதாட்டத்தில் பயன்படுத்திய பகடைகளின் பெயர்களாகும். மிக அதிர்ஷ்டமான பகடை கிரேதா என்றும் மிகவும் துரதிர்ஷ்டமான பகடை கலி என்றும் குறிப்பிடப்பட்டது. திரேதா, துவாபர என்பவை இந்த இரண்டுக்கும் இடைப்பட்டவையாகும் ஆரியர்களிடையே சூதாட்டம் மிகவும் வளர்ச்சி பெற்றிருந்தது மட்டுமின்றி, அதில் வைக்கப்படும் பந்தயங்களும் மிக அதிகமாக இருந்தன. மிக அதிகமான பணம் பந்தயமாக வைக்கப்படும் சூதாட்டங்கள் மற்ற இடங்களிலும் இருந்துள்ளன. ஆனால் இவையெல்லாம் ஆரியர்கள் சூதாட்டங்களில் வைத்த பந்தயத்துடன் ஒப்பிடும் போது ஒன்றுமே இல்லை எனலாம். ராஜ்யங்களும், மனைவியரும் டச் சூதாட்டங்களில் பந்தயமாக வைக்கப்பட்டனர். நள மன்னன் தன் ராஜ்யத்தைப் பந்தயமாக வைத்து அதை இழந்தான். பாண்டவர்கள் இவனை விட மேலே சென்று, தங்களுடைய ராஜ்யத்தை மட்டுமின்றி மனைவி துரோபதையையும் பந்தயமாக வைத்துச் சூதாடி இரண்டையும்

1. பொருளடக்க அட்டவணையில் புதிர் எண் 13-இன் தலைப்பு "ஒரு காலத்தில் பசுவைக் கொல்லுவோராக இருந்த பிராமணர்கள் எப்படிப் பசுவை வழிபடுவோர் ஆனார்கள்?" என்று இருக்கிறது. இந்த அத்தியாயம் கிடைத்துள்ள காகிதங்களில் இல்லை; ஆயினும் "அகிம்சை என்ற புதிர்" என்ற தலைப்புடன் சில பக்கங்கள் காணப்பட்டன. இந்தப் புதிர் அதே பொருளைப் பற்றியதாக இருப்பதால் இங்கே சேர்க்கப்பட்டுள்ளது. தட்டச்சுச் செய்த 6 பக்கங்கள் கொண்ட இந்த அத்தியாயம் நிறைவடையாத்தாக உள்ளது. மீதமுள்ள பக்கங்கள் கிடைக்கவில்லை.

-பதிப்பாசிரியர்கள்

இழந்தார்கள். ஆரியர்களிடையே சூதாட்டம் பணக்காரர்களின் விளையாட்டாக இருக்கவில்லை. அது பலரிடமும் உள்ள கெட்ட பழக்கமாக இருந்தது. புராதன ஆரியர்களிடை யே சூதா. வழக்கம் மிகப் பரவலாக இருந்ததனால் தர்ம சூத்திரங்களை (சாஸ்திரங்களை?) எழுதியவர்கள் சூதாட்டத்தைக் கடுமையான சட்டங்களின் படி அரசு அதிகாரிகள் மூலம் மன்னன் கட்டுப் படுத்த வேண்டும் என்பதை மீண்டும் மீண்டும் வலியுறுத்தினார்கள்.

ஆரியர்களில் ஆண் - பெண் உறவுகள் தளர்த்தியான முறையில் இருந்தன. அவர்களிடையே திருமணம் என்பது ஓர் ஆணுக்கும் பெண்ணுக்குமிடையில் நிரந்தரப் பிணைப்பாக இல்லாத காலம் ஒன்று இருந்தது. மகாபாரதத்தில் பாண்டுவின் மனைவியான குந்தி இதைப்பற்றிக் குறிப்பிடுவதிலிருந்து இது தெரிகிறது. அவள் வேறு யார் மூலமாகவேனும் குழந்தை பெறுமாறு பாண்டு கூறியதற்குப் பதிலளிக்கையில் இதைக் குறிப்பிடுகிறார். குறிப்பிட்ட உறவு முறையினருக்கிடையே பால் உறவைத் தடை செய்யும் விதியை அவர்கள் பின்பற்றாத காலமும் ஒன்று இருந்தது. அவர்களிடையே சகோதரன் சகோதரியுடனும், மகன் தாயுடனும், தந்தை மகளுடனும், தாத்தா பேத்தியுடனும் பாலுறவு கொண்ட உதாரணங்கள் உள்ளன. பெண்கள் பொது உடைமையாகவும் இருந்தார்கள். ஒரு பெண் பல ஆண்களுக்கு உரியவளாகவும், யாருக்கும் அவள் மீது தனிப்பட்ட உரிமை இல்லாமலும் உள்ள எளிமையான பொது உடைமை இது. இந்த முறையில் உள்ள பெண் கணிகை, பலருக்குச் சொந்தமானவள் என்று அழைக்கப்பட்டாள். இது தவிர முறைப்படுத்தப்பட்ட பெண் பொது உடைமை ஒன்றும் ஆரியர்களிடையே இருந்தது. இந்த முறையில் ஒரு பெண் பல ஆண்களுக்குச் சொந்தமாயிருந்தாள். ஆனால் ஒவ்வொருவருக்கும் நாள் குறிப்பிடப்பட்டது. இந்த முறையில் உள்ள பெண் வாராங்கனை நாள் தீர்மானிக்கப்பட்ட பெண். என்று அழைக்கப்பட்டாள். விபசாரம் தாராளமாகவும் மிக மோசமான முறையிலும் நடைபெற்று வந்தது. விபசாரிகள் பகிரங்கமாகப் பால் உறவு கொள்ள இணங்குவது வேறு எங்கும் நடக்காதது. ஆனால் பண்டைக்கால ஆரியர்களிடையே இந்த வழக்கம் இருந்தது. விலங்குகளுடன் உறவு கொள்ளும் வழக்கமும் அவர்களிடம் காணப்பட்டது. இதைச் செய்தவர்களில் மிகவும் மரியாதைக்குரிய ரிஷிகளும் இருந்தார்கள்.

புராதன ஆரியர்கள் குடிகார இனமாகவும் இருந்தார்கள். அவர்களுடைய மதத்தில் மது ஒரு இன்றியமையாத பகுதியாக இருந்தது. வேதக் கடவுள்களும் மது அருந்தினார்கள். இந்தத் தெய்விக மது சோபானம் எனப்பட்டது. ஆரியர்களின் கடவுள்களே

மது அருந்தியதனால் ஆரியர்களுக்கு மது அருந்துவதைப் பற்றிக் கூச்சம் எதுவும் இல்லை. உண்மையில் மது அருந்துவது ஆரியர்களின் மதக்காமையில் ஒரு பகுதியாக இருந்தது. பண்டைக்கால ஆரியர்களிடையே சோமயாகங்கள் பற்பல இருந்தன. எனவே சோமபானம் அருந்தாத நாட்களே இல்லை என்னும் படியாக இருந்தது. சோம்பானம் அருந்துவது பிராமணர், சத்திரியர், வைசியர் என்ற மூன்றுமேல் வகுப்புகளுக்கு மட்டுமே அனுமதிக்கப்பட்டது. ஆயினும் சூத்திரர்கள் குடிக்காமலிருக்கவில்லை. சோமபானம் குடிக்க அனுமதி இல்லாதவர்கள் கரா என்ற பானத்தைக் குடித்தார்கள். சாதாரணமான, புனிதத்தன்மை இல்லாத இந்தப் பானம் சந்தையில் விற்கப்பட்டது. ஆரியர்களில் ஆண்கள் மட்டுமின்றிப் பெண்களும் மது அருந்தினார்கள். திருமணச் சடங்குக்கு முதல் நாள் இரவில், விதவையாகாத நான்கு அல்லது எட்டு பெண்களுக்கு மதுவும் உணவும் கொடுத்த பிறகு நான்கு முறை நடனமாட அழைக்கப் பட வேண்டும் என்று கவுஷிதாகி கிருஹ்ய சூத்திரம். *1-12* கூறுகிறது. மது அருந்துவது பிராமணரல்லாத பெண்களிடம் மட்டுமே இருந்த வழக்கமல்ல. பிராமணப் பெண்களும் மது அருந்தினார்கள். மது அருந்துவது பாவமாகவோ தீய வழக்கமாகவோ கருதப்படவில்லை, முற்றிலும் மரியாதைக்குரிய வழக்கமாகவே இருந்தது. ருக்வேதம் கூறுகிறது:

"மதிரா(மது) குடிப்பதற்கு முன் சூரியனை வழிபடுதல் வேண்டும்" யஜுர் வேதம் கூறுகிறது.

"ஓ, சோம தேவா! சுரா (மது) வால் பலமும் ஊக்கமும் பெற்று, உனது தூய்மை உள்ளத்தால் தேவர்களை மகிழ்விப்பாய்; வேள்வி செய்பவனுக்குச் சுவையான உணவும் பிராமணர்களுக்கும் சத்திரியர்களுக்கும் ஊக்கமும் கொடுப்பாயாக"

மந்திர பிராமணம் கூறுகிறது:

"எதனால் பெண்கள் ஆண்களுக்கு மகிழ்ச்சி அளிப்போராகச் செய்யப்பட்டனர். எதனால் தண்ணீர் மதுவாக மாற்றப்பட்டது (மனிதர்களின் மகிழ்ச்சிக்காக)"

இராமனும் சீதையும் மது அருந்தினார்கள் என்பதை இராமாயணம் ஒப்புக் கொள்கிறது. உத்தர காண்டம் கூறுகிறது:

"இந்திரன் (தன் மனைவி) ஷசியைப் பார்ப்பது போல் ராமச்சந்திரன், சீதை மது எனப்படும் தூய்மைப்படுத்திய தேன் அருந்துவதைப் பார்த்தான். பணியாளர்கள் ராமச்சந்திரனுக்கு மாமிசமும் இனிய கனிகளும் கொண்டு வந்தார்கள்"

இதுபோலவே கிருஷ்ணனும் அர்ஜுனனும் மது அருந்தினார்கள். மகாபாரதத்தின் உத்யோக பர்வம் கூறுகிறது:

"அர்ஜுனனும் ஸ்ரீகிருஷ்ணனும் தேனிலிருந்து செய்யப்பட்ட மதுவை அருந்திக்கொண்டு, மாலைகள் அணிந்து. உயர்ந்த ஆடைகளும் அணிகளும் பூண்டு, பல வகை ரத்தினங்கள் பதித்த தங்கச் சிம்மாசனத்தில் அமர்ந்திருந்தார்கள். ஸ்ரீகிருஷ்ணனின் பாதங்கள் அர்ஜுனனின் மடியிலும், அர்ஜுனனின் பாதங்கள் துரோபதை, சத்தியபாமாவின் மடியிலும் இருப்பதைக் கண்டேன்."

மிகப்பெரிய மாற்றம் ஏற்பட்டிருப்பது உணவு விஷயமாகும். இன்றைய இந்துக்கள் உணவு விஷயத்தில் மிகவும் குறிப்பான கருத்துக்கள் வைத்திருக்கிறார்கள். உணவு உண்பதில் இரண்டு வகையான கட்டுப்பாடுகள் உள்ளன. ஒரு இந்து. இந்து அல்லாதவர் சமைத்த உணவை உண்ணமாட்டார். உணவைச் சமைத்தவர் இந்து என்றாலும் அவர் பிராமணராகவோ அல்லது தன்னுடைய சாதியினராகவோ இல்லை என்றால் அந்த உணவையும் ஒரு இந்து உண்ணமாட்டார். யார் சமைத்த உணவை உண்பது என்பதில் மட்டுமின்றி ஒரு இந்து என்ன உணவை உண்பது என்பதிலும் மிகவும் குறியாயிருக்கிறார். உணவைப் பொறுத்தமட்டில் இந்துக்களை இரண்டு முக்கிய பிரிவுகளாகப் பிரிக்கலாம்.

(1) தாவர உணவு உண்பவர்கள்.

(2) மாமிச உணவு உண்பவர்கள்

மாமிச உணவு உண்பவர்களைப் பல பிரிவுகளாகப் பிரிக்கலாம்: எல்லா வகையான மாமிசங்களையும் மீனையும் உண்பவர்கள். மீன் மட்டும் உண்பவர்கள்.

மாமிசம் உண்பவர்களைப் பின்வரும் உட்பிரிவுகளாகப் பிரிக்கலாம்.

(1) பசுவைத்தவிர எந்த விலங்கின் மாமிசத்தையும் உண்பவர்கள்.

(ii) பசு உள்ளிட்ட எந்த விலங்கின் மாமிசத்தையும் உண்பவர்கள்.

(ii) மாமிசம் உண்பவர்கள் ஆனால் பசு (இறந்தது அல்லது வெட்டப்பட்டது), கோழி ஆகியவற்றின் மாமிசத்தை உண்ணாதவர்கள்.

இந்து மக்களை உணவு அடிப்படையில் வகைப்படுத்தும் போது பிராமணர்கள் இரண்டு வகுப்புகளாகப் பிரிக்கப்படுகிறார்கள்

(1) பஞ்ச கவுடர்கள், (2) பஞ்ச திராவிடர்கள்.

இவர்களில் பஞ்ச திராவிடர்கள் முற்றிலும் தாவர உணவே உண்பவர்கள். பஞ்ச கவுடர்களும் கவுட சாரஸ்வத்துகள் என்ற ஒரு பிரிவு தவிர முற்றிலும் தாவர உணவு உண்பவர்களே. இந்து சமூகத்தின் மறுகோடியில் உள்ள தீண்டப்படாதவர்கள் மாமிச உணவு உண்பவர்கள். அவர்கள் ஆடு, கோழி, மாமிசம் மட்டுமின்றி பசுவின் மாமிசத்தையும், பசு இறந்ததாகவோ வெட்டப்பட்டதாகவோ இருந்தாலும் உண்கிறார்கள். பிராமணர்களுக்கும் தீண்டப்படாத வர்களுக்கும் இடையில் உள்ள பிராமணரல்லாதவர்கள் வெவ்வேறு விதமான உணவுப்பழக்கம் உள்ளவர்கள். சிலர் பிராமணர்களைப் போல தாவர உணவு உண்பவர்கள். மற்றவர்கள், பிராமணர்களைப் போலன்றி மாமிச உணவு உண்பவர்கள். இவர்கள் அனைவருமே ஒரு விஷயத்தில் ஒரே மாதிரியானவர்கள். அதாவது எல்லோருமே பசுவின் மாமிசத்தை உண்பதற்கு எதிரானவர்கள்.

மற்றொரு விஷயம் குறிப்பிடத்தக்கது. இது உணவுக்காக ஒரு விலங்கைக் கொல்லும் விஷயம். இந்த விஷயத்தில் இந்து மனம் கிட்டத்தட்ட ஒரேமாதிரி இருக்கிறது. எந்த இந்துவும் உணவுக்காகக் கூட ஒரு விலங்கைக் கொல்ல மாட்டார். 'கடிக்' என்ற ஒரு சிறிய சாதியைத் தவிர இந்துக்களிடையே உணவுக்காக விலங்குகளைக் கொல்பவர்கள் இல்லை. தீண்டப்படாதவர்களும் கூடக்கொல்ல மாட்டார்கள். அவர்கள் இறந்த பசுவின் மாமிசத்தை உண்பார்கள். ஆனால் பசுவைக் கொல்லமாட்டார்கள். இன்று இந்தியாவில் உணவுக்காக விலங்கைக் கொல்பவர் முஸல்மான் தான்; உணவுக்காக ஒரு விலங்கைக் கொல்ல விரும்பும் இந்து ஒரு முஸல்மானின் சேவையைத்தான் நாடவேண்டும். ஒவ்வொரு இந்துவும் அகிம்சையில் நம்பிக்கை உள்ளவர்.

எப்போதிருந்து இந்தியாவில் தாவர உணவு முறை வழக்கத்துக்கு வந்தது? எப்போது அகிம்சையில் நம்பிக்கை நிலைபெற்றது? இந்தக் கேள்வியின் தேவையைப் புரிந்து கொள்ளாத இந்துக்கள் இருக்கிறார்கள். இந்தியாவில் தாவர உணவு முறையும் அகிம்சையும் புதியவை என்று இவர்கள் நினைக்கிறார்கள்.

இன்றைய இந்துக்களின் முன்னோர்களான பண்டைய ஆரியர்கள் மாமிச உணவு உண்பவர்கள் மட்டுமல்ல, மாட்டு மாமிசத்தையும் உண்பவர்களாக இருந்தார்கள் என்பதற்கு ஆதாரங்கள் ஏராளமாக உள்ளன. இதற்கான சான்றாகப் பின்வரும் உண்மைகளைச் சுட்டிக்காட்டினால் போதும்:

இவை முற்றிலும் மறுக்க முடியாதவை.

மதுபார்க்கத்தின் உதாரணத்தை எடுத்துக் கொள்வோம்.

பண்டைக்கால ஆரியர்களிடையே, வீட்டுக்கு விருந்தாளியாக வருபவரைவரவேற்பதற்குத் தீர்மானமான நடை முறை இருந்தது. இது மதுபர்க்கம் என்று கூறப்படுகிறது. இதைப் பற்றிய விவரங்கள் கிருஹ்ய சூத்திரங்களின் படி மதுபாக்கத்துக்கு உரியவர்களாக ஆறு பேர் குறிப்பிடப்படுகிறார்கள்:

(1) ரித்விஜ் அல்லது வேள்வி நடத்துவதற்கு அழைக்கப்படும் பிராமணர். (2) ஆசாரியர். அதாவது ஆசிரியர். (3) மணமகன் (4) மன்னன், (5) ஸ்னாதகன். அதாவது அப்போது தான் குருகுலத்தில் கல்வியை முடித்திருக்கும் மாணாக்கன் (6) வரவேற்பவனுக்குப் பிரியமானவர் யாவரும். சிலர் அந்தப்பட்டியலில் அதிதியைச் சேர்த்துக் கூறுகிறார்கள். ரித்விஜ், மன்னன், ஆசிரியர் தவிர மற்றவர்களுக்கு மதுபாக்கம் ஆண்டுக்கு ஒருமுறை அளிக்கப்பட் வேண்டும். ரித்விஜ், மன்னன், ஆசிரியர் ஆகியோருக்கு ஒவ்வொரு முறை அவர்கள் வரும்போதும் மதுபார்க்கம் அளிக்க வேண்டும். இந்த நடைமுறையில் வரவேற்பவர் முதலில் விருந்தினரின் பாதங்களை அலம்ப வேண்டும். அதன்பின் அவருக்கு மதுபார்க்கம் கொடுக்கப்படும். விருந்தினர் சில மந்திரங்களைக் கூறி அதைக் குடிக்க வேண்டும்.

மதுபார்க்கத்தில் என்ன பொருள்கள் அடங்கியுள்ளன? மதுபார்க்கம் என்ற சொல்லின் பொருள் ஒருவருடைய கையில் தேனை ஊற்றுகின்ற சடங்கு என்பதாகும். ஆரம்பத்தில் மதுபார்க்கம் இப்படித்தான் இருந்தது. நாளடைவில் அதில் மேலும் பல பொருள்கள் சேர்க்கப்பட்டன. ஒரு சமயத்தில் அதில் தயிர், தேன், வெண்ணெய் ஆகியவை சேர்க்கப்பட்டன. மற்றொரு சமயத்தில் அது ஐந்து பொருள்களை - தயிர், தேன், நெய், யவம், பார்லி ஆகியவற்றைக் கொண்டதாக இருந்தது. பின்பு அது ஒன்பது பொருள்களின் கலவை ஆயிற்று. கவுசிக சூத்திரம் ஒன்பது விதமான கலவைகளைக் குறிப்பிடுகிறது. அவையாவன: பிரம்மம் (தேனும் தயிரும்). அயிந்திரம் (பாயசம்). சௌம்யம் (தயிரும் நெய்யும்) மவுசலா (இது சவுத்ரமானி, ராஜசூய வேள்விகளில் மட்டும் கொடுக்கப்பட்டது), வருணா (தண்ணீரும் நெய்யும்), சிரவணா (நல்லெண்ணெயும் நெய்யும்) பரிவராஜகா (நல்லெண்ணெயும் பிண்ணாக்கும்). பின்பு மானவ கிருஹ்ய சூத்திரத்தின் காலம் வருகிறது. மதுபார்க்கத்தில் மாமிசம் இல்லாமல் இருக்கக் கூடாது என்று மானவ கிருஹ்ய சூத்திரமும் கூறுகிறது. பசு அவிழ்த்து விடப்பட்டிருந்தால் ஆட்டின் மாமிசம் அல்லது பாயசம் கொடுக்கப்படலாம் என்று அது கூறுகிறது. வேறு மாமிசம் கொடுக்கப்பட வேண்டும் என்று ஒரு கிருஹ்ய சூத்திரமும், பசு அவிழ்த்துவிடப்பட்டால் ஆட்டின் அல்லது காட்டு விலங்கின் (மான்

முதலானவை) மாமிசம் கொடுக்கப்பட வேண்டும் என்று மற்றொரு கிருஹ்ய சூத்திரமும் கூறுகிறது. மாமிசம் இல்லாமல் மதுபர்க்கம் இல்லை என்றும், மாமிசம் கொடுக்க முடியவில்லை என்றால் தானியங்களை அரைத்து வேகவைத்துக் கொடுக்கலாம் என்றும் அது கூறுகிறது. மாமிசம் இல்லாமல் மதுபார்க்கம் அளிக்க முடியாது என்று சில கிருஹ்ய சூத்திரங்கள் கூறுகின்றன். ருக்வேதத்தில் (VIII. 101.5) "மது பர்க்கத்தில் மாமிசம் இல்லாமலிருக்க வேண்டாம்" என்று கூறப்பட்டுள்ளதை ஆதாரமாக வைத்து இவை இவ்வாறு கூறுகின்றன.

இவ்வாறாக, மாமிசம் உண்பது மிகவும் சாதாரணமாயிருந்தது. பிராமணர்களிலிருந்து சூத்திரர்கள் வரை எல்லோரும் மாமிசம் உண்டார்கள். தர்ம சாஸ்திரங்களில் விலங்குகள், பறவைகள். மீன் ஆகியவற்றின் மாமிசம் பற்றிப் பல விதிகள் கூறப்பட்டுள்ளன. கவுதம் தர்ம சூத்திரம் 17.27-31, ஆபஸ்தம்ப தர்ம சூத்திரம் 1.5.17.35. வசிஷ்ட தர்ம சூத்திரம் 14:39-40, யக்ஞவல்கிய தர்ம சூத்திரம் 1.177, விஷ்ணு தர்ம சூத்திரம் 51.6 ஆகியவையும், இராமாயணம் (கிஷ்கிந்தா 17.39). மார்க்கண்டேய புராணம் (35.2-4) ஆகியவையும் ஐந்து நகங்கள் உள்ள விலங்குகளின் மாமிசத்தை உண்ணக்கூடாது என்று கூறுகின்றன. இந்த விதியிலிருந்து முள்ளம்பன்றி, முயல், ஸ்வாவித் என்ற விலங்கு, உடும்பு. காண்டாமிருகம், ஆமை ஆகியவற்றுக்கு விலக்களிக்கப்பட்டது. (இந்த நூல்களில் சில, விலக்குப் பட்டியலில் காண்டாமிருகத்தை விட்டுவிடுகின்றன). கௌதமர். இரண்டு தாடைகளில் இரண்டு வரிசைப் பற்கள் உள்ள எல்லா விலங்குகளின் மாமிசத்தையும், உரோமம் அடர்ந்த விலங்குகள், உரோமம் இல்லாத விலங்குகள் (பாம்பு போன்றவை) கிராமக் கோழிகள், பசுக்கள், காளைகள் ஆகியவற்றின் மாமிசத்தையும் உண்ணக்கூடாது என்று கூறுகிறார். ஆபஸ்தம்ப தர்ம சூத்திரம் 1.5.17.29-34 முதலில், ஒற்றைக் குளம்பு உள்ள விலங்குகளின் மாமிசத்தையும், ஒட்டகம், கவயா (காயல்), கிராமப் பன்றி, சரபம், பசு ஆகியவற்றின் மாமிசத்தையும் உண்ணக்கூடாது என்று தடை செய்கிறது. ஆனால் இதற்கு விதிவிலக்காக பால் பசுக்கள், காளைகள் ஆகியவற்றின் மாமிசத்தை உண்ணலாம் என்று கூறுகிறது. இவற்றின் மாமிசம் தூய்மையானது என்று வாஜசனேயகா கூறுவதாக அது குறிப்பிடுகிறது. ஆபஸ்தம்ப தர்ம சூத்திரம் (II. 2.5.15) வேதம் கற்பிக்கும் ஆசிரியருக்கு மாமிசத்தைப் பயன்படுத்துவதைத் தடை செய்கிறது...

(முற்றுப்பெறவில்லை. கட்டுரையின் தொடர்ச்சி கிடைக்கவில்லை)

புதிர் எண் 14

அகிம்சையிலிருந்து மீண்டும் இம்சைக்கு[1]

“**இம்சையிலிருந்து அகிம்சைக்கு**” என்பது அகிம்சையின் கதையில் ஒரு பகுதி மட்டுமேயாகும். இதன் மற்றொரு பகுதியும் இருக்கிறது. இதை “அகிம்சையிலிருந்து மீண்டும் இம்சைக்கு” என்று குறிப்பிடலாம். இந்த இரண்டாவது பகுதியைத் தெளிவாகப் புரிந்து கொள்வதற்குத் தந்திர மார்க்கத்தைப் பற்றியும் அதன் மதப் பழக்க வழக்கங்கள் பற்றியும் தெரிந்து கொள்ள வேண்டும். இவற்றைப் பற்றி முன்பே குறிப்பிட்டிருக்கிறோம்.

தாந்திரிக வழிபாட்டில் முக்கிய அம்சங்களாக ஐந்து மகரங்கள்’ உள்ளன. இவை வருமாறு:

1. பல வகையான மது பானங்களைக் குடித்தல். (மத்யம்)
2. உமாமிசம் உண்ணுதல்... (மாம்சம்)
3. மீனை உண்ணுதல்... (மத்ஸ்யம்)
4. வறுத்த அல்லது பொரித்த தானியத்தை உண்ணுதல்... (முத்ரம்)
5. பால் உறவு... (மைதுனம்)

மத வழிபாட்டில் மைதுனம் அல்லது பால் உறவு கொள்வது ஓர் அம்சமாக வைக்கப்பட்டிருப்பது பற்றி இந்தக் கட்டத்தில் ஒன்றும் கூற வேண்டியதில்லை. இப்போது மத்யம், மாம்சம் ஆகிய அம்சங்களை மட்டும் பார்ப்போம்.

தாந்திரிக வழிபாட்டின் முதல் நான்கு செயல்கள் தொடர்பாக தந்திர நூல்கள் பன்னிரண்டு வகையான போதைப் பானங்கள். மூன்று வகையான மது பானங்கள், மூன்று வகையான மாமிசங்கள் ஆகியவற்றைக் குறிப்பிடுகின்றன. பண்டைக்கால ரிஷிகளில் ஒருவரான புலஸ்தியர் - இவர் சில சட்ட நூல்களின் ஆசிரியராகக் கருதப்படுகிறார் - பன்னிரண்டு வகையான போதைப் பானங்களைப் பின்வருமாறு குறிப்பிடுகிறார்:

“*1. கறிப் பலா (பனசா)விலிருந்து எடுக்கப்பட்ட பானம், பலாப்பானம் எனப்படுவது.*

---

1. இந்த அத்தியாயம் ‘அகிம்சை’ பற்றிய முந்திய அத்தியாயத்தின் தொடர்ச்சியாகத் தோன்றுகிறது. தட்டச்சுச் செய்த ஆறு பக்கங்கள் உள்ளன; சில திருத்தங்கள் செய்யப்பட்டுள்ளன. தலைப்பை ஆசிரியர் தாமே எழுதியிருக்கிறார். - பதிப்பாசிரியர்.

2. திராட்சைப் பழங்களிலிருந்து (திராட்சா)

3. ஈச்ச மரத்திலிருந்து (கர்ஜூரி)

4. பனை மரத்திலிருந்து (கள்)

5. தேங்காயிலிருந்து (நாரிகேளம்)

6. கரும்பிலிருந்து (இஷு)

7. மாதவிகா செடியிலிருந்து

8. வால்மிளகுப் பானம் (சைரா)

9. பூந்திக் கொட்டைப் பானம் (அரிஷ்டம்)

10. தேனிலிருந்து செய்த பானம் (மதுகம்)

11. கருப்பஞ்சாறு முதலானவற்றிலிருந்து தயாரிக்கப்பட்ட பானம் (கவுடி என்றும் மைரேயா என்றும் கூறப்படுவது)

12. அரிசி அல்லது வேறு தானியங்களிலிருந்து தயாரிக்கப்படும் சாராயம் (சுரா அல்லது வருணி அல்லது பைஷ்டி)

மேலே கூறப்பட்ட பன்னிரண்டு வகையான போதைப் பானங்கள் தவிர வேறு சில பானங்களும் குறிப்பிடப்படுகின்றன. உதாரணமாக, விளாம் பழத்திலிருந்து தயாரிக்கப்படும் ‘தன்கா’ என்ற பானம், ஜூஜ்பேயிலிருந்து தயாரிக்கப்படும் கோலி காதம்பரி போன்றவை கடைசியில் குறிப்பிடப்பட்டது பலராமனுக்கு மிகவும் பிரியமான பானம்.

மாமிசம், பறவைகள், விலங்குகள் அல்லது மீனின் மாமிசமாக இருக்கலாம். வறுத்த தானியம், உலர்ந்த பிஸ்கட் போல மதுபானங்களுடன் சுவைப் பொருளாக உண்ணப்படுகிறது. ஒவ்வொருவகைப்பானத்தையும் குடிப்பதன் மூலம் ஒவ்வொரு வகையான பலன் கிடைப்பதாகக் கூறப்படுகிறது. ஒரு பானம் சுவர்க்கத்தைத் தருவதாகவும், இன்னொன்று கல்வியையும், மற்றொன்று சக்தியையும், பிறிதொன்று செல்வத்தையும் தருவதாகவும், மற்றும் சில பானங்கள் எதிரிகளை அழிப்பதாகவும், நோய்களைத் தீர்ப்பதாகவும், பாவத்தைப் போக்குவதாகவும், ஆன்மாவைத் தூய்மைப் படுத்துவதாகவும் கூறப்படுகிறது.

தாந்திரிக வழிபாடு வங்காளத்தில் ஆழமாக வேர் கொண்டுள்ளது. தம்முடைய சொந்த அனுபவம் பற்றி ராஜேந்திர லால் மித்ரா கூறுகிறார்:

“மிகவும் மரியாதைக்குரிய ஒரு விதவைப் பெண்மணியை எனக்குத் தெரியும். அவர் கல்கத்தாவின் மிகப் பிரபலமான குடும்பங்களில் ஒன்றுடன் தொடர்புள்ளவர். அவர் கவுலா மதப்

பிரிவைச் சேர்ந்தவர்; 75 வயதுக்கு மேல் வாழ்ந்தார். அவர் தமது பிரார்த்தனையைச் சொல்வதற்கு முன் (ஒவ்வொரு நாளும் காலையிலும் மாலையிலும் தவறாமல் பிரார்த்தனை செய்வார்). எப்போதும் ஒரு பல்குத்தும் குச்சியைச் சிறு குப்பியில் உள்ள சாராயத்தில் முக்கி அதனால் தமது நாக்கின் நுனியைத் தொட்டுக் கொண்டு, தம்முடைய கடவுளுக்கு வைக்கும் பூவின் மேல் சில துளி சாராயத்தைத் தெளிப்பது வழக்கம், அவர் தமது வாழ்க்கையில் எப்போதாவது ஒரு மதுக்கிண்ணம் அளவு சாராயத்தை ஒரே சமயத்தில் குடித்திருப்பாரா என்பது சந்தேகமே. மது அருந்துவதன் மகிழ்ச்சி பற்றி அவருக்கு ஒன்றும் தெரியாதென்பது நிச்சயம். ஆயினும் விசுவாசமுள்ள கவுலா என்ற முறையில் தமது மதத்தின் கட்டளைகளை முழுச் சிரத்தையுடன் நிறைவேற்றுவது தமது கடமை என்று அவர் கருதினார்.

ஆயிரக் கணக்கான மற்றவர்களும் இவ்வாறு செய்கிறார்கள் என்று நம்பலாம். வங்காளத்தின் சில பகுதிகளில் சாராயம் எளிதில் கிடைக்காததால் இவரைப் போன்ற பெண் பக்தர்கள் அதற்கு ஒரு மாற்றுப் பானத்தைத் தயாரித்துக் கொள்கிறார்கள். தேங்காய்த் தண்ணீரை ஒரு வெண்கலப் பானையில் ஊற்றி, அல்லது பாலை ஒரு செப்புப் பாத்திரத்தில் ஊற்றி, அதில் சில துளிகளைக் குடிக்கிறார்கள். ஆனால் ஆண்கள் இவ்வளவு தூரம் தங்களை அடக்கிக் கொள்வதில்லை. தந்திர நூல்கள் நாள் ஒன்றுக்கு ஐந்து கோப்பை சாராயம் குடிக்க அனுமதிக்கின்றன. ஒரு கோப்பை, ஐந்து தோலா அளவு அல்லது இரண்டு அவுன்ஸ் கொள்வதாக இருக்கும். அதாவது அவர்கள் தினமும் பத்து அவுன்ஸ் அல்லது சுமார் ஒரு பைண்ட் சாராயம் குடிக்க அனுமதிக்கப் படுகிறார்கள்.”

இந்தத் தாந்திரிக வழிபாடு வங்காளத்தின் எங்கோ ஒரு சிறு மூலையுடன் நின்றுவிட வில்லை. மகாமகோபாத்யாய ஜாதவேஸ்வர தர்க்கரத்னா சுட்டிக் காட்டுவதைப் போல[1] “மேல் சாதி வங்காளிகள் சாக்தர்கள், வைஷ்ணவர்கள், சைவர்கள் என்று பிரிந்திருக்கிறார்கள். இவ்வாறேதான் காமரூபம், மிதிலா, உத்கலா, கலிங்கா மக்களும் காஷமீரிப் பண்டிதர்களும் பிரிந்திருக்கிறார்கள். சக்தி மந்திரம், சிவ மந்திரம், விஷ்ணு மந்திரம் ஆகிய ஒவ்வொன்றும் தாந்திரிகமாக உள்ளன. தாட்சிணாத்தியர்களில் மகாமகோபாத்யா சுப்பிரமணிய சாஸ்திரியும் மற்றும் பலரும் சாக்தர்கள் காலஞ்சென்ற மகாமகோபாத்யாய ராம மிஸ்ரா சாஸ்திரி, பகவதரகார்யா மற்றும் பலர் வைஷ்ணவர்கள். மகாமகோபாத்யாய சிவகுமார சாஸ்திரியும் மற்றும் பலரும் சைவர்கள். பிருந்தாவனத்தில் பல சாக்தர்களும்

1.அவலோன், தந்திரக் கோட்பாடுகள், பகுதி-1, முன்னுரை, ப.38.

வைஷ்ணவப் பிராமணர்களும் இருக்கிறார்கள் மகாராஷட்ராவிலும் மற்றத் தென்னிந்தியப் பகுதிகளிலும் சாக்தர்களை விடச் சைவர்களும் வைஷ்ணவர்களும் மிக அதிகமாயிருக்கிறார்கள். பாசுபதப் பிரிவையும் ஜங்கமப் பிரிவையும் சேர்ந்தவர்கள் சைவர்கள்; மத்வாசாரியார், ராமானுஜாசாரியர் பிரிவுகளைச் சேர்ந்தவர்கள் வைஷ்ணவர்கள். வடமேற்குப் பகுதியில் பலர் ராம மந்திர தீட்சை பெறுகிறார்கள். இது தந்திரப் பிரிவில் மட்டுமே உள்ளது. மேலும் குறிப்பிடத்தக்கது என்னவென்றால் ஸ்ரீபுருஷோத்தமாவின் பண்டாக்கள் அனைவரும் சாக்தர்களாகவும், காமாக்யா தேவியின் பண்டாக்கள் அனைவரும் சாக்தர்களாகவும், காமாக்யா தேவியின் ஆலயப் புரோகிதர்கள் வைஷ்ணவர்களாகவும் இருப்பதாகும்.' தந்திர சாஸ்திர நூல்களும் தந்திர வழிபாடும் எப்போது நடைமுறைக்கு வந்தன என்று குறிப்பாக ஒரு காலத்தைக் கூற முடியாது என்றாலும், மனுவுக்குப் பின்புதான் இவை வந்திருக்க வேண்டும் என்பதில் சந்தேகம் இல்லை. இந்த உண்மையைக் கருதும்போது தந்திரமுறை வழிபாடு நடைமுறைக்கு வந்தது பெரும் ஆச்சரியமாக உள்ளது. மதுவுக்கும் மாமிசத்துக்கும் எதிராக மனு தமது சட்டத்தில் விதித்திருந்த தடையைத் தந்திர நூல்கள் விலக்கியது மட்டுமின்றி, மது அருந்துவதையும் மாமிசம் உண்பதையும் அவை மத நம்பிக்கையின் அம்சங்களாகச் செய்துவிட்டன.

தந்திர முறை வழிபாட்டை வளர்ப்பதில் பிராமணர்கள் ஆற்றிய பங்கு மிகவும் ஆச்சரியமளிக்கிறது. தந்திர நூல்கள் வேதங்களைச் சிறிதும் மதிக்கவில்லை. வேதங்கள் எல்லோரும் பெறக்கூடிய சாதாரணப் பெண்ணைப் போன்றவை என்றும், தந்திரங்கள் தனியாகப் பிரித்து வைக்கப்பட்டுள்ள உயர்குலப் பெண் போன்றவை என்றும் தாந்திரிகர்கள் கூறினார்கள். பிராமணர்கள் தந்திரங்களை ஒரு போதும் மறுக்க வில்லை. மாறாக, அவற்றை ஐந்தாவது வேதமாக ஏற்றுக் கொண்டார்கள். மனுஸ்மிருதியின் உரையாசிரியரான குல்லுக பட்டர் போன்ற வைதிக பிராமணர்கூட ஸ்ருதியானது வைதிகம், தாந்திரிகம் என இரண்டு வகைப்படும் என்று கூறுகிறார். பிராமணர்கள் தந்திரங்களை மறுக்கவில்லை என்பது மட்டுமின்றி, தந்திர முறை வழிபாட்டுக்கு ஊக்கமளித்தார்கள். மாத்ரிக பேத தந்திரம் சிவன் பார்வதியிடம் பின்வருமாறு சொல்வதாகக் கூறுகிறது:[1]

"இனிமையாகப் பேசும் தேவியே, பிராமணர்கள் முக்தியடைவது மது அருந்துவதைப் பொறுத்துள்ளது. மலை மகளே, நான் உனக்கு ஒரு பெரிய உண்மையைத் தெரிவிக்கிறேன் - மது

1.ராஜேந்திரலால் மித்ரா, இந்தோ-ஆரியர்கள், தொகுதி, ப.

அருந்துவதிலும் அதனுடன் சேர்ந்த செயல்களிலும் ஈடுபடும் பிராமணன் உடனடியாகச் சிவனேயாகிவிடுகிறான். தண்ணீர் தண்ணீருடன் கலப்பது போலவும், உலோகம் உலோகத்துடன் இணைவது போலவும், பானைக்குள் அடங்கிய காலி இடம் அந்தப் பாத்திரத்துடன் ஒன்றி விடுவது போலவும், காற்று காற்றுடன் கலந்துவிடுவது போலவும், பிராமணன் பரமாத்மாவான பிரமத்தில் கரைந்து விடுகிறான்."

"இதைப்பற்றிச் சந்தேகமே இல்லை - கடவுளைப் போன்ற உருவத்தைப் பெறுதல் முதலான உயர்வுகள் சத்திரியர்களுக்கும் மற்றவர்களுக்கும் ஏற்றவையாகும். ஆனால் மதுபானம் அருந்தாமல் உண்மையான ஞானத்தை ஒரு போதும் அடைய முடியாது; எனவே பிராமணன் எப்போதும் மது அருந்த வேண்டும். வேதங்களின் தாயான காயத்திரியை ஜபிப்பதால் மட்டும் ஒருவன் பிராமணனாகி விடமாட்டான்; பிரம ஞானத்தை அடைந்தால் தான் அவன் பிராமணன் என்று அழைக்கப்படுகிறான். தேவர்களின் அமிர்தம் அவர்களுடைய பிரமம் ஆகும். பூமியில் சாராயம் (அல்லது அரிசியிலிருந்து வடித்துச் செய்யப்பட்ட மது தான் அதுவாகும். அதன் மூலம் ஒருவன் தேவ நிலையை (சுரத்துவம்) அடைவதால் அந்த மது சுரா' எனப்படுகிறது. பிராமணர்கள், தந்தை மனுவை ஏன் நிராகரித்தார்கள், மனு தடை செய்திருந்த மதுக்குடியையும், மாமிசம் உண்பதையும் ஏன் மீண்டும் தொடங்கினார்கள்? இது ஒரு புதிர்.

புதிர் எண் 15

பிராமணர்கள் எப்படி ஓர் அகிம்சைக் கடவுளை இரத்தவெறி கொண்ட பெண் தெய்வத்துக்கு மணம் செய்வித்தார்கள்?[1]

பிராமணர்கள் மது அருந்தவும் மாமிசம் உண்ணவும் தொடங்கிய பின் விலங்குகளைப் பலியிடுவதை ஆதரிக்கும் புராணங்களை எழுதத் தயங்கவில்லை. இத்தகைய புராணங்களில் ஒன்று முக்கியமாகக் குறிப்பிடத்தக்கது. இதன் பெயர் காளி புராணம். காளி தேவியின் வழிபாட்டைப் பரப்புவதை நோக்கமாகக் கொண்டு இந்தப் புராணம் எழுதப்பட்டுள்ளது. இந்தப் புராணத்தில் ருதிர் அத்தியாயம், அதாவது, இரத்த அத்தியாயம் என்ற தலைப்புக் கொண்ட ஓர் அத்தியாயம் உள்ளது.

இந்த ருதிர் அத்தியாயத்தைச் சுருக்கமாகக் கீழே தந்திருக்கிறேன். இந்த அத்தியாயத்தில் சிவ பெருமான் தன்னுடைய மூன்று மகன்களான பேதாள், பைரவர், பைரவா ஆகியோரிடம் பின் வருமாறு கூறுகிறார்:

“என் மக்களே, பலியிடுவதில் செய்ய வேண்டிய சடங்குகளையும் பின்பற்ற வேண்டிய விதிகளையும் உங்களுக்குக் கூறுகிறேன். இவற்றை உரிய முறையில் நிறைவேற்றினால் அதன் பலனாகத் தெய்வ அருள் கிடைக்கும்.

“வைஷ்ணவ தந்திரத்தில் விதிக்கப்பட்டுள்ள எல்லா முறைகளையும் எல்லாச் சந்தர்ப்பங்களிலும் பின்பற்ற வேண்டும். எல்லாத் தெய்வங்களுக்கும் பலிகள் கொடுத்து இவற்றைப் பின்பற்றலாம்”

“பறவைகள், ஆமை, முதலை, மீன், ஒன்பது வகையான காட்டு விலங்குகள், எருமைகள், காளைகள், வெள்ளாட்டுக் கிடாக்கள், கீரிகள், காட்டுப் பன்றிகள், காண்டா மிருகங்கள், மான்கள், உடும்புகள், பனிப்பிரதேச மான்கள், சிங்கங்கள், புலிகள், மனிதர்கள் ஆகியோரின் இரத்தமும், கொடுப்பவனின் சொந்த உடலின் இரத்தமும் தேவி சண்டிகாவுக்கும், பைரவர்கள் முதலானவர்களுக்கும் தகுந்த நிவேதனங்களாகக் கருதப்படுகின்றன”.

---

1. இந்த அத்தியாயத்தை திரு. ட்பிள் யூ.ஸி. பிளாக்கியார் ஆங்கிலத்தில் மொழி பெயர்த்திருக்கிறார்; “ஏஷியாடிக்ரிஸர்ச்சஸ்” தொகுதி...பக்கம்-இல் வெளியாகியுள்ளது. இது 16 பக்கங்கள் கொண்ட தட்டச்சுப்பிரதி இதில் ஆசிரியரே மாற்றங்கள் செய்திருக்கிறார். எல்லாப் பக்கங்களும் வரிசையாக எண் இடப்பட்டுள்ளது. எடுத்துக்கொண்ட பொருள், கட்டுரையில் நிறைவு பெற்றுள்ளதாகத் தோன்றுகிறது.
- பதிப்பாசிரியர்கள்

“பலிகள் மூலம்தான் அரசர்கள் ஆனந்தத்தையும். சுவர்க்கத்தையும், எதிரிகள் மீது வெற்றியையும் பெறுகிறார்கள்.

“மீன், ஆமை ஆகியவற்றின் இரத்த நிவேதனத்தால் தேவி பெறுகின்ற மகிழ்ச்சி ஒரு மாதம் நீடிக்கும்: முதலையின் இரத்த நிவேதனத்தின் மகிழ்ச்சி மூன்று மாதங்களுக்கு இருக்கும். ஒன்பது வகையான காட்டு விலங்குகளின் இரத்தத்தால் தேவி ஒன்பது மாத காலம் திருபதியாயிருக்கிறாள் அந்தக்காலத்தில், பலிகொடுத்தவனுக்குத் தொடர்ந்து நலம் செய்து வருகிறாள். காட்டுகக்காளையின் இரத்தமும், உடும்பின் இரத்தமும் ஓராண்டுக்கும் மான், காட்டுப்பன்றி ஆகியவற்றின் இரத்தம் பன்னிரண்டு ஆண்டுகளுக்கும் மகிழ்ச்சியளிக்கின்றன. சரபத்தின் இரத்தம் தேவிக்கு இருபத்தைந்து ஆண்டுகளுக்குத் திருப்தி அளிக்கிறது; எருமை, காண்டாமிருகம், புலி ஆகியவற்றின் இரத்தம் நூறு ஆண்டுகளுக்குத் திருப்தி அளிக்கிறது. சிங்கம், பனிப்பிரதேச மான். மனிதர்கள் ஆகியோரின் இரத்தம் அளிக்கும் மகிழ்ச்சி ஆயிரம் ஆண்டுகளுக்கு நீடிக்கிறது. இந்தப் பலிகளின் மாமிசமும், இவற்றின் இரத்தத்தால் ஏற்படும் மகிழ்ச்சியின் கால அளவுக்கு மகிழ்ச்சி அளிக்கின்றன. இப்போது, காண்டாமிருகம். மான். ரோஹிதா எனப்படும் மீன் ஆகியவற்றின் மாமிசத்தை அளிப்பதால் கிடைக்கும் பலன்களைக் கேளுங்கள்.”

“மானின் மாமிசமும் காண்டாமிருகத்தின் மாமிசமும் தேவிக்கு ஐந்நூறு ஆண்டுகளுக்கு மகிழ்ச்சி அளிக்கின்றன. ரோஹிதா மீனும் பார்த்தினாசாவும் எனக்குப் பிரியமானவளுக்கு (அதாவது காளிதேவிக்கு) முந்நூறு ஆண்டுகளுக்கு மகிழ்ச்சி அளிக்கின்றன.”

“மருவற்றதும், ஒரு நாளில் இரண்டு முறை மட்டுமே தண்ணீர் குடிப்பதும், ஒல்லியான கால்களை உடையதும், மந்தையிலேயே முதன்மையானதுமான வெள்ளாடு பர்த்தினாசர்’ எனப்படுகிறது. இது மிகச் சிறந்த ஹவ்யம் (தெய்வங்களுக்கு அளிக்கப்படும் நிவேதனம்) ஆகவும், மிகச்சிறந்த சவ்யம் (இறந்து போன முன்னோர்களுக்கு அளிக்கப்படும் நிவேதனம்) ஆகவும் கருதப்படுகிறது”

“தொண்டை நீல நிறமாகவும், தலை சிவப்பாகவும், கால்கள் கருப்பாகவும், இறகுகள் வெண்மையாகவும் உள்ள பறவை பர்ஷரினாசர் எனப்படுகிறது. இது பறவைகளின் அரசனாகும். இது எனக்கும் விஷ்ணுவுக்கும் மிகவும் பிரியமானது”

“விதிக்கப்பட்ட முறைகளின் படி அளிக்கப்படும் மனித பலியினால் தேவி ஆயிரம் ஆண்டுகளுக்கு மகிழ்ச்சியடைகிறாள். மூன்று மனிதர்களின் பலியினால் நூறாயிரம் ஆண்டுகளுக்கு

மகிழ்ச்சியடைகிறாள். மனித மாமிசத்தால் காமாச்யா, சண்டிகா, என் வடிவத்தைக் கொள்ளும் பைரவா ஆகியோர் ஆயிரம் ஆண்டுகளுக்கு மகிழ்ச்சி அடைகிறார்கள். மந்திரங்கள் மூலம் தூய்மைப் படுத்தப்பட்ட இரத்தத்தின் நிவேதனம் அமிர்தத்துக்குச் சமம் தலையும் கூட சண்டிகா தேவிக்கு மிகுந்த மகிழ்ச்சி அளிக்கிறது. எனவே, கற்றவர்கள் தேவியை வழிபடும் போது இரத்தமும் தலையும் அளிப்பார்களாக. நெருப்பில் வேள்விகள் செய்யும்போது மாமிசத்தை நிவேதனமாகக் கொடுப்பார்களாக."

"பலி கொடுப்பவன் கெட்டுப்போன மாமிசத்தை அளிக்காமலிருக்க எச்சரிக்கையாயிருப்பானாக; ஏனென்றால் தலையும் இரத்தமும் அமிர்தத்துக்குச் சமமாகக் கருதப்படுகின்றன.

"பூசணி, கரும்பு, சாராயப்பானங்கள், புளிக்கவைத்துச் செய்த மது பானங்கள் ஆகியவை மற்ற நிவேதனங்களுக்குச் சமமாகக் கருதப்படுகின்றன. வெள்ளாட்டைப் பலி கொடுப்பதால் தேவிக்கு மகிழ்ச்சி ஏற்படும் காலத்தின் அளவுக்கு இவையும் மகிழ்ச்சி அளிக்கின்றன."

"பலி கொடுப்பதற்குச் சந்திரஹாஸாவை அல்லது கத்ரியை (அரசர்களின் இரண்டு ஆயுதங்கள்) பயன்படுத்துவது மிகச் சிறந்ததாகும்: கத்தியைப் பயன்படுத்துவது இரண்டாவதாகச் சிறந்தது: களைக்கொட்டுக் கருவியால் தலையை வெட்டுவது சிறப்புக் குறைந்ததாகும்.

"இந்த ஆயுதங்களைத் தவிர, ஈட்டி அல்லது அம்பு வகையைச் சேர்ந்த ஆயுதங்கள் எதையும் பலி கொடுப்பதற்குப் பயன்படுத்தக் கூடாது; அத்தகைய பலியைத் தேவி ஏற்கமாட்டாள். அப்படிப் பலி கொடுப்பவன் இறந்து போவான். பலியிடுவதற்குப் புனிதமாக்கப்பட்ட விலங்கின் தலையைக் கையினால் பியத்து எடுப்பவன், பிராமணனைக் கொன்றதற்குச் சமமான குற்றம் செய்தவனாவான். அவன் பெரும் துன்பத்தை அடைவான்.

கற்றவர்கள் கோடரியை, இந்தச் சந்தர்ப்பத்துக்கென உருவாக்கப்பட்டவையாக முன்பு கூறப்பட்ட மந்திரங்களைச் சொல்லாமல் பயன்படுத்த வேண்டாம். அவற்றுடன் நான் இப்போது கூறுவதையும் சேர்த்துக் கொள்ளவும், குறிப்பாக, துர்காதேவிக்கும், காமாச்யா தேவிக்கும் பலி கொடுக்கும் போது இதைச் சேர்த்துக் கொள்ளவும்.

"பலி கொடுப்பவன் காளி என்ற சொல்லை இரண்டு முறை சொல்ல வேண்டும்: அதன்பின் தேவி பைரேஸ்வரி, தே லாவ்ஹா

தண்டாயை, நமஹ!' என்று சொல்ல வேண்டும். இதன் பொருள் வாழ்க காளி, காளி, வாழ்க தேவி, இடியின் தேவியே, வாழ்க இரும்புக் கோல் ஏந்திய தேவியே! என்பதாகும். பின்பு கோடரியைக் கையில் எடுத்துக்கொண்டு, தீச்சுடரை, காளராத்ரிய மந்திரத்தால் பின் வருமாறு தியானிக்க வேண்டும்.

"பலி கொடுப்பவன் இவ்வாறு சொல்லுக: ஹ்ராங் ஹ்ரிங், காளி, காளி பயங்கரமான பற்களைக் கொண்ட தேவியே, உண், வெட்டு தீயவற்றையெல்லாம் அழித்துவிடு, இந்தக் கோடரியால் வெட்டு. கட்டு பற்றிப்பிடி, பற்றிப்பிடி இரத்தத்தைக்குடி காளிக்கு வணக்கம்." இவ்வாறு காளராத்ரிய மந்திரம் முடிவடைகிறது.

"ஆயுதம் (கோடரி) இவ்வாறு காளராத்ரிய மந்திரத்தால் தியானிக்கப்பட்டதும் காளராத்தியே (இருளின் தேவி) பலி கொடுப்பவனின் எதிரிகளை அழிப்பதற்குத் தூக்கிப்பிடித்த கோடரியில் அமர்கிறாள்."

"பலி கொடுப்பவன் பலி கொடுப்பதற்கு முன்னால் விதிக்கப்பட்ட மந்திரங்களையெல்லாம் பயன்படுத்தவேண்டும்; அதோடு பலியிடப்படும் விலங்கை நோக்கிப் பின் வருமாறு கூற வேண்டும்:

"விலங்குகள் பலிகொடுக்கப்படுவதற்காகவே சுயம்புவால் படைக்கப்பட்டுள்ளன. எனவே நான் எனக்குப் பாவம் எதுவும் நேராமல் உன்னைப் பலிகொடுக்கிறேன்."

"பலி கொடுப்பவன் பின்பு எந்த தெய்வத்துக்கு, என்ன நோக்கத்துக்காகப் பலி கொடுக்கப்படுகிறது என்பதைக் கூற வேண்டும். மேலே கூறப்பட்ட மந்திரத்துடன் அந்த விலங்கைப் பலியிட வேண்டும்: விலங்கின் முகம் வடக்கு நோக்கியிருக்க வேண்டும்; அல்லது பலி கொடுப்பவன் தன் முகத்தை வடக்கு நோக்கித் திருப்பிக் கொண்டு விலங்கின் முகத்தைக் கிழக்கு நோக்கித் திருப்ப வேண்டும்: விலங்கைப் பலி கொடுத்த பின் முன்பு கூறியபடி உப்பு முதலானவற்றை இரத்தத்துடன் கலக்கத் தவறவேண்டாம்."

"இரத்தத்தைப் படைக்கும் பாத்திரம், பலிகொடுப்பவனின் நிலைமைக்குத் தக்கபடி தங்கம், வெள்ளி, செம்பு, பித்தளை அல்லது தைத்த இலைகள், மண் அல்லது துத்தநாகம் அல்லது மரத்தால் செய்யப்பட்டிருக்க வேண்டும்."

"இரும்புப் பாத்திரத்திலோ, விலங்கின் தோலால் அல்லது மரத்தின் பட்டையால் செய்யப்பட்ட பாத்திரத்திலோ அதைப் படைக்கக்கூடாது. ஈயம், காரியம் அல்லது இரண்டும் சேர்ந்த கலப்பு உலோகம்

ஆகியவற்றால் செய்யப்பட்ட பாத்திரமும் ஆகாது. இரத்தத்தைச் சுருப், சுருச் எனப்படும் புனிதப் பாத்திரங்களிலோ, தரையிலோ படைக்கக்கூடாது. அதைக் கடத்தில் (மற்ற மதச் சடங்குகளில் எப்போதும் பயன்படுத்தப்படும் மண் கலயம்) படைக்கக் கூடாது. தரைமேல் ஊற்றியோ, மற்றச் சமயங்களில் தெய்வத்துக்கு நிவேதனம் படைப்பதற்குப் பயன்படுத்தப்படும் பாத்திரங்களில் ஊற்றியோ படைக்கக் கூடாது. நலம் பெற விரும்புபவன் இந்தப் பாத்திரங்களில் இரத்தத்தைப் படைக்கக்கூடாது. மனித இரத்தத்தை எப்போதும் உலோகப் பாத்திரத்தில் அல்லது மண்பாத்திரத்தில் தான் படைக்க வேண்டும். எந்தக் காரணத்தைக் கொண்டும் இலைகளால் அல்லது அதைப் போன்ற பொருள்களால் செய்த பாத்திரத்தில் படைக்கக்கூடாது"

"அசுவமேத யாகத்திலன்றி குதிரையைப் பலியிடுவதும் கஜ மேதத்தில் அன்றி யானையைப் பலியிடுவதும் தவறாகும். எனவே மக்களை ஆள்பவன் இவற்றை இந்தச் சந்தர்ப்பங்கள் தவிர வேறு ஒருபோதும் பலியிடக்கூடாது. அவன் தேவிக்குக் குதிரையைப் பலியிடத் தேவையான சமயத்தில் அதற்குப் பதிலாக சன்ரா்ரா' என்ற காட்டுக்காளையை ஒரு போதும் பலியிடக்கூடாது.

"பிராமணன் ஒரு போதும் சிங்கத்தையோ, புலியையோ, தனது சொந்த இரத்தத்தையோ. மது பானங்களையோ தேவிக்கு அளிக்க வேண்டாம். பிராமணன் சிங்கத்தையோ, புலியையோ மனிதனையோ பலியிட்டால் அவன் நரகத்துக்குச் செல்கிறான். இந்த உலகில் குறுகிய காலத்துக்கே அதுவும் துன்பங்களும் துயரங்களும் நிறைந்த வாழ்க்கையே வாழ்வான்."

"பிராமணன் தன் சொந்த இரத்தத்தைப் படைத்தால், அது பிராமணனைக் கொன்றதற்குச் சமமான குற்றமாகும். அவன் மது பானங்களைப் படைத்தால் அவன் பிராமணனாக இல்லாமற் போகிறான்."

"சத்திரியன் மானைப் பலியாக அளிக்க வேண்டாம். அளித்தால் பிராமணனைக் கொன்ற குற்றம் அவனைச் சாரும். சிங்கம், புலி அல்லது மனிதனைப் பலி கொடுக்க அவசியம் இருந்தால் முதல் மூன்று வகுப்பினரும் இவ்வாறு செய்வார்களாக. சிங்கம், புலி அல்லது மனிதனைப் போன்ற உருவத்தை வெண்ணெய், பசை அல்லது பார்லி மாவினால் செய்து கொண்டு, அதை உயிருள்ள விலங்கைப் போல் அல்லது மனிதனைப்போலப் பலியிடவும். அதற்கு முன் கோடரியை நமோ முதலான மந்திரத்தால் தியானித்துக் கொள்ளவும்."

“பல விலங்குகளைப் பலியிட வேண்டியிருந்தால், தெய்வத்தின் முன் இரண்டு அல்லது மூன்று விலங்குகளை மட்டும் கொண்டுவந்து அளித்தால் போதும். மொத்த எண்ணிக்கையையும் அளித்ததற்கு இது சமமாகிவிடும். ஓ பைரவா, இதுவரை நான் பலியிடும் முறைகளும் சடங்குகளும் பற்றிப் பொதுவான முறையில் விவரித்தேன். இப்போது. வெவ்வேறு சமயங்களில் பயன்படுத்த வேண்டிய மந்திரங்களைக் கூறுகிறேன்.”

“தேவிக்கு. பைரவிக்கு அல்லது பைரவருக்கு எருமை பலியிடப்படும் போது பலி கொடுப்பவன் பின் வரும் மந்திரத்தைக் கூற வேண்டும்.”

“நீ எப்படிக் குதிரைகளைக் கொல்கிறாயோ, எப்படி சண்டிகாவைச் சுமந்து செல்கிறாயோ, அதே போல ஓ எருமையே, நீ என் எதிரிகளை அழித்து, எனக்கு நன்மையைக் கொண்டு வருவாயாக.”

“ஓ, சாவின் குதிரையே, நேர்த்தியான அழியாத உருவமே, எனக்கு நீண்ட ஆயுளும் புகழும் தருக! ஓ. எருமையே, உனக்கு வணக்கம்.”

“இப்போது மனித இரத்தத்தை அளிப்பது பற்றிய விவரங்களைக் கூறுகிறேன் கேளுங்கள்.”

“மனித பலி புனிதமான வழிபாடு நடக்கும் இடத்திலோ அல்லது இறந்த உடல்கள் புதைக்கப்படுகின்ற இடுகாட்டிலோ அளிக்கப்பட்டும். நிவேதனத்தை அளிப்பது. முன்பே விவரிக்கப்பட்டுள்ள ஹெருகா என்ற இடுகாட்டுப் பகுதியிலோ, காமாக்யா ஆலயத்திலோ, ஒரு மலை மேலோ நடத்தப்பட்டும். இப்போது இதன் வழிமுறையைக் கேளுங்கள்.’

“இடுகாடு என்னைக் குறிக்கிறது. இது பைரவா எனப்படுகிறது. இதில் தந்தரங்க’ என்ற ஒரு பகுதியும் இருக்கும். இடுகாடு இந்த இரண்டு பகுதிகளாகவும், ஹெருகா என்ற மூன்றாவது பகுதியாகவும் பிரிக்கப்பட வேண்டும்.”

“பலியாகும் மனிதனைப் பைரவருக்குப் புனிதமான கிழக்குப் பகுதியில் பலியிட வேண்டும். தலையை பைரவிக்குப் புனிதமானதாகக் கருதப்படும் தெற்குப் பகுதியில் அளிக்க வேண்டும்; இரத்தத்தை, ஹெருகா என்று கூறப்படும் மேற்குப் பகுதியில் அளிக்க வேண்டும்.”

“மனிதனை இடுகாட்டில் அல்லது புனிதத் தலத்தில் பலி கொடுத்தபின், பனி அளித்தவன் அதன் மேல் தன் பார்வையைத் திருப்பாமல் எச்சரிக்கையாயிருக்க வேண்டும்.”

“மற்றச்சமயத்திலும், பலி அளித்தவன், பலியிடப்பட்டவனைப் பார்க்காமல், பார்வையை விலக்கியபடியே தலையை அளிப்பானாக.”

“பலியாகிறவன் நல்ல தோற்றம் உள்ளவனாக இருக்க வேண்டும்; நீராட்டுதல் முதலான சடங்குகளால் உணவை ஆயத்தமாக்கப்பட வேண்டும்; முதல் நாள் அவன் புனிதமாக்கப்பட்ட உணவை உண்ண வேண்டும்; மாமிசத்தையும் பால் உறவையும் தவிர்க்க வேண்டும்: அவனுக்கு மலர்மாலைகள் அணிவித்துச் சந்தனம் பூசவேண்டும்.”

“பலியாகிறவனின் முகம் வடக்கு நோக்கியிருக்க வேண்டும்: பலி அளிப்பவன் அவனுடைய உடலின் பல பகுதிகளிலும் உறையும் தெய்வங்களை வழிபட வேண்டும். அதன்பின் பலியாகும் மனிதனுக்கே அவனது பெயரைக் கூறிவழிபாடு செலுத்த வேண்டும்.”

“இவ்வாறாக, பலி கொடுப்பவன், பலியாகிறவனை வழிபட வேண்டும்; இந்தச் சந்தர்ப்பத்துக்கு உரியதாக முன்பு குறிப்பிடப்பட்ட மற்ற மந்திரங்களையும் சேர்த்துக் கொள்ள வேண்டும்.

“விலங்கு அல்லது பறவையில் பெண்ணையும் மனிதப் பெண்ணையும் ஒருபோதும் பலியிடக்கூடாது. பெண்பாலைப் பலியிடுபவன் நரகத்தில் விழுவான். விலங்கு அல்லது பறவை இனம் எண்ணிக்கையில் மிகுதியாக இருந்தால் அந்த இனத்தில் பெண்ணைப் பலியிடலாம்; ஆனால் இந்த விதிவிலக்கு மனித இனத்துக்குப் பொருந்தாது.”

“பிராமணனையோ சண்டாளனையோ பலியிடக்கூடாது; இளவரசனைப் பலிமிடக் கூடாது: பிராமணனுக்கோ தெய்வத்துக்கோ ஏற்கெனவே கொடுக்கப் பட்டதைப் பலியிடக் கூடாது. இளவரசனின் சந்ததிகள், போரில் வென்றவன், பிராமணனின் அல்லது சத்திரியனின் சந்ததிகள், குழந்தை இல்லாத சகோதரன், தந்தை, கல்வியாளன், பலியாக விருப்பம் இல்லாதவன், தாய் மாமன், ஆகியோரைப் பலிகொடுக்கக் கூடாது. இங்கே குறிப்பிடப்படாதவர்களும் என்ன இனம் என்று தெரியாத பறவைகளும் தகுதியற்றவர்கள். இங்கே குறிப்பிடப்பட்டவர்கள் கிடைக்கவில்லை என்றால், அவர்களுக்குப் பதிலாக ஒரு ஆண் கழுதையை அல்லது ஒட்டகத்தை அளிக்கலாம். மற்ற விலங்குகள் கிடைத்தால், புலி, ஒட்டகம் அல்லது கழுதையைப் பலியிடுவதைத் தவிர்க்க வேண்டும்.”

“பலியிடப்படவுள்ள மனிதனை அல்லது விலங்கை அல்லது பறவையை விதிப்படி வழிபட்ட பின், பலிகொடுப்பவன் அந்தச் சந்தர்ப்பத்துக்குக் குறிப்பிடப்பட்டுள்ள மந்திரத்தைச் சொல்லி பலி இட்டு, முன்பே கூறிய மந்திரத்தின் மூலம் குறிப்பிட்ட தெய்வத்தை வணங்க வேண்டும்”

“பலியிடப்பட்ட மனிதனின் தலையையும் இரத்தத்தையும் தேவியின் வலப்புறத்தில் பலி செலுத்தியவன், தேவியின் முன்னால் நின்று கொண்டு வணங்கவேண்டும். பறவைகளின் இரத்தமும் தலையும் தேவியின் இடப்புறம் வைக்கப்பட வேண்டும். தனது சொந்த இரத்தத்தை அளிப்பவன் தேவியின் முன்னால் அதை வைக்க வேண்டும். மாமிச பட்சணிகளான விலங்குகள், பறவைகளின் தலையிலிருந்து வரும் இரத்தத்தையும் நீர்வாழ் உயிரினங்களின் இரத்தத்தையும் இடக்கைப்புறமாக வைக்க வேண்டும்.”

“மானின் தலையும் இரத்தமும், ஆமை, காண்டாமிருகம், முயல், முதலை, மீன் ஆகியவற்றின் தலையும் இரத்தமும் முன்பக்கம் வைக்கப்படவேண்டும்.”

“திங்கத்தின் தலையும் இரத்தமும், வலக்கைப்புறம் வைக்கப்பட வேண்டும்: காண்டாமிருகத்தினதும் இவ்வாறேதான். பலியின் தலையோ இரத்தமோ ஒரு போதும் தேவியின் பின்புறம் வைக்கப்படக் கூடாது.”

“விளக்கை வலப்புறம் அல்லது முன்புறம் வைக்கலாம். அதை ஒரு போதும் இடப்புறம் வைக்கக்கூடாது. சாம்பிராணியை இடப்புறம் அல்லது முன்புறம் வைத்து எரிக்கவேண்டும். அது வலப்புறம் இருக்கக் கூடாது. மலர்கள், வாசனைப் பொருள்கள், அணிகலன்கள் ஆகியவற்றை முன்னால் வைக்க வேண்டும். வட்டத்தில் நிவேதனப் பொருள்களை எங்கே வைக்க வேண்டும் என்பதற்கு ஏற்கெனவே கூறிய முறையைப் பின்பற்றலாம். மதுபானத்தை இடப்பக்கத்தில் மற்ற திரவங்களுக்குப் பின்னால் வைக்க வேண்டும்.”

“சாராயப் பானங்களை அளிப்பது அத்தியாவசியமானால், முதல் மூன்று வகுப்பினரும் அவற்றுக்குப் பதிலாக, பித்தளைப் பாத்திரத்தில் ஊற்றிய தேங்காய்த் தண்ணீர், அல்லது செப்புப் பாத்திரத்தில் ஊற்றிய தேனை அளிக்கலாம். துன்பம் மிகுந்த காலத்தில் கூட மூன்று முதல் வகுப்புகளைச் சேர்ந்த ஒருவன், மலர்களிலிருந்து தயாரிக்கப்பட்டவை தவிர்த்த மற்ற சாராயப் பானங்களை அளிக்கக் கூடாது. அரசர்கள், அமைச்சர்கள், சாராயப்பானங்களை விற்பவர்கள் ஆகியோர் செல்வமும் செழிப்பும் அடைவதற்கு நரபலி அளிப்பார்களாக.”

“அரசனின் அனுமதி இல்லாமல் மனித பலி அளிக்கப்பட்டால் அதை அளிப்பவன் பாவம் செய்பவனாகிறான். உடனடியாக ஆபத்து வரக்கூடிய சமயங்களில் அரசர்களோ அவர்களின் அமைச்சர்களோ தங்கள் விருப்பத்துக்கேற்றபடி பலிகள் கொடுக்கலாம். வேறு யாரும் கொடுக்கக்கூடாது.

"மனிதனைப் பலி கொடுப்பதற்கு முந்திய நாளில், பலியாக இருப்பவனை மனஸ்தாக் என்ற மந்திரம், மூன்று தேவி கந்த சூக்தங்கள், வாத்ரங்க் என்ற மந்திரங்கள் ஆகியவற்றின் மூலம் ஆயத்தம் செய்ய வேண்டும், மேலும், கோடரியால் அவனது தலையைத் தொட்டு, கோடரியில் சந்தனம் முதலான வாசனைப் பொருள்களைத் தடவ வேண்டும். அந்தச் சந்தனத்திலிருந்து சிறிதளவு எடுத்து, அவனது கழுத்தில் அதைப் பூச வேண்டும்."

"அதன் பின் அம்பே அம்பிகா முதலான மந்திரங்களையும், தௌத்ரா மற்றும் பைரவா மந்திரங்களையும் பயன்படுத்த வேண்டும். இப்போது தேவியே பலியாகவிருக்கும் மனிதனைப் பாதுகாப்பாள். இவ்வாறு தூய்மைப்படுத்தப்பட்ட அந்த மனிதனை நோய் அணுகாது. மனம் துன்பத்தாலோ வேறு காரணங்களாலோசலனமடையாது. அவனுடைய உறவினர்களின் மரணத்தாலோபிறப்பினாலோ அவனுக்குத்தீட்டு ஏற்படுவதில்லை."

பலியாகவிருப்பவனைக் கயிறுகளாலும் மந்திரங்களாலும் அவன் கட்டியபின், தலையை வெட்டி, உரிய கவனத்துடன் தேவிக்கு அளிப்பானாக. தன்னுடைய எதிரிகள் பெருகுவது அல்லது குறைவதற்கு ஏற்ற விகிதத்தில் அவன் இதைச் செய்வானாக. எதிரிகளை அழிப்பதற்காகப் பலியாட்களின் தலைகளை வெட்ட வேண்டும். அவர்களுடைய உடலில் மந்திரங்கள் மூலம் எதிரியின் ஆன்மாவைப் புகுத்தியிருக்க வேண்டும்; அது பலியிடப்படும் போது எதிரியும் உயிரை இழந்துவிடுவான்."

"நிவேதனமாக அளிப்பதற்கென்றே இரத்தத்தை எடுக்கவேண்டும்; உடலும் மனமும் தூய்மையானவனும் அச்சம் இல்லாதவனுமான மனிதனிடமிருந்து அதை எடுக்க வேண்டும்: அதைத் தாமரை இதழில் வாங்கி அளிக்க வேண்டும். அதைத் தங்கம், வெள்ளி, பித்தளை அல்லது இரும்பினால் செய்த பாத்திரத்திலும். மந்திரங்களைச் சொல்லி, உரிய முறைப்படி அளிக்கலாம்.

இரத்தத்தை, கத்தி, கோடரி போன்ற ஆயுதத்தால் உடலில் செய்த கீறலிலிருந்து எடுத்தால், ஆயுதத்தின் அளவுக்குத் தகுந்தபடி அது மகிழ்ச்சி அளிக்கிறது.

பலிகொடுப்பவன் தாமரை இதழ் கொள்ளும் அளவில் கால் பங்கு இரத்தம் அளிக்கலாம்: எந்தக் காரணம் கொண்டும் அதற்கு மேல் அளிக்கக்கூடாது; தேவையான அளவுக்கு மேல் உடலில் வெட்டக் கூடாது. தன் உடலின் இரத்தத்தையும். ஆளிவிதை, மாஷா, எள் அல்லது முத்யாவின் அளவுக்குத் தன் உடலின் மாமிசத்தையும் மனம்

உவந்து ஆர்வத்துடன் அளித்தால், ஆறு மாதங்களுக்குள் அவன் விரும்பியதை அடைவான்."

இந்த விதிகளின்படி பலிகளை அளிப்பவனின் ஆசைகள் அதிகப்பட்ச அளவுக்கு நிறைவேறும்."

இது தான் காளி புராணம் உபதேசிக்கின்ற தர்மம்.

பல நூற்றாண்டுக் காலமாக மனு விதித்த அகிம்சை பின்பற்றப்பட்ட பின், தந்திரங்களின் மூலம் முழு அளவிலும், மிக மோசமான முறையிலும், மனிதனையும் மிருகங்களையும் துன்புறுத்தும் வடிவங்களிலும் இம்சை மீண்டும் அனுமதிக்கப் பட்டுள்ளது. காளி புராணத்தில் இரத்த அதிகாரத்தில் பிரசாரம் செய்யப்பட்ட இந்த இம்சை நடைமுறைகள் மிகப் பரவலாக வழக்கத்துக்கு வந்துவிட்டன. விலங்குகள் பலியிடப்படுவது புத்துயிர் பெற்றதைப் பொறுத்தமட்டில் கல்கத்தாவில் உள்ள காளி கோவிலில் நடப்பது சந்தேகத்துக் கிடமில்லாத சான்றாக அமைந்துள்ளது. அந்தக் கோவில் ஓர் ஆட்டுத்தொட்டியாகவே ஆகிவிட்டது : அங்கே நாள்தோறும் நூற்றுக்கணக்கான ஆடுகள் காளி தேவியைத் திருப்திப்படுத்துவதற்காக வெட்டப்படுகின்றன. காளி புராணத்தின் போதனைகளே இதற்குக் காரணமாகும். இப்போது மனிதர்கள் காளிக்குப் பலியிடப்படுவதில்லை. ஆனால் மனித பலி நடக்கவேயில்லை என்றும் கூறிவிட முடியாது. காளி புராணம் போதிக்கின்றபடி, விலங்குகளைப் போல மனிதர்களும் பலியிடப்பட்டார்கள் என்பதற்குச் சான்றுகள் நிறையவே உள்ளன. டாக்டர் ராஜேந்திரலால் மித்ரா கூறுகிறார்.[1]

"நீண்ட காலமாக இந்தச் சடங்கு (மனிதபலி) இந்துஸ்தான் முழுவதிலும் சாதாரணமாக நடந்து வந்தது என்ற உண்மை நன்கு தெரிந்தது தான் இப்போதும் கூட இந்தியாவின் சில மூலை முடுக்குகளில் தேவியை மகிழ்விப்பதற்காக எப்போதேனும் சில சமயங்களில் மனிதர்களைப் பலி கொடுப்பது நடந்து கொண்டு தான் இருக்கிறது என்று சந்தேகப்படுவோர் இருக்கிறார்கள். வாமசாரி பிரிவைச் சேர்ந்த பழைய குடும்பங்களில் இப்போதும் கூட மனிதனுக்குப் பதிலாக மனித உருவப் பொம்மை ஒன்றைப் பலியாகக் கொடுக்கும் வழக்கம் காணப்படுகிறது.

இந்தக் குடும்பங்களின் முன்னோர்கள் துர்கை பூஜையிலும் காளி பூஜையிலும் மனிதர்களைப் பலிகொடுத்து வந்ததே இதற்குக் காரணம். இந்தப் பொம்மை உலர்ந்த பாலினால் (கீரா) ஓரடி நீளம் உள்ளதாகச் செய்யப்படுகிறது. காளிகா புராணத்தில் கூறப்பட்டுள்ள விதிகளின்படி இது பலியிடப்படுகிறது. இந்தப் பொம்மைக்கு உயிர்

1. "இண்டோ-ஆர்யன்ஸ்" தொகுதி IV பக்கம் 109-111.

கொடுப்பதற்கென்று கூறப்படும் சில மந்திரங்கள் மட்டும் புதிதாகச் சேர்க்கப்பட்டுள்ளன். என்னுடைய நண்பரும் இருபத்து நான்கு பர்கானா மாவட்டத்தின் துணை மாஜிஸ்ரேட்டும், வங்காளத்தில் சணல் சாகுபடி பற்றிய சிறந்த புத்தகம் ஒன்றின் ஆசிரியரும் ஆகிய பாபு ஹேமசந்திர கேர் வங்காளத்தின் கிழக்கு மாவட்டங்களில் இந்தப்பலி சாதாரணமாக நடக்கிறது என்று தெரிவிக்கிறார். ஆனால் அங்கு இந்தப் பொம்மையை ஒருவரே வெட்டுவதற்குப் பதிலாக குடும்பத்தில் உள்ள வயது வந்தவர்கள் அனைவரும் அதை ஒரே சமயத்தில் வெட்டுகிறார்கள். இவர்கள் தனித்தனியான கத்திகளை வைத்துக் கொண்டோ, ஒரே கத்தியை எல்லோருமாகச் சேர்ந்து பிடித்துக் கொண்டோ, ஒரே சமயத்தில் வெட்டுகிறார்கள். இது சாதருபனி' அல்லது எதிரியைப் பலியிடுதல் என்று கூறப்படுகிறது. நரபலியானாலும் சரி, சத்ரு பலியானாலும் சரி, அது ரகசியமாகப் பொதுவாக இரவில் நடத்தப்படுகிறது. ஆயினும் சத்ரு பலி, காளிகா புராணத்தில் கூறப்படும் நரபலியிலிருந்து வேறான ஒரு சடங்காகும். இதற்கான ஆதாரம் விருகன்னிளா தந்திரத்தில் காணப்படுகிறது. அதில் கூறப்படும் வேறு சில சடங்குகளைச் செய்த பின் "மன்னன் தனது எதிரியைப் (பொம்மை வடிவத்தில்) பலியிட வேண்டும் என்று அது கூறுகிறது. அவன் அதைத் தீப்பறக்கும் கண்களால் பார்த்துக் கொண்டு, தானே ஒரே வெட்டில் ஆழமாக வெட்டி இரண்டு துண்டுகளாக்க வேண்டும். பிராணப் பிரதிஷ்டை சடங்கின் மூலம் பொம்மைக்கு உயிர் கொடுத்த பின், அழிக்க வேண்டிய எதிரியின் பெயரைச் சொல்லிக்கொண்டு வெட்ட வேண்டும். மகேசனின் துணைவியே. அவன் இதன் மூலம் சந்தேகமில்லாமல் தனது எதிரிகளை அழிக்கிறான்."

இங்கே முக்கியமாகக் கவனிக்க வேண்டியது. காளி சிவனின் மனைவி என்பதாகும். சிவன் விலங்குப் பலியை ஏற்கிறாரா என்ற கேள்வி எழுகிறது. இதற்கு விடை ஒரு காலத்தில் சிவன் விலங்குப் பலியை உண்டு வாழ்ந்தார் என்பதாகும். இக்காலத்தில் சிவனை வழிபடுவோருக்கு இது ஆச்சரியமாயிருக்கலாம். ஆனால் இதற்குச் சான்று வேண்டுவோர் அசுவலாயன கிருஹ்ய சூத்திரத்தைப் பார்த்தால் போதும். சிவனைத் திருப்திப் படுத்துவதற்கு ஒரு காளைமாட்டைப் பலி கொடுப்பது பற்றி அதில் விரிவாக வர்ணிக்கப்பட்டுள்ளது. அசுவலாயன கிருஹ்ய சூத்திரத்தின் வாசகத்தை அப்படியே கீழே தருகிறேன். அது கூறுகிறது: [1]

1. இப்போது எருது (ருத்திரனுக்குப் பலியிடப்பட்டது)

1.கீழை நாடுகளின் புனிதநூல்கள், தொ.29,ப. 255-259 (மாக்ஸ் முல்லர்)

2. இலையுதிர் காலத்தில் அல்லது இளவேனில் காலத்தில், திருவாதிரை (நட்சத்திரத்தில்)

3. அவனுடைய மந்தையில் மிகச் சிறந்தது.

4. தொழுநோயோ புள்ளிகளோ இல்லாத (எருது)

5. கருப்புப் புள்ளிகள் உடையது என்று சிலர் கூறுகிறார்கள்.

6. அவன் விரும்பினால், கருப்பு நிறம் உடையது. அதில் செம்பு நிறத்தின் சாயல் இருந்தால்.

7. அரிசியும் பார்லியும் கலந்த தண்ணீரை அவன் அதன் மேல் தெளிக்கிறான்.

8. தலையிலிருந்து வால்வரை

9. வளர்க. பெரியருத்திரனுக்கு ஏற்றதாக என்ற மந்திரத்துடன்.

10. அவன் அதை வளரவிடவேண்டும். அதற்குப் பல் முளைத்தவுடன் அல்லது காளை ஆனவுடன்.

11. பலியிடுவதற்குத் தகுந்த தூய்மையுள்ள (அடி வானத்தின்) திசைக்கு.

12. கிராமத்திலிருந்து பார்க்கமுடியாத ஓர் இடத்தில்

13. நள்ளிரவுக்குப் பின்

14. சூரிய உதயத்துக்குப் பின் என்பர் சிலர்.

15. கல்வியில் தேர்ந்த, (இந்த பலியின்) நடைமுறைகளை நன்கு அறிந்த பிராமணனை உட்காரவைத்து, இலைகள் கொண்ட புதிய கிளை ஒன்றைத் தரையில் பலித் தூணாக நட்டு. இரண்டு கொடிகளை அல்லது இரண்டு குசக் கயிறுகளை (எடுத்துக் கொண்டு), இவற்றில் ஒன்றை பலித் தூணைச் சுற்றிக்கட்டி, மற்றொன்றை மாட்டின் தலையில் நடுப்பகுதியைச் சுற்றிக்கட்டி, அவன் அதை பலித் தூணில் அல்லது (அதைச் சுற்றிக் கட்டப்பட்ட) கொடியில் சேர்த்துக் கட்டுகிறான். அப்போது வணங்கப்படுகிறவனுக்கு ஏற்றதான் உன்னைக் கட்டுகிறேன்' என்ற மந்திரத்தைச் சொல்லுகிறான்.

16. தண்ணீர் தெளிப்பதும் அதன் பின் நடப்பதும் விலங்குப் பனியில் நடப்பது போன்றதே.

17. வித்தியாசமாக உள்ளதை நாம் கூறுகிறோம்.

18. வயிற்றின் உட் தோலை பத்ரியுடன் அல்லது ஒரு இலையுடன் பலியாகக் கொடுப்பானாக. இவ்வாறாக (சுருதியில்) தெரிகிறது.

19. ஹர, மிருத், சார்வ, சிவ. பவ, மகாதேவ, உக்ர, பீம், பசுபதி, ருத்ர, சங்கர, ஈசான ஸ்வாஹா!' என்ற (மந்திரத்துடன்)

20. அல்லது (அந்த மந்திரத்தின்) கடைசி ஆறு பகுதிகளுடன்.

21. அல்லது ருத்ரனுக்கு 'ஸ்வாஹா' என்ற மந்திரத்துடன்)

22. அவன் நான்கு திசைகளிலும் பலிகளைப் படைப்பானாக. ஒவ்வொரு திசைக்கும் நான்கு குசப்புல் பின்னல் வளையங்களில் பின் வரும் மந்திரங்களுடன் படைப்பானாக : "ருத்ரனே, கிழக்குத் திசையில் உள்ள உன்னுடைய கணங்களுக்கு இந்தப் (படையல் கொடுக்கப்படுகிறது) உனக்கு வணக்கம்! எனக்கு எந்தத் தீங்கும் செய்யாதே!' இதே போல நான்கு திசைகளுக்கும் படையல் செய்யப்படுகிறது.

23. நான்கு திசைகளையும் பின்வரும் நான்கு மந்திரங்களைச் சொல்லி வணங்க வேண்டும். நாங்கள் என்ன செய்வோம் ருத்தரனே!, ருத்திரனுக்கு இந்தப் பிரார்த்தனைகள்.

'ஓ தந்தையே, உனக்கு', 'வலிமையான வில்லைக் கொண்ட ருத்திரனுக்கு இந்தப் பாடல்கள்'. (ருக் வேதம் 143, 114: 11 33; VII, 46).

24. (இவ்வாறு) திசைகளை வணங்குவது ருத்ரனுக்கான எல்லாப் பலிகளிலும் (செய்யப்படுகிறது).

25. (அரிசியின்) உமியையும் தவிட்டையும், (பலியிடப்பட்ட விலங்கின்) வால், தோல், தலை, கால்கள், ஆகியவற்றையும் அவன் நெருப்பில் போட வேண்டும்.

26. தோலை அவன் எதற்கேனும் பயன்படுத்தவேண்டும் என்று சம்வத்யா கூறுகிறது.

27. நெருப்புக்கு வடதிசையில், வரிசையாக வைக்கப்பட்ட தர்ப்பைப் புல்லின் மேல் அல்லது குசப்புல் பின்னல் வளையங்களின் மேல், பலியிடப்பட்ட விலங்கின் இரத்தத்தை ஊற்ற வேண்டும். அப்போது இந்த மந்திரத்தைச் சொல்ல வேண்டும்:

"சீறுகின்றவைகளே! சத்தம் செய்கின்றவைகளே! தேடுகின்றவைகளே! பற்றிப்பிடிக்கின்றவைகளே! சர்ப்பங்களே! இங்கே உங்களுக்குக் கொண்டு வரப்படுவதை எடுத்துக் கொள்ளுங்கள்!

28. பின்பு வடக்கு நோக்கித் திரும்பி இந்த மந்திரங்களுடன் அதைக் கொடுக்கிறான். சீறுகின்றவைகளே. இங்கே உங்களுக்கு உரியதை

எடுத்துக் கொள்ளுங்கள்’ என்கின்றான். பின்பு சர்ப்பங்கள் அங்கே விரைந்து வந்து இரத்தத்தையும் வயிறு, குடல் பகுதிகளையும் எடுத்துக் கொள்கின்றன.

29. எல்லாப் பெயர்களும். எல்லாக் கணங்களும், எல்லா வணக்கங்களும் அவனுக்கே உரியவை - இதை அறிந்தவனை பலி கொடுப்பவனுக்கு அவன் மகிழ்ச்சி அளிக்கிறான்.

30. ஒருவன் வார்த்தைகளுடன் மட்டும் அந்தக் சடங்கின் சில பகுதிகளை வைத்தாலும், அவன் தீங்கு எதுவும் செய்யமாட்டான் இவ்வாறாக (சுருதியில்) தெரிகிறது.

31. அவன் அந்த (பலியை) உண்ணக்கூடாது.

32. அதைச் சேர்ந்த எதையும் கிராமத்துக்குள் எடுத்துச் செல்லக்கூடாது. அப்படிச் செய்தால் கடவுள் மனிதர்களுக்குத் தீங்கு செய்வார்.

33. அவன் தன்னைச் சேர்ந்தவர்கள் (பலி நடத்தப்ப இடத்தின்) அருகே வராமல் பார்த்துக்கொள்ள வேண்டும்.

34. ஆயினும், குறிப்பான களை தரப்பட்டால் அவன் (பலி உணவை) உண்ண வேண்டும். ஏனென்றால் அது அவனுக்கு அதிருஷ்டத்தைத் தரும்.

35. இந்த எருதுப் பலி, செல்வத்தையும், (திறந்த இடம். தூய்மை. புதல்வர்கள், கால் நடைகள், நீண்ட ஆயுள், பெருமை ஆகியவற்றையும் கொடுக்கும்.

36. அவன் பலி கொடுத்த பின் மற்றொரு (விலங்கை) அவிழ்த்து விட வேண்டும்.

37. அவன் அப்படிப்பட்ட விலங்கு இல்லாமலிருக்கக்கூடாது.

38. அப்போது அவனுக்குக் கால்நடைகள் இல்லாமல் இராது. இவ்வாறாக (சுருதியில்) தெரிகிறது.

39. சந்ததிய மந்திரத்தைச் சொல்லிக்கொண்டு அவன் தன் வீட்டுக்குப் போக வேண்டும்.

40. தன்னுடைய கால்நடைகளுக்கு நோய் வந்தால் அவன் அதே கடவுளுக்குத் தன்னுடைய மாட்டுக் கொட்டகையில் பலியிட வேண்டும்.

41. சமைத்த உணவுகளை அவன் முழுமையாகப் பலியாகக் கொடுக்க வேண்டும்.

42. யாகப்புல்லையும் அக்யாவையும் நெருப்பில் போட்டு அவன் தனது பசுக்களை அந்தப் புகையின் வழியே நடத்திச் செல்ல வேண்டும்.

43. சந்ததிய மந்திரத்தைச் சொல்லிக்கொண்டு அவன் மாடுகளின் இடையே செல்ல வேண்டும்.

44. சௌனகருக்கு வணக்கம்! சௌன கருக்கு வணக்கம்!

இப்போது சிவன் விலங்குப் பலியை ஏற்பதில்லை. சிவன் வழிபாட்டில் ஏற்பட்டுள்ள மாற்றத்துக்குக் காரணம் அகிம்சைத் தத்துவம் ஏற்கப்பட்டதாகும். பிராமணர்கள் இம்சையிலிருந்து அகிம்சைக்கு மாறியதால் சிவனையும் இம்சைக் கடவுளிலிருந்து அகிம்சைக் கடவுளாக மாற்றினார்கள். சிவன் அகிம்சைக் கடவுளாக மாறிய பின் நெடுங்காலம் கழித்துதான் காளி வழிபாடு ஏற்பட்டது. ஆயினும் அவருடைய மனைவியான காளி இம்சைக் கடவுள் ஆக்கப்பட்டாள். இதன் விளைவாக, இரத்தத்தை விரும்பாத ஒரு கடவுளுக்கு இரத்தவெறிகொண்ட மனைவி என்ற கொடுமையான முரண்பாட்டைக் காண்கிறோம். இது ஒரு புதிர் அல்லவா? பிராமணர்கள் ஏன் இப்படியொரு செயலைச் செய்தார்கள்?

பின் இணைப்பு I

வேதங்களின் புதிர்[1]

வேதங்கள் இந்துக்களின் புனித நூல்களாகும். இவற்றைப் பற்றிப் பல கேள்விகள் எழுகின்றன. இவை எவ்வாறு தோன்றின. இவற்றை இயற்றியவர் யார். இவற்றின் அதிகாரம் என்ன என்பவை இந்தக் கேள்விகளில் சில ஆகும்.

முதல் கேள்வியில் தொடங்கலாம். இந்துக்கள் இவை சனாதனமானவை; அதாவது "என்றென்றும் இருந்து வருபவை" என்று கூறுகிறார்கள். அதர்வண வேதத்தில் வரும் ஒரு கூற்றை அடிப்படையாகக் கொண்டிருந்தாலன்றி இந்தக் கருத்துக்கு ஆதாரம் இல்லை. அந்த வேதத்தில் இவ்வாறு கூறப்படுகிறது: [2]

"காலத்திலிருந்து ருக் மந்திரங்கள் தோன்றின: யஜுஸ், காலத்திலிருந்து தோன்றியது. ஆனால் இதற்கு முற்றிலும் எதிரான வேறு கருத்துக்களும் உள்ளன.

அதர்வண வேதத்திலிருந்து தொடங்கினால், அந்த வேதத்திலேயே இந்தக் கருத்தைத் தவிர வேறு இரண்டு கருத்துக்களும் கூறப்படுகின்றன. இவற்றில் முதலாவது மிகத் தெளிவாக இல்லை. அதன் சொற்களிலேயே அதைப் பின்வருமாறு கூறலாம்.

பூர்வ ரிஷிகள், ருக், சாமம், யஜுஷ், பூமி, ஒரு ரிஷி ஆகியோருக்கு ஆதாரமாயிருக்கும் அந்த ஸ்கம்பா (அடிப்படைத் தத்துவம்) என்பன அறிவிக்கவும்... அந்த ஸ்கம்பா-யாரிடமிருந்து ருக் மந்திரங்களால் வெட்டியெடுக்கப்பட்டனவோ, யாரிடமிருந்து யஜுஷ் சுரண்டியெடுக்கப்பட்டதோ, சாமன் மந்திரங்கள் யாருடைய உரோமங்களாக உள்ளனவோ, அதர்வண மந்திரங்களும் அங்கீரசும் யாருடைய வாயாக உள்ளனவோ - அது யார் என்பதை அறிவிக்கவும்.

1.முயிர் காட்டியுள்ள மேற்கோள் சமஸ்கிருத மூலநூல், தொகுதி, 3, ப 3. "வேதங்கள் என்ற புதிர்" என்பது பற்றி இது ஒருங்கிணைக்கப்பட்ட ஒரு அதிகாரம் ஆகும். இந்தப் புத்தகத்தின் அதிகாரத்தை 2 முதல் 6 வரை ஆசிரியர் விவாதித்துள்ள விஷயங்களில் பெரும்பாலானவற்றைப்பற்றி இதில் கூறப்பட்டுள்ளது. மொத்தம் 61 தட்டச்சுப் பக்கங்கள். திருத்தங்கள் எதுவுமின்றி உள்ளன. இது தட்டச்சுச் செய்த கார்பன் பிரதியாகும். - பதிப்பாசிரியர்கள்.

2.அதர்வண வேதம் 19,54,3

அதர்வண வேதத்தில் கூறப்படும் இரண்டாவது விளக்கம், வேதங்கள் இந்திரனிடமிருந்து தோன்றியவை என்பதாகும்.

ருக் வேதம் தரும் விளக்கம் புருஷ சூக்தத்தில் உள்ளது. பிரபஞ்ச வேள்வி ஒன்று நடத்தப்பட்டதாகவும், புராணங்களில் கூறப்படும் புருஷா என்ற பிராணி அந்த வேள்வியில் பலியிடப்பட்டதாகவும், அந்த வேள்வியிலிருந்து ருக், சாமன், யஜுர் என்ற மூன்று வேதங்களும் தோன்றியதாகவும் அது கூறுகிறது.

சாமவேதமும், யஜுர் வேதமும் வேதங்களின் தோற்றம் பற்றி ஒன்றும் கூறவில்லை. அடுத்து பிராமணங்கள் என்று கூறப்படும் நூல்களைப் பார்த்தால், சதபத பிராமணம், தைத்திரீய பிராமணம், கவுஷிதாகி பிராமணம் ஆகியவற்றில் வேதங்களின் தோற்றம் பற்றி விளக்கங்கள் கூறும் முயற்சிகளைக் காண்கிறோம்.

சதபத பிராமணத்தில் பல விளக்கங்கள் கூறப்பட்டுள்ளன. வேதங்கள் பிரஜாபதியிடமிருந்து தோன்றின என்று அது கூறுகிறது. பிரஜாபதி தமது தவத்தின் மூலம் பூமி, காற்று, வானம் என்ற மூன்று உலகங்களைப் படைத்தார். இந்த மூன்று உலகங்களிலும் அவர் வெப்பத்தை செலுத்தினார். இவ்வாறு வெப்பமடைந்த மூன்று உலகங்களிலிருந்து மூன்று ஒளிகள் அக்னி (நெருப்பு), வாயு (காற்று), சூரியன் ஆகியவை தோன்றின. இவற்றில் வெப்பம் செலுத்தப்பட்ட போது இவற்றிலிருந்து மூன்று வேதங்கள் தோன்றின. ருக் வேதம் அக்னியிலிருந்தும், யஜுர் வேதம் வாயுவிலிருந்தும், சாம வேதம் சூரியனிலிருந்தும் தோன்றின.

இதே விளக்கத்தைத்தான் ஐத்ரேய மற்றும் கவுஷிதாகி பிராமணங்களும் கூறுகின்றன.

சதபத பிராமணம், வேதங்கள் பிரஜாபதியிடமிருந்து தோன்றின என்ற விளக்கத்தை வேறொரு வடிவத்திலும் தருகிறது. பிரஜாபதி வேதங்களைத் தண்ணீரிலிருந்து உருவாக்கினார் என்பது இந்த விளக்கம். சதபத பிராமணம் கூறுகிறது.

"இந்த ஆண் பிரஜாபதி விரும்பினார், "நான் பல்குவேனாகவும், நான் பரவுவேனாகவும் என்று அவர் ஒன்றிய உள்ளத்துடன் முயன்றார்; கடுந்தவம் இயற்றினார். இவ்வாறு செய்து அவர் முதலில் பவித்திரமான அறிவை, மூன்று வேத விஞ்ஞானங்களைப் படைத்தார். இது அவருக்கு ஓர் அடிப்படை ஆயிற்று. அதனால் தான் பவித்திர ஞானம் தான் பிரபஞ்சத்தின் அடிப்படை என்று மனிதர்கள் கூறுகிறார்கள். இந்தக் காரணத்தினால் வேதங்களைக் கற்றபின் ஒரு மனிதன் நிற்கும் நிலம் உள்ளவனாகிறான். ஏனென்றால் பவித்திர ஞானம் தான் அவனுக்கு

அஸ்திவாரம். இந்த அடிப்படையில் இருந்துகொண்டு அவர் (பிரஜாபதி) கடுந்தவம் இயற்றினார். அவர் வாக்கில் (பேச்சில்) இருந்து தண்ணீரை அவர்களின் உலகமாகப் படைத்தார்.

வாக்[1] அவருடையவள்; அவள் படைக்கப்பட்டவள். அவள் எல்லாப் பொருள்களிலும் ஊடுருவிப் பரவி நின்றாள். அவள் தண்ணீரில் ஊடுருவி (அப்னோத்) இருந்ததால் தண்ணீர் ‘அபஹ்’ எனப்பட்டது. அவள் எல்லாவற்றிலும் கவிந்து (அவரினோத்) இருந்ததால் தண்ணீர் ‘வர்’ எனப்பட்டது. அவர் விரும்பினார், நான் இந்தத் தண்ணீரிலிருந்து பரவுவேனாகவும் என்று. இந்த மூன்று வேத விஞ்ஞானங்களுடன் அவர் தண்ணீரில் புகுந்தார். அதிலிருந்து ஒரு முட்டைவெளிப்பட்டது. அவர். அதற்கு ஓர் உந்து வேகம் கொடுத்து ‘உண்டாகட்டும், உண்டாகட்டும், மீண்டும் உண்டாகட்டும்’ என்று கூறினார். அதிலிருந்து முதலில் பவித்திர ஞானம், மூன்று வேத விஞ்ஞானம் படைக்கப்பட்டது. அதனால் தான் பிரபஞ்சத்தில் பவித்திர ஞானம்தான் முதலில் பிறந்தது என்று மனிதர்கள் கூறுகிறார்கள். மேலும், பவித்திர ஞானம் தான் அந்த ஆணின் முன்பக்கத்திலிருந்து படைக்கப்பட்டது. இந்தக் காரணத்தினால் தான் வேதங்களில் தேர்ந்த ஒருவனை அவன் அக்னியைப் போன்றவன், ஏனென்றால் பவித்திர ஞானம் அக்னியின் வாயாக உள்ளது என்று கூறுகிறார்கள்.

“ஈரமான விறகில் மூட்டப்பட்ட நெருப்பிலிருந்து வெவ்வேறு விதமான மாற்றங்களுடன் புகை வெளிப்படுவதுபோல் இந்தப் பரம் பொருளும் இருக்கிறார். ருக் வேதம், யஜுர் வேதம், சாம வேதம் அதர்வண - ஆங்கிரசுகள், இதிகாசங்கள், புராணங்கள், விஞ்ஞானம், உபநிடதங்கள், சுலோகங்கள், சூத்திரங்கள். வெவ்வேறு விதமான உரைகள் - இவையெல்லாம் அவருடைய மூச்சுக்களாகும்.

சதபத பிராமணத்தில் மூன்றாவது விளக்கம்[2] ஒன்று கூறப்படுகிறது.

“நான் சமுத்திரத்தை உன்னுடைய இருக்கையாக வைத்து உன்னை அதில் இருத்துகிறேன். மனமேசமுத்திரம், மனச் சமுத்திரத்திலிருந்து வாக்கை மண்வெட்டியாகக் கொண்டு தேவர்கள் மூன்று வேத விஞ்ஞானத்தை வெட்டியெடுத்தார்கள். இதனால் இந்த மந்திரம் சொல்லப்பட்டுள்ளது. தேவர்கள் கூர்மையான மண்வெட்டியால் தோண்டி எடுத்த அந்த நிவேதனத்தை அவர்கள் எங்கே வைத்தார்கள் என்பதை ஒளிகொண்ட தெய்வம் இன்று அறியுமாக. மனமே சமுத்திரம், வாக்கே கூர்மையான மண்வெட்டி: மூன்று வேத விஞ்ஞானமே

1.மேற்படி. ப.

2 முயிர், தொகுதி 1, பக் 9-10

நிவேதனம். இதைக் குறித்து இந்த மந்திரம் கூறப்பட்டுள்ளது. அவர் அதை மனத்தில் இருத்துகிறார்."

தைத்திரீய பிராமணம் மூன்று விளக்கங்கள் தருகிறது. வேதங்கள் பிரஜாபதியிடமிருந்து வந்ததாக அது கூறுகிறது.[1] பிரஜாபதி, மன்னன் சோமாவைப் படைத்ததாகவும், அவனுக்குப்பின் மூன்று வேதங்களும் படைக்கப்பட்டதாகவும் அது கூறுகிறது. இந்தப் பிராமணத்தில் பிரஜாபதியுடன் சற்றும் தொடர்பற்ற மற்றொரு விளக்கமும்[2] கூறப்படுகிறது. இது இவ்வாறு உள்ளது.

"வாக் (வாக்கு) அழியாத பொருள் ஆகும்; அது சடங்கில் முதலில் பிறந்ததாகவும், வேதங்களின் தாயாகவும், இறவாமையின் மையப் புள்ளியாகவும் உள்ளது. நம்மிடம் மகிழ்ச்சி கொண்டு அவள் வேள்விக்கு வந்தாள். அந்தப் பாதுகாக்கும் தேவதை - ஞானியரான ரிஷிகள், பாடல்களை ஆக்கியவர்கள், தேவர்கள் ஆகியோரால் ஆர்வத்துடனும் முயற்சியுடனும் தேடப்பட்டவள் - என் துதியைக் கேட்பாளாகவும்".

இதற்கெல்லாம் மகுடம் வைத்தது போல தைத்திரிய பிராமணம் மூன்றாவதாக ஒரு விளக்கம் கூறுகிறது. வேதங்கள் பிரஜாபதியின் தாடியிலிருந்து வந்தன என்று அது கூறுகிறது.

உபநிடதங்களிலும் வேதங்களின் தோற்றம் பற்றிய கதைகள் காணப்படுகின்றன.

சாந்தோக்கிய உபநிடதம் தருகின்ற விளக்கம், சதபத பிராமணம் கூறுகின்ற அதே விளக்கமே - அதாவது, ருக் வேதம் அக்னியிலிருந்தும், யஜுஸ் வாயுவிலிருந்தும், சாமவேதம் சூரியனிலிருந்தும் தோன்றின என்பது இந்த விளக்கம்.

சதபத பிராமணத்தின் பகுதியாக உள்ள பிரகதாரண்யக உபநிடதம் வேறொரு கதையைக் கூறுகிறது. அது கூறுகிறது:

"பிரஜாபதி (இதுமரணம் அல்லது விழுங்குவோனைக் குறிக்கிறது வாக்கை உண்டாக்கினார். அவள் மூலம், ஆன்மாவைச் சேர்த்து. வேதங்கள் உள்ளிட்ட எல்லாப் பொருள்களையும் உண்டாக்கினார்."

"அந்தவாக்கினாலும் ஆன்மாவினாலும் எல்லாப் பொருள்களையும் ருக், யஜுஷ், சாமன் மூலபாடங்களையும், சந்தங்களையும், வேள்விகளையும், பிராணிகளையும், விலங்குகளையும் படைத்தார்.

---

1. முயிர், தொகுதி 1, பக் 8

2 முயிர், தொகுதி 1, பக் 10

"மூன்று வேதங்களும் இந்த மூன்றுடன் (வாக்கு, மனம், மூச்சு) (ஒன்றாகக் கருதப்படத்தக்கவை). வாக்கு ருக் வேதமும், மனம் யஜுர் வேதமும், மூச்சு சாமவேதமும் ஆகும்

ஸ்மிருதிகளை எடுத்துக்கொண்டால், வேதங்களின் தோற்றம் பற்றி மனுஸ்மிருதியில் இரண்டு கோட்பாடுகள் காணப்படுகின்றன. ஓர் இடத்தில் வேதங்கள் பிரமாவால் படைக்கப்பட்டவை என்று கூறப்படுகிறது.

"அவர் (பிரமா) ஆரம்பத்தில், வேதங்களின் சொற்களிலிருந்து பல் வேறு பெயர்களையும், தொழிற்செயல்களையும், எல்லா (உயிரினங்களின் வெவ்வேறு நிலைமைகளையும் உருவாக்கினார். அந்த அதிபதி துடிப்பான, உயிருள்ள பல தெய்வங்களையும், என்றுமுள்ள வேள்வியையும் படைத்தார். அக்னி, வாயு, சூரியன் ஆகியோரிடமிருந்து ருக், யஜுஷ், சாமன் என்ற மூன்று சாசுவத வேதங்களை வெளிக்கொணர்ந்தார்."

வேறோர் இடத்தில் அவர் பின் வருமாறு கூறுவதிலிருந்து, வேதங்கள் பிரஜாபதியால் உண்டாக்கப்பட்டவை என்பதை அவர் ஏற்பதாகத் தோன்றுகிறது:

"பிரஜாபதி மூன்று வேதங்களிலிருந்து 'அ', 'உ', 'ம்' என்ற எழுத்துக்களையும், பூஹ்'. புவஹ்', ஸ்வர்' என்ற சொற்களையும் கறந்தார். அதே பிரஜாபதி மூன்று வேதங்களில் ஒவ்வொன்றிலிருந்தும் தத் என்ற சொல்லுடன் தொடங்கும் சாவித்ரி (அல்லது காயத்ரி) என்ற மந்திரத்தின் மூன்று பகுதிகளையும் கறந்தார். - அழிவற்ற மூன்று சொற்களும் (பூஹ், புவஹ், ஸ்வர்) அவற்றின் முன் வரும் ஓம் என்ற சொல்லும், மூன்று வரிகளைக் கொண்ட காயத்ரியும் பிரமாவின் வாயாகக் கருதப்பட வேண்டும்."

வேதங்களின் தோற்றம் பற்றிப் புராணங்கள் என்ன கூறுகின்றன என்பதைப் பார்ப்பதும் சுவாரசியமாகும். விஷ்ணு புராணம் கூறுகிறது:

"தமது கிழக்கு வாயிலிருந்து பிரமா, காயத்ராவையும், ருக்மந்திரங்கள், திரிவிருத், சோம் - ராதந்தரா ஆகியவற்றையும், வேள்விகளில் அக்னிஷ்டோமாவையும் உருவாக்கினார். தமது தெற்கு வ்வாயிலிருந்து அவர் யஜுஷ் மந்திரங்கள், திரிஷ்துப் சந்தம், பஞ்சாதச ஸ்டோமா, விருகத்-சாமன், உக்த்யா ஆகியவற்றை உருவாக்கினார். தமது மேற்கு வாயிலிருந்து அவர் சாமன் மந்திரங்கள், ஜகதி சந்தம், சப்தாதச ஸ்டோமா. வைருபா. அதிராத்ரா ஆகியவற்றை உருவாக்கினார். தமது வடக்கு வாயிலிருந்து அவர், ஏகவின்கா, அதர்வணம், அப்தோர்யாமன் ஆகியவற்றையும், அனுஷ்டுப், பிராஜ் சந்தங்களையும் உருவாக்கினார்."

பாகவத புராணம் கூறுகிறது:

"ஒரு காலத்தில் நான்கு முகப் படைப்புக் கடவுள் அனைத்து உலகங்களையும் முன்பு போல எப்படிப் படைப்பது என்று சிந்தித்துக்கொண்டிருந்த போது அவரிடமிருந்து வேதங்கள் தோன்றின. அவர் தமது கிழக்கு வாயிலிருந்தும் மற்ற வாய்களிலிருந்தும் ருக், யஜுஷ், சாமன், அதர்வணம் என்ற வேதங்களையும், துதி, வேள்வி, பாடல்கள், கழுவாய் ஆகியவற்றையும் படைத்தார்.

மார்க்கண்டேய புராணம் கூறுகிறது:

"பிரிவுப்பட்ட முட்டையிலிருந்து புலனுக்கெட்டாத பிறப்பால் தோன்றியவரான பிரமாவின் கிழக்கு வாயிலிருந்து திடீரென்று முதன் முதலாக ருக் மந்திரங்கள் வெளிப்பட்டன. 2. சீன ரோஜா மலர்களைப் போன்று தோற்றத்தில் பிரகாசமாக, வெளியே ஒன்றிலிருந்து ஒன்று பிரிந்திருந்தாலும் உள்ளே ஒன்றாக இணைந்தவையாக, ரஜோ குணம் கொண்டவையாக. 3. அவருடைய தெற்கு வாயிலிருந்து யஜுஷ் மந்திரங்கள் தடையின்றி, தங்க நிற முடையதாக, ஒன்றுக்கொன்று இணைந்ததாக இல்லாமல் பிறந்தன. 4. பிரமாவின் மேற்கு வாயிலிருந்து சாம மந்திரங்கள் வெளிப்பட்டன. 5-6. வேதஸின் (பிரமாவின்) வடக்கு வாயிலிருந்து அதர்வண வேதம் முழுவதும், கருப்புத் தேனீக்களையும் கண்மையையும் போன்ற கருப்பு வண்ணத்தை உடையதாக வெளிப்பட்டது. அதன் தன்மை ஒரே சமயத்தில் பயங்கரமானது என்றும் பயங்கரமில்லாதது என்றும் கூறத்தக்கதாக, தூய்மையும் இருளும் கொண்டதாக, அழகானதாகவும் அதே சமயத்தில் அழகற்றதாகவும் இருந்தது. 7. ருக் மந்திரங்கள் ராஜசம் அல்லது உணர்ச்சி வேகப் பண்பையும், யஜுஷ் மந்திரங்கள் சத்துவம் அல்லது தூய்மைப் பண்பையும், சாமன் மந்திரங்கள் தாமசம் அல்லது இருள் பண்பையும், அதர்வண மந்திரங்கள் இருளும் தூய்மையும் கலந்த பண்பையும் கொண்டுள்ளன."

ஹரிவம்சம், பிரமாவிடமிருந்தும், பிரஜாபதியிடமிருந்தும் வேதங்கள் தோன்றியதாகக் கூறும் இரண்டு கொள்கைகளுக்கும் ஆதரவளிக்கிறது:

"உலகத்தின் விடுதலைக்காக பிரமா, தியானத்தில் ஆழ்ந்தவராய், சந்திர மண்டலத்திலிருந்து ஒளி வடிவில் வெளிப்பட்டு, காயத்ரியின் கண்களுக்கு இடையே உட்புகுந்து அவளுடைய இதயத்தை அடைந்தார். அவளிடமிருந்து பின்பு நான்கு மடங்கான பிராணி ஒன்று உருவாக்கப்பட்டது. அது ஆண் வடிவில், பிரமாவைப் போல் ஒளி உள்ளதாய் இன்னதென்று கூற முடியாததாய் சாசுவதமானதாய், அழியாததாய், உடலின் புலன்களும் பண்புகளும் அற்றதாய், ஒலியில்

சிறந்த தாய், சந்திரனின் கிரணங்களைப் போலத் தூய்மையானதாய். ஒளியுள்ளதாய், எழுத்துக்களில் அமைந்ததாய் இருந்தது. அந்தக் கடவுள் தனது கண்களிலிருந்து ருக் வேதத்தையும் யஜுஷையும் சாம வேதத்தைத் தமது நாவின் நுனியிலிருந்தும், அதர்வணத்தைத் தமது தலையிலிருந்தும் உருவாக்கினார். இந்த வேதங்கள் தாம் பிறந்தவுடனேயே ஒரு உடலை (க்ஷேத்திரம்) தேடி அடைகின்றன. அவை அந்த இருப்பிடத்தைத் தேடி அடைவதனால் (விந்தந்தி) அவை வேதம் என்ற பண்பைப் பெறுகின்றன. இந்த வேதங்கள் முன்பே இருக்கும் சாசுவத பிரமாவை (புனிதமான விஞ்ஞானத்தை) தெய்வ வடிவம் கொண்ட ஆணினைத் தங்களுடைய மனத்தில் பிறந்த பண்புகளால் படைக்கின்றன."

அது பிரஜாபதியையும் மூலகாரணமாக ஏற்கிறது. மேலான கடவுள் பிரபஞ்சத்தைப் படைக்க எண்ணியபோது. ஹிரண்யகர்ப்பன் அல்லது பிரஜாபதி அவருடைய வாயிலிருந்து வெளிப்பட்டார். அவர் தம்மைக் கூறுகளாகப் பகுத்துக்கொள்ளும்படிச் சொல்லப்பட்டபோது - அதை எப்படிச் செய்வது என்று பெரும் ஐயத்தில் இருந்தபோது ஹரிவம்சம் தொடர்ந்து கூறுகிறது:

"அவர் இவ்வாறுதம்மிடமிருந்து வெளிப்பட்டு பூமியிலும் காற்றிலும், வானத்திலும் எதிரொலித்த ஓம் என்ற ஒலியைப்பற்றிச் சிந்தித்துக் கொண்டிருந்தபோது. கடவுள்களின் கடவுளானவர் மனத்தின் சாரமான இதை மீண்டும் மீண்டும் ஒலித்துக் கொண்டிருந்தபோது. அவருடைய இதயத்திலிருந்து வஷத்காரம் வெளிப்பட்டது. அடுத்து புனிதமான, உயர்ந்த வியாகிருதிகள் (பூஹ். புவஹ், ஸ்வா), சிறந்த ஸ்மிருதிகளிலிருந்து ஒலி வடிவில் உருவாக்கப்பட்டவை. பூமியிலிருந்தும், காற்றிலிருந்தும், வானத்திலிருந்தும் உண்டாக்கப்பட்டன. அதன்பின் அந்தத் தேவி, சந்தங்களில் மிகச் சிறந்த, இருபத்து நான்கு அசைகளைக் கொண்ட (காயத்ரி) தோன்றினாள். தத் (என்று தொடங்குகின்ற) அந்தத் தெய்வ மந்திரத்தைச் சிந்தித்த இறைவன் சாவிதரியைப் படைத்தார். அவர் பின்பு ருக், சாமன், அதர்வணம், யஜுஷ் ஆகிய நான்கு வேதங்களையும், அவற்றின் பிரார்த்தனைகளையும் சடங்குகளையும் உண்டாக்கினார்."

இங்கே வேதங்களின் தோற்றம் பற்றிப் பதினொரு வெவ்வேறு விளக்கங்கள் உள்ளன - (1) புருஷா என்ற புராணப் பிராணி பலியிடப்பட்ட வேள்வியிலிருந்து தோன்றியதாக, (2) ஸ்கம்பாவை ஆதாரமாகக் கொண்டதாக. (3) அவரிடமிருந்து வெட்டியெடுக்கப்பட்டதாக, அவருடைய உரோமமாக, வாயாக இருப்பதாக, (4) இந்திரனிடமிருந்து தோன்றியதாக (6) அக்னி, வாயு.

சூரியன் ஆகியோரிடமிருந்து தோன்றியதாக, (7) பிரஜாபதியிடமிருந்தும் தண்ணீரிலிருந்தும் தோன்றியதாக, (8)பிரமாவின் மூச்சாக இருப்பதாக, (9) மனச்சமுத்திரத்திலிருந்து கடவுளர்களால் தோண்டியெடுக்கப்பட்டதாக. (10) பிரஜாபதியின் தாடியின் உரோமங்களாய் இருப்பதாக, (11) வாக்கிலிருந்து தோன்றியதாக.

ஒரு எளிமையான கேள்விக்கு இத்தனை வெவ்வேறு விடைகள் கிடைப்பது ஒரு புதிராகும். இந்த விடைகளையெல்லாம் தந்தவர்கள் அனைவரும் பிராமணர்கள். இவர்கள் ஒரே வைதிக சிந்தனையைச் சேர்ந்தவர்கள் இவர்கள் மட்டுமே புராதன மத அறிவின் பாதுகாவலர்களாக இருந்தவர்கள். இப்படி நெருங்கி இணைந்த ஒரு அமைப்பைச் சேர்ந்த அறிஞர்கள் மிக எளிமையான ஒரு கேள்விக்கு இவ்வாறு ஒன்றுக்கொன்று இணக்கமில்லாத, குழப்பமான விடைகளை அளித்திருப்பது ஏன்?

2

வேதங்களை இயற்றியவர் யார்? வேதங்களின் தோற்றம் இயற்கைக்கு அப்பாற்பட்டது என்பது இந்துக்களின் நம்பிக்கை. ஒரு தொழில் நுட்பச் சொல்லைப் பயன்படுத்திக்கூறினால் வேதங்கள் ‘அபௌருஷேயம்’ ஆனவை; அதாவது அவை மனிதர்களால் உருவாக்கப்படவில்லை.

இந்தக் கொள்கைக்கு ஆதாரம் என்ன? புராதன சம்ஸ்கிருத இலக்கியத்தில் அனுக்கிரமணிகைகள் என்ற ஒரு வகை நூல்கள் உள்ளன. இவை புராதன் வேத இலக்கியங்களின் பல்வேறு பகுதிகளுக்கும் முறையாகத் தொகுக்கப்பட்ட பொருள் அடைவு அட்டவணைகளாகும். ஒவ்வொரு வேதத்துக்கும் ஒன்றோ, பலவோ அனுக்கிரமணிகைகள் உள்ளன. ருக் வேதத்துக்கு ஏழு அனுக்கிர மணிகைகள் உள்ளன. இவற்றில் ஐந்தைச் சௌனகரும், ஒன்றைக் காத்தியாயனரும் இயற்றியிருக்கிறார்கள். இன்னொன்றை இயற்றியவரின் பெயர் தெரியவில்லை. யஜுர் வேதத்துக்கு மூன்று அனுக்கிரமணிகைகள் உள்ளன. அதன் மூன்று சாகைகளான ஆத்ரேயி, சரயனியாஸ், மத்யந்தினா ஆகிய ஒவ்வொன்றுக்கும் ஒன்றாக இவை அமைந்துள்ளன. சாமவேதத்துக்கு இரண்டு அனுக்கிராமணிகைகள் உள்ளன. ஒன்று ஆர்ஷேய பிராமணம் எனப்படுகிறது: மற்றது பரிஷிஸ்டா என்று அழைக்கப்படுகிறது. அதர்வண வேதத்துக்கு ஒரு அனுக்கிராமணிகை உள்ளது. பிருகத் சர்வானுக்ரமணிகை என்பது இதன் பெயர்.

இவற்றில் மிகச் சிறந்தது ருக் வேதத்துக்குக் காத்தியாயனரால் செய்யப்பட்ட சாவானுக்ரமணிகை என்று பேராசிரியர் மாக்ஸ் முல்லர் கூறுகிறார். இதன் முக்கியத்துவத்துக்குக் காரணம் இதில் பின்வரும்

விவரங்கள் கொடுக்கப்படுவதாகும்: (1) ஒவ்வொரு மந்திரத்தின் முதல் சொல். (2) மந்திரங்களின் எண்ணிக்கை, (3) அதை இயற்றிய ரிஷியின் பெயரும் அவரது குடும்பப் பெயரும், (4) தெய்வங்களின் பெயர்கள். (5) ஒவ்வொரு மந்திரத்தின் சந்தம். சர்வானுக்கிரமணிகையிலிருந்து நாம் அறிவது, ருக் வேதத்தில் உள்ள மந்திரங்களை இயற்றியவர்கள் ரிஷிகள் என்பதாகும். அனுக்கிர மணிகை தருகிற சான்றின்படி ருக்வேதம் மனிதரால் செய்யப்பட்டது என்றுதான் கருதமுடியும். மற்ற வேதங்களைப் பற்றியும் இதே முடிவுதான் இருக்க முடியும்.

ருக் வேதத்தில் ரிஷிகள் தாங்கள் அந்த மந்திரங்களைச் செய்ததாகப் பல இடங்களில் குறிப்பிடுவதிலிருந்து அனுக்கிரமணிகைகள் உள்ளபடிதான் கூறியிருக்கின்றன என்பது நிரூபணமாகிறது.

இத்தகைய இடங்களுக்குச் சில உதாரணங்கள் கீழே தரப்படுகின்றன.

"கணவர்கள் உனக்கு ஒரு பிரார்த்தனை செய்கிறார்கள். இவர்களின் வேண்டுதலை நன்றாகக் கேட்கவும். இவ்வாறாக, இந்திரனே, குதிரைகளைப் பூட்டுபவனே, கோதமர்கள் இதற்கெனப் பயனுள்ள மந்திரங்களைச் செய்திருக்கிறார்கள்."

செல்வச் செழிப்புமிக்க அஸ்வின்களே, "இந்த மந்திரம் உங்களுக்காக பலனுள்ள முறையில் மனாக்களால் செய்யப்பட்டுள்ளது."

"இந்தப் பெருமை செய்யும் பிரார்த்தனைகள், (இந்த) மந்திரம், ஓ, அஸ்வின்களே, கிரித் சமதாக்கள் உங்களுக்காகச் செய்திருக்கிறார்கள்."

"சுவர்க்கத்தை அடைய விரும்பி, ஞானிகளான குசிகாக்கள் துதிகளுடன் ஒரு மந்திரத்தைச் செய்திருக்கிறார்கள், ஓ, இந்திரனே."

"கோதமரின் வழிவந்த நோதஸ் இந்தப் புதிய மந்திரத்தை (உனக்காகச்) செய்தார், இந்திரனே, பழமையாக உள்ளவனே, குதிரைகளைப் பூட்டுபவனே."

"இவ்வாறாக, வீரனே, கிரித்சமதாக்கள், உதவியை வேண்டி, உனக்காக ஒரு மந்திரத்தை, மனிதர்கள் பணிகளைச் செய்வதைப் போலச் செய்திருக்கிறார்கள்."

"ஞானிகள், பலனுள்ள பொருள் ஒன்றையும் இந்திரனுக்காக ஒரு பிரார்த்தனையையும் செய்தார்கள்."

"இந்த மந்திரங்கள், அக்னியே, உனக்காகச் செய்யப்பட்டு, நீ பசுக்களையும் குதிரைகளையும் நிரம்பக் கொடுத்திருக்கும் கொடையைப் புகழ்கின்றன."

“எங்கள் தந்தை, இந்தப் பெருமை வாய்ந்த, ஏழுதலைகள் கொண்ட, புனித சத்தியத்திலிருந்து பிறந்த மந்திரத்தை வெளிப்படுத்தினார் (அல்லது உருவாக்கினார்); எல்லா மனிதர்களுக்கும் நண்பனான அயஸ்யா, இந்திரனைக் கொண்டாடி, நான்காவது புகழ்ப்பாடலை உண்டாக்கினார்.”

“ரகுகானாக்களாகிய நாங்கள் அக்னிக்குத் தேனார்ந்த மொழியைச் சொல்லியிருக்கிறோம்; நாங்கள் அவனை இடையறாது புகழ்ந்து பாடுகிறோம்.”

“இவ்வாறாக ஆதித்தியர்களே. அதிதியே, ஆளும் சக்திகளே, பிளாதியின் விவேகம் மிக்க மகன் உங்களைப் பெருமைப் படுத்தியிருக்கிறார். தேவகுலத்தை அமரத்துவம் பெற்ற கயன் புகழ்ந்திருக்கிறார்.”

“அவரைத்தான் ரிஷி என்றும் புரோகிதர் என்றும், பக்தியுடன் வேள்வி செய்பவர் என்றும், பிரார்த்தனை ஜெபிப்பவர் என்றும், மந்திரம் சொல்பவர் என்றும் அழைக்கிறார்கள் அவர்தான் ஒளிமிக்க (அக்னியின்) மூன்று உடல்களையும் அறிபவர். கொடைகள் அளிப்பதில் மிகவும் உயர்ந்து நிற்பவர்.”

அனுக்கிரமணிகைகளின் சான்று தவிரவும், வேதங்கள் அபௌருஷேயமானவை என்ற கொள்கைக்கு எதிராக வேறொருவகையான சான்றும் உள்ளது. ரிஷிகளே கூட வேதங்களை மனிதர்களால் செய்யப்பட்ட சரித்திரகாலப் படைப்புகளாகவே கருதினார்கள். ருக் வேத மந்திரங்கள் ரிஷிகளை புராதன ரிஷிகள் என்றும் நவீன கால ரிஷிகள் என்றும் வேறுபடுத்திப் பேசுகின்றன. இதற்குச் சில உதாரணங்கள் கீழே தரப்படுகின்றன:

“முன்னாளைய ரிஷிகளாலும் இந்நாளைய ரிஷிகளாலும் கொண்டாடத்தக்கவனான அக்னி, தேவர்களை இங்கே அழைத்து வருவான்.”

“உன் உதவிக்காக வேண்டிய முன்னாளைய ரிஷிகள்.” “நவீன கால ரிஷியான என்னுடைய பாடலை, இந்த நவீன கால (ரிஷியின்) பாடலைக் கேட்பாயாக.”

“இந்திரனே, நீ முன்னாளில் உன்னைப் புகழ்ந்து வணங்கியவர்களுக்கு தாகம் கொண்டவனுக்குத் தண்ணீரைப் போல் மகிழ்ச்சி அளித்ததால், நான் உன்னை இந்த மந்திரத்தால் மீண்டும் துதிக்கிறேன்.”

“புராதன ரிஷிகள், ஒளிமிக்கவர்களான ஞானிகள், அவர்களின் (பிரகஸ்பதியின் முன்னால் மகிழ்வூட்டும் நாவினால் வைத்தார்கள்.”

"புராதன ரிஷிகளோ, பிற்காலத்திய மனிதர்களோ, தற்கால மனிதர் யாருமோ உன்னுடைய வல்லமையை அடையவில்லை (கருத்தில் உருவாக்கவில்லை) ஓ, மாதவனே."

"(இந்திரனை) முன்னாட்களில் வணங்கியவர்களைப் போலவே குற்ற மற்றவர்களாக, பூமிக்கு இடமற்றவர்களாக, தீங்கு செய்யப்படாதவர்களாக (நாங்களும் இருப்போமாக)."

"சக்தி மிக்க தேவனே, புராதன காலத்திலும், மத்திய கால்த்திலும், பிற்காலத்திலும் இருந்தவர்கள் உன்னுடைய நண்பர்களாக இருந்தது போலவே இப்போதும் மனிதர்கள் உன்னை வணங்குகிறார்கள். மிகவும் துதிக்கப்படுபவனே. எல்லோரையும் விட சமீபகாலத்தில் வந்திருப்பவனைப் பற்றியும் நினைப்பாயாக."

"எங்களுடைய மிகப் புதிதான் மந்திரத்தால் புகழப்பட்டு, நீ எங்களுக்குச் செல்வமும், உணவும், சந்ததியும் தருவாயாக

ருக் வேதத்தை நுணுக்கமாக ஆராய்ந்தால் அதிலேயே பழைய மந்திரங்கள், புதிய மந்திரங்கள் என்று வேறு படுத்திக் குறிப்பிடும் இடங்களைக் காணலாம். சில உதாரணங்கள் வருமாறு:

"எங்களுடைய மிகப் புதிதான மந்திரத்தால் புகழப்பட்டு நீ எங்களுக்கு செல்வமும், உணவும், சந்ததியும் தருவாயாக."

"அக்னியே, நீ தேவர்களிடம் எங்களுடைய இந்தச் சமர்ப்பணத்தை, எங்களுடைய மிகப்புதிய மந்திரத்தை அறிவித்திருக்கிறாய் (அல்லது நீ அறிவிக்கிறாய்)"

"எங்களுடைய புதிய மந்திரங்கள் மூலம், செயலில் சக்தியுள்ளவனே, நகரங்களை அழிப்பவனே, சக்தியளிக்கும் ஆசிகளால் எங்களைக் காப்பாயாக."

"நான் வலிமையின் மகனான அக்னிக்கு, ஒரு புதிய சக்திவாய்ந்த மந்திரத்தை, சிந்தனையால் செய்யப்பட்டதை, குரலால் (வாசஹ்) ஒலிக்கப்பட்டதை கொண்டு வருகிறேன்"

"மாபெரும் புரவலருக்கு நான் மனத்தால் செய்யப்பட்ட ஒன்றை, (இப்போது) தோன்றுகின்ற ஒரு புதிய ஒலிப்பை அளிக்கிறேன்."

"எங்களுடைய புதிய பிரார்த்தனை, வீரனான, படைக்கலங்கள் ஏந்தியவனான, இடி முழக்கம் செய்பவனான உன்னை, எங்களுக்கு உதவி புரியச் செய்யுமாக

"பண்டையோரைப் போல நானும் பண்டையவனான உன்னை ஒரு புதிய மந்திரத்தால் செயலுக்குத் தூண்ட விரும்புகிறேன்."

"உன்னைப் புகழ்வதற்காகச் செய்யப்பட்ட புதிய மந்திரங்கள், இந்தப் பிரார்த்தனைகள் உன்னை மகிழ்விக்குமாக.'

"பாடு, ஓ, சோபாரி, ஒரு புதிய மந்திரத்தால், இளமையானவர்களும், சக்தியுள்ளவர்களும், ஒளியுள்ளவர்களும் ஆன (தேவர்களைப் பாடு."

"இந்திரனே, விருத்திரனைக் கொன்றவனே, இடி முழக்குபவனே, பலரால் துதிக்கப்பட்டவனே, (உன்னுடைய பல (வழியாட்டாளர்களான) நாங்கள் உனக்குப் பரிசாக முன்பு இல்லாத மந்திரங்களைக் கொண்டு வருகிறோம்."

"நான் இந்தப் பழமையான (தெய்வத்துக்கு), அவன் விரும்புகின்ற என்னுடைய புதிய புகழ்மொழிகளைக் கூறுகிறேன். அவன் நாங்கள் கூறுவதைக் கேட்பானாக."

"குதிரைகளையும், பசுக்களையும், செல்வத்தையும் விரும்பி நாங்கள் உன்னை வேண்டித் துதிக்கிறோம்.''

வேதங்கள் மனிதர்களால் செய்யப்பட்டவை என்பதற்கு இவ்வளவு ஏராளமான சான்றுகள் இருக்கும் போது, பிராமணர்கள் அவை மனிதர்களால் செய்யப்பட்டவை அல்ல என்ற மிகைப்படுத்தப்பட்ட ஒரு கருத்தை இவ்வளவு தீவிரமாகப் பரப்பியது ஏன் என்பது புதிராக உள்ளது. பிராமணர்களை இப்படிப்பட்ட கருத்தைப் பரப்பச்செய்தது எது?

3

வேதங்களின் ஆதார அதிகாரம் என்ன? இதைப்பற்றி இந்துக்களிடையே இரண்டு வெவ்வேறு கோட்பாடுகள் உள்ளன. முதல் கோட்பாடு, வேதங்கள் என்றுமுள்ளவை என்பதாகும். இந்தக் கோட்பாட்டை ஆராயப்புகுந்தால், இத்தகைய கருத்துக்கு என்ன ஆதாரம் என்ற கேள்வி எழுகிறது. வேதங்கள் உலகிலேயே மிகவும் பழமையான நூல்கள் என்று இந்துக்கள் கூறினால் யாருக்கும் ஆட்சேபம் இல்லை. ஆனால் அவை என்றும் உள்ளவை, அதாவது அவற்றுக்குத் தொடக்க காலம் என்பதாக ஒன்றும் இல்லை என்று கூறினால், இந்த அசாதாரணக் கோட்பாட்டுக்கு எந்த ஆதாரமும் கிடையாது. வேதங்களைச் செய்தவர்கள் ரிஷிகள் தான் என்று நிறுவப்பட்டு விட்டால், அவை தோன்றிய காலம் ஒன்று உண்டு என்பதற்கும், அந்த ரிஷிகள் வாழ்ந்த காலம் தான் அவை இயற்றப்பட்ட காலம் என்பதற்கும் வேறு நிரூபணம் எதுவும் தேவையில்லை. ரிஷிகள் தான் வேதங்களை இயற்றியவர்கள் என்று ஆகிவிட்ட பின் அவை என்றும் உள்ளவை என்ற கோட்பாடு அறிவுக்குப் பொருந்தாத்தாகும்.

இந்தக் கோட்பாட்டுக்கு ஆதரவாக வரிசையாகப் பல வாதங்கள் கூறப்படுகின்றன. இவையும் அறிவுக்குப் பொருந்தாதவையாகவே உள்ளன. முதலில், இந்தக்கோட்பாடு, வேதங்கள் கடவுளால் படைக்கப்பட்டவை என்பதை அடிப்படையாகக் கொண்டதல்ல என்பதைக் கவனிக்க வேண்டும். நையாயிகர்கள் என்ற தத்துவப் பிரிவினர் அந்தக் கருத்தைக் கொண்டிருந்தார்கள். ஆனால் விசித்திரம் என்னவென்றால் பூர்வ மீமாம்சையின் ஆசிரியரான ஜைமினி அதை ஏற்கத் தயாராயில்லை. இவரது கருத்துத்தான் இந்த விஷயத்தில் இந்துக்களின் கோட்பாடு ஆகியிருக்கிறது. மீமாம்சகர்களின் நூலிலிருந்து பின் வரும் மேற்கோள் குறிப்பிடத்தக்கது:

"ஆனால் (மீமாம்சகர் கேட்கிறார்) உடலற்றவரானபரமேஸ்வரன் (கடவுள்) எப்படி வேதத்தை உச்சரித்திருக்க முடியும் என்று. அவருக்கு அண்ணமோ அல்லது வேறு பேச்சு உறுப்புக்களோ இல்லாததால் (எழுத்துக்களால் ஆன) வேதத்தின் எழுத்துக்களை அவர் உச்சரித்திருக்க முடியாது. இந்த ஆட்சேபம் திருப்தியாயில்லை (என்று நையாயிகர் கூறுகிறார்). ஏனென்றால் பரமேஸ்வரனுக்கு இயல்பாக உடல் இல்லை என்றாலும், தம்மைப் பக்தியுடன் வணங்குகின்றவர் களிடம் கருணை காட்டுவதற்காக விளையாட்டாக அவர் ஒரு உடலை எடுத்துக் கொள்ள முடியும். எனவே வேதம் ஒருவரால் இயற்றப்பட்டதல்ல என்ற வாதம் முடிவானதல்ல"

"இந்தச் சிக்கல்களையெல்லாம் நான் இப்போது தெளிவு படுத்துகிறேன் (என்று மீமாம்சகர் கூறுகிறார்) பௌருஷேயத்துவம் (தனிப்பட்ட ஒருவரிடமிருந்து பெறப்பட்டது) என்று நிரூபிக்க முயலுகிறீர்களே, இதன் பொருள் என்ன? (1) தனிப்பட்ட ஒருவரிடமிருந்து (புருஷா) வெளிப்படுதல் என்பதை மட்டும் இது குறிக்கிறதா? - நம்மைப்போன்ற சாதாரண மனிதர்கள் தினமும் வேதத்தைச் சொல்லும்போது வேதம் நம்மிடமிருந்து வெளிப்படுவதைப் போன்றதா இது? அல்லது (2) வேறு நிரூபண முறைகள் மூலம் பெற்ற அறிவைக்காண்பிப்பதற்கு ஒழுங்குபடுத்துவதை நம்மைப் போன்றவர்கள் ஒரு புத்தகம் எழுதும்போது நிகழ்வதைப் போன்ற நிகழ்வை இது குறிக்கிறதா? முதலில் கூறப்பட்ட பொருளதான் குறிக்கப்படுகிறது என்றால் சர்ச்சைக்கு இடமில்லை இரண்டாவது பொருளை இது குறிக்கிறது என்றால் வேதம் (அதிகாரம் உடையது) என்று நிரூபிக்கப்பட்டதற்கு அடிப்படை (அ) அது அனுமானத்தை ஆதாரமாக கொண்டது என்பதா, அல்லது (ஆ) இயற்கைக்கு அப்பாற்பட்ட அறிவை அது ஆதாரமாக கொண்டது என்பதா? முதலில் கூறப்பட்ட (அ) அதாவது வேதம் அனுமானத்தை ஆதாரமாகக் கொண்டிருப்பதால் அது அதிகாரம் பெற்றுள்ளது என்பது சரியாக இருக்க முடியாது.

ஏனென்றால் மாலதி மாதவம் அல்லது இதைப்போன்ற ஏதேனும் உலகியல் நூலில் உள்ள வாக்கியத்தை எடுத்துக்கொண்டு பார்த்தால் இந்தக் கொள்கை நொறுங்கிப் போகிறது. எப்படியென்றால் அதில் அனுமானங்கள் இருக்கலாம், ஆனால் அதிகாரம் கிடையாது. இவ்வாறு இல்லாமல் (ஆ) வேதத்தில் கூறப்படுபவை மற்றப் புத்தகங்களுக்கு இல்லாத சிறப்பாக அதிகாரம் பெற்றுள்ளன என்று நீங்கள் கூறினால் இந்த விளக்கம் ஒரு தத்துவவாதிக்குத் திருப்தியளிக்காது. ஏனென்றால், வேதத்தின் சொல் (அதற்குக் கூறப்படும் பொருள் வரையறையின்படி), வேறு ஆதாரங்களால் நிரூபிக்கமுடியாதவற்றை நிரூபிப்பது ஆகும். இந்த வேதச் சொல், வேறு சான்றுகளால் நிரூபிக்கக்கூடியதைத்தான் நிரூபிக்கிறது என்று காட்ட முடியுமானால் அது, ஒருவன் தன்னுடைய தாயார் மலடி என்று கூறுவதைப் போன்ற முரண்பாட்டில் சிக்குவதாகும். ஒருவன் தன்னுடைய புலன்களுக்கு எட்டாதவற்றை உணரமுடியும் என்று வைத்துக்கொண்டாலும் கூட, இடத்தாலும், காலத்தாலும், இயல்பாலும் தன்னிடமிருந்து தொலைவில் உள்ளவற்றை அறிவதற்கான வழி ஏதும் இல்லை. மேலும் அவனுடைய கண்களும் மற்றப்புலன்களும் மட்டுமே இந்த அறிவைக் கொடுக்கும் சக்தியைப் பெற்றுள்ளன என்று கூறமுடியாது. ஏனென்றால் மனிதர்கள் தங்கள் புலன்களால் அறிபவற்றை வைத்தே பொருள்களைக் கருத்தில் உருவகிக்கிறார்கள். எல்லாம் அறிந்தவரான ஒருவர் வேதத்தைச் செய்தார் என்பதை மறுப்பதற்கு குரு (பிரபாகரர்) எடுத்துக் கூறியுள்ள வாதம் இது: எந்த ஒரு பொருளும் (பார்வைப்புலனால்) அதன் மிகச் சிறந்த செயல்பாட்டில் அறியப்படும் போது, அது மிகத் தொலைவில் உள்ளதை, அல்லது மிக நுண்ணியதான ஒன்றைப் பார்ப்பதாகத்தான் கருத முடியும். ஏனென்றால் எந்த உறுப்பும் தனக்கு உரிய பொருளை விட்டு அதற்கு அப்பால் அறிய முடியாது. உதாரணமாக செவிப்புலன் ஒரு போதும் உருவத்தை உணரமுடியாது. எனவே, வேதத்தின் அதிகாரம், கடவுள் உடல் எடுத்துப் பெற்ற அறிவை ஆதாரமாகக் கொண்டது அல்ல."

அப்படியானால், வேதங்கள் என்றும் உள்ளவை என்ற கொள்கைக்கு ஆதாரமாயிருக்கும் காரணகாரிய வாதம் என்ன? ஜைமினியின் பூர்வ மீமாம்சையின் வார்த்தைகளிலேயே அதைக் கொடுத்தால் அதன் 'தன்மையை நன்றாகப் புரிந்து கொள்ளலாம்.

"முந்திய சூத்திரத்தில் சொல்லுக்கும் பொருளுக்கும் உள்ள தொடர்பு சாசுவதமானது என்று கூறப்பட்டது. இப்போது இது (சாசுவதத்தொடர்பு) சொல்லின் (அல்லது ஒலியின்) சாசுவதத் தன்மையைச் சார்ந்தது என்று நிரூபிக்க விரும்பி, கேள்வியின் முதல் பகுதியை அதாவது ஒலி சாசுவதமானது அல்ல என்று கூறுவோரின் கருத்தை எடுத்துக் கூறுகிறார்."

"சிலர், அதாவது நியாய தத்துவத்தைப் பின்பற்றுவோர், ஒலி ஒரு செய்பொருள் என்று கூறுகிறார்கள்; ஏனென்றால் அது முயற்சியின் விளைவாகத்தோன்றுகிறது என்றும், ஒலிசாசுவதமானது என்றால் இப்படி இராது என்றும் கூறுகிறார்கள்."

"அது சாசுவதமானது அல்ல என்கிறார்கள். ஏனென்றால் அது குறுகிய காலத்துக்கே நிலைக்கிறது; அதாவது கணநேரத்துக்குப்பின் அது புலப்படாமல் போகிறது."

"ஏனென்றால், அதைப் பற்றிக் குறிப்பிடும் போது செய்தல் என்ற சொல்லைப் பயன்படுத்துகிறோம்; அதாவது ஒலி செய்தல்' என்று பேசுகிறோம்."

"ஏனென்றால், அது வெவ்வேறு மனிதர்களால் ஒரே சமயத்தில் உணரப்படுகிறது. எனவே அது அருகேயும் தொலைவிலும் உள்ள எல்லோருடைய கேள்விப் புலனையும் நேரடியாகத் தொடுகிறது. அது ஒன்றேயாகவும் சாசுவதமாகவும் இருந்தால் இவ்வாறு இருக்க முடியாது."

"ஏனென்றால், ஒலிகளுக்கு முதல் வடிவம் ஒன்றும் மாற்றம் பெற்ற வடிவம் ஒன்றும் உள்ளது. உதாரணமாக 'ததி அத்ர' என்பது தத்ய அத்ர என்று இலக்கண விதிகளின்படி மாறுகிறது. மாற்றமடைகின்ற எந்தப் பொருளும் சாசுவதமானதாக இருக்க முடியாது.

ஏனென்றால், ஒலி செய்வோரின் எண்ணிக்கையைப் பொறுத்து அது அதிகரிக்கிறது. எனவே ஒலி புலப்படுத்தப்படுகிறதேயன்றி மனித முயற்சியால் ஆக்கப்படுவதில்லை என்ற மீமாம்சகரின் கருத்து தவறாகும். ஏனென்றால் ஆயிரம் பேர் ஒரு பொருளைப் புலப்படுத்தினாலும் அவர்கள் அதை அதிகரிக்கச் செய்வதில்லை: உதாரணமாக, ஒரு ஜாடியை ஆயிரம் விளக்குகளின் ஒளியில் வைத்தாலும் அது அளவில் பெரிதாகிவிடாது."

ஒலி புலப்படுத்தப்படுகிறதேயன்றி மனிதரால் ஆக்கப்படுவதில்லை என்ற மீமாம்சகக் கொள்கையை எதிர்ப்பவர்கள் கூறும் இந்த ஆட்சேபங்களுக்குப் பின் வரும் சூத்திரங்களில் பதில் கூறப்படுகிறது:

"ஒலி ஆக்கப்படுகிறது என்போர் புலப்படுத்தப்படுகிறது என்போர் ஆகிய இருதரப்பாரின் கருத்தின்படியும் ஒலியை உணர்வது கண நேரத்துக்கே உள்ளது. இந்த இரண்டு கருத்துக்களில் ஒலி புலப்படுத்தப்படுகிறது என்பதே சரியானது என்று அடுத்த சூத்திரத்தில் காட்டப்படுகிறது. எப்போதும் இருப்பதான ஒலியை ஏதேனும் ஒரு குறிப்பிட்ட நேரத்தில் உணராமலிருப்பதற்குக் காரணம், ஒலியை

உச்சரிப்பவருக்கு அதனுடன் தொடர்பு ஏற்பட வில்லை என்பதேயாகும். ஒலி சாசுவதமானது. ஏனென்றால், க' என்ற எழுத்தை நாம் எப்போதும் கேட்டுள்ள அதே ஒலியாக அறிந்து கொள்கிறோம். அது ஒரே மாதிரியாக உள்ளது என்பதைக் காட்டுவதற்கு இதுதான் மிக எளிய வழியாகும். ஒலியை உணர்வதில் குறுக்கிடும் அசைவற்ற காற்று பேசுபவரின் வாயிலிருந்து வெளிப்படும் காற்று இணைப்புகளாலும் பிரிப்புகளாலும் அகற்றப்படுகிறது. அப்போது (உணரப்படாமலிருந்தாலும் எப்போதும் இருந்து வரும்) ஒலி, புலனால் உணரப்படுகிறது. ஒலி குறுகிய நேரத்துக்கே நீடிக்கிறது என்ற ஆட்சேபத்துக்கு இது விடையாகும்."

"ஒலிகளைச் செய்தல் என்ற சொல் அவற்றைப் பயன்படுத்துவது அல்லது உச்சரிப்பது என்றே பொருள்படும்."

"ஒரே ஒலி பலரால் ஒரே சமயத்தில் கேட்கப்படுகிறது - சூரியன் அவர்களால் ஒரே சமயத்தில் பார்க்கப்படுவதுபோல. சூரியனைப் போல் ஒலியும் அளவில் சிறியதாக இல்லாமல் மிகப் பெரியதாக உள்ளது: எனவே அது ஒருவருக்கொருவர் தொலைவில் உள்ள பலராலும் உணரப்படலாம்.

"பத்தாவது சூத்திரத்தில் குறிப்பிட்ட உதாரணத்தில் 'இ' என்ற எழுத்துக்குப் பதிலாக இடம் பெறும் 'ய' என்ற எழுத்து இகரத்தின் திரிந்த வடிவம் அல்ல, அது ஒரு தனி எழுத்தாகும். எனவே ஒலி மாற்றமடையவில்லை."

"பலர் சேர்ந்து பேசும்போது அதிகரிப்பது ஓசையே தவிர ஒலி அல்ல. ஓசை என்பது காற்றின் இணைப்புகளையும் பிரிப்புகளையும் குறிக்கிறது. இவை ஒரே சமயத்தில் வெவ்வேறு திசைகளிலிருந்து. கேட்பவரின் காதுகளில் புகுகின்றன. இவற்றால் தான் அதிகரிப்பு ஏற்படுகிறது."

"ஒலி சாசுவதமானதாகவே இருக்க வேண்டும். ஏனென்றால் அதை உச்சரிக்கும் போது மற்றவர்களுக்கு அது ஒரு பொருளைத் தருவதாக உள்ளது. அது சாசுவதமானதாக (அல்லது நீடித்து இருப்பதாக) இல்லை என்றால், கேட்பவர் அதன் பொருளை அறிந்து கொள்ளும் வரை அது தொடர்ந்து இருக்காது. ஏனென்றால், காரணம் மறைந்து விடுவதனால் கேட்பவர் பொருளை அறிய முடியாமல் போகும்."

"ஒலி சாசுவதமானது; ஏனென்றால் ஒவ்வொரு முறையும் பலரும் ஒரே சமயத்தில் அதைச் சரியாகவும் ஒரே விதமாகவும் அறிந்து கொள்கிறார்கள். இவர்கள் அனைவரும் ஒரே சமயத்தில் தவறு செய்கிறார்கள் என்று கருத முடியாது.

"கோ (பசு) என்ற சொல் பத்து முறை சொல்லப்பட்டால் அதைக் கேட்பவர் கோ' பத்து முறை உச்சரிக்கப்பட்டது என்றுதான் சொல்வார்களே தவிர கோ என்ற ஒலியை உடைய பத்துச் சொற்கள் உச்சரிக்கப்பட்டதாகச் சொல்லமாட்டார்கள். இதுவும் ஒலி சாசுவதமானது என்பதற்குச் சான்றாகச் சூத்திரம் 20-இல் கூறப்படுகிறது."

"ஒலி சாசுவதமானது. ஏனென்றால் பல முறை உச்சரித்தாலும் எண்ணிக்கையில் அது மாறுபடுவதில்லை."

"ஒலி சாசுவதமானது. ஏனென்றால் அது அழிந்து போகும் என்று நாம் எதிர்பார்ப்பதற்கு ஆதாரம் எதுவும் இல்லை."

"ஆனால் ஒலி காற்றின் இணைப்புகளால் ஏற்படுவதனால் அது காற்றின் திரிபு என்று கூறக்கூடும். மேலும் சிட்சை (உச்சரிப்புப் பற்றிய வேதாங்கம்), காற்று ஒலியின் நிலையை அடைகிறது என்று கூறுவதனாலும், அது இவ்வாறு காற்றிலிருந்து தோன்றுவதாலும், அது சாசுவதமானதாக இருக்க முடியாது என்று கூறலாம்... இந்தச் சிக்கலுக்கு விடை சூத்திரம் 22-இல் தரப்படுகிறது.

"ஒலி காற்றின் திரிபு அல்ல. ஏனென்றால், அது அவ்வாறு இருந்தால் கேட்கும் புலன் உணர்வதற்குத் தகுந்த பொருள் ஏதும் இல்லாமற்போகும். (தொட்டுணரத் தக்கது என்று நையாயிகர்கள் கூறும்) காற்றின் திரிபு எதுவும் தொட்டுணர முடியாத ஒலியுடன் மட்டுமே சம்பந்தப்பட்ட கேட்கும் புலனால் உணரப்படமுடியாது."

"ஒலி சாசுவதமானது என்பது. வேதத்தில் சாசுவதமான குரலுடன், ஓ, விரூபா என்று வரும் வாக்கியத்தில் காணக்கூடிய வாதத்தாலும் நிரூபிக்கப்படுகிறது. இந்த வாக்கியம் வேறு ஒரு பொருளைக் குறித்துச் சொல்லப்பட்டது என்றாலும், இது மொழியின் சாசுவதத் தன்மையை அறிவிக்கிறது: எனவே ஒலி சாசுவதமானதாகும்."

இந்த வாதத்தை எளிமையாகக் கூறுவதென்றால், ஒலி சாசுவதமானது. வேதங்களின் சொற்கள் ஒலியாகும். எனவே வேதங்களின் சொற்கள் சாசுவதமானவை. அறிவுக்குப் பொருந்தாத வாதம் இதைவிட வேறு எதுவும் இருக்க முடியாது. பிராமணர்கள், வேதங்கள் சாசுவதமானவை என்ற இந்த வாதத்தை ஏன் உருவாக்கினார்கள் என்பது தான் புதிராக உள்ளது. இந்தக் கொள்கைக்கு ஆதரவாகப் பிராமணர்கள் ஏன் இப்படியொரு அறிவுக்குப் பொருந்தாத வாதத்தைக் கூறினார்கள்? வேதங்கள் கடவுளின் வார்த்தை என்ற கருத்தைப் பிராமணர்கள் ஏன் ஏற்க மறுத்தார்கள்?

வேதங்களின் அதிகாரத்தைப் பற்றிய இரண்டாவது கோட்பாடு, வேதங்கள் புனிதமானவை என்பது மட்டுமின்றி அவை பொய்யாதவை என்பதாகும்.

வேதங்களுக்குப் பொய்யாமை என்ற தன்மையைச் சேர்ப்பதற்குப் பிராமணர்கள் ஏன் முயன்றார்கள் என்பதைப் புரிந்துகொள்வது கடினமாக உள்ளது.

சட்டம் என்ற சொல்லின் கண்டிப்பான பொருளில் பார்த்தால், வேதங்களில் சட்டம் எதுவும் இல்லை.

வேதங்கள், அறநெறி என்று பொருள்படும் தர்மத்தைப் போதிக்கவில்லை. வேதங்களிலிருந்து கீழே தரப்படும் மூன்று மேற்கோள்கள் அற நெறிக்கு இணக்கமானவை என்று கூறமுடியாது.

"(யமி பேசுகிறாள்). நான் என் நண்பனை நட்புக்கு அழைக்கிறேன். பரந்த பாலைவனக் கடலைக் கடந்து வந்த பின் வேதஸ், சிந்தனை செய்தபின், பூமியில், சிறந்த குணங்களை உடைய தந்தையின் (உன்னுடைய) சந்ததியை தோற்றுவிப்பேனாகவும்."

"(யமன் பேசுகிறான்) உனது நண்பன் இந்த நட்பை விரும்பவில்லை. ஒரே இடத்திலிருந்து தோன்றியிருந்தாலும் அவள் வேறுபட்ட வடிவம் கொண்டிருக்கிறாள், பெரும் அசுரனின் வீரப்புதல்வர்கள் சுவர்க்கத்தைத் தாங்குவோராகவும், பெரும்புகழ்பெற்றவர்களாகவும் இருக்கிறார்கள்."

"(யமி பேசுகிறாள்). அமரர்கள், மரணமடைவோருக்குத் தடை செய்யப்பட்டுள்ள இது போன்ற (சேர்க்கையில்) இன்பம் காண்கிறார்கள்; உன் மனம் என் மனத்துடன் இணங்கட்டும் (எல்லோரையும்) பிறப்பித்தவர் (தனது மகளின்) கணவர் ஆதலால் நீ என் உடலை அனுபவிப்பாயாக"

"(யமன் பேசுகிறான்). முன்பு எது செய்யப்பட்டதோ அதை இப்போது நாம் செய்யவில்லை. உண்மையைப் பேசும் நாம் இப்போது எப்படி உண்மை அல்லாததைச் சொல்ல முடியும்? கந்தர்வன் (சூரியன்) தண்ணீரமயமான (வானில்) இருந்தான், தண்ணீர் அவனது மணமகளாயிருந்தாள். அவள் நமது பொதுவான தாய் ஆவாள். அதனால் தான் நம்முடைய நெருங்கிய உறவு."

"(யமி பேசுகிறாள்). தெய்வத்தன்மையுடைய, அனைத்து வடிவான த்வஷ்ரி நம் இருவரையும் கணவனாகவும் மனைவியாகவும் கருவிலேயே செய்தார். அவருடைய செய்கையை யாரும் கெடுக்க வேண்டாம்; பூமியும் வானமும் இந்த நமது (சேர்க்கையை) அறிந்துள்ளன."

"(யமன் பேசுகிறான்). யார் இந்த (அவனுடைய) (உயிர் வாழ்க்கையின் முதல் நாளைப்பற்றி அறிந்திருக்கிறான்? யார் இதைப் பார்த்திருக்கிறான்? யார் இதை வெளிப்படுத்தியிருக்கிறான்? மித்திரனும் வருணனும் வசிக்குமிடம் மிகப் பரந்தது. நீ என்ன சொல்கிறாய், யார்மனிதர்களுக்கு நரக தண்டனை கொடுக்கிறார்?"

"(யமி பேசுகிறாள்). யமனுடைய ஆசை, யமியான என்னை, அவனுடன் ஒரே படுக்கையில் படுக்குமாறு அணுகியிருக்கிறது; நான் என் உடலை ஒரு மனைவி தன் கணவனிடம் விட்டுவிடுவதைப் போல விட்டு விடுவேன். நாம் நமது சேர்க்கையில் முனைந்து ஈடுபடுவோமாக. வண்டியின் இரண்டு சக்கரங்களைப் போல."

"(யமன் பேசுகிறான்). கடவுள்களின் ஒற்றர்கள் பூமியில் சுற்றிக்கொண்டிருக்கிறார்கள் அவர்கள் ஒருபோதும் ஓய்வதில்லை, கண்களை மூடுவதில்லை. நாசகாரியே, என்னைத்தவிர வேறு யாருடனாவது விரைவாக இணைந்து, இருவரும் சேர்க்கையில் முனைந்து ஈடுபடுங்கள், வண்டியின் இரண்டு சக்கரங்களைப் போல."

"(யமிபேசுகிறாள்). அவனுக்கு (யமனுக்கு ஒவ்வொருவரும் பகலும் இரவும் வேள்வி செய்வார்களாக அவன் மீது சூரியனின் கண்கள் மீண்டும் மீண்டும் உதிக்குமாக: (அவனுக்கு தொடர்புள்ள இரண்டும் (இரவும் பகலும்) சுவர்க்கத்துடனும் பூமியுடனும் இணையுமாக யமி, யமனின் உறவின்மையைப் பற்றி நடப்பாள்."

"(யமன் பேசுகிறான்), பின் வரும் காலங்களில், சகோதரிகள் தங்கள் சகோதரன் அல்லாத ஒருவனைக் (கணவனாகத்) தெரிந்தெடுப்பார்கள். ஆதலால், மங்களமானவளே, என்னைத் தவிர வேறு ஒருவனைக் கணவனாகத் தெரிந்தெடுத்து, உனது கையை உன் துணைவனுக்குத் தலையணையாக்கு."

"(யமி பேசுகிறாள்) யாருடைய சகோதரிக்குப்பதி இல்லையோ அவன் ஒரு சகோதரனா?(யாருடைய சகோதரனை) துரதிர்ஷ்டம் நெருங்குகிறதோ அவள் ஒரு சகோதரியா? ஆசையால் ஆளப்பட்டு நான் இந்த ஒரே வேண்டுகோளை வற்புறுத்துகிறேன்; உன் உடலை என் உடலுடன் இணைத்துக்கொள்."

"(யமன் பேசுகிறான்). நான் என் உடலை உன் உடலுடன் இணைக்கமாட்டேன். ஒரு சகோதரியிடம் நெருங்குபவனைப் பாவி என்று அழைக்கிறார்கள். என்னைத் தவிர யாருடனாவது இன்பம் அனுபவி, மங்களமானவளே, உன் சகோதரனுக்கு அந்த ஆசை இல்லை."

"(யமி பேசுகிறாள்). ஐயே, யமனே, நீ பலவீனமான வனாயிருக்கிறாய் உன் மனத்தையோ உள்ளத்தையோ நாம் புரிந்து கொள்ளவில்லை.

வேறொரு பெண் உன்னை, குதிரையைச் சேணக் கச்சை தழுவுவது போலவும், மரத்தைக் கொடி தழுவுவது போலவும், தழுவுகிறாள்."

"(யமன் பேசுகிறான்). யமி நீயும் வேறொருவனைத் தழுவிக்கொள்; வேறொருவன் உன்னை, மரத்தைக் கொடி தழுவுவது போலத் தழுவட்டும். அவனுடைய அன்பை நாடு, அவன் உன் அன்பை நாடட்டும்; இருவரும் மகிழ்ச்சியாக இணைந்து வாழுங்கள்."

"ராட்சசர்களை அழிப்பவனான அக்னி நமது பிரார்த்தனைக்கு இணங்கி, நோயின் (வடிவில்) உன் கருவைத் தாக்குகின்ற (தீய ஆவியை), துரனாமன் என்ற நோயைப் போல உன் கருப்பையைத் தாக்கும் அவனை விரட்டுவானாக."

"அக்னி நமது பிரார்த்தனைக்கு இணங்கி நோயாக வந்து உன் கருவைத் தாக்குகின்ற நரபட்சணியை, துர்னாமன் நோயைப் போல உன் கருப்பையைத் தாக்கும் அவனை அழிப்பானாக."

"கருவுறுத்தும் சக்தியை, அமருகின்ற வித்தினை, அசையும் கருவை அழிக்கின்ற (தீய ஆவியை) (குழந்தை) பிறக்கும் போது அதை அழிக்க நினைப்பவனை நாம் ஒழித்துவிடுவோமாக."

"உனது தொடைகளைப் பிரிக்கின்ற (தீய ஆவியை), கணவனுக்கும் மனைவிக்கும் இடையே கிடக்கின்ற, உனது கருப்பையில் புகுந்து (வித்துக்களை) விழுங்குகின்ற அவனை நாம் ஒழித்துவிடுவோமாக."

"சகோதரன், கணவன், காதலன் என்ற வடிவில் உன்னை அணுகி உன் சந்ததியை அழிக்க எண்ணும் (தீய ஆவியை) நாம் இங்கிருந்து ஒழித்துவிடுவோமாக."

"தூக்கத்தால் அல்லது இருளால் உன்னை ஏமாற்றி, உன்னை அணுகி, உன் சந்ததியை அழிக்க நினைக்கும் (தீய ஆவியை) நாம் இங்கிருந்து ஒழித்து விடுவோமாக.

வேதங்களில் இரண்டு விஷயங்கள் அடங்கியுள்ளன. முதலாவதாக, ஆரியர்களின் நம்பிக்கைகளும் ஆசைகளும் ரிஷிகள் வெளிப்படுத்திய வடிவில் அவற்றில் அடங்கியுள்ளன. திரு. முயிர் கூறுவது போல:

"இந்தப் பாடல்களின் தன்மையும், இவை இயற்றப்பட்ட சூழ்நிலைகள் பற்றிய அகச் சான்றுகளும், இவை இவற்றை முதலில் பாடிய பண்டைக்காலக் கவிகளின் சொந்த நம்பிக்கைகள், உணர்வுகள் ஆகியவற்றின் இயல்பான வெளிப்பாடுகள். தவிர வேறொன்றும் அல்ல என்ற கருத்துக்கு இணக்கமாக உள்ளன. இந்தப் பாடல்களில் ஆரிய ரிஷிகள் பரம்பரையாகத் தாங்கள் வணங்கும் கடவுள்களின் புகழைப் பாடி

(அதே சமயம் அந்தக் கடவுள்களின் நல்லெண்ணத்தைப் பெறுவதற்காக அவர்கள் ஏற்கக் கூடியவை என்று கருதப்பட்ட நிவேதனங்களை அளித்து), பொதுவாக எல்லா மனிதர்களும் விரும்புகின்ற ஆசிகளை - உடல் நலம், செல்வம், நீண்ட ஆயுள், கால் நடைகள். குழந்தைகள், எதிரிகள் மேல் வெற்றி, பாவ மன்னிப்பு, சொர்க்க போகம் ஆகியவற்றை அருளும்படி அவர்களை வேண்டிக்கொள்கிறார்கள்."

இதே கருத்தைத்தான் திருக்கத்தின் ஆசிரியரான யஸ்கர் கொண்டிருக்கிறார். அவர் கூறுகிறார்:

"(முந்திய பகுதியில் குறிப்பிடப்பட்ட நான்கு வகையான பாடல்களில்) (அ) ஒரு கடவுள் நேரில் இல்லாமல் அவரை விளித்துக் கூறும் பாடல்கள், (ஆ) அவர் நேரில் இருப்பதாக அவரை நோக்கிக் கூறும் பாடல்கள். (இ) கடவுள் நேரில் இல்லாமல் வழிபடுவோர் நேரில் இருப்பதாகவும், வழிபடுவோரை நோக்கிக்கூறப்படும் பாடல்கள் ஆகியவைதான் மிக அதிகமாக உள்ளன. பேசுபவரையே குறிப்பிட்டுக் கூறுபவை மிக அரிதாகவே உள்ளன. யாரேனும் ஒரு கடவுளிடம் எந்த ஒரு ஆசீர்வாதமும் கேட்காமலே அவரைப் புகழும் பாடல்களும் உள்ளன உதாரணமாக (ருக் வேதம், 32), நான் இந்திரனின் வீரச் செயல்களைக் கூறுகிறேன் என்பன போன்றவை. புகழ்ந்து கூறாமலே ஆசீர்வாதம் கோரும் பாடல்களும் உள்ளன. உதாரணமாக நான் என் கண்களால் நன்றாகப் பார்ப்பேனாகவும், முகத்தில் ஒளி படைத்தவனாக இருப்பேனாகவும், காதுகளால் நன்றாகக் கேட்பேனாகவும், இது அத்வர்யவா (யஜுர்) விலும், வேள்வி மந்திரங்களிலும் அடிக்கடி காணப்படுகிறது. (ரிக் வேதம் vii, *104, 15*);" நான் ஒரு யதுதனா என்றால் நான் இன்றே இறப்பேனாகவும், சில நிலைமைகளை வர்ணிக்கும் ஆசைகளைச் சில இடங்களில் காண்கிறோம். உதாரணமாக (ரிக்வேதம், *129, 2*). அப்போது மரணம் இருக்கவில்லை, மரணமின்மையும் இருக்கவில்லை, என்பது போன்றவை. சில நிலைமைகளைக் குறித்து வருந்தும் பாடல்களும் உள்ளன. உதாரணமாக (ருக் வேதம் X, *95, 14*). இந்த அழகான கடவுள் மறைந்து விடுவார். மீண்டும் வரமாட்டார். போன்றவை.

குற்றம் கூறலும் புகழ்ந்து கூறலும் உள்ளன (ரிக்வேதம் X, *117, 6*): தனியாக உண்ணும் மனிதன், தனியாகப் பாவம் செய்பவன்." சூதாட்டம் பற்றிய பாடலில் (ரிக் வேதம், *34,13*) சூதாட்டத்தைக் கண்டித்துக் கூறி, விவசாயத்தைப் பாராட்டிக் கூறப்பட்டுள்ளது. இவ்வாறாக, ரிஷிகள் மந்திரங்களைக் கண்டதன் நோக்கங்கள் பலவிதமாக உள்ளன."

சூக்தம் 12(163)

இதன் தெய்வம் காச நோயைத் தீர்ப்பதாகும் ரிஷி, காஸ்யபரின் மகனான விவரிகன்; சந்தம் அனுஷ்டுப்

1. நான் நோயை உன்னுடைய கண்களிலிருந்து, உன் தலையிலிருந்து, உன் மூக்கிலிருந்து, காதுகளிலிருந்து, முகவாயிலிருந்து, மூளையிலிருந்து. நாக்கிலிருந்து வெளியேற்றுகிறேன்.

2. நான் நோயை உன்னுடைய கழுத்திலிருந்து; தசை நார்களிலிருந்து, எலும்புகளிலிருந்து. மூட்டுகளிலிருந்து, மேல் புயங்களிலிருந்து, தோள்களிலிருந்து, முன்னங்கைகளிலிருந்து வெளியேற்றுகிறேன்.

3. நான் நோயை உன்னுடைய குடலிலிருந்து, குதத்திலிருந்து. அடிவயிற்றிலிருந்து, இருதயத்திலிருந்து, சிறுநீரகங்களிலிருந்து, கல்லீரலிலிருந்து. மற்ற உள் உறுப்புகளிலிருந்து வெளியேற்றுகிறேன்.

4. நான் நோயை உன்னுடைய தொடைகளிலிருந்து, முழங் கால்களிலிருந்து, குதிகால்களிலிருந்து, கால்விரல்களிலிருந்து. அரையிலிருந்து, பிட்டத்திலிருந்து, அந்தரங்க உறுப்பிலிருந்து வெளியேற்றுகிறேன்.

5. நான் நோயை உன்னுடைய சிறுநீர்க்குழாயிலிருந்து. சிறுநீர்ப் பையிலிருந்து, உரோமங்களிலிருந்து. நகங்களிலிருந்து, உடல் முழுவதிலுமிருந்து வெளியேற்றுகிறேன்.

6. நான் நோயை ஒவ்வொரு உறுப்பிலிருந்தும், ஒவ்வொரு உரோமத்திலிருந்தும், அது உருவாகின்ற ஒவ்வொரு மூட்டிலிருந்தும். உன் உடல் முழுவதிலுமிருந்தும் வெளியேற்றுகிறேன்.

பேராசிரியாவில் சன் கூறுவதுபோலமுக்கிய வேதமான ரிக் வேதத்தில் தத்துவஞானம் அல்லது கோட்பாடுகள் பற்றிய குறிப்பு எதுவும் இல்லை. பிற்காலத்தில் பல்வேறு சிந்தனைப் பிரிவினர் கூறிய கருத்துக்களைப் பற்றியோ, மறுபிறவி பற்றியோ, அதனுடன் நெருங்கிய தொடர்புள்ள கருத்தான உலகம் மீண்டும் மீண்டும் புதுப்பிக்கப்படுதல் பற்றியோ, அதில் எந்தக் குறிப்பும் இல்லை. ஆரியர்களின் சமூக வாழ்க்கையைப் பற்றி அறிவதற்கு வேதங்கள் ஆதாரத் தகவல் நூலாகப் பயன்படலாம். நாகரிகத்தின் ஆரம்ப நிலையில் உள்ள வாழ்க்கை பற்றிய சித்திரமாக அதில் நிறைய விசித்திரங்கள் உள்ளன; ஆனால் உள்ளத்தை உயர்த்துவதாக எதுவும் இல்லை. அதில் கேடானவைதான் அதிகமாகவும் நலமானவை மிகச் சிலவாகவுமே உள்ளன.

வேதங்களின் தன்மையும் அவற்றில் அடங்கிய பொருள்களும் எவ்வாறு உள்ளன என்பதைக் கருத்தில் கொண்டு பார்த்தால், இப்படிப்பட்ட மூடநம்பிக்கைப்புத்தகங்களான வேதங்கள் பொய்யாதவையாகும் என்று பிராமணர்கள் ஏன் கூறினார்கள் என்பது ஒரு புதிராகும்.

வேதங்களின் பாடல்களை இயற்றிய ரிஷிகள் தாங்கள் கூறுவன பொய்யாதவை என்று தாங்களே கூறியிருந்தாலாவது இந்தக் கூற்றுக்கு ஓரளவு நியாயம் இருக்கலாம். ஆனால் ரிஷிகள் அவ்வாறு கூறிக்கொள்ளவில்லை என்பது தெளிவாகத் தெரிகிறது. இதற்கு மாறாக அவர்கள் தங்களுக்கு ஆர்வமும் அக்கறையும் உள்ள சிலவிஷயங்கள் பற்றித் தங்களுடைய அறியாமையைச் சில சமயங்களில் ஒப்புக் கொண்டிருக்கிறார்கள். ருக்வேதத்தில் ரிஷிகள் பின்வருமாறு கூறுவதை ஒப்பிட்டுப் பாருங்கள்.

"அறியாதவனாக, என் மனத்தில் தெரியாமல், கடவுள்களின் மறைந்துள்ள வாழிடங்கள் பற்றி நான் கேட்கிறேன், ரிஷிகள் ஓராண்டு வயது நிரம்பிய கன்றுக்கு உயரே கூரையாக (அல்லது எல்லாப் பொருள்களுக்கும் உறைவிடமான சூரியனுக்கு உயரே) ஏழு நூலிழைகளை விரித்திருக்கிறார்கள்.

ஒன்றும் புரியாமல், இந்த விஷயத்தைப் புரிந்து கொள்ளும் ரிஷிகளை நான் கேட்கிறேன்; தெரியாததால், தெரிந்து கொள்வதற்காக (நான் கேட்கிறேன்); அந்த ஒன்று எது. படைக்கப்படாத ஒன்றின் வடிவத்தில், ஆறு உலகங்களையும் தாங்கியிருப்பவர் யார்? -

நான் இதைப் போல் இருக்கிறேனா என்று எனக்குத் தெரியவில்லை, நான் குழப்பத்துடன் மனத்தில் கட்டுண்டவானாக இருந்து வருகிறேன். வேள்வியின் (அல்லது உண்மையின்) முதல் புதல்வர்கள் என்னிடம் வரும்போது, அந்த வார்த்தையில் ஒரு பங்கைப் பெற்று அனுபவிக்கிறேன்."

"எந்தக் காட்டிலிருந்து, எந்த மரத்திலிருந்து வானத்தையும் பூமியையும் - நாட்கள் பலவும் காலைகள் பலவும் வந்து சென்ற பின்பும் கேடில்லாமல் நீடிக்கின்ற அவற்றை அவர்கள் படைத்தார்கள்?

"இந்த இரண்டில் (வானம், பூமி) எது முதலாவது எதுகடைசி, இவை எப்படி உண்டாக்கப்பட்டன? ரிஷிகளே, யார் இதை அறிந்தவர்?

"எத்தனை நெருப்புகள் உள்ளன? எத்தனை சூரியன்கள்? எத்தனை காலைகள்? எத்தனை தண்ணீர்கள்? எனது தந்தையரே, நான் இதை வேடிக்கைக்காகச் சொல்லவில்லை; நான் தெரிந்து கொள்வதற்காக உண்மையிலேயே உங்களைக் கேட்கிறேன் ரிஷிகளே."

அந்தக் கதிர் (அல்லது நாண்), சாய்வாக நீண்டிருந்தது கீழே இருந்ததா, மேலே இருந்ததா? உற்பத்தி ஆதாரங்கள் இருந்தன, பெரும் சக்திகள் இருந்தன. ஸ்வதா கீழேயும், முயற்சி மேலேயும் இருந்தன. யார் அறிவார், யார் இங்கே அறிவித்திருக்கிறார், இந்தப் படைப்பு எங்கிருந்து

உருவாக்கப்பட்டது. எங்கிருந்து (அது வந்தது) என்பதை? இந்தப் பிரபஞ்சம் படைக்கப்பட்டபின் கடவுள்கள் வந்தார்கள், அப்படியானால் அது எங்கிருந்து வந்தது என்பதை யார் அறிவார்? இந்தப் படைப்பு தோன்றிய போது, யாரேனும் இதை உருவாக்கினார்களா, இல்லையா என்பதை உயர்ந்த வானில் இந்தப் பிரபஞ்சம் முழுவதையும் கண்காணிப்பவன் - அவன் தான் உண்மையில் அறிவான் அல்லது அவனும் அறியவில்லை."

வேதங்களின் பொய்யாமை என்ற கோட்பாடு தொடர்பாகக் கவனிக்கத்தக்கதாக வேறு சில அம்சங்களும் உள்ளன.

4

முதலாவது அம்சம், இந்தக் கோட்பாடு ஆரம்பத்திலிருந்தே இருந்ததா அல்லது இந்திய வரலாற்றின் பின்பு ஒரு காலத்தில் புதிதாக உருவாக்கப்பட்டதா என்பது. ஆரம்பத்திலிருந்தே உள்ளது என்றுதான் பொதுவாகக்கூறப்பட்டுகிறது. ஆனால், இந்த விஷயத்தை விவாதிக்கின்ற, மிகவும் முற்பட்ட சட்டப் புத்தகங்களான தர்ம சூத்திரங்களைப் பார்த்தால் இந்தக்கருத்து சரியானதல்ல என்று தெரிகிறது. கவுதம் தர்ம சூத்திரம் வேதங்களின் பொய்யாமை பற்றிப்பின்வரும் விதியைக் கூறுகிறது.

"வேதம் புனிதச் சட்டத்தின் ஆதார ஊற்றாகும் *1-1.*

"மரபும் (வேதத்தை) அறிந்தவர்களின் நடைமுறையும் கூட" - *1.2.*

"சமமான பலம் கொண்ட இரண்டு பிரமாண அதிகாரங்கள் முரண்பட்டால், விருப்பத்தைப் பொறுத்து (இரண்டில் ஒன்றைப் பின்பற்றலாம்)." *1.4.*

வசிஷ்ட தர்ம சூத்திரத்தில் பின் வரும் கருத்துக் கூறப்படுகிறது.

"புனிதச் சட்டம் வெளிப்படுத்தப்பட்ட நூல்கள் மூலமும், ஞானிகளின் மரபு மூலமும் முடிவு செய்யப்பட்டுள்ளது." *1.4.*" இவற்றில் (இரண்டு ஆதாரங்களில்) (தரப்பட்டுள்ள விதிகள்) தவறுமானால் சிஷ்டர்களின் வழிமுறை அதிகாரம் ஆகும்." *1.5.*

"உள்ளத்தில் ஆசை இல்லாதவர் சிஷ்டர் (எனப்படுகிறார்)."*1.6.*

போதாயனரின் கருத்துக்கள் கீழே தரப்படுகின்றன.

பிரஸ்னம் 1, அத்தியாயம், கண்டிகை I

1. புனிதச் சட்டம் ஒவ்வொரு வேதத்திலும் கற்பிக்கப்படுகிறது.

2. நாம் (இதை) அதற்கு இணக்கமான முறையில் விளக்குவோம்.

3. மரபு முறையில் (ஸ்மிருதி) கற்பிக்கப்படும் (புனிதச் சட்டம்) இரண்டாவதாக உள்ளது.

4. சிஷ்டர்களின் வழிமுறை மூன்றாவதாக (உள்ளது).

5. சிஷ்டர்கள் (என்பவர்கள்) பொறாமை அற்றவர்களாய், கர்வம் அற்றவர்களாய், பத்து நாட்களுக்குப் போதுமான தானியம் இருந்தால் திருப்திப்படுபவர்களாய், பிறர் பொருள் மேல் ஆசையும், வெளிவேடமும், அகந்தையும், பேராசையும், குழப்பமும், கோபமும் அற்றவர்களாய் உள்ளவர்கள்.

6. "சிஷ்டர்கள் என்போர், புனிதச் சட்டத்தின் படி வேதங்களையும் அவற்றின் அங்கங்களையும் கற்று, அவற்றிலிருந்து எப்படி முடிவு எடுப்பது என்பதை அறிந்து, வெளிப்படுத்தப்பட்ட நூல்களிலிருந்து புலன்களால் அறியக்கூடிய சான்றுகளை எடுத்துக்காட்டும் திறன் உள்ளவர்கள்."

7. இவையெல்லாம் தவறும்போது குறைந்தது பத்து உறுப்பினர்களைக் கொண்ட சபை (சர்ச்சைக்குள்ளான சட்டப்பிரச்சினையில் முடிவு செய்யும்).

8. அவர்கள் (பின் வரும் சுலோகங்களையும்) மேற்கோள் காட்டுகிறார்கள்: நான்குவேதங்களில் ஒன்றை அறிந்த நான்கு பேர் ஒரு மீமாம்சகர், அங்கங்களை அறிந்த ஒருவர், புனிதச் சட்டம் (சம்பந்தமான வேதங்களின் புதிர் நூல்களைக்) கூறுபவர் (மூன்று வெவ்வேறு) நிலைகளைச் சேர்ந்த மூன்று பிராமணர்கள் ஆகியோர் குறைந்த பட்சம் பத்து உறுப்பினர் கொண்ட சபையாக அமைகிறார்கள்.

9. ஐந்துபேர், அல்லது மூன்று பேர், அல்லது மாசற்ற ஒருவர் புனிதச் சட்டம் (பற்றிய பிரச்சினைகளை) முடிவு செய்யலாம். ஆனால் ஆயிரம் முட்டாள்கள் அதைச் செய்யமுடியாது.

10. மரத்தால் செய்யப்பட்ட யானை, தோலால் செய்யப்பட்ட மான் இவற்றைப் போன்றவனே கல்வி இல்லாத பிராமணன். இந்த மூன்றும் (தங்கள் வகையின்) பெயரைத் தவிர வேறு ஒன்றும் இல்லாதவை.

ஆபஸ்தம்ப தர்ம சூத்திரத்தின் கருத்து அதிலிருந்து தரப்படும் பின்வரும் மேற்கோள்களிலிருந்து தெளிவாகிறது:

"இப்போது தினசரி வாழ்க்கை வழக்கங்களில் புண்ணியம் தருவனவாக உள்ள செயல்களை அறிவிக்கிறோம்." 1.1.

"(இந்தக் கடமைகளுக்கு) ஆதார அதிகாரம், சட்டத்தை அறிந்தவர்களிடையே ஏற்படும் உடன்பாடு (சமாயா) ஆகும்." 1.2.

"(பின்னே கூறப்பட்டதற்கு) ஆதாரப் பிரமாணம் வேதங்கள் மட்டுமே." 13.

தர்ம சூத்திரங்கள் பற்றி நாம் பார்த்ததிலிருந்து, வேதங்கள் பொய்யாதவை என்ற கோட்பாடு வரலாற்றுக்காலத்தில் ஏற்பட்டதே என்று தெரிகிறது. (1) வேதம், (2) மரபு (ஸ்மிருதி), (3) சிஷ்டர்களின் வழிமுறை, (4) சபை ஒன்றில் ஏற்படும் உடன்பாடு ஆகிய நான்கு ஆதாரங்கள் இருப்பதையும் அது காட்டுகிறது. வேதங்கள் மட்டுமே பொய்யாத ஒரே ஆதாரமாக இல்லாத காலம் ஒன்று இருந்ததையும் அது காட்டுகிறது. வசிஷ்டர், போதாயனர் ஆகியோரின் தர்ம சூத்திரங்களின் காலம் அது. கவுதமரின் காலத்தில் தான் வேதங்கள் மட்டுமே ஒரே அதிகாரமாகக் கருதப்படலாயின. ஒரு சபையில் ஏற்படும் உடன்பாடு ஆதார அதிகாரமாக ஏற்கப்பட்ட காலமும் ஒன்று இருந்தது. அது போதாயனரின் காலம், கடைசியாக, வேதம் ஒரு ஆதார அதிகாரமாகவே ஏற்கப்படாமல், கற்றவர்களின் சபையில் ஏற்படும் உடன்பாடே அதிகாரமாக ஏற்கப்பட்ட காலம் ஒன்று இருந்ததும் தெரிகிறது. அது ஆபஸ்தம்பர்[1] தமது தர்ம சூத்திரத்தை எழுதிய காலம். அதாவது கி.மு,600-200.[2]

எனவே, வேதங்களுக்கு ஒரு காலத்தில் இல்லாமலிருந்த அதிகாரத்தை அவற்றுக்கு அளிப்பதற்குத் திட்ட மிட்ட முயற்சி மேற்கொள்ளப்பட்டது என்று தெளிவாகிறது. வேதங்கள் தான் ஒரே அதிகாரம், இறுதியான அதிகாரம் என்ற கருத்தைப் பிராமணர்கள் பரப்புவதற்குக் காரணமான சூழ்நிலையும், தூண்டுதலாக இருந்த நோக்கமும் என்ன என்பதுதான் கேள்வி.

வேதங்களின் பொய்யாமை தொடர்பாகக் கவனிக்க வேண்டிய இரண்டாவது அம்சம் பிராமணர்கள் இந்தப் பொய்யாமைத்தன்மையை வேத நூல்கள் அனைத்துக்கும் கூறாமல் சிலவற்றுக்கு மட்டுமே இந்தத் தன்மை இருப்பதாகப் பிரித்ததாகும். இதைப் புரிந்து கொள்வதற்கு வேத இலக்கியம் என்ற தொடரின் பொருளைத் தெரிந்து கொள்ள வேண்டும். வேத இலக்கியம் என்ற தொடரை இரண்டு விதமான பொருள்களில்

1.ஆபஸ்தம்ப தர்ம சூத்திரத்தில் வேதங்கள் பற்றிக் குறிப்பிடப்படுவதைத் தவறாகப் புரிந்து கொள்ளக்கூடாது. ஆபஸ்தம்பர் வேதங்களுக்கு எந்த அதிகாரமும் இருப்பதாகக் கூறவில்லை வேதங்களை அறிந்திருப்பது ஒரு சபையின் உறுப்பினராகத் தேர்ந்தெடுக்கப்படுவதற்கான தகுதியாக மட்டுமே அவரால் கூறப்படுகிறது. இந்தச் சபை கூறும் முடிவுதான் சட்டமாக, ஒரே சட்டமாகக் கருதப்பட்டது.

2.சூத்திரங்களின் காலம் என்று மாக்ஸ் முல்லர் கூறும் காலம் இது. ஆபஸ்தம்ப சூத்திரம் கடைசியானது.

பயன்படுத்தலாம். மட்டுப்படுத்தப்பட்ட ஒரு பொருளில் இது (1) சம்ஹிதை, (2) பிராமணங்கள், (3) ஆரண்யகங்கள், (4) உபநிடதங்கள், (5) சூத்திரங்கள் ஆகியவற்றைக் கொண்டதாகும். விரிவுபடுத்தப்பட்ட பொருளில் (6) இதிகாசங்கள், (7) புராணங்கள் ஆகியவையும் இதில் அடங்கும். "இந்த ஆண், பிரஜாபதி விரும்பினார்," நான் பல்குவேனாகவும், நான் பரவுவேனாகவும் என்று. அவர் ஒன்றிய உள்ளத்துடன் முயன்றார்: கடும் தவம் இயற்றினார். இவ்வாறு செய்து அவர், முதலில் பவித்திரமான அறிவை, மூன்று வேத விஞ் ஞானங்களைப் படைத்தார். இது அவருக்கு ஓர் அடிப்படை ஆயிற்று. அதனால்தான் பவித்திர ஞானம்தான் பிரபஞ்சத்தின் அடிப்படை என்று மனிதர்கள் கூறுகிறார்கள். இந்தக் காரணத்தினால் வேதங்களைக் கற்றபின் ஒரு மனிதன் தான் நிற்பதற்கு நிலம் உள்ளவனாகிறான். ஏனென்றால் பவித்திர ஞானம்தான் அவனுக்கு அஸ்திவாரம். இந்த அடிப்படையில் இருந்து கொண்டு அவர் (பிரஜாபதி) கடும் தவம் இயற்றினார். அவர் வாக் சில் (பேச்சில்) இருந்து தண்ணீரை அவர்களின் உலகமாகப் படைத்தார். வாக் அவருடையவள்; அவள் படைக்கப்பட்டவள். அவள் எல்லாப் பொருள்களிலும் ஊடுருவிப்பரவி நின்றாள். அவள் தண்ணீரில் ஊடுருவி (அப்பேனாத்) இருந்ததால் தண்ணீர் அபஹ்' எனப்பட்டது. அவள் எல்லாவற்றையும் கவிந்து (அவரினோத்) இருந்ததால் தண்ணீர் 'வர்' எனப்பட்டது. அவர்விரும்பினார், நான் இந்தத் தண்ணீரிலிருந்து பரவுவேனாகவும் என்று. இந்த மூன்று வேத விஞ்ஞானங்களுடன் அவர் தண்ணீரில் புகுந்தார். அதிலிருந்து ஒரு முட்டை வெளிப்பட்டது. அதற்கு அவர் ஓர் உந்துவிசை கொடுத்து, 'உண்டாகட்டும். உண்டாகட்டும், மீண்டும் உண்டாகட்டும்' என்று கூறினார். அதிலிருந்து முதலில் பவித்திரா ஞானம், மூன்று வேத விஞ்ஞானம் படைக்கப்பட்டது. அதனால் தான் 'பிரபஞ்சத்தில் பவித்திர ஞானம்தான் முதலில் பிறந்தது' என்று மனிதர்கள் கூறுகிறார்கள். மேலும் பவித்திர ஞானம் தான் அந்த ஆணின் முன்பக்கத்திலிருந்து படைக்கப்பட்டது. இந்தக் காரணத்தினால் தான் வேதங்களில் தேர்ந்த ஒருவனை அவன் அக்னியைப் போன்றவன், ஏனென்றால் பவித்திர ஞானம் அக்னியின் வாயாக உள்ளது என்று கூறுகிறார்கள்.

"ஈரமான விறகில் மூட்டப்பட்ட நெருப்பிலிருந்து வெவ்வேறு விதமான மாற்றங்களுடன் புகை வெளிப்படுவது போலவே இந்தப் பரம் பொருளும் இருக்கிறது. ருக்வேதம், யஜுர் வேதம், சாம வேதம், அதர்வண - ஆங்கிரசுகள், இதிகாசங்கள், புராணங்கள், விஞ்ஞானம், உபநிடதங்கள். சுலோகங்கள். சூத்திரங்கள், வெவ்வேறு விதமான உரைகள் - இவையெல்லாம் அவருடைய மூச்சுக்களாகும்."

ஆனால் பிராமணர்கள் வேதங்கள் பொய்யாதவை என்ற கொள்கையை நிலைநிறுத்த முயன்ற போது, அவர்கள் வேத இலக்கியங்களை இரண்டு வகைகளாகப் பிரித்தார்கள்:

(1) சுருதி, *(2)* சுருதி அல்லாதது. முதல் வகையில் அவர்கள் *(1)* சம்ஹிதைகள், *(2)* பிராமணங்கள் ஆகியவற்றை மட்டும் சேர்த்து அவற்றுக்குப் பொய்யாமைத் தன்மை அளித்தார்கள். மற்றவை சுருதி அல்லாதவை என்றும் அவற்றுக்குப் பொய்யாமைத் தன்மை இல்லை என்றும் கூறினார்கள். இந்த வேறுபாடு எப்போது செய்யப்பட்டது என்று கூறமுடியவில்லை. இதிகாசங்களும் புராணங்களும் சுருதியில் சேர்க்கப்படாதது ஏன் என்பதைப் புரிந்து கொள்ளலாம். இவை மிகவும் ஆரம்ப நிலையில், வளர்ச்சி அடையாத நிலையில் இருந்தன. அநேகமாக இவை பிராம்மணங்களின் பகுதியாகச் சேர்க்கப்பட்டிருக்க வேண்டும். ஆரண்யகங்கள் ஏன் சுருதியில் சேர்ந்தவையாகக் குறிப்பிட்டுக் கூறப்படவில்லை என்பதையும் புரிந்து கொள்ளலாம். இவை பிராமணங்களின் பகுதியாக இருப்பதால் இவை சுருதியில் சேர்ந்தவையாகத் தான் இருக்க வேண்டும். உபநிடதங்களின் நிலை தெளிவாக இல்லை. ஆனால் இவை சுருதியில் சேர்க்கப்படவில்லை என்றால், ஏன் அவை விலக்கிவைக்கப்பட்டன என்பதைப் புரிந்து கொள்ளலாம். ஆனால் சூத்திரங்களின் நிலைமை வேறுவிதமானது. இவை நிச்சயமாக சுருதியில் சேர்க்காமல் விலக்கப்பட்டுள்ளன. இதற்கு என்ன காரணம் என்பதைப் புரிந்து கொள்ள முடியவில்லை பிராமணங்க ளைச் சுருதி என்ற வகையில் சேர்த்துக்கொண்டால், அதே காரணங்கள் சூத்திரங்களையும் சுருதியில் சேர்த்துக்கொள்ள வேண்டும் என்பதற்கும் நிச்சயமாகப் பொருந்தும். பேராசிரியர் மாக்ஸ் முல்லர் கூறுவது போல:

“ஒரு மக்களினம் தங்களுடைய புராதன தேசிய கவிதைகள்-குறிப்பாக அவைதங்கள் கடவுளர்களைக்குறித்த பிரார்த்தனைகளும் பாடல்களும் கொண்டவையாக இருந்தால் அவை மனிதரால் தோற்றுவிக்கப்பட்டவை அல்ல என்ற கருத்தை எப்படி உருவாக்குகின்றன என்பதைப் புரிந்து கொள்ளலாம். ஆனால் உரை நடையில் செய்யப்பட்ட பிராமணங்களின் விஷயம் அப்படி அல்ல. பிராமணங்கள் மந்திரங்களை விடக் காலத்தில் மிகவும் பிறபட்டவை. இவை சுருதி என்ற வகையில் இடம் பெற அனுமதிக்கப்பட்டன என்றால் அதற்குக் காரணம், பிராமணர்கள் பேராசையுடன் கொண்டாடும் பல உரிமைகளுக்குத் தெய்விக் ஆதாரமாகக் காட்டுவதற்கு எளிமையான பழைய கவிதைகளைவிட இந்த இறையியல் நூல்களே பொருத்தமாக உள்ளன என்பதேயாகும். மந்திரங்களும் பிராமணங்களும் ஒரே காலத்தில் தோன்றியவையே என்று நிறுவுவதற்குப் பிராமணர்கள்

கூறுகின்ற வாதங்களுக்கு நாம் அதிகமாக மதிப்பளிக்க வேண்டியதில்லை. என்றாலும் பிராமணங்கள் மந்திரங்கள் ஆகிய இரண்டும், சூத்திரங்கள், இந்தியாவின் மற்ற உலகியல் இலக்கியங்கள் ஆகியவற்றுடன் ஒப்பிடும் போது காலத்தால் மிகவும் முற்பட்டவை என்று பொதுவாக நிலவும் கருத்தையும் இதே போல் மதிப்பற்றதாகத் தள்ளிவிடக் கூடாது. மத சம்பந்தமான புத்தகத் தொகுப்புகளில் பிற்காலத்திய நூல்களும் புராதன நூல்களுடன் சேர்த்துத் தொகுக்கப்படுவது எளிதில் நடக்கக்கூடியதே பிராமணங்கள் இவ்வாறுதான் சேர்க்கப்பட்டுள்ளன. ஆனால் பழமையான, உண்மையான பகுதிகள், மதநூல் தொகுப்பிலிருந்து விலக்கப்பட்டு, அவை பிற்காலத்தைச் சேர்ந்தவை என்று கூறப்படுமானால், அவற்றில் கூறப்படும் சில கொள்கைகளுக்கு அதிகாரப் பிரமாணம் அளிக்காமல் மறுப்பது சிலருடைய நலன்களுக்கு ஏற்றதாக இருந்தாலன்றி இவ்வாறு நடக்குமென்று நினைக்க முடியாது. இவ்வாறு நினைப்பதற்கு ஆதாரமாகப் பிற்காலத்திய நூல்களான சூத்திரங்களில் எதுவும் இல்லை. பிராமணங்களுடனும் அவற்றுக்கும் முந்திய மந்திரங்களுடனும் ஒப்பிடும் போது சூத்திரங்கள் காலத்தால் பிற்பட்டவை என்பதைத் தவிர இவற்றைச் சுருதியுடன் சேர்க்காமலிருப்பதற்குக் காரணம் எதுவும் இல்லை. பிராமணர்கள், தங்களுடைய ரிஷிகளின் பெரும்பான்மையான கவிதைகள் இயற்றப்பட்ட காலத்துக்கும், பிராமணங்கள் தோன்றிய காலத்துக்கும் இடையே மிக நீண்ட காலம் கடந்திருக்க வேண்டும் என்பதை உணர்ந்திருந்தார்களா என்ற கேள்வி எழுமாயின் நாம் ஆம் என்றே கூற வேண்டியவர்களாகின்றோம். ஆனால் இந்திய இறையியலாளர்கள் இந்தப் பிராமணங்களும் மந்திரங்களைப் போல ஒரே தன்மையானவை, ஒரே காலத்தைச் சேர்ந்தவை என்று முரட்டுத்தனமாக வலியுறுத்துவதைப் பார்க்கும் போது இதே தெய்விக அதிகாரத்தைச் சூத்திரங்களுக்கும் கொடுக்காமல் இருந்ததற்குத் தனிப்பட்ட வலுவான காரணங்கள் இருந்திருக்க வேண்டும் என்று தோன்றுகிறது."

மூன்றாவது அம்சம், சுருதி என்ற சொல்லில் எவை அடங்குகின்றன என்பதிலும் இவற்றின் பொய்யாமை பற்றிய கருத்திலும் ஏற்பட்ட மாற்றங்கள் ஆகும். மனு பிராமணங்களைச் சுருதி என்ற வகையில் சேர்க்காமல் விலக்குகிறார்![1]

அவருடைய ஸ்மிருதியிலிருந்து பின்வரும் மேற்கோளிலிருந்து இது தெரிகிறது:

---

1. சிலர் இதை ஆட்சேபித்து, வேதம் என்ற சொல் பிராமணங்களையும் உள்ளடக்குகிறது என்று கூறலாம். இது உண்மையே. ஆயினும் அமு, சுருதி என்ற சொல்லைப் பிராமணங்களை விலக்கிய குறுகிய பொருளிலேயே பயன்படுத்துகிறார் என்று நான் கருதுகிறேன். ஒரே ஒரு இடத்தில் (இவ் 100) தவிர வேறு எங்கும் அவர் பிராமணங்களைப் பற்றிக் குறிப்பிடாதது இந்தக் கருத்துக்கு ஆதாரமாக உள்ளது.

"சுருதி என்பது வேதத்தைக் குறிக்கிறது; ஸ்மிருதி என்பது சட்டத் தொகுப்புகளைக் குறிக்கிறது. இவற்றில் கூறப்பட்டுள்ளவற்றைக் காரணகாரிய வாதத்தால் கேள்வி கேட்கக்கூடாது. ஏனென்றால் இவற்றிலிருந்து கடமை (பற்றிய அறிவு) தெரிவிக்கப்படுகிறது. அறிவுக்கு அடிப்படைமூலங்களான இந்த இரண்டையும் பகுத்தறிவை அடிப்படையாகக் கொண்ட புத்தகங்களை ஆதாரமாகக்காட்டி மறுக்கின்ற பிராமணனை, சந்தேகவாதி என்றும் வேதங்களை நிந்திப்பவன் என்றும் சான்றோர்கள் சமூகத்திலிருந்து விலக்கி வைக்க வேண்டும்... 13. கடமையைப் பற்றிய அறிவை நாடுபவர்களுக்கு வேதங்கள் தான் மிக உயர்ந்த பிராமணம் ஆகும்."

நான்காவது அம்சம் புராணங்கள் தான் வேதங்களுக்கு முன்னால் படைக்கப்பட்டன என்று புராணங்கள் கூறிக் கொள்வதைப் பற்றியது.

வாயு புராணம் கூறுகிறது,[1]

"எல்லா சாஸ்திரங்களிலும் முதலாவதாகப் புராணங்கள் பிரமாவால் உரைக்கப்பட்டன அதன்பின் வேதங்கள் அவர் வாயிலிருந்து வெளிப்பட்டன."

மத்ஸ்ய புராணம் வேதங்களுக்கு முன்னால் புராணங்கள் படைக்கப்பட்டன என்று கூறுவதோடு, என்றும் உள்ளமை, ஒலியுடன் ஒன்றாயிருத்தல் ஆகிய பண்புகளையும் புராணங்களுக்குச் சேர்க்கிறது. இந்தப் பண்புகள் முன்பு வேதங்களுக்கு மட்டுமே உரியவையாகக் கருதப்பட்டன. அது கூறுகிறது.[2]

"பிதாமகர் (பிரமா), அமரர்களில் எல்லாம் முதலில் உருவெடுத்தார்; பின்பு வேதங்களும் அவற்றின் அங்கங்களும் உபாகங்களும், அவற்றின் வெவ்வேறுவைப்புமுறைகளும் வெளிப்பட்டன. (3) என்றும் உள்ளவையும், ஒலியால் ஆனவையும், தூய்மையானவையும் நூறு கோடி சுலோகங்களால் ஆனவையுமான புராணங்கள் எல்லா சாஸ்திரங்களிலும் முதலாவதாகப் பிரமாவால் உரைக்கப்பட்டன அதன்பின் வேதங்கள் அவரது வாயிலிருந்து வெளிப்பட்டன; மீமாம்சையும், எட்டுவகையான நிருபணங்களைக் கொண்ட நியாய சாஸ்திரமும் கூட வெளிப்பட்டன. (5) வேதங்களைக் கற்பதில் ஈடுபட்டவரும், சந்ததியை விரும்பியவரும் ஆன அவரிடம் (பிரமாவிடம்) இருந்து மனத்தில் பிறந்த புதல்வர்கள் தோன்றினார்கள் : அவருடைய மனத்தினால் படைக்கப்பட்டவர்கள் ஆதலால் அவர்கள் இவ்வாறு அழைக்கப்பட்டார்கள்." பாகவத புராணம் தனக்கு வேதத்துக்குச் சமமான அதிகாரம் இருப்பதாகக் கூறுகிறது. அது கூறுகிறது:

1.முயிர் காட்டியுள்ள மேற்கோள் தொகுதி 3, ப. 27

2.மேற்படி ப 28.

"(பிரமராத்ரா) பாகவத புராணம் என்று கூறப்படும் இந்தப் புராணத்தை அறிவித்தார்; இது வேதத்துக்குச் சமமானது."

பிரமாவைவர்த்த புராணம் இதற்கும் மேலே சென்று தனக்கு வேதங்களை விட உயர்ந்த அதிகாரம் இருப்பதாகக் கூறுகிறது. அது கூறுகிறது :

"மதிப்புக்குரிய முனிவரே, நீங்கள் எதைப்பற்றிக் கேட்டீர்களோ, அதை, நீங்கள் அறிய விரும்பியதை நான் அறிவேன். அது புராணங்களின் சாரமான, மிக உயர்ந்ததான பிரமா - வைவர்த்த புராணம்; அது புராணங்கள், உபநிடதங்கள், வேதங்கள் ஆகியவற்றின் பிழைகளை மறுத்துக் கூறுகிறது."

இதுவரை நாம் பார்த்ததிலிருந்து வேதங்கள் தொடர்பாகப் பல புதிர்கள் இருப்பதைக் காண்கிறோம்.

இந்த மூன்று புதிர்கள், அதாவது வேதங்கள் என்றுமே முன்பே இருந்து வருபவை, மனிதராலோ கடவுளாலோ செய்யப்படாதவை, பொய்யாதவை என்று பிராமணர்கள் ஏன் வலியுறுத்தினார்கள் என்பது தவிர, வேறு பல புரியாத புதிர்களும் உள்ளன. வேதங்களுக்கு ஒரு காலத்தில் முதன்மை இடமோ, பொய்யாமையோ இருக்கவில்லை. வேதங்களுக்குப் பொய்யாமைத் தன்மையைக் கொடுப்பது அவசியம் என்று பிராமணர்கள் ஏன் நினைத்தார்கள்? பிராமணர்கள் ஏன் சூத்திரங்களைச் சுருதியில் சேர்க்காமல் விலக்கினார்கள்? பிராமணர்கள் ஏன் வேதங்கள் பொய்யாதவை என்ற கொள்கையைக் கைவிட்டு, புராணங்கள் பொய்யாதவை என்று ஆக்க முயன்றார்கள்?

பின் இணைப்பு 2

வேதாந்தத்தின் புதிர்[1]

பண்டைக்கால இந்திய தத்துவவாதிகள் உருவாக்கிய ஆறு தத்துவப் பிரிவுகளில் மிகவும் புகழ்பெற்றது வேதாந்த தத்துவமாகும். அது இந்தப் பெயரைப் பெற்றிருப்பது மட்டுமின்றி, இந்துக்கள் மீது வேறு எந்தத் தத்துவப்பிரிவுக்கும் இல்லாத அளவுக்கு வன்மையான பிடியையும் கொண்டுள்ளது. வேதத்தைப் பின்பற்றும் ஒவ்வொருவரும் வேதாந்தத்தைப் பற்றி மிகவும் பெருமைப்படுகிறார். உலகின் தத்துவ சிந்தனைக்கு இந்தியாவின் மிக உயர்ந்த மதிப்பு வாய்ந்த பங்களிப்பு வேதாந்த தத்துவம் என்று அவர் கருதுகிறார். வேதங்கள் கூறுகின்ற பொருளின் முடிவு அல்லது நோக்கம் வேதாந்த தத்துவத்தில் பொதிந்துள்ளது என்றும், வேதங்கள் விளம்பும் பொருளின் நிறைவாக, அதன் மணமலராக வேதாந்தம் அமைந்துள்ளது என்றும் அவர் கருதுகிறார். வேதாந்த தத்துவம் வேதங்களுக்குப் பொருந்தாத்தாக, எதிரானதாக இருந்த எந்த ஒரு காலமும் இந்திய வரலாற்றில் இருந்ததாக அவர் சந்தேகப்படுவதே இல்லை. வேதாந்தம் என்ற சொல்லுக்கு இப்போது உள்ள பொருளிலிருந்து முற்றிலும் மாறுபட்ட ஒரு பொருள் இருந்தது என்றும், அந்தச் சொல் வேதக் கருத்துக்களின் நிறைவு என்று பொருள்படாமல் அதற்கு மாறாக, வேத இலக்கியத்தின் மதத்தத்துவப் பகுதிக்குப் புறம்பான ஒரு தத்துவப் பிரிவின் சிந்தனையைக் குறித்தது என்றும் அவரால் நம்பவே முடியாது. ஆனால் அப்படி இருந்தது என்பதே உண்மை.

வேதங்களுக்கும் வேதாந்தத்துக்கும் இடையே உள்ள முரண்பாடு 'உபநிஷத்' என்ற சொல்லில் வெளிப்பட்டுத் தெரியவில்லை என்பது உண்மை. வேதாந்த தத்துவத்துக்கு அடிப்படையான இலக்கியத்தின் பொதுப்பெயரான இந்தச் சொல்லின் பிறப்பியல் பற்றிப் பெருமளவு கருத்து வேறுபாடுகள் உள்ளன.

பெரும்பாலான ஐரோப்பிய அறிஞர்கள் 'உபநிஷத்' என்ற சொல் 'அமர்க' என்று பொருள்படும் 'ஷத்' என்ற மூலச் சொல்லிலிருந்து வந்தது என்றும், அதற்கு முன்னால் 'நி' (கீழே). உப (அருகில்)

இது "வேதாந்தம் என்ற புதிர்" எ ன்ற தலைப்புடன் 21 பக்கங்கள் கொண்ட தட்டச்சு முதல் பிரதியாகும். இந்த அத்தியாயம் முழுமையடைந்திருப்பதாகத் தோன்றுகிறது. இதில் ஆசிரியர் மாற்றங்கள் எதுவும் செய்யவில்லை. - பதிப்பாசிரியர்கள்.

என்ற பகுதிகள் சேர்ந்துள்ளன என்றும் கருதுகிறார்கள். இவ்வாறாக இந்தச் சொல் ஒருவருக்கு அருகே அமர்ந்திருத்தல் அல்லது மக்கள் கூடியிருத்தல் என்பதைக் குறிக்கிறது.

ஆனால், பேராசிரியர் மாக்ஸ் முல்லர் சுட்டிக்காட்டுவதைப் போல, இவ்வாறு பொருள் கொள்வதை ஏற்பதற்கு இரண்டு ஆட்சேபங்கள் உள்ளன. முதலாவதாக. இப்படிப்பட்ட சொல்உபநிடதங்கள் என்று கூறப்படும் அத்தியாயங்களுக்கு மட்டுமின்றி வேதத்தின் எந்தப் பகுதியைக் குறிப்பதற்கும் பயன்பட முடியும். உபநிடதங்களை மட்டும் குறிக்கும் குறுகிய பொருள் இதற்கு எப்படி வந்தது என்று இதுவரை விளக்கப்படவில்லை. இரண்டாவதாக, உபநிஷத் என்ற சொல் அமர்கின்ற மக்களின் கூட்டம் என்ற பொருளில் எங்கும் பயன்படுத்தப்படவில்லை. இந்தச் சொல் எங்கு வந்தாலும். கோட்பாடு, ரகசியக் கோட்பாடு என்றே பொருள்படுகிறது.

அல்லது, ரகசியக் கோட்பாட்டைக்கூறும் புத்தகத்தின் தலைப்பாகப் பயன்படுத்தப்படுகிறது. மூன்றாவதாக ஒரு விளக்கத்தைச் சங்கரர் கூறுவதைப் பேராசிரியர் மாக்ஸ் முல்லர் குறிப்பிடுகிறார். தைத்திரிய உபநிடதம் 2:9 உரையில் இந்த விளக்கம் கூறப்படுகிறது. மிக உயர்ந்த ஆனந்தம் இதில் அடங்கியுள்ளது (பரம் ஸ்ரேயோஸ்யம் நிஷன்னம்). இதைப் பற்றி மாக்ஸ் முல்லர் கூறுகிறார்:

"ஆரண்யகங்களில் இத்தகைய சொல் மூல விளக்கங்கள் நிறையக் காணப்படுகின்றன. இவை உண்மையிலேயே சொல் மூலத்தைக் கூறுவனவாக அன்றி, ஏதேனும் ஒரு வகையில் சொல்லின் பொருளுக்குக் காரண விளக்கம் கூறும் நோக்கிலேயே அமைந்துள்ளன."

பேராசிரியர் மாக்ஸ் முல்லர் உபநிஷத் என்ற சொல் அழித்தல் என்று பொருள்படும் 'ஷத்' என்ற மூலத்திலிருந்து வந்ததாகக் கொள்வதை ஆதரிக்கிறார். முக்திக்குக் காரணமான பிரம ஞானத்தைப் பெறுவதன் மூலம் சம்சாரத்துக்குக் காரணமான அஞ்ஞானத்தை அழிப்பது என்பது இந்தச் சொல்லின் பொருள் ஆகும். இந்திய அறிஞர்கள் இந்தப் பொருளைத்தான் ஒருமனதாகக் கூறியிருக்கிறார்கள் என்று பேராசிரியர் மாக்ஸ் முல்லர் சுட்டிக்காட்டுகிறார்.

உபநிடதம் என்பதன் பொருள் இவ்வாறுதான் அமைந்துள்ளது என்று ஏற்றுக்கொண்டால், வேதாந்தம் என்பது வேதங்களுக்கு முரண்பாடான ஒருகருத்து முறை என்று கருதப்பட்ட காலம் ஒன்று இந்திய வரலாற்றில் இருந்தது என்ற கொள்கைக்கு இது மற்றும் ஒரு சான்று ஆகும். ஆனால் இந்தக் கொள்கைக்கு ஆதரமாகச் சொற்பிறப்பியலை மட்டும் சார்ந்திருக்க வேண்டியதில்லை. இதை விடச் சிறந்த, நேரடியான

வேறு சான்றுகள் உள்ளன. முதலாவதாக வேதாந்தம் என்ற சொல் வேதங்களின் இறுதிப் புத்தகங்கள் என்பதைக் குறிப்பதற்கு ஒருபோதும் பயன்படுத்தப்படவில்லை. பேராசிரியர் மாக்ஸ் முல்லர்[1] கூறுகிறார்.

*“வேதாந்தம் என்பது ஒரு நுட்பச் சொல் ஆகும். இதன் மூலப்பொருள் வேதத்தின் இறுதிப் பகுதி என்பதோ, வேத இலக்கியத்தில் இறுதியாக இடம் பெற்றுள்ள அத்தியாயங்கள் என்பதோ அல்ல. வேதத்தின் முடிவு. அதாவது அதன் குறிக்கோள், மிக உயர்ந்த நோக்கம் என்பதே பொருள். சில வாசகங்கள், உதாரணமாக தைத்திரீய ஆரண்யகத்தில் (பதிப்பாசிரியர் ராஜேந்திர மித்ரா பக்கம் 820) உள்ள வாசகம் இந்திய அறிஞர்களாலும் வெளிநாட்டு அறிஞர்களாலும் தவறாகப் புரிந்து கொள்ளப்பட்டுள்ளன. இங்கு வேதாந்தம் வேதத்தின் இறுதி என்றே பொருள் படுகிறது. யோ வேதாது ஸ்வரஹ ப்ரோக்தோ வேதாந்தே கா பாதிஷ்டி தஹ.’ வேதத்தின் தொடக்கத்தில் உச்சரிக்கப்படுவதும் வேதத்தின் இறுதியில் இடம் பெற்றுள்ளதுமான ஓம். இங்கு வேதாந்தம் என்ற சொல் வேதாது என்பதற்கு எதிர்நிலையாகவே பயன்படுத்தப்பட்டுள்ளது. இந்தச் சொல்லுக்குச் சாயனர் பொருள் கூறுவதைப்போல் வேதாந்தம் அல்லது உபநிடதம் என்று பொருள் கொள்ள முடியாது. வேதாந்தம் என்ற சொல் தத்துவ ஞானம் என்ற பொருளில் தைத்திரீய ஆரண்யகத்திலும் (பக்.817) நாமண உபநிடதத்தில் ஒரு சுலோகத்திலும் (இது முண்டக உபநிடதம் 3.2.6 -இல் மீண்டும் கூறப்படுகிறது). வேறு சில இடங்களிலும் பயன்படுத்தப்பட்டுள்ளது. ‘**வேதாந்த விக்ஞான்ஸநிஸ்கிதாஹ**’. வேதாந்தத்தால் **(வேதத்தின் கடைசி புத்தகங்களால் அல்ல)** வரும் அறிவின் நோக்கத்தை நன்கு உணர்ந்தவர்கள். என்று வருகிறது. ஸ்வேதாஸ்வதார உபநிடத்தில் (6.22) வேதாந்தே பரமம் குஹ்யம் வேதாந்தத்தில் மிக உயர்ந்த ரகசியம் என்று வருகிறது. பின்பு இது பன்மையிலும் பயன்படுத்தப்படுகிறது. உதாரணமாக, ரிகோபநிடதத்தில் ‘புண்டரீகேதி வேதாந்தேஷு நிகத்யதே,’ ‘வேதாந்தங்களில் இது புண்டரிகம் எனப்படுகிறது.’ என்ற இடத்தில் வேதாந்தங்களில் என்பது உரையாசிரியர் கூறுவதுபோல கண்டோக்ய முதலான உபநிடதங்களில் என்று பொருள்படுகிறதேயன்றி, ஒவ்வொரு வேதத்தின் கடைசிப் புத்தகங்களில் என்று பொருள்படவில்லை.”*

இந்த விஷயத்தில் மேலும் நேரடியான சான்று கவுதம தர்ம சூத்திரத்தில் காணப்படுகிறது. இதில் அத்தியாயம் 19-, சுலோகம் 12- இல் கவுதமர் தூய்மையாக்கல் பற்றிக் குறிப்பிட்டு இவ்வாறு கூறுகிறார்:[2]

1.உபநிஷத்துகள் (கீழை நாட்டுப்புனித நூல்கள் வரிசை, தொகுதி 1) முன்னுரை, 86

2.கீழை நாட்டுப்புனித நூல்கள் வரிசை, தொகுதி 2, 275)

"தூய்மையாக்கும் (நூல்களாவன), உபநிடதங்கள், வேதாந்தங்கள் எல்லா வேதங்களின் ஸம்ஹிதைப் பகுதிகள், முதலானவை."

இதிலிருந்து கவுதமரின் காலத்தில் உபநிடதங்கள் வேதாந் தங்களிலிருந்து வேறாகக் கருதப்பட்டனவேயன்றி. வேத இலக்கியத்தின் பகுதியாக ஏற்கப்பட வில்லை என்பது தெளிவாகிறது. ஹரதத்தர் தமது உரைகளில் கூறுகிறார்: "ஆரண்யகங்களில் (உபநிடதங்கள்) அல்லாத பகுதிகள் வேதாந்தங்கள் எனப்படுகின்றன." உபநிடதங்கள் வேத இலக்கியம் என்ற வரம்புக்குள் வரவில்லை என்பதற்கும் மத நூல்களில் சேராதவையாக இருந்தன என்பதற்கும் இது மறுக்கமுடியாத சான்றாகும்.

பகவத் கீதையில் வேதம் என்ற சொல் பயன்படுத்தப்படுவதும் இந்தக் கருத்துக்கு ஆதரவாக உள்ளது. பகவத் கீதையில் வேதம் என்ற சொல் பல இடங்களில் வருகிறது. வேதம் என்பதில் உபநிடதங்கள் அடங்கவில்லை என்று பொருள்படும்படியாகவே பகவத் கீதை ஆசிரியர் பயன்படுத்தியுள்ளார் என்று திரு.பட் கூறுகிறார்.

உபநிடதங்கள் வேதங்களின் மதநூல் தொகுப்பில் சேர்க்கப்பட வில்லை என்பது மதச் சடங்குகளும் வேள்விகளும்தான் முக்திக்கு ஒரே வழி என்று வேதங்கள் கூறும் கருத்துக்கு உபநிடதங்கள் தெரிவிக்கும் எதிர்ப்பிலிருந்து நிரூபணமாகிறது. உபநிடதங்களிலிருந்து சில மேற்கோள்கள் காட்டினால் வேதங்களுக்கு அவை காட்டும் எதிர்ப்பு புலனாகும்.

முண்டக உபநிடதம் கூறுகிறது:

"தேவர்களில் பிரமா தான் முதலில் உண்டாக்கப்பட்டார். பிரபஞ் சத்தைப் படைப்பவர். உலகத்தைக் காப்பவர். அவர் தமது மூத்தமகனான அதர்வணருக்கு எல்லா அறிவுக்கும் அடிப்படையான பிரமவிஞ்ஞானத்தை வெளிப்படுத்தினார். (2) பிரமா வெளிப்படுத்திய இந்த விஞ்ஞானத்தை அதர்வணர் அங்கிசுக்கு அறிவித்தார்; அங்கிஸ் அதைப் பரத்துவாஜரின் வம்சத்தில் வந்த சத்யவாகருக்குத் தெரிவிக்க, அவர் அடுத்தபடியாக அங்கிரசுக்கு இந்த ஞானத்தை அளித்தார். (3) மகாசல சவுனகர் தக்க முறைப்படி அங்கிரசை அணுகி வினவினார்: 'மரியாதைக்குரிய முனிவரே, எந்த ஞானத்தை அடைந்தால் இந்தப் (பிரபஞ்சம்) முழுவதையும் அறியலாமோ, அது என்ன? (4) (அங்கிரஸ்) பதிலுரைத்தார். "இரண்டு விஞ்ஞானங்களை அறியவேண்டும் - புனித விஞ்ஞானத்தில் தேர்ந்த ரிஷிகள் இதைத்தான் கூறுகிறார்கள் - உயர்ந்தது. தாழ்ந்தது ஆகியவற்றை (5) தாழ்ந்ததில் (அடங்கியவை) ருக்வேதம், யஜுர் வேதம், சாமவேதம், அதர்வண வேதம், உச்சாரணம், இலக்கணம், விளக்கவுரை, யாப்பு, வான நூல் ஆகியவை. உயர்ந்த விஞ்ஞானமாவது, என்றும் அழியாததை அறிவதாகும்."

சாந்தோக்கிய உபநிடதம் கூறுகிறது:

"(1) நாரதர் சனத்குமாரரை அணுகி, 'மரியாதைக்குரிய முனிவரே, எனக்குக் கற்பியுங்கள்' என்று கேட்டுக்கொண்டார். அவர் பதிலுரைத்தார்: உமக்கு என்ன தெரியும் என்பதைக் கூறும் அதற்கு மேல் நீர் என்ன கற்க வேண்டும் என்பதை நான் கூறுகிறேன்.' (2) நாரதர் பதிலுரைத்தார். நான் ருக் வேதம், சாம வேதம், யஜுர் வேதம்' அதர்வண வேதம், இதிகாசங்கள், ஐந்தாவது வேதமான புராணங்கள், பிதுர் கிரியைகள், சகுனம், கணிதம், தர்க்கம், அறநெறி, வேதங்களைப் பற்றிய விஞ்ஞானம், மதநூல் அறிவு, பேய், பிசாசுகள் பற்றிய நூல்கள், போர்க்கலை, நட்சத்திரங்களைப் பற்றிய அறிவு, பாம்புகளையும் தெய்வங்களையும் பற்றிய விஞ்ஞானங்கள் ஆகியவற்றைப் பயின்றிருக்கிறேன்.' (3) மரியாதைக் குரியவரே, நான் மந்திரங்களை மட்டும் அறிந்திருக்கிறேன்; ஆன்மாவைப் பற்றி அறியாமலிருக்கிறேன். ஆனால் ஆன்மாவை அறிந்தவன் துன்பத்தை வெல்கிறான் என்று தங்களைப் போன்ற பெரியோர்கள் சொல்லக் கேட்டிருக்கிறேன். மரியாதைக் குரியவரே, நான் துன்பத்தில் இருக்கிறேன், என்னைத் துன்பத்திலிருந்து கரையேற்றுங்கள்.' சனத்குமாரர் பதிலுரைத்தார்: 'நீர் கற்றதெல்லாம் வெறும் பெயர்களேயன்றி வேறொன்றும் இல்லை. (4) ருக் வேதம் என்பது வெறும் பெயரே: அவ்வாறேதான் யஜுர் வேதம், சாம வேதம், அதர்வண வேதம், இதிகாசங்கள், ஐந்தாவது வேதமான புராணங்கள் முதலானவையும். (இங்கு மற்ற எல்லா அறிவுத் துறைகளும் முன்பு கூறப்பட்டபடியே பட்டியலிடப்படுகின்றன). இவையெல்லாம் வெறும் பெயர்களே. (5) பெயரை (பிரமா என்று எண்ணிக் கொண்டு) வணங்குகிறவன் அந்தப் பெயரில் அடங்கிய எல்லாவற்றின் மீதும் மனம் போலச் சுற்றுகிறான்.' நாரதர் கேட்டார் மரியாதைக்குரியவரே, பெயருக்குமேல் அதிகமாக உள்ள ஏதேனும் இருக்கிறதா? பெயருக்கு மேல் உள்ளது இருக்கிறது' என்று அவர் பதிலளித்தார். அதை எனக்குக் கூறுங்கள் என்று நாரதர் கேட்டார்.

பிருகதாரணியக உபநிடதம் கூறுகிறது:

"அந்த (ஆழ்ந்த உறக்க நிலையில்) தந்தை தந்தையல்ல, தாய் தாயல்ல வார்த்தைகள் வார்த்தைகளல்ல, கடவுள்கள் கடவுள்களல்ல, வேதங்கள் வேதங்களல்ல. வேள்விகள் வேள்விகளல்ல. அந்த நிலையில் திருடன் திருடனல்ல, கருவை அழிப்பவன் கருவை அழிப்பவனல்ல, பவுலகசன் பவுலகசனல்ல, சண்டாளன் சண்டாளனல்ல. சிரமணன் சிரமணனல்ல, பக்தன் பக்தனல்ல; அப்போது புனிதனுக்குப் புண்ணியத்துடனோ பாவத்துடனோ அனுகூலமான தொடர்போ

அனுகூலமில்லாத உறவோகிடையாது. ஏனென்றால் அப்போது அவன் மனத்தின் துயரங்கள் எல்லாவற்றையும் கடந்துவிடுகிறான்."

கதோபநிடதம் கூறுகிறது:

"இந்த ஆன்மாவைக் கல்வியினாலோ, அறிந்து கொள்வதாலோ, மிகுந்த மதநூல் பயிற்சியாலோ அடையமுடியாது. அவன் யாரைத் தெரிந்தெடுக்கிறானோ அவனால் அது அடையப்படுகிறது. ஆன்மா அத்தகைய மனிதனின் உடலைத் தனது இருப்பிடமாகக் கொள்கிறது"

"இந்த ஆன்மாவை அறிவது கடினம் என்றாலும் தகுந்த சாதனங்கள் மூலம் அதை எளிதாக அடையலாம். இந்த ஆன்மாவை, கற்றுக்கொள்வதன் மூலமோ. பல வேதங்களை அறிவதன் மூலமோ, அறிந்துகொள்வதன் மூலமோ, புத்தகங்களில் கூறப்பட்டவற்றை நினைவுக்குக் கொண்டுவரும் ஆற்றல் மூலமோ, மிகுந்த மத நூல் அறிவு மூலமோ இந்த ஆன்மாவை அடைய முடியாது. அப்படியானால், எதனால் அதை அடைய முடியும்? அவர் இவ்வாறு கூறுகிறார்."

உபநிடதங்களிடமும் அவற்றில் கூறப்பட்டுள்ள தத்துவஞானம் பற்றியும் எவ்வளவு வெறுப்பு இருந்தது என்பதை அனுலோமம், பிரதிலோமம் என்ற சொற்களின் மூலத்தைப் பார்ப்பதன் மூலம் தெரிந்து கொள்ளலாம். இந்தச் சொற்கள் சாதாரணமாக இந்துக்களிடையே திருமண உறவு சம்பந்தமாகப் பயன்படுத்தப்படுகின்றன. இந்தச் சொற்களின் மூலம் பற்றிக் குறிப்பிட்டு திரு. கானே கூறுகிறார்.[1]

"அனுலோமம், பிரதிலோமம் என்ற இந்தச் சொற்களை (திருமணம், குழந்தைகள் தொடர்பாகப் பயன்படுத்துவது போல) வேத இலக்கியத்தில் காண்பது அரிது. பிருகதாரணியாக உபநிடதத்திலும் *(2-1-15)*. கவுசிதாகி பிருக தாரணியக் உபநிடதத்திலும் *(4-18)* 'பிரதிலோமம்' என்ற சொல், ஒரு பிராமணன், பிரமத்தை அறிவதற்காக ஒரு சத்திரியனிடம் செல்லும் நடைமுறையைக் குறிப்பதற்குப் பயன்படுத்தப்படுகிறது."

அனுலோமம் என்றால் வாரிசுக்கு ஏற்றபடி, அதாவது இயல்பான வரிசை முறைப்படி என்று பொருள்படுகிறது. பிரதிலோமம் என்றால் வாரிசுக்கு எதிரான. அதாவது இயல்பான வரிசை முறைக்கு முரணான என்று பொருள்படுகிறது. பிரதிலோமம் என்ற சொல்லின் பொருளைக் கருத்தில் கொண்டு திரு. கானே கூறியுள்ளதைப் படித்தால், உபநிடதங்கள் வேத இலக்கியத்தின் பகுதியாக ஏற்கப்படவில்லை என்பதும், வேதப் பிராமணர்கள் அவற்றுக்கு மிகக் குறைந்த மதிப்பே கொடுத்தார்கள்

1.தர்மசாஸ்திரங்களின் வரலாறு, தொகுதி 2, பகுதி 1, ப52

என்பதும் தெளிவாகிறது. வேதாந்தத்தை எதிர்த்தவர்களான பிராமணர்கள் பின்பு வேதாந்தத்தின் ஆதரவாளர்களாக, அதைத் தூக்கிப் பிடிப்பவர்களாக மாறினார்கள் என்பது ஒரு புதிராக உள்ளது.

2

இதுதான் வேதாந்தத்தின் புதிர். இன்னொன்றும் இருக்கிறது. வேதங்களையும், முக்தியடைவதற்குச் சடங்குகளே சாதனம் என்ற அவற்றின் கொள்கையையும் எதிர்த்தவர்கள் வேதாந்திகள் மட்டும் அல்ல. சர்வ தர்சன சங்கிரகம் என்ற நூலின் ஆசிரியரான மாதவ ஆசார்யர், வைதிகர்களின் எதிர்ப்பாளர்களாக சார்வாகர், பிரகஸ்பதி ஆகிய மற்றும் இருவரைக் குறிப்பிடுகிறார். வைதிகர்கள் மீது இவர்கள் தொடுத்த தாக்குதல் தர்க்கவாத ரீதியில் மிக வலுவாக உள்ள து.

வைதிகர்களுக்கு எதிராகச் சார்வாகர் கூறும் வாதங்களைப் பின்வரும் மேற்கோள் மூலம் அறியலாம்:[1]

"வருங்கால உலகம் ஒன்றில் இன்பம் அனுபவித்தல் என்பது இல்லை என்றால், அனுபவம் மிக்க அறிவு பெற்ற மனிதர்கள் அக்னிஹோத்திரம் முதலான மிகுந்த பணச் செலவும் உழைப்பும் தேவைப்படும் வேள்விகளை எப்படிச் செய்வார்கள் என்பது உங்களுடைய ஆட்சேபம் என்றால் உங்கள் ஆட்சேபம் எங்களுக்கெதிரான கருத்திற்கு நிருபணமாகாது. ஏனென்றால் அக்னிஹோத்திரம் முதலானவை வாழ்க்கை நடத்துவதற்கு ஒரு வழியாகத்தான் பயன்படுகின்றன. வேதம் மூன்று குறைபாடுகளால் கறைபட்டுள்ளது - உண்மையல்லாதது, தனக்குத்தானே முரண்படுதல், கூறியது கூறல் என்பவை இந்தக் குற்றங்களாகும். மேலும், வேதபண்டிதர் என்று தங்களைக் கூறிக்கொள்ளும் ஏமாற்றுக்காரர்கள் தங்களுக்குள் ஒருவரையொருவர் அழிப்பவர்களாயிருக்கிறார்கள். கர்ம காண்டத்தின் அதிகாரத்தை ஏற்பவர்கள் ஞான காண்டத்தின் அதிகாரத்தைத் தூக்கி யெறிகிறார்கள்: ஞான காண்டத்தை ஏற்பவர்கள் கர்ம காண்டத்தின் அதிகாரத்தை மறுக்கிறார்கள். கடைசியாக, மூன்று வேதங்களும் அயோக்கியர்கள் உளறி வைத்த புகழ்ச்சி மொழிகளே ஆகும். மக்களிடையே வழங்கும் பின்வரும் பழமொழி இதைக் கூறுகிறது:

"அக்னிஹோத்திரம், மூன்று வேதங்கள், சன்னியாசியின் திரிதண்டம், சாம்பலைப் பூசிக்கொள்வது. இவையெல்லாம் - ஆண்மையும் அறிவும் இல்லாதவர்களுக்கு வயிறு வளர்க்கும் வழிகளே" எனப் பிருகஸ்பதி கூறுகிறார்.

1.சர்வ தர்ஷன் சங்க்ரஹா (கவல் மொழிபெயர்ப்பு) பக்.64

பிருகஸ்பதி வேதக் கொள்கையை எதிர்ப்பதில் மேலும் அதிகத் துணிச்சலாகவும் தீவிரமாகவும் பேசுகிறார். மாதவ ஆசார்யர் பிருகஸ்பதியின் வாதத்தை இவ்வாறு கூறுகிறார்[1]

"சுவர்க்கம் என்பது இல்லை, இறுதி முக்தி என்பது இல்லை, வேறொரு உலகில் ஆன்மாக்கள் என்பது இல்லை.!

நான்கு சாதிகள், ஆசிரமங்கள் முதலானவற்றின் செயல்களும் உண்மையில் விளைவு எதையும் தருவதில்லை.

அக்னிஹோத்திரம், மூன்று வேதங்கள், சன்னியாசியின் திரிதண்டம், சாம்பலைப் பூசிக்கொள்வது இவையெல்லாம் அறிவும் ஆண்மையும் இல்லாதவர்களின் வாழ்க்கைக்காக இயற்கையால் செய்யப்பட்டவை.

ஜ்யோதிஷ்டோமா சடங்கில் கொல்லப்படும் விலங்கே கூட சுவர்க்கத்துக்குப் போகும் என்றால் வேள்வி செய்பவன் தனது தந்தையை அதில் பலி கொடுக்காதது ஏன்? சிரார்த்தம் நடத்துவது இறந்து போனவர்களுக்குத் திருப்தி அளிக்கும் என்றால் இங்கேயும் கூட, பயணம் செய்பவர்கள் புறப்படும் போது அவர்களுக்கு உணவுப் பொருள்களைக் கொடுத்துவிடுவது அவசியம் இல்லை. உயிர் உள்ளபோது மனிதன் மகிழ்ச்சியாக வாழட்டும்; கடன் பட்டாலும் கூட அவன் நெய்யுணவு உண்ணட்டும். உடல் சாம்பலாகிப் போனபின் அது எப்படி மீண்டும் வரமுடியும்?

உடலிலிருந்து பிரிந்து செல்பவன் மற்றொரு உலகத்துக்குச் செல்கிறான் என்றால் அவன் தன் உற்றார் மீது கொண்ட அன்பினால் திரும்பி வராமலிருப்பது ஏன்?

எனவே பிராமணர்கள் இங்கே ஏற்படுத்தியிருப்பவை வாழ்க்கை நடத்துவதற்கான வழியே. இறந்தவர்களுக்காகச் செய்யப்படும் இந்தச் சடங்குகள் எல்லாம் இவற்றால் எங்கும் வேறெந்தப் பயனும் இல்லை.

வேதங்களை இயற்றிய மூன்று பேரும் கோமாளிகள், அயோக்கியர்கள், பிசாசுகள்.

பண்டிதர்களின் நன்கு தெரிந்த மந்திரங்கள் ஜர்பரி, துர்பரி

அசுவமேதத்தில் அரசிக்குக் கட்டளையிடப்பட்டுள்ள ஆபாசச்சடங்குகள் ஆகியவையும், இவையெல்லாம் கோமாளிகளால் கண்டு பிடிக்கப்பட்டவை. புரோகிதர்களுக்குக் கொடுக்கப்படும் பல்வேறு தட்சிணைகளும் இப்படியே.

---

1. சர்வ தர்ஷன் சங்க்ரஹா பக்.10.

இது போலவே, மாமிசத்தை உண்பதும் இரவில் திரியும் பிசாசுகளால் கூறப்பட்டதே."

வேதப் பிராமணர்கள் வேதாந்திகளுடன் சமரசம் செய்து கொண்டார்கள் ஆனால் சார்வாகருடனும்பிருகஸ்பதியுடனும் சமரசம் செய்து கொள்ளவில்லை. இது ஏன் என்பது இன்னமும் விளக்கம் கிடைக்காத புதிராக உள்ளது.

3

மூன்றாவது புதிர் ஒன்று மீதம் உள்ளது. அதைக் குறிப்பிடுவதற்கு இதுதான் மிகப் பொருத்தமான இடம். ஏனென்றால், இது வேதங்களையும் வேதாந்தங்களையும் அவற்றின் கச்சாவான வடிவத்திலன்றி, அவற்றுக்குக் கொடுக்கப்பட்டுள்ள தத்துவவாத உடையில் குறிப்பிடுகிறது. இந்த உடையைக் கொடுத்தவர்கள் ஒழுங்கு முறைப்படுத்தும் கலையில் தேர்ந்த இரண்டு நிபுணர்கள். சமஸ்கிருத இலக்கியத்தில் மிக நன்றாக அறியப்பட்ட ஜைமினி, பாதராயணர் என்ற இந்த இருவரில் முன்னவர் மீமாம்சையின் ஆசிரியர், பின்னவர் பிரம் சூத்திரங்களின் ஆசிரியர். இவர்களைப் பற்றியும், வேதக் கொள்கைகளையும் வேதாந்தத் தத்துவங்களையும் உருவாக்கியதில் இவர்களின் பங்கு பற்றியும் இந்தக்கட்டுரையில் முன்பே குறிப்பிடப்பட்டுள்ளது. இனி நாம் செய்யவிருப்பது இவர்களில் ஒவ்வொருவரும் மற்றவரின் தத்துவங்கள் பற்றிக் கொண்டிருந்த கருத்துக்களின் ஒற்றுமை வேற்றுமைகளைக் காண்பதேயாகும்.

இதை ஆராயத் தொடங்கும்போது ஜைமினி, பாதராயணர் ஆகிய இருவரும் இந்த விஷயத்தை எடுத்துச் சொல்வதில் இணையான ஒரு முறையைப் பின்பற்றியிருப்பது வியப்பைத் தருகிறது. வேதாந்த சூத்திரங்கள், கர்ம சூத்திரங்களை மிக நெருக்கமாகப் பின்பற்றி அமைக்கப்பட்டுள்ளன என்று பேராசிரியர் பேல்வால்கர் கூறுகிறார்.

வழிமுறையிலும் சொற்களைப் பயன்படுத்துவதிலும் பாதராயணர் ஜைமினியை மிக்க் கவனமாகப் பின்பற்றியிருக்கிறார். சுருதிக்குப் பொருள் கூறுவதில் ஜைமினி பின்பற்றிய விதிகளை அவர் ஏற்றுக்கொள்கிறார். ஜைமினி பயன்படுத்திய நுட்பச் சொற்களை, ஜைமினி கொண்ட அதே பொருளில் அவரும் பயன்படுத்துகிறார். ஜைமினி கூறும் எடுத்துக் காட்டுகளையே அவரும் காட்டுகிறார்.

இந்த இணையான வழிமுறையைப் பார்க்கும் போது பாதராயணர் தாம் ஜைமினிக்குப் போட்டியான ஒரு தத்துவக் கொள்கையை எடுத்துக்கூறுபவர் என்றும், ஜைமினி அதைத் தாக்குகிறார் என்றும்,

அதற்குப் பதில் கூறும் போது ஜைமினியின் உத்தியையே பின்பற்ற வேண்டும் என்றும் கருதிச் செயல்பட்டிருப்பதாகத் தெரிகிறது.

பாதராயணர் ஜைமினியின் எதிர்ப்பாளர் என்ற நிலையை எடுத்தாரா என்ற கேள்வி எழுகிறது.

ஜைமினி தம்முடைய எதிர்ப்பாளர் என்று பாதராயணரே ஒப்புக்கொள்கிறார். பாதராயணர் தம்முடைய சூத்திரங்கள் 2-7 இல் இதைக் கூறுகிறார். சங்கராசாரியர் தமது உரையில் இதை விளக்கியிருக்கிறார். ஜைமினி கூறுகிறார்:

"ஒருவன் தனது உடலிலிருந்து தான் வேறானவன் என்பதையும் மரணத்துக்குப்பின் சுவர்க்கம் சென்று தனது வேள்விகளின் பலனை அனுபவிப்பான் என்பதையும் உணராமல் வேள்வி எதையும் செய்வதில்லை. ஆன்ம ஞானத்தைப் பற்றிய நூல்கள் வேள்வியைச் செய்பவனுக்கு அந்த உணர்வைக் கொடுப்பதற்குத்தான் பயன்படுகின்றன. எனவே அவை வேள்விச் செயலுக்குக் கீழடங்கியவையாகும்."

சுருக்கமாகச் சொன்னால்[1], வேதாந்தம் போதிப்பதெல்லாம் ஆன்மா உடலிலிருந்து வேறானது என்பதும், உடல் அழிந்த பின்னும் அது அழியாமலிருக்கிறது என்பதுமே என்று ஜைமினி கூறுகிறார். இந்த அறிவு போதுமானதல்ல. ஆன்மாவுக்குச் சுவர்க்கத்துக்குச் செல்லவேண்டும் என்ற எண்ணம் இருக்க வேண்டும். ஆனால் தம்முடைய கர்மகாண்டம் கூறுகின்ற வேத வேள்விகளைச் செய்யாமல் அது சுவர்க்கத்துக்குப் போக முடியாது. எனவே தம்முடைய காம காண்டம் ஒன்றுதான் முக்திக்கு வழியாகும். இந்த விஷயத்தில் ஞான காண்டம் முற்றிலும் பயனற்றதாகும் என்று ஜைமினி கூறுகிறார். இதற்கு ஆதரவாக ஜைமினி, வேதாந்தத்தில் நம்பிக்கையுள்ள மனிதர்களின் நடத்தையை எடுத்துக்காட்டுகிறார்:

"விதேக நாட்டு மன்னர் ஜனகர் செய்த ஒரு வேள்வியில் தாராளமாகத் தானங்கள் வழங்கப்பட்டன." *(பிருகதாரண்யகம் 3.1.1.)* "நான் ஒரு வேள்வி நடத்தப்போகிறேன். ஐயன்மீர்." *(சாந்தோக்கியம் 5.11.5)* ஜனகர், அஸ்வபதி ஆகிய இருவருமே ஆத்ம ஞானிகள். இந்த ஆத்ம ஞானத்தின் மூலம் அவர்கள் முக்தியடைந்திருந்தால் அவர்கள் வேள்வி செய்வதற்குத் தேவையில்லை. ஆனால் மேலே கூறப்பட்ட இரண்டு வாசகங்களும் அவர்கள் வேள்வி செய்ததைக் காட்டுகின்றன. இதிலிருந்து வேள்விகள் மூலம் தான் ஒருவன் முக்தி அடைய

1.பாதாராயண சூத்திரம் 3 மற்றும் அதற்குச் சங்கரின் உரை பார்க்கவும்

முடியுமேயன்றி, வேதாந்திகள் கூறுவதுபோல ஆத்ம ஞானத்தினால் அடைய முடியாது என்பது நிரூபிக்கப்படுகிறது."

"ஆத்ம ஞானம், வேள்வி செய்தலுக்குக் கீழான நிலையிலேயே உள்ளது என்று மதநூல்கள் சந்தேகத்துக்கிடமில்லாமல் அறிவிக்கின்றன[1] என்று ஜைமினி உறுதியாகக் கூறுகிறார். அவர் இதை ஆதரித்து இவ்வாறு கூறுகிறார்.[2] "இரண்டும் (ஞானமும் செயலும்) ஒன்றாகச் செல்கின்றன (பிரிந்து செல்லும் ஆன்மாவுடன் சென்று பலனைத் தருகின்றன). பாதராயணரின் ஞான காண்டத்துக்குச் சுயேச்சையான நிலை உண்டு என்று ஏற்க ஜைமினி மறுக்கிறார். இரண்டு அடிப்படைகளை வைத்து அவர் இவ்வாறு மறுக்கிறார்

முதலாவது[3]: "ஆன்மாவைப் பற்றிய அறிவு தானே தனியாகப் பயன் எதுவும் தருவதில்லை."

இரண்டாவது[4] வேதங்கள் கூறுகின்றபடி "(ஆன்ம) அறிவு செயலுக்குக் கீழான இடத்திலேயே இருக்கிறது"

பாதராயணரின் ஞான காண்டம் பற்றி ஜைமினியின் நிலை இதுதான்.

ஜைமினியைப் பற்றியும் அவரது ஞான காண்டம் பற்றியும் பாதராயணரின் நிலை என்ன? இதைப் பாதராயணர் 8 முதல் 17 வரையுள்ள சூத்திரங்களில் விளக்குகிறார்.

பாதராயணர் எடுக்கும் முதல் நிலை[5], ஜைமினி கூறுகின்ற ஆத்மா வரம்புக்கு உட்பட்ட ஆத்மாவாகும். அதாவது அது பரமாத்மாவிலிருந்து வேறாகக் கருதப்பட வேண்டியது. பரமாத்மாவைத்தான் மத நூல்கள் ஒப்புக்கொள்கின்றன என்பதாகும்.

பாதராயணர் எடுக்கும் இரண்டாவது[6] நிலை, வேதங்கள் ஆன்ம ஞானம் வேள்விகள் ஆகிய இரண்டையும் ஆதரிக்கின்றன என்பது.

பாதராயணர் எடுக்கும் மூன்றாவது நிலை,[7] வேதங்களை நம்புவோர் மட்டுமே வேள்விகளைச் செய்யவேண்டியுள்ளது என்பதாகும்.

---

1. பாதாராயண சூத்திரம் 4 பார்க்கவும்
2. பாதாராயண சூத்திரம் 5 பார்க்கவும்
3. பாதாராயண சூத்திரம் 6 மற்றும் சங்கரின் உரை பார்க்கவும்.
4. பாதாராயண சூத்திரம் 7 பார்க்கவும்.
5. பாதாராயண சூத்திரம் 8 பார்க்கவும்
6. பாதாராயண சூத்திரம் 9 பார்க்கவும்
7. பாதாராயண சூத்திரம் 12 பார்க்கவும்

ஆனால் உபநிடதங்களைப் பின்பற்றுவோர் இந்தக் கட்டளைக்குக் கட்டுப்பட வேண்டியதில்லை. சங்கராசாரியர் விளக்குகிறார்:

"வேதங்களைப் படித்து வேள்விகளைப் பற்றித் தெரிந்து கொண்டவர்கள் வேள்விகளைச் செய்யலாம். உபநிடதங்களிலிருந்து ஞானம் பெற்றவர்களுக்கு வேள்வி எதுவும் கூறப்படவில்லை. அந்த ஞானமும் வேள்வியும் ஒன்றுக்கொன்று பொருந்தாதவை." பாதராயணர் எடுக்கும் நான்காவது நிலை, கர்ம காண்டம் பிரமானந்தத்தை அடைந்தவர்களுக்கு விருப்பத்தைப் பொறுத்தது என்பதாகும். சங்கராசாரியர் விளக்குகிறார்

"சிலர் தாங்களாகவே எல்லாச் செயல்களையும் விட்டுவிடுகிறார்கள்.[1] அதாவது ஞானத்தை அடைந்தபின் சிலர் மற்றவர்களுக்கு உதாரணமாக இருப்பதற்காகச் செயல் செய்ய விரும்பலாம், மற்றும் சிலர் எல்லாச் செயல்களையும் விட்டுவிடலாம். தன்னை அறிந்து கொண்டவர்கள் செயல் செய்ய வேண்டும் என்ற கட்டாயம் இல்லை"

அவர் எடுக்கும் இறுதியான நிலை,[2]

"தன்னைப் பற்றிய ஞானம் எல்லாச் செயல்களுக்கும் எதிர்ப்பானது என்பதால் அது செயலுக்குக் கீழானதாக இருக்க முடியாது" என்பதாகும். இதற்கு ஆதரவாக அவர், மத நூல்களில் சன்னியாசம் நான்காவது ஆசிரமமாக ஏற்கப்பட்டு, சன்னியாசி கர்ம காண்டத்தில் கூறப்படும் வேள்விகளிலிருந்து விடுவிக்கப்பட்டிருப்பதைக் காட்டுகிறார்.[3]

பாதராயணருடைய நூலில் இந்த இரண்டு அறிஞர்கள் ஒருவரைப் பற்றி மற்றவர் கொண்டுள்ள கருத்தைக் காட்டும் இத்தகைய பல சூத்திரங்களைக் காணலாம். ஆயினும் மேலே எடுத்துக் காட்டப்பட்டது இவற்றின் தன்மைக்கு நல்ல உதாரணமாக இருப்பதால் இதுவே போதுமானது. ஜைமினி, வேதாந்தத்தைப் பொய்யான சாஸ்திரம் என்றும், அது ஒரு வலை என்றும், ஏமாற்று என்றும், மேற்போக்கானது. தேவையற்றது. பொருளற்றது என்றும் கண்டனம் செய்கிறார். இந்தத் தாக்குதலின் முன் பாதராயணர் என்ன செய்கிறார்? அவர் ஜைமினியின் கர்ம காண்டத்தைப் பொய்யான சாஸ்திரம் என்றும், வலை என்றும், ஏமாற்று என்றும், மேற்போக்கானது, தேவையற்றது, பொருளற்றது என்றும் கண்டனம் செய்கிறாரா? இல்லை. அவர் தம்முடைய வேதாந்த சாஸ்திரத்தை ஆதரிப்பதுடன் நின்றுவிடுகிறார். ஆனால் அவர் அதைவிட அதிகமாகக் கூறுவார் என்றும், ஜைமினியின்

1.பாதாராயண சூத்திரம் 16 பார்க்கவும்

2 பாதாராயண சூத்திரம் 15 பார்க்கவும்

3.பாதாராயண சூத்திரம் 17 பார்க்கவும்

கர்ம காண்டத்தைப் பொய்யான மதம் என்று கண்டனம் செய்வார் என்றும் யாரும் எதிர்பார்ப்பார்கள். பாதராயணரிடம் அந்தத் தைரியம் இல்லை. மாறாக, அவர் மிகவும் தழைந்து போகிறார். ஜைமினியின் கர்மகாண்டம் மதநூல்களை ஆதாரமாகக் கொண்டுள்ளது என்றும், அவற்றின் புனிதத்தையும் அதிகாரத்தையும் எதிர்த்துப் பேசமுடியாது என்றும் ஏற்கிறார். தம்முடைய வேதாந்த சாஸ்திரத்துக்கும் மதநூல்களின் ஆதரவு இருக்கிறது என்றும், எனவே இதுவும் உண்மையானது என்றும் மட்டுமே அவர் கூறுகிறார்.

இது மட்டுமல்ல. பாதராயணர் வேதாந்தம் என்ற சொல்லை இந்தப் பொருள்களையெல்லாம் தரும் வகையில் பயன்படுத்துகிறார். உபநிடதங்கள் வேத இலக்கியத்தின் பகுதியானவை என்பதை வலியுறுத்தும் வகையில் அவர் இதைப் பயன்படுத்துகிறார். வேதாந்தம் அல்லது உபநிடதங்களின் ஞான காண்டம், வேதங்களின் கர்ம காண்டத்துக்கு எதிரானது அல்ல என்றும் இரண்டும் ஒன்றையொன்று நிறைவு செய்கின்றன என்றும் வலியுறுத்தும் வகையில் அவர் இந்தச் சொல்லைப் பயன்படுத்துகிறார். உண்மையில் பாதராயணர் இந்த அடிப்படையில் தான் தம்முடைய வேதாந்த சாஸ்திரத்தின் முழுக்கட்டமைப்பையும் உருவாக்கியிருக்கிறார்.

பாதராயணரின் இந்தக் கொள்கை - உபநிடதங்கள் வேதத்தின் பகுதி என்றும், வேதங்களுக்கும் உபநிடதங்களுக்கும் இடையே மோதல் எதுவும் இல்லை என்றும் கூறுவது - உபநிடதங்களின் கருத்தோட்டத்துக்கும், அவற்றுக்கும் வேதங்களுக்குமிடையிலான உறவு நிலைக்கும் முரணானது. பாதராயணரின் மனப்போக்கைப் புரிந்து கொள்வது எளிதாயில்லை. பாதராயணர் தம்முடைய போரைத் தொடங்கும் போதே எதிரியின் கருத்துச் செல்லத்தக்கதே என்று ஒப்புக்கொள்ளும் பரிதாப நிலையில் இருக்கிறார் என்பது தெளிவாக உள்ளது. வேதங்கள் பொய்யாதவை என்ற கருத்தை உபநிடதங்கள் எதிர்த்துள்ள போதிலும். இந்த விஷயத்தில் அவர் ஜைமினிக்கு விட்டுக்கொடுத்தது ஏன்? உண்மையை, முழு உண்மையை. உண்மையைத் தவிர வேறொன்றும் இல்லாததை அவர் ஏன் உறுதியாக ஆதரித்து நிற்கவில்லை. இது விளக்கம் தேவைப்படுகின்ற ஒரு புதிர் ஆகும்.

பின் இணைப்பு 3

திரிமூர்த்தியின் புதிர்[1]

இந்து சமூகம் பல்வேறு சாதிகளைக் கொண்டதாக இருப்பதைப் போலவே இந்து மதமும் பல பிரிவுகளைக் கொண்டதாக உள்ளது. ஆனால் சாதிகள் பற்றி ஆய்வதற்குச் செலுத்தப்படும் கவனத்தில் பாதியளவுகூட இந்த மதப்பிரிவுகளைப் பற்றி ஆய்வதற்குச் செலுத்தப்படவில்லை. இது விசித்திரமானது என்பதுடன் துரதிர்ஷ்ட வசமானதும் ஆகும். இந்தியாவின் வரலாற்றில் சாதிகள் ஆற்றியுள்ள பெரும் பங்கைப் போலவே மதப்பிரிவுகளும் பங்காற்றியுள்ளன. உண்மையில் இந்திய வரலாறு இன்று உள்ள நிலைக்கு உருவாகியிருப்பதற்கு, சில சாதிகளைப் போலவே சில மதப்பிரிவுகளும் காரணமாகும்.

இந்து மதத்தில் உள்ள பிரிவுகள் ஏராளம். இவை எல்லாவற்றின் தோற்றங்களைப் பற்றியும். இவற்றின் இடையிலான ஒற்றுமை வேற்றுமைகள் பற்றியும் ஒரு அத்தியாயத்தில் கூறிவிட முடியாது. இவற்றில் முக்கியமான சிலவற்றை மட்டும் எடுத்துக்கொண்டு, இவை தொடர்பான சில பிரச்சினைகளைச் சுட்டிக்காட்டுவது மட்டுமே இயல்வதாகும். இவற்றில் மூன்று மதப்பிரிவுகள் இந்தியாவின் வரலாற்றில் மிகவும் முக்கியமானவை. இவற்றில் ஒன்று பிரமாவை வணங்குவதையும், இரண்டாவதுவிஷ்ணுவை வணங்குவதையும் மூன்றாவதுசிவன் அல்லது மகேசனை வணங்குவதையும் தங்கள் நம்பிக்கையாகக்கொண்டுள்ளன. இந்த மதப் பிரிவுகளின் தோற்றத்தையும் வரலாற்றையும் ஆராய்கின்றவருக்குப் புரியாத புதிராகப்பின் வரும் கேள்விகள் உள்ளன.

சூள் - நித்தேசம் என்ற பவுத்த மத நூல் இந்தியாவில் ஒரு காலத்தில் நிலவியிருந்த பல்வேறு மதப்பிரிவுகளைக் குறிப்பிடுகிறது. கோட்பாடுகள் சம்பிரதாயங்கள் அடிப்படையில் இவற்றைப் பின் வருமாறு பட்டியலிடலாம் :

இந்தப் புதிரைக் கடவுளின் எழுச்சியும் வீழ்ச்சியும் பற்றிய புதிர் எண் 11-உடன் சேர்த்துப் படிக்கலாம். உள்ளடக்க அட்டவணையில் 'திரிமூர்த்தியின் புதிர்' என்ற தலைப்புக் காணப்படவில்லை. அரசுக்குக் கிடைத்த பிரதியிலும் அது இல்லை. இந்தப்பிரதியைத் திரு எஸ்.எஸ். ரேகே கொடுத்து உதவியிருக்கிறார். -பதிப்பாசிரியர்கள்.

I கோட்பாடுகள்

வரிசை எண்	மதப்பிரிவின் பெயர்	மதப்பிரிவின் சராம்சம்
1.	ஆஜீவிக சிராவகா[1]	ஆஜீவிகா[2]
2.	நிகத்த சிராவகா	நிகுத்தா[3]
3.	ஐடில சிராவகா	ஐடிலா[4]
4.	பரிவ்ராஜக சிராவகா	பரிவ்ராஜகா[5]
5.	அவருத சிராவதா	அவருதகா

II வழிபாட்டு முறைகள்

வரிசை எண்	மதப்பிரிவின் பெயர்	வழிபடப்படும் கடவுள்
1.	ஹஸ்தி விரதிகர்[6]	ஹஸ்தி[7]
2.	அஸ்வ விரதிகள்	அஸ்வம்[8]
3.	கோ விரதிகர்	கோ[9]
4.	குகுர் விரதிகர்	குக்கு[10]
5.	காக விரதிகர்	காகம்[11]
6.	வாசுதேவ விரதிகர்	வாசுதேவர்
7.	பலதேவ விரதிகர்	பலதேவர்
8.	பூரண பத்திர விரதிகர்	பூர்ண பத்திரர்
9.	மணி பத்திர விரதிகர்	மணி பத்திரர்
10.	அக்னி விரதிகர்	அக்னி
11.	நாக விரதிகர்	நாகம்
12.	சுபர்ண விரதிகர்	சுபர்ணர்

1 சிராவாகா என்றால் பின்பற்றுவர் என்று பொருள்
2.வாழ்க்கை முறை பற்றித் தனிப்பட்ட விதிகளைக் கொண்ட துறவிகள்.
3.எல்லாக் கட்டுக்களிலிருந்தும் தடைகளிலிருந்தும் விடுதலை பெற்ற துறவிகள்
4.முடியைத் தலைமேல் முறுக்கிக் கட்டி கொள்ளும் துறவிகள்
5.சமூகத்திலிருந்து தப்பிச் செல்லும் துறவிகள்
6.விரதிகர் என்றால் வழிபடுபவர் என்று பொருள்
7.யானை
8.குதிரை
9.பசு
10.நாய்
11.காக்கை

வரிசை எண்	மதப்பிரிவின் பெயர்	வழிபடப்படும் கடவுள்
13.	யட்ச விரதிகர்	யட்சர்
14.	அசுர விரதிகர்	அசுரர்
15.	கந்தர்வ விரதிகர்	கந்தவர்
16.	மகாராஜ விரதிகர்	காராஜர்
17.	சந்திர விரதிகர்	சந்திரன்
18.	சூரிய விரதிகர்	சூரியன்
19.	இந்திர விரதிகர்	இந்திரன்
20.	பிரம விரதிகர்	பிரம்மா
21.	தேவ விரதிகர்	தேவர்
22.	தீஷ விரதிகர்	தீஷர்

மூன்று கடவுள்களை வழிபடும் மதப் பிரிவுகளைப் பட்டியலில் உள்ள பல்வேறு கடவுள்களை வணங்கும் மதப் பிரிவுகளுடன் ஒப்பிட்டால் இரண்டு முடிவுகள் தெளிவாகத் தெரிகின்றன. ஒரு முடிவு விஷ்ணுவையும் மகேசனையும் வழிபடும் பிரிவுகள் புதிதாக உருவாக்கப்பட்டவை என்பது. இரண்டாவது, பழைய பிரிவுகள் எல்லாம் மறைந்துவிட்டன என்பது. இந்த விசித்திரமான நிலைமைக்குக் காரணம் என்ன என்று ஆராய்ந்தால், புதிய மதப்பிரிவுகளைப் பரப்புவதற்குப் பிராமணர்கள் முன்னின்று செயல்பட்டிருந்தாலன்றி அவை நடைமுறைக்கு வந்திருக்க முடியாது என்பது மிகத்தெளிவாகத் தெரிகிறது. அதே போல் மற்ற மதப் பிரிவுகளைப் பரப்புவதைப் பிராமணர்கள் நிறுத்திக்கொள்ள வில்லை என்றால் அவை மறைந்திருக்க முடியாது. பிராமணர்கள் இந்தப் புதிய பிரிவுகளை ஏன் பரப்பினார்கள் என்பது வரலாற்று மாணவருக்குப் புரியாத புதிராக உள்ளது. பழைய மதப் பிரிவுகளை அவர்கள் ஏன் விட்டுவிட்டார்கள்? இந்தக் கேள்வி புரியாதது மட்டுமல்ல திகைப்பளிப்பதாகவும் உள்ளது. ஏனென்றால் இந்தப் புரட்சியில் மறைந்து போன கடவுள் வேறு யாருமல்ல. வேதத்தில் கூறப்படும் கடவுளான இந்திரனே அவர். வேதங்களின் கடவுள்களிலேயே மிகப் பெரியவர் இந்திரன் பிராமணர்கள் ஆயிரக்கணக்கான ஆண்டுகள் இல்லாவிட்டாலும் நூற்றுக் கணக்கான ஆண்டுகளாகவேனும் இந்திரனை வழிபட்டு அவரை மிக உயர்ந்த கடவுள் என்று கொண்டாடியிருக்கிறார்கள். பிராமணர்கள் இந்திரனைக் கைவிட்டு, பிரமா, விஷ்ணு, மகேசன் ஆகிய கடவுளர்களை வழிபடத் தொடங்கியது ஏன்? இவ்வாறு பிராமணர்கள் தங்கள் விசுவாசத்தை மாற்றிக் கொண்டதற்கான காரணங்கள் ஆன்மிகமானவையா. வர்த்தக ரீதியானவையா?

இந்திரனைக் கைவிட்டுவிட்டுப் பிராமணர்கள் புதிதாக ஏற்றுக் கொண்ட சிவன் என்ற இந்தக் கடவுள் யார்? தட்சப் பிரஜாபதியின் வேள்வி பற்றிய கதையும், அதில் சிவனின் பங்கும், சிவனைப் பற்றிப் பல விஷயங்களைத் தெரிவிக்கின்றன. இந்தக் கதையின் படி இமயமலையில் எங்கோ ஓரிடத்தில் மன்னன் தட்சன் ஒரு வேள்வி செய்து கொண்டிருந்தான். இந்த வேள்வியில் தேவர்கள் தானவர்கள், பிசாசர்கள், நாகர்கள், ராட்சசர்கள், ரிஷிகள் ஆகிய அனைவரும் கலந்து கொண்டார்கள். ஆனால் சிவனுக்குத் தட்சன் அழைப்புக் கொடுக்காததால் அவர் வேள்விக்கு வரவில்லை. சிவனை அழைத்து அவருக்குப் பூசை செய்யாமலிருந்ததற்காக ரிஷிகளில் ஒருவரான ததீசி, தட்சனைக் கடிந்து பேசினார். தட்சன் சிவனை அழைக்க மறுத்து, "உங்கள் ருத்திரர்களில் பலரை நான் பார்த்திருக்கிறேன் நீர்போம், உங்கள் சிவனை நான் ஒப்புக்கொள்ளவில்லை" என்று கூறினான். இதற்கு ததீசி, "நீங்கள் எல்லோரும் சிவனுக்கு எதிராகச் சதி செய்திருக்கிறீர்கள் எச்சரிக்கிறேன், உங்கள் வேள்வி வெற்றிகரமாக நிறைவேறாது என்று கூறினார். மகாதேவருக்கு இது தெரிய வந்த போது அவர் தமது வாமிலிருந்து ஒரு ராட்சசனை உருவாக்கினார். அந்த ராட்சசன், தட்சன் தொடங்கிய வேள்வியை அழித்துவிட்டான். இதிலிருந்து பிராமணர்கள் சிவனை வழிபாட்டுக்குரிய கடவுளாக ஒப்புக்கொள்ள மறுத்த காலம் ஒன்று இருந்தது என்று தெரிகிறது. அல்லது சிவன் பிராமணர்களின் வேள்வி முறையை எதிர்த்தார் என்று தெரிகிறது.

ஆரியர்களுக்கும் ஆரியரல்லாதவர்களுக்கும் இடையிலான வேறுபாடு பண்பாட்டு ரீதியானதேயன்றி இன ரீதியானதல்ல. பண்பாட்டு வேறுபாடு இரண்டு முக்கிய அம்சங்களைக் கொண்டிருந்தது. ஆரியர்கள் சதுர் வருணத்தை நம்பினார்கள். ஆரியரல்லாதவர்கள் அதை எதிர்த்தார்கள். ஆரியர்கள் தங்கள் மதத்தின் சாராம்சம் வேள்வி செய்வதே என்று நம்பினார்கள் ஆரியரல்லாதவர்கள் வேள்வியை எதிர்த்தார்கள். இந்த உண்மைகளைக் கருத்தில் கொண்டு தட்சனின் வேள்வி பற்றிய கதையை ஆராய்ந்தால் சிவன், வேதத்தில் இல்லாத, ஆரியரல்லாதார்களின் கடவுள் என்று தெளிவாகிறது. வேதப்பண்பாட்டின் தூண்களான பிராமணர்கள் சிவனைத் தங்கள் கடவுளாக ஏன் ஏற்றார்கள் என்பதுதான் கேள்வி.

புரியாமலிருக்கும் மூன்றாவது கேள்வி, பிராமணர்கள் சிவனையும் விஷ்ணுவையும் முன்பு இருந்த வடிவத்திலிருந்து மாற்றியமைத்து ஒரு புதிய வடிவில் உருவாக்கியதாகும்.

சிவன் வேதத்தில் இல்லாத, ஆரியரல்லாதவர்களின் கடவுள் என்பது இந்துக்களுக்குத் தெரியாது. அவர்கள் சிவனை வேதத்தில்

கூறப்பட்ட கடவுளான ருத்திரனுடன் ஒன்றாகக் கருதுகிறார்கள். எனவே இந்துக்களுக்குச்சிவனும் ருத்திரனும் ஒருவரே ஆனால், யஜுர் வேதத்தின் தைத்திரிய சம்ஹிதையில் ருத்திரனைப் புகழும் மந்திரம் ஒன்று இருக்கிறது. இந்த மந்திரத்தில் சிவன் திருடர்களின் கொள்ளைக்காரர்களின் கடவுள் என்றும், தரம் தாழ்ந்தவர்கள், பானை செய்வோர், இரும்பு வேலை செய்வோர் ஆகியோரின் மன்னன் என்றும் வர்ணிக்கப்படுகிறார். திருடர்களுக்கும் கொள்ளைக்காரர்களுக்கும் மன்னனான சிவனைப் பிராமணர்கள் எப்படித் தங்களுடைய மிக உயர்ந்த கடவுளாக ஏற்றார்கள் என்பது கேள்வி.

ருத்திரனைத் தங்களுடைய கடவுளான சிவன் என்று ஏற்றுக்கொண்ட போது பிராமணர்கள் ருத்திரனின் பண்பில் மற்றொரு சீர்திருத்தம் செய்தார்கள். அசுவலாயன கிருஹ்ய சூத்திரத்தில் ருத்திரனை வழிபடுவதற்கான சரியான முறை கூறப்பட்டுள்ளது. ருத்திரனை வழிபடுவதற்கு ஒரு காளைமாட்டைப் பலியிட வேண்டும் என்று அது கூறுகிறது. இந்தப் பலியை நடத்துவதற்கான பருவம், நட்சத்திரம் போன்ற விவரங்களையும் அது குறிப்பிடுகிறது. பலியிடப்போகும் இல்வாழ்வான் தன்னுடைய மாட்டுத் தொழுவத்தின் மிகச்சிறந்த காளையைத் தெரிந்தெடுக்க வேண்டும் என்று அது கூறுகிறது. அது என்ன நிறத்தில் இருக்க வேண்டும் என்பதையும் கூறுகிறது. அது கொழுத்தமாடாக இருக்க வேண்டும் என்றும், அரிசி அல்லது பார்லி கலந்த தண்ணீரால் அதைப் புனிதமாக்க வேண்டும் என்றும் கூறுகிறது. பின்பு அதை வெட்டி, ருத்திரனின் எல்லாப் பெயர்களையும் சொல்லி அழைத்துப் பலியை நிவேதனம் செய்ய வேண்டும் என்றும், அதன் வால், தோல், தலை, கால்கள் ஆகியவற்றை நெருப்பில் போடவேண்டும் என்றும் அது கூறுகிறது. ருத்திரன் ஒரு இம்சைக் கடவுள் என்பதும் அவருக்குப் பலி கொடுப்பது அவசியம் என்பதும் புலனாகிறது. ஆனால் சிவன் அகிம்சைக் கடவுள். அவருக்கு விலங்குப் பலி கொடுக்கப்படுவதில்லை. பிராமணர்கள் எப்படிச் சிவனை மாமிச உணவைக் கைவிட்டுத் தாவர உணவாளராக மாற்றினார்கள் என்பது கேள்வி.

இந்தியா முழுவதிலும் இந்துக்கள் வெட்கமோ வருத்தமோ இல்லாமல் லிங்க பூஜை - ஆண்குறி வழிபாடு - செய்வதன் சிறப்பை ஒப்புக் கொள்கிறார்கள். ஆண்குறி வழிபாடு சிவனுடன் தொடர்புள்ளது. சிவனை வழிபடும் உண்மையான வழி சிவலிங்கத்தை வழிபடுவதே என்று கருதப்படுகிறது - லிங்க பூஜை எப்போதுமே சிவனுடன் தொடர்புள்ளதாக இருந்ததா? பேராசிரியர் தாண்டேகர் "வேதத்தில் விஷ்ணு" என்ற கட்டுரையில் சில சுவாரசியமான விஷயங்களை வெளிப்படுத்துகிறார். அவர் கூறுகிறார்:

"இது தொடர்பாக மிகவும் பொருள் நிறைந்த சொல் சிபிவிஸ்தா' என்பது. வேதத்தில் இந்தச் சொல் விஷ்ணுவைக் குறிப்பதற்கு மட்டுமே பயன்படுத்தப்படுகிறது.

ருக் வேதத்தில் இந்தச் சொல் பயன்படுத்தப்பட்டுள்ள இடங்கள் (7-99.7; 7-100.5-6) வேண்டுமென்றே தெளிவில்லாதவையாக வைக்கப்பட்டுள்ளன என்றுதோன்றுகிறது. சிபிவிஸ்தா' என்ற சொல்லால் குறிக்கப் படுவதான விஷ்ணுவின் தன்மையை எச்சரிக்கையுடனும் இலேசாகவும் குறிப்பிடுவது வேதக் கவிஞரின் எண்ணம் என்று தோன்றுகிறது. இந்தச் சொல்லுக்கு விளக்கம் கூறப் பல முயற்சிகள் செய்யப்பட்டுள்ளன. ஆனால் தத்துவ வாதத்தின் தேவையை நிறைவேற்றுவனவாக இவை அமையவில்லை. இவற்றில் ஒன்று கூட விஷ்ணுவின் தன்மையை வெளிப்படுத்த வில்லை. மொழியியல் ரீதியாக. ஸேபா' (ஆண்குறி) என்ற சொல்லை ஸ்பி ' என்ற சொல்லிலிருந்து தனியாகப் பிரிக்கமுடியாது. இது போன்ற வேறு சொல்வடிவங்கள், ஸிபா (வேர்), பிராகிருதத்தில் சேபா, லத்தீனில் சிப்பஸ், சைப்பியோ (கோல்) முதலானவை. நிருக்தம் (5-7) கூட இந்தக் கருத்தை ஓரளவு ஆதரிப்பதாகத் தோன்றுகிறது: ஆயினும் அதைப்பற்றித் தொடர்ந்து தரப்படும் விளக்கம் தெளிவாக இல்லை. அந்தச் சொல்லுடன் ஒரு வேர்ச்சொல்லின் வடிவமும் சேர்ந்து முழுச் சொல்லும் மாறும் ஆண்குறி ஆண்குறி விரிவடைவதும் சுருங்குவதும் என்று பொருள்படுகிறது. விஷ்ணுவின் இந்த வடிவம் பற்றிப் பேசும் வேதக்கவிஞர்கள் எச்சரிக்கையுடனும் தெளிவில்லாமலும் பேசுவது ஏன் என்பதை இப்போது புரிந்து கொள்ளலாம். இது தொடர்பாக, விஷ்ணுவின் இந்தப் பெயர் குறித்து நிருக்தம் (5-7) என்ன கூறுகிறது என்பதும் கவனிக்கத்தக்கது. இவ்வாறாக சிபிவிஸ்தா என்ற சொல் விஷ்ணு பண்டைக்காலத்தில் ஆண்குறியுடன் தொடர்புபட்டிருந்த தன்மையைச் சந்தேகமில்லாமல் பாதுகாக்கிறது. வேத மந்திரங்களிலும் சடங்குகளிலும் காணப்படும் வேறு சில குறிப்புகளும் விஷ்ணுவைக் கருவுறுத்தல். உற்பத்தித்தன்மை. தன்னுயிரத்தன்மை ஆகியவற்றுடன் தெளிவாகத் தொடர்பு படுத்துகின்றன."

"வேதரீதியான சிரார்த்தசடங்கில் பொருள் விளங்காத அம்சங்களில் ஒன்று, அங்குஷ்டத்தை. நகம் இல்லாமல், பிதுர்க்களுக்காக வைத்திருக்கும் நிவேதனத்தில் முக்குவதாகும். இதைச் செய்யும் போது விஷ்ணுவைக் குறித்த துதிப்பாடல் சொல்லப்படுகிறது. அங்குஷ்டம் சந்தேகமின்றி ஆண்குறியின் அடையாளமாகும். இந்தச் சடங்கில் விஷ்ணு, வேதத்தில் உள்ள விஷ்ணுவின் ஆண்குறி அம்சத்துடன் தொடர்புபடுத்தப்படுகிறார். பிற்கால இலக்கியத்தில் விஷ்ணு கட்டைவிரலுடன் ஒன்றுபடுத்திக் குறிப்பிடப்படுகிறார். விஷ்ணு பூமித்தாயினுள் நுழைந்ததாகக் கூறப்படுவதும் ஒரு கருவுறுத்தல் சடங்கின்

உருவகவர்ணனையே. விஷ்ணுவைக் குறிக்கும் 'தன் வர்த்தனஹ' என்ற சொல்லும், அவரது ஆண்குறித் தொடர்பைக்குறிப்பதாகக்கருதலாம். பிற்கால இலக்கியத்தில் விஷ்ணு ஹிரண்யகர்பனுடனும் நாராயண்ணுடனும் ஒன்றாகக்கருதப்படுவதும் குறிப்பிடத் தக்கது. விஷ்ணு, சினிவாலி (அதர்வண வேதம் VII.*46.3*) என்ற அகலமான இடுப்பை உடைய' தெய்வத்துடன் (இந்தத் தெய்வம் பெண்களின் பாலியல் செயல்களைப் பாதுகாப்பது) இணைத்துக் கூறப்படுவதும் விஷ்ணுவின் இந்த அம்சத்தைப் புலப்படுத்து கின்றன. சாங்க்யான கிருஹ்ய சூத்திரத்தின்படி (*1.22.13*) இந்த மந்திரம் (X.*184.1.*) கர்ப்பச் சடங்கில் கூறப்படுகிறது. இது, விஷ்ணு கருவைப் பாதுகாப்பவர் என்ற கருத்தைச் சுட்டிக்காட்டுகிறது. அதர்வண வேதத்தில் (VII.*17.4*) விஷ்ணு பாலியல் செயல்பாடுகளுடன் தெளிவாகத் தொடர்புபடுத்தப்படுகிறார். விஷ்ணுவைக் குறிக்கும் இரண்டு அடைமொழிகள் - 'நிசிக்தபா' (VII.*36.9*) இந்திரியத்தைப் பாதுகாப்பவர், 'சுமஜ்ஜனி' (*1.156.2*) சுகப்பிரசவம் அளிப்பவர் - இதைக் காட்டுகின்றன. பௌம்ஸ்ய', ஆண்மையின் வலிமை, என்ற சொல் ருக்வேதத்தில் (V. *155.3-4*) விஷ்ணுவைக் குறித்துக் கூறப்படுகிறது. விருசகபி மந்திரத்தில் (X.*86*) இந்திரன் களைத்துப் போனபோது. துணிச்சலான, காமவேட்கை கொண்ட ஒரு குரங்கு அவனுக்கு ஏதோவொரு மருந்தைக் கொடுத்தாகவும், அதன்மூலம் இந்திரனுக்கு மீண்டும் ஆண்மை வலிமை வந்ததாகவும் கூறப்படுகிறது. இந்த விருசகபி, பிற்கால இலக்கியத்தில் விஷ்ணுவுடன் ஒன்றாகக் கூறப்படுகிறது. இந்தச் சொல் விஷ்ணு சகஸ்ரநாமத்தில் அவரது பெயர்களில் ஒன்றாகக் கூறப்படுகிறது."

பேராசிரியர் தாண்டேகர் தரும் சான்றிலிருந்து ஆண்குறி வழிபாடு, அதன் தொடக்க காலத்தில் விஷ்ணுவுடன் தொடர்புபட்டிருந்தது என்று தெரிகிறது. புராணங்களிலும் அது அவருடன் தொடர்புபட்டுள்ளது. மிகவும் வியப்பளிக்கும் உருமாற்றம் ஒன்று ஏற்பட்டுள்ளது. லிங்க வழிபாட்டின் தொடக்க நிலையில் அதனுடன் தொடர்புபட்டிருந்த விஷ்ணு அதிலிருந்து பிரிக்கப்பட்டு, அதனுடன் எந்தத் தொடர்பும் இல்லாமலிருந்த சிவன் அதனுடன் இணைக்கப்பட்டுள்ளார். பிராமணர்கள் விஷ்ணுவை லிங்க வழி பாட்டிலிருந்து பிரித்து. அதைச் சிவனுடன் இணைக்கச் செய்தது எது?

கடைசியாக முக்கியமான கேள்வி. இது பிரமா, விஷ்ணு, மகேசன் ஆகியோருக்கிடையிலான உறவு நிலை பற்றியது. இந்த மூன்று கடவுள்களினிடையிலான உறவு நிலையைத் தத்தாத்ரயர் என்ற கடவுளின் பிறப்பைப் பற்றிய கதை நன்றாக உணர்த்துகிறது. சுருக்கமாக, இந்தக் கதை வருமாறு: மூன்று கடவுள்களின் மனைவியரான

சரஸ்வதி, லட்சுமி, பார்வதி ஆகியோர் ஒரு நாள் ஒன்றாக அமர்ந்து பேசிக்கொண்டிருந்தபோது, எப்போதும் சுற்றுப்பயணம் செய்து கொண்டேயிருக்கும் நாரத முனிவர் அங்கு வந்தார். பேச்சினிடையே கற்பில் மிகச் சிறந்த பெண் யார் என்ற கேள்வி எழுந்தது. அதரி ரிஷியின் மனைவியான அனுசூயா தான் கற்பில் மிகச் சிறந்தவள் என்று நாரதர் கூறினார். அந்த மூவரும் இதை மறுத்து ஒவ்வொருவரும் தானேதான் அந்தச் சிறப்புக்கு உரியவள் என்று கூறினார்கள். ஆனால் நாரதர் அவர்கள் கற்பு நெறி தவறி நடந்த செயல்களை எடுத்துக்கூறி அவர்கள் கூறியதை மறுத்தார். அவர்கள் பதில் பேச முடியாமல் போயிற்று: ஆனால் அவர்கள் மிகவும் சினமடைந்தார்கள். அவர்கள் அனுசூயாவை விடத் தாங்கள் தாழ்ந்துவிடவில்லை என்று காட்ட விரும்பினார்கள். இதற்குச் சரியான வழி அனுசூயாவைக் கற்பு நிலைக்கு மாறாகத் தவறான பாலுறவில் ஈடுபடச் செய்வதே என்று அவர்கள் நினைத்தார்கள். இவ்வாறு மனத்தில் திட்டம் செய்து கொண்டு அவர்கள் மாலையில் தங்கள் கணவர்கள் திரும்பி வந்ததும் நாரதர் தங்களைப்பற்றிக் கூறியதைச் சொல்லி, தாங்கள் இவ்வாறு அவமானப் பட்டதற்கு அவர்கள் தான் காரணம் என்று குற்றம் சாட்டினார்கள், அவர்கள் அனுசூயாவுடன் பால் உறவு கொண்டிருந்தால், அவளும் தாங்களும் ஒரே நிலையில் இருந்திருக்க முடியும் என்றும் நாரதர் தங்களைக் குறைத்துப் பேசியிருக்க முடியாது என்றும் கூறினார்கள். அவர்கள் தங்கள் மனைவியரிடம் அன்பு கொண்டவர்கள் என்றால், உடனே போய் அனுசூயாவின் கற்பைக் கெடுத்து நாரதர் அவளைத் தூக்கி வைத்திருந்த உயர்ந்த பீடத்திலிருந்து கீழே தள்ளிவிடுவது அவர்களின் கடமையல்லவா என்று கேட்டார்கள். மூன்று கடவுள்களும் தங்கள் மனைவியர் சொன்ன யோசனைப்படி செய்வது தங்கள் கடமை என்றும் அதைச் செய்யாமலிருக்க முடியாது என்றும் கருதினார்கள்.

மூன்று கடவுள்களும் அனுசூயாவின் கற்பைச் சூறையாடுவதற்காக அத்ரியின் குடிலுக்குப் புறப்பட்டுச் சென்றார்கள். மூவரும் மூன்று பிராமணத்துறவிகளாகத் தங்களை உருமாற்றிக்கொண்டார்கள். அவர்கள் அங்கு போய்ச் சேர்ந்தபோது அத்ரி வெளியே போயிருந்தார். ஆனால் அனுசூயா அவர்களை வரவேற்று அவர்களுக்கு உணவு தயாரித்தாள், உணவு தயாரானதும் அவள் அவர்களை உணவு உண்ண அழைத்தாள். அதற்கு அவர்கள் தாங்கள் அவள் வீட்டில் உண்ண வேண்டுமானால் அவள் தங்களுக்கு நிர்வாணமாக உணவு படைக்கவேண்டும் என்று நிபந்தனை போட்டார்கள். பண்டைக்கால இந்தியாவின் விருந்தோம்பல் விதியின்படி பிராமண விருந்தாளி மனத்திருப்தி அடையாமல் போகக்கூடாது. அவர் கேட்டதெல்லாம் கொடுக்கப்பட வேண்டும். இந்த விதிக்கிணங்க அனுசூயா அவர்களுக்கு நிர்வாணமாக உணவு படைக்கச் சம்மதித்தாள்.

இவ்வாறு அவள் நிர்வாணமாக உணவு படைத்துக் கொண்டிருந்த போது அத்ரி வந்துவிட்டார். அவரைப் பார்த்ததும் மூன்று கடவுள்களும் புதிதாகப் பிறந்த குழந்தைகளாக உருவமெடுத்துக் கொண்டார்கள். அந்த மூன்று குழந்தைகளையும் அத்ரி எடுத்து ஒரு தொட்டிலில் வைத்தார். தொட்டிலில் அந்த மூன்று பேரின் உடல்களும் ஒன்றாக இணைந்து விட்டன; தலைகள் மட்டும் தனித்தனியாக இருந்தன. பிரமா, விஷ்ணு, மகேசன் ஆகிய மூன்று கடவுள்களையும் குறிக்கும் மூன்று தலைகளையும் ஒரே உடலையும் கொண்ட இந்த உருவம் தான் தத்தாத்ரயர்.

இந்தக்கதையில் ஒழுக்கக்கேட்டின் துர்நாற்றம் வீசுகிறது. கதையின் முடிவு, மூன்று கடவுள்களும் அனுசூயாவைத் தங்கள் மனைவியரின் நிலைக்குக் கீழே இறக்குவதற்காக அவளுடைய கற்பைக் குலைத்ததை மறைப்பதற்காக வேண்டுமென்றே மாற்றப்பட்டுள்ளது. இது எப்படியிருந்தாலும், பிரமா, விஷ்ணு, சிவன் ஆகிய மூன்று கடவுள்களும் சமமான நிலையில் உள்ளவர்கள் என்றும், அவர்களுடைய தொழில்கள் ஒன்றையொன்று நிறைவு செய்கின்றனவேயன்றி, போட்டியாக இல்லை என்றும் ஒரு காலத்தில் இந்துக்களிடையே நிலவிய கருத்தை இந்தக்கதை எடுத்துக் காட்டுகிறது. இவர்கள் திரிமூர்த்தி - ஒன்றில் மூன்றாகவும், மூன்றும் ஒன்றாகவும் உள்ள கடவுள் - என்று அழைக்கப்பட்டார்கள். மூவரும் சேர்ந்து உலகை நிலைக்கச் செய்தார்கள். பிரமா படைத்தும், விஷ்ணு பாதுகாத்தும், சிவன் அழித்தும் இதைச் செய்தார்கள் என்று கருதப்பட்டது.

பிராமணர்கள் பிரமாவை என்ன செய்தார்கள் என்பது சுவாரஸ்யமானது. ஒரு காலத்தில் பிராமணர்கள் பிரமாவை அதிகாரத்திலும் பெருமையிலும் உச்ச நிலைக்கு உயர்த்தி வைத்திருந்தார்கள். அவர்தான் பிரபஞ்சத்தைப் படைத்தவர் முதலாவது பிரஜாபதி என்று அவர்கள் கூறினார்கள். அவர்களுக்கு அவர்தான் ஒரே உயர்ந்த கடவுளாக இருந்தார். பிராமணர்கள் அவதாரத் தத்துவம் ஒன்றை உருவாக்கியிருந்தார்கள். அவசியாமாகும் போது கடவுள் மனிதராகவோ, விலங்குகளாகவோ வெவ்வேறு வடிவங்களை எடுத்து உலகில் அவதரிக்கிறார் என்பது இந்தக் கொள்கை. இதை அவர்கள் இரண்டு நோக்கங்களுக்குப் பயன்படுத்துகிறார்கள். தாங்கள் அக்கறை கொண்டுள்ள ஒரு கடவுளை எல்லோரிலும் உயர்ந்தவராகக் காட்டுவதற்கு இது பயன்படுத்தப்படுகிறது. இராண்டாவதாக, கடவுள்கள் வெவ்வேறு நபர்களாயிருப்பதால் ஏற்படும் முரண்பாடுகளைச் சமன் செய்வதற்கும் இது பயன்படுத்தப்படுகிறது.

பிராமணர்கள் இந்த அவதாரக் கொள்கையை வைத்து எல்லையற்ற கற்பனைகள் செய்திருக்கிறார்கள். புராணங்களில் அவதாரங்கள் பற்றி வெவ்வேறு பட்டியல்கள் தரப்பட்டுள்ளன.

இந்தப் பட்டியல்கள் பின்வருமாறு உள்ளன:

எண்	ஹரிவம்சத்தின் படி	நாராயணி ஆக்யானத்தின் படி	வராக புராணத்தின் படி	வாயு புராணத்தின் படி	பகவத் புராணத்தின் படி
1.	வராகம்	ஹம்சம்	கூர்மம்	நரசிம்மம்	சனத்குமாரர்
2.	நரசிம்மம்	கூர்மம்	மத்ஸ்யம்	வாமனன்	வராகம்
3.	வாமனன்	மத்ஸ்யம்	வராகம்	வராகம்	
4.	பரசுராமர்	வராகம்	நரசிம்மம்	கூர்மம்	நர-நாராயணர்
5.	இராமர்	நரசிம்மம்	வாமனன்	சங்க்ராம்	கபிலர்
6.	கிருஷ்ணர்	வாமனன்	பரசுராமர்	அதிவகா	தத்தாத்ரேயர்
7.	பரசுராமர்	இராமர்	திரிபுராரி	ஐட்னா	
8.	இராமர்	கிருஷ்ணர்	அந்தாகர்	ரஷபா	
9.	கிருஷ்ணர்	புத்தர்	துவஜா	பிரிதி	
10.	கல்கி	கல்கி	வர்த்தா	மத்ஸ்யம்	
11.			ஹாஹாலம்	கூர்மம்	
12.				கோல்ஹா	தன்வந்திரி
13.				ஹாலம்	
14.					மோகினி
15.					நரசிம்மம்
16.					வாமனன்
19.					நரதேவ்
20.					இராமர்
22.					புத்தர்
23.					கல்கி

இந்த அவதாரங்கள் எல்லாம் விஷ்ணுவின் அவதாரங்கள் என்று புராணங்கள் கூறுகின்றன. ஆனால் பிராமணர்கள் அவதாரங்களின் கதையை உருவாக்கத்தொடங்கியிருந்தபோது, இரண்டு அவதாரங்கள் - வாரகம்[1], மீன்[2] ஆகியவை பிரமாவின் அவதாரங்களாகக் கூறப்பட்டன.

1.இராமாயணம், முயிர் தமது சமஸ்கிருத நூல் பதிப்பில் காட்டியிள்ள மேற்கோள் தொகுதி4, ப33.

2.மகாபாரதம் வனப் பருவம் மற்றும் லிங்க புராணம், முயிரின் மேற் காட்டிய நூல், பக்.38-39

பிற்காலத்தில் இவை விஷ்ணுவுக்குக் கொடுக்கப்பட்டன. பிராமணர்கள் சிவனையும் விஷ்ணுவையும் பிரமாவுடன் சமமானவர்களாக ஏற்றபோதும் கூட, சிவனுக்கும் விஷ்ணுவுக்கும் மேலே உயர்ந்தவராக பிரமாவை வைத்திருந்தார்கள். பிராமணர்கள் அவர்தான் சிவனைப் பிறப்பித்தவர்[1] என்றும், அவருடைய கட்டளையின் படி தான் விஷ்ணு உலகத்தைக் காக்கும் தொழிலைச் செய்கிறார் என்றும் கூறினார்கள். கடவுள்கள் பலராக இருந்ததால் அவர்களுக்கிடையே போராட்டங்களும் எப்போதும் இருந்து வந்தன. இந்தச் சண்டைகளில் நடுவராக இருந்து அவற்றைத் தீர்த்து வைப்பவராக ஒரு கடவுள் இருக்க வேண்டியது அவசியமாயிற்று.

புராணங்களில் இத்தகைய மோதல்களும் போராட்டங்களும் நிறைந்துள்ளன. ருத்திரனுக்கும் நாராயணனுக்கும்[2] இடையேயும் கிருஷ்ணனுக்கும் சிவனுக்கும்[3] இடையேயும் மோதல்கள் இருந்தன. இந்த மோதல்களில் பிராமணர்கள் பிரமாவை நடுவராக இருக்கச் செய்தார்கள்

பிரமாவை மிக உயர்ந்த நிலைக்கு உயர்த்தி வைத்த பிராமணர்களே அவருக்கு எதிராகத் திரும்பி, அவரது நிலையை இறக்கவும், அவர் மீது கெட்ட பெயர் சுமத்தவும் தொடங்கினார்கள். பிரமா உண்மையில் விஷ்ணுவையும் சிவனையும் விடத் தாழ்ந்தவர் என்ற கருத்தை அவர்கள் பரப்பத் தொடங்கினார்கள். தாங்கள் முன்பு கூறியவற்றுக்கு மாறாக பிரமா, சிவனிடமிருந்து பிறந்தார்[4] என்று பிராமணர்கள் கூறினார்கள்: சிலர். விஷ்ணுவிடமிருந்து[5] அவர் பிறந்ததாகக் கூறினார்கள்.

பிராமணர்கள். சிவனுக்கும் பிரமாவுக்கும் இடையிலான உறவு நிலையைத் தலைகீழாக மாற்றிவிட்டார்கள் பிரமா முக்தியளிக்கும் கடவுள் அல்ல என்று ஆக்கப்பட்டார். சிவன் தான் முக்தியளிக்கும் கடவுள் என்றும்[6] பிரமா முக்தியடைவதற்காகச் சிவனையும் லிங்கத்தையும் வழிபடும் சாதாரண பக்தன் என்றும் மாற்றினார்கள். பிரமாவைச் சிவனின் வேலைக்காரன் ஆக்கி அவருக்கு தேரை ஓட்டும் வேலையைக் கொடுத்தார்கள்."[7]

---

1. விஷ்ணு புராணம், முயிர் மேற்படி ப.392.
2. இராமாயணம், முயிர், மேற்படி ப.477.
3. மகாபாரதம், சாந்திபருவம், முயிரின் மேற்கோள், முற்காட்டிய நூல், தொகுதி 4, ப.240.
4. மகாபாரதம், சாந்திபருவம், மேற்படி, ப.279
5. மகாபாரதம், அனுசாசன பருவம், முயிரின் மேற்காட்டிய நூல், ப. 188
6. பகவத் புராணம், மேற்படி, ப.43.
7. மாகாபாரதம், முயிர் காட்டியுள்ள மேற்கோள், தொகுதி, 4,ப.192

பிராமணர்கள் பிரமாவின் நிலையைத் தாழ்த்தியதுடன் நிற்கவில்லை. அவர்கள் மிக மோசமான முறையில் அவர் மீது அவதூறு கூறினார்கள். பிரமா, தமது சொந்த மகளான சரஸ்வதியைக் கற்பழித்தார் என்ற கதையைப் பரப்பினார்கள் இந்தக் கதை பாகவத புராணத்தில் திரும்பக் கூறப்பட்டுள்ளது.

"ஓ. க்ஷத்திரியனே. சுயம்பு (பிரமா) தமது அழகான மகள் வாக்கிடம் ஆசை கொண்டிருந்தார் என்றும், அவளுக்கு அவர்மேல் ஆசை இல்லை என்றும் கேள்விப்பட்டிருக்கிறோம். அவருடைய மகன்களான மரீசி முதலான முனிவர்கள் தங்கள் தந்தை தீய வழியில் மனம் செலுத்துவதைக் கண்டு அவரை அன்போடு கடிந்து பேசினார்கள். உங்களுக்கு முன் உள்ளவர்களும் பின் உள்ளவர்களும் செய்யாத செயல் இது அதிபதியான நீங்கள் உங்கள் மகளைக் காமத்துடன் அணுகுவது மனிதர்கள் பின்பற்றத் தகுந்த பெருமையுள்ளவர்களிடம் இது பாராட்டத் தக்க செயல் அல்ல. தம்முடைய ஒளியால் இந்தப் (பிரபஞ்சத்தை வெளிப்படுத்திய கடவுள் (விஷ்ணு) வாழ்க. அவர் தர்மத்தைக் காக்க வேண்டும்[1] தமது மகன்களான பிரஜாபதிகள் இவ்வாறு பேசுவதைக் கேட்ட பிரஜாபதிகளின் அதிபதி (பிரமா) வெட்கமடைந்து தமது உடலை விட்டுவிட்டார். இந்த பயங்கர உடல், பனிமூட்டமான இருள் என்று கூறப்படுகிறது."

இவ்வாறு பிரமா மீது கேவலமான குற்றச்சாட்டு கூறப்பட்டதன் விளைவாக அவர் முற்றிலுமாகப் பழிக்கப்பட்டவராகிவிட்டார். இந்தியாவில் அவரை வழிபடுவது முற்றிலுமாக மறைந்து விட்டது. திரிமூர்த்தியில் அவர் பெயரளவில் மட்டுமே ஒரு மூர்த்தியாயிருக்கிறார்.

பிரமா களத்திலிருந்து வெளியேற்றப்பட்ட பின், பிராமணர்களில் இரண்டு பிரிவினர் இருந்தார்கள். ஒரு பிரிவினர் சிவனையும், மற்றொரு பிரிவினர் விஷ்ணுவையும் ஆதரித்தார்கள். இருதரப்பினரும் தங்களுடைய கடவுள்களுக்கு ஆதரவாக என்ன செய்தார்கள் என்று பார்ப்போம். எந்த ஒரு தரப்பினரும் மறுதரப்புக் கடவுளின் வழிபாட்டை வெளியேற்ற முடியவில்லை. சிவன் வழிபாடும், விஷ்ணு வழிபாடும் நிலைபெற்று வளர்ந்து வந்துள்ளன. பின்னால் வேறு பல தெய்வங்களை வழிபடும் பிரிவுகள் தோன்றிய போதிலும் கூட இந்த இரண்டு கடவுள்களின் வழிபாடு மறைந்துவிடவில்லை. சிவனையும் விஷ்ணுவையும் ஆதரிக்கும் பிராமணர்கள் செய்த பிரசாரமும் எதிர்பிரசாரமும் தான் இதற்குக் காரணம். இந்த இரண்டும்

1 மேற்படி,ப. 153.முயிரின் மேற்காட்டிய நூல், தொகுதி 4, ப.47

ஒன்றுக்கொன்று எப்படி சரிசமமாக இருந்தன என்பதைப் பின் வரும் எடுத்துக்காட்டுகளிலிருந்து அறியலாம்.

விஷ்ணு, வேதத்தில் கூறப்படும் சூரியனுடன் தொடர்பு படுத்தப்பட்டுள்ளார். சிவனை வழிபடுவோர் அவரை அக்னியுடன் தொடர்புபடுத்துகிறார்கள். விஷ்ணுவுக்கு வேதத்தில் மூலம் கூறப்பட்டால் சிவனுக்கும் வேதத்தில் மூலம் கூற வேண்டும் என்பதே இதன் நோக்கம். உயர்ந்த மூலம் உள்ளவர் என்பதில் ஒருவர் மற்றவருக்குத் தாழ்ந்தவராக இருக்கக்கூடாது.

சிவன் விஷ்ணுவைவிட உயர்ந்தவராக இருக்க வேண்டும். விஷ்ணு சிவனை விடக் குறைந்தவராக இருக்கக்கூடாது. விஷ்ணுவுக்கு ஆயிரம்[1] பெயர்கள் உள்ளன. எனவே சிவனுக்கும் ஆயிரம் பெயர்கள் இருக்க வேண்டும் என்று அவருக்கும் ஆயிரம் பெயர்கள் கொடுக்கப்பட்டுள்ளன.[2] விஷ்ணுவுக்குச் சில அடையாளங்கள்[3] உள்ளன. எனவே சிவனுக்கும் சில அடையாளங்கள்[4] கொடுக்கப்பட்டன.

பெருமைக்குரிய செயல்களைச் செய்வதில் ஒரு கடவுளைப் பற்றிய பிரசாரமும், மற்றொரு கடவுளைப் பற்றிய எதிர்ப் பிரசாரமும் ஒன்றுக்கொன்று சளைக்காமலிருந்தன. இதற்கு ஓர் உதாரணம் கங்கை தோன்றியதைப் பற்றிய கதை[5] ஆகும். சிவ பக்தர்கள் கங்கை சிவனால் தோற்றுவிக்கப்பட்டது என்கிறார்கள். சிவனின் சடைமுடியிலிருந்து கங்கை வந்ததாக அவர்கள் கூறுகிறார்கள். ஆனால் வைஷ்ணவர்கள் இதை ஏற்கவில்லை. அவர்கள் வேறொரு கதையை உருவாக்கினார்கள். புனிதமானதும் புனிதமளிப்பதுமான கங்கை நதி விஷ்ணுவின் உறைவிடமாகிய வைகுண்டத்தில் விஷ்ணுவின் பாதங்களிலிருந்து வெளிப்பட்டு, கைலாசத்தில் இறங்கி சிவனின் தலைமேல் விழுந்தது என்பது இந்தக் கதை. இந்தக் கதையில் இரண்டு உட்குறிப்புகள் உள்ளன. முதலாவதாக, கங்கையைச் சிவன் தோற்றுவிக்கவில்லை. இரண்டாவதாக, சிவன் விஷ்ணுவை விடத் தாழ்ந்தவர் விஷ்ணுவின் பாதங்களிலிருந்து வரும் நீரைத் தமது தலைமேல் ஏற்பவர்.

மற்றொரு உதாரணம் தேவர்களும் அசுரர்களும் கடலைக் கடைந்த கதையில் காணப்படுகிறது. அவர்கள் மந்தர மலையை மத்தாகவும். சேஷனாகிய பெரிய பாம்பைக் கயிறாகவும் கொண்டு கடலைக் கடைந்தார்கள். அப்போது பூமி நடுங்கியது; உலகம் அழியப்போகிறது

1..பார்க்க விஷ்ணு சகஸ்ரநாமம்

2.இவை பத்ம புராணத்தில் கூறப்படுகின்றன.

3.மேலே கூறப்பட்டதைப் பார்க்க

4.இவை கங்கை நதி, சந்திரன், பாம்பு, சடை என்பன.

5.மூர், இந்து தெய்வங்கள், ப 40-41.

என்று மக்கள் அஞ்சினார்கள். விஷ்ணு கூர்ம (ஆமை) அவதாரம் எடுத்துப் பூமியைத் தம் முதுகின் மேல் தாங்கிக் கொண்டு, கடல் கடையப்படும் போது பூமி நடுங்காமல் காத்தார். இந்தக் கதை விஷ்ணுவின் பெருமையைக் காட்டுவற்காகக் கூறப்படுகிறது. சைவர்கள் இதற்கு ஒரு பின்னிணைப்புச் சேர்த்தார்கள். இதன்படி, கடலைக் கடைந்ததன் மூலம் அதிலிருந்து பதினான்கு மணிகள் என்று கூறப்படும் பதினான்கு பொருள்கள் வெளிப்பட்டன. இவற்றில் ஒன்று மிகக் கடுமையான நஞ்சு. அதை யாரேனும் குடித்தாலன்றி அது உலகத்தையே அழித்துவிடும். சிவன் ஒருவர்தான் அதைக் குடிக்க முன் வந்தார். இதன் கருத்து, எதிரிகளான தேவர்களையும் அசுரர்களையும் கடலைக் கடைய அனுமதித்து நஞ்சு வெளிப்படச் செய்த விஷ்ணுவின் செயல் முட்டாள் தனமானது என்பதாகும். நஞ்சைக்குடித்து விஷ்ணுவின் முட்டாள் தனத்தால் நேரவிருந்த பெரும் ஆபத்திலிருந்து உலகைக் காத்த சிவன் பெருமை மிக்கவர்.

மூன்றாவது உதாரணம், விஷ்ணு அறிவற்றவர் என்றும், சிவனே தமது பெரும் அறிவினாலும் பலத்தினாலும் விஷ்ணுவின் அறிவீனத்தின் விளைவிலிருந்து அவரைக் காப்பாற்றுகிறார் என்றும் காட்டுகின்ற முயற்சியாகும். இது அக்ரூராசுரன் கதை[1]. அக்ரூரன் கரடி முகம் கொண்ட அசுரன். ஆயினும் அவன் எப்போதும் வேதங்களைப் படித்துக் கொண்டும் பக்தியான செயல்களைச் செய்துகொண்டும் இருந்தான். விஷ்ணு இதனால் மகிழ்ச்சியடைந்து, அவன் என்ன வரம் கேட்டாலும் தருவதாகக் கூறினார். அக்ரூரன், அப்போது மூன்று உலகங்களிலும் உள்ள எந்தப் பிராணிக்கும் தனது உயிரைப் போக்கும் சக்தி இருக்கக்கூடாது என்று வரம் கேட்டான். விஷ்ணு அந்த வரத்தைக் கொடுத்தார். வரம்பெற்ற அசுரன் மிகவும் கர்வம் கொண்டு தேவர்களை ஒடுக்கினான். அவர்கள் ஓடி ஒளிந்து கொள்ள வேண்டியதாயிற்று. அக்ரூரன் உலகின் அதிபதியாகிவிட்டான். விஷ்ணு அசுரனின் நன்றி கெட்ட கொடுமையை நினைத்துக் கவலைப்பட்டுக் கொண்டு காளி நதியின் கரையில் உட்கார்ந்திருந்தார். அவருடைய உள்ளத்தில் கொதித்த கோபத்தினால் அவருடைய கண்களிலிருந்து முன்பு எப்போதுமே இருந்திராத உருவம் ஒன்று வெளிப்பட்டது. அதுதான் மகாதேவரின் அழிக்கும் தன்மை கொண்ட உருவம். அவர் ஒரு நொடியில் விஷ்ணுவின் கவலையைத் தீர்த்து வைத்தார்.

இதற்கு மாறாக, சிவன் அறிவற்றவர் என்றும், அவரது அறிவின்மையின் விளைவிலிருந்து விஷ்ணு அவரைக் காப்பாற்றுகிறார்

1.இந்தக் கதை விஷ்ணூ ஆகமத்தில் கூறப்படுகிறது. மூரின் 'இந்து தெய்வங்கள்' என்ற புத்தகத்தில் மேற்கோளாகக் காட்டப்பட்டுள்ளது. (பக்.19-20)

என்றும் காட்டுவதற்குப் பஸ்மாசுரன் கதை சொல்லப்படுகிறது. பஸ்மாசுரன் சிவனை மகிழ்வித்து அவரிடம் வரம் கேட்டான். யாருடைய தலையில் தன் கையை வைத்தாலும் அவர் உடனே எரிந்து போக வேண்டும் என்பது அவன் கேட்ட வரம். சிவன் வரத்தைக் கொடுத்துவிட்டார். பஸ்மாசுரன் சிவனின் தலையிலேயே தன் கையை வைக்க வந்தான். சிவன் பயந்துபோய் விஷ்ணுவிடம் ஓடி உதவி கேட்டார். விஷ்ணு அழகான ஒரு பெண்ணின் உருவத்தை எடுத்துக்கொண்டு பஸ்மாசுரனிடம் சென்றார். அவன் அவள் மேல் மோகம் கொண்டான். தான் அவனுக்கு இணங்க வேண்டுமானால் தான் சொல்கிறபடி செய்ய வேண்டும் என்று விஷ்ணு நிபந்தனை போட்டார். பஸ்மாசுரன் ஒப்புக்கொள்ளவே அவன் தன் தலையையே தன் கையால் தொட வேண்டும் என்று விஷ்ணு கூறினார். பஸ்மாசுரன் அவ்வாறே தன் தலையைத் தன் கையால் தொட்டதும் எரிந்து இறந்தான். சிவனின் அறிவீனத்தின் விளைவிலி அவரை காப்பாற்றிய பெருமை விஷ்ணுவுக்குக் கிடைத்தது.

கடவுள்களிடையே இருந்த போட்டிக்கும் அதன் விளைவான பகைமைக்கும் மிகச் சிறந்த உதாரணமாக இவர்களில் யார் முதலில் பிறந்தவர் என்பது பற்றிய கதையைக் குறிப்பிடலாம். இது ஸ்கந்த புராணத்தில்[1] கூறப்படுகிறது. இந்தக் கதையின் படி ஒரு சமயத்தில் விஷ்ணு, தேவியின் மார்பின் மேல் படுத்து உறங்கிக்கொண்டிருந்தார். அவரது கொப்பூழிலிருந்து தாமரைக்கொடி ஒன்று எழுந்து, தாமரை மலர் வெள்ளத்தின் மேல்பரப்புக்கு வந்தது. அந்த மலரிலிருந்து பிரமா தோன்றினார். தம்மைச்சுற்றிலும் எல்லையற்ற பரப்பில் வேறு எந்த உயிரும் இல்லாததைக்கண்டு தாமே முதலில் பிறந்தவராகவும், வருங்காலத்தில் தோன்றக்கூடிய எல்லாவற்றையும் விடத்தாமே உயர்ந்தவராக இருக்க உரிமை உள்ளவராகவும் எண்ணிக் கொண்டார். இருந்தாலும் பிரபஞ்சத்தில் வேறு உயிர் ஏதாவது இருக்கிறதா என்று பார்க்க நினைத்து, தாமரைத் தண்டின் வழியே கீழே இறங்கிச் சென்றார். அங்கே விஷ்ணு உறங்கிக் கொண்டிருப்பதைப் பார்த்து அவர் யார் என்று உரத்த குரலில் கேட்டார். 'நான் முதலில் பிறந்தவன்' என்று விஷ்ணு பதிலுரைத்தார். ஆனால் பிரமா அதை ஏற்க மறுத்ததால் இருவரும் சண்டையில் இறங்கினார்கள். அப்போது மகாதேவர் குறுக்கிட்டு 'நான் தான் உண்மையில் முதலில் பிறந்தவன்' என்றார். 'ஆயினும் உங்களில் யார் என்னுடைய தலையின் உச்சியை அல்லது என்னுடைய உள்ளங்கால்களைத்தேடி அடைகிறீர்களோ அவருக்கு

1.மூரின் ' 'இந்து தெய்வங்கள்' என்ற புத்தகத்தில் மேற்கோள் காட்டப்பட்டுள்ளது. (பக்.17-18)

என்னுடைய இடத்தைக் கொடுத்து விடுகிறேன்' என்றார். பிரமா உடனே மகாதேவரின் தலையைத் தேடிக்கொண்டு மேலே சென்றார். அதைக் கண்டுபிடிக்க முடியாமல் களைத்துத் திரும்பினார். ஆனால் தம்முடைய உரிமையை விட்டுக் கொடுக்க விரும்பாமல் தலையின் உச்சியைக் கண்டுவிட்டதாகக் கூறி, அதற்குச் சாட்சியாக முதலாவதாகப் பிறந்த பசுவை அழைத்தார். இவ்வாறு பிரமாவிடம் கர்வமும் பொய்யும் காணப்பட்டதைக் கண்டு கோபமடைந்த சிவன், பிரமாவுக்குப் புனிதச் சடங்குகள் எதுவும் நடத்தப்படக்கூடாது என்றும், பசுவின் வாய் அசுத்தமாகும் என்றும் கட்டளையிட்டார். விஷ்ணு திரும்பி வந்து மகாதேவரின் பாதத்தைத் தாம் கண்டுபிடிக்க முடியவில்லை என்று ஒப்புக்கொண்டார். அப்போது மகாதேவர், அவர்தான் முதலில் பிறந்தவர் என்றும், அவர்தான் எல்லோருக்கும் மேலானவராக இருக்கவேண்டும் என்றும் கூறினார். பின்பு மகாதேவர் பிரமாவின் ஐந்தாவது தலையைக் கொய்து விட்டார். இவ்வாறாகப் பிரமாவின் கர்வமும் அதிகாரமும் செல்வாக்கும் தொலைந்தன.

இந்தக் கதையின்படி பிரமா தானே முதலில் பிறந்தவர் என்று உரிமை கொண்டாடியது பொய்யானது. இதற்காக அவர் சிவனால் தண்டிக்கப்பட்டார். முதலில் பிறந்தவர் என்று கூறிக்கொள்ளும் உரிமையை விஷ்ணு அடைகிறார். ஆனால் அது சிவனின் தயவால் தான் கிடைக்கிறது. இவ்வாறு பிரமாவின் உரிமையைச் சிவனின் உதவியுடன் பறித்துக்கொண்டதற்காக, பிரமாவை வழிபடுவோர் விஷ்ணுவைப் பழிவாங்கினார்கள். அவர்கள் விஷ்ணு பிரமாவின் நாசித் துவாரங்களிலிருந்து ஒரு பன்றி வடிவில் வெளிப்பட்டுக் காட்டுப் பன்றியாக வளர்ந்தார் என்று ஒரு கதையை உருவாக்கினார்கள். விஷ்ணுவின் வராக அவதாரத்துக்கு அவர்கள் இவ்வாறு கேவலமான ஒரு விளக்கத்தைத் தந்தார்கள்.

கடவுள்களுக்கிடையே ஏற்பட்ட போட்டி, கடைக்காரர்களிடையே ஏற்படும் போட்டியைப் போல் ஆகிவிட்டது. இதன் விளைவாகச் சிவனை விஷ்ணுவும், விஷ்ணுவைச் சிவனும் வசை மொழிகளால் ஏசுகிறார்கள்.

திரிமூர்த்தி தோன்றியதையும் அதன் பிற்கால வரலாற்றையும் பற்றிய உண்மைகள் இவ்வாறு உள்ளன.

திரிமூர்த்தி என்ற கருத்தில் புதிதாக ஒன்றும் இல்லை.

இந்தக் கருத்து மிகவும் பழையது; யஸ்கர் காலத்துக்கும் முந்தியது. எண்ணற்ற கடவுள்கள் இருப்பதனால் ஏற்படும் குழப்பத்தைக் குறைப்பதற்காக, சில கடவுள்களைத் தெரிந்தெடுத்து அவர்களை மற்றக் கடவுள்களை விட உயர்ந்தவர்களாகச் செய்வதில் ஆரம்பகாலப்

பிராமணர்கள் ஈடுபட்டார்கள். தெரிந்தெடுக்க வேண்டிய கடவுள்களின் எண்ணிக்கை மூன்று என்று தீர்மானிக்கப்பட்டது. இந்த மூன்றில் இரண்டு கடவுள்களாக அக்னியும் சூரியனும் தெரிந்தெடுக்கப்பட்டார்கள். மூன்றாவது இடத்துக்கு, வாயுவுக்கும் இந்திரனுக்கும் இடையே போட்டி ஏற்பட்டது. இதனால், அக்னி. இந்திரன், சூரியன் என்றும், அக்னி, வாயு, சூரியன் என்றும் இரண்டு விதமான திரிமூர்த்தி இருப்பதைக் காண்கிறோம். புதிதாக ஏற்பட்ட திரிமூர்த்தி இந்தப் பழைய திரிமூர்த்தியின் கருத்தையே அடிப்படையாகக் கொண்டும், கடவுள்கள் மட்டும் வேறான வர்களாகவும் அமைந்துள்ளது. புதிய திரிமூர்த்தியின் ஒவ்வொரு கடவுளும் புதியவர்கள். முதலில் ஏற்பட்ட திரிமூர்த்தி கலைக்கப்பட்டபின் நீண்ட காலத்துக்குப் புதிய திரிமூர்த்தி எதுவும் ஏற்படவில்லை என்று தோன்றுகிறது. சூள நித்தேசத்தில் பிரம விரதிகர்கள் மட்டுமே குறிப்பிடப்படுகிறார்கள். விஷ்ணு விரதிகர்களோ சிவ விரதிகர்களோ குறிப்பிடப்படவில்லை. இதிலிருந்து சூள நித்தேசம் எழுதப்பட்ட காலத்தில் விஷ்ணு வழிபாடும் சிவன் வழிபாடும் ஏற்பட்டிருக்க வில்லை என்று தெரிகிறது. இவை பிற்காலத்தில் உருவாக்கப்பட்டு பிரமா வழிபாட்டுடன் சேர்க்கப்பட்டன. இவ்வாறு திரிமூர்த்தி உருவாயிற்று. திரிமூர்த்தியை உருவாக்குவதிலும் அதில் ஏற்பட்ட குழப்பங்களிலும் பிராமணர்களின் பங்கைக் கருதும்போது பல கேள்விகள் மனத்தில் எழுகின்றன. இது தொடர்பாக யூத சமயத்தலைவர்களும் நெபுகாத் நெசார் மன்னனும் நினைவுக்கு வருகிறார்கள்.

1. மன்னானகிய நெபுகாத்நெசார்[1] அறுபது முழ உயரமும் ஆறுமுழ அகலமுமான பொற்சிலையொன்றைச் செய்வித்து, அதைப் பாபிலோன் மாகாணத்தின் துரா என்ற சமவெளியில் நாட்டினான்.
2. பின்பு மன்னன் நெபுகாத் நெசார் சிற்றரசர்களையும், ஆளுநர்களையும், தலைவர்களையும், நீதிபதிகளையும், ஆலோசனைக் குழுவினர்களையும், கருவூல அதிகாரிகளையும். அமைதிக்காவலர்களையும், மாகாணங்களின் ஆட்சியாளர்களையும் தான் நாட்டிய சிலையின் பிரதிட்டைக்கு வருமாறு கட்டளையிட்டான்.
3. அவ்வாறே சிற்றரசர்களும், ஆளுநர்களும், தலைவர்களும், நீதிபதிகளும், கருவூல அதிகாரிகளும், ஆலோசனைக் குழுவினர்களும், அமைதிக்காவலர்களும், மாகாணங்களின் ஆட்சியாளர்களும் நெபுகாத்நெசார் மன்னன் நாட்டிய சிலையின் பிரதிட்டைக்கு வந்து சேர்ந்து, சிலையின் முன்னால் நின்றார்கள்.

1.பழைய ஏற்பாடு, தானியேல், அதிகாரம், வசனங்கள் 1-23.

4. அப்போது கட்டியக்காரன் உரத்த குரலில் கூறினான்:" இதனால் மக்கள் அனைவருக்கும், எல்லா இனத்தினருக்கும், மொழியினருக்கும் அறிவிக்கப்படுவது என்னவென்றால்

5. "எக்காளம், குழல், கின்னரம், சாம்புகை, சுரமண்டலம், தும்புரு முதலிய எல்லாவகை இசைக் கருவிகளும் ஒலிப்பதைக் கேட்டவுடன் நீங்கள் எல்லோரும் கீழே விழுந்து மன்னன் நெபுகாத்நெசார் நாட்டிய பொற்சிலையை வணங்கவேண்டும்.

6. "யாராவது அப்படி வணங்கவில்லையென்றால், அவன் அப்போதே எரிகிற தீச்சூளையின் நடுவில் போடப்படுவான்."

7. ஆகவே எக்காளம், குழல், கின்னரம், சாம்புகை, சுரமண்டலம், தும்புரு முதலிய எல்லாவகை இசைக்கருவிகளும் ஒலிப்பதைக் கேட்டவுடனே எல்லா மக்களும், எல்லா இனத்தவரும், எல்லா மொழியினரும் கீழே விழுந்து மன்னன் நெபுகாத் நெசார் அமைத்த பொற்சிலையை வணங்கினார்கள்.

8. அப்போது கல்தேயரில் சிலர் அருகில் வந்து யூதர்கள் மேல் குற்றம் சாட்டினார்கள்.

9. மன்னன் நெபுகாத்நேசாரிடம் அவர்கள் கூறினார்கள் "மன்னரே. நீர் நீடு வாழ்க".

10."மன்னரே, எக்காளம், குழல், கின்னரம், சாம்புகை, சுரமண்டலம், தும்புரு முதலிய எல்லா வகை இசைக்கருவிகளும் ஒலிக்கக் கேட்கும் ஒவ்வொரு மனிதனும் கீழே விழுந்து பொற்சிலையை வணங்கவேண்டும் என்று கட்டளை பிறப்பித்தீர்.

11. யாரேனும் கீழே விழுந்து வணங்கவில்லையென்றால் அவன் எரிகிற தீச்சூளையில் போடப்படுவான் என்றும் நீர் கட்டளையிட்டீர்.

12. ஆனால் பாபிலோன் மாகாணத்தின் காரியங்களைக் கவனிப்பதற்காக நீர் நியமித்த ஷாத்ராக், மேஷாக், ஆபேத் - நேகோ என்னும் யூதர்கள் உமது கட்டளையை அவமதித்து. உமது தெய்வங்களைப் பணியாமலும், நீர் நாட்டிய பொற்சிலையை வணங்காமலும் இருக்கிறார்கள்."

13. அப்போது நெபுகாத்நேசார் கடும் சினம் கொண்டு, ஷாத்ராக், மேஷாக். ஆபேத் - நேகோ ஆகியோரைக் கொண்டு வரும்படி ஆணையிட்டான். அவர்கள் மன்னன் முன் கொண்டு வரப்பட்டார்கள்.

14. நெபுகாத்நெசார் அவர்களை நோக்கிக் கூறினான் "ஷாத்ராக், மேஷாக், ஆபேத் - நேகோ ஆகிய நீங்கள் மூவரும் என் தெய்வங்களைப்

பணியாமலும், நான் நாட்டிய பொற்சிலையை வணங்காமலும் இருப்பது உண்மை தானா?

15. "இப்போதாவது எக்காளம், குழல், கின்னரம், சாம்புகை, சுரமண்டலம், தும்புரு முதலான எல்லா வகை இசைக்கருவிகளும் ஒலிப்பதைக் கேட்கும்போது நீங்கள் கீழே விழுந்து நான் அமைத்த பொற்சிலையை வணங்கத் தயாராயிருந்தால் நல்லது. வணங்கவில்லையென்றால் அப்போதே நீங்கள் எரிகிற தீச்சூளையில் போடப்படுவீர்கள்; உங்களை என் கைகளிலிருந்து தப்புவிக்கக்கூடிய கடவுள் யார் இருக்கிறார்?"

16. அதற்கு ஷாத்ராக், மேஷாக், ஆபேத் - நேகோ ஆகியோர் "நெபுகாத் நெசாரே, இந்த விஷயத்தில் உமக்குப் பதில் கூற எங்களுக்கு அக்கறையில்லை."

17. "ஏனென்றால், அரசே, நாங்கள் வழிபடுகின்ற எங்கள் கடவுள் எரிகின்ற தீச்சூளையிலிருந்தும் உம்முடைய கைகளிலிருந்தும் எங்களைக் காப்பாற்றி மீட்டுவிடுவார்" 18. "அப்படி ஆகாமற்போனாலும் உம்முடைய தெய்வங்களுக்கு நாங்கள் பணி செய்யமாட்டோம் - நீர் அமைத்த பொற்சிலையை வணங்கமாட்டோம் என்பதை நீர் தெரிந்துகொள்ளும்." என்றார்கள்.

19. அப்போது நெபுகாத்நெசாருக்குக் கடும் சினம் மூண்டது, அவன் கடுகடுப்பான முகத்தோடு ஷாத்ராக், மேஷாக், ஆபேத் நேகோ ஆகியோரைப் பார்த்தான். தீச்சூளையைச் சாதாரணமாகச் சூடாக்குவதை விட ஏழு மடங்கு அதிகமாகச் சூடாக்கும்படி அவன் உத்தரவிட்டான்.

20. பின்பு ஷாத்ராக், மேஷாக், ஆபேத்- நேகோ ஆகிய மூவரையும் கை, கால்களைக் கட்டி, அந்த எரிகிற தீச்சூளையில் போடும்படித் தன் படைவீரர்களுள் மிகுந்த உடல் வலிமை உள்ளவர்களுக்குக் கட்டளையிட்டான்.

21. உடனே அந்த மனிதர்களை அவர்களுடைய மேலங்கிகளோடும், நிசார்களோடும், தொப்பிகளோடும், மற்ற ஆடைகளோடும் கட்டி எரிகின்ற தீச்சூளையின் நடுவில் போட்டார்கள்.

22. மன்னனின் கட்டளையை உடனடியாக நிறைவேற்ற வேண்டியிருந்ததாலும் தீச்சூளை மிக அதிக வெப்பமாய் இருந்தாலும் ஷாத்ராக், மேஷாக், ஆபேத் - நேகோ ஆகியோரைத் தூக்கிச் சென்றவர்களைத் தீயின் சுவாலை கொன்றுவிட்டது.

23. ஷாத்ராக், மேஷாக், ஆபேத்-நேகோ ஆகிய மூவரும் கட்டப்பட்டவர்களாய் எரிகின்ற தீச்சூளையின் நடுவில் விழுந்தார்கள்.

பிராமணர்கள் ஏன் முதலாவது திரிமூர்த்தியைக் கைவிட்டாகள்? அந்தக் கடவுள்களை மறுக்க வேண்டும் என்று அவர்கள் கட்டாயப்படுத்தப்பட்டதாகக் காட்டும் அறிகுறி எதுவும் இல்லை. அவர்கள் அப்படிச் செய்தது ஏதேனும் ஆதாயத்துக்காகவா அல்லது பணத்தாசையினாலா?

இரண்டாவது கேள்வி, மூன்று கடவுள்களை வழிபட்ட பிராமணர்கள் ஏன் வாழு, வாழவிடு' என்ற கொள்கையைப் பின்பற்றவில்லை? ஒரு மதப்பிரிவு. மற்ற மதப்பிரிவை அழித்துவிடுவதில் குறியாய் இருந்தது ஏன்? இந்தப் பிரிவுகளிடையே கோட்பாடுகளில் வேறுபாடு எதுவும் இல்லை. அவர்களுடைய இறையியல், பிரபஞ்சவியல், தத்துவம் ஆகிய எல்லாம் ஒன்று தான் எனவே இந்தப் புதிர் மேலும் பெரியதாகிறது. இந்தச் சண்டை, மதச் சண்டையா? அரசியல் சண்டையா? பிராமணர்கள் மதத்தை அரசியல் ஆக்கினார்களா? இல்லையென்றால் இந்தச் சண்டைக்கு விளக்கம் என்ன?

பின் இணைப்பு 4

ஸ்மார்த்த தர்மம்[1]

ஸ்மார்த்த தர்மத்தின் புனித நூல்களாக இருப்பவை ஸ்மிருதிகள் அல்லது சட்டப் புத்தகங்கள் ஆகும். இந்தப் புத்தகங்கள் மதத்தின் சட்டங்களைக் கூறுகின்றன. இவை மிக விரிவாக அமைந்து. சட்டம். அரசு, சமூகத்தின் வெவ்வேறு வகுப்பு மக்களின் உரிமைகளும் கடமைகளும், பாவங்களுக்குக் கழுவாய்கள். குற்றங்களுக்குத் தண்டனைகள் முதலான பல்வேறு விஷயங்கள் பற்றிக் கூறுகின்றன. இந்த தர்மத்தில் முற்றிலும் மதச் சார்ப்பற்ற அம்சங்கள் இப்போது நாம் எடுத்துக்கொண்டுள்ள விஷயத்துக்குத் தொடர்பற்றவை. மதம் சம்பந்தப்பட்ட அம்சங்கள் மட்டுமே நாம் கவனிக்கத் தகுந்தவை.

ஸ்மார்த்த தர்மம், அதாவது ஸ்மிருதிகளை அடிப்படையாகக் கொண்ட தர்மம் ஐந்து கோட்பாடுகளை அடிப்படையாகக் கொண்டுள்ளது. முதல் கோட்பாடு. பிரமா, விஷ்ணு, மகேசன் அல்லது சிவன் ஆகிய மூன்று கடவுள்களை நம்புவது. இந்த மும்மூர்த்திகளில் பிரமா உலகத்தைப் படைப்பவர், விஷ்ணு பாதுகாப்பவர், சிவன் அழிப்பவர். ஸ்ரௌத்த தர்மத்தின் முப்பத்து மூன்று கடவுள்களுக்குப் பதிலாக ஸ்மார்த்த தர்மத்தின் கடவுள்களின் எண்ணிக்கை மூன்று மட்டுமே.

ஸ்மார்த்த தர்மத்தின் இரண்டாவது கோட்பாடு சம்ஸ்காரங்கள் எனப்படும் தூய்மைப்படுத்தும் சடங்குகளை ஒப்புக்கொள்வது. ஒவ்வொரு இல்வாழ்வானும் சில சடங்குகளைச் செய்ய வேண்டும் என்று ஸ்மார்த்த தர்மம் கூறுகிறது. அவன் அவ்வாறு செய்யவில்லை என்றால் அவன் பதிதன் ஆகிறான் அதாவது உயர்ந்த நிலையிலிருந்து தாழ்ந்தவன் எனவே... பவுராணிக தர்மத்தில் தண்டனைகளும்

(மேலே உள்ளது பக்கம் எண் 21 என்று எண் இடப்பட்ட தட்டச்சுப் பக்கமாகும். இந்த அத்தியாயத்தின் மற்ற பக்கங்கள் கிடைக்கவில்லை. பின்பு தொடர்ந்து தரப்படுபவை பக்கம் 55 முதல் 65 வரை மட்டும் நீலப் பென்சிலில் எண் இடப்பட்ட தனித்தாள்களில் உள்ளவை. பக்கம் எண் 56 இல்லை. இந்தப் பக்கங்கள் எல்லாவற்றிலும் ஆசிரியரின் கையெழுத்தில் திருத்தங்களும் குறிப்புகளும் உள்ளன.)

ஸ்மார்த்த தர்மம் மற்றும் தாந்திரிக தர்மம் பற்றிச் சில தனித்தாள்கள் உள்ளன. ஸ்மார்த்த தர்மம் பகுதி 2 என எண்ணிடப்பட்டுள்ளது. தாந்திரிக தர்மம் பகுதி 3 என எண்ணிடப்பட்டுள்ளாது. பகுதி 1 ஸ்ரௌத தர்மம் பற்றியதாக இருக்கலாம் எனத் தோன்றுகிறது. ஸ்மார்த்த தர்மத்தின் ஒரு பக்கம் மட்டுமே 21 என எண்ணிடப்பட்டுள்ளது. தாந்திரிக தர்மம் 55 ஆம் பக்கம் முதல் 65 ஆம் பக்கம் வரை உள்ளது. 56 ஆம் பக்கம் இல்லை. கையெழுத்துப் பிரதியாக உள்ள மூன்று பக்கங்கள் ஆசிரியரால் சேர்க்கப்பட்டுள்ளன. - பதிப்பாசிரியர்கள்.

கழுவாய்களும் மிக முக்கியமான இடத்தைப் பெற்றுள்ளன. ஸ்ரவுத் தர்மத்தில் தீயவர்கள் வருங்காலத்தில் பெறும் தண்டனைக்கும் யமனுக்கும் எந்தத் தொடர்பும் இல்லை. உயிர்வாழும் காலத்தில் செய்த பாவங்களுக்காக, இறந்தபின் தண்டனை பெறுவது அதில் இல்லை. ஆனால் புராணங்கள் இந்த விஷயத்தில் யமனின் அதிகாரங்களை மிகவும் விரிவாக்கியுள்ளன.

"யமன், இறந்தவர்களின் நீதிபதியாகவும் தண்டனை விதிக்கப்பட்டவர்களின் மேல் அதிகாரம் பெற்ற அதிபதியாகவும் இருக்கிறான். இறப்பவர்கள் எல்லோரும் அவன் முன் வருகிறார்கள். அவர்கள் வாழ்க்கையில் செய்த செயல்களை யெல்லாம் எழுதிவைத்துள்ள சித்திரகுப்தனை அவர்கள் சந்திக்கிறார்கள். நல்லவர்கள் சுவர்க்கத்துக்குச் செல்கிறார்கள். தீயவர்கள் நரகத்தின் வெவ்வேறு பகுதிகளுக்கு விரட்டி விடப்படுகிறார்கள்.

சித்திரகுப்தன் பயங்கரமான உருவமும் பிரளயகால மேகங்களின் இடியைப் போன்ற குரலும் உள்ளவன் மையாலான மலை போன்ற தோற்றமும், மின்னல் போன்ற ஆயுதங்களும் கொண்டவன் மூன்று யோசனை நீளம் கொண்ட முப்பத்திரண்டு கைகளும், சிவந்த கண்களும் நீண்ட மூக்கும், நீட்டிக்கொண்டிருக்கும் பற்களும், நீண்ட குளம் போன்ற கண்களும் கொண்டவன்."

பாவம் செய்தவர்கள் இறந்தபின் அதற்கான தண்டனையைப் பெறுவார்கள். பாவத்தைப் போக்குவதற்குச் சில கழுவாய்களைச் செய்தால் தண்டனையிலிருந்து தப்பலாம்.

ஆனால், பாவம் என்றால் என்ன? பவுராணிக தர்மத்தின்படி, அறநெறியை மீறித் தவறு செய்வது பாவம் அல்ல. புராணங்களில் விதிக்கப்பட்டுள்ள செயல்களைச் செய்யாமலிருப்பதே பாவமாகும். பவுராணிக தர்மம் இப்படியிருக்கிறது.

3 தாந்திரிக தர்மம்

தாந்திரிக தர்மம் என்று கூறப்படுவது சக்தி வழிபாட்டை மையமாகக் கொண்டுள்ளது. சக்தி என்றால் ஆற்றல் என்று பொருள்படும். ஆனால் தாந்திரிகத்தில் சக்தி என்பது ஒரு ஆண் கடவுளின் பெண் துணைவியைக் குறிக்கிறது. தாந்திரிக தர்மத்தின் இலக்கியம் பெரும் பரப்புக் கொண்டது: இந்து மத இலக்கியத்தில் இது ஒரு தனிப்பட்ட பிரிவாகவே அமைந்துள்ளது. இந்து மதத்தின் சாக்தப் பிரிவில் அதற்கென்றே உரியவையாகப் பெரும் எண்ணிக்கையிலான புராணப் பாத்திரங்களும் பெண் தெய்வங்களும் உள்ளனர். இந்துக் கடவுள்களில் இவர்கள் ஒரு தனிப்பிரிவாக உள்ளனர்.

தாந்திரிக தர்மம் பவுராணிக தர்மத்தின் ஒரு விரிவாக்கமாகவே முதலில் தொடங்குகிறது. புராணங்கள் தான் கன்னிப் பெண் தெய்வங்களை வழிபாட்டுக்கு உரியவர்களாக முதலில் ஏற்றன. பின்பு கடவுள்களின் மனைவியரான மணமான பெண் தெய்வங்களும் வழிபாட்டுக்கு உரியவர்களாக ஏற்கப்பட்டனர். கடவுள்களின் மனைவியரைத் தெய்வமாக வழிபடுவதற்கு உரியவர்களாக ஏற்றதை ஆதரித்துத்தான் புராணங்கள் சக்தி வழிபாட்டுக் கொள்கையை உருவாக்கின. புராணங்களின்படி ஒவ்வொரு கடவுளுக்கும் இரண்டு அம்சங்கள் உள்ளன ஒன்று செயல்படாமல் உள்ளடங்கியிருப்பது - மற்றொன்று வெளிப்பட்டுச் செயல்படுவது. இந்தச் செயல்படும் அம்சம் அந்தக் கடவுளின் சக்தி (அதாவது அவரது ஆற்றல்) எனப்படுகிறது. இந்தச் சக்தியைப் புராணங்கள் அந்தக் கடவுளின் மனைவியாக உருவகம் செய்தன. இதுதான் சில கடவுள்களின் மனைவியரைத் தெய்வமாக வழிபடும் சாக்தேயம் என்ற சக்தி வழிபாட்டின் அடிப்படையாகும்.

சாக்தேயத்தின் சாராம்சம் பெண் தெய்வத்தை அதனுடைய எல்லா அம்சங்களையும் கொண்ட முழுமையான தன்மையில், அந்தத் தெய்வத்தை மட்டுமே வழிபடுவதாகும். அந்தப் பெண் தெய்வம் இயற்கையின் பெரும் ஆற்றலாக (சக்தி), பிரபஞ்சத்தின் ஒரே தாயாக (ஜகன்மாதா, ஜகத்மா)- இரண்டு வெவ்வேறு செயல்பாடுகளை இயக்குகின்ற மாபெரும் அதிசய சக்தியாக வழிபடப்படுகிறாள். உடலுக்கு ஆதாரமான உண்ணுதல், பருகுதல் போன்ற இயற்கை வேட்கைச் செயல்கள், ஆண் - பெண் உடலுறவின் மூலம் இனவிருத்திக்கு வழி செய்யும் உணர்ச்சி வேகங்கள் ஆகியவை இந்த இரண்டு செயல்பாடுகளில் ஒன்று. இயற்கையை மீறிய அதிசயங்களைச் செய்யும் திறன் களை அடைதல். (சித்தி) இரண்டாவது செயல்பாடு ஆகும். ஒரு மனிதன் தன்னுடைய உயர்வுக்காகவோ. எதிரிகளை அழிப்பதற்காகவோ இந்த சித்திகளைப் பெறுகிறான்.

இந்து மதத்தின் சாக்தேயப் பிரிவில் அதற்கென்றே உரிய ஏராளமான புராணப் பாத்திரங்கள் உள்ளன என்பது கவனிக்கத்தக்கது - இதில் உள்ள எண்ணற்ற பெண் தெய்வங்கள் இந்துக் கடவுளர்களில் ஒரு தனிப் பிரிவாகவே உள்ளனர்.

தாந்திரிகத்தில் எண்ணற்ற பெண் தெய்வங்கள் இருந்தபோதிலும் சாக்தேயத்தின் வேர் சிவனின் மனைவியை வழிபடுவதில் தான் உள்ளது. பெண் தெய்வங்களைக் கொண்ட புராண முறையெல்லாம் சிவனின் மனைவியை முதலாக வைத்தே பிரிந்து வளர்ந்துள்ளன என்பது பொதுவாக ஏற்கப்படுகிறது. அவளே இந்தப் பெண் தெய்வங்கள் எல்லோருக்கும் தலைவியாக இருக்கிறாள். சிவனின் ஒவ்வொரு

அம்சத்திலும் அவரது மனைவியும் அந்த அம்சத்தைக் கொண்ட துணைவியாக இருப்பதுடன் அவருடைய பண்புகள் அனைத்தும் தீவிரமடைந்த ஒரு நிலையைத்தான் கொண்டவளாகவும் இருக்கிறாள். சிவன். மற்ற எல்லாக் கடவுள்களின் பண்புகளையும் செயல்களையும் தன்னுடையவையாக எடுத்துச் சேர்த்துக்கொண்டு, அதன் மூலம் தன்னை வழிபடுவோருக்கு இந்து மதத்தின் பெரும் கடவுள் (மகாதேவன்) ஆனார் என்பதை முன்பே பார்த்தோம். இதேபோல. ஆனால் இதைவிட அதிகமான அளவில் அவரது துணைவி சாக்தேய தெய்வங்களில் பெரிய பெண்தெய்வம் (மகாதேவி) ஆகிவிட்டாள். இந்தக் காரணத்தால் பிரமா, விஷ்ணு ஆகியோரின் மனைவிகள் கூட அவளுடைய மகள்கள் என்று கூறப்பட்டார்கள். அவளுக்குக் கூறப்படும் பண்புகள் ஒன்றுக்கொன்று எதிராகவும் முரணாகவும் இருந்தாலும் இந்துவின் மனத்தில் இது ஒரு பிரச்சினையாக இல்லை அவள் எல்லா வகையிலும் தன் கணவனான சிவனின் மறு உருவமாக, ஆனால் அவருடைய பண்புகள் மேலும் ஆழ்ந்த வண்ணத்தில் தீட்டப்பட்டுப் பளிச்சென்று உள்ள உருவமாகக் கருதப்படுகிறாள்.

சிவன் நிறத்திலும் பண்பிலும் சில சமயங்களில் வெள்ளை (ஸ்வேத சுக்ல) ஆகவும், சில சமயங்களில் கருமை (காள) ஆகவும் இருப்பது போலவே, அவருடைய பெண் உருவமும் ஒரு பாதி வெண்மையாகவும் (அதனால் கவுரி என்று பெயர்), ஒரு பாதி கருமையாகவும் (அதனால் காளி என்று பெயர்) உள்ளது.

இந்த மாறுபட்ட பண்புகள் ஒவ்வொன்றும் பல்வேறு விதமாக மாறுபட்டும் எண்ணற்றவையாகப் பெருகியும் உள்ளன. வெண்மையான. அதாவது சாந்தமான பண்பு, உமா, கவுரி, லட்சுமி, சரஸ்வதி முதலான சக்திகளாக வடிவங்கள் பெற்றது: கருமையான அதாவது, பயங்கரமான பண்பு, காளி, துர்க்கை, சண்டி, சாமுண்டி முதலான சக்திகளாக வடிவம் பெற்றது. சிவனுக்கு 1008 பெயர்கள் உள்ளன. இவற்றில் அநேகமாக ஒவ்வொன்றுக்கும் இணையான பெண்பெயர்கள் அவரது மனைவிக்கும் கொடுக்கப்பட்டுள்ளன. இவளுடைய பெயர்களில் மகரம் இடம் பெற்றுள்ள எட்டுப் பெயர்களை ஒருவன் ஜபித்தால் அவனுக்கு மன்னர்கள் பணி செய்வார்கள் என்றும், எல்லா மனிதர்களும் அவனை விரும்புவார்கள் என்றும், அவனுடைய துன்பங்களெல்லாம் மறைந்து இன்பம் பெறுவான் என்றும் தந்திர சாத்திரங்கள் கூறுகின்றன.

சாக்தேயர்கள் மற்ற எல்லாச் சக்திகளையும் சிவனின் ஆற்றலின் வடிவமான ஒரு சக்தியிலேயே அடக்குகிறார்கள். இந்த ஒரு சக்திதான் எண்ணற்ற பல்வேறு தோற்றங்களாகவும் வடிவங்களாகவும் மாறியிருக்கிறது.

ஆனால் இந்த வழிபாடு முதலில் எளிமையான முறையில், சிவனுடன் கூட துர்க்கையையும், விஷ்ணுவுடன் லட்சுமியையும், கிருஷ்ணனுடன் ராதையையும், இராமனுடன் சீதையையும் வணங்கும் வழக்கமாகவே தொடங்கியது. சக்திகள் எத்தனை என்று எண்ணிக்கை எதுவும் வரையறை செய்யப்படவில்லை.

சில சமயங்களில் சக்திகள். எட்டாகவும், சில சமயங்களில் ஒன்பதாகவும் கூறப்படுகிறார்கள். வைஷ்ணவி, பிராமணி, ரவுத்ரி, மகேஸ்வரி, நரசிம்ஹி, வராகி, இந்திராணி, கார்த்திகி, பிரதாணா ஆகியோர் ஒன்பது சக்திகள். மற்றும் சிலர் விஷ்ணுவின் சக்தியாக லட்சுமி தவிர ஐம்பது வடிவங்களைக் குறிப்பிடுகிறார்கள். சிவன் அல்லது ருத்திரனின் சக்தியாக துர்க்கையையும் கவுரியையும் தவிர ஐம்பது வடிவங்களைச் சிலர் கூறுகிறார்கள். சரஸ்வதி, பிரமாவின் சக்தியாகவும், விஷ்ணு, ருத்திரன் ஆகியோரின் சக்தியாகவும் கூறப்படுகிறாள். ருத்திரனின் (சிவனின்) பெண் அம்சம் இரண்டு கூறாக, ஒன்று அசிதா அல்லது வெண்மையாகவும், இன்னொன்று சிதா அல்லது கருமையாகவும் ஆயிற்று என்று வாயு புராணம் கூறுகிறது இந்த ஒவ்வொரு கூறும் மேலும் பல கூறுகள் ஆயின. வெண்மை அல்லது சாந்தமான அம்சம் உமா, கவுரி, லட்சுமி, சரஸ்வதி முதலான சக்திகள் ஆயிற்று. கருமை அம்சம், துர்க்கை, காளி, சண்டி, சாமுண்டி முதலான சக்திகள் ஆயிற்று.

விரைவிலேயே எல்லாச் சக்திகளும் ஒரே சக்தி அல்லது பெண் ஆற்றலாக ஒன்று சேர்க்கப்பட்டன. இது நாளடைவில் எண்ணற்ற பல்வேறு தனித்தனித் தோற்றங்களாகவும், உருவங்களாகவும் மாறியது.

இந்தப் பல்வேறு வடிவங்களும், விஷ்ணுவின் அவதாரங்கள் வகைப்படுத்தப்படுவது போன்ற அடிப்படையில் இவற்றில் அடங்கியுள்ள தெய்வசக்தியின் அளவின் அடிப்படையில் வகைப்படுத்தப்படுகின்றன. உதாரணமாக தெய்வசக்தி முழு அளவில் உள்ளவை பூரண சக்திகள் என்றும், பகுதி அளவே உள்ளவை அம்சரூபிணிகள் என்றும், மேலும் குறைந்த அளவே உள்ளவை கலாரூபிணிகள் என்றும், பகுதியிலும் பகுதியளவே உள்ளவை கலாம் சரூபிணிகள் என்றும் வகைப்படுத்தப்பட்டன. கடைசியில் கூறப்பட்ட வகையில் மனிதப் பெண்களும், பிராமணப் பெண்கள் முதல் கீழே உள்ள நிலைகள் வரை உள்ளவர்கள் சேர்க்கப்படுகிறார்கள். இவர்கள் எல்லோரும் தெய்வீக அன்னை பூமியில் தன்னை வெளிப்படுத்திய வடிவங்களாக வழிபடப்படுகிறார்கள். சாக்தக் கோட்பாட்டில் ஒவ்வொரு பெண்ணும் தெய்வமாகக் கருதப்படுவதை மறந்துவிடக்கூடாது.

சாதாரணமாக வழக்கத்தில் உள்ள வகைப்படுத்தல் மகாவித்யாக்களுடன் தொடங்குகிறது. இவை பத்து என்று கூறப்படுகிறது. விஷ்ணுவின் பத்து அவதாரங்களுக்கு இணையாக இந்த எண்ணிக்கை தெரிந்தெடுக்கப்பட்டிருக்கலாம். இயற்கையை மீறிய சக்திகளை அளிக்கும் உயர்ந்த அறிவுக்கு மூலாதாரங்களாக இவை மகாவித்யாக்கள் என்று அழைக்கப்படுகின்றன. இவர்களுக்குப் பல்வேறு பண்புகள் கூறப்படுகின்றன. இவர்களின் பெயர்கள் வருமாறு: (1) காளி (சியாமா என்றும் அழைக்கப்படுவதுண்டு), கருமை நிறம், பயங்கரமானவள். கோபம் கொண்டவள். (2) தாரா ஓரளவு சாந்தமானவள். முக்கியமாகக் காஷமீரில் வழிபடப்படுகிறாள். (3) சோடகி, அழகான பதினாறு வயதுப் பெண் உருவம் (திரிபுரா என்ற பெயருடன் மலபாரில் வழிபடப்படுகிறாள்). (4) புவனேஸ்வரி, (5) பைரவி (6) சின்ன - மஸ்தகா. நிர்வாணமானவள், ஒரு கையில் இரத்தம் தோய்ந்த வாளையும் மற்றொரு கையில் வெட்டப்பட்ட தலையையும் பிடித்திருப்பவள் வெட்டப்பட்ட தலை, தலையற்ற உடலிலிருந்து பொங்கிவரும் இரத்தத்தைக் குடிக்கிறது. (7) தூமவதி, புகை வடிவம். (8) வகளா அல்லது பகளா, கொக்கு முகம் கொண்டவள். (9) மாதங்கி, பங்கி சாதிப் பெண் (10) கமலாத்மிகா. இந்தப் பத்தில், முதல் இரண்டும் மகாவித்யாக்களும், அடுத்த ஐந்தும் வித்யாக்களும், கடைசி மூன்று சித்தவித்யாக்களும் ஆகும்.

அடுத்த வகையான பெண் தெய்வங்கள் மாத்ரிகள் அல்லது மாத்ரிகாக்கள் (அல்லது மகா மாத்ரிகள்) என்ற உலக மாதாக்கள் ஆகும். மாதா வழிபாட்டுடன் தொடர்புள்ள இவர்கள் மகாவித்யாக்களை விட முக்கியமானவர்கள். இந்தியாவின் கிராமப்புற மக்களிடையே பல சமயங்களில் வேறு எந்தக் கோட்பாடும் இல்லாமல் மாதா வழிபாடே ஒரே கோட்பாடாக உள்ளது. தலைமைத் தெய்வங்கள் பற்றிய அத்தியாயத்தில் இது விரிவாகக் கூறப்படும்.

மாத்ரிகள் அல்லது மாதாக்கள் வருமாறு: 1. வைஷ்ணவி, 2. பிராமி, அல்லது பிராமணி, இவள் சில சமயங்களில் பிரமாவைப் போல நான்கு முகங்கள் அல்லது தலைகள் கொண்டவளாகக் கூறப்படுகிறாள். 3. கார்த்திகேயி; இவள் மயூரி என்றும் அழைக்கப்படுகிறாள். 4. இந்திராணி 5. யமி 6. வராகி; இவள் விஷ்ணுவின் வராக அவதாரத்துடன் தொடர்பு உள்ளவள். 7. தேவி அல்லது ஈசானி: இவள் சிவனின் மனைவியாக ஒரு கையில் சூலத்துடன் இருப்பதாகக் கூறப்படுகிறாள். 8. லட்சுமி. இந்த மாதாக்கள் ஒவ்வொருவரும் மடியில் ஒரு குழந்தையை வைத்திருப்பதாகக் காட்டப்படுகிறார்கள்.

மாதாக்களின் இந்த வகையுடன் நெருங்கிய தொடர்பு உள்ள பெண் தெய்வங்களின் வகை எட்டு நாயிகாக்கள் எனப்படுகிறது. இவர்கள் தாய்மார்கள் அல்ல. உண்மையில், முறைக்குப் புறம்பான பாலின்பம்

என்ற ஒரு கருத்துடன் தான் இவர்கள் தொடர்புபட்டிருக்கிறார்கள். இவர்களின் பெயர்கள். பாலினி, காமேஸ்வரி, விமலா, அருணா, மேதினி, சர்வேஸ்வரி, கவுலேசி என்பன. மற்றொரு வகை யோகினிகள் எனப்படுகிறது. இவர்கள் சில சமயங்களில் துர்க்கையால் படைக்கப்பட்டு, அவளுக்குப் பணி செய்கின்ற எட்டுத் தேவதைகளாகக் கூறப்படுகிறார்கள். சில சமயங்களில் இவர்கள் அந்தப் பெண் தெய்வத்தின் வடிவங்கள் மட்டுமே என்றும், இவர்களின் எண்ணிக்கை அறுபது அல்லது அறுபத்தைந்து என்றும், இவர்களின் எண்ணிக்கை ஒரு கோடி வரை பெருக முடியும் என்றும் கூறப்படுகிறது.

குறிப்பிடத்தக்கவையல்லாத மற்ற வகைகள் தக்கினிகள் என்றும் சகினிகள் என்றும் கூறப்படுகின்றன. இவர்கள் வெறும் நண்பர்கள் அல்லது மிகவும் வெறுக்கத்தக்க வழக்கங்களைக் கொண்ட பெண் பேய்கள் அல்லது பெண் தெய்வத்துக்கு ஏவல் செய்யும் குட்டிப் பிசாசுகள் என்று கூறப்படுகின்றனர்.

ஆனால் காளி என்ற வடிவில் தான் - கல்கத்தாவில் இந்த வடிவில்தான் வணங்கப்படுகிறாள் - சக்தி மிகவும் பயங்கரமாகக் காணப்படுகிறாள்.

பின்வரும் இரண்டு பகுதிகள் தந்திரங்களில் காளியை வருணித்துக் கூறும் பகுதிகளின் சரளமான மொழி பெயர்ப்பாகும்.

"காளியை மதுபானங்களும் நிவேதனங்களும் அளித்து வணங்க வேண்டும். அவள் பயங்கரமான் திறந்த வாயும், விரித்த தலைமுடியும் கொண்டவள். நான்கு கைகளும், தன்னால் கொல்லப்பட்ட அசுரர்களின் தலைகளாலான மாலையும் கொண்டவள்; தன்னுடைய தாமரை போன்ற கையில் வாள் ஏந்தியவள்: அச்சமற்றவள், ஆசி வழங்குபவள்; மேகங்களைப் போன்ற கரிய நிறம் கொண்டவள். வானம் முழுவதையும் தன் ஆடையாகக் கொண்டவள்; மண்டையோடுகளால் ஆன மாலையைக் கழுத்தில் அணிந்தவள்: இரத்தம் தோய்ந்த தொண்டையை உடையவள்; காதணியாக இரண்டு சவங்களை அணிந்தவள்: கைகளில் இரண்டு சவங்களைத் தாங்கியவள் பயங்கரமான பற்களும் புன்னகை செய்யும் முகமும் கொண்டவள் பயங்கர உருவத்துடன் சுடுகாட்டில் (பிணங்களைத் தின்பதற்காக) வசிப்பவள் தன் கணவரான மகாதேவரின் நெஞ்சின் மேல் நிற்பவள்."

(பக்கங்கள் 63-64 காணவில்லை. பக்கம் எண் 65-உம், ஆசிரியரின் கையாலேயே எழுதப்பட்ட இறுதிப்பத்தியும் கீழே தரப்படுகின்றன.)

தாந்திரிக வழிபாடு, ஸ்ரவுத அல்லது பவுராணிக வழிபாட்டிலிருந்து முற்றிலும் வேறுபட்டது. அதனுடைய அடிப்படைத் தத்துவத்துக்கு

ஏற்ப அது அமைந்துள்ளது. மனிதனின் உடல் ஆசைகளை முழுமையாகத் திருப்தி செய்வதே உண்மையான வழிபாடு என்பது இந்தத் தத்துவம். தாந்திரிக வழிபாட்டின் முறைகளாக ஐந்து மகரங்கள் கூறப்படுகின்றன. இவை வருமாறு:

(1) மத்யம் (பல வகையான மதுபானங்கள்) அருந்துதல்

(2) மாமிசம் உண்ணுதல்

(3) மத்ஸ்யம் (மீன்) உண்ணுதல்

(4) முத்ரா (வறுத்த அல்லது பொரித்த தானியம்) உண்ணுதல்

(5) மைதுனம் (பெண்ணுடன் உடல் உறவு) கொள்ளுதல்.

தாந்திரிக பூசையில் இந்த ஐந்து செயல்கள் செய்யப்படுகின்றன. 'நிஷத்தம்' (தடை செய்யப்பட்டவை) என்று அறிவிக்கப்பட்ட செயல்களும் கூட தாந்திரிக வழிபாட்டில் அனுமதிக்கப்படுகின்றன என்பதைச் சுட்டிக் காட்டத் தேவையில்லை. பெண்ணுடன் பாலுறவு கொள்வது கூடப் பூசையின் ஒரு அம்சமாக விதிக்கப்படுகிறது. இந்து மதத்தின் வளர்ச்சி இப்படி உள்ளது. இந்த வரலாற்றைப் படித்தபின், உண்மையான மதத்தை ஆராயும் மாணவன் இந்து மதத்தில் அறநெறிக்கு எங்கே இடம் இருக்கிறது என்ற கேள்வியைக் கேட்க வேண்டிய கட்டாயம் ஏற்படுகிறது.

மதம். பல கேள்விகளைக் கேட்பதன் மூலமே தொடங்கியது என்பதில் சந்தேகம் இல்லை :

"நான் யார்?" "பிரபஞ்சத்தைப் படைத்தவர் யார்?" "கடவுள் படைத்தார் என்றால் கடவுளுக்கும் 'தான்' என்பதற்கும் உள்ள உறவு நிலை என்ன?" "கடவுளைத் திருப்திப்படுத்துவதற்குச் சரியான வழி எது?" "நான் என்பதற்கும் நான் அல்லாததற்கும், அதாவது மனிதனுக்கும் பிரபஞ்சத்துக்கும் உள்ள உறவு நிலை என்ன?" "நல்ல வாழ்க்கை அல்லது கடவுளுக்கு மகிழ்ச்சியளிக்கும் வாழ்க்கை எது?" என்பன போன்றவை இந்தக் கேள்விகள்.

இந்தக் கேள்விகளில் பெரும்பாலானவற்றை இறையியல், அறிந்துணர்வியல், தத்துவவியல், அறநெறியியல் ஆகிய துறைகள் எடுத்துக் கொண்டுவிட்டன. ஆனால் ஒரு கேள்வி, மதமே தன் பொறுப்பாகப் பிரசாரம் செய்வதற்கும் பரப்புவதற்கும் உள்ளது - 'நல்ல வாழ்க்கை என்பது எது?' என்பது தான் இந்தக் கேள்வி. இதைச் செய்யாத மதம், மதமே அல்ல.

பிராமணர்கள் இந்து மதத்தை ஏன் இவ்வளவு வெறுமையாகவும், அறநெறியே அற்றதாகவும் ஆக்கினார்கள்? இந்து மதம் பல ஆண் கடவுள்களையும் பெண் கடவுள்களையும் வழிபடுவதும், பல மரங்களை வழிபடுவதும், பல யாத்திரைத் தலங்களுக்குச் செல்வதும், பிராமணர்களுக்குத் தட்சிணைகள் கொடுப்பதும் தவிர வேறொன்றுமில்லை. பிராமணர்கள் தங்கள் வாழ்க்கைக்குப் பொருள் சம்பாதிப்பதற்காகவே இந்த மதம் உருவாக்கப்பட்டதா? அறநெறிதான் சமூகத்தின் அடிப்படை என்பதையும் மதத்தில் அறநெறி பொதிந்து இருந்தாலன்றி அதற்கு (முன்னே செலுத்தும்)[1]* சக்தி எதுவும் இல்லை என்பதையும் அவர்கள் எப்போதாவது சிந்தித்துப் பார்த்தார்களா? இந்தக் கேள்விகளுக்குப் பிராமணர்கள் பதில் சொல்லவேண்டும்.

---

*தாளில் இந்த இடத்தில் செல்லரித்துப் போயிருந்ததால் இந்தச் சொற்களை நாங்கள் சேர்த்திருக்கிறோம்.

பின் இணைப்பு 5

வேதங்களின் பொய்யாமை[1]

இந்துக்கள் ஒவ்வொரு நாளும் வேதத்தைப் படிக்க வேண்டும் என்பது அவர்களின் கடமையாக விதிக்கப்பட்டுள்ளது. சதபத பிராமணம் இதற்குக் காரணத்தை விளக்குகிறது. அது கூறுகிறது:

"பெரிய வேள்விகள் ஐந்து உள்ளன. அவையாவன: உயிர்ப்பிராணிகளுக்கு அளிக்கின்ற வேள்வி, மனிதர்களுக்கு அளிக்கின்ற வேள்வி[2], முன்னோருக்கு அளிக்கின்ற வேள்வி, வேதங்களுக்கு அளிக்கின்ற வேள்வி (பிரம யக்ஞம்). 2. உயிரப் பிராணிகளுக்குத் தினமும் ஒரு நிவேதனம் கொடுக்கப்படட்டும். இதனால் அவற்றுக்கு அளிக்கும் வேள்வி நிறைவடைகிறது. கடவுள்களுக்குச் சமித்துக் குச்சிகள் வரையானவற்றை அளிக்கும் நிவேதனங்கள் தினமும் அளிக்கப்படட்டும்.[3] இதனால் கடவுள்களுக்கு அளிக்கும் வேள்வி நிறைவடைகிறது. 3. அடுத்து வேதத்துக்கு அளிக்கின்ற வேள்வி. இது ஒருவன் தானே (புனிதப் புத்தகங்களைப்) படிப்பதாகும்.[4] வேதத்துக்கு அளிக்கும் இந்த வேள்வியில் வாக்கே ஜுஹு ஆகும், ஆன்மா உபபிருத் ஆகும் கண் துருவாவும், அறிவு ஸ்ருவாவும் ஆகும். உண்மையே நீரால் செய்வதும், ஸ்வர்க்கம் நிறைவும் ஆகும். இதை அறிந்து நாள்தோறும் வேதத்தைப் படிப்பவன் இந்த உலகம் முழுவதையும் செல்வங்களால் நிறைத்துத் தானமாகக் கொடுப்பவன் பெறுவதைப்போல் மூன்று மடங்கு உயர்ந்த அழியாத ஒரு உலகத்தைப் பெறுகிறான். ஆதலால் வேதங்களைப் படிக்க வேண்டும். 4. ருக் வேத மந்திரங்கள் கடவுள்களுக்குப் பால் நிவேதனம் போன்றவை.

1.இந்தச் சொற்கள் வேள்வியில் பயன்படுத்தப்படும் பல்வேறு விதமான மரக் கரண்டிகளை அல்லது அகப்பைகளைக் குறிக்கின்றன. பிராமணர்களின் இறுதிச் சடங்குகள் பற்றி பேராசிரியர் முல்லரின் கட்டுரையில் உள்ள படங்களைப் பார்க்கவும். இது, வேதங்களின் பொய்யாமை பற்றி ஆறு பக்கங்கள் கொண்ட தட்டச்சுப் பிரதியாகும். ஆசிரியரின் திருத்தங்களோ, குறிப்புகளோ இதில் இல்லை இந்த அத்தியாயத்தின் பின்பகுதி கிடைக்கவில்லை. -பதிப்பாசிரியர்கள்

2.பறவைகள் முதலானவற்றுக்கித் தானியங்களைப் போடுவது இந்த வேள்வியாகும் என்று அவ்ஃப்ரெக்ட் கூறுகிறார். பார்க்க போத்லின் மற்றும் ரோத்பேரகராதி, எஸ்.வி.பாப்லி மற்ற வேள்விகள் பற்றி பார்க்க கோல்புரூக் பிறவனகக்கட்டுரைகள், பக். 150,153,182, அடிக்குறிப்பு 203.

3.இதற்கு விளக்கமாகப் பேராசிரியர் அவ்ஃப்ரெக்ட், காத்யாயனரின் ஸ்ரவுத்த சூத்திரங்கள் iv i,10, மனு iii 210,214,218, ஆகியவற்றைக் குறிப்பிடுகிறார்.

4.ஸ்வாத்யாயஹ ஸ்வ-ஸாகாத்யணம் "ஒருவன் தன்னுடைய சாகையில் வேதத்தைப் படிப்பது" உரை

இதை அறிந்து தினமும் இந்த மந்திரங்களைப் படிப்பவன் கடவுள்களைப் பால் நிவேதனத்தால் மகிழ்விக்கிறான் அவர்கள் மகிழ்ச்சியடைந்து அவனுக்குச் சொத்துக்களும், சுவாசமும், உற்பத்திச் சக்தியும், முழுமையான உடல் நலமும், எல்லாச் சிறந்த நன்மைகளும் கொடுத்து அவனை மகிழ்விக்கிறார்கள். வெண்ணையும் தேனும் ஸ்வேதா - நிவேதனங்களாக அவனுடைய முன்னோருக்கு ஆறாகப் பெருகிச் செல்கின்றன. 5. யஜுஷ்மந்திரங்கள் கடவுள்களுக்கு வெண்ணெய் நிவேதனங்கள் ஆகும். இதை அறிந்து தினமும் இந்த மந்திரங்களைப் படிப்பவன் கடவுள்களை வெண்ணெய் நிவேதனத்தால் மகிழ்விக்கிறான். அவர்கள் மகிழ்ச்சியடைந்து அவனுக்கு முதலானவை கடவுள்களுக்குச் சோமபான நிவேதனங்கள் ஆகும். இதை அறிந்து நாள்தோறும் இந்த மந்திரங்களைப் படிப்பவன் கடவுள்களை சோம நிவேதனத்தால் மகிழ்விக்கிறான் அவர்கள் மகிழ்ச்சியடைந்து அவனுக்கு முதலானவை (மேலே கூறப்பட்டது போலவே). 7. அதர்வண. அங்கீரச (அதர்வணங்கிரஸஹ)[1] மந்திரங்கள் கடவுள்களுக்குக் கொழுப்பு நிவேதனங்கள் ஆகும். இதை அறிந்து தினமும் இந்த மந்திரங்களைப் படிப்பவன் கடவுள்களைக் கொழுப்பு நிவேதனத்தால் மகிழ்விக்கிறான். அவர்கள்... முதலானவை (மேலே கூறப்பட்டது போலவே). 8. விதிகளையும் விஞ்ஞானங்களையும் கூறும் நூல்கள் உரையாடல்கள், மரபுகள், கதைகள், சுலோகங்கள், புகழ் நூல்கள் ஆகியவை கடவுள்களுக்குத் தேன் நிவேதனங்கள் ஆகும். இதை அறிந்து நாள்தோறும் இவற்றைப் படிப்பவன் கடவுள்களைத் தேன் நிவேதனத்தால் மகிழ்விக்கிறான். அவர்கள்... முதலானவை (மேலே கூறப்பட்டது போலே) 9. வேதங்களுக்கு அளிக்கும் வேள்வியில் நான்கு வஷ்டகாரங்கள்' உள்ளன - காற்று வீசும் போது, மின்னல் அடிக்கும் போது, இடி இடிக்கும் போது, அது விழும்போது: ஆதலால் இதை அறிந்தவன், காற்று வீசும்போது, மின்னும் போது. இடிக்கும் போது. விழும்போது படிக்கவும், இதனால் இந்த வஷ்டகாரங்களில் இடையீடு ஏற்படாது. இவ்வாறு செய்பவன் இரண்டாம் முறை இறப்பதிலிருந்து காப்பாற்றப்பட்டு. பிரம்மத்துடன் ஐக்கியமாகிறான். அவன் அதிகமாகப் படிக்க முடியாவிட்டாலும், கடவுள்களைப் பற்றி ஒரு மந்திரத்தைப் படிக்கவும். இவ்வாறு செய்தால் அவன் தன்னுடைய உயிர்ப் பிராணிகளை இழக்கமாட்டான்."

xi.5.71. "இப்போது வேதத்தைக் கற்பது பற்றி ஒரு புகழ்மொழி வருகிறது. கற்பதும் கற்பிப்பதும் விரும்பப்படுகின்றன. இவற்றைச் செய்பவனின் மனம் சமநிலை அடைகிறது. மற்றவர்களைச் சார்ந்திராமல் அவன் நாள்தோறும் தனது நோக்கங்கள் நிறைவேறப் பெறுகிறான்.

---

1. அதர்வ சம்ஹிதை இவ்வாறு அழைக்கப்படுகிறது

சுகமாக உறங்குகிறான் : தானே தனக்கு மருத்துவனாயிருக்கிறான். புலன்களைக் கட்டுப்படுத்துதல், ஒருங்கு குவிந்த மனம், அறிவு வளர்ச்சி, புகழ், மனிதர்களுக்குத் கல்வியளிக்கும் திறன் (ஆகியவை படிப்பதன் பலன்களாகும்.) அறிவு வளர்வதன் மூலம் பிராமணனுக்குப் புனிதத்தன்மை, தகுந்த நடத்தை, புகழ் மனிதர்களுக்குக் கல்வியளிக்கும் திறன் ஆகிய நான்கு பண்புகள் சேருகின்றன. இவ்வாறு கல்வி பெற்ற மனிதர்கள் பிராமணனுக்குக் கிடைக்க வேண்டிய மரியாதை. தானங்கள், கொடுமையிலிருந்து சுதந்திரம், வன்முறை மரணத்திலிருந்து சுதந்திரம் ஆகிய சிறப்புரிமைகள் அவனுக்குக் கிடைக்குமாறு உறுதி செய்கிறார்கள். 2 வானத்துக்கும் பூமிக்கும் இடையே அறியப்பட்டுள்ள எல்லா முயற்சிகளிலும், வேதங்களைக் கற்பதுதான் மிக உயர்ந்த இடத்தில் உள்ளது. ஆதலால் வேதங்களைக் கற்க வேண்டும். 3. ஒவ்வொரு முறையும் ஒரு மனிதன் வேத மந்திரங்களைக் கற்கும் போது அவன் (உண்மையில்) முழுமையான ஒரு வேள்விச் சடங்கைச் செய்கிறான். ஆதலால்... முதலானவை. 4. ஒரு மனிதன் வாசனைத் திரவியங்கள் பூசிக்கொண்டு, பூண்கள் அணிந்து, வயிறு நிரம்ப உணவு உண்டு, படுக்கையில் சுகமாகப்படுத்துக் கொண்டு வேதங்களைக் கற்றாலும், அவன் நகங்களின் நுனிமட்டும் மிஞ்சும் வரை தவம் செய்பவனின்[1] (எல்லாப் பெருமைகளையும் பெறுகிறான்.)

ஆதலால் முதலானவை. 5.ரிக் வேத மந்திரங்கள் தேன், சாம மந்திரங்கள் வெண்ணெய், யஜுஸ் மந்திரங்கள் அமிர்தம் ஆகும். ஒரு மனிதன் உரையாடல்களையும் (வாகோவாக்ய) கதைகளையும் படிக்கும் போது இவை முறையே காய்ச்சிய பாலையும், சமைத்த மாமிசத்தையும் போன்றவை. 6. இதை அறிந்து நாள்தோறும் ருக் வேத மந்திரங்களைப் படிப்பவன் கடவுள்களைத் தேனால் மகிழ்விக்கிறான் அவர்கள் மகிழ்ச்சியடைந்து அவனுக்கு அவன் விரும்பும் எல்லாப் பொருள்களையும் சுகங்களையும் கொடுக்கிறார்கள். 7. இதை அறிந்து தினமும் சாம வேத மந்திரங்களைப் படிப்பவன் கடவுள்களை வெண்ணெயால் மகிழ்விக்கிறான். அவர்கள் மகிழ்ச்சியடைந்து...

1.இந்த வாக்கியத்துக்குப் பேராசிரியர் வீபர் வேறுவிதமாகப் பொருள் கூறுகிறார்.

இந்திய ஆய்வுகள், 2:214 மற்றும் 10:113. அது வருமாறு: அவன் (புனித நெருப்பினால்) தன்னுடைய நகத்தின் நுனி வரை எரிகிறான்". இதே கட்டுரையில் மற்றோர் இடத்தில் அவர் கூறுவது: தைத்திரீய ஆரண்யகத்தில் கூறியுள்ளபடி நக மவுத்கலி என்ற ஆசிரியரின் போதனைப்படி வேதத்தைக் கற்பதும் கற்பிப்பதும் உண்மையான தவம் ஆகும். (ஸ்வாத்யாய-ப்ரவசனே ஏவ தத் ஹி தவஹ). ஆரண்யகத்திலேயே (7.8) இவ்வாறு கூறப்படுகிறது: சத்யம், தபஸ், தமம், சமம், அக்னிஹோத்திரம் போன்ற ஆன்மிகச்செயல்களில் கற்பதும் கற்பிப்பதும் சேர்ந்தே இருக்க வேண்டும். பார்க்க;

முதலானவை (முன்பு போலவே). 8. இதை அறிந்து நாள் தோறும் யஜுஸ் மந்திரங்களைப் படிப்பவன் கடவுள்களை அமிரதத்தால் மகிழ்விக்கிறான். அவர்கள் மகிழ்ச்சியடைந்து... முதலானவை (முன்பு போலவே). 9. இதை அறிந்து நாள்தோறும் உரையாடல்கள், புராதனக் கதைகள் ஆகியவற்றைப் படிப்பவன் கடவுள்களைப் பால் - மாமிச நிவேதனத்தால் மகிழ்விக்கிறான். அவர்கள்... முதலானவை (முன்பு போலவே). 10. தண்ணீர் ஓடுகிறது. சூரியன் ஓடுகிறது. சந்திரன் ஓடுகிறது. நட்சத்திரக் கூட்டங்கள் ஓடுகின்றன. ஒரு பிராமணன் எந்த நாளிலேனும் வேதங்களைப் படிக்காமலிருந்தால், அந்த நாளில் அவன் இவையெல்லாம் நின்றுவிட்டால் எப்படி ஆகுமோ அப்படி ஆகிவிடுகிறான். எனவே வேதங்களைப் படிக்க வேண்டும் ஒரு மனிதன் தன்னுடைய கடமைகள் இடையீடு இல்லாமல் நடப்பதற்கு தன்னுடைய நிவேதனமாக ஒருருக் வேத மந்திரம், அல்லது சாமவேத மந்திரம் அல்லது யஜுர் வேத மந்திரம். அல்லது ஒரு காதா, அல்லது ஒரு கும்வ்யா படிப்பானாகவும். மனுவும் சதபத பிராமணம் கூறுவதை ஆதரிக்கிறார். அவர் கூறுகிறார்:

"வேதங்கள், முன்னோருக்கும் கடவுள்களுக்கும் மனிதர்களுக்கும் சாசுவதமான கண் ஆகும். அது மனித ஆற்றலுக்கும் அறிவுக்கும் அப்பாற்பட்டது. இது நிச்சயமான முடிவு. வேதங்களில் இல்லாத மரபுகள், புறம்பான கருத்துக்கள் எல்லாம் அடுத்த உலகில் பயன் தராதவை; ஏனென்றால் இவை இருளை அடிப்படையாகக் கொண்டுள்ளன. வேதங்களுக்கு வெளியே உள்ள மற்ற (புத்தகங்கள்) எல்லாம், தோன்றி மறைகின்றவை, பயனற்றவை, பொய்யானவை. நான்கு சாதிமுறை, மூன்று உலகங்கள். நான்கு ஆசிரமங்கள் ஆகியவையெல்லாம், இருந்தவை, இருப்பவை, வரவிருப்பவை ஆகிய எல்லாம், வேதத்தில் வெளிப்படுத்தப்பட்டுள்ளன. தொடுதல், சுவை, ஒலி, உருவம், மணம் ஆகியவற்றின் பொருள்கள் எல்லாம், இவற்றின் விளைவுப் பொருள்கள், பண்புகள், செயல்களின் தன்மைகள் ஆகிய எல்லாம் வேதத்தில் அறிவிக்கப்பட்டுள்ளன என்றுமுள்ள வேதம் எல்லா உயிர்களையும் தாங்குகிறது. எனவே அதுதான் மனிதனுக்கு நல்வாழ்வின் முக்கியமான சாதனம் என்று நான் கருதுகிறேன். படைத்தலைமை, அரச அதிகாரம், குற்றங்களில் நீதி வழங்கல், எல்லா உலகுக்கும் அதிபதியாயிருத்தல் இவை எல்லாவற்றுக்கும் வேதத்தை அறிந்தவனே தகுதியானவன். நெருப்பு, தீவிரமடைந்தபின் பச்சை மரங்களைக் கூட எரித்து விடுவதைப் போல, வேதத்தை அறிந்தவன் கர்மத்தினால் தனது ஆன்மாவில் படிந்த கறையை எரித்துவிடுகிறான். வேதத்தின் சாரமான பொருளை அறிபவன், வாழ்க்கையின் எந்த

நிலையில் இருந்தாலும், இந்தக் கீழ் உலகில் இருக்கும் போதே பிரமத்தில் கலந்துவிடப் பக்குவமாகிவிடுகிறான்.

மனு இதோடு திருப்தி அடையவில்லை. அவர் இதற்கு மேலும் சென்று பின்வரும் கொள்கையை அறிவிக்கிறார்:

"சுருதி என்பது வேதங்களைக் குறிக்கிறது: ஸ்மிருதி, சட்டத் தொகுப்புகளைக் குறிக்கிறது. இவற்றில் கூறப்பட்டவற்றைக் காரண காரியவாதத்தால் கேள்வி கேட்கக் கூடாது: ஏனென்றால் இவற்றிலிருந்துதான் கடமை (பற்றிய அறிவு) பிரகாசித்துள்ளது. அறிவுக்கு முக்கிய ஆதாரங்களான இந்த இரண்டையும் பகுத்தறிவுப் புத்தகங்களின்[1] அடிப்படையில் இகழ்கின்ற பிராமணனைச் சான்றோர்கள் சந்தேகவாதி என்றும் வேத நிந்தனையாளன் என்றும் சமூகத்திலிருந்து விலக்கி வைக்க வேண்டும்... 3. கடமையைப் பற்றிய அறிவை நாடுவோருக்குச் சுருதிதான் மிக உயர்ந்த பிரமாணம் ஆகும்."

1. இதை 12-106-இல் கூறப்பட்டுள்ள கருத்துடன் சேர்த்துப் படிக்க வேண்டும், அந்தக் கருத்து வருமாறு "ரிஷிகளின் கட்டளைகளையும், ஸ்மிருதியின் விதிகளையும், வேதத்துக்கு முரண்படாத காரண வாதத்தால் ஆராய்பவன் மட்டுமே கடமையை அரிவான்."

பகுதி 2

சமூகம்

ஆசிரியர் தந்துள்ள மூலப் பொருளடக்கப் பட்டியலின் படி பகுதி ஒன்று மற்றும் பகுதி 3 ஆகியவை மதம், அரசியல் என் வகைப்படுத்தப்பட்டுள்ளன். பகுதி இரண்டிற்கு இத்தகைய வகைப் பெயர் தரப்படவில்லை. எனினும், புதிர் எண் 21- லிருந்து உள்ள பக்கங்களில் ஒன்றில் இந்தப் பகுதி 'சமூகம்' பிராமணர்கள் ஏன் இந்தியப் பெண்களைத் தாழ்ந்த நிலையில் வைத்திருந்தார்கள்' என்னும் தலைப்பிலுள்ள 'மகளிர் பற்றிய புதிர்' உட்பட ஆறு புதிர்கள் இந்தப் பகுதியைச் சார்ந்தவை. 'டாக்டர் அம்பேத்கர் பேச்சும் எழுத்தும்' நூல் வரிசையில் 3- ஆம் தொகுதியில் 'புரட்சியும் எதிர்ப்புரட்சியும்' என்னும் தலைப்பில் 17 ஆவது இயலாக இந்த இயல் வெளிவந்துள்ளது. எனவே அது இங்கு நீக்கப்பட்டுள்ளது.

புதிர் எண் 16

நான்கு வருணங்கள் - அவற்றின் தோற்றம் குறித்துப் பிராமணர்களுக்கு நிச்சயமான கருத்து உண்டா?[1]

இந்து சமூக அமைப்புமுறை, தெய்வீக அமைப்பு என்பதே ஒட்டுமொத்தமாக இந்துக்களின் அசைக்க முடியாத நம்பிக்கையாக உள்ளது. தெய்வீக ஆணையின்படி அமைந்துள்ள இந்த அமைப்பு முறை மூவகையானது. முதலாவதாகச் சமூகம் (1)பிராமணர்கள் (2)சத்திரியர்கள் (3)வைசியர்கள் (4)சூத்திரர்கள் என்று நான்கு வகுப்பினராக நிரந்தரமாகவே பிரிக்கப்பட்டுள்ளது. இரண்டாவதாக இந்த நால்வகை வகுப்பாரும் தரவாரியாக அமைந்த ஏற்றத்தாழ்வுகளுடன் பரஸ்பரம் ஒவ்வொருவருக்கும் உரிய அந்தஸ்துக்களால் இணைக்கப்பட்டுள்ளனர்.

இதன்படி இவர்கள் அனைவருக்கும் மேலாக பிராமணர்கள் தலைமையிடத்தில் வைக்கப்பட்டுள்ளனர். பிராமணர்களுக்கு அடுத்த கீழ் நிலையில் உள்ள சத்திரியர்கள், வைசியர்களுக்கும் சூத்திரர்களுக்கும் மேலாக உள்ளனர். பிராமணர்களுக்கும் சத்திரியர்களுக்கும் கீழ் நிலையில் வைக்கப்பட்டுள்ள வைசியர்கள், சூத்திரர்களுக்கு மேல் நிலையில் நிறுத்தப்பட்டுள்ளனர்.

சூத்திரர்கள் இவர்கள் அனைவருக்கும் கீழ் நிலையில் வைக்கப்பட்டுள்ளனர். மூன்றாவதாக இந்த நான்கு வகுப்பாருக்கும் அவரவர்களுக்குரிய தொழில்களும் வரையறுக்கப்பட்டுள்ளன. அதன்படி, பிராமணர்களின் தொழில் கற்றலும் கற்பித்தலுமாகும். சத்திரியர்களின் தொழில் போரிடுதல், வைசியர்களின் தொழில் வணிகம் செய்தல், சூத்திரர்களின் தொழில் தங்களுக்கு மேலுள்ள இந்த மூவகையாருக்கும் ஏவல் பணியாளர்களாகப் பணிபுரிதல் ஆகும். இந்துக்கள் இந்த அமைப்பினை வருண விவஸ்தை என்கின்றனர். இந்த அமைப்பே இந்து மதத்தின் மூலாதாரமாக உள்ளது. இந்த வருண விவஸ்தையை நீக்கிவிட்டால் இந்து மதத்தைப் பிற மதங்களிலிருந்து

1. தட்டச்சு செய்த 33 பக்கங்கள் கொண்ட இந்தப் பிரதியில் ஆசிரியர் ஆங்காங்கே திருத்தங்கள் செய்தும், பலவற்றை இடையிடையே சேர்த்தும் உள்ளாஅர். ஆசிரியரே கைப்பட எழுதிய இருபக்கங்கள் கடைசியில் உள்ளன. தலைப்புப்பக்கத்தை ஆசிரியர் தம் கைப்பட எழுதியுள்ள தலைப்புப்பக்கத்தோடு இந்த இயலின் தாள்கள் கோர்த்துச் சேர்க்கப்பட்டுள்ளன -பதிப்பாசிரியர்கள்.

வேறுபடுத்திக் காட்டுவதற்கு வேறு எதுவுமில்லை. எனவே, வருண முறையின் தோற்றத்தைப் பற்றி ஆராய்வதே முறையாகும்.

இந்த வருண அமைப்பு முறையின் தோற்றத்தைப் பற்றி விளங்கிக் கொள்வதற்கு இந்து மத இலக்கியங்கள் இது குறித்து என்ன கூறுகின்றன என்பதைத் தெரிந்துக்கொள்ள வேண்டியவர்களாக உள்ளோம்.

1

முதலாவதாக, இது சம்பந்தமாக வேதங்களில் கூறப்பட்டுள்ள கருத்துக்களைத் தொகுத்துரைப்பது மிகவும் பொருத்தமாக இருக்கும்.

ருக் வேதத்தில் 10-வது மண்டலம் 90-வது பாடலில் இது பற்றிக் குறிப்பிடப்பட்டுள்ளதாவது:

1. புருடன் ஆயிரம் தலைகளும், ஆயிரம் கண்களும், ஆயிரங்கால்களும் உள்ளவன். அவன் புவியின் எல்லாப் பக்கங்களிலும் பரவி அதைவிடப் பத்து விரல்கள் அளவுக்கு மிஞ்சி நிற்கிறான்.

2. புருடனே இதுவரை இருந்து வந்துள்ள இனி இருக்கப்போகும் இந்த முழுப் பிரபஞ்சமும் ஆவான். அவன் அழியாமையைத் தரும் தலைவன். அவன் சீவர்களின் உணவாக எங்கும் பரவுகிறான்.

3. அவனுடைய மகிமை அத்தனை பெரியது. அவன் இந்த மகிமையையும் விஞ்சும் மகிமையுள்ளவன். எல்லா சீவர்களும் அவனுடைய கால் பங்கு அளவே மகிமையுடையவை. அவனுடைய முக்கால் பங்கு அளவு அமுதமாவதால் சோதியிலே நிலைத்துள்ளது.

4. புருடனுடைய முக்கால் பாகம் மேலே ஏறிற்று. இந்த உலகத்தில் மிகுதியாக கால் பாகம் அடிக்கடி இயங்குகின்றது. அது பல வடிவங்களில் உயிருள்ளவற்றிற்கும் உயிரற்ற பொருள்களுக்கும் சென்றது.

5. அவனிடமிருந்து விராஜன் பிறந்தான். விராஜனிடமிருந்து புருடன் பிறந்தான். பிறந்தவுடன் முன்னும் பின்னும் இருந்ததை விடப் பூமியைப் பெரிதாக்கினான்.

6. தேவர்கள், புருடனைப் பலிப்பொருளாக்கி யக்ஞத்தை நடத்திய போது. வசந்தம் அதற்கு நெய்யாயிற்று. கோடை அதற்கு விறகாயிற்று. சரத்காலம் அதன் அவிப் பொருளாயிற்று.

7. சிருஷ்டிக்கு முன் பிறந்த புருடனை அவர்கள் யக்ஞத்தில் அவிப்பொருளாகத் தருப்பை புல்லால் தெளித்துப்பலியிட்டார்கள்.

ஸாத்திரியர்களும், ரிஷிகளுமான தேவர்கள் இவ்வாறு புருடனை அவிப்பொருளாகக் கொண்டு யக்ஞத்தை நடத்தினார்கள்.

8. ஸர்வாத்மாவான புருடனைப் பலியிட்டு நடத்திய யக்ஞத்திலிருந்து தயிரும் நெய்யும் சேர்ந்த கலவை போகப் பொருளாகத் தோன்றியது. பின்பு அவன் வாயுவின் ஆதீனத்திலுள்ள சாதுவான விலங்குகளையும் கொடிய வன விலங்குகளையும் உருவாக்கினான்.

9. எங்கும் வியாபித்த இந்த யக்ஞத்திலிருந்து இருக்குகளும், ஸாமகீதங்களும் தோன்றின. அந்த யக்ஞத்திலிருந்து சந்தங்கள் பிறந்தன, யஜுர் தோன்றியது.

10. அந்த யக்ஞத்திலிருந்து குதிரைகளும், இருவரிசைப் பற்களுள்ள விலங்குகள் அனைத்தும் பிறந்தன. பசுக்கள் அதிலிருந்து தோன்றின. அந்த யக்ஞத்திலிருந்து ஆடுகளும் பிறந்தன.

11. தேவர்கள், புருடனைப் பகுத்து அளித்த போது எத்தனை விதமாகப் பகுத்துப் படைத்தார்கள்? எது அவனுடைய முகமானது? எது கைகளாகவும், தொடைகளாகவும், கால்களாகவும் ஆனது? அவனது வாயானான். இராஜன்யன் அவனுடைய கைகளானான். அவனுடைய தொடை பாகம் வைசியனாயிற்று. அவனுடைய பாதங்களிலிருந்து சூத்திரர் பிறந்தனர்.

13. அவனது மனத்திலிருந்து சந்திரன் பிறப்பிக்கப்பட்டான். கண்களிலிருந்து சூரியன் பிறந்தான். அவனுடைய வாயிலிருந்து இந்திரனும் அக்கினியும் பிறந்தனர். அவனுடைய சுவாசத்திலிருந்து வாயு பிறப்பிக்கப்பட்டான்.

14. அவனுடைய நாபியிலிருந்து காற்றும், சிரசிலிருந்து வானமும், கால்களிலிருந்து புவியும், செவிகளிலிருந்து திசைகளும் எனத் தேவர்களால் உலகங்கள் பிறப்பிக்கப்பட்டன.

15. தேவர்கள் புருடனைப் பலியாகப் பந்தஞ் செய்து யக்ஞம் நடத்திய போது யக்ஞத்திற்கு ஏழு பரிதிகள் சந்தங்கள் செய்யப்பட்டன. மூவேழு சமத்து விறகுகள் உருவாக்கப்பட்டன.

16. தேவர்கள் யக்ஞத்தால் யக்ஞனைப் பூஜித்தார்கள். இவை முதல் சடங்குகளாயின. பழைய சாத்தியர்களும் தேவர்களும் வசிக்கும் வானுலகிற்கு மகாத்மாக்கள் சென்றனர்.

புருஷ சூக்தம் என்னும் பொதுவான பெயரில் வழங்கும் இந்தப்பாடல் தான் வருணக் கோட்பாட்டை முறைப்படுத்திக் கூறுகிறது எனக் கருதப்படுவதாகும்.

இந்தக் கொள்கையை மற்ற வேதங்கள் எந்த அளவுக்கு ஆதரிக்கின்றன?

சாமவேதம், இந்தப் புருஷ சூக்தத்தைத் தன் பாடல்களில் சேர்த்துக் கொள்ளவில்லை. அது மட்டுமல்ல வருணத்தைப் பற்றி வேறெந்த விளக்கத்தையும் அது தரவில்லை.

யஜுர் வேதம் - வெள்ளை (சுக்கில யஜுர் வேதம், கறுப்பு (கிருஷ்ண) யஜுர் வேதம் என்னும் இரு பிரிவுகளைக் கொண்டுள்ளது.

கறுப்பு யஜுர் வேதம் - கதா சம்ஹிதை, மைத்திரியானி சம்ஹிதை, தைத்ரிய சம்ஹிதை என்னும் மூன்று சம்ஹிதை அல்லது மந்திரத் தொகுப்புகளைக் கொண்டுள்ளது.

வெள்ளை யஜுர் வேதம் - வாஜஸனேய சம்ஹிதை என்னும் ஒரே ஒரு சம்ஹிதையை மட்டும் கொண்டுள்ளது.

கறுப்பு யஜுர் வேதத்தின் மைத்திரியானி சம்ஹிதையும், கதா சம்ஹிதையும் ருக்வேதத்தின் புருஷ சூக்தத்தைப் பற்றிக் குறிப்பிடவில்லை. அதுமட்டுமல்ல, வருணமுறையின் தோற்றத்தைப் பற்றியும் எவ்வகை விளக்கத்தையும் தரவில்லை. கறுப்பு யஜுர் வேதத்தின் தைத்திரிய சம்ஹிதையும் வெள்ளை யஜுர் வேதத்தின் வாஜஸனேய சம்ஹிதையும் வருணமுறை சம்பந்தமாகச் சிலவற்றைக் கூறுகின்றன.

வாஜஸனேய சம்ஹிதையில் வருண முறையைப் பற்றிய ஒரு குறிப்பு உள்ளது. அதே வேளையில் தைத்திரிய சம்ஹிதையில் இரு விளக்கங்கள் தரப்பட்டுள்ளன. தைத்திரிய சம்ஹிதையில் தரப்பட்டுள்ள இந்த இரு விளக்கங்களைப் பற்றி இரண்டு விஷயங்களை நாம் தெரிந்து கொள்ள வேண்டும். முதலாவதாக, இந்த இரண்டும் ஒன்றிற்கொன்று சிறிதும் ஒத்ததாக இல்லை. இரண்டும் வேறுபடுகின்றன. இரண்டாவதாக, இதில் ஒரு விளக்கம், வெள்ளை யஜுர் வேதத்தின் வாஜஸனேய சம்ஹிதை கூறும் விளக்கத்தோடு முற்றிலும் ஒத்ததாக அமைந்துள்ளது.

தைத்திரிய சம்ஹிதையில் தனித்த விளக்கமாக உள்ள வரிகள் பின் வருமாறு:

"அவன் (விராத்தியன்) உணர்ச்சி வசப்பட அவனிடமிருந்து ரஜன்யன் தோன்றினான்.

"இதை அறிந்த விராத்தியன். மன்னரின் மாளிகைக்கு விருந்தினனாக வருவானாயின் அவனைத் தன்னினும் மேலானவாக மதிக்கக்கடவன். இவ்வாறு செய்வதானால் தனக்கோ, தன் ஆட்சிக்கோ ஊறுவிளைவித்தவனாக மாட்டான். அவனிடமிருந்தே பிராமணனும்

சத்தராவும் (சத்திரியன்) தோன்றினர். நாங்கள் எவருள் பிரவேசிப்பது" என்பன போன்ற விஷயங்களை அவர்கள் கேட்டனர்.

தைத்திரிய சம்ஹிதையில் இரண்டாவதாகக் கூறப்பட்டுள்ள விளக்கத்தோடு ஒத்துக் காணப்படும் வாஜஸனேய சம்ஹிதையில் பின்வருமாறு கூறப்பட்டிருக்கிறது

"அவன் ஒன்றுடன் புகழ்ந்துரைத்தான். உயிரினங்கள் தோன்றின. பிரஜாபதி அதிபதியானான்."

அவன் மூன்றுடன் புகழ் பாடினான். பிராமணன் தோன்றினான். பிராமணஸ்பதி அதிபதியானான். ஐந்துடன் புகழ்பாடினான். உள்ளதனைத்தும் தோன்றின. பிராமணஸ்பதி அதிபதியானான். ஏழுடன் புகழ் பாடினான். ஏழு ரிஷிகள் தோன்றினர். தாத்ரி அதிபதியானான். ஒன்பதினோடு புகழ்பாடினான். தந்தையர் தோன்றினர். அத்தி அதிபதியானான். பதினொன்றோடு புகழ் பாடினான். பருவங்கள் தோன்றின. அர்த்தவர்கள் அதிபதிகள் ஆயினர். பதின்மூன்றோடு பாடினான். மாதங்கள் பிறந்தன வருஷம் அதிபதியாயிற்று. பதினைந்துடன் பாடினான். சத்தரா (சத்திரியன்) தோன்றினான். இந்திரன் அதிபதியானான். பதினேழுடன் புகழ்பாடினான். விலங்கினங்கள் தோன்றின. பிரகஸ்பதி அதிபதியானான். பதினொன்பதுடன் புகழ்பாடினான். சூத்திரனும் ஆர்யனும் (வைசியன்) - தோன்றினர். இரவும் பகலும் அதிபதிகளாயினர். இருபத்தொன்றுடன் புகழ்பாடினான். பிளவுபடாத குளம்புகளை உடைய விலங்கினங்கள் தோன்றின. வருணன் அதிபதியானான். இருபத்து மூன்றுடன் புகழ்பாடினான். சிற்றுயிர்கள் தோன்றின. புஷன் அதிபதியானான் இருபத்தைந்துடன் புகழ்பாடினான். கொடிய காட்டு விலங்குகள் தோன்றின. வாயு அதிபதியானான். (ஒப்பிட்டு நோக்குக: ருக்வேதம்: 90:8) இருபத்தேழுடன் புகழ்ந்தான். விண்ணும் மண்ணும் பிரிந்தன. வசுக்கள். ருத்திரர்கள், ஆதித்தியர்கள் அவற்றோடு பிரிந்தனர். அவர்கள் அதிபதிகளாயினர். இருபத்தொன்பதோடு புகழ்ந்தான். மரங்கள் தோன்றின. சோமன் அதிபதியானான். முப்புத்தொன்றுடன் புகழ்பாடினான்.

உயிர் இனங்கள் தோன்றின. மாதத்தின் முதல் பாதி இரண்டாம் பாதிகள் அதிபதிகளாயின. முப்பத்தொன்றுடன் போற்றிப் பாடினான். இருந்தவை அனைத்தும் அசைவற்று அமைதியாயின. பிரஜாபதி பரமேஸ்தின் அதிபதியானான்.

ருக்வேதம், யஜுர் வேதம் ஆகிய இரண்டும் அளிக்கும் விளக்கங்களுக்கிடையே ஒற்றுமை இல்லாததோடு, யஜுர் வேதத்தின்

சம்ஹிதைகளுக்கிடையும் வருணங்கள் தோற்றம் பற்றிய மிக முக்கியமான பொருள் குறித்தும் உடன்பாடான கருத்து இல்லாதது புலப்படுகிறது.

அதர்வண வேதத்தைப் பார்ப்போம். அதர்வண வேதமும் இருவகை விளக்கமளிக்கின்றது. ருக் வேதத்தில் கூறியுள்ள புருஷ சூக்தத்தின் வரிசையில் மாறுபாடாக இருந்த போதிலும் அதில் கூறப்பட்டுள்ளதை ஏற்றுக் கொண்டுள்ளது. அதர்வண வேதம், புருஷ சூக்தத்தோடு நின்றுவிடவில்லை என்பது இங்கு நோக்கத்தக்கது. ஒரு விளக்கம் பின் வருமாறு அமைந்துள்ளது:[1]

"முதலில் பிராமணன் பத்துத்தலைகளோடும், பத்து முகங்களோடும் தோன்றினான். முதலில் அவன் சோமபானம் பருகினான். அதனால் விஷத்தை வீரியமிழக்கச் செய்தான்."

"ரஜன்யன் கருவில் இருந்தபோது அவனை நினைத்துத் தேவர்கள் பயந்தனர். அவர்கள் அவனைக் கட்டுகளால் பிணித்தனர். அதனால் அவன் கட்டுகளோடு பிறந்தான். அவ்வாறு கட்டப்படாமல் அவன் பிறந்திருப்பானாயின் பகைவர்களை அவன் கொன்று குவித்திருப்பான். ரஜன்யன் இத்தகைய கட்டுகள் இல்லாமல் பிறந்து, பகைவரைக் கொன்று குவிக்க வேண்டுமென்று கருதுவோன் இருப்பானாயின் அவன் ஐந்திர பிரஹஸ்பத்ய பலியளிக்க வேண்டும். ரஜன்யன் இந்திரனுக்குரிய குணங்களையும் பிராமணன் பிரஹஸ்பதிக்குரிய குணங்களையும் பெற்றுள்ளனர். எனவே பிராமணன் மூலமே ரஜன்யனை அவனது கட்டுகளிலிருந்து விடுவிக்க முடியும். ஒரு பரிசாக உள்ள இந்தத் தங்க கட்டுகள் அவனைப் பிணித்து வைத்துள்ள கட்டுகளிலிருந்து வெளிப்படையாக விடுவிக்கின்றது."

மற்ற விளக்கங்கள் மனுவிலிருந்து தோன்றியவர்களைப் பற்றிப் பேசுகின்றன. பின்வரும் வரிகளில் இவற்றைக் காணலாம்.[2]

"அதர்வன், பிதா மனு, தத்யானச் ஆகியோர் போற்றிப் பாடிய பாடல்கள் இந்திரனில் கலந்தன"

"யாகங்கள் மூலம் மனு பெற்ற வளங்களும், உதவிகளும், ஓ ருத்ரனே, அவை யாவும் உன்னால் பெறப்பட்டவையே".

"ஓ மருத்துகளே, உங்களின் தூய பரிகாரங்களும், உறுதி வாய்ந்த தேவர்களே, உகந்தவையும், பயனுள்ளவையும், எங்கள் தந்தையான மனு தேர்ந்தெடுத்துக் கொண்டவையும் ருத்ரனின் திருவருள் படைத்தவையும் முதலானவற்றையே நான் வேண்டுகிறேன்"

1.முயிரின் சமஸ்கிருத மூலநூல்கள், தொகுதி 1, பக் 21-22.

2.முயிரின் சமஸ்கிருத மூலநூல்கள், தொகுதி 1, பக் 162-165.

"அந்த தன்மையான சினேகிதன், தேவர்களின் ஆற்றலைப் பெற்றிருந்தான். தேவர்களுக்கு வெற்றி வாயிலாக அமைந்த துதிப்பாடல்களை மனு அவனுக்காக இயற்றியளித்தார்."

"நம்மைக் காக்கும் தந்திரியாக மனுவே வேள்வியாவார்"

"தேவர்களே, எங்களோடு கூடிக்கலந்து காத்து உதவுவீர் மனுவின் தந்தை வழி உறவிலிருந்து எங்களைப் பிரித்து நெடுந்தொலைவுக்கு இட்டுச் செல்லாதீர்"

"மனுவின் வழித் தோன்றல்களிடயே உறைபவனான அக்னி இந்தச் செல்வங்களின் அதிபதியுமாவார்."

"அக்னியும், தேவர்களும், மனுஷப் புதல்வர்களும் பன்முகமான வேள்வியில் துதிப்பதாவது "தேவர்களே, வசுக்களே, ரிபுக் ஷான்களே, தேவர்கள் நடந்து வந்த பாதைகள் வழியே எங்கள் வேள்விக்கு வருக. வந்து மகிழ்ந்து சுப நாட்களில் மனுஷ மக்களிடயே வேள்விகளை நிறுவுவீராக"

"வழிபடுவதற்குரிய அக்னியை வேள்வியில் மனுவின் மக்கள் போற்றுகிறார்கள்"

"எப்போதெல்லாம் மக்களின் அதிபதியான அக்னி வளர்த்தப்பட்டு மனுவின் மக்களிடயே திருப்தியடைந்து உறைகிறாரோ அப்போதெல்லாம் ராட்சசர்களையெல்லாம் விரட்டுகின்றார்"

ஒரு கணம் இவற்றையெல்லாம் கருத்தில் கொண்டு யோசிப்போமானால் நான்கு வருணங்களின் தோற்றம் பற்றி வேதங்களுக்கிடையே ஒத்த கருத்து இல்லாதது புலப்படும். பிரஜாபதியின் வாயிலிருந்து பிராமணனும், கைகளிலிருந்து சத்திரியறும், தொடையிலிருந்து வைசியனும், பாதங்களிலிருந்து சூத்திரனும் தோற்றுவிக்கப்பட்டனர் என்று கூறும் ருக் வேதத்தோடு வேறு வேதங்கள் எதுவும் ஒத்துப் போகவில்லை.

2

வருணங்கள் தோற்றம் பற்றிப் பிராமணங்கள் எனப்படும் நூல்கள் என்ன கூறுகின்றன என்பதை இனிக் காண்போம்.

சதபத பிராமணம் பின்வருமாறு விளக்குகின்றது:[1]

1.முயிரின் சமஸ்கிருத மூலநூல்கள், தொகுதி 1, பக்.17

"பிரஜாபதி, பு' என்று உச்சரித்து உந்த உலகம் தோன்றியது. புவ' என்று உச்சரித்துக் காற்றை உண்டாக்கினார். சுவ' என உச்சரித்துச் சுவர்க்கத்தை உருவாக்கினார். இந்த மூன்று சொற்களால் புவனம் நிலைபெற்றுள்ளது. அக்னி' எங்கும் நிறைந்துள்ளது. பு' என்று உச்சரித்துப் பிரஜாபதி பிராமணனை உண்டாக்கினார்: புவ' என்று சொல்லிசத்திராவை உண்டாக்கினார். சுவ' என்று சொல்லி வைசு பிறந்தான். எங்கும் அக்னியை வைத்தார். பு' எனச் சொல்லிப் பிரஜாபதி, தன்னையே உண்டாக்கினார்; புவ' என்று உச்சரித்துத் தன் சந்ததிகளை உண்டாக்கினார். இந்த உலகம் அவராக உள்ளது; அவருடைய சந்ததிகள், விலங்கினங்களைக் கொண்டதாக உள்ளது: அக்னி எங்கும் உள்ளது."

சதபத பிராமணம் இன்னொரு விளக்கத்தையும் தருகின்றது:[1]

"பிரமா (இது, உரையாசிரியர்களின் கூற்றுப்படி நெருப்பின் வடிவில், பிராமணர்களைக் குறிக்கிறது) ஆதியில் தானொருவனாக, உலகமாக இருந்தார். தான் மட்டும் ஏகமாக இருந்ததால் வளர்ச்சியின்றி இருந்தார். தமது இயல்பான பேராற்றலால் நிறைவான வடிவான சத்திரா, அதாவது தேவர்களின் வல்லமை வாய்ந்தவர்களான (சத்தரானி) இந்திரன், நான்கு வருணங்கள் அவற்றின் தோற்றம் குறித்துப் பிராமணர்களுக்கு, நிச்சயமான கருத்து உண்டா?

வருணன், சோமன், ருத்திரன், பிரஜன்யன், யமன். மிர்த்யூ, ஈசானன் ஆகியோரைப் படைத்தார். எனவே தான் இராஜசூய யாகத்தில் பிராமணன், சத்திரியனுக்குக் கீழே அமர்கின்றான்; சத்திரனுக்கு (மன்னனுக்கு) அந்தப் புகழை அளிக்கின்றான். இதனால் சத்திரனின் மூலம் பிரமாவேயாதலால், மன்னன் உயர் நிலையை எய்தினாலும், முடிவில் தனக்கு ஆதாரமாகப் பிரமாவையே நாடுகின்றான். பிராமணனை அழிப்பவன், தனக்கு ஆதாரமாக உள்ளவற்றையே அழிப்பவனாகின்றான். தனக்கு மேலாக இருப்பவனைத் துன்புறுத்தியவனைப் போல இவன் பெருந்துன்பம் அடைகின்றான் 24. அவன் விருத்தியடையவதில்லை. வசுக்கள். ருத்ரர்கள், ஆதித்தியர்கள், விஸ்வதேவர்கள். மருத்துகள் ஆகியோரில் வைசுகள் என்னும் வகுப்பாரை உண்டாக்கினார்: 25. அப்போதும் அவர் விருத்தியடையவில்லை. புஷன் என்னும் சூத்திர வகுப்பாரைப் படைத்தார். புஷன் பூவுலகமாகும். உயிரினங்களைக் காப்பவன் அவனே. 26. அவர் விருத்தியடையவில்லை. தனது பேராற்றலால் நிறைவான வடிவில் தருமத்தைப் படைத்தார். இத்தருமமே அரசருக்கு (சத்தராவுக்கு) மேலான அரசர் (சத்தரா) ஆகும். எனவே தருமத்திற்கு மேலானது எதுவுமில்லை. ஆகையால் மெலியவன் தருமத்தால் வலியவரை வெல்வதற்கும் பார்க்கின்றான்

1.முயிரின் சமஸ்கிருத மூலநூல்கள், தொகுதி 1, பக்.20

அரசரால் வெல்வது போலவே. தருமமே சாத்தியம் இதனால் சத்தியத்தைப் பேசுபவன் தருமத்தைப் பேசுகிறான்' என்றும், தருமத்தைப் பின்பற்றுபவன் சத்தியத்தைப் பேசுபவன் என்றும் போற்றப்படுகின்றான். இரண்டும் ஒன்றாகவே இருப்பதன் விளைவு இது 27. இதுவே, பிரம, சத்தர. வைசு, சூத்ர தோற்றமாகும். அக்னியால் இது தேவர்களில் பிரமாவாகவும், மனிதர்களில் பிராமணனாகவும், (தெய்வீக) தன்மையுள்ள சத்தரா, மனிதர்களில் சத்திரியனாகவும், (தெய்வீக) தன்மையுள்ள வைசியா, மனிதர்களில் வைசியனாகவும், (தெய்வீக) தன்மையுள்ள சூத்திரன், மனிதர்களில் சூத்திரனாகவும் ஆகின்றது. இக்காரணத்தால் தேவர்களிடையே அக்னியிடத்திலும் மனிதர்களிடையே ஒரு பிராமணனிடத்தும் அவர்கள் அடக்கமாகிறார்கள்.

"தைத்திரிய பிராமணம் மூவகை விளக்கமளிக்கின்றது:

அவற்றில் முதலாவது:[1]

"இந்த புவன் மனைத்தையும் பிரமா படைத்தார். ருக் பாடல்களிலிருந்து வைசிய வகுப்பார் தோன்றியதாகக் கூறுவார்கள். அவ்வாறே யஜுர் வேதத்தின் வயிற்றிலிருந்து சத்திரியர் பிறந்ததாகச் சொல்வார்கள். சாமவேதத்திலிருந்து பிராமணர் தோன்றினர். முந்தையோர் முந்தையோர்க்கு உரைத்த வார்த்தை இது"

இரண்டாவது கூறப்படுவதாவது.[2]

"பிராமணசாதியார் தேவர்களிலிருந்து தோன்றியவர்கள்; சூத்திரர்கள் அசுரர்களிடமிருந்து பிறந்தவர்கள்"

மூன்றாவதான விளக்கமாவது:[3]

"அவன் தானே விரும்பி மரவட்டிலில் பாலை எடுத்து அவி சொரிக. ஆனால் சூத்திரனொருவன் அவ்வாறு அவி சொரியலாகாது. காரணம் சூத்திரன் தெய்வசங்கற்பத்திலிருந்து பிறவாதவன் ஆவான். சூத்திரன் பால் சொரிந்து செய்வது நைவேத்தியமாகாது என்பர். அக்னிஹோத்ரத்தில் சூத்திரன் அவி சொரியலாகாது. ஏனென்றால் அதனால் அது தூயமையாவதில்லை. வடிகட்டும் படுகையைத் தாண்டிச் செல்லும் போதே அது நைவேத்தியமாகிறது

பிராமணர்கள் கூறும் இந்த விளக்கங்கள் புருஷ சூத்தத்திற்கு எவ்வளவு தூரத்திற்கு ஆதரவாக உள்ளன? ஒன்று கூட ஆதரவாக இல்லை.

1.முயிரின் சமஸ்கிருத மூலநூல்கள், தொகுதி 1, பக்.17

2 மேலது, தொகுதி 1, ப.21

3.மேலது, பக் 36-37

3

வருண அமைப்பு முறையின் தோற்றத்தை அறிவதற்கு ஸ்மிருதிகள் அளிக்கும் விளக்கம் என்ன என்பதை அடுத்ததாகப் பார்க்கலாம். அவற்றைக் காண்பதும் அவசியமாகின்றது. மனு தரும் விளக்கம் வருமாறு.[1]

"தெய்வ சங்கற்பத்தால் ஊன்றப்பெற்ற விதையானது அவரது திருவுள்ளப்படியே ஓர் அண்டமாகப் பரிணமித்தது. இந்த அண்டம் ஒளிமயமான காந்தியை வீசிப் பொன்மயமாக ஒளிர்ந்தது. இந்த அண்டத்தில் தான், சகல ஜீவர்களின் ஆதிபாட்டனான பரம் பொருளே தமது இச்சையினால் பிரமா வடிவமாகவும் தோற்றம் எடுத்தார். பரமாத்மனுக்கு நரன் என்பது பெயர். அவனால் படைக்கப்பட்டதனால் நீருக்கு நாரம் எனப் பெயரேற்பட்டது. அந்த நீரில் இயங்கியதனால் நீரில் இயங்குவோன் என்னும் பொருள் பற்றி நாராயணன் என்று பரம் பொருளுக்குப் பெயர் ஏற்பட்டது. இத்தகைய பகவான் தோற்றமும் முடிவும் இல்லாதவராயினும் தன்னில் தானே தோற்ற முற்றெழுந்த புருஷனுக்குப் பிரமா என்று பெயர் உண்டாயிற்று. பொன்னொளி படரும் இந்த அண்டத்தில் ஓராண்டுக்காலம் தவத்தில் இருந்து, தமது கற்பித வலிமையினால், தாம் வீற்றிருக்கும் இந்த அண்டம் இரு கூறுகளாகப் பிளவு கொள்ள வேண்டுமென்று எண்ணி அந்த இச்சையின்படியே இரு கூறுகளானது.

மனிதராசி பல்கும் பொருட்டாகவே பிரம, சத்திரிய, வைசிய, சூத்திரர் என்போரை இறைவன் தம்முடைய முகம், தோள், தொடை, பாதம் ஆகிய பகுதிகளிலிருந்து தோற்றுவித்தார். பிரம் சொரூபியாக நின்று படைப்புச் செயலில் விளைந்த பரம்பொருளானவர் தாமே தம்மில் ஆண், பெண் என்று இரண்டாகப் பகுத்துப் பெண் தன்மையுடையதாக எடுத்த தோற்றத்திலிருந்து வெளிப்பட்டு விராட்புருஷன் என்ற வடிவம் கொண்டு விளங்குவாராயினார். முனிவர்களே, பாருங்கள், உங்கள் முன்பு நிற்கின்ற நான் அந்த விராட் புருஷனுடைய தபோ வலிமையினால் அவனே நானாக உருக்கொண்டு எழுந்த உருவமாய் உலகைப் படைத்தவனாவேன். உயிரினங்களை உண்டாக்க வேண்டியே, செயற்கரும் தவம் செய்து மரீசி, அத்திரி, ஆங்கிரஸர். புலஸ்தியர், புலகர், கிருது, பிரசேதசர், வசிட்டர். பிருகு. நாரதர் என்னும் புனிதரான பத்து மகரிஷிகளை முதலில் உண்டாக்கினேன். தேஜஸ்விகளான இந்த மாமுனிவர்கள் ஏழு மனுக்களையும், தேவர்களையும்,சுவர்க்கம் முதலிய லோகங்களையும், தபோவலிமை மிகுந்த மாமுனிவர்களையும் தோற்றுவித்தார்கள். யட்சர்கர்கள், இராட்சசர்கள், பைசாசர். கந்தவர்கள், அப்சரர்கள்,

1 மனுஸ்மிருதி, 1:9-12, 32-41 முயிர், மேலது பக்,36-37

அசுரர்கள், நாகர், சர்ப்பங்கள். கருடர்கள், பலவகையான பிதுரர்கள். இடி மின்னல்கள், முகில்கள், வானவில்கள், தூமகேதுக்கள், பூமியதிர்ச்சிகள், கின்னரர். வானரர், மீன்கள், பற்பல வகைப் பறவைகள், பசுக்கள், மான்கள், மனிதர்கள், கோரப் பற்களை இருவரிசையாகப் பெற்ற கொடிய வனவிலங்குகள், சிறியதும் பெரியதுமான ஊர்வன், உலண்டுப்பூச்சிகள், விளக்கணைப் பூச்சிகள், எட்டுகாற்பூச்சிகள், ஈ, முகடு. வால் நீண்ட கொசு, மற்றும் பற்பல தாவர ராசிகள் என உலகில் காணப்படும் சகல சர. அசர இனங்களையும் எனது விருப்பத்தின்படியே பத்து பிரஜாபதிகளும் அளவிறந்த தவங்கள் செய்து பெற்ற சக்தியினால் படைத்தனர்."

மனு, தனது ஸ்மிருதியில் மனிதர்களை நான்கு வகுப்பினராகப் பிரித்ததைப் பற்றிக் கூறியுள்ள இன்னொரு கருத்தையும் காணலாம்.

"இக்குணங்களால் மானுடன் அடையும் நலன்கள் யாவை என்பதை உங்களுக்குக் குறிப்பாகச் சொல்லுகின்றேன். சத்துவ குணத்தவர் தேவத்தன்மையையும், மானுடத்தன்மையையும், தமோ குணத்தவர் விலங்குகளின் இயல்பையும் அடைவதால், குண நலன்கள் மூன்று வகைப்படுகின்றன யானை, குதிரை, மிலேச்சர். சிங்கம், புலி, பன்றி ஆகிய பிறவிகள் தமோ குணத்தின் இடைநிலையாகும். மன்னர்கள், சத்திரியர், ராஜ்ய புரோகிதர், வாதத் திறமையுடையோர் ஆகியோர் ரஜோ குணத்தின் இடைநிலைப் பிறப்பினராவர். பக்தர்கள், துறவிகள், அந்தணர், வான சஞ்சாரிகள், உடுக்கள், தைத்திரியர்கள் ஆகியோர் சத்துவ வருணத்தின் கடைநிலையில் வருபவராவர். வேள்வி முயல்வோர், ரிஷிகள், தேவர், வேத விருப்பினர், தேவதையர், கோள்கள், வருஷ தேவதைகள். பிதுர்கள், சாத்தியர் ஆகிய பிறப்புகள் சத்துவ குண இடை நிலையால் வருவன. பிரமா, மரீசி முதலான பிரஜாபதிகள் தரும் தேவதை. மகத் தத்துவம், சாங்கிய சாஸ்திரத்தில் ஒளிரும் அவ்யக்தம் ஆகிய தோற்றங்கள் அனைத்தும் சத்துவ குணத்தின் தலையாய நிலை".

மனு, ருக் வேதத்தோடு ஒத்த கருத்துடையவர் எனலாம். ஆயினும் ஒப்பிட்டுப் பார்ப்பதற்கு அவரது கருத்து பயன்படாது. அது அவருடைய சொந்த கருத்தும் அன்று. ருக் வேதத்தை அப்படியே எடுத்துரைக்கிறார்.

4

இராமாயணத்திலும் மகாபாரதத்திலும் கூறப்பட்டுள்ளவற்றோடு இந்தக் கருத்துக்களை ஒப்பிட்டு நோக்கினால் சுவையானதாக இருக்கும்.[1]

1மனுஸ்மிருதி: 12:40,43,46,48,49,50.

காசியபனின் மனைவியும் தக்ஷனின் மகளுமான மனுவின் வழித் தோன்றல்களே நான்கு வருணத்தவர் என்கிறது இராமாயணம்.[1]

"தோற்றத்தைப் பற்றி நான் கூறுவதைக் கேட்பாயாக. ஆரம்பத்திலிருந்த அனைத்துப் பிரஜாபதிகளுக்குள்ளும் (படைப்புக் கடவுளர்கள்) கர்தமனே முதலாமவனாவான். அவனைத் தொடர்ந்து வக்ரிதன். சேஷன், சம்ஸ்ரயன் வல்லமை மிக்க பஹு புத்திரன், ஸ்தானு, மரிசி, அத்ரி, பலசாலியான கிரேது, புலஸ்தியன், அங்கிரசு, பிராசேதசு, புலகன், தக்ஷன், வைவஸ்வதன், அரிஸ்த நெமி, பின்னர் கடைசியாக புகழ் மிக்க காசியபன் ஆகியோர் தோன்றினர். பிரஜாபதி தக்ஷன் அறுபது பெண்களைப் பெற்றளித்த சிறப்புக்குரியவன். இவர்களில் அதிதி, திதி, தனு, காலகை, தமரா, குரோதவாச மனு, அனலா என்னும் அமகிய எட்டு மங்கையரைக் காசியபன் மணந்து கொண்டான், இதனால் பெருமகிழ்வடைந்த காசியபன் அவர்களைப் பார்த்து, என்னைப் போலவே மூவுலகையும் காக்கும் ஆண் மக்களைப் பெற்றளிப்பீராக" என்றான். இதற்கு. அதிதி, திதி. தனு, காலகை ஆகிய நால்வரும் உடன்பட்டனர். மற்ற நால்வரும் உடன்படவில்லை. இவனுக்கு அதிதி மூலமாக ஆதித்தியர்கள், வசுக்கள், ருத்திரர்கள். அகவினர்கள் இருவர் ஆகிய முப்பத்து மூன்று கடவுளர்கள் பிறந்தனர். காசியயனை மணந்து கொண்ட அவனுடைய மனைவி மனுவின் மூலம் பிராமணர்கள், பத்திரியர்கள், வைசியர்கள், சூத்திரர்கள் என் மனிதர்கள் பிறந்தனர். பிராமணர்கள் வாயிலிருந்து பிறந்தனர், சத்திரியர்கள் மார்பிலிருந்து பிறந்தனர், வைசியர்கள் தொடையிலிருந்து பிறந்தனர், சூத்திரர்கள் காலிலிருந்து பிறந்தனர் என்கிறது வேதம். அனலா அனைத்து வகை மரங்களையும் தூய பழங்களுடன் பெற்றெடுத்தாள்."

நால்வகை வருணத்தாரைப் பிரஜாபதி படைத்தார். என்பதற்குப் பதிலாக அந்தப் பெருமையைக் காசியபருக்கு வால்மீகி அளிப்பது விந்தையிலும் விந்தையாக உள்ளது. செவிவழிச் செய்திகளின் அடிப்படையில் இதை அவர் அறிந்தவராதல வேண்டும். வேதங்கள் கூறுவதென்ன என்பதை அவர் அறிந்திருக்கவில்லை என்பது தெளிவு.

மகாபாரதம் நான்கு இடங்களில் நான்கு வகையான விளக்கங்கள் தருவதைக் காணலாம். முதல் விளக்கம் பின் வருமாறு அமைந்துள்ளது

"பிரசேதசுக்கு மகரிஷிகளைப் போன்ற தபோதனர்களும் சகல வகையான நற்பண்புகளும் உயர்வும் சிறப்பும் மிக்கவர்களுமான புதல்வர்கள் பதின்மர் பிறந்தனர். அவர்களின் வாயிலிருந்து தோன்றிய அக்னியினால் கீர்த்தி வாய்ந்தவை அனைத்தும் முறையாக எரித்தொழிக்கப்பட்டன. அவர்கள் மூலம் தக்ஷ பிரசேதசுவும், தக்ஷனின் மூலமாக உலகும் உயிரினங்களும் பிறந்தன. தக்ஷ

1முயிர், சமஸ்கிருத மூலநூல்கள், தொகுதி1, பக். 116-117

முனிவர், விருணியுடன் கூடித் தன்னைப் போலவே ஆசாரங்களில் சிறந்தவர்களும் நாரத முனிவரால் மோக்ஷத்திற்கான உபதேசம் போதிக்கப்பெற்றவர்களும், சாங்கிய சாஸ்திரத்தில் வல்லவர்களுமான ஆயிரக்கணக்கான புதல்வர்களைப் பெற்றார். மேலும் தன் கால் வழியினரைப் படைக்க விரும்பி பிரஜாபதி தக்ஷன் ஐம்பது பெண்மக்களைப் படைத்து அவர்களில் பதின் மரைத் தருமருக்கும், பதின் மூவரைக் காசியபருக்கும், இருபத்தெழுவரை காலங்களை முறைப்படுத்தும் இந்துவுக்கும் (சோமன்) அளித்தார். தன் பதின் மூன்று மனைவியருள் மிகச் சிறந்தவளான தாக்ஷாயணி மூலமாக மாசியின் மகனான காசியபன், வல்லமையால் புகழ் பெற்றவர்களும், இந்திரரைத் தலைவராகக் கொண்டவர்களுமான ஆதித்தியர்களையும், விவாசுவத்தையும் பெற்றெடுத்தார். விவாசுவத்துக்கு வல்லமை வாய்ந்த யம் வைவசுவதன் பிறந்தான். மார்த்தாண்டனுக்கு (விவாஸ்வதனான சூரியன்) அறிவாற்றல் மிகுந்த மனுவும் மனுவின் தம்பியான புகழ் மிக்க யமனும் பிறந்தனர்.

தர்ம நெறி தவறாத இந்த மனுவின் மூலம் ஒரு குலம் தோன்றியது. எனவே அவர் வழியாகத் தோன்றிய மக்கள் இனத்தவர் மனுக் குலத்தார் எனப்பட்டனர். இந்த மனுவின் மூலமே பிராமணர் சத்திரியர் முதலான மனிதர்கள் தோன்றினர். மன்னனே! அவனிடமிருந்து சத்திரியரோடு இணையாகப் பிராமணர்கள் தோன்றினர்".

இங்குக் கூறப்பட்டுள்ள இந்தக் கோட்பாடு இராமாயணத்தில் கூறப்பட்டுள்ளதைப் போன்றதேயாயினும், மகாபாரதம் மனுவின் மூலமே நான்கு வருணங்கள் தோன்றின என்பதும், இரண்டாவதாக அந்த நால் வருணத்தாரும் மனுவின் நான்கு வெவ்வேறு பாகங்களிலிருந்து பிறந்தவர்கள் என்று கூறாததுமான வேறு பாட்டினைக் கொண்டுள்ளது.

மகாபாரதத்தில் கூறப்பட்டிருக்கும் இந்த இரண்டாவது விளக்கம்[1] ருக் வேதத்தின் புருஷ சூக்தத்தைத் தழுவியதாகவே உள்ளது. அதில் கூறப்பட்டிருப்பதாவது,

"தீயவர்களைத் தடுத்து. நல்லவர்களைக் காக்க வல்லவர்களை மன்னன் தன் ராஜ குருவாக வைத்துக் கொள்ள வேண்டும். இளையின் மகனான புரூரவசுவுக்கும், மதரீஸ்வனுக்கும் (காற்று தெய்வமான வாயு) இடையே நடைபெற்ற உரையாடலின் மூலம் பெறப்படும் கதை இது பற்றித் தெரிவிப்பதாவது:" புரூரவசு சொன்னான்: "பிராமணனும், மற்ற மூவகை வருணத்தாரும் எப்போது படைக்கப்பட்டனர் என்பதை எனக்கு விளக்கி யுரைக்க வேண்டும். இவர்களுக்குள் முதலாமவருக்கு எப்போது உயர்வு ஏற்பட்டது என்பதையும் எனக்குத் தெரிவிக்க

1.முயிரின் சமஸ்கிருத மூலநூல்கள், தொகுதி 1, ப.

வேண்டும்" இதற்கு மதரீஸ்வன் பதிலுரைத்ததாவது, "பிரமாவின் வாயிலிருந்து பிராமணன் படைக்கப்பட்டான்; அவனுடைய கைகளிலிருந்து சத்திரியனும், தொடையிலிருந்து வைசியனும், இந்த மூவகை வருணத்தாருக்கும் தொண்டு புரிவதற்காக பிரமாவின் கால்களிலிருந்து சூத்திரனும் படைக்கப்பட்டனர். பிராமணன் பிறந்த போதே உலக உயிர்கள் அனைத்திற்கும் தலைமை தாங்குபவனாகவும், தர்ம நிதியைப் பாதுகாக்கும் பொறுப்பை ஏற்பவனாகவும் ஆனான். பின்னர், மக்களைத் திருப்தியடையச் செய்வதற்கு இரண்டாவது யமனாகத் தண்டத்தை ஏந்தியவர்களாக உலகக்காவல் செய்வதற்குப் பிரமா, சத்திரியர்களைப் படைத்தார். மற்ற மூவகை வருணத்தாரும் வாழ்வதற்குரிய உணவும் பொருளும் திரட்டிக் காப்பதற்குரியவர்களாக வைசியரையும் இவர்களுக்குத் தொண்டு செய்வதற்காகச் சூத்திரரையும் பிரமா படைத்தார். பின்னர் இளையின் மைந்தன் கேட்டதாவது "வாயுவே, இந்த உலகமும் அதிலுள்ள செல்வங்களும் முறைப்படி யாருக்கு உரியது. பிராமணருக்கா அல்லது சத்திரியருக்கா என்பதைக் கூறுவாயாக" இதற்கு வாயு கூறியதாவது.

"முந்திப் பிறந்த முறைமையினால் இந்த உலகிலுள்ள அனைத்தும் பிராமணருக்கே உரிமையானவை. தர்ம சாஸ்திரங்களில் வல்லவர்க்கு இது தெரியும். பிராமணன் தன்னுடைய உணவையே உண்டு வாழ்கின்றான். எல்லா வருணத்தாருக்கும் அவனே தலைவன், முதலாவதாகப் பிறந்தவன்: மிக மேன்மையானவன். தன்னுடைய முதல் கணவனை இழந்த பெண்மணி தன் மைத்துன்னைத் தன் இரண்டாவது கணவனாக அடைவது போலவே, பேரிடர் நேரும்போது உனக்கு முதலாவது ஆதாரமாக அமைந்தவன் பிராமணனே. பின்னரே மற்றவர்கள் உதவியாகக் கூடியவர்கள்."

மகாபாரதத்தின் சாந்தி பர்வத்தில் மூன்றாவது விளக்கமாகக் கூறப்பட்டிருப்பதாவது.

பிருகு கூறினார்.[1]

"பிரமா தன் சொந்த வலிமையும், அக்னி, சூரியன் ஆகியோருக்கு இணையான பேரொளியும் கொண்டவர்களாகப் பிரஜாபதிகளைப் படைத்தார். பின்னர் மோட்சத்திற்கான சத்தியம், கண்டிப்பான அறநெறி, என்றும் அழிவில்லாத வேத சாஸ்திரம், தூய ஒழுக்க விதிகள் ஆகியவற்றை உருவாக்கினார். பின்னர், தேவர்கள், தனவசுக்கள், கந்தர்வர்கள், தைத்தியர்கள். அசுரர்கள், மஹாராகர்கள், யக்ஷர்கள், ராட்சசர்கள். நாகர்கள், பைசாசர்கள், மாந்தர், பிராமணர், சத்திரியர், வைசியர், சூத்திரர், மற்றுமுள்ள பல்வேறு வகை

1.முயிரின் சமஸ்கிருத மூலநூல்கள், பக். 139-140

வருணத்தவர் ஆகியோரை உருவாக்கினார். பிராமண வருணத்தாரின் நிறம் வெள்ளை, சத்திரியர் செந்நிறம், வைசியர் நிறம் மஞ்சள், சூத்திரர் கருநிறம் என அந்தந்த வருணத்தார்க்குரிய நிறங்களாயின.' பரத்வாஜர் இங்கே இடைமறித்துக் கூறுவதாவது: "நான்கு வருணத்தாரும் அவரவர்க்குரிய நிறங்களால் வேறுபடுத்தி அறிய கூடுமானால், அதனால் ஏற்படக்கூடியதொரு குழப்பம் உள்ளது. ஆசை, கோபம், பயம், பொருளாசை, துயரம், அச்சம், பசி, அயர்வு, அனைவருக்கும் உரியதாகவே உள்ளது. எனவே, எதனால் சாதியை வேறுபடுத்திக் காண முடியும்? வியர்வை, மூத்திரம், மலம், கபம், பித்தம், இரத்தம் ஆகியவை அழியும் உடம்பெடுத்த அனைவருக்கும் பொதுவானவை. பின்பு எதனைக் கொண்டு வருண வேறுபாட்டைக்கண்டறிய முடியும்? இவையன்றி எண்ணற்ற இயங்குவனவும், நிலையானவையெனவும் பலவகை உயிரினங்கள் உள்ளன. இவற்றின் வருணத்தை எவ்வாறு நிர்ணயிக்க முடியும்? இதற்குப் பதிலாகப் பிருகு உரைத்ததாவது. "சாதி வேறுபாடுகள் என்பது கிடையாது."

இதே சாந்தி பர்வத்தில் நான்காவதொரு விளக்கமும் அடங்கியுள்ளது. அதில் கூறப்பட்டிருப்பதாவது,

"பரத்வாஜர் மீண்டும் வினவுகின்றார்: 'சொல்லாற்றல் மிக்க பிராமண ரிஷியே, பிராமணன், சத்திரியன், வைசியன், சூத்திரன் என்றுள்ள மாந்தனின் குணங்களாக அமைந்தவை எவை என்று கூறுவாயாக.' இதற்குப் பிருகு பதிலுரைத்தாவது" தூயவனும், பிறப்பு முதலாக அனைத்து வகைச் சடங்குகளால் புனித மாக்கப்பட்டவனும், வேதங்களை முற்றிலுமாகக் கற்றுத் தேர்ந்தவனும் அறுவகை வேள்விகள் இயற்றி வாழ்பவனும், சுத்திக்கான சடங்குகளை முறைப்படி இயற்றுபவனும், நைவேத்தியத்தில் எஞ்சியதை உண்டு வாழ்பவனும், குருவைச் சார்ந்திருப்பவனும், மத சடங்காசாரங்களை வழுவாது இயற்றுபவனும், சத்தியத்தை மறவாதவனுமானவன் பிராமணன் எனப்படுகின்றான். சாத்தியம், பெருந்தகைமை, தீங்கு இழைக்காமை, குற்றம் புரியாமை, தன்னடக்கமுடைமை, இரக்கவுணர்வுடைமை. ஆடம்பரமின்மை, உணர்வுத் துடிப்புடைமை ஆகியவற்றிற்கெல்லாம் இருப்பிடமாகவுள்ளவனே பிராமணன் எனப்படுவான்.

அரசுக்காவல் கடமையை நிறைவேற்றுபவன், வேதங்களைக்கற்பதில் முனைந்திருப்பவன், வழங்குவதிலும் வாங்குவதிலும் பெரு மகிழ்வு கொள்பவன் சத்திரியன் எனப்படுகின்றான். கால்நடைகளைக் காப்பதில் முனைந்திருப்பவன். உழுவதிலும் உழுவித்துப் பெருவதிலும் ஈடுபட்டிருப்பவன், தூயவனானவன், வேதங்களைப் பழுதறக்கற்பவன் வைசியன் என்று வகுத்தறியப்பட்டிருக்கின்றான்.

எத்தகைய உணவையும் உண்பதைப் பழக்கமாகக் கொண்டவன், அனைத்து வகைப் பணிகளையும் செய்பவன். தூய்மையற்றவன். வேதங்களைக் கைவிட்டவன். தூய அறநெறிகளைப் பின் பற்றாதவன். சூத்திரன் எனப்பட்டுவருகின்றான். சூத்திரனுக்குரியனவாக நான் குறிப்பிட்டவை பிராமணனிடத்துக் காணப்படுவதில்லை. எனவே, சூத்திரன் எப்போதும் சூத்திரனாகவே இருப்பான். இவனைப்போலச் செயல்புரிபவன் பிராமணனாக இருக்க முடியாது.'

ஒரே ஒரு இடத்தைத் தவிர வேறெங்கும் வருண முறையின் தோற்றம் பற்றி ருக் வேதம் கூறுவதை மகாபாரதம் ஏற்பதாக இல்லை.

5

வருண முறையின் தோற்றம் பற்றிப் புராணங்கள் கூறுவதென்ன என்பதை இனிக்காணலாம்.

முதலில் விஷ்ணு புராணத்தை நோக்குவோம். சதுர்வருணத் தோற்றம் பற்றி விஷ்ணு புராணம் மூவகையான விளக்கங்களைத் தருகின்றது. ஒரு விளக்கத்தின் படி இந்தத் தோற்றத்தை மனுவைச் சார்ந்ததாகக் கூறுகின்றது. விஷ்ணு புராணம் கூறுவதாவது:[1]

"மண்ணுலகக் கருவின் தோற்றத்திற்கு முன்பே உலகனைத்தையும் படைத்தவனும், பிரமத்தின் சாராம்சமாகவும், விஷ்ணுவாகவும் இருந்தவனும். ரூக், யஜுர். சாமம், அதர்வ வேதங்களின் வேறல்லாதவனுமான ஹிரண்யகர்பனென்னும் தெய்வீகச் சக்தி மிக்க பிரமா இருந்தார். பிரமாவின் வலது கட்டை விரலிலிருந்து பிரஜாபதி தக்ஷன் பிறந்தான்; தக்ஷனுக்கு அதிதி என்றொரு மகள் பிறந்தாள் அவள் வழியே விவாஸ்வத் தோன்றினான் அவனிடமிருந்து மனு தோன்றினான். மனுவுக்கு இக்ஷவாகு, நிரிகா. திரிஷ்டா, சர்யாதி, நரிஷந்தா, பிராம்சு, நாய் கண்டி ஸ்டா, கருஷா, பிரிஷத்ரா என்னும் புதல்வர்கள் பிறந்தனர். கருஷனிடமிருந்து கருஷர்களும், வல்லமை மிக்கவர்களான சத்திரியர்களும் தோன்றினர். நெடிஸ்தனின் மகனாகப் பிறந்த நபகன் வைசியனானான்"

இந்த விளக்கம் முடிவடையாத நிலையில் உள்ளது. இது சத்திரியர், வைசியர் தோற்றத்தைப் பற்றி மட்டுமே கூறுகின்றது பிராமண, சூத்திரர் தோற்றம் பற்றி எதையும் கூறவில்லை. இதே விஷ்ணு புராணத்தில் இன்னொரு வகையான விளக்கமும் கூறப்பட்டுள்ளது. அதாவது,

---

1. முயிர், தொகுதி 1, பக் 220-221.

“மனு ஒரு மகனைப் பெற விரும்பி மித்ரனுக்கும், வருணனுக்கும் வேள்வி செய்தார். ஹோத்ரி (யாக்குரு) தவறான மந்திரத்தை ஓதியதன் விளைவாக இனை என்னும் பெயர் பெற்ற மகள் பிறந்தாள். மித்ரன். வருணன் ஆகியோரின் அருளால் இனைக்கும் மனுவுக்கும் சுத்தியுமனன் என்னும் மகன் பிறந்தான். ஆயினும் சஸ்வரனின் (மகாதேவர்) கோபத்திற்கு ஆளானதால் மீண்டும் பெண்ணாக மாற்றப்பட்டு, சோமனின் கொண்டிருந்தாள். அவள் அழகில் மயங்கி புதன் அவளிடம் ஒரு மகனைப் பெற்றான். அவன் பெயர் புரூரவசு என்பது. அவனுடைய பிறப்பிற்குப் பின்பு, ருக், யஜுர். சாம். அதர்வவேதங்களையும் அனைத்துப் பொருட்களையும். மனதையும், வெறுமையையும் உருவாக்கிய கடவுள், வல்லமை வாய்ந்த முனிபுங்கவர்களெல்லாம் வழிபட வேள்வி புருஷனாக விளங்கியிருந்தார். அவரை வேண்டிக் கொண்டதற்கிணங்க இளை மீண்டும் ஆணுருவம் பெற்றுச் சுத்தியுமனன் என்ற பெயரைப் பெற்றான்.”

“விஷ்ணு புராணத்தின்படி, அத்ரி முனிவர் பிரமாவின் மகனாவார். அவரே சோமனின் (நிலவு) தந்தை. பிரமாவால் அனைத்து உலகங்கள், பிராமணர்கள், நட்சத்திரங்களின் அதிபதியாக்கப்பட்டவர். இராஜசூய யாகம் புரிந்த பின்பு சோமன் காவமெய்தி. தேவர்களின் குரு பிரகஸ்பதியின் மனைவி தாரையைக் கவர்ந்து சென்றான். தேவர்களும், கடவுள்களும், ரிஷிகளும் கண்டித்தபோதும் அவளை மீண்டும் ஒப்படைக்க மறுத்தான். சோமனின் எதிரணியில் உசனன் நின்றான். அங்கீரசு விடம் கற்ற ருத்திரன், பிரகஸ்பதிக்கு உதவி புரிந்தான். இரண்டு திறத்தாருக்கும் முறையே தேவர்களும் தைத்திரியர்களும் துணை புரிந்தனர். பிரமன் தலையிட்டுத் தாரையை அவளுடைய கணவனிடம் ஒப்படைக்குமாறு சோமனைக் கட்டாயப்படுத்தினான். ஆனால் இதற்கிடையில் தாரை கர்ப்பமுற்றாள். புதன் என்னும் மகனையும் பெற்றாள். அவளைக் கட்டாயப்படுத்திக் கேட்ட போது புதனுக்குத்தந்தை சோமனென்று ஒத்துக்கொண்டாள். ஏற்கனவே கூறியபடி மனுவின் மகளான இளைக்குப் பிறந்த புதனுக்குப் பிறந்தவனே புரூரவசு ஆவான்.

“புரூரவசுவுக்கு ஆறு புதல்வர்கள் பிறந்தனர். அவர்களின் மூத்தவன் ஆயு, ஆயுவுக்கு நகுஷன், க்ஷத்திரவிரதன். இரம்பன். இரஜி. அநேநசு என ஆறு புதல்வர்கள் பிறந்தனர்”

“க்ஷத்திர விரதனுக்குச் சுந்ஹோத்ரன் என்றொரு மகன் பிறந்தான். அவனுக்குக் கசன், லேசன். கிரிஸ்டமடன் என்னும் மூன்று புதல்வர்கள் பிறந்தனர். இவர்களில் கடைசி புதல்வனுக்குச் சௌநகன்

பிறந்தான். அவனே நால்வகையான சாதிகளையும் உருவாக்கினான். கசன். காசிராஜன் என்றொரு மகனைப் பெற்றான். அவனுக்குத் தீர்க்கதமசு மகனாகவும், தீர்க்கதமசுக்குத் தன்வந்திரி மகனாகவும் பிறந்தனர்"

மூன்றாவது கூற்றின்படி வருணத்தோற்றம் பிரமாவைச் சார்ந்து கூறப்படுகின்றது:[1]

"**மைத்ரேயர் கூறுகிறார்**:[2] மகரிஷியே, மனிதர்கள் படைக்கப்பட்டது பற்றி விளக்கியுரைத்தீர்கள். பிரமா அவர்களைப் படைத்த விவரத்தை விளக்க வேண்டுகின்றேன்.

பிராமணர்கள் முதலானவர்களின் குணங்களையும் வருணாசிரம விவரங்களையும், ஆசார வேறுபாடுகளையும் விரிவாகத் தெரிந்து கொள்ள விரும்புகின்றேன்" என்றார். அதற்குப் பராசரர் பின் வருமாறு கூறலானார். 3. பூர்வத்தில் பிரமன் மனிதர்களைப் படைக்க வேண்டும் என்று சிந்தித்தபோது சத்துவ குணமுடையவர்களைத் தன் வாயிலிருந்து தோற்றுவித்தார். 4. ராஜச குணமுடையவர்களைத் தன் மார்பிலிருந்து தோற்றுவித்தார் 5. ராஜச குணமும் தாமஸ குணமும் கலந்திருந்தவர்களைத் தன் தொடையிலிருந்து தோற்றுவித்தார். தமோகுணமுடையவர்களைத் தன் பாதத்திலிருந்து தோற்றுவித்தார். இவ்விதம் பிரமதேவனின் முகம், மார்பு, தொடைகள், பாதங்கள் என்னும் உறுப்புகளிலிருந்து பிறந்தவர்களை முறையே பிராமண, சத்திரிய, வைசிய, சூத்திரர்கள் என்னும் நால்வகை வருணத்தாரென ஆக்கினார்"

சாங்கியத்துவத்தின் அடிப்படையில் ருக்வேதம் தரும் வருணக்கோட்பாட்டையே இங்கு விஷ்ணு புராணம் தந்துள்ளது ஹரிவம்சத்தில் இருவகைக் கோட்பாடுகளைக் காணலாம். அதன்படி, விஷ்ணு புராணத்தில் சொல்லப்பட்டுள்ள வழிமுறைகளுக்கு மாறாக, மனுவின் வழிவந்தவர்களின் மூலம் வருணங்கள் தோன்றின என்னும் கோட்பாடு நிறுவப்பட்டுள்ளது.[3]

"கிரிஸ் மதனுக்குப் பிறந்தவன் சுநகன். அவன் வழித் தோன்றல்களாகச் சௌனகர், பிராமணர்கள், சத்திரியர்கள், வைசியர்கள், சூத்திரர்கள் தோன்றினர்."

"சகோதரன், சகோதரி, கயா, கார்கா, கபிலர் என்னும் ஐவருக்குத் தந்தை விதாதா ஆவான். சகோதரனுக்குக்கசகன், கிரிஸ்தமதி மன்னன்

1.முயிர், தொகுதி 1, பக்/ 61-62

2.பராசரமுனிவருக்கும் அவருடைய மாணவர் மைத்ரேயருக்கும் இடையே நடக்கும் உரையாடல் போக்கில் விஷ்ணு புராணம் அமைந்துள்ளது.

3.முயிர், தொகுதி 1, பக்.227

ஆகியோர் புத்திரர்கள். பின்னவனுக்குப் பிராமணர்கள், சத்திரியர்கள், வைசியர்கள் புத்திரர்களாகப் பிறந்தனர்.”

இன்னொரு கருத்தின்படி, பிரமாவிலிருந்து தோன்றிய விஷ்ணு வருணங்களைத் தோற்றுவித்ததாகவும், பிரஜாபதி தக்ஷனான தாகவும் விளக்குவதோடு பின் வருமாறு கூறுகின்றது.[1]

“**ஜனமே ஜயர் கூறுகிறார்**[2] ‘ஏ, பிரமனே, பிரமயுகமே காலங்களில் முதலாவது என விவரிக்கக் கேட்டிருக்கின்றேன். சொல்லாற்றல் மிக்கவர்களால் விவரிக்கப்பட்டதும், வேள்விகளால் விளக்கப்பட்டிருப்பதும், பலவகைகளில் அனுஷ்டிக்கப்பட்டு வருவதுமான சத்திரியர்க்குரிய யுகத்தைப் பற்றி விரிவாகவும், துல்லியமாகவும் தெரிந்து கொள்ள விரும்புகின்றேன்.” வைசம்பாயனர் இதற்குப் பதிலுரைத்ததாவது வேள்விகளால் மேன்மையுற்றதும், பெருந்தகைமை மிக்க செயல்களால் சிறப்புற்றதுமான யுகத்தைப் பற்றி உனக்கு விவரித்து உரைப்பேன் மோட்சம், தடையில்லாத சடங்குகளை இயற்றுதல் செயலிலும், செயலற்றிருத்தலிலும் பிரமத்தையே இடைவிடாது நினைத்திருத்தல். பிராமணர்களையே உயர் பொருளாகக் கருதி இணைந்திருத்தல், பிரமனைப் பற்றிய அறிவு நிரம்பி, தன்னடக்கமுடையவராய். முழுமையாகச் சடங்குகளை ஆற்ற வல்லவராய், ஞான நிறை வெய்தியவராய், ஆன்மீகச் சிந்தையராய் ஆயிரம் யுகங்களுக்குப் பின் நிறைவெய்திய இந்த முனிவர்கள் உலகப் பந்தபாச நிலை நீங்கியவராவர். பிரமனிடமிருந்து தோன்றிய விஷ்ணு பந்த பாசங்களிலிருந்து அகன்று தவ நிலையில் மூழ்கியவராய் பிரஜாபதி தக்ஷனாகிப் பலவகை உயிரினங்களைப் படைத்தார். பிராமணர்கள் அழகிய வடிவினராய் (அல்லது சோமனின் விருப்பத்திற்குரியவராய்) அழிவற்றதொரு (அக்ஷரம்) மூலத்திலிருந்து படைக்கப்பட்டனர். சத்திரியர்கள் அழியத்தக்க (க்ஷரம்) மூலத்திலிருந்தும், வைசியர் மாற்றத்திலிருந்தும், சூத்திரர் புகையின் மாற்று வடிவினராகவும் படைக்கப்பட்டனர். விஷ்ணு இவர்களின் வருணங்களைப் பற்றிச் சிந்தித்தபோது, பிராமணன் வெள்ளை, சிவப்பு, மஞ்சள். நீல வண்ணங்களில் உருவானான். இதனால் உலக மாந்தர் நால் வகை வருணத்தவராகப் பிரிந்தனர். அவர்கள் பிராமணர், சத்திரியர். வைசியர். சூத்திரர் எனப்பட்டனர். இவர்கள் தத்தம் கடமைகள், வடிவங்கள், ஈரடியினராய், வியக்கத்தக்கவராய், வல்லமை மிக்கவராய் தம் பணிகளை விரைந்து நிறைவேற்றத் தக்கவராய் ஆனார்கள். முதல் மூன்று (உயர்) வருணத்தாருக்கு வேதங்களில் விதித்தவாறு

1.முயிர், தொகுதி 1, பக். 152-153

2.’ஹரிவம்சம்’ ஜனமே ஜயருக்கும், வைசம்பாயனருக்கும் இடையே உரையாடலாக அமைந்துள்ளது.

சமயவினைகள் நியமிக்கப்பட்டன. பிரமனிடமிருந்து தோன்றித் தவநிலையில் - விஷ்ணுவாக இருந்தவர் - பிரசேதசர் (தக்ஷன்) அதாவது மகாயோகியாகிய விஷ்ணு தனது யோக வல்லமையால், ஆற்றலால் பெற்றவற்றைத் தமது படைப்புகளில் ஊடுருவச் செய்தார். சூத்திரர் அழியக் கூடியவற்றிலிருந்து தோன்றியதால், சடங்குகள் செய்வதிலிருந்து விலக்கப் பட்டவராவர். மேலும் புனித சாஸ்திரங்கள் அவர்களுக்கு உரியவையாகா. எரியும் விறகின் நெருப்பிலிருந்து எழும் புகைத்திறன் நெருப்பாகக் கருதப்படாமல் கழிந்து வேள்வியில் அதனால் எவ்வித பயனும் இல்லாமல் போவது போல, சூத்திரர் அலைந்து திரிந்து பிறப்பின் காரணமாக யாகக் காரியத்திற்குப் பயன்படாமலும், வாழ்க்கை முறையிலும் தூய்மையற்று வேதத்தில் விதித்துள்ள கடமைகளைச் செய்வதற்கு உரியராகாதவராயினர்".

வருணங்களின் தோற்றத்திற்குப் பகவத் புராணமும் ஒருவகை விளக்கத்தைத் தருகின்றது.[1]

"பல்லாயிரம் ஆண்டுகளுக்குப்பின் காலம், காரியம், இயல்பான குணங்களில் வாழ்ந்து கொண்டிருந்த ஜீவன் நீரில் மிதந்து கொண்டிருந்த உயிரற்ற கருவிற்கு உயிரளித்தது. அந்தக் கருவைப் புருஷன் சிதைத்ததால், அதலிருந்து ஆயிரக்கணக்கான தொடைகள். கால்கள், கைகள், கண்கள், முகங்கள், தலைகள் தெரித்தெழுந்தன. அவருடைய உடல் உறுப்புகளிலிருந்து முனிவர்கள் உலகங்களை உருவாக்கினர். அதன்படி அவருடைய தொடைகளிலிருந்து கீழுலகங்கள் ஏழும், அரையும் இடுப்பும் சேருமிடத்திலிருந்து மேலுலகங்கள் ஏழும் தோன்றின. பிராமணர். புருஷனின் வாயாக இருந்தனர். சத்திரியர்கள் அவனுடைய கைகளாக இருந்தனர். வைசியர் அவனது தொடையிலிருந்து தோன்றினர்: சூத்திரர், கால்களிலிருந்து பிறந்தனர். பூமி அவனது காலிலிருந்து தோன்றியது. காற்று அவனது கொப்பூழிலிருந்து பிறந்தது. இதயத்திலிருந்து சுவர்க்கம் தோன்றியது. மகாபுருஷனின் மார்பிலிருந்து மகாலோகம் பிறந்தது."

இறுதியாக வாயு புராணத்தைப் பார்ப்போம். வாயுபுராணம் கூறுவதென்ன? வருண முறையின் தோற்றத்திற்கு மனுவே காரணமானவர் என்ற கொள்கையையே அது கூறுகின்றது.

"கிரிஸ்தமதனுடைய மகன் சுனகனாவான். அவனிடமிருந்து சௌனகன் பிறந்தான். இவனுடைய குலத்தில் பிராமணர் சத்திரியர், வைசியர், சூத்திரர் பிறந்தனர். துவிஜர்கள் பலவகை சடங்கு கடமைகளுடன் தோன்றினர்."

1.முயிர், தொகுதி 1 ப. 156

6

எத்தகையதொரு குழப்பம் இது? நான்கு வருணத் தோற்றத்தைப் பற்றி பிராமணர் ஒரே மாதிரியானதும் பொருந்தக் கூடியதுமானதொரு விளக்கத்தைக் கொடுக்க முடியாமற் போனதேன்?

இந்த வருணத்தை உருவாக்கியவர் யார் என்பது பற்றி ஒருமித்த கருத்தெதுவும் இல்லை. பிரஜாபதி நால்வருணங்களைத் தோற்றுவித்ததாக ருக்வேதம் கூறுகின்றது. நால்வருணங்களைத் தோற்றுவித்த பிரஜாபதி எந்த பிரஜாபதி என்பதை அறியவே எவரும் விரும்புவர். பிரஜாபதிகள் நால்வராக இருப்பதே இத்தகைய கேள்வி எழக்காரணமாகின்றது. பிரஜாபதிதான் வருணங்களைத் தோற்றுவித்தவர் என்பதிலும் ஒத்த கருத்து எதுவும் இல்லை. சிலர் பிரமன் தோற்றுவித்தார் என்றும், சிலர் காசியபர் தோற்றுவித்தார் என்றும், மனு தோற்றுவித்தார் என மூன்றாவது திறத்தாரும் கூறுகின்றனர்.

வருணங்களின் எண்ணிக்கை எத்தனை, அதனை உருவாக்கியவர் என்று ஒருவர் இருந்தால் யார் அவர் என்பது பற்றியெல்லாம் ஒரே வகையான கருத்து எதுவுமில்லை. நான்கு வருணங்கள் தோற்றுவிக்கப்பட்டதாக ருக்வேதம் கூறுகின்றது. பிறர் இரு வருணங்கள் தோற்றுவிக்கப்பட்டதாகக் கூறுகின்றனர். இந்த இருவருணங்கள் பிராமணர்கள், சத்திரியர்கள் என்று சிலரும், மற்றும் சிலர் பிராமண, சூத்திரர்கள் என்றும் கூறுகின்றனர்.

இந்த நான்கு வருணத்தாருக்கும் இடையே உள்ள தொடர்புகளைக் கூறி இவர்களை ஒருங்கிணைக்க முனைந்த ருக்வேதம். குறிப்பிட்டதொரு வருணம் தோன்றிய உடல் பாகத்திற்கேற்றவாறு இவற்றிற்கு முக்கியத்துவம் அளித்து இவற்றிற்கிடையே உள்ள தரவாரியான சமத்துவமின்மைக்கான விதிமுறைகளை வரையறுத்துக் கூறுகின்றது. உபநிஷத்துகள் இராமாயணம். பாரதம், புராணங்களும் இந்தப் பணியையே செய்துள்ளன.ஹரிவம்சம் சூத்திரர்கள் துவிஜர்கள் என்னுமளவுக்கு சொல்லுகிறது.

இந்தக் குழப்பமெல்லாம், நடைமுறையிலிருந்த மரபுகளுக்கு மாறாக ருக்வேதத்தில் மட்டுமே நால்வருணக் கோட்பாடு என்னும் கட்டுக்கதையை நுழைத்ததன் விளைவு எனத் தோன்றுகின்றது.

இவ்வாறு செய்ததேன். இத்தகையதொரு கோட்பாட்டைப் பிராமணர்கள் தோற்றுவித்ததன் நோக்கமென்ன?

புதிர் எண் 17

நான்கு ஆசிரமங்கள் - இவை ஏன், எப்படித் தோன்றின?

வருண முறையில் சமுதாயத்தை நான்கு பிரிவாகப் பிரித்திருப்பது மட்டுமே இந்து சமுதாயத்தின் ஒரே ஒரு விநோதமான தனிச்சிறப்பு அன்று. ஆசிரமதருமம் என்னும் இன்னொரு விநோதமும் உள்ளது. இவை இரண்டிற்குமிடையே ஒருவகையில் வேறுபாடு உள்ளது என்பது உண்மையே. வருண தருமம் என்பது ஒரு சமூக அமைப்புக் கோட்பாடு. ஆசிரம தருமமோ தனி மனிதர் வாழ்க்கை நிறையை நெறிப்படுத்தும் கோட்பாடு.

ஆசிரம தருமம் தனிமனிதனின் வாழ்வை 1) பிரமசரியம் 2) கிரஹஸ்தம் 3) வானப்பிரஸ்தம் 4) சந்நியாசம் என்னும் நான்கு நிலைகளாகப் பிரிக்கின்றது. பிரமசரிய நிலை என்பது சட்டப்படியும், நடப்பியலில் உண்மையாகவும் திருமண மாகாததொரு நிலையைக் குறிக்கிறது. ஓர் ஆசிரியனிடத்து மாணவனாக இருந்து படிப்பதால் இது சட்டப்படியானதாகின்றது. கிரஹஸ்தம் என்பது மணவாழ்வை மேற் கொண்டு இல்லறம் நடத்தும் நிலையைக் குறிக்கின்றது. குடியுரிமைக்குரிய பொறுப்புகளையும் கடமைகளையும் துறந்த நிலையே சன்னியாச நிலை. வானப்பிரஸ்த நிலை கிரஹஸ்தம், சந்நியாசம் ஆகிய இரண்டிற்கும் இடைப்பட்டது. இந்த நிலை சமுதாயத்தோடு ஒட்டியிருந்த போதிலும் சமுதாயத்திலிருந்து விலகி வாழ்கின்ற நிலையாகும். அந்தச் சொல்லின் பொருளுக்கேற்ப காட்டில் வாழ்வதை அது விதிக்கின்றது.

சமூக நலன்களுக்காக ஆசிரம தருமமும், வருண தருமமும் இன்றியமையாதவை என இந்துக்கள் நம்புகின்றனர். இவை இரண்டும் இணை பிரிக்கமுடியாத ஒன்றே என்னும் பொருள்பட பொதுப்பெயரிட்டே வழங்குகின்றனர். இந்து சமுதாயத்தின் உடைக்க முடியாத கட்டமைப்பாக இவை இரண்டும் செயல் படுகின்றன.

ஆசிரமதருமத்தைப் பற்றி விரிவாக அறிந்து கொள்ளு முன்பு, அதன் தோற்றம், நோக்கம், தனித்தன்மை ஆகியவற்றை ஆய்ந்தறிவது அவசியமாகின்றது. ஆசிரம தருமத்தைப்பற்றி அறிவதற்கு மனுஸ்மிருதியே சிறந்ததொரு ஆதாரமாக உள்ளது. அதிலிருந்து பின்வரும் பகுதிகள் எடுத்துக்காட்டுவதற்குத் தக்கவை:[1]

இது 11- பக்கங்கள் கொண்டதொரு கையெழுத்துப் படியாகும். ஆசிரியர் தம் கைபட எழுதிய தலைப்புடன் கூடிய தட்டச்சுப்படியின் முதல் படி இது. - பதிப்பாசிரியர்கள்

"பிராமணனுக்கு எட்டு வயதிலும், க்ஷத்திரியனுக்குப் பதினொன்றிலும், வைசியனுக்குப் பன்னிரண்டிலும், தத்தம் வருணத்திற்குத் தக்கவாறு உபநயனம் செய்விக்க வேண்டும்" அத் 2:36

"வேதம் பயில்வதை விட்டு, பொருளியல் போன்ற உலகியல் சாத்திரங்களில் முயலும் இருபிறப்பாளன் தன் வாழ் நாளிலேயே தனது குலத்துடன் நாலாவது வருணத்தவனாகி விடுகின்றான்" அத் 2:168

"மூன்று வேதங்களிலும் அத்தியயனம் செய்யும் மாணவன் ஒருவன். தொடர்ந்து முப்பத்தாறு ஆண்டுகள் குருகுலவாசம் செய்யலாம். அல்லது பாதி காலமோ, நாலிலொரு பங்கு ஆண்டுகளோ, அல்லது வித்தை முழுவதும் பயின்றாகும் வரையிலோ குருகுலவாசம் செய்யலாம்". அத்.3:1

"முறை பிறழாத குருகுலவாசம் புரிந்த சிடன். மூன்று வேதங்களையுமோ, இரண்டினையோ, ஒன்றையோ பழுதறக்கற்றுத் தேர்ந்த பின் இல்லற வாழ்வை மேற்கொள்ளலாம்" அத் 3:2

"தனித்தனியே பிரமசாரி, கிரஹஸ்தன், வானப்பிரஸ்தன், சந்நியாசி ஆகிய நான்கு ஆசிரமங்களும் கிரகதாசிரமத்திலேயே உண்டாகின்றன" அத் 6:87

"விதிப்படி அதன் தன் ஒழுக்கங்களை மேற்கொண்டு நடத்தி வந்தால், இவை நான்கும் தனித்தனியே பிராமணனுக்கு மோட்சம் தரவல்லனவேயாகும்". அத் 6:88

"இந்த நான்கு ஆசிரமங்களுக்குள்ளே, வேதம், ஸ்மிருதி ஆகிய நூல்களில் விதித்தபடி நெறிமுறை ஒழுகும் இல்வாழ்வான், மற்ற மூவர்க்கும் உற்ற துணையாக விளங்குகிறவனாதலால் அவன் உயர்ந்த வன்". அத். 6.89

"இல்லறத்தில் அறநெறிகளில் வாழ்ந்த துவிஜர்கள், உறுதியான தீர்மானத்தை மேற்கொண்டு புலனடக்கிப் பின்னர் வானப்பிரஸ்த ஆசிரமம் அடைந்து வனங்களுக்குச் சென்று (பின் வரும் விதிகளின்படி) வாழக்கடவர்" அத் 6:1.

"தன் உடலில் திரையும், தலைமுடியில் நரையும், தன் பிள்ளை வயிற்றில் பிறக்கும் பிள்ளையையும் பார்க்கின்ற இல்வாழ்வான் அந்த வயதில் வானப்பிரஸ்தம் மேற்கொள்ள வேண்டும்" அத்.6.2

"காட்டு வாழ்வில் மூன்றாம் நிலையைக் கழித்து. நான்காம் நிலையில் ஆசைகளை வென்று, உலகத் தொடர்பனைத்தும் நீத்துத் துறவியாகிவிடலாம்" அத்.6:33

“முறையே பிரமச்சரியம், இல்லறம், வானப் பிரஸ்தம் ஆகிய இவற்றை உரிய கடன்களுடன் பின்பற்றி வேள்விகளைச் செய்து புலன்களை அடக்கிச் சலித்து. இறுதியில் அனைத்தும் நீங்கப் பெற்ற துறவினால் இறப்புக்குப்பின் மேலான இன்பம் பெறுவான்” அத்.6:34

“மூன்று கடன்களையும் நேர்ந்த பின்பு இறுதி விடுதலைக்கு மனம் செலுத்துவானாக. செய்ய வேண்டிய கடன்களைச் செய்யாமல் துறவு கொள்வோன் நரகத்தை அடைவான்” அத் 6:35

“முறைப்படி வேதங்களைக் கற்று, நெறிகளின் படி ஒழுகிப் பிள்ளைகளைப் பெற்று, தன்னால் இயன்றதான வேள்விகள் இயற்றி மோட்ச சாதனமான இறுதி விடுதலையில் மனம் ஊன்றுக”. அத். 6:36

“இரு பிறப்பாளர் வேதங்களை ஓதாமலும், சந்ததியில்லாமலும், வேள்விகள் இயற்றாமலும் மோட்சத்திற்கு முயல்வதால் நரகமே வாய்க்கும்”. அத் 6:37

இந்த விதிமுறைகளின்படி ஆசிரம தருமத்தில் மூவகைத் தன்மைகளை மனு கருதியிருப்பது தெளிவாகிறது. முதலாவது இந்த தருமத்தைச் சூத்திரர்களும் பெண்களும் மேற்கொள்ள முடியாது. இரண்டாவதாக, பிரமசரியமும், கிரஹஸ்தமும் கட்டாயமாக மேற்கொள்ள வேண்டியவை. வானப்பிரஸ்தமும் சந்நியாசமும் கட்டாயமானவையல்ல. மூன்றாவதாக ஒரு நிலையிலிருந்து இன்னொரு நிலைக்குப் படிப்படியாக அதாவது முதலில் பிரமசரியம், பின்னர் கிரஹஸ்தம், பின்னர் வானப்பிரஸ்தம் இறுதியில் சன்னியாசம் என இந்த தருமத்தை மேற்கொள்ள வேண்டும். எவரும் எந்த நிலையையும் ஒதுக்கிவிட்டு இன்னொரு நிலைக்குப் போகக்கூடாது.

இந்த முறையை மேலோட்டமாகப் பார்த்தாலும், திட்டமிட்ட ஒழுங்கமைந்த வாழ்க்கை முறையாக உள்ள இதில் பலவகையான கேள்விகளுக்கு இடமுள்ளது. முதலாவதாக இத்தகைய திட்டமிட்ட ஒழுங்கமைந்த வாழ்க்கை மேற்கொள்ள மனுவுக்குத் தூண்டுதலாக இருந்தது எது? வேதங்களின்படி பார்த்தால், வாழ்க்கை நிலைக் கோட்பாடு என்பது முன் பின் இல்லாதது: அறியாதது. வேதங்கள் பிரமசரியத்தைக் குறிப்பிடுகின்றன வேயொழிய, பிரமசரியம் என்பது வாழ்வின் முதல் நிலை என்றோ, தவிர்க்க முடியாத நிலை என்றோ குறிப்பிடவில்லை. பின் ஏன் பிராமணர்கள், தனி மனிதர் வாழ்வில் பிரமசரியத்தைக் கட்டாயமானதொரு நிலையென விதித்தார்கள்? ஆசிரம தருமத்தைப் பற்றிய முதல் புதிர் இதுதான்.

இரண்டாவதாக, தனி மனிதர் பல்வேறு நிலைகளை ஒன்றன் பின் ஒன்றாக முறைப்படி மேற்கொள்ள வேண்டும் என ஒரு கடப்பாட்டை

ஏன் விதித்தார் என்பதாகும். பிரமசாரியொருவன் மற்ற மூன்று ஆசிரமங்களில் எந்த நிலையையும் மேற் கொள்ளலாம் என்றிருந்த காலமொன்றிருந்தது என்பதில் ஐயமில்லை. அவன் கிரஹஸ்தனாகவோ. கிரஹஸ்தனாக ஆகாமல் நேரடியாகச் சந்நியாசியாகவோ ஆகிவிடலாம். இது பற்றி தரும் சாஸ்திர நூலார் கூறுவதை ஒப்பிடுக.

வாசிட்ட தரும் சூத்திரம்[1] கூறுவதாவது:

"மாணவன். குடும்பஸ்தன். வானப்பிரஸ்தன். சந்நியாசி என்னும் நான்கு நிலைகள் உள்ளன."

"மாணவ நிலையின் விதிகளை மீறாமல் ஒன்றோ, இரண்டோ அல்லது மூன்றோ வேதங்களைக் கற்றவன் தான் விரும்பியவாறு, விரும்பும் முறையில் இந்த நிலைகளில் எதையாவது ஒன்றை மேற்கொள்ளலாம்."

கௌதம் தரும் சூத்திரம் கூறுவதாவது[2]

"தரும வேதங்களைக் கற்றவன் தான் விரும்பியவாறு விரும்பிய வாழ்க்கை நிலையை மேற்கொள்ளலாம் எனச்சிலர் கூறுகின்றனர்"

"மாணவ நிலை, இல்லற நிலை, பிக்கு நிலை, வனங்களில் வாழும் துறவி (வைகானஸ) நிலை என்பன அந்த நான்கு நிலைகளாம்."

தரும் சாஸ்திரங்களின் இந்தக் கூற்றுகளின் படி மண வாழ்க்கை நிலை என்பது விருப்பநிலை என்றிருந்த கால மொன்றிருந்தது என்பது தெளிவு. பிரமசரியத்திற்குப்பின் நேராக வானப்பிரஸ்த நிலைக்கோ அல்லது சன்னியாச நிலைக்கோ ஒருவர் செல்லலாம். மனு இந்த விருப்ப விதிகளை நீக்கி, மணவாழ்க்கை நிலையை ஏன் கட்டாயமாக்கினார்? வானப்பிரஸ்த நிலைக்குச் செல்வதற்கு முன் கிரஹஸ்த நிலை வேண்டும் எனவும், சந்நியாசத்திற்கு முன் வானப்பிரஸ்த நிலை வேண்டும் எனவும் கட்டாயமாக்கியதேன்?

கிரஹஸ்த நிலைக்குப் பின்னர் வாழ்க்கைச் சுழலை முடிப்பதற்கு வானப் பிரஸ்தம், சந்நியாசம் என்னும் இருநிலைகளை மேற்கொள்ள வேண்டும். இப்போது நமக்கு எழக்கூடிய கேள்வி, கிரஹஸ்தாசிரமத்திற்குப் பின்பு ஒருவனது வாழ்க்கையில் இரு நிலைகளை மேற்கொள்ள வேண்டும் என்று மனு விதிக்க வேண்டிய அவசியம் ஏற்பட்டதேன் என்பது தான் வானப்பிரஸ்தம், சந்நியாசம் ஆகிய வாழ்வின் இருநிலைகளை ஒழுங்குபடுத்தும் விதிகளை மனு ஒன்று போலவே அமைத்திருப்பதைக் கொண்டு இந்தக் கேள்விக்குச் சில விடைகளைப் பெறலாம்.

1 வாசிஸ்ட தரும சூத்திரம், அத்.7:1,2,3
2.கௌதம் தரும சூத்திரம், அத்.3:1,2

மனு விதித்துள்ள சன்னியாச மற்றும் வானப்பிரஸ்த தரும் நெறிகளின் ஒப்பாய்வு பின் வரும் பட்டியலில் தரப்பட்டுள்ளது.

வானப்பிரஸ்த தரும் நெறி	சந்நியாச தருமநெறி
விவசாயம் செய்தும் கிடைத்த உணவுப்பொருள். சொத்து. சுகங்கள் ஆகியவற்றைத் துறந்து, மனைவியைத் தன் மகனிடம் ஒப்படைத்து அல்லது அவள் விரும்பினால் அவளையும் உடன் அழைத்துக்கொண்டு வனம் செல்ல வேண்டும். *அத்.6:3*	தன் உடமைகள் அனைத்தையும் வேள்விக் கட்டணமாக அளித்து விடும் இஸ்தி என்னும் பிராஜாபத்ய வேள்வியை முடித்து, தான் வளர்த்த முத்தீயினையும் தனது உணர்வினில் ஏற்றவாறு இல்லத்தை நீத்துத் துறவு மேற்கொள். *அத்.6: 38*
தான் ஓம்பி வந்த தீயையும் வேள்விக்கான உபகரணங்களையும் உடன் கொடு ஊரைத் தாண்டி வனம் புகுந்து, புலன் வென்ற வீறுடம் இருக்க வேண்டியது. *அத்.6:4*	தன்னால்யாதொரு உயிரினத்திற்கும் ஆபத்து ஏற்படாமல் பாதுகாப்பிற்கான உறுதியை மேற்கொண்டு இல்லத்தை நீத்துத் துறவு பூணுவோனுக்கு ஒளி பொருந்திய நல்லுலகங்கள் காத்திருக்கின்றன. *அத்.6:39*
சாலியன்னம், காய், சருகு, கனி, கிழங்கு இவற்றைக் கொண்டு இல்லறத்தானுக்குக் குறித்த ஐம்பெரும் வேள்விகளையும் தவறாது இயற்றி வர வேண்டியது. *அத்.6:5*	எத்தகைய சிற்றுயிர்க்கும் அச்சமேற்படுத்தாமல் வாழ்கின்ற இரு பிறப்பாளனுக்கு மறுமையில் யாண்டும் அச்சமில்லை *அத்.6:40*
மான்தோல் போன்றவை அல்லது மரவுரி தரித்தலும், காலை, மாலை, ஸ்நானம் செய்தலும், சடை, மீசை, தாடி, நகம் ஆகியவற்றை வளர்த்தலும் வேண்டும். *அத்.6:6*	இல்லறத்திலிருந்து துய்மையாக நீங்கித் துறவுமேற்கொண்டவன் வலிந்து எவரேனும் கொடுப்பதையும் பெறாமல் விஷய சுகங்களின் நாட்டமின்றி மோனத்துடன் திரியலாம். *அத்.6.41*

வானப்பிரஸ்த தரும் நெறி

தனக்கு உண்ணக் கிடைப்பதையே நிவேதனம் செய்ய வேண்டும் தன் சக்திக்கேற்ப பிச்சை வழங்க வேண்டும். தண்ணீர், கிழங்கு, கனிகள் முதலியவற்றைக் கொண்டு தன்னை நாடி வருவோரை உபசரிக்க வேண்டும். *அத்.6:7*

இடையறாத வேத நினைவும், குளிர், கானல் போன்ற நுகர்ச்சிகளைத் தாங்கிக் கொள்வதும், அனைத்துயிர்க்கும் நண்பனாய் இருப்பதும், பிறர்க்குக் கொடுப்பதேயன்றிப் பிறரிடம் இரவாதிருத்தலும் அமைந்திருக்க வேண்டியது. *அத்.6:8*

தரும நெறிகளின்படி அக்னிஹோத்ரி வேள்வியையும் அமாவாசை, பௌர்ணமி காலங்களில் அவற்றிற்குரிய வேள்விகளையும் ஒரு போதும் கைவிடாமல் நடத்த வேண்டும். *அத்.6:9*

நட்சத்திரயாகம், ஆக்ரயணம், சதுர்மாசியம், துராயணம் மற்றும் தட்சிணாயணம் ஆகியவற்றை முறையே இயற்ற வேண்டியது. *அத்.6:10*

சந்நியாச தருமநெறி

யாரரையும் கைவிடுதல் இன்றியும் யாராலுமம கைவிடப்பபாமலும் தனித்து வாழும் ஒருவனே உயர்ந்த இறுதிநிலை அடைவான் எட்னபதை உணர்ந்த ஒருவன், இறுதி மோட்சகதியை அடைவதற்காக, எவ்விதத் துணையுமின்றித் தனித்துத் திரிந்து வரவேண்டும். *அத்.6:42*

தனக்கென்று வீடென்று ஒன்று இல்லாமலும், நெருப்பில் சமைத்து உண்பது என்றில்லாமலும், அன்றாட பிட்சைக்காகக் கிராமத்திற்குப் போகலாம். ஒரு பொருளும் விரும்பாமலும், உறுதியான நினைவுடனும் பிரம சிந்தனையுடனும் இரவும், பகலும் வனத்தில் இருக்க வேண்டியது. *அத்.6:43*

மண்பாண்டம், மரத்தடிவாசம், கந்தை உடுத்தல், தனிமை, எவரிடத்தும் நட்பு, பகை தவிர்த்துச் சமநோக்குடன் பழகுதல் ஆகியவை மோட்ச நாட்டமுடையோனுக்குரிய அறிகுறிகளாம். *அத்.6:44*

தன் உயிர் வாழ்க்கை. மரணம் ஆகியவற்றை விரும்பக் கூடாது. ஊதியம் பெறுகின்ற நாளை எண்ணியிருக்கும் சேவகனைப் போல உடல் வாழ்வு உதிர்ந்து போகும் நாளை எதிர்பார்த்திருக்க வேண்டியது. *அத்.6.45*

வானப்பிரஸ்த தரும் நெறி

இளவேனில், கார் ஆகிய பருவங்களில் காட்டில் விளைந்த துய சம்பா கார் நெல்மணிகளைத் தானாகப் பொறுக்கி எடுத்துத் தயாரித்த புரோதசம் என்ற அடை, வேக வைத்தஅரிசியினால் செய்த கரு என்ற அன்னம் ஆகியவற்றைச் செய்ய வேண்டியது.*அத்.6:11*

காட்டில் கிடைத்த அரிசியில் சமைத்த இவற்றை ஓமம் செய்யவும். மிகுதியைத்தான் தயாரித்த உப்புடன் கூட்டிப் புசிக்கவும் தக்கதாம். *அத்.6:12*

மண்ணிலும் நீரிலும் தானாகத் தோன்றும் மலர், கிழங்கு, காய், கனி, நல்ல பெருமரங்களின் கனியில் இருந்து கிடைக்கும் சாறு ஆகியவை புசிக்கத் தக்கவை. *அத்.6:13*

கூட்டுத்தேன், புலால், மண்ணிலும் மரத்திலும் முறைத்த காளான், பூஞ்ச காளான்களான பூஸ்திரணம், சிகுருகம், அழிசிற்பழம் ஆகியவை நீக்கத்தக்கவை *அத்.6:14*

ஆண்டுதோறும் ஐப்பசி மாதத்தில் துறவிகளுக்குரியதும் முன்னாளில் சேகரிக்கப்பட்டதுமான உணவினையும், கிழிந்த ஆடை, முன் நாளில் தேடி மிகுந்த காய், கனி, கிழங்கு ஆகியவற்றையும் அவ்வப்போது விலக்கி விடுக. *அத்.6:15*

சந்நியாச தருமநெறி

மெய்ப்பொருள் உணர்வு உடையவனாய், யோக முறைகளின்படி அமர்ந்து விஷய சம்பந்தமற்று, தனது உடலால் உழைத்துக் கொண்டே மோட்ச நாட்டத்துடன் உலகில் இயங்கியிருக்க வேண்டியது. *அத்.6:49*

பூமி சாஸ்திரம், நிமித்த நுல், ரேகை சாஸ்திரம் ஆகியவற்றைக் கற்பித்தும சாஸ்திர வியாக்கியானம் செய்தும் பிட்சை பெறக்கூடாது. *அத்.6:50*

துறவிகள், பிராமணர், ஆகியோர் பிட்சைக்குக் காத்துக் கொண்டிருக்கும்போதும், பறவைகள், நாய் ஆகியவற்றை சோறு உண்டு கொண்டிருக்கும் போதும் அந்த இல்லங்களில் தானும் பிட்சைக்குச் சென்று நிற்றல் கூடாது. *அத்.6:51*

முடி, நகம், மீசை இவற்றை அகற்றி, தண்டு, கமண்டலம், திரிதண்டம், தருப்பை, காஷாயம் இவற்றைத் தரித்து யாரையும் வருத்தாமல், புலன் வெற்றி கொண்டு எங்கும் தங்காமல் திரிந்து கொண்டிருக்க வேண்டியது. *அத்.6:52*

பொன், வெள்ளி, செம்பு ஆகியவற்றால் செய்த பாத்திரங்களைத் தவிர்த்து மண், மரப்பாண்டங்களை ஓட்டையில்லாதனவாக வைத்துக் கொள்ள வேண்டும். அவற்றை வேள்கிக் கலங்களைப் போல மண்ணாலும், நீராலும் துய்மை செய்து கொள்ளவும். *அத்.6:53*

வானப்பிரஸ்த தரும் நெறி

உழுத நிலத்தில் விளைந்த நெல் பயிட்டவன் வேண்டாமென ஒதுக்கியதாயினும் அதனைக் கொள்ளலாகாது. ஊரில் உழாத நிலத்தில் விளைந்த காய், கனி, கிழங்கு ஆகியவற்றையும் துன்பம் நேர்ந்த போதும் உண்ணலாகாது. அத். 6:16

காய், கிழங்கு முதலியவற்றை நெருப்பில் சமைத்தோ, தாமே பழுத்தபோது கல்லால் அரைத்தோ, பற்களால் கடித்தோ, உண்ணலாம். அத்.6:17

தனக்கு உதவும் உணவை, அன்றாடமோ, மாதம் ஒருமுறையோ, ஆறு மாதத்திற்கோ, ஓராண்டிற்கோ தேவையானதைத்தேடி வைத்துக் கொள்ளலாம். அத்.6:18

இவ்வாறு சேர்த்ததை இரவில் மட்டுமோ, பகலில் மட்டுமோ நான்காம் உணவு வேளையிலோ அல்லது எட்டாம் உணவு வேளையிலோ வேண்டியரைப் புசிக்கலாம். அத் 6:19

அல்லது வளர், தேய் பிறைகளில் காந்திராயன நோன்பிருக்கலாம். வளர்பிறையில் ஒவ்வொரு நாளும் உணவைக் குறைத்துக் கொண்டும் தேய்பிறையில் உணவை மிகுத்துக் கொண்டும் வரலாம். ஒவ்வொரு பதினைந்து நாட்களின் கடைசி தினங்களில் ஒரு நாளுக்கு ஒரு முறை மட்டுமே பார்லி கஞ்சியைப் பருகலாம் அத்.6:20

சந்நியாச தருமநெறி

தொங்கின் குடுக்கை, கரைக் குடுக்கை, மர ஓடு, தொன்னை, மண்பாண்டம், மூங்கில்படி ஆகியவற்றைத் துறவியின் பாண்டங்கள் எனச் சுயம்புவின் மகனான மனு கூறியுள்ளார். அத்.6:54

ஒரு வேளை பிட்சை கொள்ளவும் அதுவும் அளவோடு கொள்ள வேண்டும். அதிகம் புசித்தால் சந்நியாசியும் காமம் கொள்ள நேரும். அத்.6:55

புகை, உலக்கை சத்தம், அடுப்பு எரிதல் ஆகியவை இல்லாமல், விருந்தினர் உண்ட பின்னர் அமைதி பெற்றிருக்கும் இல்லங்களில் சந்நியாசி பிட்சைக்குப் போகவும். அத்.6:56

பிட்சை கிடைக்காவிட்டால் கவலையும், கிடைத்தால் மகிழ்ச்சியும் கொள்ளாமல் உயிர் வாழ்வதற்கு வேண்டியதைப் பெற்று எதிலும் விருப்பின்றி இருக்கவேண்டும். அத்.6:57

தன்னைப் போற்றிப் புகழ்ந்து எவராவது பிட்சையிட்டால் அதைத் தடுக்க வேண்டும். இதை விரும்பினால் துறவியின் உச்சநிலையை எய்தியவரும் புகழுரையால் சம்சாரப் பந்தத்தை அடைய வேண்டும். அத். 6:58

வானப்பிரஸ்த தரும் நெறி

அல்லது தாமே கனிந்து உதிர்ந்த மலர்கள், கிழங்குகள், கனிகள் ஆகியவற்றைக் கொண்டு விகானர்களின் விதிகளைப் பின்பற்றி உண்டு உயிர் வாழலாம். *அத்.6:21*

களைப்பு மேலிட்டால் தூய்மையான தரையில் படுத்துப் புரளலாம். அல்லது கட்டை விரல் நுனியில் ஊன்றி நிற்கலாம். அல்லது அமர்வதும் நிற்பதும் செய்யலாம். தினம் மூன்று வேளை (காலை, மதியம், மாலை) நீராட வேண்டும் *அத்.6:22*

தவநெறியில் தங்கும் பொருட்டுக் கோடையில் பஞ்ச அக்னி மத்தியிலும், மழைக் காலத்தில் திறந்த வெளியிலும் பனிக் காலத்தில் ஈரத் துணியைப் போர்த்துக் கொண்டும் தன் தவ வலிமையை முறையாகப் பெருக்கிக் கொள்ள வேண்டும். *அத்.6:23*

அன்றாடம் மூவேளைகளில் நீராடி, தேவ, பிதுர் தர்ப்பணம் இயற்றி, உபவாசம் இருந்து யாக்கையை ஒடுக்கவும். *அத்.6:24*

இவ்வாறு மூன்று தீயினைத் தானே வளர்த்து சாந்தப்படுத்தியபின், வீடும், து வளர்த்தலும் நீத்து, கனி, கிழங்குகள் உண்டு மோனம் காத்து வாழ வேண்டும்.*அத். 6:25*

சந்நியாச தருமநெறி

சிறிதே புசிப்பதும், தனித்திருப்பதும், இன்ப நாட்டமுள்ள புலன்களை நல்லாற்றில் செலுத்துதலும் வேண்டும். *அத்.6:59*

புலனடக்கத்தாலும், விருப்பு வெறுப்பை விடுவதாலும், உயிர்வதை செய்யாமையாலும் பிறவாமைக்குரிய மோட்சத்தை அடையும் தகுதி பெறுவான். *அத்.6:60*

விஷய சுகங்களைப் பிரம்ம தியானத்தால் நீக்குவோன் இம்மை மறுமைகளில் அழிவற்ற இன்பம் எய்துவான். *அத்.6:80*

சம்சார பந்தங்களையும், மான அவமானங்களையும் விட்டு நீங்கி, ஞான யோகத்தால் அல்லது கர்மயோகத்தால் பிரம்ம சாயுஜ்யம் பெறுவான். *அத்.6:81*

மேற்சொன்னவாறு விட்டொழித்தல் பிரம்மத் தியானம் உள்ளவனுக்கே பலன் தருமேயன்றி, அஃதில்லாதவனுக்கு ஒரு கர்மமும் பலிக்காது. *அத்.6:82*

வானப்பிரஸ்த தரும் நெறி	சந்நியாச தருமநெறி
இன்பம் தரும் பொருட்களைப் பெறும் விருப்பத்தை அகற்றி, தரையில் தூங்கி தங்குவதற்குரிய பாதுகாப்பிடம் குறித்துக் கவலை கொள்ளாமல் மரத்தடியில் தன்னை மறந்து தங்கியிருக்க வேண்டும். *அத்.6:26*	வேள்விகளைக் குறித்தும தெய்வங்களைக் குறித்தும, ஆன்மாவைக் குறித்தும் விளக்கும் வேதப் பகுதிகளையும், வேதாந்தப் பகுதிகளையும் தொடர்ந்து உச்சரித்தல் வேண்டும். *அத் 6:83*
காய் கனிகள் கிடைக்கா விடின், வானப் பிரஸ்தரான பிராமணரிடமோ அவர்கள் இல்லையேல் வனம் புகுந்துரையும் பிராமண இல்வாழ்வோரிடமோ தன் உயிர்க்கு வேண்டியதை மட்டும் கேட்டுப் பெற வேண்டியது. *அத்.6:27*	வேதாந்தம் பொருளறியாமல் ஓதுகின்றவனையும் காப்பாற்றுகின்றது. பொருளறிந்தவர்க்கு பெரும் பயனறிக்கின்றது. கைவல்யமோ, மோட்சமோ விருமபுவோர்க்கு இதுவே கதியாகும். *அத்.6:84*
காட்டில் வாழும் துறவி இரண்டு கைகள் குவித்து அதில் நிறையவோ, கைகள் குவித்து அதில் நியைவோ, உடைந்த மண் பாத்திரம், தொன்னை ஆகியவற்றில் எட்டுக் கவளங்களோ உயிர் வாழ்க்கைக்குப் போதுமான உணவு பெற்றுக் கொள்ளலாம். *அத்.6:28*	இவ்விதம் மேலே குறிப்பிட்ட கடமைகளை முறையாகச் செய்து சன்னியாசம் பெறும் துவிஜன், பாவமனைத்தும் இம்மையிலேயே நீத்து, மேலான பிரம நிலையை எய்துவான். *அத்.6:85*
பிராமணன் இந்த நோன்புகளையும் மற்றும் பலவற்றையும் காட்டில் வாழ்ந்து தோற்றிருந்து முழு நற்கதி அடைவதற்கு உபநிடதங்களில் அடங்கியுள்ள பலவகையான புனிதப் பகுதிகளைப் பயில வேண்டும். *அத்.6:29*	

இவ்வாறு வானப்பிரஸ்தத்தை சன்னியாசத்துனும் கிரகாஸ்ரமத்தை வானப்பிரஸ்தத்துடனும் ஒப்பிட்டுப் பார்த்தால் அவற்றிற்கிடையே நெருங்கிய சாயல் இருப்பதைக் காணலாம் வானப்பிரஸ்தம், சன்னியாசம் ஆகியவற்றை ஒப்பிடு செய்து பாரம் அவற்றில் விதித்துள்ள

முறைகளில் ஓரளவே வேற்றுமை இருப்பது தெரியவரும். முதலாவதாக, வானப் பிரஸ்தனொருவன் மனைவியையோ, உடமைகளையோ துறக்க வேண்டியதில்லை ஆனால் சன்னியாசி இவை இரண்டையும் துறக்க வேண்டும் இரண்டாவதாக, வானப்பிரஸ்தன் காட்டில் வாழ வேண்டுமென விதிக்கப்பட்டிருந்தாலும் அங்கே அவனுக்கொரு வாழிடம் இருக்க வேண்டும், ஆனால் சன்னியாசிக்கோ காட்டிலும் குறிப்பிட்ட தொரு இல்லிடம் இருக்கக்கூடாது. எங்கும் தங்கி இராமல் திரிந்து கொண்டே இருக்க வேண்டும். மூன்றாவதாக, வானப்பிரஸ்தன் நாஸ்திரங்களுக்கு விளக்கம் சொல்லிப் பிழைக்கலாம்.

ஆனால் சன்னியாசியொருவன் இந்தப் பணியைச் செய்யக்கூடாது. பிறவகையில் இருவரின் வாழ்க்கை முறையும் ஒரே மாதிரியானவை.

கிரஹஸ்தன் வானப்பிரஸ்தன் ஆகிய இருவருக்கும் இடையேயும் வாழ்க்கை நெறி ஒன்று போலவே இருக்கின்றது. அவசியமான எல்லாப் பணிகளிலும் வானப்பிரஸ்தன், கிரஹஸ்தனைப் போலவே செயல்படுகின்றான். கிரஹஸ்தனைப் போலவே அவன் மணமானவன். கிரஹஸ்தனைப்போலவே பொருளுடைமை கொண்டவனாக உள்ளவன். கிரஹஸ்தனைப் போலவே அவன் உலகைத் துறந்து விடுவதில்லை. வைதீக நெறியை அவனைப் போலவே இவனும் பின்பற்றுகின்றான். இந்த இருவருக்குமிடையே பின்வரும் மூவகை வேறுபாடுகளே உள்ளன. *(1)* வானப்பிரஸ்தனுக்கு விதிக்கப்பட்டுள்ளவாறு கிரஹஸ்தன் உணவு, உடை ஆகியவற்றில் கட்டுப்பாடுகளைப் பின்பற்ற வேண்டியதில்லை. *(2)* கிரஹஸ்தன் மற்றவர்களோடு கலந்து சமூகமாக வாழலாம்; வானப்பிரஸ்தன் காட்டில் வாழவேண்டும். *(3)* வானப் பிரஸ்தன் வேதாந்தத்தைப் பயிலலாம்; கிரஹஸ்தனோ வேதங்களைப் படிப்பதோடு நிறுத்திக் கொள்ள வேண்டும். பிறவகைகளில் இருவர் வாழ்க்கையும் ஒரே மாதிரியானவை.

கிரஹஸ்தன், வானப்பிரஸ்தன் அல்லது வானப்பிரஸ்தன், சன்னியாசி ஆகியோருக்கு இவ்வாறு ஒரே மாதிரியான வாழ்க்கை ஒத்திருந்த போதிலும் கிரஹஸ்தன், சன்னியாசி ஆகிய இருவருக்கும் இடையே வானப்பிரஸ்தன் என்றொரு மூன்றாவது ஆசிரமத்தை மனு ஏற்றுக்கொள்வதேன் என்பதை விளக்கிக் கொள்வது கடினமானது. உண்மையில் பார்ப்போமானால் *(1)* பிரமசரியம் *(2)* கிரஹஸ்தம் *(3)* சன்னியாசம் என்னும் மூவகை ஆசிரமங்களே இருக்க முடியும். பூர்வ மீமாம்சையாளர் மூவகை ஆசிரமங்களைப் பற்றி மட்டுமே குறிப்பிடுவதைத் தம்முடைய பிரம்ம சூத்திரத்தில் ஆதரிப்பதால் சங்கராச்சாரியாரின் கருத்தும் இதுவே எனத் தோன்றுகின்றது.

இந்த வானப்பிரஸ்தம் பற்றிய கருத்தை மனு எங்கிருந்து பெற்றார்? அவருக்கு எது ஆதாரம்? மேலே குறிப்பிட்டவாறு பிரமசரியத்திற்குப் பின் கிரஹஸ்தம் என்பதொரு கட்டாயமான வாழ்க்கை நெறியாக இல்லை. கிரஹஸ்தாசிரமத்தை மேற்கொள்ளாமலேயே ஒரு பிரமசாரி நேரடியாகச் சன்னியாசியாகி விடலாம். ஆனால் பிரமசாரி நிலையைத் தொடர்ந்து திருமணம் செய்து கொள்ளாமல் ஆரணன் அல்லது ஆரணமனன் என்னும் பெயர் பெறும் வாழ்க்கை நெறியை மேற்கொள்ளும் முறையொன்றும் உள்ளது.[1] திருமண வாழ்வை மேற்கொள்ளாமல் கற்பதிலேயே தம் வாழ்வைக் கழிக்க விரும்பும் பிரமசாரிகள் இவர்கள். கிராமங்கள் அல்லது மக்கள் நெருக்கமுள்ள இடங்களுக்கு அப்பாலுள்ள காடுகளில் தனிமையான மனைகளை அமைத்துக் கொண்டு இந்த ஆரணர்கள் வாழ்ந்தனர். இந்த ஆரணர் வாழ்ந்த காடுகள் ஆரண்யம் எனப்பட்டது. இவர்கள் எழுதிய தத்துவ நூல்கள் ஆரணம் அல்லது ஆரண்யகம் எனப்பட்டன. மனுவின் வானப் பிரஸ்த நிலை, இருவகை வேறுபாடுகள் கொண்ட ஆதியில் இருந்த ஆரணமே என்பது வெளிப்படை அந்த வேறுபாடுகளுள் ஒன்று ஆரணர்களைத் திருமணம் செய்து கொள்ளக் கட்டாயப்படுத்தியது.

மற்றொன்று ஆரண நிலையை இரண்டாவதாக வைப்பதற்குப் பதிலாக மூன்றாவதாக வைத்தது. திருமணம் என்பது கட்டாயமாகச் செய்தே ஆகவேண்டியதொன்று என்னும் கொள்கையின் அடிப்படையிலேயே மனுவின் முழு ஏற்பாடுகளும் தொக்கி நிற்கின்றன. சன்னியாசியாக விரும்பும் பிரமசாரியொருவன் முதலில் வானப்பிரஸ்தனாக வேண்டும்; அவன் வானப் பிரஸ்தனாக விரும்பினால் அவன் கிரஹஸ்தனாக வேண்டும். அதாவது அவன் திருமணம் செய்து கொள்ள வேண்டும். திருமணம் செய்து கொள்வதைத் தவிர்க்க முடியாததாக மனு செய்தார் ஏன்?

1.ராதா குமுத முகர்ஜி, பண்டைய இந்தியக்கல்வி, ப.6

புதிர் எண் 18

மனுவின் வெறித்தனம் அல்லது சாதிகளின் தோற்றம் பற்றிய பிராமணிய விளக்கம்[1]

மனுஸ்மிருதியைப் படிப்பவர்கள் (1) ஆரியசாதிகள் (2) ஆரியரல்லாத சாதிகள் (3) விராத்திய சாதிகள் (4) இழிந்த சாதிகள் (5) சங்கர சாதிகள் என்று வகுத்துக் கொண்டு, மனு பல்வேறு சாதித் தொகுதிகளைப் பற்றிய வாதத்தைத் தொடங்குவதைக் காணலாம்.

பிராமணர், சத்திரியர், வைசியர். சூத்திரர் எனப்படும் நான்கு வருணங்களை ஆரிய சாதிகள் என்று அவர் கருதுகிறார். வேறு வகையில் சொல்வதானால், நால் வருண முறையை ஆரியத்தின் அடிப்படை என்று மனு கொள்கிறார். நான்கு வருணக் கோட்பாட்டை ஏற்றுக்கொள்ளாத வகுப்பாரை அவர் ஆரியரல்லாத சாதிகள் என்று கொள்வதோடு, தாம் ஆரியரல்லாத வகுப்பார் என்று கருதுவதற்கு ஓர் எடுத்துக்காட்டாகத் தஸ்யூக்கள் எனப்படும் வகுப்பாரைக் குறிப்பிடுகிறார். ஒரு காலத்தில் நால்வருணக் கோட்பாட்டில் நம்பிக்கை வைத்திருந்து பின்னர் அதை எதிர்த்துப் புரட்சி செய்தவர்களை அவர் விராத்தியர்கள் என்று கொள்கிறார்.

மனு குறிப்பிடும் விராத்தியர் பட்டியலில் பின் வரும் சாதியினர் அடங்குகின்றார்:

விராத்திய பிராமணர்	விராத்திய சத்திரியர்	விராத்திய வைசியர்
1. பிருக கண்டகன்	1.ஜல்லன்	1. சுதன்வா
2. ஆவந்தியன்	2. மல்லன்	2. ஆசாரி
3. வாததானன்	3. லச்சாவி	3. காரூசன்
4. புஷ்பதன்	4. நடன்	4. விஜன்மான்
5. சைகன்	5. சுரணன்	5. மைத்ரன்
	6. கசன்	6. சாத்வதன்
	7. திராவிடன்	

1.மனு 10.45 இருவகைகளில் இப்பாடல் சிறப்புத் தன்மை வாய்த்ததாகிறது. முதலாவதாக சூத்திரர்களைத் தஸ்யூக்கள் என்பவர்களினும் வேறுபட்டவர்கள் எனக்காட்டுகிறது. இரண்டாவதாக, சூத்திரன், ஆரியன் எனவும் காட்டுகின்றது. இது 'கலப்பு சாதிகளின் தோற்றம்' என்பது பற்றிச்சுமார் 20 பக்கங்கள் கொண்ட கையெழுத்துப்பிரதி தட்டச்சு செய்த மூலப்பிரதிக்கு இடையிடையே பல இடங்களில் ஆசிரியர் கையால் எழுதிச் சேர்க்கப்பட்ட பக்கங்கள் உள்ளன. பக்கங்களில் பலவகைத் திருத்தங்கள் செய்து ஒட்டப்பட்டுள்ளன. - பதிப்பாசிரியர்கள்

ஆரிய சடங்குகள், வேள்விகள் ஆகியவற்றைத் தவறாகச் செய்து அதனால் பிராமணப் புரோகிதருடைய வேலைகளை இழக்கச் செய்து சூத்திரராகத் தாழ்ந்து போன சத்திரியர்களை இழிந்த சாதியினர் பட்டியலில் மனு சேர்த்துள்ளார். பின் வருமாறு அவர்கள் தொகுக்கப்பட்டுள்ளனர்

1. பௌண்டரகர்கள்	7. பரதர்கள்
2. சோழர்கள்	8. பஹல்வாக்கன்
3. திராவிடர்கள்	9. சீனர்கள்
4. காம்போஜர்கள்	10. கிராதர்கள்
5. யவனர்கள்	11. தராதாக்கன்
6. சகர்கள்	

ஒரே சாதியைச் சேர்ந்த தாய், தந்தையர்க்குப் பிறக்காமல் வெவ்வேறு சாதிகளைச் சேர்ந்த தாய், தந்தையர்க்குப் பிறந்தவர்களைச் சங்கரசாதிகள் என மனு கொள்கிறார்.

இந்தக் கலப்பு சாதியாரைப் பல்வேறு வகையினராகவும் பிரிக்கின்றார். (அ) அனுலோமா (ஆ) பிரதிலோமா எனப்பலவகை ஆரிய சாதிகளின் சந்ததியாரை இரு பிரிவினராகப் பிரிக்கின்றார்.

2. அனுலோமா, பிரதிலோமா சாதிகளின் சந்ததியார் (3) ஆரியரல்லாத மற்றும் ஆரிய அனுலோமா, பிரதிலோமா சாதிகளின் சந்ததிகள். மனு கலப்புச் சாதியார் என்ற தலைப்பின் கீழ் குறிப்பிடும் பல்வேறு வகைப்பட்ட பிரிவினர் பற்றிய விவரம் பின்வருமாறு:

1. கலப்பு ஆரிய சாதியாரின் சந்ததியினர்

தந்தை	தாய்	சந்ததியின் பெயர்	அனுலோமா அல்லது பிரதிலோமா
பிராமணன்	சத்திரிய	...	...
பிராமணன்	வைசிய	அம்பஷ்டன்	அனுலோமன்
பிராமணன்	சூத்திர	நிஷாதன்(அ) பாரசவன்	அனுலோமன்
சத்திரியன்	பிராமண	சூதன்	பிரதிலோமன்
சத்திரியன்	வைசிய	----	---
சத்திரியன்	சூத்திர	உக்கிரன்	அனுலோமன்
வைசியன்	பிராமண	வைதேகன்	பிரதிலோமன்

வைசியன்	சத்திரிய	மாசுதன்	பிரதிலோமன்
வைசியன்	சூத்திர	சுரணன்	அனுலோமன்
சூத்திரன்	பிராமண	சண்டாளன்	பிரதிலோமன்
சூத்திரன்	சத்திரிய	க்ஷத்தா	பிரதிலோமன்
சூத்திரன்	வைசிய	அயோகவன்	பிரதிலோமன்

2. ஆரிய சாதியாருக்கும் அனுலோம பிரதிலோம் சாதியாருக்கும் பிறப்போரின் சந்ததி பெயர்

தந்தை	**தாய்**	**சந்ததி பெயர்**
பிராமணன்	உக்கிரன்	ஆவிரதன்
பிராமணன்	அம்பஷ்டன்	அபீரன்
பிராமணன்	அபீரன்	திக்வணன்
சூத்திரன்	நிஷாதன்	குக்குடகன்

3. அனுலோம பிரதிலோம் சாதிகளுக்கிடையே கலப்பு மணத்தால் பிறந்தோரின் சந்ததி

தந்தை	**தாய்**	**சந்ததியின் பெயர்**
1. வைதேகன்	அயோகவன்	மைத்திரேயன்
2. நிஷாதன்	அயோகவன்	மார்க்கவன்(தாஸ்) கைவர்தன்
3. நிஷாதன்	வைதேகன்	கார்வரன்
4. வைதேகன்	அம்பஸ்தன்	வேணா
5. வைதேகன்	கார்வரன்	ஆந்திரன்
6. வைதேகன்	நிஷாதன்	மேதா
7. சண்டாளன்	வைதேகன்	பாண்டு சோபாகன்
8. நிஷாதன்	வைதேகன்	ஆகிண்டிகன்
9. சண்டாளன்	புக்காசன்	சோபாகன்
10.சண்டாளன்	நிஷாதன்	அந்நியாவசாமி
11. க்ஷத்தாரி	உக்கிரன்	ஸ்வபாகன்

மனு குறித்துள்ள சங்கர (கலப்பு சாதியார்) சாதி பட்டியலோடு அவருக்குப் பின்னர் வந்தவர்களும் பல சாதிகளைச் சேர்த்துள்ளனர்.

ஔசசை ஸ்மிருதி. போதாயன ஸ்மிருதி, வாசிஸ்த ஸ்மிருதி, யாக்ஞவல்கிய ஸ்மிருதி, சுத்த சம்ஹிதை ஆகியவற்றின் ஆசிரியர்கள் இவர்களில் அடங்குவர்.

இவ்வாறு சேர்த்த பெயர்களில் ஔசனச ஸ்மிருதி நான்கு சாதிப் பெயர்களைக் குறிப்பிடுகிறது. அவையாவன:

கலப்பு சாதியின் பெயர்	தந்தையின் சாதி	தாயின் சாதி
1. புலகஷன்	சூத்திரன்	சத்திரிய
2. யேகாஜ்	புலகஷன்	வைசிய
3. சர்மகர்கா	அயோகவன்	பிராமண
4. வெனுகா	சுதா	பிராமண

போதாயன ஸ்மிருதி பின்வரும் நான்கு சாதிகளைச் சேர்த்திருக்கிறது.

கலப்பு சாதியின் பெயர்	தந்தையின் சாதி	தாயின் சாதி
1. சத்திரியர்	சத்திரியன்	வைசிய
2. பிராமணர்	பிராமணன்	சத்திரிய
3. வைனா	வைதேகன்	அம்பஸ்தன்
4. ஸ்வபகா	உக்கிரன்	சத்திரிய

வாசிஸ்த ஸ்மிருதி, மனுவின் பட்டியலில் பின்வரும் ஒரு சாதியைச் சேர்ந்திருக்கிறது.

கலப்பு சாதியின் பெயர்	தந்தையின் சாதி	தாயின் சாதி
வைனா	சூத்திரன்	சத்திரிய

யாக்ஞ வல்கிய ஸ்மிருதி, மனுவின் பட்டியலோடு பின்வரும் இரு கலப்பு சாதிகளைச் சேர்த்துள்ளது.

கலப்பு சாதியின் பெயர்	தந்தையின் சாதி	தாயின் சாதி
1. முர்தவாசிகன்	பிராமணன்	சத்திரிய
2. மகிஷ்ய	சத்திரியன்	வைசிய

சுத்த சம்ஹிதை ஆசிரியர் சேர்த்துள்ள சாதிகளின் பட்டியல் நீளமானது. அவை அறுபத்து மூன்று சாதிகளைக் கொண்டது:

கலப்பு சாதியின் பெயர்	தந்தையின் சாதி	தாயின் சாதி
1. அம்பஸ்தேயன்	சத்திரியன்	வைசிய
2. ஊர்த்துவனபீடன்	பிராமணன்	வைசிய
3. கட்கர்	வைசியன்	சூத்திர
4. கும்பாகர்	பிராமணன்	வைசிய
5. குந்தா	பிராமணன்	திருமணமான பிராமணப் பெண்
6. கோலகன்	பிராமணன்	பிராமண விதவை
7. சக்கிரி	சூத்திரன்	வைசிய
8. தௌசந்தியா	சத்திரியன்	சூத்திர
9. தௌசந்தி	சத்திரியன்	சூத்திர
10 பட்டான் சாலி	சூத்திரன்	வைசிய
11. புலிந்தா	வைசியன்	சத்திரிய
12. பைய தாஸ்	சூத்திரன்	பிராமண
13. போஜா	வைசியன்	சத்திரிய
14. மகீகர்	வைசியன்	வைசிய
15. மானவிகா	சூத்திரன்	சூத்திர
16. மிலேச்சர்	வைசியன்	சத்திரிய
17. சாலிகா	வைசியன்	சத்திரிய
18. சுண்டிகர்	பிராமணன்	சூத்திர
19. கலிகா	சத்திரியன்	சூத்திர
20. சுபர்ணா	பிராமணன்	சத்திரிய
21. அக்னேய நர்தகா	அம்பஸ்தன்	அம்பஸ்தர்
22. அபீதர்	பிராமணன்	தௌசாந்தி
23. ஆஸ்ரமகா	தந்தகேவலா	சூத்திர
24. உதபந்தா	சனகன்	சத்திரிய
25. கரணன்	நடன்	சத்திரிய
26. கர்மா	கரணன்	சத்திரிய
27. கர்மாகர்	ரேணுகா	சத்திரிய
28. கர்மசர்	மஹிஷியா	சுரணா

கலப்பு சாதியின் பெயர்	தந்தையின் சாதி	தாயின் சாதி
29. குகுந்தன்	மகதன்	சூத்திர
30. குகஹா	சுவபாச்	பிராமண
31. சர்மோபஜிவன்	வைதேகிதன்	பிராமண
32. சமாகர்	அயோகவன்	பிராமணி
33. சர்மா ஜீவி	நிஷாதன்	கருஷி
34. தக்ஷா	மஹிஷியா	சுரணா
35. தக்ஷவிருத்தி	உக்கிரன்	பிராமண
36. தந்த கேவலகா	சண்டாளன்	வைசிய
37. தஸ்யூ	நிஷாதன்	அயோகவன்
38. துருமிலா	நிஷாதன்	சத்திரிய
39. நடன்	பிச்சாலியா	சத்திரிய
40. நபிடன்	நிஷாதன்	பிராமண
41. நிலாடிவர்ண	அயோகவன்	சிர்கரி விக்ரிதா
42. பிச்சல்லா	மல்லன்	சத்திரிய
43. பிங்களா	பிராமணன்	அயோசுவன்
44. பகலாபத்தா	தௌஸாந்தா	பிராமணி
45. பரூஷா	சுதன்வா	வைசிய
46. பைரவன்	நிஷாதன்	சூத்திர
47. மதங்கன்	விஜன்மன்	வைசிய
48. மதுரகன்	வைதேசிகன்	அயோகவன்
49. மதாகர்	தஸ்யூ	வைசிய
50. மைத்திரன்	விஜன்மன்	வைசிய
51. ராஜகா	விதேகன்	பிராமண
52. ரத்தாகர்	மகிஷ்யா	கரண
53. ரேணுகா	நபிடன்	பிராமண
54. லோகாகர்	மகிஷ்யா	பிராமணி
55. வார்தகி	மகஷ்யா	பிராமணி
56. வர்யா	சுதன்வா	வைசிய
57. விஜன்மா	பரூஷா	வைசிய

கலப்பு சாதியின் பெயர்	தந்தையின் சாதி	தாயின் சாதி
58. சில்ப்	மகிஷ்யா	கரண
59. சுவாபாச்	சண்டாளன்	பிராமணி
60. சனகன்	மகதன்	சத்திரிய
61. சமுத்திரன்	தக்ஷாவிரதி	வைசிய
62. சத்வதன்	விஜன்மா	வைசிய
63. சுனிஷதா	நிஷாதன்	வைசிய

ஐந்து வகையான சாதிகளில், நான்கு சாதியாரைப் பொருத்தமட்டில் மனு அளித்துள்ள விளக்கத்தைப் புரிந்து கொள்வது எளிது. சங்கர (கலப்பு) சாதியான ஐந்தாவது வகை சாதியாரைப்பற்றி மனு அளித்துள்ள விளக்கம் புரிந்து கொள்ளக்கூடியதாக இல்லை. இதைப் பற்றிப் பல வகையான கேள்விகள் நமக்குள் எழுகின்றன. முதலாவதாக, கலப்புச் சாதியாரைப் பற்றிய மனுவின் பட்டியல் ஆழ்ந்த அக்கறை எடுத்துக் கொள்ளப்படாமல் மேலோட்டமானதாக அமைந்து உள்ளது. சங்கர சாதிகள் உருவாக்கம் பற்றிய முடிவான ஒரு பட்டியலாகவும் அது இல்லை.

ஆரியசாதியாருக்கும், அனுலோம-பிரதிலோம சாதியாருக்குமிடையே ஏற்பட்ட கலப்பினால் உண்டான கலப்பு சாதிகளைப்பற்றிப் பேசுகையில், நான்கு ஆரிய சாதிகள், 12 அனுலோம - பிரதிலோம் சாதிகள் ஒவ்வொன்றினோடும் கலந்து உண்டான சந்ததியாரின் சாதிப் பெயர்களை மனு குறிப்பிட்டுக் கூறியிருக்க வேண்டும். அவ்வாறு செய்திருப்பாரானால், அத்தகைய கலப்பினால் உருவான நாற்பத்தெட்டு சாதிகளின் பட்டியல் நமக்குக் கிடைத்திருக்க வேண்டும். இந்த வகை கலப்பு மணத்தினால் உண்டான நான்கு சாதிகளின் பெயர்களை மட்டுமே அவர் தர முடிந்துள்ளது.

நாம் அறிந்துள்ள வகையில் 12 அனுலோம பிரதிலோம சாதிகளுக்கிடையே கலப்பு மணத்தினால் உருவான சந்ததியாரைப் பற்றி விவரிக்கையில் அதன் விளைவாக உண்டான *144 சாதிகளின் பெயர்களை* மனு தந்திருக்க வேண்டும். ஆனால் உண்மையில் மனு 11 சாதிகளின் பெயர்ப்பட்டியலை மட்டுமே தருகின்றார். இந்த 11 சாதிகளின் உருவாக்கத்தில் 5 சாதிகளின் ஐந்து வகையான இணைப்புகளை மட்டுமே தெரிவிக்கின்றார். இவற்றிலும் கூட ஒரு சாதி (வைதேகன்) அனுலோம - பிரதிலோமப் பட்டியலில் சேராத ஒன்றாக உள்ளது. மற்றும் எட்டுச் சாதிகள் கணக்கில் எடுத்துக் கொள்ளவேபடவில்லை.

ஆரியரல்லாத சாதிகளுக்கும் ஆரிய சாதிகளுக்கும் இடையே தோன்றிய சங்கர சாதிகளைப் பற்றி அவர் அளித்துள்ள விவரம் முன்னுக்குப் பின் முரணானதாகவே உள்ளது. நான்கு ஆரிய சாதியாரில் ஒவ்வொரு சாதியாரும் ஆரியரல்லாத சாதியாருடன் கொண்ட இணைப்பினால் உருவான சாதிகளின் பட்டியலை நாம் முதலில் பெற வேண்டும். ஆனால் அப்படியொரு பட்டியலே இல்லை. தஸ்யூ எனப்படும் ஒரே ஒரு ஆரியரல்லாத சாதி மட்டுமே இருந்தது என்று எடுத்துக் கொண்டு, தஸ்யூக்களுக்கும் அனுலோம - பிரதிலோம சாதியார் ஒவ்வொருவருக்கும் இடையே ஏற்பட்ட இணைப்பினால் நமக்கு 12 சாதிகளின் பட்டியல் கிடைத்திருக்க வேண்டும். ஆனால் மனு ஒரே ஒரு இணைப்பை மட்டுமே தெரிவித்திருப்பதைக் காண்கிறோம்.

கலப்புச் சாதிகளைப் பற்றி விளக்கும் போது விராத்தியருக்கும் ஆரிய சாதிகளுக்கும், விராத்தியருக்கும் அனுலோம் பிரதிலோம சாதியாருக்கும், விராத்தியருக்கும் ஆரியரல்லாத சாதியாருக்கும் இடையே ஏற்பட்ட இணைவுகள் பற்றிக் குறிப்பிடவே இல்லை.

இவ்வாறு மனு கவனிக்காமல் விட்டுள்ளவற்றுள் வெளிப்படையானதும், சிறப்புத்தன்மை வாய்ந்ததுமான சில விவகாரங்கள் உள்ளன. பிராமணர்கள், சத்திரியர்கள் ஆகிய இரு சாதிகளுக்கு இடையே ஏற்பட்ட சங்கர எனப்படும் கலப்பு சாதியை எடுத்துக்கொண்டோமானால், இந்த இரு சாதிகளின் கலப்பினால் தோன்றிய சாதியை அவர் குறிப்பிடவே இல்லை. இந்த இரு சாதியாரின் பிணைப்பால் உருவான சங்கரசாதி, பிரதிலோம் சாதியா அனுலோம் சாதியா என்பதையும் அவர் குறிப்பிடவில்லை. இந்தக் கேள்விக்கு மனு சரியான விளக்கம் தராமல் விட்டது ஏன்? அவருடைய காவத்தில் அத்தகையதொரு சங்கர சாதி இல்லை என்று கருதலாமா? அல்லது அவர் அதைக் குறிப்பிடுவதற்கும் பயந்தார் எனலாமா? பயந்தார் என்றால், யாருக்காக அவர் பயந்தார்?

மனு குறிப்பிடும் சில கலப்புச் சாதிகளின் பெயர்களும், மற்றும் சில ஸ்மிருதிகாரர்கள் குறிப்பிடும் பெயர்களும் அப்பட்டமான கற்பனைப் பெயர்களே எனத் தோன்றுகின்றன.

கூடாவொழுக்கத்தால் பிறந்ததாகக் குறிப்பிடப்படும் சிலவகையான சாதிகள் மனுவின் காலத்திற்கு முன் கேள்விப்படக்கூடிய அளவிலேனும் இருந்ததில்லை. அல்லது அதற்குப் பின்னர் அவர்களுக்கு என்ன நேர்ந்தது என்பதையும் எவரும் அறிந்ததில்லை. தற்காலத்தில் எவ்வித அடையாளமும் காண முடியாமல் போய்விட்ட இல்லாத ஒரு சாதியினரே அவர்கள் ஆவர். சாதி என்பது கரைந்து விட முடியாததொன்று: சாதி என்ற

ஒன்று உருவானால் அதன் தனித்தன்மை விடாமல் காப்பாற்றப்பட்டே வரக்கூடியது. ஏதாவதொரு சிறப்பான காரணம் இருந்தாலன்றி அது மறைந்தொழிவது என்பதே இல்லை. சில வகை சாதிகளுக்கு மட்டுமே இத்தகைய முடிவு ஏற்படக்கூடும்.

அயோகவர், திக்வணர், உக்கிரன், புக்காசர், ஸ்வபாகர், ஸ்வபாச்சர், பாண்டு சோபாகர். அகிந்தகர், பண்டிகர், மட்டா மகீகர். ஷாலிகர், சுண்டிகர், சுலிகா, யோகாஜ், குகுந்தர் முதலிய சாதிகளை இவ்வகையில் எடுத்துக்காட்டாகக் கூறலாம். இவர்கள் யார்? அவர்கள் எங்கே போனார்கள்? அவர்களுக்கு நேர்ந்ததென்ன?

இனி, மனுவும் மற்ற ஸ்மிருதிக்காரர்களும் குறிப்பிடும் சாதிகளை ஒப்பிட்டுப்பார்ப்போம். இவர்கள் குறிப்பிட்டுள்ள கலப்பு சாதிகளின் தோற்றம் பற்றி ஒருமித்த கருத்து கொண்டிருக்கிறார்களா? பின்வரும் ஒப்பீட்டின்படி பார்த்தால் இவர்கள் எந்த அளவுக்கு முரண்படுகிறார்கள் என்பது புலப்படும்:

ஸ்மிருதி	தந்தையின் சாதி	தாயின் சாதி
I. அயோகவன்		
1. மனு	சூத்திரன்	வைசிய
2. ஔசனசம்	வைசியன்	சத்திரிய
3. யாக்ஞவல்கியர்	சூத்திரன்	வைசிய
4. போதாயனர்	வைசிய	சத்திரிய
5. அக்னிபுராணம்	சூத்திர	சத்திரிய
2. உக்கிரன்		
1. மனு	சத்திரியன்	சூத்திர
2. ஔசனசம்	பிராமணன்	சூத்திர
3. யாக்ஞவல்கியர்	சத்திரியன்	வைசிய
4. வாசிஸ்டர்	சத்திரியன்	வைசிய
5. சுத்த	வைசியன்	சூத்திர
3. நிஷாதன்		
1. மனு	பிராமணன்	சூத்திர
2. ஔசனசம்	பிராமணன்	சூத்திர

ஸ்மிருதி	தந்தையின் சாதி	தாயின் சாதி
3. போதாயனர்	பிராமணன்	சூத்திர
4. யாக்ஞவல்கியர்	பிராமணன்	சூத்திர
5. சுத்தசம்ஹிதை	பிராமணன்	வைசிய
6. சுத்தசம்ஹிதை	பிராமணன்	சூத்திர
7. வாசிஸ்டர்	வைசியன்	சூத்திர
	4. புக்காசன்	
1. மனு	நிஷாதன்	சூத்திர
2.பிருஹடா-விஷ்ணு	சூத்திரன்	சத்திரிய
3. பிருஹத்-விஷ்ணு	வைசியன்	சத்திரிய
	5. மகதன்	
1. மனு	வைசியன்	சத்திரிய
2. சுத்த	வைசியன்	சத்திரிய
3. போதாயனர்	சூத்திரன்	வைசிய
4. யாக்ஞவல்கியர்	வைசியன	சத்திரிய
5. பிருகத்விஷ்ணு	வைசியன்	சத்திரிய
6. பிருகத்விஷ்ணு	சூத்திரன்	சத்திரிய
7. பிருகத்விஷ்ணு	வைசியன்	பிராமண
	6. ரத்காகர்	
1. ஔசனசம்	சத்திரியன்	பிராமண
2. போதாயனார்	வைசியன்	சூத்திர
3. சுத்த	சத்திரியன்	பிராமண
	7. வைதேகன்	
1. மனு	சூத்திரன்	வைசிய
2. மனு	வைசியன்	பிராமண
3. யாக்ஞவல்கியர்	வைசியன்	பிராமண

வெவ்வேறு ஸ்மிருதிக்காரர்கள், கலப்பு சாதிகளின் தோற்றத்தையும் மூலத்தையும் மேற்குறித்தவாறு வெளிப்படுத்தும் போது. அவர்களிடையே பெரிய அளவில் கருத்து வேற்றுமைகள் இடம் பெறுவானேன்? இரண்டு சாதியார்களின் கூட்டுக்கலப்பு மூன்றாவதான கலப்பு சாதியாகத்தான் மாற முடியும் என்பதுதான் அறிவுக்கேற்றதாகும்.

ஆனால் ஒரே வகையான இரு சாதிகள் கலப்பபதனால் பல்வேறு வித்தியாசமான சாதிகள் எப்படித் தோன்ற முடியும்? ஆனால் மனுவும் அவரைப் பின்பற்றி வந்தவர்களும் இதையே தான் வலியுறுத்துவதாகத் தோன்றுகின்றது.

பின்வருவனவற்றைப் பார்ப்போம்.

I. சத்திரிய தந்தையும் வைசியத் தாயும் இணைவு:

1. இந்தக் கலப்பினால் உருவாகும் சந்ததியாரின் சாதி சத்திரியர் என்கிறார் போதாயனர்

2. இவர்களை மகிஷ்யா என்கிறார் யாக்ஞவல்கியர்

3. அம்பஸ்தா என்கிறார் சுத்தா

II. சூத்திர தந்தையும் சத்திரிய தாயும் கூடுவதால்:

1. உண்டாகும் சந்ததி சத்திரி என்கிறார் மனு

2. இந்தச் சந்ததி புல்லக்ஷா என்கிறது ஔசனசம்

3. வைணா என்கிறார் வாசிஸ்டர்

III. பிராமண தந்தையும் வைசியத் தாயும் இணைவதால்.

1. ஏற்படும் சந்ததி அம்பஸ்தர் என்கிறார் மனு

2. இந்தச் சந்ததியை ஊர்தவ நாபிதர் என்று ஓரிடத்திலும் மற்றோரிடத்தில் கும்பாஹர் என்றும் சுத்தா குறிப்பிடுகிறார்.

IV. வைசிய தந்தையும் கத்திரியத் தாயும் கூடுவதால்

1.உண்டாகும் சந்ததியை மகதர் என்கிறார் மனு

2. (1) போஜர் (2) மிலேச்சர் (3) சாலிக் (4) புலிந்தர் என ஒரே இணைவினால் உருவாகும் சந்ததியைப் பல்வேறு பெயர்களில் குறிப்பிடுகிறார் சுத்தா

V. சத்திரிய தந்தையும் சூத்திரத் தாயும் இணைந்து

1. தோன்றும் சந்ததியை உக்கிரன் என்கிறார் மனு

2. (1) தௌ சந்தியா (2) தௌசந்தி (3) கலிகா என ஒரே இணைவினால் தோன்றும் சந்ததியை வெவ்வேறு பெயர்களில் குறிப்பிடுகிறார் சுத்தா

VI. சூத்திரத்தந்தையும் வைசியத் தாயும் இணைந்து:

1. தோன்றும் சந்ததியை மனு அயோகவன் என்கிறார் மனு

2. இந்தச் சந்ததி (1) பத்தன்சாலி (2) சக்கிரி என்கிறார் சுத்தா

இன்னொரு கேள்வியை எடுத்துக் கொள்வோம். கலப்புச் சாதிகள் உருவாகும் முறையைப் பற்றி மனு அளிக்கும் விளக்கம் வரலாற்றுப் பூர்வமாக உண்மையானது தானா?

முதலில் அபீர சாதியைப்பற்றிப் பார்ப்போம். மனுவின் கூற்றுப்படி இந்த அபீரன் எனப்படும் சாதியார் பிராமண ஆடவர் அம்பஸ்த பெண்டிர் ஆகிய இருவரின் கூடாவொழுக்கத்தால் பிறந்தவர்களுக்குரிய பெயராகும். இவர்களைப்பற்றி வரலாறு என்ன கூறுகின்றது? அஹிரா என்பதன் மருவிய பெயரான இந்த அபிரர்கள், சிந்து நதிக்கரைவரையில் வடமேற்கில் ஊடுருவிக் சுதந்திரமாக வாழ்ந்த முல்லை நிலப்பழங்குடியினராவர். அவர்கள் தன்னாட்சி செலுத்தி வந்த தொல்குடியினர். இந்த அபீரர்கள் மகத் நாட்டை வென்று பல்லாண்டுகளாக ஆண்டு வந்தவர்கள் என்கிறது விஷ்ணு புராணம்.[1]

அம்பஸ்தர்கள் என்பது பிராமண ஆணுக்கும் வைசிய பெண்ணுக்கும் கூடா ஒழுக்கத்தால் பிறந்தவர்களின் பெயர் என்கிறார் மனு.[2] ஆனால் பதஞ்சலியாரோ, இந்த அம்பஸ்தர்கள், அம்பஸ்தா என்னும் நாட்டின் தொல்குடியினர் என்கிறார். எனவே அம்பஸ்தர்கள் சுதந்திரமாக வாழ்ந்து வந்த பழங்குடியினர் என்பதில் கருத்து மாறுபாட்டிற்கு இடமில்லை. அலெக்சாண்டர் இந்தியாவின் மீது படையெடுத்து வந்தபோது அவரை எதிர்த்து நின்ற பஞ்சாபில் வாழ்ந்த பழங்குடி மக்களில் ஓர் இனத்தவர் இந்த அம்பஸ்தர்கள் எனக்குறிப்பிடுகிறார் சந்திரகுப்த மௌரியனின் அரசவையில் கிரேக்கத்தூதுவராக இருந்த மெகஸ்தனீஸ். அம்பஸ்தர்கள் மகாபாரதத்தில் குறிப்பிடப்பட்டுள்ளனர். இவர்கள் வீரத்திற்கும், சிறந்த அரசியல் முறைக்கும் பெயர் பெற்றவர்கள்.

ஆந்திரர்கள்[3] கூடாவொழுக்கச் சாதியினரான வைதேக ஆணுக்கும் கார்வரப்பெண்ணுக்கும் பிறந்த இரண்டாந்தரக கூடாவொழுக்கத்தினர் என்கிறார் மனு. ஆனால் இவர்களைப் பற்றிய வரலாற்றுச் சான்றுகள் வேறு விதமானவை. தட்சிண பீடபூமியின் கிழக்குப் பகுதியிலிருந்த மக்கள் ஆந்திரர்கள். மெகஸ்தனீஸ் ஆந்திரர்களைப் பற்றிக் குறிப்பிட்டுள்ளார்.

1.விஷ்ணூ புராணம், நாலாவது புத்தகம், அத் - 24

2.அம்பஸ்தர்கள் பற்றி-பார்க்க ஜெய்ஸ்வால் எழுதிய இந்து அரசியல், பாகம்1, பக் 73-74

3 ஆந்திரர் பற்றி-பார்க்க ஆந்திரதேசத்தின் தொடக்ககால அரசர்கள் ஆசிரியர் பாவாராஜீ கிருஷ்ணாராவ் இவர்கள் சாதவாகனர்கள் என்னும் பெயருடையவர்கள்.

கி.பி. 77 லிருந்த பிளினி, இந்த மக்கள் தட்சிணத்தில் ஆதிக்கம் செலுத்தி வந்தவர் எனவும், அகழி ஆழ்ந்த சுற்றுச் சுவர்களோடு கூடிய முப்பது நகரங்களையும் எண்ணற்ற கிராமங்களையும் பெற்றிருந்தவர்கள் எனவும், 1,00,000 காலாட்படையினர், 2000 குதிரைப் படை, 1000 யானைகள் கொண்ட பெரும்படையைத் தமது மன்னர்க்கு அளிக்கக் கூடியவர்கள் எனவும் குறிப்பிட்டுள்ளார்.

மனுவின் கூற்றுப்படி, மகதர்கள்[1] வைசிய ஆணுக்கும் சத்திரியப் பெண்ணுக்கும் கூடாவொழுக்கத்தால் பிறந்தவர்கள் ஆவர். இலக்கண நூலாசிரியரான பாணினி 'மகதா' என்னும் சொல்லின் தோற்றம் பற்றி வேறு வகையாகக் குறிப்பிடுகின்றார். அவருடைய கூற்றுப்படி மகத நாட்டிலிருந்து வந்தவர்கள் மகதர் எனப்படுவர் என்றாகிறது. பீகாரில் ஏறத்தாழத் தற்போதுள்ள பாடனா, கயா மாவட்டங்கள் அடங்கியது மகதம். மகதர்கள் பழங்காலந் தொட்டே சுதந்திரமாகத் தன்னாட்சி செலுத்தி வந்தவர்கள் எனக் குறிப்பிடப்பட்டுள்ளனர். அதர்வண வேதத்தில் முதன் முதலாக இவர்களைப் பற்றிய குறிப்பு காணப்படுகிறது. பாண்டவர்களின் சம காலத்தவனான ஜராசந்தன் என்னும் புகழ் பெற்ற மன்னன் மகத நாட்டை ஆண்டு வந்தவனாவான்.

மனு குறிப்பிடும் நிஷாதர்கள். பிராமண ஆணுக்கும் சூத்திரப் பெண்ணுக்கும் கூடாவொழுக்கத்தால் பிறந்த வழி முறையினராவர். ஆனால் வரலாற்றுச் செய்தி இவர்களைப் பற்றி வேறு விதமாகக் கூறுகிறது. நிஷாதர்கள் சுதந்திரமான ஆட்சியும், அரசர்களையும் பெற்றிருந்த தொல்குடியினராவர். சிருவக வேதபுரத்தைத் தலைநகராகக் கொண்டு ஆண்டவனென்றும். இராமன் வனவாசம் மேற்கொண்டிருந்த போது வரவேற்று உபசரித்தவன் என்றும் இராமாயணம் குறிப்பிடும் குகன். நிஷாதர்களின் மன்னன் என்றும் குறிப்பிடப்படுகின்றான்.

வைதேகிகர்கள் என்பவர்கள் வைசிய ஆணுக்கும் பிராமணப் பெண்ணுக்கும் கூடாவொழுக்கத்தால் பிறந்தவர்கள் என்று குறிப்பிடுகிறார் மனு. வைதேகிகன் என்பது சொற்பிறப்பியலின்படி, விதேக[2] நாட்டைச் சேர்ந்தவன் என்பதைக் குறிப்பிடும் சொல்லிருந்து பிறந்தது. பண்டைய விதேக நாடு, பீகாரில் தற்போதைய சம்பரான், தார்பங்கா மாவட்டங்களை உள்ளடக்கிய பகுதியாகும். இந்த நாடும் நாட்டு மக்களும் மிகப் பழங்காலந்தொட்டே வரலாற்று ஏடுகளில் குறிப்பிடப்படுபவராவர். யஜுர் வேதமும் இவர்களைக் குறிப்பிடுகின்றது, இராமாயணமும்

---

1 மகதவரலாற்றை அறிவதற்கு-பார்க்க பி.சி.லா எழுதிய பண்டைய இந்தியப் பழங்குடிகள் நூலில் அத்.4

2. விதேகர் பற்றிய வரலாறு- பார்க்க: பி.சி.லா எழுதியுள்ளா பௌத்த இந்தியாவில் சத்ரியக்குடியினர் நூலின் பகதி-2, அத்.1

குறிப்பிடுகின்றது. இராமனின் மனைவி சீதை, மிதிலையைத் தலைநகராகக் கொண்ட விதேக நாட்டரசன் ஜனகனின் மகளாவாள்.

இப்படியே பல எடுத்துக்காட்டுகளைக் கூறி ஆராயலாம். பெருமதிப்பிற்குரியவர்களாகவும் ஆதிக்க பலமுள்ளவர்களாகவும் விளங்கிய பழங்குடி மக்களைக் கூடாவொழுக்கத்தால் பிறந்தவர்கள் என வரலாற்றைத் திரித்துக் கூறி இழிவுப்படுத்தியுள்ளார் மனு. பெரும்பான்மையான வகுப்பாரைக் கூடாவொழுக்கத்தால் பிறந்தவர்கள் என்று ஒட்டுமொத்தமாக இழிந்தவர்களாக்கிய மனு. விராத்தியர்களைப் பற்றிய விளக்கத்தை மட்டும் கூறாமல் விடுத்துள்ளார். ஆனால் மனுவுக்குப் பின்னர் வந்தவர்கள் இந்தத் திட்டத்தை முழுமையாக்கி விராத்தியர்களையும் முறைகேடான கலப்பினைத்தைச் சேர்ந்தவர்கள் என்றாக்கி விட்டனர். மனுவின் கூற்றுப்படி கர்ணன் விராத்தியனாவான். ஆனால் பிரமவைவர்த்த புராணம் இவர்களையும் கூடாவொழுக்கத்தால் பிறந்தவர்கள் என்று குறிப்பிட்டு, வைசிய தந்தைக்கும் சூத்திர தாய்க்கும் தோன்றிய சந்ததியினர் என்கிறது. மனு, பௌண்டாரகன் விராத்தியன் என்கிறார். ஆனால் பிரமவைவர்த்த புராணமோ இவனை, வைசிய தந்தைக்கும், சுண்டி தாய்க்கும் ஒழுக்கக்கேடான முறையில் பிறந்தவன் என்கிறது. மனு மல்லனை விராத்தியன் என்கிறார். பிரமவை வர்த்த புராணம், இவனை லெத்தா தந்தைக்கும், திப்பரா தாய்க்கும் கூடாவொழுக்கத்தால் பிறந்தவன் என்கிறது.

மனுவின் கூற்றுப்படி, விராஜ கௌடிகர்கள் விராத்திய பிராமணர்களாவர். ஆனால் கௌதம சம்ஹிதை இவர்கள். பிராமணத் தந்தைக்கும், வைசியத்தாய்க்கும் முறைகேடாகப் பிறந்தவர்கள் என்கிறது. மனு, யவனர்கள் விராத்திய சத்திரியர்கள் என்கிறார். கௌதம சம்ஹிதையோ இவர்களை சத்திரியத் தந்தைக்கும் சூத்திரத் தாய்க்கும் முறை தவறிப்பிறந்தவர்கள் எனக் காட்டியுள்ளது. கிராதர்கள் மனுவின் கூற்றுப்படி விராத்திய சத்திரியராவர். பல்லாள சரித்திரம் இவர்களை வைசியத் தந்தைக்கும் பிராமணத் தாய்க்கும் கூடாவொழுக்கத்தால் பிறந்தவர்கள் என்கிறது.

இவ்வாறு மனு கூடாவொழுக்கத்தால் பிறந்த வேசிப்பிள்ளைகள் என்று குறிப்பிடும் சில வகுப்பினர் அத்தகையவர்கள் அல்லர். அவர்கள் சுதந்தரமான தோற்றத்தை உடையவர்கள் என்ற போதிலும் மனுவும் மற்ற சம்ஹிதகாரர்களும் அவர்களை வேசித்தனத்தால் பிறந்தவர்களே என்கின்றனர்.

இவ்வாறு கூற வேண்டிய வெறித்தனம் ஏன் ஏற்பட்டது? இவர்களின் வெறித்தனத்திற்கு ஏதாவது வரையறையுள்ளதா?

இவற்றையெல்லாம் அலசி ஆராய்ந்து பார்த்தோமானால், மனு கலப்புச் சாதியாரைப் பற்றிய கேள்வியை எழுப்புவானேன்? அவ்வாறு கேள்வி எழுப்புவதன் மூலம் அவர் என்ன சொல்ல வந்தார் என்பதே ஒரு புதிராக இருப்பது தெரியவரும்.

ஒரு வேளை சதுர்வர்ண அமைப்பு முறை தோல்வியடைந்து விட்டது எனக்கருதி, பிராமணர், சத்திரியர், வைசியர், சூத்திரர் என்று குறிப்பிட்டுச் சொல்ல முடியாத அளவுக்குச் சதுர்வர்ணம் சிதைந்து எண்ணற்ற சாதியார் தோன்றிவிட்டதால், சதுர்வர்ண ஏற்பாட்டையும் மீறி இடம் பெற்றுவிட்ட சதுர்வர்ணத்திற்குப் புறம்பான சாதிகளைப் பற்றி விளக்க வேண்டியவரானார் என்று கொள்ளலாம்.

ஆனால் மனு அளிக்க வந்த விளக்கம் எத்தகைய பயங்கரமானது என்பதை அவர் உணர்ந்ததாகத் தெரியவில்லை. அவருடைய விளக்கம் எந்த அளவுக்குப் போய் முடிகிறது?

மக்களின் குறிப்பாகப் பெண்களின் நடத்தையை இது எவ்வளவுக்குக் கேவலப்படுத்திக் காட்டுகிறது. சதுர்வர்ண விதிகளால் தடுக்கப்பட்டதால் ஆண்களும் பெண்களும் கள்ளத்தனமாக உறவு கொள்ள நேர்ந்திருக்கக்கூடும். ஆனால் இத்தகைய கள்ள உறவுகள் இங்கொன்றும் அங்கொன்றுமாகவே ஏற்படக் கூடியது. இத்தகைய உறவு ஒட்டுமொத்தமாகப் பெரிய அளவில் ஏற்பட வாய்ப்பில்லை. இத்தகைய உறவுகள் கந்தல் கோலமாகப் பெருமளவில் நடந்ததாக கருதினாலன்றி. மனு குறிப்பிடும் சண்டாளர் அல்லது தீண்டாதாரின் தோற்றத்தை எவ்வாறு நியாயப்படுத்த முடியும்!

சூத்திர ஆணுக்கும் பிராமணப் பெண்ணுக்கும் கூடாவொழுக்கத்தால் பிறந்த சந்ததியார், சண்டாளச் சாதியினர் என்று மனு கூறியுள்ளார். இது உண்மையாக இருக்க முடியுமா? அப்படி உண்மையாக இருக்குமானால் பிராமணப் பெண்கள் தமது ஒழுக்கத்தில் உறுதியற்றவர்களாக இருந்தார்கள். சூத்திர ஆடவர்களோடு கூடுவதில் மிகுந்த ஆர்வமுடையவர்களாக இருந்தார்கள் என்றாகிவிடக்கூடும்.[1] இது நம்ப முடியாததாகும்.

சண்டாளர்களின் மக்கள் தொகை பெரிதாக இருப்பதை வைத்துப் பார்த்தால், ஒவ்வொரு பிராமணப் பெண்ணும் ஒரு சூத்திர ஆடவனுக்குக்

1. பண்டைக்கால பிராமணர்கள் தங்கள் மனைவிகளை நம்பாதவர்கள் என்றும் அவர்கள் வாயடிகளாக இருந்ததால் தாங்கள் அறிந்திருந்தவற்றை அறியகூடாத பிறர்க்கும் குறிப்பாக சூத்திரர்களுக்கு சொல்லிவிடாதே என்ற நோக்கத்தில் தங்கள் மனைவிகளுக்கு நுட்பமான தத்துவங்களை தெரிவிக்காமல் காத்தார்கள் என்று மெகஸ்தனிஸ் குறிப்பிட்டுள்ளார்.

காமக்கிழத்தியாக இருந்திருந்தாலும் கூட நாட்டிலுள்ள சண்டாளர்களின் எண்ணிக்கைக் கணக்கைச் சரிகட்ட முடியாமல் போய்விடும்.

கலப்பு சாதியாரின் தோற்றத்தைப் பற்றிய கோட்பாடுகளை இந்த வகையில் வகுத்துரைத்ததன் மூலம், இந்த நாட்டிலுள்ள எண்ணற்ற மக்களின் தோற்றத்திற்கு இழிவைக் கற்பித்து, அவர்களின் சமூக, ஒழுக்க இழிவிற்கு வழி வகுத்திருப்பதை மனு அறிவாரா? இந்த மக்கள் அனைவரும் சுதந்திரமாக வாழ்ந்திருக்கின்ற சூழ்நிலையில் அவர்களுடைய சாதிகளின் தோற்றம் கலப்பினால் உண்டானது என்று அவர் கூற நேர்ந்ததேன்?

புதிர் எண் 19

தந்தை வழியிலிருந்து தாய் வழிக்கு மாற்றம். பிராமணர்கள் இதன் மூலம் என்ன ஆதாயம் பெற விரும்பினார்கள்?[1]

இந்து சட்டம் பற்றிய தம்முடைய ஆய்வுரையில், உறவு முறை விதிகளில் காணப்படும் சில முறைப்பாடுகளை மெயின் குறிப்பிட்டுள்ளார். அவர் கூறுவதாவது.

"குடும்ப உறவு முறைகளை வரையறுத்துக் கூறும் விதிகளில் காணப்படும் முரண்பாடுகளைப் போல் இந்து சட்டத்தில் வேறெந்தப் பகுதியும் இவ்வளவு மிகுந்த முரண்பாடுகளைக் கொண்டதாக இல்லை எனலாம். தற்போது நடைமுறையில் உள்ளதற்கும், பண்டைய முறைக்கும் இடையே காணப்படும் தொடர்பின்மை மட்டுமல்லாமல், பண்டைய முறையின் பல பகுதிகள் இவ்வகையில் ஒன்றுக்கொன்று நேரடியாக முரணானதாகவே உள்ளன. பதினான்கு தலைமுறை அளவுக்குத் தொடர்ச்சியான ஆண்வழி வம்சாவளியை அறிவதற்கு உதவும் வகையில் அமைந்த குடும்பச் சொத்துரிமை விதிகளை நாம் காண்கிறோம். கவர்ந்து செல்லுதல், கற்பழித்தல் ஆகியவற்றைத் திருமண முறைகளை மங்கலச் சொற்களால் குறிப்பிட்டு, இந்த முறைகளால் பிறக்கும் பன்னிரண்டு வகையான ஆண் மக்களை அவர்களில் பெரும்பான்மையோர் தம் சொந்த தந்தையரோடு எவ்வகையிலும் இரத்த உறவு இல்லாதவர்களாக இருந்த போதிலும் இணைத்து ஒரு குடும்ப விதியாக அதில் கூறப்பட்டுள்ளது"

இந்து திருமண மற்றும் தந்தை வழி சட்டத்தைக் கூர்ந்து படிப்போர் இத்தகைய முறைகேடான போக்குகள் அதில் நிலவுவதைக் காண முடியும்.

இந்து திருமணச் சட்ட விதிகள் எண் வகைத் திருமண முறைகளை அங்கீகரிக்கின்றன. அந்தத் திருமண முறைகளாவன: 1) பிரமம் 2) தெய்வம் 3) ஆரிஷம் 4) பிரஜாபத்தியம் 5) ஆசுரம் 6) காந்தருவம் 7) இராக்ஷசம் 8) பைசாசம் என்பன.

பிரம மணமாவது, வேதம் ஓதுபவனாகவும், நல்லொழுக்கம் உள்ளவனாகவும் இருக்கின்ற பிரமசாரியைப் பெண்ணின் தந்தை

---

1. இது பதினொரு பக்கங்கள் கொண்ட தட்டச்சுப் பிரதி தலைப்பைத் தவிர வேறு எந்த இணைப்பும் ஆசிரியர் கையெழுத்தில் இல்லை. - பதிப்பாசிரியர்கள்

தானாக அழைத்து வந்து, அவனைப் புத்தாடைகளால் அலங்கரித்து, தன் மகளையும் அவ்வாறே புத்தாடைகளாலும் அணிகளாலும் அலங்கரித்து அவனுக்கு அவளைத் தானமாக அளிப்பது.

தெய்வ மணமாவது சோதிட்டோமம் முதலிய யாகங்களை நடத்துவதில் தனக்குப் புரோகிதனாக இருப்பவனுக்கு யாகத் தட்சிணையாகத் தந்தை தன் மகளை அலங்கரித்து அளிப்பது.

ஆரிஷ மணம் என்பது மணமகன் மணப்பெண்ணின் தந்தையிடம் மணப் பெண்ணுக்கு ஈடாக பரிசம் கொடுத்து மணம் செய்து கொள்வதாகும்.

பிரஜாபத்யமாவது - ஒரு பிரமசாரி, பெண்ணின் தந்தையை அணுகி அவளைத் திருமணம் செய்து தருமாறு கேட்டுக் கொண்டால் அதை ஏற்று அவனுக்கு அவளைத் திருமணம் செய்து வைத்தல். பிரம முறை திருமணத்தில் தந்தை தானே மணமகனை அழைத்து வந்து மகளைத் தானமாக அளிப்பதும், பிரஜாபத்திய மணத்தில் பிரமசாரி மணப்பெண்ணின் தந்தையை வேண்டி விண்ணப்பித்து மணம் செய்து கொள்வதும் வேற்றுமைகளாகின்றன. ஐந்தாவதான ஆசுரமாவது மணமகளின் தந்தைக்கும்; தந்தையின் உறவினருக்கும் தன்னால் இயன்ற அளவு பணத்தைக் கொடுத்துப் பெண்ணை மனைவியாகப் பெறுவது. ஆரிஷம் ஆசுரம் ஆகிய இருவகை திருமணங்களில் அதிக வேறுபாடு இல்லை. இரண்டிலும் பெண் விற்கப்படுகிறாள். ஆரிஷம் திருமணத்தில் விலை நிர்ணயிக்கப்படுகின்றது; ஆசுரத் திருமணத்தில் அத்தகைய வரையறை எதுவும் இல்லை.

காந்தருவ மணம் ஆணும், பெண்ணும் ஒருவர்க்கு ஒருவர் புணர்ச்சியின் ஆசையால் மனம் ஒத்துச் சேர்தலைக் குறிக்கிறது.

இராக்ஷச மணம் எனப்படுவது ஒரு பெண் உதவி கேட்டு அழும் நிலையில் அவளது உறவினர்களை அடித்தும், கொன்றும், வீட்டை உடைத்துச் சேதப்படுத்தியும் அவளைக் கடத்திக் கொண்டு போவதாகும் பைசாச மணம் என்பது ஒரு பெண் தூங்கிக் கொண்டிருக்கும் போதோ, குடியினால் வெறித்திருக்கும் போதோ, பித்துப் பிடித்த நிலையில் உள்ள போதோ அவளுடன் புணர்ந்து மணந்து கொள்வதைக் குறிக்கிறது.

இந்து சட்டம் பதின் மூன்று வகையான புதல்வர்களை அங்கிகரிக்கின்றது. அவர்கள் (1) ஔரசன் (2) க்ஷேத்திராஜன் (3) பௌத்திரிகா புத்ரன் (4) கானீனன் (5) குதாஜன் (6) புநற்பவன் (7) சகோதஜன் (8) தத்தகன் (9) கிருத்திரிமன் (10) கிரீதகன் (11) அபவித்தன் (12) சுயதத்தன் (13) நிஷாதன் எனப்படுவர்.

முறைப்படி மணந்த மனைவியிடத்துப் பிறந்த மகன் ஔரசன் எனப்படுவான். மகளொருத்திக்குப் பிறந்த மகன் பௌத்ரிகா புத்திரன் எனப்படுவான். மகன் இல்லாமல், மகளை மட்டும் பெற்றிருக்கும் ஒருவன் தானே ஒருவனை அழைத்து வந்து மகளுடன் உறவு கொள்ளச் செய்து அதன் மூலம் பெறுகின்ற அவளுடைய மகன் அந்தப் பெண்ணின் தந்தைக்கு மகனாவான் என்பது இதில் குறிப்பிடத்தக்கதாகும். இதனாலேயே இந்த மகன் பௌத்ரிகா புத்திரன் எனப்படுகின்றான். தன்னுடைய மகளுக்கு முறையாகத் திருமணம் ஆன பின்பு கூட அவள் மூலம் தனக்கு ஒரு மகனைப் பெறுவதற்காக ஒருவனைத் தேடிப் பிடித்து வந்து தன் மகளுடன் கட்டாயமாக உறவு கொள்ளச் செய்யும் வழக்கம் இருந்தது. இதனாலேயே உடன் பிறந்த சகோதரன் இல்லாத பெண்ணைத் திருமணம் செய்து கொள்ளக் கூடாது என்னும் வழக்கமும் ஏற்பட்டது.

க்ஷேத்திரஜன் எனப்படுவோன் விளை நிலத்தில் பிறந்தவன் என்ற பொருளில் ஒருவனின் மனைவிக்குப் பிறந்தவனாவான். மனைவியை விளை நிலமாகக் கருதும் இந்துக்களின் கொள்கையின் படி, கணவன் இறந்து போயிருந்தாலோ அல்லது கணவன் உயிருடன் இருந்தும் பேடியாகவும், பிள்ளை பிறக்க முடியாத பிணியாளனாகவும் இருந்தோலோ அவளுடைய மைத்துனன் அல்லது இறந்தவருக்குப் பூஜை செய்யும் உரிமை பெற்ற சபிண்டன் ஆகியோரைக் குடும்பத்தார் நியமித்து அதன் மூலம் அவளிடம் மகனைப் பெறும் வழக்கம் இதுவாகும். இந்த வழக்கம் நியோகம் எனப்பட்டது. இதன்படி பிறந்த மகன் க்ஷேத்திரஜன் எனப்பட்டான்.

மணமாகாத பெண்ணொருத்தி தன் தந்தை வீட்டிலிருக்கும் போது கள்ள உறவின் மூலம் மகன் ஒருவனைப் பெற்றெடுத்து அதன் பின்னர் திருமணமாகி வரும் கணவன் அவளுக்கு ஏற்கனவே பிறந்த மகனைத் தன் மகனாக்கிக் கொள்ளலாம். இந்த வகை மகன் கானீனன் எனப்படுவான்.

பெண்ணொருத்தி கணவன் வீட்டில் இருக்கும்போதே அவனுக்குத் தெரியாமல் வேறொருவனுக்குக் கள்ளத் தனத்தால் பிறந்த மகன் குத்தாஜன் எனப்படுவான். இவ்வாறு பிறந்த மகன் அவளது கணவனுக்குத்தான் பிறந்தவன் என்று கூறுவதற்குத் தக்க ஆதாரமில்லாத போது சந்தேகம் என்னும் பொருள்படும் குத்தா என்னும் சொல்லின் அடியாகச் சந்தேகத்திற்குரிய வகையில் பிறந்தவன் குத்தாஜன் எனப்படுவான்.

திருமணமாகும் நிலையில் கருப்பமுற்றிருக்கும் பெண்ணுக்கும் பிறந்த மகன் சகோதஜன் எனப்படுவான். அவ்வாறு பிறக்கும் மகன்

திருமணம் செய்து கொள்ள முன் வந்தவனுக்கும் அந்தப் பெண்ணுக்கும் திருமணத்திற்கு முன்னதாக இருந்த தொடர்பினால் பிறந்தவனா அல்லது அன்னியன் மூலம் பிறந்தவனா என்பது முடிவாகாத்தாகும். எனினும் சகோதஜன் திருமணத்திற்கு முன் கருப்பமுற்ற பெண்ணுக்குப் பிறந்தவனுக்கே பெயராகின்றது. அந்தப் பெண்ணை மணந்து கொள்பவன் அந்த மகனைத் தனக்குரியவனாக்கிக் கொள்ளலாம்.

புநற்பவன், கணவனால் கைவிடப்பட்டு மற்றவர்களோடு வாழ்ந்து மீண்டும் கணவனுடன் வாழ்பவளுக்குப் பிறந்த பிள்ளையாவான். பேடி, சாதிக்குப் புறம்பானவன். பித்தன், நோயுற்றவன் அல்லது இறந்து போன கணவன் ஆகியவர்களை விடுத்து நீக்கிய பின்பு இன்னொரு கணவன் மூலம் பெற்ற பிள்ளைக்கும் இப் பெயராகின்றது.

பார்சவன் என்பது பிராமணனுக்குச் சூத்திர மனைவியிடம் பிறந்த மகனுக்குப் பெயராகிறது.[1]

இவ்வாறு உரிமையால் பெற முடியாதவர்களாய் தத்து எடுத்துக் கொள்ளப்பட்டதால் புதல்வராகின்றவர்கள் எஞ்சிய பிறவகைப் பெயர்களைப் பெறுகின்றனர்.

தாயும் தந்தையும் இசைந்து தம் பிள்ளையை இன்னொருவனுக்குத் தத்தம் கொடுப்பதன் மூலம் மகனாகின்றவன் தத்தகன் எனப்படுவான்.

திருமணமாகாத சூத்திரப் பெண்ணுக்கும் பிராமணனுக்கும் பிறந்தவன் பார்சவன் என்றும், பிராமணனுக்கும் அவனது சூத்திர மனைவிக்கும் பிறந்த பிள்ளை நிஷாதன் என்றும் அவர் வேறுபாடு கூறுகிறார்.

தத்துப் பிள்ளையாகின்றவனின் உடன்பாட்டை மட்டும் பெற்று மற்றவனுக்கு மகனாகின்றவன் கருத்திரிமன் என்றாகின்றான்.

கரீதகன் பெற்றோரிடமிருந்து விலைகொடுத்து வாங்கப்பட்ட மகனாவான்.

அபவித்தன் என்பவன் பெற்றோரால் கைவிடப்பட்டு மற்றவனுக்கு மகனாகின்றவன்.

சுயதத்தன் எனப்படுபவன், தாய் தந்தையை இழந்தவனாகவாவது அல்லது அவர்களால் கைவிடப்பட்டவனாகவாவது பிறரை அண்டிச் சுயமாகப் பிறர்க்குத் தத்துப்பிள்ளையாகின்றவன்.

பலவகையான திருமணங்கள், கவர்ந்து செல்லல், கற்பழித்தல் ஆகியவற்றின் மங்கல வழக்குப் பெயர்களாகவே அமைகின்றது

1.இவன் நிஷாதன் என்றும் பெயர் பெறுவான் பார்சவன், நிஷாதன் என்னும் இருவகை-யினரிடையெ உள்ளாவேறுபாட்டை ஜிமுத்தவாஹனர் காட்டுகின்றார்.

என்பது எவ்வளவு தூரத்திற்கு உண்மையானது என்பதையும், எத்தனை வகையான பெயருடைய பிள்ளைகள் தம் தந்தை என்பவருடன் எவ்வகையிலும் இரத்த உறவு இல்லாதவர்களாகவும் இருக்கிறார்கள் என்பதையும் காணலாம். இத்தனைப் பலவகைப்பட்ட திருமண முறைகளும், வெவ்வேறு வகையான மகன்களும் மனுவின் காலம் வரையிலும் கூட சட்டப்படியாக ஏற்கப்பட்ட நிலை இருந்துள்ளது. மனு இவற்றில் சிறிதளவே மாற்றங்கள் செய்துள்ளார். மனுவைப் பொறுத்தவரையில் பலவகையான திருமண முறைகளை அவர் சட்டத்திற்குப் புறம்பானது என்று அறிவிக்கவில்லை.[1]

அவர் கூறுவதெல்லாம் எண்வகையான திருமணங்களில், அதாவது பிரம். தெய்வ, ஆரிச, பிரஜாபத்ய, ஆகர, காந்தர்வ, இராக்ஷச, பைசாசம் என்பனவற்றுள் ஆறுவகையே சத்திரியர்க்குச் சட்டப்படியாக உரியவையாகும். ஆசுர, காந்தர்வ பைசாச என்னும் மூவகை மணங்கள் வைசியர்க்கும் சூத்திரர்க்கும் உரியவை.

அதே போலவே, 12 வகையான புதல்வர்களையும் மனு ஒதுக்கித் தள்ளவில்லை. அதற்கு மாறாக, இவர்களின் உறவு முறையை ஏற்றுக் கொள்கிறார். குடும்பச் சொத்துரிமை கோருவதில் இவர்களை (1) சந்ததிகள் மற்றும் உறவினர்கள் என்றும் (2) உறவினர்கள் ஆனால் சந்ததிகள் அல்லாதவர் என்றும் இருவகையாகப் பிரிக்கும் மாற்றத்தை மட்டுமே அவர் செய்திருக்கிறார்.[2] அவர் கூறுவதாவது

159. “முறையான திருமணத்தால் பிறந்தவன் வேறொருவன் மனைவியின் மூலம் பிறந்தவன், தத்து எடுத்துக் கொள்ளப்பட்டவன் தன் விருப்பத்தின் பேரில் பிறர்க்கு மகனாகின்றவன், கணவன் இருக்கும் போது பிறருடன் கூடாவொழுக்கத்தால் பிறந்தவன், பெற்றோரால் கைவிடப்பட்டுப் பிறர்க்குப் பிள்ளையாகின்றவன் என்னும் ஆறு வகையினரே தந்தையின் பொருளுக்கும், சபிண்டர் பொருளுக்கும் உரிமையுடைய வாரிசுகள்”.

160. “மணமாகாத இளம் மங்கைக்குப் பிறந்தவன். மனைவியோடு வந்து சேர்ந்த மகன், விலைக்கு வாங்கப்பட்ட மகன், மறுமணமான பெண்ணுக்குப் பிறந்தவன் தானே பிறர்க்குப் பிள்ளையானவன், சூத்திரப் பெண்ணுக்குப் பிறந்தவன் ஆகிய ஆறுவகையினர் வாரிசுகளாகமாட்டார்கள்: உறவினர்களாவதற்கு மட்டுமே உரியவர்.”

162.“முறைப்படி மணந்த மனைவியிடமாகப் பிறந்த மகன் (ஔரசன்), மனைவியின் மூலமாகப் பெற்றுக் கொண்ட மகன் (க்ஷேத்திரஜன்).

1.மனு 3:23
2.மனு:3 ப. 359-60, 159-60, 162-163

ஆகிய இருவரில் க்ஷேத்திரஜனைப் பெற்றவனுக்குத் தன் சொந்த மனைவியிடம் பிள்ளை பிறக்காவிட்டால் இவ்விருவகை மகன்களும் அவரவரைப் பெற்ற தந்தையின் சொத்துகளைப் பெற வேண்டியது."

163. "முறைப்படி மணந்த மனைவியிடமாகப் பிறந்த மகனே (ஔரசன்) அவனுடைய தந்தையின் சொத்துகளுக்கு உரியவனாகின்றான். இவன் தனக்குப் பாவம் நேரிடாமல் இருக்க, மற்ற வகை மகன்களின் உணவுக்கும், உடைக்கும் உதவுவானாக."

இரத்த உறவு சம்பந்தபட்ட இந்தக் குடும்பச் சட்டத்தின் இன்னொரு பகுதி ஆழமான மாற்றங்களை அடைந்த போதிலும் அது எவரும் கண்டு கொள்ளாமலே விடப்பட்டும் வந்துள்ளது. அது தான் பிறந்த குழந்தையின் வருணத்தை முடிவு செய்தல் பற்றியது.

ஒரு குழந்தையின் வருணம் எது? குழந்தையின் வருணம் தாயின் வருணமா, தந்தையின் வருணமா? மனுவின் காலத்திற்கு முன் நிலவின சட்டங்களின் படி, தந்தையின் வருணத்தை வைத்தே குழந்தையின் வருணம் முடிவு செய்யப்பட்டது. தாயின் வருணம் கணக்கில் எடுத்துக்கொள்ளப் படவில்லை. இந்தக் கோட்பாட்டை நிறுவுவதற்குச் சில எடுத்துக்காட்டுகள் தருவது போதுமானதாகும்.

தந்தை		**தாய்**		**குழந்தை**	
பெயர்	**வருணம்**	**பெயர்**	**வருணம்**	**பெயர்**	**வருணம்**
1. சந்தனு	சத்திரியன்	கங்கை	தெரியாது	பீஷ்மா	சத்திரியன்
2. பராசரன்	பிராமணன்	மச்ச கந்தை	மீனவப் பெண்	கிருஷ்ண துவாயன்	பிராமணன்
3. வசிட்டர்	பிராமணன்	அக்ஷமாலா		பயன்	—
4. சந்தனு	சத்திரியன்	மச்சைய கந்தை	மீனவப் பெண்	விசித்திர வீரியன்	சத்திரியன்
5.விசுவாமித்திரர்	சத்திரியன்	மேனகை	அப்ஸரசு	சகுந்தலை	சத்திரியன்
6. யயாதி	சத்திரியன்	தேவயானை	பிராமணப் பெண்	யது	சத்திரியன்
7. யயாதி	சத்திரியன்	தர்மிஷ்டை	அசூரி	துருகியன்	சத்திரியன்
8. ஜரத்கரு	பிராமணன்	ஜரத்கரி	நாகப்பெண்	அஸ்திகை	பிராமணப் பெண்

மனு செய்ததென்ன? குழந்தையின் வருணத்தை நிர்ணயிப்பதற்குரிய விதிமுறைகளில் மனு செய்திருப்பவை பெரிதும் புரட்சிகரமானவை. மனு பின் வருமாறு விதிகளை வகுத்துள்ளார்:[1]

1.மனு அதி 10.5.6.14,41

5. "நால் வருணத்திலும் சுய சாதியாகவும் நெறிபிறழாத நீர்மையினராகவும் உள்ள மனைவியரிடம் கணவரால் பிறந்த மைந்தர்கள் அந்தந்த வருணத்தாரே ஆகின்றனர்.'

6. "துவிஜர்களுக்கு அவர்களுக்கு அடுத்து இருக்கின்ற நேர் இளைய வருணத்துப் பெண்டிரிடமாகப் பிறந்த பிள்ளைகள், தந்தையை ஒத்தவர்கள் என மதிக்கத்தக்கவராயும் ஆனால் அதே சமயம் தாய் கீழ்சாதியைச் சேர்ந்தவளாக இருப்பதன் காரணமாகக் குறை கூறுவதற்கு உரியவர்களாகவும் உள்ளனர்"

14. "துவிஜருக்குத் தாழ்ந்த குலத்துப் பிறந்த அனுலோமர்கள் தாயின் குலத்தை அடைகிறபடியால், தாயின் சாதிக்கு விதிக்கப்பட்ட சமஸ்காரங்களையே இவர்களும் அடைய வேண்டும்"

41. "தந்தைக்குச் சமமான அல்லது அடுத்த கீழ்ச்சாதியில் (அனந்தரம்) பிறந்த பெண்ணுக்கும் பிறந்த ஆறுவகை புதல்வர்களும் (அனுலோமர்கள்) துவிஜர்களுக்குரிய சடங்குகளையும் கடமைகளையும் செய்யத் தகுந்தவராவர். ஆனால் விதிமுறைகளுக்குப் புறம்பாகப் பிறந்த காரணத்தால் பிறர் அனைவரும் சூத்திரர்க்குச் சமமான சடங்குகளைச் செய்வதற்கே உரியவர்கள் மனு பின்வருமாறு வேறு படுத்திக் காட்டுகின்றார்.

1) தந்தையும், தாயும் ஒரே வருணத்தைச் சார்ந்தவர்களாக இருந்தால்

2) தாய், தந்தையின் வருணத்தைவிட அடுத்த கீழ் வருணத்தைச் சேர்ந்தவளாக அதாவது, தந்தை பிராமணனாகவும் தாய் சத்திரியப் பெண்ணாகவும், தந்தை சத்திரியனாகவும் தாய் வைசியப்பெண்ணாகவும், தந்தை வைசியனாகவும் தாய் சூத்திர வருணத்தவளாகவும் இருந்தால்,

3) தாய், தந்தையைவிட அடுத்த கீழ்வருணத்துக்கும் கீழான வருணத்தைச் சேர்ந்தவளாக அதாவது, தந்தை பிராமணனாகவும் தாய் வைசிய அல்லது சூத்திர வருணத்தவளாகவும், தந்தை சத்திரியனாகவும் தாய் சூத்திரப் பெண்ணாகவும் இருந்தால்

முதல் வகையில் உள்ள பெற்றோருக்குப் பிறக்கும் குழந்தை தந்தையின் வருணத்தைப் பெறுகின்றது. இரண்டாவது வகைப் பெற்றோருக்குப் பிறக்கும் குழந்தையும் தந்தையின் வருணத்தைப் பெறுகின்றது. ஆனால் மூன்றாவது வகைப் பெற்றோருக்குப் பிறக்கும் குழந்தை மட்டும் தந்தையின் வருணத்தைப் பெற முடியாது. மனு தந்தையின் வருணத்தைச் சாராத குழந்தையின் வருணம் எது என்பதைக் குறிப்பிட்டுக் கூறவில்லை. ஆனால் மனு தர்மத்திற்கு விளக்கம் எழுதிய மெடாதிதி, குல்லுக பட்டர், நாரதர், நந்த பண்டிதர் ஆகிய அனைவரும் இந்த மாதிரியான வகைகளில் பிறக்கும் குழந்தைகள் தாயின் வருணத்திற்கு உரியவையே என்பதில் ஒத்த

கருத்துடையவர்களாக உள்ளனர். சுருக்கமாகச் சொல்வதாயின் தந்தையைக் கருதி பித்ராசவருணம் என்பதிலிருந்து, தாயின் வருணத்திற்கு ஏற்றதான மாத்ராசவருணம் என்று விதியை மாற்றி அமைத்தவரே மனு ஆவார்.

இந்த மாற்றம் மிகப் புரட்சிகரமானதாகும். பலவகைத் திருமணங்கள், பல்வேறு விதமான புதல்வர்கள், அனுலோமத் திருமணங்களை அனுமதித்தல், பித்ராசவருணக்கோட்பாடு, வருண அமைப்பு முறையைக் கலப்பு இல்லாமல் வைத்துக் கொள்ள வேண்டும் என்பது பிராமணர்களின் விருப்பமாக இருந்த போதிலும், வருணத்திற்கு வெளியிலும் மணம் செய்து கொள்வதை அனுமதித்தல் ஆகியவற்றை ஒரு சிலரே அறிய நேர்ந்திருப்பது பரிதாபத்திற்குரியதாகும். இவ்வாறு வருண அமைப்பில் பலவகையான ஓட்டைகள் இருப்பதைக் காணலாம்.

சில வகைத் திருமணங்கள் வருணக் கோட்பாட்டிற்கு எவ்வகையிலும் தொடர்பில்லாதவை. அதுதான் நிலவரமும் கூட. இராக்ஷச மற்றும் பைசாச மணங்களில் பெரும்பாலும் தந்தை இழிந்த வருணத்தவனாகவும் தாய் உயர் வருணத்தவளாகவும் இருந்தனர். புதல்வர் பற்றிய விதிமுறைகளில் சூத்திரனுக்குப் பிறந்த புதல்வர்கள், பிராமணப்புதல்வராக மாறுவதில் பல வகையான ஓட்டைகள் உள்ளன. குத்தாஜப் புதல்வன், சகோதஜ புதல்வன், கானீனப் புதல்வன் ஆகியவர்களை எடுத்துக் கொண்டு பார்த்தோமானால், இவர்கள் சூத்திரனுக்கோ அல்லது பிராமணனுக்கோ, சத்திரியன் அல்லது வைசியனுக்கோ பிறக்கவில்லை என்பதையார் கூறமுடியும். இந்தவகை அனுலோமத் திருமணங்களைப் பற்றிய ஐயங்கள் எத்தகையதாக இருந்த போதிலும், பித்ராச வருண விதிகளோடு இணைந்து ஏற்றுக் கொள்ளப்பட்டு, கீழ் வருணத்தவன் மேல் வருணத்தவனாக மாறுவதை அனுமதிக்கும் போக்கு வளர்ந்தது. சூத்திரனொருவன் பிராமணனாகவோ, அல்லது சத்திரிய, வைசியனாகவோ மாற முடியாது. ஆனால் சூத்திரப்பெண் வைசியனை மணந்து கொண்டவளாக இருந்தால் அவளுக்குப் பிறக்கும் மகன் வைசியனாக முடியும். அவள் சத்திரியனை மணந்து கொண்டால் அல்லது பிராமணனை மணந்து கொண்டாலும் கூட அவர்களுக்குப் பிறக்கும் புதல்வன் முறையே சத்திரிய, பிராமணப் புதல்வர்களாக முடியும். கீழ் வகுப்பினர் உயர்வகுப்பினராக உயர்த்தப்படுதலும், உயர்வகுப்பினரோடு இணைத்துக் கொள்ளப்படுதலும் ஒருவகையில் பார்த்தால் இது மறைமுகமாக நிகழ்ந்த போதிலும் நடக்கக்கூடியதாகவே இருந்தது. பழைய திருமணமுறையின் ஒரு விளைவு இது. இன்னொரு விளைவு ஒரு வருணத்திற்குரிய வகுப்பினர் எப்போதுமே பலவகைக் கலப்பு

வகுப்பாராகவே இருந்தனர். பிராமண வகுப்பார் என்பாருக்குள்ளே பிராமணப் பெண்ணுக்கு, சத்திரியப்பெண்ணுக்கு, வைசியப் பெண்ணுக்கு, சூத்திரப் பெண்ணுக்குப் பிறந்த புதல்வர்கள் இருந்தனர் என்பது கருதத்தக்கதாகவே இருந்தது. இந்தப் புதல்வர்கள் பிராமண வகுப்பாருக்குரிய உரிமைகளையும், சலுகைகளையும் பெற்றவராகவும் இருந்தனர். சத்திரிய வகுப்பினரெனப் படுவோருக்கிடையில் சத்திரிய பெண்ணுக்கு, வைசியப் பெண்ணுக்கு, சூத்திரப் பெண்ணுக்குப் பிறந்த புதல்வர்கள் இருந்தபோதிலும் அவர்கள் சத்திரியர்களாகவே கருதப்பட்டு, சத்திரிய வகுப்பாருக்குரிய உரிமைகள், சலுகைகளைப் பெற்றிருந்தனர். அவ்வாறே, வைசிய வகுப்பாருக்குள் வைசியப் பெண், சூத்திரப்பெண் ஆகியோருக்குப் பிறந்த புதல்வர்கள் வைசியர்களாகக் கருதப்பட்டு வைசிய வகுப்பாருக்குரிய உரிமைகளையும், சலுகைகளையும் பெற்றிருந்தனர்.

மனு செய்த மாற்றங்கள், இந்து சட்டத்தில் இருந்த அடிப்படைக் கோட்பாடுகளுக்கு எதிரானவை. முதலாவதாக, இந்து சட்டத்தின் க்ஷேத்ர - க்ஷேத்ரஜ விதிகளுக்கு எதிரானது. ஒரு குழந்தையின் சொத்துரிமையைப் பற்றிய இந்த விதிகளின்படி, குழந்தையின் உண்மை நிலவரப்படியான தந்தை எவராக இருந்தபோதிலும் தாயின் சட்டப்படியான கணவனே குழந்தைக்கு உரிமை உடையவனாகின்றான். மனுவுக்கும் இந்தக் கோட்பாடு தெரிந்தது தான். அவரே இதைத் தெரிவிக்கின்றார்.[1]

பிறருடைய நிலத்தில் விதை விதைத்தால், அதனால் கிடைக்கும் பயனை நிலச்சொந்தக்காரனுக்கே தரவேண்டியதைப் போல, தனக்குப் பயனின்றிப் போகும் நிலை மனைவியில்லாதவனுக்கு ஏற்படும். விதை மட்டும் வைத்திருப்பவன் நிலமுடையவனிடம் ஏற்பாடு செய்து கொண்டு விதைத்து அதனால் விளைந்த பயனை நிலக்காரனும் விதைக்குரியவனும் விளைவைப் பொதுவாக அனுபவிப்பது போல அவனுடைய மனைவியிடம் ஏற்பாடு செய்து கொண்ட பின் தனக்கு ஒரு மகனைப் பெற்றுக் கொள்ளலாம். அத்தகைய ஏற்பாடு இல்லாதவரையில் அவள் வயிற்றில் பிறக்கும் குழந்தைகள் அவளுடைய கணவனையே சேரும். இவ்விஷயத்தில் விதையை விட நில உடைமையே முதன்மையானது."

இந்த வகை உரிமையின் அடிப்படையிலேயே 12 வகையான புதல்வர் பற்றிய உரிமை அமைந்துள்ளது. இந்த மாற்றம் பத்ன போதஸ்த விதிக்கு எதிரானது. ரோம நாட்டார் குடும்பங்களைப்

---

1. மைனி, இந்து சட்டம், ப. 83

போலவே இந்துக்குடும்பம் குடும்பத்தலைவனின் கீழ் அடங்கிய குடும்பமாகும். இந்த இரு இனத்தாரின் குடும்பத்தில் குடும்ப உறுப்பினர்கள் மீது அதிகாரம் செலுத்தும் வாய்ப்பு தந்தைக்குத் தரப்பட்டுள்ளது. மனுவுக்கும் இது தெரியும். மிகத் தெளிவாகவும் விரிவாகவும் இதை ஏற்றுக் கொண்டிருக்கிறார். இந்து தந்தையின் அதிகாரப் பொறுப்பை வரையறுத்துக்கூறுகையில்,

"மனைவி, மகன், அடிமை ஆகியோர் விதிகளின் படி தங்களுக்கென்று சொத்து வைத்துக்கொள்ள உரியவராகார் எனப் பொதுவாகக் கூறப்பட்டுள்ளது. இவர்கள் சம்பாதிக்கும் பொருள்கள் அவர்கள் யாருக்கு உரியவர்களாக இருக்கிறார்களோ அவர்களுக்கே முறையாக உரியதாகின்றன."

அதாவது அவர்கள் குடும்பத்தலைவனை - தந்தையைச் சார்ந்திருப்பவர்கள் பத்ன் போதஸ்த முறைப்படி புதல்வரின் சம்பாதனைகள் தந்தையின் உடைமையாகின்றன. தந்தை வழி விதிகளில் ஏற்பட்ட மாற்றம் நிச்சயமாகவே தந்தைக்கு இழப்பாக மாறியது.

பித்ரு சவரட்சணை முறையிலிருந்து மாத்ரு சவரட்சணைக்கு மனு மாறுவானேன்?

புதிர் எண் 20

கலிவர்ச்சியம் அல்லது பாவத்தைப் பாவம் என்று கூறாமல் அதன் செயல்பாட்டை நிறுத்தி வைக்கும் பிராமணியக் கலை[1]

கலிவர்ச்சியம் எனப்படும் பிராமணச்சமயக் கொள்கையைப் பற்றி ஒரு சிலரே கேள்வியுற்றிருக்கலாம். இன்னொரு பிராமணிய கோட்பாடான கலியுக தர்மத்தையும் கலிவர்ச்சியக் கோட்பாட்டையும் ஒன்றெனக் கருதிக் குழப்பமடையக் கூடாது. பிற யுகங்களுக்கு விதித்ததும் ஏற்றதுமான கிரியைகள், வழக்கங்கள் ஆகியவற்றைக் கலியுகத்தில் பின்பற்றலாகாது என விதிக்கும் கோட்பாடே கலிவர்ச்சியம் எனப்படுகின்றது. பல புராணங்களில் இதைப் பற்றிய விதிகள் விரவிக் கிடக்கின்றன. இவற்றையெல்லாம் ஆதித்திய புராணம் தொகுத்து முறைப்படுத்தியுள்ளது பின்வருபவை கலிவர்ச்சிய வழக்கங்கள் எனக் கூறப்பட்டுள்ளன.

(1) விதவையொருத்தி ஒரு புதல்வனைப் பெற்றுக் கொள்வதற்காக அவளுடைய கணவனின் சகோதரனை நியமித்தல்.

(2) திருமணம் நிறைவேறாமல் போன மணமகளுக்கு மறுமணம் செய்தலும். மணமானவளின் முதற்கணவன் இறந்த பின்பு இன்னொருவனுக்கு மணம் முடித்தலும்

(3) துவிஜர்களான மூவகை வகுப்பாரிடையே வெவ்வேறு வருணப்பெண்களை மணம் முடித்தல்

(4) அஞ்சா நெஞ்சத்துடன் நேருக்கு நேராக மோதும் பிராமணர்களிடையேயான சண்டையில் கொலை செய்தல்.

(5) பிராயச்சித்தம் செய்து கொண்ட பிறகும் கூட கடற் பயணம் மேற்கொள்வதை வழக்கமாகக் கொண்டுள்ள துவிஜனோடு உண்பது முதலியவகைகளில் கலந்து பழகுவதை ஏற்றுக் கொள்ளுதல்,

(6) ‘சத்தரா’ வுக்கு முயலுதல்.

(7) கமண்டலம் ஏந்துதல் (தண்ணீர்க் குவளை).

(8) நெடும்பயணம் மேற்கொள்ளல்.

---

1. மகாமகோபாத்தியாயர் கானே இதைப்பற்றி எழுதியுள்ளா நூல்களிலிருந்து இவற்றை எடுத்து அளித்துள்ளேன். ஆசிரியர் தம் கைப்படப் பல இடங்களில் திருத்தம் செய்துள்ளா ஒன்பது பக்கத்தட்டச்சு செய்த பிரதி இது. இந்த 43 கலிவர்ச்சியங்களைப்பற்றிய குறிப்புகளுக்கு இதே பகுதியின் பின் இணைப்பு ஈ-க்குத் தரப்பட்டுள்ள குறிப்புகளைக் காண்க. -பதிப்பாசிரியர்கள்.

(9) கோமேதம் எனப்படும் யாகத்தில் பசுவினைக் கொல்லுதல்.

(10) சிரௌதமணி யாகத்தின் போதும் மது அருந்துதல்.

(11, 12) அக்னிஹோத்ர ஹோமம் நிறைவேறிய பின்பு, சமர்ப்பணப் பொருள்களைக் களைவதற்காகயாக அகப்பையை நக்குதலும் அவ்வாறு நக்கிய பின்பு அகப்பையை அக்னிஹோத்ரத்தில் பயன்படுத்துதலும்.

(13) சாஸ்திரங்களில் சொல்லியுள்ளபடி காடுறை வாழ்க்கையை மேற்கொண்டு ஒதுங்கி வாழ்தல்

(14) மரணம், பிறப்பு ஆகியவற்றால் ஏற்பட்ட தீட்டு கழிவதற்கு வேதமறிந்தவன் மேற்கொள்ள வேண்டிய காலவரையைச் சுருக்கிக் கொள்ளுதல்.

(15) பிராமணர்களுக்குப் பிராயச்சித்தமாக மரண தண்டனை விதித்தல்.

(16) தங்கத்தைக் களவாடுதல் நீங்கலாகப்பிற கொடிய பாவங்களுக்காகவும் மகாபாதகம் இழைத்தவர்களுடன் தொடர்பு கொண்ட பாவத்திற்காகவும் பிராயச்சித்தத்தை இரகசியமாகச் செய்தல்.

(17) பிதுர்கள், விருந்தினர் மற்றும் மணமகன் ஆகியோருக்கு மந்திரங்களோடு மாமிசத்தை அளித்தல்,

(18) ஔரச மற்றும் தத்துப்பிள்ளைகள் தவிர பிறரைப் புதல்வர்களாக ஏற்றுக்கொள்ளுதல்,

(19) உயர்வருணத்தைச் சேர்ந்த பெண்களோடு ஒருவர் உடலுறவு கொண்டு அத்தகைய பாதகத்திற்கு ஏற்கெனவே பிராயச்சித்தம் செய்து கொண்டிருந்த போதிலும் அவருடன் தொடர்பு கொள்ளுதல்.

(20) வயது முதிர்ந்தவனின் அல்லது மரியாதைக்குரியவனின் மனைவி வன்மையாகக் கண்டிக்கப்பட்டவனுடன் உறவு கொண்டிருந்தால் அத்தகையவளைக் கைவிடுதல்.

(21) பிறனொருவனுக்காகத் தன்னை மாய்த்துக் கொள்ளுதல்.

(22) ஒருவன் உண்டு மிச்சம் வைத்ததை உண்ணாமல் இருத்தல்.

(23) உரிய பலன் கிட்டியமைக்காக வாழ்நாள் முழுவதும் குறிப்பிட்டதொரு விக்கிரகத்தை வழிபடுவதற்குத் தீர்மானித்தல்.

(24) தீயில் கருகிய எலும்புகளைச் சேகரித்த பின்பு இறந்ததால் தூய்மை கெட்டுள்ளவர்களைத் தொடுதல்.

(25) யாகப் பிராணியைப் பிராமணரே வெட்டுதல்.

(26) பிராமணர் சோமபானச் செடியை விற்றல்.

(27) ஆறு வேளை (அதாவது மூன்று நாட்கள்) சாப்பிடாமலிருந்த ஒரு பிராமணன் சூத்திரனிடம் கூட உணவு பெறுதல்.

(28) (பிராமண) கிரஹஸ்தனுக்கு அவனுடைய தாசர்களாகக் கால் நடைகளை மேய்ப்பவர்களாக, பரம்பரை நண்பர்களாக விளைச்சலில் ஒரு பகுதியை அளிக்க வேண்டும் என்னும் உடன்படிக்கையின் பேரில் அவனுடைய நிலங்களைப் பயிர் செய்பவர்களாக உள்ள சூத்திரர்களிடமிருந்து அவர்கள் சமைத்த உணவைப் பெற்றுக் கொள்வதற்கு அனுமதி அளித்தல்.

(29) நெடுந்தூரம் பயணம் மேற்கொள்ளுதல்.

(30) ஸ்மிருதிகளில் விதித்துள்ளபடி ஆசிரியரொருவரிடத்தில் நடந்து கொள்வது போலவே அவருடைய மனைவியிடத்திலும் மாணவன் நடந்து கொள்ளுதல்

(31) வறுமையுற்ற காரணத்தால் (தன் தகுதிக்கேற்றதல்லாத தொழில்களைச்) செய்து பிழைத்தாலும், நாளைக் கென்று சேகரித்து வைப்பதற்குப் பிராமணனொருவன் முயற்சி எடுத்துக்கொள்ளாத வாழ்க்கையை மேற்கொள்ளுதலும்.

(32) குழந்தையின் ஜடகருமம் முதல் அவளது திருமணம் வரையிலான சடங்குகளை நடத்துவதற்காக ஜட கர்ம ஹோமத்தின்போது பிராமணர்கள் (யாகம் வளர்த்துவதற்குரிய மரத்துண்டுகளான) அரணிகளைப் பெற்றுக்கொள்ளுதல்.

(33) பிராமணர்கள் இடையறாத பயணங்கள் மேற்கொள்ளுதல்.

(34) (மூங்கில் ஊது குழலைப் பயன்படுத்தாமல்) வாயினால் ஊதி நெருப்பை எரிய வைத்தல்.

(35) கற்பழிப்பு முதலியவற்றால் தீட்டுப்பட்டுள்ள பெண்களைச் சாஸ்திரங்களில் விதித்தவாறு (பிராயச்சித்தம் நடத்தப்பட்டுள்ள போது) அந்த வருணத்தாரிடையே சுதந்திரமாகப் பழக அனுமதித்தல்.

(36) (சூத்திரர் உட்பட) அனைத்து வருணத்தாரிடத்தும் சந்நியாசி யொருவன் உணவுக்காகப் பிச்சையெடுத்தல்

(37) அண்மையில் தரையில் தோண்டிய நீருற்றிலிருந்து பயன்படுத்துவதற்குத் தண்ணீர் எடுக்காமல் பத்து நாட்கள் வரை காத்திருத்தல்.

(38) சாஸ்திரங்களில் விதித்துள்ளபடி ஆசிரியர் கேட்கும் கட்டணத்தைக் (படித்து முடித்த போது) கொடுத்தல்.

(39) பிராமணர்களுக்கும் பிறருக்கும் சமையல்காரர்களாகச் சூத்திரர்களை வேலைக்கு அமர்த்துதல்.

(40) வயது முதிர்ந்தவர்கள் செங்குத்தான பாறைமேலிருந்து நெருப்பில் பாய்ந்து தற்கொலை செய்து கொள்ளுதல்.

(41) பசுக்கள் வயிறாரக்குடித்த பின் எஞ்சியிருக்கின்ற தண்ணீரில் மரியாதைக் குரியவர்கள் ஆசமனம் புரிதல்.

(42) தந்தைக்கும் மகனுக்கும் இடையே எழுந்த பூசலில் சாட்சியம் சொன்னவர்களுக்கு அபராதம் விதித்தல்.

(43) சந்நியாசிகள் மாலை வேளையில் எங்கே இருக்க நேர்கின்றதோ அங்கேயே தங்கி விடுதல்.

இந்தக் கலிவர்ச்சியக் கோட்பாட்டிலுள்ள சிறப்புத்தன்மைகள் முழுமையாகப் போற்றப்படவில்லை என்பது விந்தைக்குரியதாக உள்ளது. கலியுகத்தில் பின்பற்றக்கூடாதவை என்று மட்டும் இவை குறிப்பிடப்பட்டுள்ளன. செய்யக் கூடாதவை என்று விலக்கப்பட்டுள்ளவற்றிற்குப் பின்னால் எவ்வளவோ விஷயங்கள் பொதிந்துள்ளன. கலிவர்ச்சியக் கோட்பாட்டில் குறித்துள்ள பட்டியலில் மக்கள் பின்பற்றக் கூடாதவை என்று விலக்கப்பட்டவை அடங்கியுள்ளன என்பதில் ஐயமில்லை. ஆனால் இங்கு எழுகின்ற கேள்வி. ஒழுக்கமற்றவை, அறத்திற்குப் புறம்பானவை, பிறவகையில் சமுதாயத்திற்குக் கேடு பயக்கக்கூடியவை என்று இந்த வழக்கங்கள் கண்டிக்கப்பட்டுள்ளனவா? இதற்குக் கிடைக்கும் விடை இல்லை என்பதுதான். இந்தப் பழக்கங்கள் தடுக்கப்பட்டவை என்றால் இவை ஏன் கண்டிக்கப்படவில்லை என்பதை அறிய விரும்புகின்றோம். இங்கேதான் கலிவர்ச்சிய கோட்பாட்டின் புதிர் அடங்கியுள்ளது. ஒரு பழக்கத்தைக் கண்டிக்காமல் தடுப்பது என்னும் உத்தி. பண்டைய காலங்களில் நடைமுறையிலிருந்த போக்குகளுக்கு முற்றிலும் எதிரானது. ஒரே ஒரு எடுத்துக்காட்டினைப் பார்ப்போம். அபஸ்தம்ப தர்ம சாஸ்திரம் மூத்த மகனுக்கே அனைத்துச் சொத்துக்களையும் கொடுக்கும் பழக்கத்தைத் தடுக்கின்றது. அதை அவர் கண்டிக்கவும் செய்கின்றார். எனினும் தடுப்பது ஆனால் கண்டிப்பதில்லை என்ற உத்தியைப் பிராமணர்கள் ஏன் கண்டுபிடித்தனர்? இந்த நழுவலுக்கு ஏதாவது சிறப்புக்காரணம் இருக்க வேண்டும். அந்தக் காரணம் என்ன?

பின் இணைப்பு 1
வருணாசிரம தர்மத்தின் புதிர்[1]

வருண தர்மம், ஆசிரம தர்மம் என்னும் இருவகைக் கோட்பாடுகளைப் பற்றி ஏற்கனவே குறிப்பிடப்பட்டது. இந்து மதத்தின் அடிப்படையாக அமைந்த இவ்விரண்டும் இணைந்து வருணாசிரம தர்மம் எனப்படுகின்றது. விநோதமான இந்தக் கோட்பாடுகள் பற்றிப் பண்டைய நூலாசிரியர்கள் கூறியுள்ள கருத்துகள் அறிவுரை வழங்கும் பாங்கில் அமைந்திருப்பது தவிர இதில் வேறெதுமில்லை.

1

முதலில் வருண தர்மத்தை நோக்குவோம். முதலாவதாக. வேதங்களில் கூறப்பட்டுள்ளவற்றைத் தொகுத்துரைத்தல் நல்லது. ருக் வேதத்தின் 10-வது மண்டலம் 90-வது பாடலில் இது பற்றிக் குறிப்பிடப்பட்டுள்ளதாவது:

1. புருடன் ஆயிரம் தலைகளும், ஆயிரங் கண்களும், ஆயிரங்கால்களும் உள்ளவன். அவன் புவியின் எல்லாப் பக்கங்களிலும் பரவி அதைவிடப் பத்து விரல்கள் அளவுக்கு மிஞ்சி நிற்கிறான்:

2. புருடனே இதுவரை இருந்து வந்துள்ள இனி இருக்கப்போகும் இந்த முழுப் பிரபஞ்சமும் ஆவான். அவன் அழியாமையைத் தரும் தலைவன். அவன் சீவர்களின் உணவாக எங்கும் பரவுகிறான்.

3. அவனுடைய மகிமை அத்தனை பெரியது. அவன் இந்த மகிமையையும் விஞ்சும் மகிமையுள்ளவன். எல்லா சீவர்களும் அவனுடைய கால் பங்கு அளவே மகிமையுடையவை. அவனுடைய முக்கால் பங்கு அளவு அமுதமாவதால் சோதியிலே நிலைத்துள்ளது.

4. புருடனுடைய முக்கால் பாகம் மேலே ஏறிற்று. இந்த உலகத்தில் மிகுதியாக கால் பாகம் அடிக்கடி இயங்குகின்றது. அது பல வடிவங்களில் உயிருள்ளவற்றிற்கும் உயிரற்ற பொருள்களுக்கும் சென்றது.

---

1. புதிர் எண்கள் 16 மற்றும் 17 ஆகியவற்றில் கூறப்பட்டுள்ளவற்றை இணைத்துக் கூறும் இந்தப் பகுதி 'வருணாசிரம தர்மம்' என்னும் தலைப்புடையது. மூலப் பொருளடக்கப் பகுதியில் இந்தத் தலைப்பு இடம் பெற்றிருக்கவில்லை. எனவே பின் இணைப்பாக இது தரப்படுகின்றது. இந்த இரண்டு வகையான பாடங்களில் எது பின்னது எனத் தீர்மானிக்கக் கூடவில்லை. இரண்டிலும் மேற்கோள்கள் அப்படியே ஏற்றுக் கொள்ளப்பட்டுள்ளன. எனினும் அவற்றிற்கான விளக்கங்கள் ஆங்காங்கே வேறுபடுகின்றன. ஆசிரியர் எங்கும் திருத்தம் செய்யாத தட்டச்சு செய்யாத இப்பகுதி 55 பக்கங்கள் கொண்டுள்ளது.   - பதிப்பாசிரியர்கள்

5. அவனிடமிருந்து விராஜன் பிறந்தான். விராஜனிடமிருந்து புருடன் பிறந்தான். பிறந்தவுடன் முன்னும் பின்னும் இருந்ததை விடப் பூமியைப் பெரிதாக்கினான்.

6. தேவர்கள், புருடனைப்பலிப் பொருளாக்கி யக்ஞத்தை நடத்திய போது, வசந்தம் அதற்கு நெய்யாயிற்று. கோடை அதற்கு விறகாயிற்று. சரத்காலம் அதன் அவிப் பொருளாயிற்று.

7. சிருட்டிக்கு முன் பிறந்த புருடனை அவர்கள் யக்ஞத்தில் அவிப்பொருளாகத் தருப்பை புல்லால் தெளித்துப்பலியிட்டார்கள். ஸாத்திரியர்களும், ரிஷிகளுமான தேவர்கள் இவ்வாறு புருனை அவிப்பொருளாகக் கொண்டு யக்ஞத்தை நடத்தினார்கள்.

8. ஸர்வாத்மாவான புருடனைப் பலியிட்டு நடத்திய யக்ஞத்திலிருந்து தயிரும் நெய்யும் சேர்ந்த கலவை போகப் பொருளாகத் தோன்றியது. பின்பு அவன் வாயுவின் ஆதீனத்திலுள்ள சாதுவான விலங்குகளையும் கொடிய வன விலங்குகளையும் உருவாக்கினான்.

9. எங்கும் வியாபித்த இந்த யக்ஞத்திலிருந்து இருக்குகளும், ஸாமகீதங்களும் தோன்றின. அந்த யக்ஞத்திலிருந்து சந்தங்கள் பிறந்தன, யஜுர் தோன்றியது.

10. அந்த யக்ஞத்திலிருந்து குதிரைகளும், இருவரிசைப் பற்களுள்ள விலங்குகள் அனைத்தும் பிறந்தன. பசுக்கள் அதிலிருந்து தோன்றின. அந்த யக்ஞத்திலிருந்து ஆடுகளும் பிறந்தன.

11. தேவர்கள். புருடனைப் பகுத்து அளித்த போது எத்தனை விதமாகப் பகுத்துப் படைத்தார்கள்? எது அவனுடைய முகமானது? எது கைகளாகவும், தொடைகளாகவும், கால்களாகவும் ஆனது?

12. பிராமணன் அவனது வாயானான். இராஜன்யன் அவனுடைய கைகளானான். அவனுடைய தொடை பாகம் வைசியனாயிற்று. அவனுடைய பாதங்களிலிருந்து சூத்திரர் பிறந்தனர்.

13. அவனது மனத்திலிருந்து சந்திரன் பிறப்பிக்கப்பட்டான். கண்களிலிருந்து சூரியன் பிறந்தான். அவனுடைய வாயிலிருந்து இந்திரனும் அக்கினியும் பிறந்தனர். அவனுடைய சுவாசத்திலிருந்து வாயு பிறப்பிக்கப்பட்டான்.

14. அவனுடைய நாபியிலிருந்து காற்றும், சிரசிலிருந்து வானமும், கால்களிலிருந்து புவியும், செவிகளிலிருந்து திசைகளும் எனத் தேவர்களால் உலகங்கள் பிறப்பிக்கப்பட்டன.

15. தேவர்கள் புருடனைப் பலியாகப் பந்தஞ் செய்து யக்ஞம் நடத்திய போது யக்ஞத்திற்கு ஏழு பரிதிகள் சந்தங்கள் செய்யப்பட்டன. மூவேழு சமத்து விறகுகள் உருவாக்கப்பட்டன.

16. தேவர்கள் யக்ஞத்தால் யக்ஞனைப் பூஜித்தார்கள். இவை முதல் சடங்குகளாயின. பழைய சாத்தியர்களும் தேவர்களும் வசிக்கும் வானுலகிற்கு மகாத்மாக்கள் சென்றனர்.

புருஷ சூக்தம் என்னும் பொதுவான பெயரில் வழங்கும் இந்தப்பாடல் தான் வருணக் கோட்பாட்டை முறைப்படுத்திக் கூறுகிறது எனக் கருதப்படுவதாகும்.

ருக் வேதத்தின் புருஷ சூக்தம் வகுத்துரைக்கும் வருண முறையின் தோற்றக் கோட்பாட்டினை ஏற்றுக் கொள்ளும் மற்ற வேதங்கள் எவை என்பதை முதலில் ஆய்வுக்கு எடுத்துக் கொள்வோம். பல்வேறு வகையாக உள்ள வேதங்கள் கூறுவனவற்றை இந்தக் கோணத்தில் ஆய்ந்தோமானால் அதன் முடிவு நமது கவனத்தை ஈர்க்கத்தக்க வகையில் அமைவதாகத் தோன்றுகின்றது.

சாமவேதம் தன் பாடல்களுள், புருஷ சூக்தத்தை இணைத்துக் கொள்ளவில்லை. அதுமட்டுமல்ல, வருண தர்மம் என்பதற்கு வேறு எவ்வித விளக்கத்தையும் அது தரவில்லை.

யஜுர் வேதம் இந்தப் பிரச்சினை பற்றிப் பெரிதும் மாறுபட்ட கருத்தையே தெரிவிக்கின்றது. கருப்பு யஜுர் வேதத்திலிருந்து. வெள்ளை யஜுர் வேதத்தைத் தனியே எடுத்துக் கொண்டு பார்த்தோமானால் நமக்குக் கிடைக்கும் மூன்று சம்ஹிதைகளை ஒப்பிட்டுப் பார்ப்பதன் மூலம் பெறப்படுவது இதுதான். மூன்று சம்ஹிதைகளில் மைத்திரியானி சம்ஹிதையும், கதா சம்ஹிதையும், ருக் வேதத்தின் புருஷ சூக்தத்தைப் பற்றி எங்கும் குறிப்பிடவே இல்லை. அதுமட்டுமல்ல வருண் முறையின் தோற்றத்தைத் பற்றியும் அவை எவ்வகை விளக்கத்தையும் தரவில்லை. யஜுர் வேதத்தின் வாஜஸனேய சம்ஹிதை ஒன்று மட்டுமே புருஷ சூக்தத்தை இணைத்துக் கொண்டுள்ளது. ஆனால் பாடல்களை முறை மாற்றம் எதுவுமில்லா வகையில் வைத்துள்ளது. வாஜஸனேய சம்ஹிதை, வருண முறையைப் பற்றிப் புருஷ சூக்தத்தில் கூறப்பட்டுள்ளதற்கு முற்றிலும் மாறானதொரு புதிய விளக்கத்தையும் தோற்றத்தையும் கூறுகின்றது:[1]

"அவன் ஒன்றுடன் புகழ்ந்துரைத்தான். உயிரினங்கள் தோன்றின. பிரஜாபதி அதிபதியானான் அவன் மூன்றுடன் புகழ் பாடினான். பிராமணன் தோன்றினான். பிராமணஸ்பதி அதிபதியானான். ஐந்துடன்

1.முயிர், சமஸ்கிருத மூலநூல்கள் தொ.1.18

புகழ்பாடினான். உள்ளதனைத்தும் தோன்றின. பிராமணஸ்பதி அதிபதியானான். ஏழுடன் புகழ் பாடினான். ஏழு ரிஷிகள் தோன்றினர். தாதரி அதிபதியானான். ஒன்பதினோடு புகழ்பாடினான். தந்தையர் தோன்றினர். அதிதி அதிபதியானான். பதினொன்றோடு புகழ் பாடினான். பருவங்கள் தோன்றின. அர்த்தவர்கள் அதிபதிகள் ஆயினர். பதின்மூன்றோடு பாடினான். மாதங்கள் பிறந்தன. வருஷம் அதிபதியாயிற்று. பதினைந்துடன் பாடினான். சத்தரா (சத்திரியன்) தோன்றினான். இந்திரன் அதிபதியானான். பதினேழுடன் புகழ்பாடினான். விலங்கினங்கள் தோன்றின. பிரகஸ்பதி அதிபதியானான். பதினொன்பதுடன் புகழ்பாடினான். சூத்திரனும் ஆர்யனும் (வைசியன்) தோன்றினர். இரவும் பகலும் அதிபதிகளாயினர். இருபத்தொன்றுடன் புகழ்பாடினான். பிளவுபடாத குளம்புகளை உடைய விலங்கினங்கள் தோன்றின. வருணன் அதிபதியானான். இருபத்து மூன்றுடன் புகழ்பாடினான். சிற்றுயிர்கள் தோன்றின. புஷன் அதிபதியானான் இருபத்தைந்துடன் புகழ்பாடினான். கொடிய காட்டு விலங்குகள் தோன்றின. வாயு அதிபதியானான். (ஒப்பிட்டு நோக்குக ருக்வேதம் 90:8) இருபத்தேழுடன் புகழ்ந்தான். விண்ணும் மண்ணும் பிரிந்தன. வசுக்கள், ருத்திரர்கள். ஆதித்தியர்கள் அவற்றோடு பிரிந்தனர். அவர்கள் அதிபதிகளாயினர். இருபத்தொன்பதோடு புகழ்ந்தான். மரங்கள் தோன்றின. சோமன் அதிபதியானான். முப்பத்தொன்றுடன் புகழ்பாடினான். உயிர் இனங்கள் தோன்றின. மாதத்தின் முதல் பாதி இரண்டாம் பாதிகள் அதிபதிகளாயின. முப்பத்தொன்றுடன் போற்றிப் பாடினான். இருந்தவை அனைத்தும் அசைவற்று அமைதியாயின. பிரஜாபதி பரமேஸ்தின் அதிபதியானான்."

கருப்பு யஜுர் வேதத்தில் தைத்திரீய சம்ஹிதை என்னும் ஒரு சம்ஹிதை மட்டுமே நமக்குக் கிடைத்துள்ளது. இந்தச் சம்ஹிதை இருவகை விளக்கங்களைத் தருகின்றது. அதன் முதலாவது விளக்கம்[1] வாஜஸ்னேய சம்ஹிதையில் கூறப்பட்டுள்ளதை எடுத்துக் கொண்டு தன்னுடையதாகக் கூறுகின்றது. இரண்டாவது அதன் சொந்த விளக்கமே. அது வாஜஸ்னேய சம்ஹிதையில் காணப்படாத்தாக உள்ளது. அது பின்வருமாறு அமைந்துள்ளது.[2]

"(விராத்தியன்) உணர்ச்சிவசப்பட்டவனாகி அவனிடமிருந்து ரஜன்யன் தோன்றினான்."

இதை அறிந்த விராத்தியன். மன்னனின் இல்லத்திற்கு வருவானாயின் அவனைத் தன்னினும் மேலானவனாக மதிக்கக்கடவன். இவ்வாறு செய்வதனால் தனக்கோ, தன் ஆட்சிக்கோ ஊறு

1.பார்க்க காண்டம் 4, பிரபாதம் 3, பாடல் 10 முதலானது

2.மேலது 1,ப. 22

விளைவித்தவனாக மாட்டான் அவனிடமிருந்தே பிராமணனும், சத்தராவும் (சத்திரியன்) தோன்றினர். "நாம் எங்கு செல்வது முதலான சொற்களை அவர்கள் கூறினர்."

வாஜஸ்னேய சம்ஹிதை ருக்வேதத்தின் புருஷ சூக்தத்தைத் தன்னுடன் இணைத்துக் கொண்டிருப்பது முக்கியத்துவம் உள்ளது. அதே வேளையில் தைத்திரீய சம்ஹிதை இது பற்றி எதுவும் குறிப்பிடாமலே விட்டுள்ளதும் குறிப்பிடத்தக்கது.

அதர்வ வேதம் புருஷ சூக்தத்தை இணைத்துக் கொண்டுள்ளது. ஆயினும் அது எடுத்தாண்டுள்ள பாடல்களின் வரிசை. ருக்வேதத்தில் அமைந்துள்ள முறையிலிருந்து மாறுபடுகின்றது. வாஜஸ்னேய சம்ஹிதை, தைத்திரிய சம்ஹிதை போல அதர்வவேதம் புருஷ சூக்தத்தை எடுத்தாள்வதோடு நின்று விடாமல் வேறு சில விளக்கங்களையும் தருகின்றது. அந்த விளக்கங்கள் புருஷ சூக்தத்தைப் போல முழுமையானதாகவோ, அனைத்தையும் தழுவியதாகவோ இல்லையெனினும், அந்த வேதத்திற்கே சிறப்பாக உரியவையாக உள்ளன. [1]

"முதலில் பிராமணன் பத்துத்தலைகளோடும் பத்து முகங்களோடும் தோன்றினான். முதலில் அவன் சோமபானம் பருகினான். அதனால் விஷத்தை வீரியமிழக்கச் செய்தான்". [2]

"ரஜன்யன் கருவில் இருந்தபோது அவனை நினைத்துத் தேவர்கள் பயந்தனர். அவர்கள் அவனைக் கட்டுகளால் பிணித்தனர். அதனால் அவன் கட்டுகளோடு பிறந்தான். அவ்வாறு கட்டப்படாமல் அவன் பிறந்திருப்பானாயின் பகைவர்களை அவன் கொன்று குவித்திருப்பான். ரஜன்யன் இத்தகைய கட்டுகள் இல்லாமல் பிறந்து. பகைவரைக் கொன்று குவிக்க வேண்டுமென்று கருதுவோன் இருப்பானாயின் அவன் ஐந்திர பிரஹஸ்பத்ய பலியளிக்க வேண்டும். ரஜன்யன் இந்திரனுக்குரிய குணங்களையும் பிராமணன் பிரஹஸ்பதிக்குரிய குணங்களையும் பெற்றுள்ளனர். எனவே பிராமணன் மூலமே ரஜன்யனை அவனது கட்டுகளிலிருந்து விடுவிக்க முடியும். ஒரு பரிசாக உள்ள இந்தத் தங்க கட்டுகள் அவனைப் பிணித்து வைத்துள்ள கட்டுகளிலிருந்து வெளிப்படையாக விடுவிக்கின்றது."

புருஷனே நான்கு வருணங்களின் தோற்றத்திற்கு மூலம் என்பது வேதங்களில் கூறப்பட்டுள்ள நான்கு வருணங்கள் தோற்றத்தைப் பற்றிய விளக்கம் என்பதோடு வேறொரு விளக்கத்தையும் சுட்டுவதாக உள்ளது.

---

1. முயிர் சமஸ்கிருத மூலநூல்கள், தொகுதி 1, ப 21, 22
2. முயிரின் சமஸ்கிருத மூலநூல்கள், தொகுதி 1, பக் 21-22

அதாவது மாந்தர் மனுவிலிருந்து தோன்றியவர்கள் என்பதையும் அது குறிக்கின்றது. பின்வரும் வரிகளில் இதனைக் குறிப்பிட்டிருப்பதைக் காணலாம். [1]

"அதர்வன், பிதா மனு, தத்யான்ச் ஆகியோர் போற்றிப் பாடிய பாடல்கள் இந்திரனில் கலந்தன"

"யாகங்கள் மூலம் மனு பெற்ற வளங்களும், உதவிகளும், ஓ ருத்ரனே, அவை யாவும் உன்னால் பெறப்பட்டவையே"

"ஓ மருத்துவர்களே, உங்களின் தூய பரிகாரங்களும், உறுதி வாய்ந்த தேவர்களே. உகந்தவையும், பயனுள்ளவையும், எங்கள் தந்தையான மனு தேர்ந்தெடுத்துக் கொண்டவையும் ருத்ரனின் திருவருள் படைத்தவையும் முதலானவற்றையே நான் வேண்டுகிறேன்"

"அந்த தன்மையான சினேகிதன், தேவர்களின் ஆற்றலைப் பெற்றிருந்தான். தேவர்களுக்கு வெற்றி வாயிலாக அமைந்த துதிப்பாடல்களை மனு அவனுக்காக இயற்றியளித்தார்."

"நம்மைக் காக்கும் தந்திரியாக மனுவே வேள்வியாவார்"

"தேவர்களே, எங்களோடு கூடிக்கலந்து காத்து உதவுவீர். மனுவின் தந்தை வழி உறவிலிருந்து எங்களைப் பிரித்து நெடுந்தொலைவுக்கு இட்டுச் செல்லாதீர்"

"மனுவின் வழித் தோன்றல்களிடயே உறைபவனான அக்னி இந்தச் செல்வங்களின் அதிபதியுமாவார்."

"அக்னியும். தேவர்களும், மனுஷப் புதல்வர்களும் பன்முகமான வேள்வியில் துதிப்பதாவது "தேவர்களே. வசுக்களே, ரிபுக் ஷான்களே, தேவர்கள் நடந்து வந்த பாதைகள் வழியே எங்கள் வேள்விக்கு வருக. வந்து மகிழ்ந்து சுப நாட்களில் மனுஷ மக்களிடயே வேள்விகளை நிறுவுவீராக"

"வழிபடுவதற்குரிய அக்னியை வேள்வியில் மனுவின் மக்கள் போற்றுகிறார்கள்."

"எப்போதெல்லாம் மக்களின் அதிபதியான அக்னி வளர்த்தப்பட்டு மனுவின் மக்களிடயே திருப்தியடைந்து உறைகிறாரோ அப்போதெல்லாம் ராட்சசர்களையெல்லாம் விரட்டுகின்றார்"

வருணங்கள் தோற்றம் பற்றிப் பிராமணங்கள் எனப்படும் நூல்கள் என்ன கூறுகின்றன என்பதை இனிக் காண்போம்.

---

1. முயிரின் சமஸ்கிருத மூலநூல்கள், தொகுதி 1, பக்162-165.

சதபத பிராமணம் பின்வருமாறு விளக்குகின்றது:[1]

“பிரஜாபதி, ‘பு’ என்று உச்சரித்து உந்த உலகம் தோன்றியது. ‘புவ’ என்று உச்சரித்துக் காற்றை உண்டாக்கினார். ‘சுவ’ என உச்சரித்துச் சுவர்க்கத்தை உருவாக்கினார். இந்த மூன்று சொற்களால் புவனம் நிலைபெற்றுள்ளது. ‘அக்னி’ எங்கும் நிறைந்துள்ளது. ‘பு’ என்று உச்சரித்துப் பிரஜாபதி பிராமணனை உண்டாக்கினார்: புவ என்று சொல்லி சத்திராவை உண்டாக்கினார்; ‘சுவ’ என்று சொல்லி வைசு பிறந்தான். எங்கும் அக்னியை வைத்தார். ‘பு’ எனச் சொல்லிப் பிரஜாபதி, தன்னையே உண்டாக்கினார்: ‘புவ’ என்று உச்சரித்துத் தன் சந்ததிகளை உண்டாக்கினார். இந்த உலகம் அவராக உள்ளது; அவருடைய சந்ததிகள், விலங்கினங்களைக் கொண்டதாக உள்ளது. அக்னி எங்கும் உள்ளது.”

சதபத பிராமணம் இன்னொரு விளக்கத்தையும் தருகின்றது:[2]

“பிரமா (இது, உரையாசிரியர்களின் கூற்றுப்படி நெருப்பின் வடிவில், பிராமணர்களைக் குறிக்கிறது) ஆதியில் தானொருவனாக உலகமாக இருந்தார். தான் மட்டும் ஏகமாக இருந்ததால் வளர்ச்சியின்றி இருந்தார். தமது இயல்பான பேராற்றலால் நிறைவான வடிவான சத்திரா, அதாவது தேவர்களின் வல்லமை வாய்ந்தவர்களான (சத்தரானி) இந்திரன், வருணன், சோமன், ருத்திரன், பிராஜன்யன், யமன், மிரத்யூ, ஈசானன் ஆகியோரைப் படைத்தார். எனவே தான் இராஜசூய யாகத்தில் பிராமணன் சத்திரியனுக்குக் கீழே அமர்கின்றான் சத்திரனுக்கு (மன்னனுக்கு) அந்தப் புகழை அளிக்கின்றான். இதனால் சத்திரனின் மூலம் பிரமாவேயாதலால், மன்னன் உயர் நிலையை எய்தினாலும், முடிவில் தனக்கு ஆதாரமாகப் பிரமாவையே நாடுகின்றான். பிராமணனை அழிப்பவன், தனக்கு ஆதாரமாக உள்ளவற்றையே அழிப்பவனாகின்றான். தனக்கு மேலாக இருப்பவனைத் துன்புறுத்தியவனைப் போல் இவன் பெருந்துன்பம் அடைகின்றான். 24.அவன் விருத்தியடையவதில்லை. வசுக்கள், ருத்ரர்கள். ஆதித்தியர்கள், விஸ்வதேவர்கள். மருத்துக்கள் ஆகியோரில் வைசுகள் என்னும் வகுப்பாரை உண்டாக்கினார்: 25.அப்போதும் அவர் விருத்தியடையவில்லை. புஷன் என்னும் சூத்திர வகுப்பாரைப் படைத்தார். புஷன் பூவுலகமாகும்; உயிரினங்களைக் காப்பவன் அவனே. 26.அவர் விருத்தியடையவில்லை. தனது பேராற்றலால் நிறைவான வடிவில் தருமத்தைப் படைத்தார். இத்தருமமே அரசருக்கு (சத்தராவுக்கு) மேலான அரசர் (சத்தரா) ஆகும். எனவே தருமத்திற்கு மேலானது

1.முயிரின் சமஸ்கிருத மூலநூல்கள், தொகுதி 1, பக் 17

2.முயிரின் சமஸ்கிருத மூலநூல்கள், தொகுதி 1, பக் 20

எதுவுமில்லை. ஆகையால் மெலியவன் தருமத்தால் வலியவரை வெல்வதற்கும் பார்க்கின்றான். அரசரால் வெல்வது போலவே. தருமமே சத்தியம். இதனால் சத்தியத்தைப் பேசுபவன் 'தருமத்தைப் பேசுகிறான்' என்றும். தருமத்தைப் பின்பற்றுபவன் சத்தியத்தைப் பேசுபவன்' என்றும் போற்றப்படுகின்றான். இரண்டும் ஒன்றாகவே இருப்பதன் விளைவு இது. 27.இதுவே, பிரம், சத்தர, வைசு, சூத்ர தோற்றமாகும். அக்னியால் இது தேவர்களில் பிரமாவாகவும், மனிதர்களில் பிராமணனாகவும், (தெய்வீக) தன்மையுள்ள சத்தரா, மனிதர்களில் சத்திரியனாகவும், தெய்வீக) தன்மையுள்ள வைசியா, மனிதர்களில் வைசியனாகவும், (தெய்விக) தன்மையுள்ள சூத்திரன், மனிதர்களில் சூத்திரனாகவும் ஆகின்றது. இக்காரணத்தால் தேவர்களிடையே அக்னியிடத்திலும் மனிதர்களிடையே ஒரு பிராமணனிடத்தும் அவர்கள் அடக்கமாகிறார்கள்."

தைத்திரிய பிராமணம் மூவகை விளக்கமளிக்கின்றது. அவற்றில் முதலாவது:[1]

"இந்த புவனமனைத்தையும் பிரமா படைத்தார். ருக் பாடல்களிலிருந்து வைசிய வகுப்பார் தோன்றியதாகக் கூறுவார்கள். அவ்வாறே யஜுர் வேதத்தின் வயிற்றிலிருந்து சத்திரியர் பிறந்ததாகச் சொல்வார்கள். சாமவேதத்திலிருந்து பிராமணர் தோன்றினர். முந்தையோர் முந்தையோர்க்கு உரைத்த வார்த்தை இது"

இரண்டாவது கூறப்படுவதாவது[2]: 'இதில் பிராமண, சூத்திர வருணங்கள் மட்டுமே குறிப்பிடப்பட்டுள்ளன.

"பிராமண சாதியார் தேவர்களிலிருந்து தோன்றியவர்கள்: சூத்திரர்கள் அசுரர்களிடமிருந்து பிறந்தவர்கள்"

மூன்றாவதான[3] விளக்கம் சூத்திரர்களின் தோற்றம் பற்றிப் பின்வருமாறு கூறுகின்றது.

"அவன் தானே விரும்பி மரவட்டிலில் பாலை எடுத்து அவி சொரிக. ஆனால் சூத்திரனொருவன் அவ்வாறு அவி சொரியலாகாது. காரணம் சூத்திரன் தெய்வசங்கற்பத்திலிருந்து பிறவாதவன் ஆவான். சூத்திரன் பால் சொரிந்து செய்வது நைவேத்தியமாகாது என்பர். அக்னிஹோத்ரத்தில் சூத்திரன் அவி சொரியலாகாது. ஏனென்றால் அதனால் அது தூய்மையாவதில்லை வடிகட்டும் படுகையைத் தாண்டிச் செல்லும் போதே அது நைவேத்தியமாகிறது"

1.முயிரின் சமஸ்கிருத மூலநூல்கள் தொகுதி 1, ப.17

2 மேலது, தொகுதி 1,. ப 21

3 மேலது, பக் 36-37

வருண அமைப்பு முறையின் தோற்றத்தை அறிவதற்கு ஸ்மிருதிகள் அளிக்கும் விளக்கம் என்ன என்பதை அடுத்ததாகப் பார்க்கலாம். அவற்றைக் காண்பதும் அவசியமாகின்றது. மனு தரும் விளக்கம் வருமாறு.[1]

"தெய்வ சங்கற்பத்தால் ஊன்றப்பெற்ற விதையானது அவரது திருவுள்ளப்படியே ஓர் அண்டமாகப் பரிணமித்தது. இந்த அண்டம் ஒளிமயமான காந்தியை வீசிப் பொன்மயமாக ஒளிர்ந்தது. இந்த அண்டத்தில் தான், சகல ஜீவர்களின். ஆதிபாட்டனான பரம் பொருளே தமது இச்சையினால் பிரமா' வடிவமாகவும் தோற்றம் எடுத்தார். பரமாத்மனுக்கு நரன் என்பது பெயர். அவனால் படைக்கப்பட்ட தனால் நீருக்கு நாரம் எனப்பெயரேற்பட்டது. அந்த நீரில் இயங்கியதனால் நீரில் இயங்குவோன் என்னும் பொருள் பற்றி நாராயணன் என்று பரம் பொருளுக்குப் பெயர் ஏற்பட்டது. இத்தகைய பகவான் தோற்றமும் முடிவும் இல்லாதவராயினும் தன்னில் தானே தோற்ற முற்றெழுந்த புருஷனுக்குப் பிரமா என்று பெயர் உண்டாயிற்று. பொன்னொளி படரும் இந்த அண்டத்தில் ஓராண்டுக்காலம் தவத்தில் இருந்து தமது கற்பித வலிமையினால், தாம் வீற்றிருக்கும் இந்த அண்டம் இரு கூறுகளாகப் பிளவு கொள்ள வேண்டுமென்று எண்ணி அந்த இச்சையின்படியே இரு கூறுகளானது.

"மனிதராசி பல்கும் பொருட்டாகவே பிரம், சத்திரிய, வைசிய, சூத்திரர் என்போரை இறைவன் தம்முடைய முகம், தோள் தொடை, பாதம் ஆகிய பகுதிகளிலிருந்து தோற்றுவித்தார். பிரம் சொரூபியாக நின்று படைப்புச் செயலில் விளைந்த பரம்பொருளானவர் தாமே தம்மில் ஆண், பெண் என்று இரண்டாகப் பகுத்துப் பெண் தன்மையுடையதாக எடுத்த தோற்றத்திலிருந்து வெளிப்பட்டு விராட்புருஷன் என்ற வடிவம் கொண்டு விளங்குவாராயினார். முனிவர்களே, பாருங்கள், உங்கள் முன்பு நிற்கின்ற நான் அந்த விராட் புருஷனுடைய தபோ வலிமையினால் அவனே நானாக உருக்கொண்டு எழுந்த உருவமாய் உலகைப் படைத்தவனாவேன். உயிரினங்களை உண்டாக்க வேண்டியே. செயற்கரும் தவம் செய்து மரீசி, அத்திரி. ஆங்கிரஸர் புலஸ்தியர், புலகர், கிருது. பிரசேதசர், வசிட்டர். பிருகு. நாரதர் என்னும் புனிதரான பத்து மகரிஷிகளை முதலில் உண்டாக்கினேன். தேஜஸ்விகளான இந்த மாமுனிவர்கள் ஏழு மனுக்களையும்,தேவர்களையும் சுவர்க்கம் முதலிய லோகங்களையும், தபோவலிமை மிகுந்த மாமுனிவர்களையும் தோற்றுவித்தார்கள். யட்சர்கர்கள். இராட்சசர்கள். பைசாசர். கந்தவர்கள், அப்சரர்கள்,

1 மனுஸ்மிருதி, 1:9-12, 32-41 முயிர், தொகுதி 1, பக் 36-37

அசுரர்கள், நாகர், சர்ப்பங்கள், கருடர்கள், பலவகையான பிதுரர்கள், இடி மின்னல்கள், முகில்கள். வானவில்கள், தூமகேதுக்கள், பூமியதிர்ச்சிகள், கின்னரர். வானரர். மீன்கள், பற்பல வகைப் பறவைகள், பசுக்கள், மான்கள், மனிதர்கள். கோரப் பற்களை இருவரிசையாகப் பெற்ற கொடிய வனவிலங்குகள், சிறியதும் பெரியதுமான ஊர்வன. உலண்டுப் பூச்சிகள், விளக்கணைப் பூச்சிகள். எட்டு காற்பூச்சிகள், ஈ. முகடு வால் நீண்ட கொசு, மற்றும் பற்பல தாவர ராசிகள் என உலகில் காணப்படும் சகல சர, அசர இனங்களையும் எனது விருப்பத்தின்படியே பத்து பிரஜாபதிகளும் அளவிறந்த தவங்கள் செய்து பெற்ற சக்தியினால் படைத்தனர்." மனு, தனது ஸ்மிருதியில் மனிதர்களை நான்கு வகுப்பினராகப் பிரித்ததைப் பற்றிக் கூறியுள்ள இன்னொரு கருத்தையும் காணலாம்.[1]

"இக்குணங்களால் மானுடன் அடையும் நலன்கள் யாவை என்பதை உங்களுக்குக் குறிப்பாகச் சொல்லுகின்றேன். சத்துவ குணத்தவர் தேவத்தன்மையையும், ரஜோகுணத்தவர் மானுடத்தன்மையையும், தமோ குணத்தவர் விலங்குகளின் இயல்பையும் அடைவதால், குண நலன்கள் மூன்று வகைப்படுகின்றன. யானை, குதிரை, மிலேச்சர், சிங்கம், புலி, பன்றி ஆகிய பிறவிகள் தமோ குணத்தின் இடைநிலையாகும். மன்னர்கள் சத்திரியர், ராஜ்ய புரோகிதர், வாதத் திறமையுடையோர் ஆகியோர் ரஜோ குணத்தின் இடைநிலைப் பிறப்பினராவர். பக்தர்கள், துறவிகள், அந்தணர், வான் சஞ் சாரிகள், உடுக்கள், தைத்திரியர்கள் ஆகியோர் சத்துவ வருணத்தின் கடைநிலையில் வருபவராவர். வேள்வி முயல்வோர், ரிஷிகள், தேவர், வேத விருப்பினார். தேவதையா, கோள்கள், வருஷ தேவதைகள், பிதுர்கள், சாத்தியர் ஆகிய பிறப்புகள் சத்துவ குண இடை நிலையால் வருவன. பிரமா, மரீசி முதலான பிரஜாபதிகள் தரும் தேவதை. மகத் தத்துவம், சாங்கிய சாஸ்திரத்தில் ஒளிரும் அவ்யக்தம் ஆகிய தோற்றங்கள் அனைத்தும் சாத்துவ குணத்தின் தலையாய நிலை.

"இராமாயணத்திலும் மகாபாரத்திலும் கூறப்பட்டுள்ளவற்றோடு இந்தக் கருத்துக்களை ஒப்பிட்டு நோக்கினால் சுவையானதாக இருக்கும்.

காசியபனின் மனைவியும் தக்ஷனின் மகளுமான மனுவின் வழித் தோன்றல்களே நான்கு வருணத்தவர் என்கிறது இராமாயணம்.[2]

"தோற்றத்தைப் பற்றி நான் கூறுவதைக் கேட்பாயாக. ஆரம்பத்திலிருந்த அனைத்துப் பிராஜாபதிகளுக்குள்ளும் (படைப்புக்

1 மனு ஸ்மிருதி: 12:40,43,46,48,49,50. முயிர், தொகுதி 1, ப. 41
2 முயிர், சமஸ்கிருத மூலநூல்கள், தொகுதி 1, பக். 116-117

கடவுளர்கள்) கர்தமனே முதலாமவனாவான். அவனைத் தொடர்ந்து வக்ரீதன், சேஷன், சம்ஸ்ரயன் வல்லமை மிக்க பஹு புத்திரன், ஸ்தானு, மரீசி, அத்ரீ, பலசாலியான கிரேது, புலஸ்தியன், அங்கீரசு, பிராசேதசு, புலகன், தக்ஷன், வைவஸ்வதன், அரிஸ்த நெமி, பின்னர் கடைசியாக புகழ் மிக்க காசியபன் ஆகியோர் தோன்றினர். பிரஜாபதி தக்ஷன் அறுபது பெண்களைப் பெற்றளித்த சிறப்புக்குரியவன். இவர்களில் அதிதி, திதி, தனு, காலகை, தம்ரா, குரோதவாச, மனு, அனலா என்னும் அழகிய எட்டு மங்கையரைக் காசியபன் மணந்து கொண்டான். இதனால் பெருமகிழ்வடைந்த காசியபன் அவர்களைப் பார்த்து, என்னைப் போலவே மூவுலகையும் காக்கும் ஆண் மக்களைப் பெற்றளிப்பீராக" என்றான். இதற்கு. அதிதி, திதி, தனு, காலகை ஆகிய நால்வரும் உடன்பட்டனர்; மற்ற நால்வரும் உடன்படவில்லை. இவனுக்கு அதிதிமூலமாக, ஆதித்தியர்கள், வசுக்கள், ருத்திரர்கள், அசுவினர்கள் இருவர் ஆகிய முப்பத்து மூன்று கடவுளர்கள் பிறந்தனர். காசியபனை மணந்து கொண்ட அவனுடைய மனைவி மனுவின் மூலம் பிராமணர்கள், சத்திரியர்கள், வைசியர்கள், சூத்திரர்கள் என மனிதர்கள் பிறந்தனர். பிராமணர்கள் வாயிலிருந்து பிறந்தனர், சத்திரியர்கள் மார்பிலிருந்து பிறந்தனர், வைசியர்கள் தொடையிலிருந்து பிறந்தனர், சூத்திரர்கள் காலிலிருந்து பிறந்தனர் என்கிறது வேதம். அனலா அனைத்து வகை மரங்களையும் தூய பழங்களுடன் பெற்றெடுத்தாள்.

மகாபாரதம் தரும் விளக்கம் பின்வருமாறு அமைந்துள்ளது.[1]

"பிரசேதசுக்கு மகரிஷிகளைப் போன்ற தபோதனர்களும் சகல வகையான நற்பண்புகளும் உயர்வும் சிறப்பும் மிக்கவர்களுமான புதல்வர்கள் பதின்மர் பிறந்தனர். அவர்களின் வாயிலிருந்து தோன்றிய அக்னியினால் கீர்த்தி வாய்ந்தவை அனைத்தும் முறையாக எரித்தொழிக்கப்பட்டன. அவர்கள் மூலம் தக்ஷ பிரசேதசுவும், தக்ஷனின் மூலமாக உலகும் உயிரினங்களும் பிறந்தன. தக்ஷ முனிவர், விருணியுடன் கூடித் தன்னைப் போலவே ஆசாரங்களில் சிறந்தவர்களும், நாரத முனிவரால் மோக்ஷத்திற்கான உபதேசம் போதிக்கப் பெற்றவர்களும், சாங்கிய சாஸ்திரத்தில் வல்லவர்களுமான ஆயிரக்கணக்கான புதல்வர்களைப் பெற்றார். மேலும் தன் கால் வழியினரைப் படைக்க விரும்பி பிராஜபதி தக்ஷன் ஐம்பது பெண் மக்களைப் படைத்து அவர்களில் பதின்மரைத் தருமருக்கும், பதின் மூவரைக் காசியபருக்கும், இருபத்தெழுவரை காலங்களை முறைப்படுத்தும் இந்துவுக்கும் (சோமன்) அளித்தார். தன் பதின் மூன்று மனைவியருள் மிகச் சிறந்தவளான தாக்ஷாயணி மூலமாக மரிசியின் மகனானகாசியபன், வல்லமையால் புகழ் பெற்றவர்களும்,

1 முயிரின் சமஸ்கிருத மூலநூல்கள் தொகுதி 1, ப.125

இந்திரரைத்தலைவராகக் கொண்டவர்களுமான ஆதித்தியர்களையும், விவாசுவத்தையும் பெற்றெடுத்தார். விவாசுவத்துக்கு வல்லமை வாய்ந்த யம வைவசுவதன் பிறந்தான். மார்த்தாண்டனுக்கு (விவாஸ்வதனான சூரியன்) அறிவாற்றல் மிகுந்த மனுவும் மனுவின் தம்பியான புகழ் மிக்க யமனும் பிறந்தனர். தர்ம நெறி தவறாத இந்த மனுவின் மூலம் ஒரு குலம் தோன்றியது. எனவே அவர் வழியாகத் தோன்றிய மக்கள் இனத்தவர் மனுக் குலத்தார் எனப்பட்டனர். இந்த மனுவின் மூலமே பிராமணர், சத்திரியர் முதலான மனிதர்கள் தோன்றினர். மன்னனே! அவனிடமிருந்து சத்திரியரோடு இணையாகப் பிராமணர்கள் தோன்றினர்".

மகாபாரதத்தில் கூறப்பட்டிருக்கும் இந்த இரண்டாவது விளக்கம். ருக வேதத்தின் புருஷ சூக்தத்தைத் தழுவியதாகவே உள்ளது. அதில் கூறப்பட்டிருப்பதாவது,

"தீயவர்களைத் தடுத்து, நல்லவர்களைக் காக்க வல்லவர்களை மன்னன் தன் ராஜ குருவாக வைத்துக் கொள்ள வேண்டும். இளையின் மகனான புரூரவசுவுக்கும், மதரீஸ்வனுக்கும் (காற்று தெய்வமான வாயு) இடையே நடைபெற்ற உரையாடலின் மூலம் பெறப்படும் கதை இது பற்றித் தெரிவிப்பதாவது:" புரூரவசு சொன்னான்: "பிராமணனும், மற்ற மூவகை வருணத்தாரும் எப்போது படைக்கப்பட்டனர் என்பதை எனக்கு விளக்கி யுரைக்க வேண்டும். இவர்களுக்குள் முதலாமவருக்கு எப்போது உயர்வு ஏற்பட்டது என்பதையும் எனக்குத் தெரிவிக்க வேண்டும். "இதற்கு மதரீஸ்வன் பதிலுரைத்ததாவது," பிரமாவின் வாயிலிருந்து பிராமணன் படைக்கப்பட்டான்; அவனுடைய கைகளிலிருந்து சத்திரியனும், தொடையிலிருந்து வைசியனும், இந்த மூவகை வருணத்தாருக்கும் தொண்டு புரிவதற்காக பிரமாவின் காபகளிலிருந்து சூத்திரனும் படைக்கப்பட்டனர். பிராமணன் பிறந்த போதே உலக உயிர்கள் அனைத்திற்கும் தலைமை தாங்குபவனாகவும், தர்ம நிதியைப் பாதுகாக்கும் பொறுப்பை ஏற்பவனாகவும் ஆனான். பின்னர், மக்களைத் திருப்தியடையச் செய்வதற்கு இரண்டாவது யமனாகத் தண்டத்தை ஏந்தியவர்களாக உலகக்காவல் செய்வதற்குப் பிரமா சத்திரியர்களைப் படைத்தார். மற்ற மூவகை வருணத்தாரும் வாழ்வதற்குரிய உணவும் பொருளும் திரட்டிக் காப்பதற்குரியவர்களாக வைசியரையும் இவர்களுக்குத் தொண்டு செய்வதற்காகச் சூத்திரரையும் பிரமா படைத்தார். பின்னர் இளையின் மைந்தன் கேட்டதாவது:"வாயுவே, இந்த உலகமும் அதிலுள்ள செல்வங்களும் முறைப்படி யாருக்கு உரியது. பிராமணருக்கா அல்லது சத்திரியருக்கா என்பதைக் கூறுவாயாக" இதற்கு வாயு கூறியதாவது, "முந்திப் பிறந்த

முறைமையினால் இந்த உலகிலுள்ள அனைத்தும் பிராமணருக்கே உரிமையானவை. தர்ம சாஸ்திரங்களில் வல்லவர்க்கு இது தெரியும். பிராமணன் தன்னுடைய உணவையே உண்டு வாழ்கின்றான். எல்லா வருணத்தாருக்கும் அவனே தலைவன், முதலாவதாகப் பிறந்தவன். மிக மேன்மையானவன். தன்னுடைய முதல் கணவனை இழந்த பெண்மணி தன் மைத்துன்னைத் தன் இரண்டாவது கணவனாக அடைவது போலவே, பேரிடர் நேரும்போது உனக்கு முதலாவது ஆதாரமாக அமைந்தவன் பிராமணனே; பின்னரே மற்றவர்கள் உதவியாகக் கூடியவர்கள்."

மகாபாரதத்தின் சாந்தி பர்வத்தில் மூன்றாவது விளக்கமாகக் கூறப்பட்டிருப்பதாவது:[1]

பிருகு கூறினார்: "பிரமா தன் சொந்த வலிமையும், அக்னி, சூரியன் ஆகியோருக்கு இணையான பேரொளியும் கொண்டவர்களாகப் பிராஜபதிகளைப் படைத்தார். பின்னர் மோட்சத்திற்கான சாத்தியம். கண்டிப்பான அறநெறி என்றும் அழிவில்லாத வேத சாஸ்திரம், தூய ஒழுக்க விதிகள் ஆகியவற்றை உருவாக்கினார். பின்னர், தேவர்கள், தனவசுக்கள், கந்தர்வர்கள். தைத்தியர்கள், அசுரர்கள். மஹாராகர்கள், யக்ஷர்கள் ராட்சசர்கள். நாகர்கள், பைசாசர்கள், மாந்தர். பிராமணர், சத்திரியர். வைசியர், சூத்திரர், யற்று முள்ள பல்வேறு வகை வருணத்தவர் ஆகியோரை உருவாக்கினார். பிராமண வருணத்தாரின் நிறம் வெள்ளை, சத்திரியர் செந்நிறம், வைசியர் நிறம் மஞ்சள், சூத்திரர் கருநிறம் என அந்தந்த வருணத்தார்க்குரிய நிறங்களாயின.' பரத்வாஜர் இங்கே இடைமறித்துக் கூறுவதாவது: நான்கு வருணத்தாரும் அவரவர்க்குரிய நிறங்களால் வேறுபடுத்தி அறியக் கூடுமானால், அதனால் ஏற்படக்கூடியதொரு குழப்பம் உள்ளது. ஆசை, கோபம், பயம், பொருளாசை, துயரம், அச்சம், பசி, அயர்வு. அனைவருக்கும் உரியதாகவே உள்ளது. எனவே, எதனால் சாதியை வேறுபடுத்திக் காண முடியும்? வியர்வை, மூத்திரம், மலம், கபம், பித்தம், இரத்தம் ஆகியவை அழியும் உடம்பெடுத்த அனைவருக்கும் பொதுவானவை. பின்பு எதனைக் கொண்டு வருண வேறுபாட்டைக்கண்டறிய முடியும்? இவையன்றி எண்ணற்ற இயங்குவனவும், நிலையானவையெனவும் பலவகை உயிரினங்கள் உள்ளன. இவற்றின் வருணத்தை எவ்வாறு நிர்ணயிக்க முடியும்? இதற்குப் பதிலாகப் பிருகு உரைத்ததாவது, "சாதி வேறுபாடுகள் என்பது கிடையாது."

இதே சாந்திபர்வத்தில் நான்காவதொரு விளக்கமும் அடங்கியுள்ளது. அதில் கூறப்பட்டிருப்பதாவது,[2]

---

1 முயிரின் மேற்காட்டிய நூல் பக்.139-140

2 முயிர், சமஸ்கிருத மூலநூல்கள் தொகுதி 1,பக் 141- 142

"பரத்வாஜர் மீண்டும் வினவுகின்றார்: சொல்லாற்றல் மிக்க பிராமண ரிஷியே, பிராமணன், சத்திரியன், வைசியன், சூத்திரன் என்றுள்ள மாந்தனின் குணங்களாக அமைந்தவை எவை என்று கூறுவாயாக.' இதற்குப் பிருகு பதிலுரைத்தாவது. "தூயவனும், பிறப்பு முதலாக அனைத்து வகைச் சடங்குகளால் புனித மாக்கப்பட்டவனும், வேதங்களை முற்றிலுமாகக் கற்றுத் தேர்ந்தவனும் அறுவகை வேள்விகள் இயற்றி வாழ்பவனும், சுத்திக்கான சடங்குகளை முறைப்படி இயற்றுபவனும், நைவேத்தியத்தில் எஞ்சியதை உண்டு வாழ்பவனும், குருவைச் சார்ந்திருப்பவனும், மத சடங்காசாரங்களை வழுவாது இயற்றுபவனும், சத்தியத்தை மறவாதவனுமானவன் பிராமணன் எனப்படுகின்றான். சத்தியம். பெருந்தகைமை, தீங்கு இழைக்காமை. குற்றம் புரியாமை, தன்னடக்கமுடைமை இரக்கவுணர்வுடைமை, ஆடம்பரமின்மை, உணர்வுத் துடிப்புடைமை ஆகியவற்றிற்கெல்லாம் இருப்பிடமாகவுள்ளவனே பிராமணன் எனப்படுவான். அரசுக்காவல் கடமையை நிறைவேற்றுபவன். வேதங்களைக் கற்பதில் முனைந்திருப்பவன். வழங்குவதிலும் வாங்குவதிலும் பெரு மகிழ்வு கொள்பவன் சத்திரியன் எனப்படுகின்றான். கால்நடைகளைக் காப்பதில் முனைந்திருப்பவன். உழுவதிலும் உழுவித்துப் பெறுவதிலும் ஈடுபட்டிருப்பவன் தூயவனானவன், வேதங்களைப் பழுதறக்கற்பவன் வைசியன் என்று வகுத்தறியப் பட்டிருக்கின்றான். எத்தகைய உணவையும் உண்பதைப் பழக்கமாகக் கொண்டவன்.

அனைத்து வகைப் பணிகளையும் செய்பவன், தூய்மையற்றவன், வேதங்களைக் கைவிட்டவன், தூய அறநெறிகளைப் பின் பற்றாதவன், சூத்திரன் எனப்பட்டு வருகின்றான். சூத்திரனுக்குரியனவாக நான் குறிப்பிட்டவை பிராமணனிடத்துக் காணப்படுவதில்லை. எனவே, சூத்திரன் எப்போதும் சூத்திரனாகவே இருப்பான். இவனைப்போலச் செயல்புரியவன் பிராமணனாக இருக்க முடியாது.'

வருண முறையின் தோற்றம் பற்றிப் புராணங்கள் கூறுவதென்ன என்பதை இனிக் காணலாம்.

முதலில் விஷ்ணு புராணத்தை நோக்குவோம். சதுர்வருணத் தோற்றம் பற்றி விஷ்ணு புராணம் மூவகையான விளக்கங்களைத் தருகின்றது. ஒரு விளக்கத்தின்படி இந்தத் தோற்றத்தை மனுவைச் சார்ந்ததாகக் கூறுகின்றது. விஷ்ணு புராணம் கூறுவதாவது.[1]

"மண்ணு கருவின் தோற்றத்திற்கு முன்பே, உலகனைத்தையும் படைத்தவனும், பிரமத்தின் சாராம்சமாகவும், விஷ்ணுவாகவும் இருந்தவனும், ருக், யஜுர், சாமம், அதர்வ வேதங்களின்

1 முயிர், தொகுதி 1, பக் 220-221

வேறல்லாதவனுமான ஹிரண்யகர்பனென்னும் தெய்வீகச் சக்தி மிக்க பிரமா இருந்தார். பிரமாவின் வலது கட்டை விரலிலிருந்து பிரஜாபதி தக்ஷன் பிறந்தான் தக்ஷனுக்கு அதிதி என்றொரு மகள் பிறந்தாள் அவள் வழியே விவாஸ்வத் தோன்றினான். அவனிடமிருந்து மனு தோன்றினான் மனுவுக்கு இக்ஷ்வாகு, நிரிகா, திரிஷ்டா, சர்யாதி, நரிஷந்தா, பிராம்சு. நாப கண்டி ஸ்டா, கருஷா, பிரிஷ்த்ரா என்னும் புதல்வர்கள் பிறந்தனர். கருஷனிடமிருந்து கருஷர்களும், வல்லமை மிக்கவர்களான சத்திரியர்களும் தோன்றினர். நெடி ஸ்தனின் மகனாகப் பிறந்த நபகன் வைசியனானான்."

மனுவே தோற்றத்துக்கும் மூலம் என்று கூறும் இதே விஷ்ணு புராணத்தில் இன்னொரு வகையான விளக்கமும் கூறப்பட்டுள்ளது. அதாவது,

"மனு, ஒரு ம்கனைப் பெற விரும்பி மித்ரனுக்கும், வருணனுக்கும் வேள்வி செய்தார். ஹோத்ரி (யாககுரு) தவறான மந்திரத்தை ஓதியதன் விளைவாக இனை என்னும் பெயர் பெற்ற மகள் பிறந்தாள். மித்ரன், வருணன் ஆகியோரின் அருளால் இனைக்கும் மனுவுக்கும் சுத்தியுமனன் என்னும் மகன் பிறந்தான். ஆயினும் ஈஸ்வரனின் (மகாதேவர்) கோபத்திற்கு ஆளானதால் மீண்டும் பெண்ணாக மாற்றப்பட்டு, சோமனின் (நிலவு) மகனான புதனின் ஆசிரமத்திற்கு அருகில் உலவிக் கொண்டிருந்தாள். அவள் அழகில் மயங்கி புதன் அவளிடம் ஒரு மகனைப் பெற்றான். அவன் பெயர் புரூரவசு என்பது. அவனுடைய பிறப்பிற்குப் பின்பு. ருக், யஜுர், சாம, அதர்வவேதங்களையும் அனைத்துப் பொருட்களையும், மனதையும், வெறுமையையும் உருவாக்கிய கடவுள், வல்லமை வாய்ந்த முனிபுங்கவர்களெல்லாம் வழிபட வேள்வி புருஷனாக விளங்கியிருந்தார். அவரை வேண்டிக் கொண்டதற்கிணங்க இளை மீண்டும் ஆணுருவம் பெற்றுச் சுத்தியூமனன் என்ற பெயரைப் பெற்றான்."

"விஷ்ணு புராணத்தின் படி. அத்ரி முனிவர் பிரமாவின் மகனாவார். அவரே சோமனின் (நிலவு) தந்தை, பிரமாவால் அனைத்து உலகங்கள், பிராமணர்கள், நட்சத்திரங்களின் அதிபதியாக்கப்பட்டவர். இராஜசூய யாகம் புரிந்த பின்பு, சோமன் கர்வமெய்தி, தேவர்களின் குரு பிரகஸ்பதியின் மனைவி தாரையைக் கவர்ந்து சென்றான். தேவர்களும், கடவுள்களும், ரிஷிகளும் கண்டித்தபோதும் அவளை மீண்டும் ஒப்படைக்க மறுத்தான். சோமனின் எதிரணியில் உசனன் நின்றான். அங்கீரசு விடம் கற்ற ருத்திரன், பிரகஸ்பதிக்கு உதவி புரிந்தான். இரண்டு திறத்தாருக்கும் முறையே தேவர்களும், தைத்திரியர்களும்

துணை புரிந்தனர். பிரமன் தலையிட்டுத் தாரையை அவளுடைய கணவனிடம் ஒப்படைக்குமாறுசோமனைக் கட்டாயப்படுத்தினான். ஆனால் இதற்கிடையில் தாரை கர்ப்பமுற்றாள்: புதன் என்னும் மகனையும் பெற்றாள். அவளைக்கட்டாயப்படுத்திக் கேட்டபோது புதனுக்குத் தந்தை சோமனென்று ஒத்துக்கொண்டாள். ஏற்கனவே கூறியபடி மனுவின் மகளான இளைக்குப் பிறந்த புதனுக்குப் பிறந்தவனே புரூரவசு ஆவான்

"புரூரவசுவுக்கு ஆறு புதல்வர்கள் பிறந்தனர். அவர்களின் மூத்தவன் ஆயு, ஆயுவுக்கு நகுஷன், க்ஷத்திரவிரதன், இரம்பன் இரஜி. அநேநசு என் ஆறு புதல்வர்கள் பிறந்தனர்."

"க்ஷத்திர விரதனுக்குச் சுந்ஹோத்ரன் என்றொரு மகன் பிறந்தான். அவனுக்குக் கசன், லேசன், கிரிஸ்டமடன் என்னும் மூன்று புதல்வர்கள் பிறந்தனர். இவர்களில் கடைசி புதல்வனுக்குச் சௌநகன் பிறந்தான். அவனே நால்வகையான சாதிகளையும் உருவாக்கினான். கசன், காசிராஜன் என்றொரு மகனைப் பெற்றான். அவனுக்குத் தீர்க்கதமசு மகனாகவும், தீர்க்கதமசுக்குத் தன்வந்திரி மகனாகவும் பிறந்தனர்."

இரண்டாவது கூற்றின்படி வருணத்தோற்றம் பிரமாவைச் சார்ந்து கூறப்படுகின்றது. [1]

"**மைத்ரேயர் கூறுகிறார்:** [2]

"மகரிஷியே. மனிதர்கள் படைக்கப்பட்டது பற்றி விளக்கியுரைத்தீர்கள். பிரமா அவர்களைப் படைத்த விவரத்தை விளக்க வேண்டுகின்றேன். பிராமணர்கள் முதலானவர்களின் குணங்களையும் வருணாசிரம விவரங்களையும், ஆசார வேறுபாடுகளையும் விரிவாகத் தெரிந்து கொள்ள விரும்புகின்றேன்' என்றார். அதற்குப் பராசரர் பின் வருமாறு கூறலானார். 3 பூர்வத்தில் பிரமன் மனிதர்களைப் படைக்க வேண்டும் என்று சிந்தித்த போது சத்துவ குணமுடையவர்களைத் தன் வாயிலிருந்து தோற்றுவித்தார். 4. ராஜச குணமுடையவர்களைத் தன் மார்பிலிருந்து தோற்றுவித்தார் 5. ராஜச குணமும் தாமஸகுணமும் கலந்திருந்தவர்களைத் தன் தொடையிலிருந்து தோற்றுவித்தார். தமோகுணமுடையவர்களைத் தன் பாதத்திலிருந்து தோற்றுவித்தார். இவ்விதம் பிரமதேவனின் முகம், மார்பு, தொடைகள், பாதங்கள் என்னும் உறுப்புகளிலிருந்து பிறந்தவர்களை முறையே பிராமண, சத்திரிய, வைசிய, சூத்திரர்கள் என்னும் நால்வகை வருணத்தாரென ஆக்கினார் 6. யாகவிருத்திக்காகவும் தேவர்கள் மழை பொழிந்து

1 முயிர் தொகுதி 1, பக் 61-62

2 பராசரமுனிவருக்கும் அவருடைய மாணவர் மைத்ரேயருக்கும் இடையே நடக்கும் உரையாடல் போக்கில் விஷ்ணு புராணம் அமைந்துள்ளது.

மக்களைக் காப்பதற்காகவும், பிரமா இந்த நால்வகை வருண வேறுபாட்டு முறையை உருவாக்கினார். 8. யாகங்கள் க்ஷேமத்தைத் தருகின்றன. எனவே அறவோர் நெறிமுறைகளைப் பிறழாமல் தம் கடமையைச் செய்து தவறுகளை நீக்கி அறவழியில் ஒழுகுகின்றனர். 9. மாந்தர், மனிதராகப் பிறந்ததால் சுவர்க்கத்தையும், மோட்சத்தையும் அடைகின்றனர். அவர்கள் விரும்பும் உலகத்தை அவர்கள் எய்துகின்றனர்."

ஹரிவம்சத்தில் இருவகைக் கோட்பாடுகளைக் காணலாம். அதன்படி, விஷ்ணு புராணத்தில் சொல்லப்பட்டுள்ள வழி முறைகளுக்கு மாறாக, மனுவின் வழி வந்தவர்களின் மூலம் வருணங்கள் தோன்றின என்னும் கோட்பாடு நிறுவப்பட்டுள்ளது.[1]

"கிரிஸ் மதனுக்குப் பிறந்தவன் சுநகன். அவன் வழித் தோன்றல்களாகச் சௌனகர், பிராமணர்கள், சத்திரியர்கள், வைசியர்கள். சூத்திரர்கள் தோன்றினர்."

"சகோதரன், சகோதரி, கயா, கார்கா. கபிலர் என்னும் ஐவருக்குத் தந்தை விதாதா ஆவான். சகோதரனுக்குக்கசகன். கிரிஸ்தமதி மன்னன் ஆகியோர் புத்திரர்கள். பின்வைனுக்குப் பிராமணர்கள், சத்திரியர்கள், வைசியர்கள் புத்திரர்களாகப் பிறந்தனர்."

இன்னொரு கருத்தின்படி, பிரமாவிலிருந்து தோன்றிய விஷ்ணு வருணங்களைத் தோற்றுவித்ததாகவும், பிரஜாபதி தக்ஷனான தாகவும் விளக்குவதோடு பின் வருமாறு கூறுகின்றது.[2]

"ஜனமேஜயர் கூறுகிறார், ஏ, பிரமனே, பிரம்யுகமே காலங்களில் முதலாவது என விவரிக்கக் கேட்டிருக்கின்றேன். சொல்லாற்றல் மிக்கவர்களால் விவரிக்கப்பட்டதும், வேள்விகளால் விளக்கப்பட்டிருப்பதும், பலவகைகளில் அனுஷ்டிக்கப்பட்டு வருவதுமான சத்திரியர்க்குரிய யுகத்தைப் பற்றி விரிவாகவும், துல்லியமாகவும் தெரிந்து கொள்ள விரும்புகின்றேன்' வைசம்பாயனர் இதற்குப் பதிலுரைத்ததாவது:[3] வேள்விகளால் மேன்மையுற்றதும். பெருந்தகைமை மிக்க செயல்களால் சிறப்புற்றதுமான யுகத்தைப் பற்றி உனக்கு விவரித்து உரைப்பேன். மோட்சம், தடையில்லாத சடங்குகளை இயற்றுதல் செயலிலும், செயலற்றிருத்தலிலும் பிரமத்தையே இடைவிடாது நினைத்திருத்தல், பிராமணர்களையே உயர் பொருளாகக் கருதி இணைந்திருத்தல், பிரமனைப்பற்றிய அறிவு

1 முயிர், தொகுதி 1, பக் 227

2 முயிர், தொகுதி 1, பக் 152-153

3 'ஹரிவம்சம்' ஜனமேஜயருக்கும், வைசம்பாயனருக்கும் இடையே உரையாடலாக அமைந்துள்ளது.

நிரம்பி. தன்னடக்கமுடையவராய், முழுமையாகச் சடங்குகளை ஆற்ற வல்லவராய், ஞான நிறை வெய்தியவராய், ஆன்மீகச் சிந்தையராய் ஆயிரம் யுகங்களுக்குப் பின் நிறைவெய்திய இந்த முனிவர்கள் உலகப் பந்தபாச நிலை நீங்கியவராவர். பிரமனிடமிருந்து தோன்றிய விஷ்ணு பந்த பாசங்களிலிருந்து அகன்று தவ நிலையில் மூழ்கியவராய் பிரஜாபதி தக்ஷனாகிப் பலவகை உயிரினங்களைப்படைத்தார்.

பிராமணர்கள் அழகிய வடிவினராய் (அல்லது சோமனின் விருப்பத்திற்குரியவராய்) அழிவற்றதொரு (அக்ஷரம்) மூலத்திலிருந்து படைக்கப்பட்டனர். சத்திரியர்கள் அழியத்தக்க (க்ஷரம்) மூலத்திலிருந்தும், வைசியர் மாற்றத்திலிருந்தும், சூத்திரர் புகையின் மாற்று வடிவினராகவும் படைக்கப்பட்டனர். விஷ்ணு இவர்களின் வருணங்களைப்பற்றிச் சிந்தித்தபோது, பிராமணன் வெள்ளை, சிவப்பு, மஞ்சள், நீல வண்ணங்களில் உருவானான். இதனால் உலக மாந்தர் நால் வகை வருணத்தவராகப் பிரிந்தனர். அவர்கள் பிராமணர், சத்திரியர், வைசியர், சூத்திரர் எனப்பட்டனர். இவர்கள் தத்தம் கடமைகள் வடிவங்கள், ஈரடியினராய், வியக்கத்தக்கவராய், வல்லமை மிக்கவராய் தம் பணிகளை விரைந்து நிறைவேற்றத் தக்கவராய் ஆனார்கள். முதல் மூன்று (உயர்) வருணத்தாருக்கு வேதங்களில் விதித்தவாறு சமயவினைகள் நியமிக்கப்பட்டன. பிரமனிடமிருந்து தோன்றித் தவநிலையில் - விஷ்ணுவாக இருந்தவர் - பிரசேதசர் (தக்ஷன்) அதாவது மகாயோகியாகிய விஷ்ணு தனது யோக வல்லமையால், ஆற்றலால் பெற்றவற்றைத் தமது படைப்புகளில் ஊடுருவச் செய்தார். சூத்திரர் அழியக் கூடியவற்றிலிருந்து தோன்றியதால், சடங்குகள் செய்வதிலிருந்து விலக்கப்பட்டவராவர். மேலும் புனித சாஸ்திரங்கள் அவர்களுக்கு உரியவையாகா. எரியும் விறகின் நெருப்பிலிருந்து எழும் புகைத்திறன் நெருப்பாகக் கருதப்படாமல் கழிந்து வேள்வியில் அதனால் எவ்வித பயனும் இல்லாமல் போவது போல, சூத்திரர் அலைந்து திரிந்து பிறப்பின் காரணமாக யாகக் காரியத்திற்குப் பயன்படாமலும், வாழ்க்கை முறையிலும் தூய்மையற்று வேதத்தில் விதித்துள்ள கடமைகளைச் செய்வதற்கு உரியராகாதவராயினர்.”

வருணங்களின் தோற்றம் பற்றி பகவத் புராணம்[1] கூறுவதாவது

“பல்லாயிரம் ஆண்டுகளுக்குப்பின், காலம், காரியம், இயல்பான குணங்களில் வாழ்ந்துகொண்டிருந்த ஜீவன் நீரில் மிதந்து கொண்டிருந்த உயிரற்ற கருவிற்கு உயிரளித்தது. அந்தக் கருவைப் புருஷன் சிதைத்ததால், அதிலிருந்து ஆயிரக்கணக்கான தொடைகள் கால்கள். கைகள், கண்கள், முகங்கள், தலைகள் தெரித்தெழுந்தன.

1.முயிர், தொகுதி 1 ப. 156

அவருடைய உடல் உறுப்புகளிலிருந்து முனிவர்கள் உலகங்களை உருவாக்கினர். அதன்படி அவருடைய தொடைகளிலிருந்து கீழுலகங்கள் ஏழும். அரையும் இடுப்பும் சேருமிடத்திலிருந்து மேலுலகங்கள் ஏழும் தோன்றின. பிராமணர், புருஷனின் வாயாக இருந்தனர். சத்திரியர்கள் அவனுடைய கைகளாக இருந்தனர். வைசியர் அவனது தொடையிலிருந்து தோன்றினர். சூத்திரர், கால்களிலிருந்து பிறந்தனர். பூமி அவனது காலிலிருந்து தோன்றியது. காற்று அவனது கொப்பூழிலிருந்து பிறந்தது. இதயத்திலிருந்து சுவர்க்கம் தோன்றிது. மகாபுருஷனின் மார்பிலிருந்து மகாலோகம் பிறந்தது."

இறுதியாக வாயு புராணத்தைப் பார்ப்போம். வாயுபுராணம் கூறுவதென்ன? வருண முறையின் தோற்றத்திறகு மனுவே காரணமானவர் என்ற கொள்கையையே அது கூறுகின்றது.

"கிரிஸ்தமதனுடைய மகன் சுனகனாவான் அவனிடமிருந்து சௌனகன் பிறந்தான். இவனுடைய குலத்தில் பிராமணர், சத்திரியர், வைசியர், சூத்திரர் பிறந்தனர். துவிஜர்கள் பலவகை சடங்கு கடமைகளுடன் தோன்றினர்."

இதுவரை நாம் பார்த்தவை நமக்குத் தெரிவிப்பதென்ன? இதனால் நாம் தெரிந்து கொள்வது என்பது என்று ஏதாவது இருக்குமானால் அது வருணமுறையின் தோற்றத்தைப் பற்றி விளக்க முனைந்த பிராமணர்கள் ஒரு குழப்பத்தையே உருவாக்கியுள்ளனர் என்பதுதான். அவர்கள் அளித்துள்ள விளக்கத்தில் ஒன்றுக்கொன்று தொடர்போ, ஒற்றுமையோ காணப்படவில்லை. ஒரே ஆசிரியர் வெவ்வேறு வகையான விளக்கங்களைத் தந்துள்ளார். ஒரே ஆசிரியர் தரும் விளக்கத்தில் சில கட்டுக் கதைகளாகவும் புதிரானதாகவும் தர்க்க ரீதியானதாகவும் அமைந்து வருண முறையின் தோற்றத்தை விளக்குவதற்கென்று விதவிதமாகக் கூறப்பட்டுள்ளன.

வருணங்கள் புருஷனிடமிருந்து, மனுவினிடமிருந்து பிரஜாபதியிடமிருந்து. விராத்தியனிடமிருந்து, சோமனிடமிருந்து தோன்றியதாக வேதங்கள் விளக்க முற்படுகின்றன.

பிராமணங்கள், வேதங்கள் கூறுவதற்கு முற்றிலும் மாறுபட்ட கருத்தைக் கூறுகின்றன. புருஷன், மனு, விராத்தியன் அல்லது சோமன் ஆக இவர்களில் எவருமே நால் வருணங்களைத் தோற்றுவித்தவர்கள் என அவை ஏற்றுக் கொள்ளவில்லை. பிரஜாபதி, பிரமா ஆகிய இருவருக்கிடையே தடுமாறுகின்ற புதியதொரு விளக்கத்தை அவை தருகின்றன. தைத்ரேய பிராமணம் முற்றிலும் புதியதொரு கோட்பாட்டை அளிக்கின்றது பிராமணர்கள் கடவுள்க்குப் பிறந்தவர்கள் என்றும், சூத்திரர் அசுரர்க்குப் பிறந்தவர்கள் என்றும் அது கூறுகின்றது.

மனுஸ்மிருதி புராணக் கதையானதும், அறிவுக்கேற்றதுமான இருவகை விளக்கத்தைத் தருகின்றது. அதன் புராணக்கதை விளக்கம் வருணத் தோற்றத்திற்குப் பிரமாவைக் கர்த்தாவாக ஆக்குகின்றது தனி மனிதனின் அடிப்படையான பண்புகளே வருணத்திற்குக் காரணமென அதன் அறிவு பூர்வமான விளக்கம் அமைந்துள்ளது. இராமாயணம், மகாபாரதம் மற்றும் புராணங்கள் ஆகியவை நால்வருணங்களுக்கு மனுவே மூல முதல்வர் என்னும் கோட்பாட்டை ஏற்பதாகவே தோன்றுகின்றது. மனுவைப் பற்றிய இந்தக் கோட்பாட்டைக் கையாளுவதில் இவை அனைத்தும் குழப்பத்தையே உண்டாக்கியுள்ளன. இராமாயணம் இந்த மனுவைத் தக்ஷனின் மகளாகவும், காசிபரின் மனைவியாகவும் அமைந்த பெண்ணாகக் கூறுகிறது. மகாபாரதத்தில் மனு ஆணனென்றும் பெண்ணல்லள் என்றும் கூறப்பட்டுள்ளது. இவன் காசிபரின் மகன் விவாஸ்வத்தின் மகனாவான். மகாபாரதத்தில் கூறப்படும் மனு, காசிபருக்கு மனைவி என்றில்லாமல் தாக்ஷாயணியே மனைவி எனப்படுகிறது. இந்த தாக்ஷாயணியோ தக்ஷனின் மகள் என்கிறது. புராணங்கள் மனு நான்கு வருணங்களைத் தோற்று வித்தவர் என்று கூறுவதோடு வெவ்வேறு வகையான தத்துவங்களையும் இணைத்துரைக்கின்றன. விஷ்ணு புராணம், மனுவே வருணத்தோற்றத்திற்குக் காரணகர்த்தா என்று கூறாமல், இந்தப் பணியை அவருடைய மகன்கள் மேலேற்றிக் கூறுகின்றது. எனினும் வேகவேகமாக, பிராமணர் மற்றும் சூத்திரர் ஆகிய இருவருணத்தவர்களை மட்டுமே மனுவின் எட்டு மக்களில் இருவர் மேலேற்றி இந்த இரு வருணத்தோற்றத்தை விளக்குகின்றது மற்ற இரு வருணத்தைப் பற்றி விளக்கியுரைக்க மறந்து விட்டது. இதே விஷ்ணு புராணம் இன்னொரு இடத்தில் நான்கு வருணத்தோற்றத்தை மனுவின் மகள் இளையின் வழி முறையில் வந்ததாக ஒரு கோட்பாட்டைக் கூறுகின்றது. இந்த இரண்டாவது கோட்பாட்டின்படி, இளை, புரூரவர்களை மணந்து எட்டுப் பிள்ளைகளைப் பெற்றெடுத்ததாகவும் அவர்களில் மூத்தவன் என்றும் ஆகின்றது ஆயுஸ்ஸிடமிருந்து சத்திரவிரதனும், சத்திர விரதனிடமிருந்து சுன ஹோத்திரனும், சுன்ஹோத்திரனிடமிருந்து கிரிட் ஸமதனும் தோன்றுகின்றனர். நான்கு வருணங்கள் கிரிட்ஸமதனிடமிருந்து தோன்றின. வாயுபுராணமோ இதை ஏற்றுக் கொள்ளவில்லை. கிரிட்ஸமதனின் பேரன் சௌனகனிடமிருந்து நான்கு வருணங்கள் பிறந்ததாக இந்த வாயு புராணம் கூறுகின்றது. ஹரிவம்சம் ஒரு இடத்தில் விஷ்ணுபுராணத்தோடு ஒத்தகருத்துடையதாகக் கிரிட்ஸமதனிடமிருந்து, வருணங்கள் தோன்றியதாகக் கூறிய போதிலும், சூத்திரர்கள் யாரிடமிருந்து தோன்றினார்கள் என்பது பற்றிய விளக்கம் தராத்தால் வேறுபடுகின்றது. இதே ஹரிவம்சம் இன்னொரு இடத்தில் கிரிட்ஸமதனுடைய மகன்

சனுகனிடமிருந்து நான்கு வருணங்கள் தோன்றின என்று கூறுவதன் மூலம் தன்னுடைய முன்னைய கூற்றிலிருந்து வேறுபடுவதோடு விஷ்ணு புராணம், வாயு புராணம் ஆகியவற்றோடும் மாறுபடுகின்றது.

இந்த விளக்கங்கள் பிறவி மூளைக் கோளாறு உடையவர்களின் உளறல்கள் போலுள்ளன. வருண முறைக்கு ஆதரவான கொள்கை கோட்பாடுகளை உருவாக்குவதில் பிராமணர்கள் எவ்வளவு சிரமப்பட்டுள்ளனர் என்பதையே இவை காட்டுகின்றன. நமக்கு எழுகின்ற கேள்வியெல்லாம் வருணமுறையை இவ்வளவு அழுத்தமாக ஆதரிக்கும் இந்தப் பிராமணர்கள் ஒரே மாதிரியான, குறைகள் இல்லாத, முரண்படாத. ஏற்றுக்கொள்ளத்தக்க அறிவு பூர்வமானதொரு விளக்கத்தை ஏன் தரமுடியவில்லை என்பதுதான்.

இத்தனை விதமான விளக்கங்களில் இன்றைய பிராமணர்கள் வருண முறையை ஆதரிப்பதற்கு இரு விளக்கங்களையே ஏற்றுக் கொள்கின்றனர்.

முதலில், நால் வருணத் தோற்றத்தைப் பற்றி ருக்வேதத்தின் புருஷ சூக்தத்தில் கூறப்பட்டிருக்கும் புருஷக் கோட்பாடு உள்ளது. இது ஒன்றும் வரலாற்றுப் பூர்வமான விளக்கமன்று. புராணங்களை வரலாறு என்று கொள்வது உயர்வு நவிற்சி என்ற கோணத்தில் இந்த விளக்கத்தைப் புராணமென்றும் கொள்ள இயலவில்லை. இது அத்தகையதுமன்று, முற்றிலும் மூடுமந்திரமாக உள்ள விளக்கம் இது. குழம்பிய மனத்தின் விசித்திரமானதொரு கனவு. எனவே இதனை ஒரு விளக்க மென்றே கொள்ளப்படத்தக்கதன்று. ஒவ்வொரு விளக்கத்திற்கும் மாறுபட்ட விளக்கங்களும் ஏராளமாக உள்ளன. எனவே தான் இருவகைச் சூழ்நிலைகளில் வேத நூலாசிரியர்களே கூட இதனைத் தக்க மதிப்பளித்துப் போற்றிப் பயன் படுத்திக் கொள்ளவில்லை. முதலாவதாக, இந்த விளக்கம் ருக் வேதத்தின் பிறவகைப் பகுதிகளிலேயே இடம் பெற்றுள்ளது. இரண்டாவதாக, இது வெள்ளை யஜுர் வேதத்தின் மைத்ரியானி சம்ஹிதையிலோ, கதக் சம்ஹிதையிலோ இடம் பெறவில்லை. கருப்பு யஜுர் வேதத்தின் தைத்ரிய சம்ஹிதை இதனை ஏற்றுக் கொள்ளவில்லை. சாமவேதம், ருக் வேதத்தின் புருஷ சூக்தத்திலிருந்து ஐந்து மந்திரங்களை மட்டுமே இணைத்துக் கொண்டுள்ளது. அப்படி இணைத்துக் கொண்டிருக்கும் ஐந்து மந்திரங்களிலும் புருஷனின் உடம்பின் நான்கு உறுப்புகளிலிருந்து நான்கு வருணங்கள் தோன்றின என்னும் பகுதியை நீக்கிவிட்டுள்ளது. இதுமிகப் பிற்பட்ட காலத்தில் இயற்றப்பட்டதால் விடப்பட்டிருக்கலாம்; நான்கு வேதங்களும் இப்போதுள்ள வடிவத்தை அடைந்த பின்பு இடைச் செருகலாகவும்

சேர்க்கப்பட்டிருக்கலாம் என்ற போதிலும், இவற்றின் ஆசிரியர்கள் தாங்கள் விளக்க முற்பட்டதை முழு நம்பிக்கையோடு ஏற்றுக் கொண்டு நிச்சயப்படுத்திக் கொண்டு எழுதியிருப்பதற்கான அடையாளம் எதுவுமில்லை. ஓர் உருவகக் கதையை, உண்மையில் நிகழ்ந்தது போன்று தோற்றமளிக்கும் வகையில் பிராமணர்கள் தந்திருப்பதாகவே உள்ளது. இது புதிரை விடுவிப்பதாக இல்லை. அதற்குப் பதிலாகப் இன்னொரு புதிரை பிராமணர்கள் சதுர்வருணக் கோட்பாட்டை ஆதரிப்பதில் ஆர்வம் காட்டியதேன் என்ற புதிரை உருவாக்கியுள்ளது.

இதன் அறிவு பூர்வமான விளக்கத்திற்கு ஆதாரமாகப் பகவத் கீதை அமைந்துள்ளது. இந்துக்களின் கடவுளான கிருஷ்ணன் தனது கீதையில் தானே சதுர் வருண முறையை ஏற்படுத்தியதாகவும், மனிதருடைய குண வேறுபாட்டிற்கேற்ப வருண வேறுபாடு அமைவதாகவும் ஒரு கோட்பாட்டை விளக்கியுரைக்கின்றார். இந்தக் குண வேறுபாட்டுக் கோட்பாடு கபிலரின் சாங்கியத் தத்துவத்திலிருந்து பெறப்பட்டதாகும். கிருஷ்ணன் தன்னுடைய சதுர் வருண விளக்கத்தை மறுத்தொதுக்க முடியாத அதிகாரத்தொனியில் தந்துள்ளார். சாங்கிய தத்துவம் ஒவ்வொரு சடப்பொருளும் தனக்கென உரிய வகையில் ராஜக, தாமச, சாத்வீகம் என்னும் மூவகை குணங்களைப் பெற்றிருப்பதாகக் கூறுகிறது என்பதில் ஐயமில்லை. பொருள் எதுவும் சடமாக இருப்பதில்லை. மூன்று குணங்களும் ஒரே அளவான ஆற்றலோடு விளங்கும் போது நிலையற்ற சமநிலையில் இயங்குகிறது. ஒரு குணம் மேலோங்கி நிற்கும் போது சமநிலை பாதிக்கப்பட்டு சடப்பொருள் இயக்கம் பெறுகின்றது. குணதர்மம் பற்றிய சாங்கிய கோட்பாட்டைப் பொருத்திக் காட்டி வருண முறைக்கு அறிவியல் பூர்வமானதொரு விளக்கம் தருவதில் கிருஷ்ணன் மிகத் தேர்ந்தவராகவே தோன்றுகின்றார். ஆனால் அவ்வாறு கூறுவதில் அவர் தன்னையே முட்டாளாக்கிக் கொண்டுள்ளார். குணங்கள் மூன்றாகவும், வருணங்கள் நான்காகவும் இருப்பதை உணராதவராக உள்ள கிருஷ்ணன், தான் என்னதான் சிறந்த கூரத்த மதியுடையவர் என்று கூறிக் கொண்ட போதிலும் மூன்று குணங்களை மட்டுமே வைத்துக் கொண்டு நான்கு வருணங்களுக்கான ஒரு கோட்பாட்டை நிறுவ முடியாது என்பதை உணராதவராகவே இருப்பதைக் காணலாம். அறிவார்ந்த விளக்கம் போலத் தோன்றுவதான ஒரு விளக்கம் இங்கு அர்த்தமற்ற, நகைப்பிற்கிடமான விளக்க மாகிவிடுவதைக் காணலாம். இந்த விளக்கம் புதிரைத் தீர்த்து வைப்பதாக இல்லை. புதியதொரு புதிரையே உருவாக்குகின்றது. சதுர்வருணக் கோட்பாட்டை நியாயப்படுத்துவதற்குப் பிராமணர்கள் இவ்வளவு கடுமையான போரிடுவதேன்?

2

ஆசிரம தருமம் தனி மனிதனின் வாழ்வை 1) பிரமசரியம், 2) கிரஹஸ்தம் 3) வானப்பிரஸ்தம் 4) சன்னியாசம் என்னும் நான்கு நிலைகளாகப் பிரிக்கின்றது. பிரமசரிய நிலை என்பது சட்டப்படியும், நடப்பியலில் உண்மையாகவும் திருமணமாகாததொரு நிலையைக் குறிக்கிறது. ஓர் ஆசிரியனிடத்து மாணவனாக இருந்து படிப்பதால் இது சட்டப்படியானதாகின்றது. கிரஹஸ்தம் என்பது மணவாழ்வை மேற் கொண்டு இல்லறம் நடத்தும் நிலையைக் குறிக்கின்றது. குடியுரிமைக்குரிய பொறுப்புகளையும் கடமைகளையும் துறந்த நிலையே சன்னியாச நிலை. வானப்பிரஸ்த நிலை கிரஹஸ்தம், சன்னியாசம் ஆகிய இரண்டிற்கும் இடைப்பட்டது. இந்த நிலை சமுதாயத்தோடு ஒட்டியிருந்த போதிலும் சமுதாயத்திலிருந்து விலகி வாழ்கின்ற நிலையாகும். அந்தச் சொல்லின் பொருளுக்கேற்ப காட்டில் வாழ்வதை அது விதிக்கின்றது.

சமூக நலன்களுக்காக ஆசிரம தருமமும், வருண தருமமும் இன்றியமையாதவை என இந்துக்கள் நம்புகின்றனர். இவை இரண்டும் இணைபிரிக்கமுடியாத ஒன்றே என்னும் பொருள்பட இதனை வருணாசிரம தருமம் என இரண்டும் இணைந்த பொதுப்பெயரிட்டே வழங்குகின்றனர். இந்து சமுதாயத்தின் உடைக்க முடியாத கட்டமைப்பாக இவை இரண்டும் செயல்படுகின்றன.

ஆசிரமதருமத்தைப் பற்றி விரிவாக அறிந்து கொள்ளுமுன்பு, அதன் தோற்றம், நோக்கம், தனித்தன்மை ஆகியவற்றை ஆய்ந்தறிவது அவசியமாகின்றது. ஆசிரம தருமத்தைப்பற்றி அறிவதற்கு மனு ஸ்மிருதியே சிறந்ததொரு ஆதாரமாக உள்ளது. அதிலிருந்து பின் வரும் பகுதிகள் எடுத்துக்காட்டுவதற்குத் தக்கவை:

“பிராமணனுக்கு எட்டு வயதிலும், க்ஷத்திரியனுக்குப் பதினொன்றிலும், வைசியனுக்குப் பன்னிரண்டிலும், தத்தம் வருணத்திற்குத் தக்கவாறு உபநயனம் செய்விக்க வேண்டும்” *அத்.2:36*

“வேதம் பயில்வதை விட்டு, பொருளியல் போன்ற உலகியல் சாத்திரங்களில் முயலும் இருபிறப்பாளன் தன் வாழ் நாளிலேயே தனது குலத்துடன் நாலாவது வருணத்தவனாகி விடுகின்றான்” *அத்2:168*

“மூன்று வேதங்களிலும் அத்தியயனம் செய்யும் மாணவன் ஒருவன். தொடர்ந்து முப்பத்தாறு ஆண்டுகள் குருகுலவாச செய்யலாம். அல்லது பாதிகாலமோ, நாலிலொரு பங்கு ஆண்டுகளோ அல்லது வித்தை முழுவதும் பயின்றாகும் வரையிலோ குருகுலவாசம் செய்யலாம்”. *அத் 3:1*

"முறை பிறழாத குருகுலவாசம் புரிந்த சீடன். மூன்று வேதங்களையுமோ, இரண்டினையோ, ஒன்றையோ பழுதறக் கற்றுத் தேர்ந்தபின் இல்லற வாழ்வை மேற்கொள்ளலாம்" அத் 3:2

"தனித்தனியே பிரமசாரி, கிரஹஸ்தன், வானப்பிரஸ்தன், சன்னியாசி ஆகிய நான்கு ஆசிரமங்களும் கிரகதாசிரமத்திலேயே உண்டாகின்றன. அத் 6:87

"விதிப்படி அதனதன் ஒழுக்கங்களை மேற்கொண்டு நடத்தி வந்தால், இவை நான்கும் தனித்தனியே பிராமணனுக்கு மோட்சம் தரவல்லனவேயாகும். அத்.6.88

"இந்த நான்கு ஆசிரமங்களுக்குள்ளே, வேதம், ஸ்மிருதி ஆகிய நூல்களில் விதித்தபடி நெறிமுறை ஒழுகும் இல்வாழ்வான், மற்ற மூவர்க்கும் உற்ற துணையாக விளங்குகிறவனாதலால் அவன் உயர்ந்தவன்" அத்.6:89

"நெறியொழுகும் துவிஜன் இவ்வாறு இல்லறம் புரிந்து தூயராய், புலனடக்கிப் பின்னர் வானப்பிரஸ்த ஆசிரமம் அடைந்து தபோவனத்தில் சென்று காலம் கழிக்கக்கடவானாக" அத் 6:1

"தன் உடலில் திரையும், தலைமுடியில் நரையும், தன் பிள்ளை வயிற்றில் பிறக்கும் பிள்ளையையும் பார்க்கின்ற இல்வாழ்வான் வானப் பிரஸ்தம் மேற் கொள்ள வேண்டும்" அத் 6:2

"காட்டு வாழ்வில் மூன்றாம் நிலையைக் கழித்து, நான்காம் நிலையில் ஆசைகளை வென்று, உலகத் தொடர்பனைத்தும் நீத்துத் துறவியாகிவிடலாம்" அத் 6:33

"முறையே பிரமச்சரியம், இல்லறம், வானப் பிரஸ்தம் ஆகிய இவற்றை உரிய கடன்களுடன் பின்பற்றி வேள்விகளைச் செய்து புலன்களை அடக்கிச் சலித்து, இறுதியில் அனைத்தும் நீங்கப் பெற்ற துறவினால் இறப்புக்குப்பின் மேலான இன்பம் பெறுவான்" அத். 6:34

"மூன்று கடன்களையும் நேர்ந்த பின்பு இறுதி விடுதலைக்கு மனம் செலுத்துவானாக. செய்ய வேண்டிய கடன் களைச் செய்யாமல் துறவு கொள்வோன் நரகத்தை அடைவான்". அத் 6:35

"முறைப்படி வேதங்களைக் கற்று, நெறிகளின் படி ஒழுகிப் பிள்ளைகளைப் பெற்று தன்னால் இயன்றதான வேள்விகள் இயற்றி, மோட்ச சாதனமான இறுதி விடுதலையில் மனம் ஊன்றுக" அத்.6:36

"இருப்பிறப்பாளர் வேதங்களை ஓதாமலும், சந்ததியில்லாமலும், வேள்விகள் இயற்றாமலும் மோட்சத்திற்கு முயல்வதால் நரகமே வாய்க்கும் அத் 6:37

இந்த விதிமுறைகளின்படி, ஆசிரம தருமத்தில் மூவகைத் தன்மைகளை மனு கருதியிருப்பது தெளிவாகிறது. முதலாவது இந்த தருமத்தைச் சூத்திரர்களும் பெண்களும் மேற்கொள்ள முடியாது. இரண்டாவதாக, பிரமசரியமும், கிரஹஸ்தமும் கட்டாயமாக மேற்கொள்ள வேண்டியவை. வானப்பிரஸ்தமும் சன்னியாசமும் கட்டாயமானவையல்ல. மூன்றாவதாக ஒரு நிலையிலிருந்து இன்னொரு நிலைக்குப் படிப்படியாக அதாவது முதலில் பிரமசரியம். பின்னர் கிரஹஸ்தம், பின்னர் வானப்பிரஸ்தம் இறுதியில் சன்னியாசம் என இந்த தருமத்தை மேற்கொள்ள வேண்டும் எவரும் எந்த நிலையையும் ஒதுக்கிவிட்டு இன்னொரு நிலைக்குப் போகக்கூடாது.

வரலாற்று நோக்கில் மனு கூறுவதைச் சீர் தூக்கிப் பார்த்தோமானால் பலவகையான கேள்விகள் எழுகின்றன. வேதங்களைப் பார்த்தால் வாழ்வின் நிலைகள் பற்றிய கோட்பாடு அதில் காணப்படாத ஒன்றாக உள்ளது. வேதங்கள் பிரம்மச்சாரியைப் பற்றிப் பேசுகின்றன. ஆனால் பிரம்மச்சரியம் வாழ்வின் தவிர்க்க முடியாததொரு நிலையாக இருந்தது என்பதற்குச் சான்றெதுவும் இல்லை. ருக்வேதத்தில் யதிகள் என்பது பற்றிய குறிப்புள்ளது. ஆயின் இதுவும் வாழ்வின் ஒரு நிலை என்று கருதப்பட்டதில்லை. சந்நியாச நிலையைப் போலில்லாமல். ருக் வேத கால யதி' நிலை வெறுக்கப்பட்டதொரு அமைப்பு முறையாகவே இருந்தது. இன்னும் கூறப் போனால் இந்த யதிகளை நரிகளுக்கு இரையாக வீசியதாக இந்திரன் பேசுவது போன்ற பல பாடல்கள் ருக் வேதத்தில் உள்ளன. பிராமணர்கள் இந்த நால்வகை ஆசிரமக் கோட்பாட்டினை ஏன் உருவாக்கினர். ஆசிரம தர்மத்தைப் பற்றிய முதல் புதிர் இதுதான்.

இரண்டாவது புதிர், நால்வகை ஆசிரம முறையின் வரிசை அமைப்பைப் பற்றியதாகும். பிரம்மசாரியொருவன் மற்ற மூன்று ஆசிரமங்களில் எந்த நிலையையும் மேற் கொள்ளலாம் என்றிருந்த காலமொன்றிருந்தது என்பதில் ஐயமில்லை. அவன் கிரஹஸ்தனாகவோ, கிரஹஸ்தனாக ஆகாமல் நேரடியாகச் சன்னியாசியாகவோ ஆகிவிடலாம். இது பற்றி தரும் சாஸ்திர நூலார் கூறுவதை ஒப்பிடுக.

வாசிட்ட தரும் சூத்திரம் கூறுவதாவது: [1]

"மாணவன். குடும்பஸ்தன், வானப்பிரஸ்தன், சன்னியாசி என்னும் நான்கு நிலைகள் உள்ளன."

"மாணவ நிலையின் விதிகளை மீறாமல் ஒன்றோ, இரண்டோ அல்லது மூன்றோ வேதங்களைக்கற்றவன் தான் விரும்பியவாறு,

---

[1] வாசிஸ்ட தரும சூத்திரம், அத்.7: 1,2,3

விரும்பும் முறையில் இந்த நிலைகளில் எதையாவது ஒன்றை மேற்கொள்ளலாம்"

கௌதம் தரும் சூத்திரம் கூறுவதாவது[1]

"தரும் வேதங்களைக் கற்றவன் தான் விரும்பியவாறு விரும்பிய வாழ்க்கை நிலையை மேற்கொள்ளலாம் என சிலர் கூறுகின்றனர்"

"மாணவ நிலை, கிரஹஸ்த நிலை, பிக்கு நிலை, வனங்களில் வாழும் துறவி (வைகானஸ) நிலை என்பன அந்த நான்கு நிலைகளாம்."

தரும் சாஸ்திரங்களின் இந்தக் கூற்றுகளின்படி மண வாழ்க்கை நிலை என்பது விருப்பநிலை என்றிருந்த கால மொன்றிருந்தது என்பது தெளிவு. பிரமசரியத்திற்குப்பின் நேராக வானப்பிரஸ்த நிலைக்கோ அல்லது சன்னியாச நிலைக்கோ ஒருவர் செல்லலாம். மனு இந்த விருப்ப விதிகளை நீக்கி, மணவாழ்க்கை நிலையை ஏன் கட்டாயமாக்கினார்? வானப்பிரஸ்த நிலைக்குச் செல்வதற்கு முன் கிரஹஸ்த நிலை வேண்டும் எனவும், சன்னியாசத்திற்கு முன் வானப்பிரஸ்த நிலை வேண்டும் எனவும் கட்டாயமாக்கியதேன்?

வாழ்க்கையின் நால்வகை நிலைகள் சில முக்கியமான இலட்சியங்களைக் கருத்தில் கொண்டு நிறுவப்பட்டதாயின் இவற்றை மேற்கொள்வதிலிருந்து சூத்திரர். பெண்கள் ஆகிய இரு திறத்தினர் விலக்கப்பட்டதேன் என்பதைப் புரிந்து கொள்வது கடினமாக உள்ளது. மனுவின் திட்டப்படி சூத்திரர்களும், பெண்களும் குடும்ப வாழ்வை மேற் கொண்டவர்களாக மட்டுமே இருக்க வேண்டும் என்றாகிறது. அவர்கள் பிரம்மச்சாரி, வானப்பிரஸ்தி, சந்நியாசி என்று ஏன் ஆகக் கூடாது? ஆசிரமதர்மத்தை அவர்களுக்கும் அளிப்பதனால் அவர்களுக்கோ, சமுதாயத்திற்கோ என்ன ஊறு நேர்ந்து விடும்?

இந்த ஆசிரம தர்மத்தைப் பற்றி வேறு சில புதிர்களும் உள்ளன. முதலாவதான் புதிர், பிரம்மசாரிகளிடையே மனு ஏற்படுத்தியுள்ள வேற்றுமைகளாகும்.[2]

2:41 "மாணவர்கள் வருண ஒழுங்கின்படி, மேலுடை முறையே கருப்புமான், புள்ளி மான், வெள்ளாட்டுக்கிடாவின் தோலாலும். கீழாடை சணல், நீலமலர்ச்செடித் தண்டு அல்லது கம்பளியாலும் அணிய வேண்டும்."

2:42 "பிராமணனின் அரைக் கச்சை மூங்காப்புல்லின் மூன்று இழைகளாலும், சத்திரியனின் அரைக்கச்சை மூர்வா இழைகளால்

1 கௌதம தரும சூத்திரம், அத். 3.1.2
2 கீழை நாட்டுப்புனித நூல்கள், XXV, மனு,பக் 37 - 99

ஆன வில்லின் நாண் இழைகளாலும், வைசியனின் அரைக் கச்சை சணல் நார் இழைகளாலும் செய்யப்பட்டிருத்தல் வேண்டும்."

2:43 "மூங்காப்புல் கிடைக்கவில்லையென்றால் குசா, அஸ்மந்தகா, பால்பகா இழைகளால் மூன்று முடிச்சு அல்லது குடும்ப வழக்கத்திற்கேற்ப ஐந்து முடிச்சுகள் போடுதல் வேண்டும்."

2:44 "பிராமணனின் பூணூல் பருத்தி இழையால் வலப்புறம் முறுக்கி முப்புரியாக அமைதல் வேண்டும். சத்திரியனுக்குச் சணல் நார் இழைகளும், வைசியனுக்கு வெள்ளாட்டு ரோம் இழைகளும் பயன்படுத்தப் பெறுதல் வேண்டும்."

2:45 "புனித சட்டத்தின்படி, பிராமணன் வில்வம் அல்லது பலாச மரக் கொம்பையும், சத்திரியன் ஆல் அல்லது கருங்காலி மரக் கொம்பையும் வைசியன் பிலு அல்லது அத்திமரக் கொம்பையும் ஏந்திச் செல்லுதல் வேண்டும்."

2:46 "பிராமணன் தலைமுடி வரை நீண்ட கொம்பையும், சத்திரியன் தன் நெற்றி மட்டக் கொம்பையும், வைசியன் மூக்குவரை நீண்ட கொம்பையும், ஏந்துதல் வேண்டும்"

2:47 "இந்தத் தண்டங்கள் கோணலின்றி வடுப்படாததாக, பார்வைக்குக் கவர்ச்சிகரமானவையாக, எதிர்ப்படுவோருக்கு அச்சம் தருவதாக அமையாமல், அவற்றின் பட்டைகளுடன் கூடியவையாய். தீயில் வாட்டி எடுக்கப்படாதவையாக இருக்க வேண்டும்".

2:48 "விரும்பிய கொம்பினை ஏந்திச் சூரியனை வழிபட்டு, தீயை நோக்கி வலக்கரம் நீட்டி அக்னி வலம் வந்தபின் மாணவன் விதிகளின்படி யாசித்தல் வேண்டும்."

2:49 "பவதி (வீட்டுத்தலைவி) என்னும் சொல்லை தொடங்கி *(பவதி பிஷாந்தேகி என்று)* பிராமணனும், சத்திரியன் அச்சொல்லை *(பிஷாம் பவதி தேகி என்று)* நடுவில் இட்டும், வைசியன் அச் சொல்லை *(பிஷாம் தேகி பவதி என்று)* இறுதியில் வைத்தும் யாசித்தல் முறையாகும்"

இந்தப் பிரம்மசாரிகள் அனைவரும் ஒரே பிரிவைச் சார்ந்தவர்களாக அதாவது துவிஜர்களாகவே இருப்பவர்கள். அவ்வாறாயின் அவர்கள் அணியும் மேலாடைகளில் ஏன் வேறுபாடு இருக்க வேண்டும்? அவர்கள் அணியும் பூணுல் இழைகளும் வெவ்வேறாக இருக்க வேண்டிய அவசியம் என்ன? ஏந்தும் கொம்புகள் வெவ்வேறு மரத்தினதாக இருப்பானேன்? அவர்கள் யாசிக்கும் சொற்களில் வேறுபாடு இருக்க வேண்டியதேன்? பிராமணப் பிரம்மசாரியொருவன் 'பவதி பிஷாம்

தேகி' என்று சொல்வானேன்? சத்திரிய பிரம்மசாரியொருவன் 'பிஷாம் பவதி தேகி' என்று சொல்வானேன்? வைசியப் பிரம்மசாரியொருவன் பிஷாம் தேகி பவதி என்று சொல்வானேன்?

ஆஸ்ரம தர்மம் என்பது இந்துக்களின் விநோதமான தொரு அமைப்பு: இதற்காக அவர்கள் பெரிதும் பெருமைப்பட்டுக் கொள்கிறார்கள். அதற்கு இணையானதொரு அமைப்பு எங்கும் இல்லை என்பது உண்மையே. அதே வேளையில் அதற்கென்று தனியொரு திறப்பு எதுவும் இல்லை என்பதும் உண்மையே. கட்டாய பிரமச்சரியம் என்பது பிள்ளைகளுக்குக் கட்டாயமாகக் கல்விப் பயிற்சிக்கு வழி வகுக்கின்றது என்ற வகையில் கவர்ச்சியாகத் தோன்றுகின்றது. ஆனால் இது அனைவருக்கும் உரியதன்று என்பதை நோக்க வேண்டும். சூத்திரர்களுக்கும். பெண்களுக்கும் இது விலக்கப்பட்டிருக்கிறது. இந்து சமுதாயத்தின் பத்தில் ஒன்பது அளவுக்குரிய தொகையினரான சூத்திரர், பெண்கள் ஆகியோரைக் கருத்தில் கொண்டு பார்த்தால் இது அறிவார்ந்த முறை என்பதைவிட வஞ்சகத் தன்மையுடையது என்பது புலப்படும். நிச்சயமாக இது பெருந்தொகையினரான மக்களை வேறுபடுத்துகின்ற கேடு உடையது. ஆளும் வர்க்கத்தாரின் கல்விக்கான திட்டமாகவே இது அமைந்துள்ளது. கட்டாயத் திருமணம் என்பது நமது கற்பனைக்கு எட்டிய அளவில் முட்டாள் தனமானது. பணம், உடல் நலம் ஆகியவற்றைக் கருதாமல் திருமணத்தைக் கட்டாயமாக்குவது, அரசாங்கமே முன் வந்து அனைவருக்கும் வாழ்வதற்கு வழிவகை செய்தாலொழிய, தனிமனிதருக்கும் நாட்டிற்கும் அழிவைத் தரக்கூடியது. இந்த நால்வகை நிலைகளில் வானப்பிரஸ்தம், சந்நியாசம் ஆகிய நிலைகள் பெரிதும் அறிவீனமானவை. இந்த இரு நிலைகள் பற்றிய விதிகளை எடுத்துக்காட்டுவேன்.

வானப்பிரஸ்தம் பற்றி மனு விதித்துள்ள விதிமுறைகள் பின்வருவன.

"விவசாயம் செய்து கிடைத்த உணவுப் பொருள், சொத்து சுகங்கள் ஆகியவற்றைத் துறந்து, மனைவியைத் தன் மகனிடம் ஒப்படைத்து அல்லது அவள் விரும்பினாள் அவளையும் உடன் அழைத்துக்கொண்டு வனம் செல்ல வேண்டும். அத். 6.3

தான் ஓம்பி வந்த தீயையும் வேள்விக்கான உபகரணங்களையும் உடன் கொண்டு ஊரைத் தாண்டி வனம் புகுந்து, புலன் வென்ற வீறுடன் இருக்க வேண்டியது. அத்.6:4

சாலியன்னம், காய், சருகு, கனி, கிழங்கு இவற்றைக் கொண்டு இல்லறத்தானுக்குக் குறித்த ஐம்பெரும் வேள்விகளையும் தவறாது இயற்றி வர வேண்டியது. அத் 6:5

மான்தோல் போன்றவை அல்லது மரவுரி தரித்தலும், காலை. மாலை ஸ்நானம் செய்தலும், சடை, மீசை, தாடி நகம் ஆகியவற்றை வளர்த்தலும் வேண்டும் அத். 6.6

தனக்கு உண்ணக் கிடைப்பதையே நிவேதனம் செய்ய வேண்டும். தன் சக்திக்கேற்ப பிச்சை வழங்க வேண்டும். தண்ணீர், கிழங்கு, கனிகள் முதலியவற்றைக் கொண்டு தன்னை நாடி வருவோரை உபசரிக்க வேண்டும். அத். 6:7

இடையறாத வேத நினைவும், குளிர், கானல் போன்ற நுகர்ச்சிகளைத் தாங்கிக் கொள்வதும், அனைத்துயிர்க்கும் நண்பனாய் இருப்பதும், பிறர்க்குக் கொடுப்பதேயன்றிப் பிறரிடம் இரவாதிருத்தலும் அமைந்திருக்க வேண்டியது. அத் 6:8

தரும நெறிகளின்படி அக்னிஹோதரி வேள்வியையும் அமாவாசை, பௌர்ணமி காலங்களில் அவற்றிற்குரிய வேள்விகளையும் ஒரு போதும் கைவிடாமல் நடத்த வேண்டும். அத். 6:9

நட்சத்திரயாகம், ஆக்ரயணம், சதூர்மாசியம், துராயணம் மற்றும் தட்சிணாயணம் ஆகியவற்றை முறையே இயற்ற வேண்டியது அத் 6:10

இளவேனில், கார் ஆகிய பருவங்களில் காட்டில் விளைந்த தூய சம்பா கார் நெல்மணிகளைத் தானாகப் பொறுக்கி எடுத்துத் தயாரித்த புரோதசம் என்ற அடை, வேகவைத்த அரிசியினால் செய்த கரு என்ற அன்னம் ஆகியவற்றைச் செய்ய வேண்டியது. அத் 611

காட்டில் கிடைத்த அரிசியில் சமைத்த இவற்றை ஓமம் செய்யவும், மிகுதியைத்தான் தயாரித்த உப்புடன் கூட்டிப் புசிக்கவும் தக்கதாம். அத் 6:12

மண்ணிலும் நீரிலும் தானாகத் தோன்றும் மலர், கிழங்கு, காய், கனி, நல்ல பெருமரங்களின் கனியில் இருந்து கிடைக்கும் சாறு ஆகியவை புசிக்கத் தக்கவை அத். 6:13

கூட்டுத்தேன், புலால், மண்ணிலும் மரத்திலும் முளைத்த காளான், பூஞ்ச காளான்களான பூஸ்திரணம். சிகுருகம் அழிசிற் பழம் ஆகியவை நீக்கத்தக்கவை. அத் 6:14

ஆண்டுதோறும் ஐப்பசி மாதத்தில் துறவிகளுக்குரியதும் முன்னாளில் சேகரிக்கப்பட்டதுமான உணவினையும் கிழிந்த ஆடை முன் நாளில் தேடி மிகுந்த காய், கனி, கிழங்கு ஆகியவற்றையும் அவ்வப்போது விலக்கி விடுக. அத். 6:15

உழுத நிலத்தில் விளைந்த நெல் பயிரிட்டவன் வேண்டாமென ஒதுக்கியதாயினும் அதனைக் கொள்ளலாகாது. ஊரில் உழாத நிலத்தில் விளைந்த காய், கனி, கிழங்கு, ஆகியவற்றையும் துன்பம் நேர்ந்த போதும் உண்ணலாகாது. அத். 6:16

காய், கிழங்கு முதலியவற்றை நெருப்பில் சமைத்தோ, தாமே பழுத்த போது கல்லால் அரைத்தோ, பற்களால் கடித்தோ, உண்ணலாம் அத். 6:17

தனக்கு உதவும் உணவை, அன்றாடமோ, மாதம் ஒருமுறையோ ஆறு மாதத்திற்கோ. ஓராண்டிற்கோ தேவையான தைத் தேடி வைத்துக் கொள்ளலாம். அத். 6:18

இவ்வாறு சேர்த்ததை இரவில் மட்டுமோ, பகலில் மட்டுமோ நான்காம் உணவு வேளையிலோ அல்லது எட்டாம் உணவு வேளையிலோ வேண்டியதை புசிக்கலாம். அத். 6:19

அல்லது வளர், தேய் பிறைகளில் பாந்திராயன் நோன்பிருக்கலாம். வளர்பிறையில் ஒவ்வொரு நாளும் உணவைக் குறைத்துக் கொண்டும் தேய்பிறையில் உணவை மிகுத்துக் கொண்டும் வரலாம். ஒவ்வொரு பதினைந்து நாட்களின் கடைசி தினங்களில் ஒரு நாளுக்கு ஒரு முறைமட்டுமே பார்லி கஞ்சியைப் பருகலாம். அத். 6:20

அல்லது தாமே கனிந்து உதிர்ந்த மலர்கள், கிழங்குகள், கனிகள் ஆகியவற்றைக் கொண்டு விகானர்களின் விதிகளைப் பின்பற்றி உண்டு மயிர் வாழலாம். அத். 6:21

களைப்பு மேலிட்டால் தூய்மையான தரையில் படுத்துப் புரளலாம். அல்லது கட்டைவிரல் நுனியில் ஊன்றி நிற்கலாம். அல்லது அமர்வதும் நிற்பதும் செய்யலாம். தினம் மூன்று வேளை (காலை, மதியம், மாலை) நீராட வேண்டும் அத். 6:22

தவநெறியில் தங்கும் பொருட்டும் கோடையில் பஞ்சு அக்னி பத்தியிலும், மழைக் காலத்தில் திறந்த வெளியிலும் பனிக்காலத்தில் ஈரத்துணியைப் போர்த்துக் கொண்டும் தன் தவ வலிமையை முறையாகப் பெருக்கிக் கொள்ள வேண்டும். அத் 6:23

அன்றாடம் மூவேளைகளில் நீராடி, தேவ, பிதுர் தர்ப்பணம் இயற்றி, உபவாசம், இருந்து யாக்கையை ஒடுக்கவும். அத் 6:24

இவ்வாறு மூன்று தீயினைத் தானே வளர்த்து சாந்தப்படுத்தியபின், வீடும், தீ வளர்த்தலும் நீத்து, கனி, கிழங்குகள் உண்டு மோனம் காத்து வாழ வேண்டும். அத் 6.25

இன்பம் தரும் பொருட்களைப் பெறும் விருப்பத்தை அகற்றி தரையில் தூங்கி தங்குவதற்குரிய பாதுகாப்பிடம் குறித்துக் கவலை கொள்ளாமல் மரத்தடியில் தன்னை மறந்து தங்கியிருக்க வேண்டும் *அத். 6:26*

காய் கனிகள் கிடைக்காவிடின், வானப்பிரஸ்தரான பிராமணரிடமோ அவர்கள் இல்லையேல் வனம் புகுந்துரையும் பிராமண இல்வாழ்வோரிடமோ தன் உயிராக்கு வேண்டியதை மட்டும் கேட்டுப் பெற வேண்டியது. *அத். 6:27*

காட்டில் வாழும் துறவி இரண்டு கைகள் குவித்து அதில் நிறையவோ, உடைந்த மண் பாத்திரம், தொன்னை ஆகியவற்றில் எட்டுக்கவளங்களோ உயிர் வாழ்க்கைக்குப் போதுமான உணவு பெற்றுக் கொள்ளலாம் *அத் 6:28*

பிராமணன் இந்த நோன்புகளையும், மற்றும் பலவற்றையும் காட்டில் வாழ்ந்து நோற்றிருந்து முழுநற்கதி அடைவதற்கு வேதம், உபநிடதம் முதலிய வேதாந்தங்களைப் பயில வேண்டும். *அத். 6:29*

தன் உடமைகள் அனைத்தையும் தியாகம் புரிகின்றதான பிராஜாபதய வேள்வியை முடித்து, தான் வளர்த்த முத்தியினையும் தனது உணர்வினில் ஏற்றவாறு இல்லத்தை நீத்துத் துறவு மேற்கொள்க. *அத். 6:38*

தன்னால் யாதொரு உயிரினத்திற்கும் ஆபத்து ஏற்படாமல் பாதுகாப்பிற்கான உறுதியை மேற்கொண்டு இல்லத்தை நீத்துத் துறவு பூணுவோனுக்கு ஒளி பொருந்திய நல்லுலகங்கள் காத்திருக்கின்றன. *அத். 6:39*

எத்தகைய சிற்றுயிர்க்கும் அச்சமேற்படுத்தாமல் வாழ்கின்ற இருபிறப்பாளனுக்கு மறுமையில் யாண்டும் அச்சமில்லை. *அத். 6:40*

இல்லறத்திலிருந்து தூய்மையாக நீங்கித்துறவு மேற்கொண்டவன் வலிந்து எவரேனும் கொடுப்பதையும் பெறாமல் விஷய சுகங்களில் நாட்டமின்றி மோனத்துடன் திரியலாம். *அத். 6:41*

எவருடைய துணையுமின்றி இறுதி விடுதலை பெறுவதற்குத் தக்க வகையில் தனித்துத் திரிதல் வேண்டும். அத்தகையவனுக்குச்

சேர்க்கையினாலோ, பிரிவினாலோ வரும் சுக, துக்கங்கள் ஏற்படுவதில்லை. *அத். 6:42*

தனக்கென்று வீடென்று ஒன்று இல்லாமலும், நெருப்பில் சமைத்து உண்பது என்றில்லாமலும், அன்றாட பிட்சைக்காகக் கிராமத்திற்குப் போகலாம், ஒரு பொருளும் விரும்பாமலும்,

உறுதியான நினைவுடனும் பிரம சிந்தனையுடனும் இரவும், பகலும் வனத்தில் இருக்க வேண்டியது. அத் 6:43

மண்பாண்டம், மரத்தடி வாசம், கந்தை உடுத்தல், தனிமை. எவரிடத்தும் நட்பு. பகை தவிர்த்துச் சம் நோக்குடன் பழகுதல் ஆகியவை மோட்ச நாட்டமுடையோனுக்குரிய அறிகுறிகளாம். அத்.6:44

தன் உயிர் வாழ்க்கை, மரணம் ஆகியவற்றை விரும்பக் கூடாது. ஊதியம் பெறுகின்ற நாளை எண்ணியிருக்கும் சேவகனைப் போல் உடல் வாழ்வு உதிர்ந்துபோகும் நாளை எதிர்பார்த்திருக்க வேண்டியது. அத். 6:45

மெய்ப்பொருள் உணர்வு உடையவனாய், யோக முறைகளின்படி அமர்ந்து விஷய சம்பந்தமற்று. தனது உடலால் உழைத்துக் கொண்டே மோட்ச நாட்டத்துடன் உலகில் இயங்கியிருக்க வேண்டியது. அத். 6:49

பூமி சாஸ்திரம், நிமித்த நூல், மருத்துவம், சோதிடம், தருக்க நூல், ரேகை சாஸ்திரம் ஆகியவற்றைக் கற்பித்தும் சாஸ்திர வியாக்கியானம் செய்தும் பிட்சை பெறக்கூடாது. அத் 650

துறவிகள். பிராமணர் ஆகியோர் பிட்சைக்குக் காத்துக் கொண்டிருக்கும் போதும், பறவைகள். நாய் ஆகியவை சோறு உண்டு கொண்டிருக்கும் போதும் அந்த இல்லங்களில் தானும் பிட்சைக்குச் சென்று நிற்றல் கூடாது. அத். 6:51

முடி, நகம், மீசை. இவற்றை அகற்றி, தண்டு, கமண்டலம், திரிதண்டம், தருப்பை. காஷாயம் இவற்றைத் தரித்து யாரையும் வருத்தாமல், புலன் வெற்றி கொண்டு எங்கும் தங்காமல் திரிந்து கொண்டிருக்க வேண்டியது. அத். 6:52

பொன். வெள்ளி, செம்பு ஆகியவற்றால் செய்த பாத்திரங்களைத் தவிர்த்து மண், மரப்பாண்டங்களை ஓட்டையில்லாதனவாக வைத்துக் கொள்ள வேண்டும் அவற்றை வேள்விக் கலங்களைப் போல் மண்ணாலும், நீராலும் தூய்மை செய்துகொள்ளவும். அத்.6:53

தெங்கின் குடுக்கை, சுரைக் குடுக்கை, மராடு. தொன்னை, மண்பாண்டம், மூங்கில் படி ஆகியவற்றைத் துறவியின் பாண்டங்கள் எனச் சுயம்புவின் மகனான மனு கூறியுள்ளார். அத். 6:54

ஒரு வேளை பிட்சை கொள்ளவும். அதுவும் அளவோடு கொள்ள வேண்டும். அதிகம் புசித்தால் சன்னியாசியும் காமம் கொள்ள நேரும். அத். 6:55

புகை, உலக்கை சத்தம், அடுப்பு எரிதல் ஆகியவை இல்லாமல் விருந்தினர் உண்ட பின்னர் அமைதி பெற்றிருக்கும் இல்லங்களில் சந்நியாசி பிட்சைக்குப் போகவும். அத். 6.56

பிட்சை கிடைக்காவிட்டால் கவலையும், கிடைத்தால் மகிழ்ச்சியும் கொள்ளாமல் உயிர்வாழ்வதற்கு வேண்டியதைப் பெற்று எதிலும் விருப்பின்றி இருக்க வேண்டும். அத். 6:57

தன்னைப் போற்றிப் புகழ்ந்து எவராவது பிட்சையிட்டால் அதைத் தடுக்க வேண்டும். இதை விரும்பினால் துறவின் உச்ச நிலையை எய்தியவரும் புகழுரையால் சம்சாரப் பந்தத்தை அடைய நேரலாம். அத். 6:58

சிறிதே புசிப்பதும், தனித்திருப்பதும், இன்ப நாட்டமுள்ள புலன்களை நல்லாற்றில் செலுத்துதலும் வேண்டும். அத். 6:59

புலனடக்கத்தாலும், விருப்பு வெறுப்பை விடுவதாலும், உயிர்வதை செய்யாமையாலும் பிறவாமைக்குரிய மோட்சத்தை அடையும் தகுதி பெறுவான். அத். 6:60

விஷய சுகங்களைப் பிரம்ம தியானத்தால் நீக்குவோன் இம்மை மறுமைகளில் அழிவற்ற இன்பம் எய்துவான். அத். 6:80

சம்சார பந்தங்களையும், மான அவமானங்களையும் விட்டு நீங்கி, ஞான யோகத்தால் அல்லது கர்மயோகத்தால் பிரம்மசாயுஜ்யம் பெறுவான் அத். 6:81

மேற்சொன்னவாறு விட்டொழித்தல் பிரம்மத் தியானம் உள்ளவனுக்கே பலன் தருமேயன்றி, அஃதில்லாதவனுக்கு ஒரு காமமும் பலிக்காது. அத். 6:82

வேள்விகளைக் குறித்தும் தெய்வங்களைக் குறித்தும், ஆன்மாவைக் குறித்தும் விளக்கும் வேதப் பகுதிகளையும், வேதாந்தப் பகுதிகளையும் தொடர்ந்து உச்சரித்தல் வேண்டும். அத் 5:83.

வேதாந்தம் பொருளறியாமல் ஓதுகின்றவனையும் காப்பாற்றுகின்றது. பொருளறிந்தவர்க்கு பெரும் பயனளிக்கின்றது. கைவல்யமோ, மோட்சமோ விரும்பு வோர்க்கு இதுவே கதியாகும். அத். 6:84

இவ்விதம் மேலே குறிப்பிட்ட செயல்கள் அனைத்தையும் மேற்கொண்டு சன்னியாசம் பெறும் துவிஜன், பாவமனைத்தும் இம்மையிலேயே நீத்து. மேலான பிரம நிலையை எய்துவான் அத்.6:85

வானபிரஸ்த நிலையைச் சந்நியாச நிலையோடு ஒப்பிட்டுப் பார்த்தால் அவற்றிற்கிடையே நெருங்கிய சாயல் இருப்பதைக் காண்பதோடு இந்த இரு நிலைகளையும் தனித்தனி நிலைகளாகப் படைத்திருப்பது ஏன் எனக் கேட்கத் தோன்றும். இவற்றிற்கிடையே வெகு சில வேற்றுமைகளே இருப்பது தெரியவரும். முதலாவதாக, வானப்பிரஸ்தன் தன் மனைவியைத் தன்னோடு அழைத்துச் செல்லலாம். ஆனால் சந்நியாசி அவ்வாறு அழைத்துச் செல்ல முடியாது. இரண்டாவதாக, வானப்பிரஸ்தன், தன் சொத்து, உடமைகளை நீத்துச் செல்ல வேண்டும். சந்நியாசி உடமைகளை முழுதுமாகத் துறந்து விட வேண்டும். மூன்றாவதாக, வானப்பிரஸ்தன் காட்டில் வாழுவதற்கு ஒரு வாழ்விடத்தை அமைத்துக் கொள்ள வேண்டும். சந்நியாசியோ காட்டில் குறிப்பிட்டதொரு வாழிடத்தை அமைத்துக் கொள்ளாமல் எங்கும் தங்கி இராமல் திரிந்து கொண்டே இருக்க வேண்டும். மற்ற வகையில் இருவருடைய வாழ்க்கையும் ஒரே மாதிரியானதாகும். சந்நியாச நிலையே வானப்பிரஸ்தன், சந்நியாசி ஆகிய இருவருக்கும் போதுமானதாக இருக்கையில், வானப்பிரஸ்தனக் கென்று தனியொரு நிலையைப் பிராமணர்கள் கூடுதலாக ஏற்றுக்கொள்வானேன்? இந்த இரு நிலைகள் தனித்தனியாக இருப்பதனால் என்ன நன்மை ஏற்படப் போகின்றது என்ற கேள்விக்குப் பதிலில்லாமல் உள்ளது. இவை சுயநலமறுப்பிற்கு எடுத்துக்காட்டுகள் என்றும் கூறிவிட முடியாது. வானப்பிரஸ்தனும் சந்நியாசியும் வயது முதிர்ந்தவர்களாக இருக்க வேண்டும். ஒருவன் எப்போது வானப்பிரஸ்தனாக வேண்டும் என்பதில் மனு மிக உறுதியாக இருக்கிறார், வானப் பிரஸ்தனாவதற்குரிய காலம் வயதால் மூத்து முகத்தில் சுருக்கங்கள் விழுந்திருக்கக் கூடிய பருவமாகும். சந்நியாசியோ இதைவிட மேலும் முதிர்ந்த வயதுடையவனாக இருக்க வேண்டும். வாழ்க்கையின் சுகத்தையெல்லாம் ஆண்டு அனுபவித்து முடித்துவிட்டு மேலும் இன்பவாழ்க்கையை மேற் கொள்ள இயலாத நிலையில் தம்மைத் தியாகிகளைப் போல வெளிப்படுத்திக் கொள்வது நகைப்பிற்குரியதாகும். இவ்வாறு குடும்பத்தாரையும் வீட்டையும் துறந்து செல்வது என்பது துயருறும் மனித சமுதாயத்திற்குத் தொண்டு செய்வதற்காக இல்லை. துறவு வாழ்க்கையை மேற் கொண்டு அமைதியான மரணத்தை எதிர்நோக்கிக் காத்திருப்பதற்கே இது உதவுகின்றது. வயது முதிர்ந்தவர்களைக் குடும்பத்திலிருந்து தொடர்பு அறச் செய்து, பொருளற்ற அற்பக் காரியத்திற்காக ஆற்றுவாரும் தேற்றுவாரும் இல்லாமல் காட்டில் சாகவைப்பதானது மூடத்தனத்தின் கொடுமையாகவே தோன்றுகின்றது. ஆசிரம முறைமை, பிராமணர்கள் உருவாக்கிய பண்டைய திட்டமிட்ட சிக்கன வாழ்க்கை முறையேயாகும். பிராமணர்கள் இதனை எந்த நோக்கத்திற்காக ஏற்படுத்தினார்கள் என்பதோடு புதிராக இருப்பது அறிவுக்கொவ்வாததாக உள்ளது.

பின் இணைப்பு - 2

கட்டாயத் திருமணம்[1]

உலக வாழ்வில் தனி மனிதனின் வாழ்க்கையை மனு நான்கு நிலைகளாகப் பிரிக்கின்றார். அவையாவன: (1) பிரமசரியம் (2) ரிரஹஸ்தம் (3) வானப்பிரஸ்தம் (4) சந்நியாசம். பிரமசரியம் என்பது மாணவப்பருவமாகும். அதாவது வேதங்களைக் கற்பதற்கான பருவம், கிரஹஸ்தம் இல்லற வாழ்க்கையைக் குறிக்கின்றது அல்லது மனு குறிப்பிடுவது போல, மணம் முடித்து மனைவி, மக்களைப் பேணி வாழ்தல், வானப் பிரஸ்தம் என்பது, வீட்டைத் துறந்து வெளியேறுதல் என்ற அளவில் இல்லற வாழ்க்கையைத் துறந்த நிலை. எனினும் இந்த நிலையில் மனைவியைத் துறக்கத் தேவையில்லை. மனைவியோடு காட்டில் வாழ்ந்த போதிலும் தன் சொத்துரிமைகளைத் துறக்க வேண்டியதில்லை. குடும்பஸ்தனின் சமயக் கடமைகளைப் பொறுத்த வகையில் இவன் இறந்தவனாகக் கருதப்படுவான். ஆயினும் நடைமுறை வாழ்வில் உயிரோடு இருப்பவனே சந்நியாச நிலை என்பது இல்லற வாழ்வைத் துறந்து. மனைவி மக்கள் சொத்து சுகங்களைத் துறந்து, குடும்பஸ்தன் செய்ய வேண்டிய சமயச் சடங்குகளைச் செய்ய வேண்டாதவனாய், பிரமாவை நினைத்துக் காட்டில் தவம் செய்து வாழும் நிலை. இவன் குடிமகன் என்ற வகையில் சாக்காடு அடைந்தவனாகக் கருதப்படுவான்.

மக்கள் வாழ்க்கை இத்தகைய நான்கு நிலைகளாகப் பிரிப்பது மனுவுக்கு முற்பட்டது. இந்தத்திட்டத்தில் மனு நுழைத்த மாற்றங்களே மிக முக்கியமானதாகக் கருதப்பட வேண்டியதாகும்.

கட்டாயத் திருமணம் மனு செய்த முதலாவது மாற்றமாகும். வேதங்களைக் கற்று முடித்த பிரமசாரியொருவன் திருமணம் செய்தாக வேண்டும். பின்வரும் விதிகள் இது தொடர்பாக மனு விதித்திருப்பவையாகும்.

அத் 3:2 "முறை பிறழாத குரு குலவாசம் புரிந்த சீடன் மூன்று வேதங்களையுமோ, இரண்டினையோ, ஒன்றையோ, பழுதறக்கற்றுத் தேர்ந்த பின் இல்லற வாழ்வை மேற் கொள்ள வேண்டும்."

அத். 3:4 "குளித்து முடித்து. ஆசாரியனின் அனுமதியுடன் சமயாவர்த்தனம் (வீட்டிற்குத் திரும்பும் சடங்கு) என்னும் சடங்கினை முறைப்படிச் செய்து, துவிஜன் தன் வருணத்தைச் சார்ந்த சகல

1. இந்த இயலை, 'நான்கு ஆசிரமங்கள்' என்னும் தலைப்பிலுள்ள புதிரோடு சேர்த்துப் படிக்க வேண்டும். -பதிப்பாசிரியர்கள்

இலட்சணங்களைக் கொண்ட பெண்ணொருத்தியை மணந்து கொள்ள வேண்டும்." மனு செய்த இரண்டாவது மாற்றம், மண வாழ்க்கையை மேற்கொள்ளாத பிரமசாரியொருவன் சந்நியாச நிலைக்குப் போகக் கூடாது என்று விதித்தாகும். சந்நியாச நிலைக்குப் போவதற்கு முன் திருமணம் செய்திருக்க வேண்டும் என்பதனை ஒரு நிபந்தனையாகவே மனு விதித்துள்ளார். இல்லற வாழ்க்கையை மேற் கொள்ளாமல் சந்நியாச நிலைக்குச் செல்வதைப் பாவமென்றே மனு அறுதியிட்டுக் கூறுகின்றார்.

அத் 6:35 "மூவகைக் கடன்களையும் தீர்த்த பின் மோட்சநிலை எய்துவதற்காகத் தன் மனதைச் செலுத்துவானாக. கடன் தீர்க்காமல் துறவு கொள்வோன் இழிநிலையை (நரகத்தை) அடைவான்."

அத். 6:36 "விதிமுறைகளின்படி வேதங்களைக் கற்றுத் தேர்ந்தும், சாஸ்திர விதிகளின் படி மக்களைப் பெற்றெடுத்தும், தன்னால் இயன்ற அளவில் வேள்விகளை இயற்றியும் முடித்தபின் மோட்ச கதிக்கு முயல்வானாக."

அத்.6:37" வேதம் ஓதாமை, சந்ததியின்மை, வேள்வி இயற்றாமை ஆகியவற்றுடன் மோட்சத்திற்கு முயலும் இருபிறப்பாளன் இழிநிலை (நரகத்தை) எய்துவான்."

அத் 6:38" தன் உடமைகள் அனைத்தையும் வேள்விக் கட்டணமாக அளித்துவிடும் இஸ்தி என்னும் பிரஜாபத்ய வேள்வியை முடித்து. தான் வளர்த்த முத்தியினையும் தனது உணர்வினில் ஏற்றவாறு பிராமணன் வீட்டை நீத்துத்துறவு மேற் கொள்வானாக."

மனு செய்த மூன்றாவது மாற்றம், கிரஹஸ்தனொருவன் வானப்பிரஸ்த நிலைக்குப் போகாமல் நேராகச் சந்நியாச நிலைக்குப் போகக்கூடாது என்று தடுத்ததாகும்.

அத் 6:1 "இல்லறத்தில் அற நெறிகளில் வாழ்ந்த துவிஜர்கள். உறுதியான தீர்மானத்தை மேற்கொண்டு புலனடக்கிப் பின்னர் வானப்பிரஸ்த ஆசிரமம் அடைந்து வனங்களுக்குச் சென்று (பின்வரும் விதிகளின்படி) வாழக்கடவர்"

அத் 6:2 "தன் உடலில் திரையும் தலை முடியில் நரையும் தன் பிள்ளைகளின் வயிற்றில் பிள்ளைகளையும் பார்க்கின்ற இல்வாழ்வான் அந்த வயதில் வானப் பிரஸ்தம் மேற்கொள்ள வேண்டும்."

அத் 6:3 "விவசாயம் செய்து பெற்ற உணவுப் பொருள், சொத்து சுகங்கள் ஆகியவற்றைத் துறந்து மனைவியைத் தன் மகனிடம் ஒப்படைத்து அல்லது அவளையும் உடன் அழைத்துக் கொண்டு வனம் செல்ல வேண்டும்"

மனு செய்த இந்த மாற்றங்கள். அவருக்கு முன்பு இந்த ஒழுக்கங்களை நெறிப்படுத்திய விதிகளோடு ஒப்பிடும் போது புரட்சிகரமானவையாகும். இது தொடர்பாக, வாசிஸ்ட தர்ம சூத்திரம், கௌதம தர்ம சூத்திரம் ஆகியவற்றில் கூறப்பட்டுள்ள விதிகளை மேற்கோள் காட்டுவேன்.

வாசிஸ்ட தரும சூத்திரம்[1] கூறுவதாவது:

"மாணவ (நிலை), இல்லற (நிலை) வானப் பிரஸ்த (நிலை) சந்நியாச (நிலை) என நான்கு நிலைகள் உள்ளன."

"ஒன்று, இரண்டு அல்லது மூன்று வேதங்களை ஓதியுணர்ந்த ஒருவன் மாணவருக்கான விதிகளை மீறாமல் மற்ற ஆசிரம நிலைகளுள் ஒன்றினை தன் விருப்பத்திற்கு ஏற்றவாறு மேற் கொள்ளலாம்."

கௌதம் தரும் சூத்திரம்[2] கூறுவதாவது, "வேதங்களை ஓதியுணர்ந்தவன், அவன் மேற்கொள்ள வேண்டிய ஆசிரம நிலைகளைத் தன் விருப்பம் போல் மேற்கொள்ளலாம் என்பர்."

"(அந்த நான்கு ஆசிரம நிலைகளாவன) மாணவ (நிலை), இல்லற (நிலை), துறவு நிலை பிட்சு) வனங்களில் முனிவராய் (வைகானஷ) வாழும் நிலை".

மேற்காட்டிய தரும் சாஸ்திரங்களிலிருந்து, பிரமசரிய நிலையை முடித்த ஒருவன் மேற்கொள்ள வேண்டிய நிலை அவனுடைய விருப்பத்திற்கு விடப்பட்டது என்பது தெளிவாகிறது. அவன் விரும்பினால் திருமணம் புரிந்து கொண்டு இல்லறத்தானாகலாம் அல்லது மணவாழ்க்கையை மேற்கொள்ளாமலேயே நேரடியாகச் சந்நியாச நிலையை மேற்கொள்ளலாம். முறையே வானப்பிரஸ்தம் மற்றும் சந்நியாச நிலைக்குச் செல்வதற்கு முன் மணவாழ்க்கை நிலையை மேற்கெண்டவனாக இருக்க வேண்டும் என்று விதித்ததன் மூலம் மனு ஒரு புரட்சிகரமான மாற்றத்தைச் செய்திருக்கிறார் என்பது தெளிவு.

மனு செய்த இன்னொரு மாற்றமும் உள்ளது. திருணமான ஒருவன் சந்நியாசியாவதற்கு இடையில் வானப்பிரஸ்த நிலைக்குச் செல்ல வேண்டிய அவசியம் என்ன என்பதைத் தெளிவாக்கவில்லை. நேரடியாக ஒருவன் சந்நியாசியாகக் கூடாது என்பதேன்? வானப்பிரஸ்தன், சந்நியாசி என்ற இரு நிலைகளில் அடிப்படை வேறுபாடு என்று கூறத்தக்கது ஏதாவது உள்ளதா? இந்த இயலுக்கு இணைப்பு விளக்கமாக, வானப்பிரஸ்தன், சந்நியாசி ஆகியோர் ஒழுக வேண்டிய நெறிமுறைகளாக மனு கூறியுள்ள விதிகளைத் தொகுத்து அளித்துள்ளேன். அந்த விதிகளை மேலோட்டமாகப் பார்த்தாலும், இவற்றிற்கிடையே

1 அத். 7, பாடல்கள்1,2,3
2 அத். 3. பாடல்கள் 1,2

பெருத்த வேறுபாடுகள் எதுவும் இருப்பதாகத் தெரியவில்லை. வானப்பிரஸ்த ஆசிரமத்தை மேற்கொண்டவன் செய்ய வேண்டிய சமயக் கருமங்கள், விரதங்கள் ஆகியவற்றுள் சில கிரஹஸ்தனுக்கும் விதிக்கப்பட்டிருக்கிறது என்பது தவிர இந்த இரு ஆசிரமங்களையும் மேற் கொண்டவர்களிடையே எவ்வித வேறுபாடும் இல்லை என்பது புலப்படும். அவ்வாறே வானப்பிரஸ்தனும், சந்நியாசியும் அடையக் கூடிய இறுதி இலட்சியம் ஒன்றாகவே இருப்பதும் உண்மையே. மனுவின் நூலிலிருந்து எடுத்துக் காட்டப்பட்டுள்ள பின்வரும் மேற்கோள்களிலிருந்து இந்த இருநிலையாலும் எய்தக் கூடிய இறுதி இலட்சியம் ஒன்றாகவே இருப்பதைக் காணலாம்.

அடையக் கூடிய இறுதி நிலைகள்

வானப்பிரஸ்தன்	சந்நியாசி
6:29 பிராமணன் இந்த நோன்புகளையும் மற்றும் பலவற்றையும் காட்டில் வாழ்ந்து நோற்றிருந்து முழு நற்கதி அடைவதற்கு உபநிடதங்களில்அடங்கியுள்ள பலவகையான புனிதப் பகுதிகளைப் பரில் வேண்டும்”	*6:85* மேலே கூறிய கடமைகளை முறையாகச் செய்து சந்நியாசம் பெறும் துவிஜன் பாவ மனைத்தையும் இம்மையிலேயே நீத்து மேலான பிரம நிலையை எய்துவான்.”

பின் ஏன் மனு, கிரஹஸ்தாஸ்ரமம் மற்றும் சந்நியாசம் ஆகியவற்றிலிருந்து வானப்பிரஸ்தத்தைத் தனித்து எடுத்து ஒரு நிலையை உருவாக்குகின்றார்? வானப் பிரஸ்தத்தைப் பொறுத்தவரை அத்தகையதொரு பிரிவு மனுவுக்கு முன்னும் இருந்தது. அவர்கள் ஆரணர் எனப்பட்டனர். பேராசிரியர் இராதா குமுத முகர்ஜி இதுபற்றிக் கூறுவதாவது: [1]

“கல்வி கற்பதற்காகத் திருமணம் புரிந்து கொள்ளாமல் அந்நிலையிலேயே தொடர்ந்து செல்ல விரும்பும் பிரமசாரிகள் ஆரணர் அல்லது ஆரணமனர் எனப்பட்டனர். இந்த ஆரணர்கள் கிராமங்கள் மற்றும் மக்கள் தொகை மிகுந்த இடங்களிலிருந்து நீங்கிக் காடுகளில் பர்ணக சாலைகளில் வாழ்ந்தனர். இந்த ஆரணத் துறவிகள் வாழ்ந்த காடுகள் ஆரண்யங்கள் எனப்பட்டன. கல்வியாளர்களான இந்தத் துறவுகள் பிரமம், படைப்பு, ஆன்மா, அமர நிலை ஆகியவற்றைப் பற்றிய தத்துவ விசாரணைகள் நடத்தினர். அவை அடங்கிய நூல்கள் ஆரண்யகங்கள் எனப்பட்டன”.

1.பண்டைய இந்தியாவில் கல்வி, ப.6

பண்டைய இந்த ஆரணர்களுக்கே மனு வானப்பிரஸ்தர்கள் என்று பெயரிட்டார். இதன் பொருளும் ஆரணர் என்றே ஆகின்றது. மனு இவ்வாறு பெயர் மாற்றம் செய்ததோடு, பிரமசரியம், வானப் பிரஸ்தம் ஆகியவற்றிற்கு இடையே திருமண நிலை என்னும் குறிப்பிடத்தக்க முக்கியத்துவம் வாய்ந்த இன்னொரு மாற்றத்தையும் செய்தார். ஆரம்ப காலத்திய வானப்பிரஸ்தன் அல்லது ஆரணன் திருமணம் ஆகாதவனாக இருந்தான். மனுவின் வானப்பிரஸ்தனோ அவசியம் திருமணம் ஆனவனானான். பழைய முறையில் கிரஹஸ்தாஸ்ரமமோ தனி மனிதனின் விருப்பத்திற்கேற்ப மேற்கொள்ளப்பட்டது. மனு இந்த முறையை மாற்றியமைத்து முதலில் திருமணம் ஆகியிருந்தாலொழிய எவரும் வானப்பிரஸ்தனாக ஆக முடியாதபடி செய்தார்.

பழைய முறையின்படி வானப்பிரஸ்தம் அல்லது சந்நியாசத்தில் மனைவியருக்கோ, மக்களுக்கோ எவ்வகையிலும் தொல்லையோ, துன்பமோ ஏற்பட வாய்ப்பில்லை. மனு புகுத்திய முறையிலோ இது ஏற்பட்டது. காரணம் ஒருவனைத் திருமணமானவனாக்கிப் பின்னர் அவனது மனைவியைத் துறக்கச் செய்தது குற்றமென்று கருதப்படாவிட்டாலும் கொடுமை இழைப்பதாகும். மனு இவற்றைப்பற்றியெல்லாம் கவலைப்படவில்லை. அவருடைய நோக்கமெல்லாம் அனைவரும் திருமணம் செய்வதைக் கட்டாயமாக்குவது என்றாயிற்று.

மனு இவ்வாறு செய்ததேன் வானப்பிரஸ்தனுக்கோ அல்லது சந்நியாசிக்கோ கிரஹஸ்தாஸ்சிரமத்தைக் கட்டாயமாக்க நேர்ந்ததேன்? மனு மணவாழ்க்கை நிலையே மற்ற அனைத்து நிலைகளுக்கெல்லாம் ஆதாரமான உயர்ந்த நிலையென்றாக்கினார். அவரே கூறுவது போல

6:87 "தனித்தனியாகப் பிரமசாரி, கிரஹஸ்தன். வானப்பிரஸ்தன், சந்நியாசி என்றுள்ள நான்கு ஆசிரமங்களும் கிரகஸ்தாசிரமத்தாலேயே உண்டாகின்றன"

6.88 "புனித நூல்களில் கூறப்பட்டுள்ள விதிகளின் படி எல்லா (அல்லது ஏதாவதொரு) முறைகளைப் பின்பற்றி ஒழுகும் பிராமணன் மிக உயரிய நிலையை அடைவான்."

6:89 "இந்த நான்கு ஆசிரமங்களுக்குள்ளே வேதம், ஸ்மிருதி ஆகிய நூல்களில் விதித்தபடி நெறிமுறையில் ஒழுகும் இல்வாழ்வான். மற்ற மூவர்க்கும் உற்ற துணையாக விளங்குகிறவனாதலால் அவன் உயர்ந்தவனாவான்

6:90 "சிறியனவும், பெரியனவுமான நதிகள் தமக்கு ஓய்விடமாகக் கடலைச் சென்று அடைவதுபோல, ஏனைய மூவரும் பாதுகாப்பிற்காக இல்வாழ்வானையே நாடி வர வேண்டியவராகின்றனர்."

இதனை உண்மை என்று ஏற்றுக் கொண்ட போதிலும், வானப்பிரஸ்தம் அல்லது சந்நியாசத்திற்கு முன்னதாகத் திருமணத்தை ஒரு நிபந்தனையாக மனு ஏற்படுத்திய தேன் என்ற கேள்வி அப்படியே உள்ளது. அவர், மக்கள் சந்நியாசிகளாகக் கூடாது என்பதைத் தடுப்பதற்காகவே இதைச் செய்தார் என்பதே அதற்குரிய ஒரே பதில் மனு. வானப்பிரஸ்தம் அல்லது சந்நியாச நிலையை ஏன் வெறுத்தார்? இதற்குரிய பதில் பௌத்த சமயம் பிக்குகள் என்னும் பெயர் பெற்ற சந்நியாசிகளை ஆதரித்துப் பிரசாரம் செய்ததே ஆகும். திருமணமாகாதவர்கள் பிக்குகளாவது எளிது. இதைத் தடுக்க வேண்டும் என்பதிலேயே மனு குறியாக இருந்தார். எனவே தான் திருமணத்தை ஒரு நிபந்தனையாக விதித்தார்.

விளக்கக்குறிப்பு

வானப்பிரஸ்தன் மற்றும் சந்நியாசிகளுக்கான ஒப்பீட்டுக் கோட்பாடு.

1. பிற ஆசிரம நிலையை மேற்கொள்வதற்குக் குடும்ப வாழ்வோடு உள்ள தொடர்பு

வானப்பிரஸ்தன்	சந்நியாசி
6:3" விவசாயம் செய்து பெற்ற உணவு, சொத்து சுகம் ஆகியவற்றைத் துறந்து மனைவியைத் தன் மகனிடம் ஒப்படைத்து அல்லது அவளையும் என்னும் உடன் அழைத்துக் கொண்டு வனம் செல்ல வேண்டும்"	*6:38* "தன் உடமைகள் அனைத்தையும் வேள்விக் கட்டணமாக அளித்து விடும் இஸ்தி என்னும் பிரஜாபத்ய வேள்வியை முடித்து, தான்வளர்த்த முத்தீயினையும் தனது உணர்வினில் ஏற்றவாறு பிராமணன் வீட்டை 39 நீத்துத் துறவு மேற் கொள்வானாக

2. வாழ்விடம் பற்றிய விதிகள்

வானப்பிரஸ்தன்	சந்நியாசி
6:4 "தான் ஓம்பி வந்த தீயையும் வேள்விக்கான உபகரணங்களையும் உடன் கொண்டு ஊரைத் தாண்டி வனம் புகுந்து, புலன் வென்ற வீறுடன் இருக்க வேண்டியது."	*6:41*" "இல்லறத்திலிருந்து தூய்மையாக நீங்கித்துறவு மேற் கொண்டவன் வலிந்து எவரேனும் கொடுப்பதையும் பெறாமல் விஷய சுகங்களில்நாட்டமின்றி மோனத்துடன் இருக்க வேண்டியது."

வானப்பிரஸ்தன்	சந்நியாசி
	6:42 யாரையும் கைவிடு தலின்றியும் யாரா கைவிடப்படாமலும் தனித்து வாழும் ஒருவனே உயர்ந்த இறுதி நிலை அடைவான் என்பதை உணர்ந்த ஒருவன் இறுதி மோட்சநிலையை அடைவதற்காக, எவ்விதத் துணையுமின்றித் தனித்துத் திரிந்து வரவேண்டும்."
	6:43 தனக்கென்று வீடென்று ஒன்று இல்லாமலும், நெருப்பில் சமைத்து உண்பது என்றில்லாமலும் அன்றாட பிட்சைக்காகக் கிராமத்திற்குப் போகலாம். பொருளும் ஒரு விரும்பாமலும், உறுதியான நினைவுடனும் பிரம சிந்தனையுடனும் இரவும், பகலும் வனத்தில் இருக்க வேண்டியது.

3. வாழ்க்கை முறைமைக்கான விதிகள்

வானப்பிரஸ்தன்	சந்நியாசி
6:6 மான்தோல் போன்றவை அல்லது மரவுரி தரித்தலும், காலை, மாலை ஸ்நானம் செய்தலும், சடை, மீசை, தாடி, நகம் ஆகியவற்றை வளர்த்தலும் வேண்டும்.	6:44 பிச்சைப் பாத்திரத்திற்குப் பதில் மண்பாண்டம், மரத்தடி வாசம், கந்தை உடுத்தல், தனிமை வாழ்க்கை எதன் மீதும் விருப்பு வெறுப் பின்மை ஆகியவை விடுதலை உணர்வு பெற்றவனுக்குரிய அடையாளங்களாகும்.
	6:52 முடி, நகம், மீசை, இவற்றை அகற்றி, தண்டு, கமண்டலம், திரிதண்டம், தருப்பை, காஷாயம் இவற்றைத்தரித்து யாரையும் வருத்தாமல், புலன் வெற்றி கொண்டு எங்கும் தங்காமல் திரிந்து கொண்டிருக்க வேண்டியது.

வானப்பிரஸ்தன்	சந்நியாசி
	6:53 பொன், வெள்ளி, செம்பு ஆகியவற்றால் செய்த பாத்திரங்களைத் தவிர்த்து மண் மரப்பாண்டங்களை ஓட்டையில்லாதனவாக வைத்துக் கொள்ள வேண்டும். அவற்றை வேள்விக் கலங்களைப் போல மண்ணாலும், நீராலும் தூய்மை செய்து கொள்ளவும்.
	6:54 தெங்கின் குடுக்கை, சுரைக் குடுக்கை, மர ஓடு, தொன்னை, மண்பாண்டம், மூங்கில்படி ஆகியவற்றைத் துறவியின் பாண்டங்கள் எனச் சுயம்புவின் மகனான மனு கூறியுள்ளார்.

4. பிழைப்புக்கு வழிதேடுதல் பற்றிய விதிகள்

வானப்பிரஸ்தன்	சந்நியாசி
6:11 இளவேனில், கார் ஆகிய பருவங்களில் காட்டில் விளைந்த தூய சம்பா கார் நெல்மணிகளைத் தானாகப் பொறுக்கி எடுத்துத் தயாரித்த புரோதசம் என்ற அடை, வேகவைத்த அரிசியினால் செய்த கரு என்ற அன்னம் ஆகியவற்றைச் செய்ய வேண்டியது.	6:49 மெய்ப்பொருள் உணர்வு உடையவனாய், யோக முறைகளின்படி அமர்ந்து விஷய சம்பந்தமற்று, தனது உடலால் உழைத்துக் கொண்டே மோட்ச நாட்டத்துடன் உலகில் இயங்கியிருக்க வேண்டியது.
6:12 காட்டில் கிடைத்த அரிசியில் சமைத்த இவற்றை ஓமம் செய்யவும், மிகுதியைத் தான் தயாரித்த உப்புடன் கூட்டிப்புசிக்கவும் தக்கதாம்.	6:50 பூமிசாஸ்திரம், நிமித்தநூல், மருத்துவம், சோதிடம், தருக்க நூல், ரேகை சாஸ்திரம் ஆகியவற்றைக் கற்பித்தும் சாஸ்திர வியாக்கியானம் செய்தும் பிட்சை பெறக்கூடாது.
6:26 இன்பம் தரும் பொருட்களைப் பெறும் விருப்பத்தை தரையில் தூங்கி அகற்றி, தங்குவதற்குரிய பாதுகாப்பிடம் குறித்து கவலை கொள்ளாமல் மரத்தடியில் தன்னை மறந்து தங்கியிருக்க வேண்டும்.	6:51 துறவிகள், பிராமணர், ஆகியோர் பிட்சைக்குக் காத்துக் கொண்டிருக்கும் போதும், பறவைகள், நாய் ஆகியவை சோறு உண்டு கொண்டிருக்கும் போதும் அந்த இல்லங்களில் தானும் பிட்சைக்குச் சென்று நிற்றல் கூடாது

வானப்பிரஸ்தன்	சந்நியாசி
6:27 காய் கனிகள் கிடைக்காவிடின். வானப்பிரஸ்தரான பிராமணரிடமோ அவர்கள் இல்லையேல் வனம் புகுந்துரையும்பிராமண இல்வாழ்வோரிடமோ தன் உயிர்க்கு வேண்டியதை மட்டும் கேட்டுப் வேண்டியது.	
6:28 காட்டில் வாழும் துறவி இரண்டு கைகள் குவித்து அதில் நிறையவோ, உடைந்த மண் பாத்திரம், தொன்னைஆகியவற்றில் எட்டுக்கவளங்களோ உயிர் வாழ்க்கைக்குப் போதுமான உணவு பெற்றுக் கொள்ளலாம்.	

5. உணவுப் பற்றிய விதிகள்

வானப்பிரஸ்தன்	சந்நியாசி
6:13 மண்ணிலும் நீரிலும் தானாகத் தோன்றும் மலர், கிழங்கு, காய், கனி, நல்ல பெருமரங்களின் கனியில் இருந்து கிடைக்கும் சாறு ஆகியவை புசிக்கத் தக்கவை.	*6:55* ஒரு வேளை பிட்சை கொள்ளவும். அதுவும் அளவோடு கொள்ள வேண்டும். அதிகம் புசித்தால் சந்நியாசியும் காமம் கொள்ள நேரும்.
6:14 கூட்டுத்தேன், புலால், மண்ணிலும் மரத்திலும் முளைத்த காளான், பூஞ்ச காளான்களான பூஸ்திரணம், சிகுருகம், அழிசிற்பழம் ஆகியவை நீக்கத்தக்கவை.	*6:56* புகை, உலக்கை சத்தம், அடுப்பு எரிதல் ஆகியவை இல்லாமல், விருந்தினர் உண்ட பின்னர் அமைதி பெற்றிருக்கும் இல்லங்களில் சந்நியாசி பிட்சைக்குப் போகவும்.
6:15 ஆண்டு தோறும் ஐப்பசி மாதத்தில் துறவிகளுக்குரியதும் முன்னாளில் சேகரிக்கப்பட்டதுமான உணவினையும், கிழிந்த ஆடை, முன் நாளில் தேடி மிகுந்த காய், கனி, கிழங்கு ஆகியவற்றையும் அவ்வப்போது விலக்கி விடுக.	*6:57* பிட்சை கிடைக்காவிட்டால் கவலையும், கிடைத்தால் மகிழ்ச்சியும் கொள்ளாமல் உயிர்வாழ்வதற்கு வேண்டியதைப் பெற்று எதிலும் விருப்பின்றி இருக்கவேண்டும்.

வானப்பிரஸ்தன்

6:16 உழுத நிலத்தில் விளைந்த நெல் பயிரிட்டவன் வேண்டாமென ஒதுக்கியதாயினும் அதனைக் கொள்ளலாகாது. ஊரில் உழாத நிலத்தில் விளைந்த காய், கனி, கிழங்கு. ஆகியவற்றையும் துன்பம் நேர்ந்த போதும் உண்ணலாகாது.

6:17 காய், கிழங்கு முதலியவற்றை நெருப்பில் சமைத்தோ, தாமே பழுத்தபோது கல்லால் அரைத்தோ, பற்களால் கடித்தோ, உண்ணலாம்.

6:18 தனக்கு உதவும் உணவை, அன்றாடமோ, மாதம் ஒரு முறையோ, ஆறு மாதத்திற்கோ, ஓராண்டிற்கோ தேவையானதைத் தேடி வைத்துக் கொள்ளலாம்.

6:19 இவ்வாறு சேர்த்ததை இரவில் மட்டுமோ, பகலில் மட்டுமோ நான்காம் உணவு வேளையிலோ அல்லது எட்டாம் உணவு வேளையிலோ வேண்டியதைப் புசிக்கலாம்.

6:20 அல்லது வளர், தேய் பிறைகளில் காந்திராயண நோன்பிருக்கலாம். வளர்பிறையில் ஒவ்வொரு நாளும் உணவைக் குறைத்துக் கொண்டும் தேய்பிறையில் உணவை மிகுத்துக் கொண்டும் வரலாம். ஒவ்வொரு பதினைந்து தினங்களில் நாட்களின் கடைசி ஒரு நாளுக்கு ஒரு முறை மட்டுமே பார்லி கஞ்சியைப் பருகலாம்.

சந்நியாசி

6:58 தன்னைப் போற்றிப் புகழ்ந்து எவராவது பிட்சையிட்டால் அதைத் தடுக்கவேண்டும். இதை விரும்பினால் துறவின் உச்ச நிலையை எய்தியவரும் புகழுரையால் சம்சாரப் பந்தத்தை அடைய நேரலாம்.

வானப்பிரஸ்தன்	சந்நியாசி
6:21 அல்லது தாமே கனிந்து உதிர்ந்த மலர்கள், கிழங்குகள், கனிகள் ஆகியவற்றைக்கொண்டு விகானர்களின் விதிகளைப் பின்பற்றி உண்டு உயிர் வாழலாம்.	
6:22 களைப்பு மேலிட்டால் தூய்மையான தரையில் படுத்துப் புரளலாம். அல்லது கட்டை விரல் நுனியில் ஊன்றி நிற்கலாம். அல்லது அமர்வதும் நிற்பதும் செய்யலாம். தினம் மூன்று வேளை (காலை, மதியம், மாலை) நீராட வேண்டும்.	

6. ஆற்றவேண்டிய கடமைகள்

வானப்பிரஸ்தன்	சந்நியாசி
6:5 சாலியன்னம், காய், சருகு, கனி, கிழங்கு இவற்றைக்கொண்டு இல்லறத் தானுக்குக் குறித்த ஐம்பெரும் வேள்வி களையும் தவறாது இயற்றி வர வேண்டியது.	6:65 "எல்லா உயிர்களிலும் கலந்து நின்று விளங்கும் பரம் பொருளின் நுட்பமான தன்மையினை ஆழ்ந்த தியானத்தால் காண வேண்டும்."
6:7 தனக்கு உண்ணக் கிடைப்பதையே நிவேதனம் செய்ய வேண்டும். தன் சக்திக்கேற்ப பிச்சை வழங்க வேண்டும். தண்ணீர், கிழங்கு, கனிகள் முதலியவற்றைக் கொண்டு தன்னை நாடி வருவோரை உபசரிக்க வேண்டும்.	6:83 வேள்விகளைக் குறித்தும் தெய்வங்களைக் குறித்தும், ஆன்மாவைக் குறித்தும் விளக்கும் வேதப் பகுதிகளையும், வேதாந்தப் பகுதிகளையும் தொடர்ந்து உச்சரித்தல் வேண்டும்.
6:8 இடையறாத வேத நினைவும், குளிர், கானல் போன்ற நுகர்ச்சிகளைத் தாங்கிக் கொள்வதும், அனைத்துயிர்க்கும் நண்பனாய் இருப்பதும் பிறர்க்குக் கொடுப்பதேயன்றிப் பிறரிடம் இரவாதிருத்தலும் அமைந்திருக்க வேண்டியது.	

6:9 தரும நெறிகளின்படி வேள்வியையும் அக்னிஹோத்ரி அமாவாசை, பௌர்ணமி காலங்களில் அவற்றிற்குரிய வேள்விகளையும் ஒரு போதும் கைவிடாமல் நடத்த வேண்டும்.

6:10 நட்சத்திரயாகம், ஆக்ரயணம், சதுர்மாசியம், துராயணம் மற்றும் தட்சிணாயணம் ஆகியவற்றை முறையே இயற்ற வேண்டியது

*6:23*தவநெறியில் தங்கும் பொருட்டுக் கோடையில் பஞ்ச அக்னி மத்தியிலும், மழைக் காலத்தில் திறந்த வெளியிலும்பனிக்காலத்தில் ஈரத்துணியைப் போர்த்துக் கொண்டும் தன் தவ வலிமையை முறையாகப் பெருக்கிக் கொள்ளவேண்டும்.

6:24 அன்றாடம் மூவேளைகளில் நீராடி, இயற்றி, தேவ, பிதுர்தர்ப்பணம் இயற்றி, உபவாசம், இருந்து யாக்கையை ஒடுக்கவும்.

6:25 இவ்வாறு மூன்று தீயினைத் தானே வளர்த்து சாந்தப்படுத்தியபின், வீடும், தீ வளர்த்தலும் நீத்து, கனி, கிழங்குகள் உண்டு மோனம் காத்துவாழ வேண்டும்.

பகுதி 3

அரசியல்

புதிர் எண் 21

மன்வந்தரக் கோட்பாடு[1]

பிராமணர்கள், தங்கள் நாடு சுவர்க்கத்திலிருந்து ஆட்சி செய்யப்படுகிறது என்ற ஒரு கோட்பாட்டைக் கொண்டிருந்தார்கள். இதுதான் 'மன்வந்தரம்' எனப்படுவதன் அடிப்படைக் கருத்து என்று தோன்றுகிறது.

'மன்வந்தரம்' என்பதன் அடிப்படைக் கருத்து நாட்டின் அரசியல் ஆட்சியுடன் தொடர்புள்ளது. உலகத்தின் ஆட்சி ஒரு குறிப்பிட்ட காலத்துக்கு ஓர் அதிகாரக் குழு அமைப்பிடம் ஒப்படைக்கப்படுகிறது என்ற நம்பிக்கை இதற்கு அடிப்படையாகும். இந்த அதிகாரக் குழு மனு என்ற ஓர் அதிகாரியையும், சப்த ரிஷிகள் - என்ற ஏழு ரிஷிகளையும் ஓர் இந்திரனையும் கொண்டது. இவர்கள் சுவர்க்கத்தில் தங்கள் இருக்கைகளில் இருந்து கொண்டு, மக்களைக் கலந்தாலோசிக்காமலும், அவர்களுடைய விருப்பங்களைத் தெரிந்து கொள்ளாமலும், நாட்டின் நிர்வாகத்தை நடத்துகிறார்கள். ஓர் அதிகாரக் குழுவின் ஆட்சிக் காலம் அந்தக் குழுவின் முதன்மையான அதிகாரியான மனுவின் பெயரால் 'மன்வந்தரம்' என்று அழைக்கப்படுகிறது. ஒரு மனுவின் ஆட்சிக் காலம் முடிந்ததும் மற்றொரு மனு ஆட்சிக்கு வருவார். இவ்வாறு தொடர்ந்து நடைபெறும். யுகங்கள் சுழற்சியாகத் தொடர்ந்து வருவதைப் போலவே மன்வந்தரங்களும் சுழற்சியாகத் தொடர்ந்து வந்து கொண்டிருக்கும். பதினான்கு மன்வந்தரங்கள் கொண்டது ஒரு சுழற்சி.

இந்த மன்வந்தரங்களைப் பற்றி விஷ்ணு புராணத்தில் கூறப்படுகிறது. அது பின்வருமாறு

"பின்னர் பிரமா, படைக்கப்பட்ட உயிர்களைப் பாதுகாப்பதற்காகத் தம்மை சுவாயம்புவ மனுவாக தம்மிடமிருந்தே பிறந்தவராக முற்றிலும் தம்மை ஒத்தவராகப் படைத்தார் தம்முடைய பெண்பால் அம்சத்தை சதரூபாவாக உருவாக்கினார். அவள் தவத்தின் மூலம் (தடை செய்யப்பட்ட திருமணத்தின்) பாவத்திலிருந்து தூய்மைப்படுத்தப்பட்டாள். அவளைத் தெய்விக மனு சுவயம்புவன் தமது மனைவியாக்கிக் கொண்டார்.

1. இது 11 பக்கங்கள் கொண்ட கையெழுத்துப் பிரதியாகும். இவற்றில் கடைசி நான்கு பக்கங்கள் ஆசிரியரின் கையெழுத்தில் உள்ளன . - பதிப்பாசிரியர்கள்

இந்த இடத்தில் சிறிது நின்று சில வினாக்களைக் கேட்கலாம். இதன் பொருள் என்ன? பிரமா. ஆண் - பெண் என்ற இருபால் இயல்பும் கொண்ட இரட்டைப் பால் என்பது இதன் பொருளா? மனு சுவயம்புவன் தமது சகோதரி சதரூபாவை மணந்து கொண்டார் என்பது இதன் பொருளா? விஷ்ணு புராணம் இப்படித்தான் கூறுவதாகத் தோன்றுகிறது. இது உண்மையென்றால் இது எவ்வளவு விசித்திரமானது!

விஷ்ணு புராணம் மேலும் கூறுகிறது:

"இந்த இருவரிடமிருந்து பிரியவிரதன், உத்தான பாதன் என்ற இரண்டு புதல்வர். அழகும் உயர்ந்த நலன்களும் வாய்ந்த பிரசுதி, ஆகுதி என்ற இரண்டு புதல்விகள் பிறந்தார்கள். பிரசுதியை அவர் தட்சனுக்குக் கொடுத்தார். ஆகுதியைக் குலத் தலைவரான ருசிக்குக் கொடுத்தார். அவர் அவளை மணந்து கொண்டார். ருசிக்கு ஆகுதியிடம் யக்ஞன், தட்சிணா என்ற இரட்டைக் குழந்தைகள் பிறந்தார்கள் இவர்கள் பின்பு கணவன் - மனைவி ஆனார்கள். (மீண்டும் சகோதரன் - சகோதரி திருமண உறவு). இவர்களுக்குப் பன்னிரண்டு புதல்வர்கள் பிறந்தார்கள். இந்தப் பன்னிருவர் சுவாயம்புவ மன்வந்தரத்தில் யமன்கள் என்ற தெய்வங்களாகக் கூறப்படுகிறார்கள்.

"முதல் மனு சுவாயம்புவன்; அவருக்குப் பின் சுவரோசிஷன்; அடுத்து உத்தமன், அடுத்து தாமசன். அடுத்து ரைவதன், அடுத்து சாக்ஷசன் ஆகியோரும் வந்தனர். இந்த ஆறு மனுக்களும் காலஞ் சென்றுவிட்டார்கள். இப்போது நடக்கும் ஏழாவது மன்வந்தரத்தில் ஆட்சியில் இருப்பவர் சூரியனின் மகனான வைவசுதன்."

"இனி நான் சுவாரோசிஷாவின் ஆட்சிக்காலத்துத் தேவர்கள், ரிஷிகள், மனு சுவரோசிக்ஷனின் மகன்கள் ஆகியோரைப் பற்றிச் சொல்லுகிறேன் (என்று விஷ்ணு புராண ஆசிரியர் கூறுகிறார்.) இந்தக் காலத்தின் (அதாவது இரண்டாம் மன்வந்தரத்தின்) தெய்வங்கள் பரவதர்கள் எனவும் துஷிதர்கள் எனவும் அழைக்கப்பட்டார்கள். தெய்வங்களின் தலைவராக இருந்தவர் வல்லமை மிக்கி விபஸ்சித்து. ஏழு ரிஷிகள், ஊர்ஜா, ஸ்தம்பா, பிராணா, தத்தோலி, ரிஷபா, நிஷசரா, ஆர்வரிவத்து ஆகியோர். மனுவின் மகன்கள் சைத்ரா, கிம்புருஷா ஆகியோர்."

"மூன்றாவது காலத்தில், அதாவது உத்தம மன்வந்தரத்தில் சுசாந்தி என்பவர் தேவர்களின் அரசனான இந்திரனாயிருந்தார். இந்தத் தேவர்கள், சுதாமாக்கள், சத்யாக்கள், சிவாக்கள், பிரதர்சனாக்கள், வசவேர்ட்டிகள் என்று வகைப்படுத்தப்பட்டிருந்தார்கள். இந்த ஐந்து

வகுப்புகள் ஒவ்வொன்றிலும் பன்னிரண்டு தேவர்கள் இருந்தார்கள். வசிஷ்டரின் ஏழு மகன்கள் சப்தரிஷிகளாயிருந்தார்கள். அஜா. பரசு, திவ்யா முதலானோர் மனுவின் மகன்கள்,

"நான் காவது மனுவான தாமசன் மன்வந்தரத்தில் தேவர்களின் வகுப்புகள் சுரூபாக்கள், ஹரிகள், சத்யாக்கள். சுதிகள் என்று அழைக்கப்பட்டன. ஒவ்வொரு வகுப்பிலும் இருபத்தேழு தேவர்கள் இருந்தார்கள். சிவி என்பது இந்திரனின் பெயர். இவர் நூறு வேள்விகள் செய்தவர் (அல்லது சதக்கிரது) என்றும் அழைக்கப்பட்டார். ஏழு ரிஷிகளின் பெயர்கள். ஜோதிர்தமா, பிரிது, கவ்யா, சைத்ரா, அக்னி, வனகா, பிவரா என்பன. வலிமை மிக்க மன்னர்களான நரா, கியாதி, சந்தயா. ஜனுஜங்கா முதலானோர் மனுவின் மகன்களாவர்."

"ஐந்தாவது (மன்வந்தர) காலத்தில் ரைவதன் மனுவாகவும், விபு இந்திரனாகவும் இருந்தார்கள். தேவர்களின் வகுப்புகள் அமிதாபாஸ்கள், அபுதரசாக்கள், வைகுண்டர்கள், சுமேதாக்கள் எனப்பட்டன. ஒவ்வொரு வகுப்பிலும் பதினான்கு தேவர்கள் இருந்தார்கள். ஏழு ரிஷிகள், இரண்யரோமா வேதசிரி, ஊர்த்தபாகு, வேதபாகு, சுதாமா, பர்ஜன்யா. மகாமுனி ஆகியோர். ரைவதனின் மகன்கள் பலபந்து. சுசம்பவியா. சத்தியகா முதலான தீரமிக்க மன்னர்கள்."

"சுவரோசிக்ஷன். உத்தமன், தாமசன், ரைவதன் ஆகிய நான்கு மனுக்களும் பிரியவிரதனின் வம்ச வழியில் வந்தவர்கள். பிரியவிரதன் விஷ்ணுவை வழிபட்டு அவரை மகிழ்வித்து, தம் வம்சத்தினர் ஆட்சி செய்ய வரம் பெற்றிருந்தார்:

"ஆறாவது மன்வந்தரத்தில் சாக்ஷசன் மனுவாகவும், மனோஜ்வா இந்திரனாகவும் இருந்தார்கள். தேவர்கள், ஆத்யாக்கள், பிரஸ்துதாக்கள், பாவ்யாக்கள், பிரிதுகாக்கள், லேகாக்கள் என்ற ஐந்து வகுப்புகளாக, ஒவ்வொன்றிலும் எட்டுத் தேவர்களைக் கொண்டிருந்தார்கள். சுமேதஸ், விராஜஸ். ஹவிஷமத், உத்தமா, மது. அபினாமன், ஸஹிஷ்ணு ஆகியோர் ஏழு ரிஷிகள். பூமியின் மன்னர்களான சாக்ஷசனின் மகன்கள் உரு. புரு, சததும்னா முதலானோர்."

"ஏழாவதான இப்போதைய மன்வந்தரத்தின் மனு ஈமக்கிரியைகளின் அதிபதியும் சூரியனின் புகழ்மிக்க தோன்றலுமான வைவசுவத மனு ஆவார்; ஆதித்தியர்கள் வசுக்கள், ருத்திரர்கள் என்போர் தேவர்கள் ஆவார்கள்: இவர்களின் அரசன் புரந்தரன்; வசிஷ்டர். காசியபர், அத்ரி, ஜமதக்கினி, கவுதமர், விஸ்வாமித்திரர். பரத்வாஜர் ஆகியோர் ஏழு ரிஷிகள்: மன்னர்களான இக்ஷ்வாகு, நிபநிதிஷ்டா, கருஷ, விருஷத்ரன். புகழ்பெற்ற வசுமத் முதலானோர் வைவசுவத மனுவின் ஒன்பது மகன்கள் ஆவார்கள்."

இதுவரை ஏழு மன்வந்தரங்கள் பற்றி விஷ்ணு புராணத்தில் கூறப்பட்டுள்ள விவரங்கள். அந்தப் புராணம் எழுதப்பட்ட காலத்தில் சென்று போன மன்வந்தரங்களைப் பற்றியவை. இன்னும் ஏழு மன்வந்தரங்கள் வரவிருக்கின்றன என்பதையும் விஷ்ணு புராண ஆசிரியர் அறிவார். இந்த ஏழு மன்வந்தரங்கள் பற்றிய விவரங்கள் கீழே தரப்படுகின்றன.

"விஸ்வகர்மாவின் மகளான சஞ்ஜனா, சூரியனின் மனைவியாவாள். அவர்களுக்கு மனு (வைவசுவதன்). யமன். தேவதையான யமி (அல்லது யமுனை நதி) ஆகிய மூன்று குழந்தைகள் பிறந்தார்கள். தனது கணவனின் தீவிர ஒளியையும் வெப்பத்தையும் தாங்க முடியாத சஞ்ஜனா அவனுக்குச் சாயாவைப் பணிப்பெண்ணாகக் கொடுத்துவிட்டு காட்டில் கடுந்தவம் செய்யச் சென்றுவிட்டாள். சூரியன் சாயாவைத் தன் மனைவி சஞ்ஜனா என்று எண்ணிக் கொண்டு அவளிடம் மேலும் மூன்று குழந்தைகளை - சனீச்சுவரன் (சனி). மற்றொரு மனு (சாவாணி), தபதி என்ற மகள் (தப்திந்தி) ஆகியோரை பெற்றான். ஒரு சமயம் சாயாவுக்கு சஞ்ஜனாவின் மகனான யமன் மீது கோபம் ஏற்பட்டு அவனுக்குச் சாபம் கொடுத்தாள். அப்போது அவள் உண்மையில் யமனின் தாயான சஞ்ஜனா அல்ல என்பது யமனுக்கும் சூரியனுக்கும் தெரிந்தது. சஞ்ஜனா காட்டுக்குத் தவம் செய்யச் சென்றிருப்பதையும் சாயாவிடமிருந்து அறிந்து கொண்ட சூரியன் தியானக் கண் மூலம், அவள் ஒரு பெண் குதிரையின் வடிவத்தில் (உத்திர குரு பகுதியில்) கடுந்தவம் செய்து கொண்டிருப்பதைக் கண்டான். சூரியன் ஒரு ஆண் குதிரையாகத் தன்னை உருமாற்றிக்கொண்டு, தன் மனைவியுடன் மீண்டும் சேர்ந்து கொண்டான். அவனுக்கு அவளிடம் இரண்டு அஸ்வினி தேவர்கள். ரேவந்தா ஆகிய மேலும் மூன்று குழந்தைகள் பிறந்தார்கள். அதன் பின் சூரியன் சஞ்ஜனாவைத் தனது இருப்பிடத்துக்கே அழைத்துச் சென்றான். சூரியனின் தீவிர ஒளியைக் குறைப்பதற்காக விஸ்வகர்மன் அவனைத் தனது கடைசல் இயந்திரத்தில் வைத்துச் செதுக்கினான் இவ்வாறாக எட்டில் ஒரு பகுதியைக் குறைத்தான். சூரியனிடம் இருந்த தெய்வீக வைஷ்ணவ ஒளியின் பகுதிகள் விஸ்வகர்மனால் செதுக்கப்பட்டு ஒளிர்ந்து கொண்டு பூமியின் மேல் விழுந்தன. விஸ்வகர்மா அவற்றைக் கொண்டு விஷ்ணுவின் சக்கரத்தையும், சிவனின் திரிசூலத்தையும், செல்வத்தின் அதிபதியான தெய்வத்தின் ஆயுதத்தையும், கார்த்திகேயனின் வேலையும், மற்ற தேவர்களின் ஆயுதங்களையும் உருவாக்கினான். இவை எல்லாவற்றையும் அவன் சூரியனிடம் மிகையாக இருந்த ஒளியைக் கொண்டு செய்தான்."

"சாயாவின் மகனும் ஒரு மனு என்று அழைக்கப்பட்டான். அவன் தனது மூத்த சகோதரனான மனு வைவசுவதனின் சாதியையே சேர்ந்தவன் (சவர்ணம்) என்பதால் சாவர்ணி என்ற பெயரைப் பெற்றான். அவன் அடுத்து வரும் எட்டாவது மன்வந்தரத்தின் அதிபதியாயிருப்பான். அதைப் பற்றியும் அதைத் தொடர்ந்து வரவுள்ள மன்வந்தரங்களைப் பற்றியும் இனி நான் விவரிக்கிறேன். சாவர்ணி மனுவாக இருக்கப்போகும் மன்வந்தரத்தில் தேவர்களின் வகுப்புகள் சுதபாக்கள் அம்பிதபாக்கள் முக்கியாக்கள் எனப்படும். இவை ஒவ்வொன்றிலும் இருபத்தொரு தேவர்கள் இருப்பார்கள். ஏழு ரிஷிகள் திப்திமத், கலவா, ராமா, கிருபா, திரவுனி. எனது மகன் வியாசர். ரிஷியசிருங்கர் ஆகியோர். விரோசனாவின் பாவமற்ற மகன் பலி இந்திரனாயிருப்பான் அவன் விஷ்ணுவின் அருளால் பாதாளத்தின் ஒரு பகுதிக்கு அரசனாக இருக்கிறான். சாவாணியின் மைந்தர்களான மன்னர்கள் விரஜஸ், அர்வரிவஸ், நிர்மோகா முதலானோர்."

"ஒன்பதாவது மனுவாக தட்சசாவர்ணி இருப்பான் தேவர்கள் பராக்கள். மரீசிகர்பாக்கள், சுதர்மாக்கள் என்ற மூன்று வகுப்புகளாகவும் ஒவ்வொன்றிலும் பன்னிரண்டு தேவர்களும் இருப்பார்கள். அத்பதா என்ற இந்திரன் அவர்களின் தலைவனாயிருப்பான் சவனா. துயி திமத், பவ்யா, வசு, மேதாதிதி. ஜோதிசர்மன், சத்தியா ஆகியோர் ஏழு ரிஷிகளாயிருப்பார்கள். திரித்கேது, திரிப்திகேது. பஞ்சஹஸ்தா. நிர்மயா, பிரிதுஸ்ரவா முதலானோர் மனுவின் மகன்களாயிருப்பார்கள்."

"பத்தாவது மன்வந்தரத்தில் பிரம - சாவர்ணி மனுவாயிருப்பார்; சுதாமாக்கள், விருத்தாக்கள். சதசங்கியாக்கள் ஆகியோர் தேவர்களாயிருப்பார்கள். பலசாலியான சந்தி இந்திரனாயிருப்பான்: ஹவிஷாமன், சுகிர்தி, சத்தியா, அப்பம்மூர்த்தி, நபகா, அப்ரதிமவுஜஸ், சத்தியகேது ஆகியோர் ஏழு ரிஷிகள்: சுக்ஷேத்திரா; உத்தமவு ஜஸ், ஹரிஷேனா முதலானோர் மனுவின் பத்து மகன்களாயிருப்பார்கள்."

"பதினொன்றாவது மன்வந்தரத்தின் மனு தர்ம - சாவர்ணி தேவர்களின் முக்கிய வகுப்புகள் விஹங்கமாக்கள், கமகமாக்கள், நிர்மனரதிகள் எனப்படும்; ஒவ்வொன்றிலும் முப்பது தேவர்கள் இருப்பார்கள்: விருஷா இந்திரனாயிருப்பான் : நிஸ்சரா. அக்னிதேஜஸ், வபுஷ்மன், விஷ்ணு, அருணி, ஹவிஷ்மன், அனகா ஆகியோர் ஏழு ரிஷிகள்: பூமியின் மன்னர்களான மனுவின் மகன்கள் சவர்கா. சர்வதமனா, தேவனிகா முதலானோர்.

"பன்னிரண்டாவது மன்வந்தரத்தில் ருத்ர - சாவர்ணியின் மகன் மனுவாயிருப்பான். இந்திரன் ரிதுதாமா: ஹரிதாக்கள்.

லோஹிதாக்கள், சுமனசாக்கள், சுக்கிரமாக்கள் என் போர் தேவர்கள்: ஒவ்வொரு வகுப்பிலும் பதினைந்து தேவர்கள் இருப்பார்கள். தபஸ்வி, சுதபஸ், தபோமூர்த்தி, தபோர்த்தி, தபோதிரிதி. தபோதியுதி. தபோதனா ஆகியோர் ஏழு ரிஷிகள்: தேவஸ், உபதேவா, தேவசிரேஷ்டா முதலானோர் மனுவின் மகன்களும் பூமியின் மாபெரும் மன்னர்களுமாயிருப்பார்கள்."

"பதின் மூன்றாவது மன்வந்தரத்தின் மனு ரௌஸியன் தேவர்களின் வகுப்புகள் சுதமனாக்கள், சுதர்மன்கள், சுக்கிர மணாக்கள் எனப்படும்; ஒவ்வொன்றிலும் முப்பத்து மூன்று தேவர்கள் இருப்பார்கள். இந்திரன் திவஸ்பதி: நிர்மோகா. தத்துவதர்சின். நிஷ்ப்ரகம்பா. நிருத்சுகா, திரிதிமத் அவ்யயா. சுதபஸ் ஆகியோர் ஏழு ரிஷிகள்: சித்திரசேனா விசித்திரா முதலானோர் மன்னர்களாயிருப்பார்கள்."

"பதினான்காவது மன்வந்தரத்தில் பௌசியன் மனுவாயிருப்பார். இந்திரன் சுசி, தேவர்கள் சக்ஷுஷாக்கள், பவித்திராக்கள். கனிஷ்டாக்கள் பிரஜிராக்கள், வவ்விருதாக்கள் என்ற ஐந்து வகுப்புகளாயிருப்பார்கள் அக்கினியாகு, சுசி, சிக்ரா. மகதா, கிரித்ரா, யுக்தா, அஜிதா ஆகியோர் ஏழு ரிஷிகள். உரு, கபிர், பிரத்தினா முதலானோர் பூமியை ஆளும் மன்னர்களாயிருப்பார்கள்."

இப்படியிருக்கிறது மன்வந்தரக் கோட்பாடு. நாம் இப்போது உழைக்கும் வர்க்கத்தின் சர்வாதிகாரம் பற்றிக் கேள்விப்படுகிறோம். பிராமணியக் கோட்பாடு இதற்கு எதிர்மாறானது. உழைக்கும் வர்க்கத்தின் மீது சுவர்க்கலோகத் தந்தைகளின் சர்வாதிகாரம் என்பதே இந்தக் கோட்பாடு.

இது இப்படியிருக்க. நம் மனத்தில் முதன்மையாக எழுகின்ற கேள்வி இதுதான். ஒருவர் பின் ஒருவராகப் பதவிக்கு வரும் இந்தப் பதினான்கு மனுக்கள் மக்களை எப்படி ஆட்சி செய்தார்கள்? மக்களை ஆள்வதற்கு அவர்கள் என்ன விதிகளை இயற்றினார்கள்? இதற்கு விடை கிடைக்கும் ஒரே இடம் மனுஸ்மிருதி தான்.

மனுஸ்மிருதியின் முதல் அத்தியாயத்தைப் பார்த்தால் நமக்குப் பின்வரும் விடை கிடைக்கிறது.

அத்.1.1 மகரிஷிகள், மனம் ஒருமித்து அமர்ந்திருந்த மனுவை அணுகி அவரை வழிபட்டுப் பின் வருமாறு கூறினார்கள்:

2. தெய்வீகமானவரே. (நான்கு முக்கிய) சாதிகள் (வருணங்கள்) மற்றும் இடைப்பட்ட சாதிகள் ஆகியவற்றின் புனித சட்டங்களை எங்களுக்குத் தெளிவாகவும், உரிய வரிசை முறையிலும் அறிவிப்பீர்

3. பகவானே. நீர் ஒருவர்தான் சுயம்பு மனுவின் சட்டம் முழுவதிலும் கூறப்பட்ட சடங்குகளின் பொருளையும். ஆத்ம ஞானத்தையும் அறிந்தவர். அவை அறிய முடியாதவையாகவும் ஆழங்காண முடியாதவையாகவும் உள்ளன.

மனு அவர்களுக்கு இவ்வாறு பதிலுரைக்கிறார்:

5. இந்தப் பிரபஞ்சம் இருள் வடிவமாக. புலப்படாததாக குறிப்பான அடையாளங்கள் எதுவும் இல்லாத்தாக, அறிவுக்கு எட்டாததாக அறிய முடியாததாக. முற்றிலும் உறக்கத்தில் ஆழ்ந்ததாக இருந்தது.

8. சுயம்பு மனு பல வகையான உயிரினங்களைத் தமது உடலிலிருந்தே உருவாக்க விரும்பி. முதலில் ஒரு எண்ணத்தால் தண்ணீர்த் தொகுதிகளைப் படைத்து அவற்றில் தமது வித்தினை இட்டார்.

9. அது (வித்து) ஒரு பொன்மயமான முட்டை ஆயிற்று. அதன் பிரகாசம் சூரியனுக்குச் சமமாயிருந்தது. அந்த முட்டையில் அவர் தாமே உலகம் முழுவதையும் படைக்கும் பிரமாவாகப் பிறந்தார்.

34. பின்னர். நான், உயிரினங்களைப் படைக்க விரும்பி. கடுமையான தவங்கள் செய்து, படைக்கப்பட்ட உயிரினங்களுக்கு அதிபதிகளான பத்து மகரிஷிகளை உருவாக்கினேன்.

35. மரீசி, அத்ரி. ஆங்கீரஸ். புலஸ்தியா. புலஹா. கிரது. பிரசேதஸ், வசிஷ்டர், பிருகு. நாரதர், ஆகியோர் இந்த மகரிஷிகள்.

58. அவர் இந்தச் சட்டங்களை உருவாக்கி, தாமே விதிப்படி எனக்கு மட்டுமே முதலில் அவற்றைக் கற்பித்தார்; பின்பு நான் அவற்றை மரிசிக்கும் மற்ற ரிஷிகளுக்கும் கற்பித்தேன்.

59. பிருகு உங்களுக்கு இந்தச் சட்டங்களை முற்றிலுமாக அறிவிப்பார். அவர் என்னிடமிருந்து அவற்றை முற்றிலுமாகக் கற்றிருக்கிறார்.

இதிலிருந்து சட்டங்களை இயற்றிய ஒரே மனு சுயம்பு மனு தான் என்று தோன்றுகிறது. விஷ்ணு புராணம் ஒவ்வொரு மன்வந்தரத்துக்கும் தனியாக ஒரு மனு இருப்பதாகக் கூறுகிறது. அவர்கள் ஏன் தங்களுடைய மன்வந்தரங்களுக்கெனச் சட்டங்கள் இயற்றவில்லை. அல்லது சுயம்பு மனுவின் சட்டங்களே நிரந்தரமானவையா? அப்படியென்றால் பிராமணர்கள் தனித் தனியான மன்வந்தரங்களை ஏன் வைத்தார்கள்?

புதிர் எண் 22

டாக்டர் பாபாசாகேப் அம்பேத்கர் பிரமம் என்பது தர்மம் அல்ல - பிரமத்தால் என்ன பயன்?[1]

பல்வேறு வகையான அரசு முறைகளை வரலாறு கண்டிருக்கிறது. முடியாட்சி, பிரபுக்கள் ஆட்சி, மக்களாட்சி என்பவற்றுடன் சர்வாதிகார ஆட்சியையும் சேர்த்துக் கொள்ளலாம்.

தற்காலத்தில் மிகவும் அதிகமாகக் காணப்படுவது ஜனநாயகம். ஆயினும் ஜனநாயகம் என்றால் என்ன என்பது பற்றி கருத்தொற்றுமை இல்லை. இந்தப் பிரச்சினையை ஆராய்ந்தால் இதைப் பற்றி இரண்டு கருத்துக்களைக் காணமுடிகிறது. ஜனநாயகம் ஒரு ஆட்சி முறை என்பது ஒரு கருத்து. இந்தக் கருத்தின்படி, அரசு மக்களால் தேர்ந்தெடுக்கப்பட்டதாக இருந்தால், அதாவது பிரதி நிதித்துவ அரசாக இருந்தால், அது ஜனநாயகம் ஆகும். இதன்படி ஜனநாயகமும் பிரதிநிதித்துவ அரசும் ஒன்றேயாகும் - அதாவது வயது வந்தோர் வாக்குரிமையும். குறிப்பிட்ட கால அளவுகளில் தேர்தல் நடத்துவதுமாகும்.

மற்றொரு கருத்தின்படி ஜனநாயகம் என்பது ஓர் அரசு முறை மட்டும் அல்ல. அது ஒரு சமூக அமைப்பு முறையுமாகும். ஜனநாயக முறையில் அமைந்த சமூகத்தில் இரண்டு முக்கிய அம்சங்கள் இருக்க வேண்டும். முதலாவது சமூகம் பல வகுப்புகளாக வரிசைப்படுத்தப்படக்கூடாது. இரண்டாவது, தனி நபர்களும் குழுக்களும் தொடர்ந்த மாற்றங்கள் செய்து கொள்வதற்கும், நலன் களின் பரஸ்பரத் தன்மையை ஒப்புக்கொள்வதற்கும் தயாராயிருக்கும் சமூக வழக்கம் இருக்க வேண்டும். முதல் அம்சம் ஜனநாயகத்தின் இன்றியமையாக நிலைமை என்பதில் சந்தேகம் இருக்க முடியாது பேராசிரியர் ட்யூயி[2] கூறுவது போல :

(ஆசிரியர் இங்கே குறிப்பிட்டுள்ள மேற்கோள் பூமி எழுதிய ஜனநாயகமும் கல்வியும் எனும் நூலின் மூலப்பிரதியில் ஆம் பக்கத்தில்தாப்படவில்லை.)

---

1. இந்த அத்தியாயம் சுமார் 20 பக்கங்களை கொண்டது. இவற்றில் முதல் இரண்டு பக்கங்களும் கடைசி ஆறு பக்கங்கள் ஆசிரியரின் கையெழுத்தில் உள்ளன. மற்ற பக்கங்கள் தட்டச்சுச் செய்யப்பட்டவை. இவற்றில் டாக்டர் அம்பேத்கர் தேவையான மாற்றங்கள் செய்திருக்கிறார்.
-பதிப்பாசிரியர்கள்

2 ஜனநாயகமும் கல்வியும், பக் 98

இரண்டாவது அம்சமும் ஜனநாயக முறையில் அமைந்த சமூகத்துக்கு அதே போல் அவசியமானது. தனி நபர்களிடையேயும் குழுக்களிடையேயும் நலன்கள் பரஸ்பரமாக அமையாத குறைபாட்டினால் ஜனநாயக விரோதமான விளைவுகள் ஏற்படுகின்றன. பேராசிரியர் ட்யூயி[1] - இவற்றைப் பின் வருமாறு விவரிக்கிறார்

(இங்கு குறிப்பிடப்பட்டுள்ள மேற்கோள் ஜனநாயகரம் கவியும் பக்.99, சலப் பிரதியில் தரப்படவில்லை.)

ஜனநாயகத்தைப் பற்றிய இந்த இரண்டு கருத்துக்களில் முதல் கருத்து தவறானது அல்லது மேலெழுந்தவாரியானது. ஒரு சமூகம் தனது வடிவிலும் அமைப்பிலும் ஜனநாயக முறையில் இல்லை என்றால், அந்தச் சமூகத்துக்காகச் செயல்படும் அரசு ஜனநாயக அரசாக இருக்க முடியாது. ஜனநாயகம் என்பது தேர்தல்கள் தவிர வேறொன்றும் இல்லை என்று நினைப்பவர்கள் மூன்று தவறுகள் செய்கிறார்கள்.

முதல் தவறு. அரசு என்பது சமூகத்திலிருந்து முற்றிலும் வேறானது. தனிப்பட்டது என்று நம்புவது. உண்மையில் அரசு சமூகத்திலிருந்து வேறானதும், தனிப்பட்டதும் அல்ல. அரசு என்பது சமூகத்தின் பல அமைப்புகளில் ஒன்று. சமூகத்தின் கூட்டு வாழ்க்கைக்குத் தேவையான கடமைகளில் சிலவற்றைச் செய்யுமாறு சமூகம் அரசுக்குக் குறிப்பிட்டுக் கொடுக்கிறது.

இரண்டாவது தவறு, ஓர் அரசு, சமூகத்தின் இறுதி நோக்கங்களையும் குறிக்கோள்களையும் பிரதிபலிக்க வேண்டும் என்பதையும், அரசு வேரூன்றியிருக்கும் சமூகம் ஜனநாயக சமூகமாக இருந்தாலன்றி இது நடவாது என்பதையும் உணரத் தவறுவது, சமூகம் ஜனநாயக முறையில் இல்லையென்றால் அரசு ஜனநாயக அரசாக ஒரு போதும் இருக்க முடியாது. சமூகம் இரண்டு வர்க்கங்களாக, ஆளுவோர் என்றும் ஆளப்படுவோர் என்றும், பிரிக்கப்பட்டிருந்தால், அரசு, ஆளும் வர்க்கத்தின் அரசாகத்தான் இருக்கும்.

மூன்றாவது தவறு. அரசு நல்லதாக இருக்குமா, கெட்டதாக இருக்குமா, ஜனநாயகமாக இருக்குமா அல்லது ஜனநாயகமற்றதாக இருக்குமா என்பது, சட்டத்தைச் செயல்படுத்துவதற்கு எல்லா அரசுகளும் சார்ந்திருக்கின்ற சாதனங்களை, குறிப்பாக சிவில் சர்வீஸ் அமைப்பைப் பொறுத்தது என்பதை மறந்துவிடுவதாகும். சிவில் சர்வீஸ் பணியில் உள்ளவர்கள் எத்தகைய சமூகச் சூழலில் வளர்ந்தார்கள் என்பதைப் பொறுத்தே இது அமையும். சமூகச் சூழல் ஜனநாயகமற்றதாக இருந்தால் அரசும் ஜனநாயகமற்றதாகவே இருக்கும்.

1 ஜனநாயகமும் கல்வியும், பக் 99

ஜனநாயகம் செயல்படுவதற்கு ஜனநாயக வடிவிலான அரசு இருந்தால் போதும் என்ற கருத்துக்கு அடிப்படையாக மற்றொரு தவறும் உள்ளது. இந்தத் தவற்றை உணர்வதற்கு. நல்ல அரசு என்றால் என்ன என்பதைப் பற்றி ஓரளவு தெரிந்து கொள்வது அவசியம்.

நல்ல அரசு என்றால் நல்ல சட்டம் இருக்க வேண்டும், நல்ல நிர்வாகம் இருக்க வேண்டும். நல்ல அரசு என்பதன் சாரம் இது தான் வேறெதுவும் அல்ல. ஆனால், ஆளும் அதிகாரம் கொடுக்கப்படுவோர், மக்கள் அனைவரின் நலனை அல்லது தாழ்த்தப்பட்டுள்ள மக்களின் நலனைக் கருதாமல், தங்களுடைய சொந்த வர்க்கத்தின் நன்மையை மட்டும் கருதுவார்களானால், இந்தப் பொருளில் நல்ல அரசு இருக்க முடியாது.

ஜனநாயக வடிவிலான அரசு நல்ல பலனைக் கொடுக்குமா என்பது சமூகத்தில் உள்ள தனி நபர்களின் மனப்பான்மையைப் பொறுத்தது. சமூகத்தில் உள்ள தனிநபர்களின் மனப்பான்மை ஜனநாயகப் பண்புள்ளதாக இருந்தால் ஜனநாயக வடிவிலான அரசு நன்மையைத் தரும் என்று எதிர்பார்க்கலாம். இல்லையென்றால் ஜனநாயக வடிவிலான அரசு ஆபத்தான அரசு ஆகிவிடக்கூடும். ஒரு சமூகத்தில் உள்ள தனி நபர்கள் தனித்தனி வகுப்புகளாகப் பிரிக்கப்பட்டிருந்தால், ஒவ்வொரு வகுப்பும் மற்ற வகுப்புகளிலிருந்து தனிமைப்படுத்தப்பட்டிருந்தால், ஒவ்வொரு தனி நபரும் தன்னுடைய விசுவாசம் வேறெதையும் விட முதன்மையாகத் தன் வகுப்புக்கே தரப்பட வேண்டும் என்று நினைத்தால், தனிமைப்பட்ட தன் வகுப்பில் வாழ்ந்து கொண்டு, வகுப்பு உணர்வு பெற்று, தன்னுடைய வகுப்பின் நலனை மற்ற வகுப்புகளின் நலனுக்கு மேலாகக் கருதினால், தன்னுடைய வகுப்பின் நலனை முன்னேற்றுவதற்காக சட்டத்தையும் நீதியையும் வக்கிரப்படுத்துவதற்குத் தனது அதிகாரத்தைப் பயன்படுத்தினால், இந்த நோக்கத்துக்காகத் தன்னுடைய வகுப்பைச் சாராத மற்றவர்களுக் கெதிராக வாழ்க்கையின் எல்லாத் துறைகளிலும் எப்போதும் பாரபட்சத்துடன் செயல்பட்டால், ஒரு ஜனநாயக அரசு என்ன செய்ய முடியும்? வகுப்புகள் ஒன்றுடன் ஒன்று மோதிக் கொண்டு, சமூக விரோத உணர்வும் ஆக்கிரமித்து அடக்கும் மனப்பான்மையும் மிகுந்தவையாக இருந்தால், அரசு நீதியுடனும் நியாயத்துடனும் ஆட்சி செய்யும் கடமையை நிறைவேற்றுவுது கடினம். இப்படிப்பட்ட சமூகத்தில், அரசு தன் வடிவத்தில் மக்களால் நடத்தப்படும் மக்களுடைய அரசாக இருந்தாலும். ஒருபோதும் மக்களுக்காக நடக்கும் அரசாக இருக்க முடியாது. அது ஒரு வகுப்பால், ஒரு வகுப்புக்காக நடத்தப்படும் அரசாகவே இருக்கும். ஒவ்வொரு

தனி நபரின் மனப்பான்மையும் ஜனநாயக ரீதியில் இருந்தால் தான். அதாவது ஒவ்வொருவரும் மற்றவர்களில் ஒவ்வொருவரையும் தனக்குச் சமமாக நடத்தி, தான் உரிமை கொண்டாடும் அதே சுதந்திரத்தை மற்றவர்களுக்கும் கொடுக்கத் தயாராக இருந்தால் தான் மக்களுக்காக நடை பெறும் அரசாக அது இருக்க முடியும். இந்த ஜனநாயக மனப்பான்மை, தனி நபர் ஜனநாயக சமூகத்தில் கலந்து பழகுவதன் விளைவாக உருவாவது. எனவே ஜனநாயக அரசு வேண்டுமென்றால் முதலில் ஜனநாயக சமூகம் வேண்டும். ஜனநாயக அரசுகள் வீழ்ச்சியடைந்துள்ளன என்றால் அதற்கு முக்கிய காரணம். அந்த அரசுகள் அமைந்திருந்த சமூகங்கள் ஜனநாயக சமூகங்களாக இல்லை என்பதேயாகும்.

நல்ல அரசின் பணி எந்த அளவுக்கு அதன் குடிமக்களின் மனப்பான்மையையும் அறநெறிப்பண்பையும் பொறுத்துள்ளது என்பது உணரப்படாதது. வருந்தத்தக்கது. ஜனநாயகம் ஒரு அரசியல் யந்திரம் மட்டும் அல்ல. அது ஒரு சமூக அமைப்பு மட்டும் கூட அல்ல. அது ஒரு மனப்பான்மை அல்லது வாழ்க்கைத் தத்துவம் ஆகும்.

சிலர் ஜனநாயகம் என்றால் சமத்துவமும் சுதந்திரமும்தான் என்று கூறுகிறார்கள். சமத்துவமும் சுதந்திரமும் ஜனநாயகத்தில் ஆழ்ந்த அக்கறைக்குரியவை என்பதில் சந்தேகமில்லை. ஆனால் சமத்துவத்துக்கும் சுதந்திரத்துக்கும் ஆதாரமாயிருப்பது என்ன என்பதே முக்கியமான கேள்வி. நாட்டின் சட்டம் தான் இவற்றுக்கு ஆதாரமாயிருக்கிறது என்று சிலர் கூறலாம். இது உண்மையான விடை அல்ல. சமத்துவத்துக்கும் சுதந்திரத்துக்கும் ஆதாரமாயிருப்பது சக உணர்வேயாகும்.

இதை பிரஞ்சுப் புரட்சியாளர்கள் சகோதரத்துவம் என்று கூறினார்கள். சகோதரத்துவம் என்ற சொல் இதற்குப் போதுமானதாயில்லை. 'புத்தர் மைத்ரி' என்று கூறியதே சரியான சொல்லாகும். சகோதரத்துவம் இல்லையென்றால், சுதந்திரம் சமத்துவத்தை அழித்துவிடும். சமத்துவம் சுதந்திரத்தை அழித்துவிடும். ஜனநாயகத்தில் சுதந்திரம் சமத்துவத்தையும், சமத்துவம் சுதந்திரத்தையும் அழிக்கவில்லையென்றால் இரண்டுக்கும் அடிப்படையாக சகோதரத்துவம் இருப்பதே காரணம். எனவே சகோதரத்துவம் தான் ஜனநாயகத்தின் ஆணிவேராகும்.

மேலே உரைக்கப்பட்டதெல்லாம் பிரதான கேள்விக்கு ஒரு முன்னுரையே ஆகும். அந்தக் கேள்வி இதுதான்: ஜனநாயகத்துக்கு இன்றியமையாததான சகோதரத்துவத்தின் வேர் எங்கே உள்ளது? மதம் தான் அதற்கு ஊற்றுக்கண்ணான இடம் என்பதில் சர்ச்சைக்கு இடமில்லை.

ஜனநாயகம் எங்கிருந்து தோன்றக்கூடும் என்பதையோ அல்லது அது வெற்றிகரமாகச் செயல்படுவதையோ பரிசீலிக்கும் போது மக்களின் மதமும் சகோதரத்துவத்தைப் போதிக்கிறதா இல்லையா என்பதையும் பார்க்க வேண்டும். அது சகோதரத் துவத்தைப் போதித்தால் ஜனநாயக அரசுக்கு வாய்ப்பு சிறப்பாக உள்ளது: இல்லை என்றால் வாய்ப்பு மிகக் குறைவே. வேறு அம்சங்களும் இந்த வாய்ப்பைப் பாதிக்கலாம் என்றாலும், சகோதரத்துவம் இல்லை' என்றால் ஜனநாயகத்தை உருவாக்குவதற்கு அடிப்படையே இல்லாமற்போகிறது. இந்தியாவில் ஜனநாயகம் ஏன் வளரவில்லை? இது தான் பிரதான கேள்வி. விடை மிக எளிமையானது. இந்து மதம் ஜனநாயகத்தைப் போதிக்கவில்லை. மாறாக அது சமூகத்தைப் பல வகுப்புகளாக அல்லது வர்ணங்களாகப் பிரித்து. தனி வகுப்பு உணர்வைப் பராமரிப்பதைப் போதிக்கிறது. இத்தகையை முறைமையில் ஜனநாயகத்துக்கு எங்கே இடம் இருக்கிறது?

இந்து சமூக முறை ஜனநாயகமற்றதாக இருப்பது தற்செயலான தல்ல. அது ஜனநாயகமற்றதாக இருக்கும் படியே திட்டமிட்டு அமைக்கப்பட்டுள்ளது. சமூகத்தை வருணங்களாகவும் சாதிகளாகவும், புறச்சாதிகளாகவும் அது பிரித்து வைத்திருப்பது தத்துவங்களால் அல்ல, கட்டளைகளால். இவையெல்லாம் ஜனநாயகத்துக்கெதிராக எழுப்பப்பட்ட தடைகளாகும்.

இதிலிருந்து சகோதரத்துவக் கொள்கை இந்து மத, தத்துவச் சிந்தனைக்கு முற்றிலும் அன்னியமானது என்று தெரிகிறது. ஆனால் இத்தகைய முடிவு சரித்திர உண்மைகளுக்கு முரணாகும். இந்து மத தத்துவ சிந்தனை உருவாக்கிய ஒரு கருத்து, சகோதரத்துவம் என்ற கருத்தை விடவும் அதிகமாக, சமூக ஜனநாயகத்தை உருவாக்கும் திறனைக் கொண்டிருந்தது. அதுதான் பிரமாயிசம்[1] என்ற கோட்பாடு.

பிரமாயிசம் என்றால் என்ன என்று யாரேனும் கேட்டால் அதில் வியப்புக்கு இடமில்லை இந்துக்களுக்கே கூட இது புதுமையானது. இந்துக்களுக்கு வேதாந்தம் என்பது மிகவும் பழக்கமானது. அவர்களுக்குப் பிராமணியமும் பழக்கமானது. ஆனால் பிரமாயிசம் என்பது அவர்களுக்குப் பழக்கமானதல்ல. மேலும் செல்வதற்குமுன் சிறிது விளக்கமளிப்பது அவசியமாகிறது.

இந்துக்களின் தத்துவ, சமயச் சிந்தனைகளில் மூன்று இழைகள் உள்ளன. (1) பிரமாயிசம் (2) வேதாந்தம் (3) பிராமணியம் என்று குறிப்பிடலாம்.

---

1 நான் இந்தச் சொல்லைப் பேராசிரியர் ஹாப்கின்ஸின் 'இந்தியாவின் இதிகாசங்களிலிருந்து எடுத்துக் கொண்டிருக்கிறேன்.

இவை ஒன்றுக்கொன்று தொடர்புள்ளவை என்றாலும் இவை மூன்று வெவ்வேறான தனிப்பட்ட கோட்பாடுகளைக் குறிக்கின்றன.

பிரமாயிசத்தின் சாரமான கருத்தைக் கூறும் ஒரு கோட்பாடு மூன்று வெவ்வேறு வடிவங்களில் உரைக்கப்படுகிறது.

(i) சர்வம் கல்விதம் ப்ரமா - இது அனைத்தும் பிரமமே.

(ii) அஹம் ப்ரமாஸ்மி - ஆத்மன் (தான்) பிரமா; எனவே நான் பிரமாவே.

(iii) தத்வமஸி - ஆத்மன் (தான்) பிரமாவே; எனவே நீயும் பிரமாவே.

இவை மகா வாக்கியங்கள் எனப்படுகின்றன. பிரமாமிகத்தின் சாரத்தை இவை சுருக்கமாகக் கூறுகின்றன்.

வேதாந்தத்தின் சாரக் கருத்தைக் கூறும் கோட்பாடுகள் வருமாறு

I பிரமாதான் ஒரே உண்மை.

II உலகம் மாயை, அதாவது உண்மையல்ல.

III ஜீவனும் பிரமாவும்

(i) ஒன்றே தான் என்பது ஒரு பிரிவினரின் கருத்து (ii) ஒன்றல்ல, ஆனால் அவரின் அம்சமாகும், அவரிடமிருந்து தனியானதல்ல என்பது மற்றொரு பிரிவினரின் கருத்து.

(iii) அவை வெவ்வேறானவை, தனியானவை என்பது மூன்றாவது பிரிவின் கருத்து.

பிராமணியத்தின் கருத்தைப் பின் வரும் கோட்பாடுகளில் சுருக்கமாகக் கூறலாம்;

(I) சதுர்வர்ணத்தில் நம்பிக்கை.

(ii) வேதங்கள் புனிதமானவை, பொய்பாதம்

(iii) தெய்வங்களுக்கு வேள்வி செய்வதுதான் மோட்சத்துக்கு ஒரே வழி.

வேதாந்தத்திற்கும் பிராமணியத்திற்கும் இடையில் உள்ள வேறுபாடும், அவற்றிற்கிடையில் சர்ச்சைக்கிடமான அம்சங்களும் பலருக்குத் தெரியும். ஆனால் பிரமாயிசத்திற்கும் வேதாந்தத்திற்கும் இடையிலான வேறுபாட்டை அறிந்தவர்கள் மிகச்சிலரே. இந்த வேறுபாடு மிகத் தெளிவானது. ஆத்மனும் பிரமாவும் ஒன்றேதான் என்பதில் பிரமாமிசமும் வேதாந்தமும் ஒரே கருத்தைக் கொண்டுள்ளன. ஆனால் பிரமாமிசம் உலகத்தை மாயையாகக் கருதவில்லை என்பதும், வேதாந்தம் அதை மாயையாகக் கருதுகிறது என்பதும் அவற்றினிடையே உள்ள வேறுபாடாகும்.

இந்த இரண்டுக்கும் இடையில் உள்ள அடிப்படை வேறுபாடு இது தான் உலகம் உண்மை என்பதும், உலகத்தின் பின்னே உள்ள உண்மை பிரமா என்பதும் பிரமாயிசத்தின் அடிப்படைக் கருத்தாகும். எனவே எல்லாமே பிரமம் தான் என்பது இந்தக் கோட்பாடு.

பிரமாயிசித்தின் மீது இரண்டு குறைபாடுகள் கூறப்படுகின்றன. பிரமாயிசம் அகம்பாவத்தைக் காட்டுகிறது என்பது ஒரு குறைபாடாகக் கூறப்படுகிறது. ஒரு மனிதன் 'நான் பிரமா' என்று கூறுவது ஒரு வகை அகம்பாவமாகும். பிரமாயிசத்தின் மீது கூறப்படும் மற்றொரு குறைபாடு பிரமாவை மனிதன் அறிய இயலாமையாகும்.

'நான் பிரமா' என்று கூறுவது அகம்பாவமாகத் தோன்றலாம். ஆனால் அது ஒருவனுடைய சொந்த மதிப்பை உரைப்பதாகவும் இருக்கலாம். மனிதர்களிடையே தாழ்வு மனப்பான்மை மிகுந்து காணப்படும் ஓர் உலகில், ஒரு மனிதன் தனது சுயமதிப்பை வலியுறுத்தி உரைப்பது வரவேற்கத்தக்கது. ஒவ்வொரு தனி நபரும் தனது மதிப்பை உணர்வது ஜனநாயகத்துக்கு இன்றியமையாதது. ஒவ்வொரு தனி நபரும், தான் மற்ற ஒவ்வொருவரையும் போலவே மதிப்புடையவன் என்று அறிந்து கொள்வதும் ஜனநாயகத்துக்கு அவசியமானது. அஹம் ப்ரமாஸ்மி (நான் பிரமா) என்பதைக் கேலி செய்பவர்கள் மகாவாக்கியத்தின் மற்றொரு பகுதி தத்வமஸி (நீயும் பிரமா) என்று கூறுவதை மறந்துவிடுகிறார்கள். அஹம் ப்ரமாஸ்மி' என்பது தத்வமஸி' என்பதுடன் சேர்த்துக் கூறப்படாமல் தனியாக இருந்தால் அதைக் கேலி செய்ய முடியலாம். ஆனால் தத்வமஸியுடன் சேர்த்துக் கூறப்படும் போது பிரமாயிசம் அகம்பாவத்தைக் காட்டுகிறது என்ற குற்றச்சாட்டு நிற்க முடியாது.

பிரமாவை அறிய முடியாமல் இருக்கலாம். இருந்த போதிலும் இந்த பிரமா தத்துவத்தின் சமூக ரீதியான உட்கிடைகள் ஜனநாயகத்தின் அடிப்படையாக அமைவதற்கு மிகவும் பயனுள்ளவை. எல்லா மனிதர்களும் பிரமாவின் அம்சங்கள் என்றால் எல்லோரும் சமமானவர்கள் என்றும் எல்லோருக்கும் ஒரே மாதிரியான சுதந்திரம் இருக்க வேண்டும் என்றும் ஆகிறது: இதுதான் ஜனநாயகத்தின் பொருளும் ஆகும். இந்தக் கோணத்திலிருந்து பார்த்தால் பிரமா அறியமுடியாத வராயிருக்கலாம். ஆனால் இந்த பிரமா கோட்பாட்டை விட ஜனநாயகத்திக்கு வலுவான அடிப்படையாக இருக்கக்கூடிய வேறு கோட்பாடு இல்லை என்பதில் சந்தேகம் இல்லை.

நாம் எல்லோரும் கடவுளின் குழந்தைகள் என்பதற்காக ஜனநாயகத்தை ஆதரிப்பது மிகவும் பலவீனமான அடிப்படையாகும். அதனால் தான் அந்த அடிப்படையின் மேல் ஜனநாயகம் அமைக்கப்படும் போது அது

ஆட்டம் காண்கிறது. ஆனால் நீங்களும் நானும் ஒரே பிரபஞ்ச தத்துவத்தின் பகுதிகள் என்று உணர்ந்து ஒப்புக் கொண்டால், நாம் கூடி வாழ்வதற்கு ஜனநாயகத்தைத் தவிர வேறு எந்தக் கோட்பாட்டுக்கும் இடமில்லை. அது ஜனநாயகத்தைப் போதிக்கவில்லை; ஜனநாயகத்தை ஒவ்வொருவருக்கும் உள்ள கடமைப் பொறுப்பாகச் செய்கிறது.

ஜனநாயகம் பற்றி ஆய்வு செய்த மேலை நாட்டினர் ஜனநாயகம் கிறிஸ்தவ சமயத்திலிருந்து அல்லது பிளேட்டோவின் சிந்தனைகளிலிருந்து தோன்றியதாகவும், அதற்கு வேறு ஊற்றுக்கண் எதுவும் இல்லை என்றும் ஒரு நம்பிக்கையைப் பரப்பியிருக்கிறார்கள். இந்தியாவில் உருவான பிரமாயிசம் ஜனநாயகத்துக்கு அவற்றைவிடச் சிறந்த அடிப்படையாக அமைகிறது என்று அவர்கள் அறிந்திருந்தால அவர்கள் அவ்வாறு அடித்துக் கூறியிருக்க மாட்டார்கள். ஜனநாயகத்துக்குத் தத்துவ ரீதியான அடிப்படை அமைப்பதில் இந்தியாவும் ஒரு பங்கு ஆற்றியிருப்பதை ஒப்புக்கொள்ள வேண்டும்.

இந்த பிரமாயிசக் கோட்பாடு என்ன ஆயிற்று என்று கேள்வி எழுகிறது. பிரமாயிசத்தினால் சமூக விளைவு எதுவும் ஏற்படவில்லை என்பது தெளிவாகத் தெரிகிறது. அது தர்மத்தின் அடிப்படை ஆக்கப்பட வில்லை. ஏன் இப்படி ஆயிற்று என்று கேட்டால் பிரமாயிசம் வெறும் தத்துவம் மட்டுமே என்பதே பதிலாகிறது; தத்துவம் சமூக வாழ்க்கையிலிருந்து தோன்றாதது போலவும், வெறுமையிலிருந்து தோன்றி வெறுமையாகவே எதற்கும் பயன்படாமலிருப்பது போலவும் இந்தப் பதில் உள்ளது. தத்துவம் வெறும் கோட்பாடு விஷயம் மட்டும் அல்ல; அதற்கு நடைமுறை ரீதியான பயன்களும் உள்ளன. தத்துவத்தின் வேர் வாழ்க்கையின் பிரச்சினைகளில்தான் உள்ளது; தத்துவம் உருவாக்கும் கோட்பாடுகள் சமூகத்துக்கே மீண்டும் சென்று, சமூகத்தைச் சீரமைப்பதற்கான சாதனங்களாகப் பயன்பட வேண்டும். அறிவது மட்டும் போதாது. அறிந்தவர்கள், நிறைவேற்ற முயற்சி செய்யவேண்டும்.

அப்படியானால் பிரமாமிசம் ஒரு புதிய சமூகத்தை உருவாக்கத்த வறியது ஏன்? இது பெரிய தொரு புதிர் பிராமணர்கள் பிரமாயிசத்தின் கோட்பாட்டை அங்கீகரிக்காமல் இல்லை. அவர்கள் அங்கீகரித்தார்கள். ஆனால் அவர்கள் பிராமணனுக்கும் சூத்திரனுக்கும் இடையே ஆணுக்கும் பெண்ணுக்கும் இடையே சாதியைச் சேர்ந்தவனுக்கும், புறச்சாதிக்காரனுக்கும் இடையே சமத்துவமின்மையைத் தாங்கள் எப்படி ஆதரிக்க முடியும் என்று கேட்கவில்லை. அவர்கள் இந்தக் கேள்வியைக் கேட்கவில்லை. இதன் விளைவாக, ஒரு புறம் மிகுந்த

ஜனநாயகத் தன்மை கொண்ட பிரமாயிசமும், மற்றொரு புறம் சாதிகளும், கிளைச் சாதிகளும், புறச்சாதிகளும், நாகரிகம் பெறாத பழங்குடிகளும், குற்றப் பரம்பரைப் பழங்குடிகளும் நிறைந்த ஒரு சமூகமும் இருக்கின்றது. இதைவிடப் பெரிய முரண்பாடு இருக்க முடியுமா? இதைவிட நகைப்புக்குரியது மகாசங்காரச்சாரியரின் போதனை பிரமா இருக்கிறார் என்றும், பிரமா தான் உண்மை என்றும். அவர் எல்லாவற்றிலும் நிறைந்துள்ளார் என்றும் போதித்தவர் இந்தச் சங்கராச்சாரியர் தான். அதே சமயம் பிராமணிய சமூகத்தின் எல்லா அநியாயங்களையும் அவர் ஆதரித்தார். ஒரு பைத்தியக்காரன் தான் இப்படிப்பட்ட இரண்டு முரண்பாடுகளைப் போதிப்பவனாக இருப்பதில் மகிழ்ச்சி காணமுடியும். உண்மையிலேயே, பிராமணன் பக்னைப் போன்றவன் ஆதலால், பசுவைப் போலவே அவன் எதை வேண்டுமானாலும் தின்னவும், பின்பும் பிராமணனாக இருக்கவும் முடியும்.

புதிர் எண் 23

கலியுகம் - பிராமணர்கள் அதை ஏன் முடிவற்றதாகச் செய்தார்கள்?[1]

இந்துக்களிடையே எங்கும் பரவியுள்ள ஒரு கருத்து, ஒவ்வொரு ஆணும் பெண்ணும், இளைஞர்களும் முதியவர்களும், வயது வந்தவர்களும் வராதவர்களும் புரிந்து கொண்டுள்ள ஒரு கருத்து உண்டு என்றால் அது கலியுகம் என்ற கருத்தேயாகும். இப்போது நடக்கும் காலம் கலியுகம் என்றும், தாங்கள் கலியுகத்தில் வாழ்ந்து கொண்டிருக்கிறோம் என்றும் இவர்கள் அனைவருக்கும் தெரியும். கலியுகம் என்ற கோட்பாடு மக்களின் மனத்தில் உளவியல் ரீதியான ஒரு பாதிப்பை ஏற்படுத்துகிறது. கலியுகம் என்றால் அமங்கலமான காலம். அது ஒழுக்கக் கேடான காலம். எனவே மனித முயற்சியால் எந்தப் பலனும் விளைய முடியாத காலம் அது என்னும் ஒரு கருத்து எவ்வாறு தோன்றியது என்பதை ஆராய்வது அவசியம். உண்மையில் நான்கு கேள்விகளுக்கு விடைகள் காணவேண்டும். அவையாவன: (1) கலியுகம் என்பது என்ன? (2) கலியுகம் எப்போது தொடங்கியது? (3) கலியுகம் எப்போது முடிவடையும்? (4) இப்படியொரு கருத்து மக்களிடையே ஏன் பரப்பப்பட்டது?

II

முதல் கேள்வியை முதலில் பார்ப்போம். இந்த ஆய்வில் கலியுகம் என்ற சொற்களைப் பிரித்து அவற்றைத் தனித்தனியாக ஆராயவேண்டும். யுகம் என்றால் என்ன? யுகம் என்ற சொல் ருக் வேதத்தில், காலம், தலைமுறை அல்லது இனக்குழு என்ற பொருள்களில் வருகிறது. யுகே யுகே' (ஒவ்வொரு காலத்திலும்) உத்தர யுகாணி (வரவிருக்கும் காலங்கள்), உத்தரே யுகே' (பிற காலங்கள்). பூர்வாணி யுகாணி (முந்தைய காலங்கள்) முதலானவை. மனுஷி, மனுஷ, மனுஷஹ என்பவை தொடர்பாக இந்தச் சொல் வருகிறது. மனிதர்களின் தலைமுறைகளை அது குறிக்கிறது. காலங்கள் என்றே அது பொருள்பட்டது. "யுகம்" என்ற சொல் எந்தக் கால அளவைக் குறிக்க வேண்டும் என்று வைதிகர்கள் நினைத்தார்கள் என்பதை அறிய பல முயற்சிகள் செய்யப்படுகின்றன யுகம்' என்ற சொல் யுஜ் என்ற

---

[1]. இந்த அத்தியாயம் 45 தட்டச்சுப் பக்கங்களைக் கொண்டது. முதல் 9 பக்கங்களில் மட்டுமே பக்க எண் உள்ளது. மற்ற பக்கங்களில் எண் இல்லை. ஆயினும் இந்த அத்தியாயத்தின் வாசகம் முழுமையாக உள்ளது. பொருள் எதுவும் குறையவில்லை.
-பதிப்பாசிரியர்கள்

சம்ஸ்கிருத வேர்ச் சொல்லிலிருந்து தோன்றுகிறது. 'யுஜ்' என்ற சொல் இணைதல் என்று பொருள்படுவது. வானவியலில் யோகம்' எனப்படும் சொல்லின் பொருளே 'பகம்' என்பதன் பொருளாகவும் இருந்திருக்கலாம். யுகம் என்று கூறப்படும் கால அளவு சந்திரனின் நான்கு நிலைகளுடன் தொடர்புள்ளது என்று பேராசிரியர் வீபர் கருதுகிறார்.

இந்தக் கருத்தின் அடிப்படையில், யுகம் என்பதன் பொருள் முதன் முதலில், சூரியனும் சந்திரனும் ஒன்றையொன்று பார்க்கின்ற அல்லது இணைந்திருக்கின்ற அமாவாசை நாளில் தொடங்கும் ஒரு மாத காலத்தைக் குறித்தது என்று திரு. ரங்காசார்யா[1] காறுகிறார். இந்தக் கருத்தை மற்றவர்கள் ஏற்கவில்லை. உதாரணமாக, யுகம் என்பது ஒரே ஒரு மனித ஆண்டைக் குறிப்பதாக திரு. ஷாம் சாஸ்திரி கூறுகிறார். ஸ்கந்த புராணத்தின் ஒரு பகுதி என்று கூறப்படும் சேதுமகாத்மியத்தில் இந்தப் பொருள் இருப்பதாக அவர் கூறுகிறார். அந்தச் சொல் இரண்டு அமாவாசைகளுக்கிடையிலான காலத்தின் ஒரு பாதியான 'பர்வம்' என்ற கால அளவை, சுக்கில பாசம் அல்லது பிருஷ்ண பட்சம் என்று கூறப்படும் கால அளவைக் குறிப்பதாகவும் அவர் கூறுகிறார்.

இந்த முயற்சிகளெல்லாம், யுகம் என்பதன் கால அளவு என்னவாயிருக்க வேண்டும் என்று வைதிகர்கள் கருதினார்கள் என்பதை நாம் அறிய உதவவில்லை.

வைதிகர்கள் அல்லது இறையியலாளர்களின் நூல்களில் யுகம் என்ற சொல் ஒரே பொருளில் பயன்படுத்தப்படவில்லை என்றாலும், வானவியல் (வேதாங்க ஜோதிஷம்) பற்றி எழுதியவர்களின் நூல்களில் யுகம் என்பது ஒரு குறிப்பிட்ட கால அளவைக் குறிக்கிறது. இவர்களின் கூற்றுப்படி யுகம் என்பது ஐந்து ஆண்டுகள் சுழற்சியாக வரும் கால அளவாகும். இந்த ஆண்டுகள் (1) சம்வத்சரம். (2) பரிவத்சரம், (3) இத்வத்சரம், (4) அனுவத்சரம், (5) வத்சரம் என்று அழைக்கப்படுகின்றன.

'கலி' என்ற சொல்லை எடுத்துக் கொண்டால் அது நான்கு யுகங்களைக் கொண்ட சுழற்சியில் ஒரு யுகமாகும். இந்த யுகங்கள் கிருத திரேதா, துவாபர, கலி எனப்படுகின்றன. கலி' என்ற சொல் எப்படித் தோன்றியது? கிருத, திரேதா, துவாபர, கலி என்ற சொற்கள் மூன்று வெவ்வேறு தொடர்புகளில் பயன்படுத்தப் பட்டுள்ளன. கலி என்ற சொல்லும் மற்ற மூன்று சொற்களும் முதன் முதலில் பகடை ஆட்டம் தொடாபாகப் பயன்படுத்தப்பட்டுள்ளன.

பகடை ஆட்டத்தில் உருட்டப்படும் பகடை 'விபிதகா' என்ற மரத்தின் பழுப்பு நிறமான பழத்தைக் கொண்டு செய்யப்பட்டது

1 யுகங்கள்: ஹிந்து காலக்கணிப்பு முறையும் வரலாறும் பக் 19

என்று ருக் வேதத்திலிருந்து தெரிகிறது. இது சாதிக்காய் அளவில் கிட்டத்தட்ட உருண்டையாக, சற்றே தட்டையான ஐந்து பக்கங்களைக் கொண்டதாக அமைந்தது. பின்பு இந்தப் பகடை ஐந்து பக்கங்களுக்குப் பதிலாக நான்கு பக்கங்களைக் கொண்டதாகச் செய்யப்பட்டது. ஒவ்வொரு பக்கத்திலும் 4, 3, 2, 1 என்ற நான்கு வெவ்வேறு எண்கள் குறிக்கப்பட்டிருந்தன. 4 என்ற எண் குறிக்கப்பட்ட பக்கம் கிருத என்றும், 3 என்று குறிக்கப்பட்ட பக்கம் திரேதா' என்றும், 2 என்று குறிக்கப்பட்ட பக்கம் துவாபர என்றும் 1 எனக் குறிக்கப்பட்ட பக்கம் கலி' என்றும் அழைக்கப்பட்டது. பகடை ஆட்டம் வேள்வியின் ஒரு பகுதியாகும் என்று ஷாம் சாஸ்திரி கூறி, அது எவ்வாறு ஆடப்பட்டது என்றும் விவரிக்கிறார். அவர் கூறுவது வருமாறு:[1]

"வேள்வி நடத்துபவனுக்குச் சொந்தமான பசு ஒன்றைப் பிடித்துக் கொண்டு ஆட்டக்காரர்கள் பலர் ஊரின் தெருக்கள் வழியே செல்வது வழக்கம்.

இந்தப் பசுவைப் பந்தயமாக வைத்து அவர்கள் வெவ்வேறு குழுக்களாகப் பகடை ஆட்டம் ஆடுவார்கள். மறுதரப்பில் ஆடுபவர்கள் தானியங்களைப் பந்தயமாக வைப்பார்கள். ஒவ்வொரு ஆட்டக்காரரும் நூறு அல்லது அதற்கும் அதிகமான சோழிகளைத் தரையில் வீசுவார். இந்தச் சோழிகளில், முன்பே சம்மதித்துக் கொண்டபடி, மல்லாந்து அல்லது கவிழ்ந்து விழுந்த சோழிகளின் எண்ணிக்கையைப் பார்த்து, அது நான் கால் மீதியில்லாமல் வகுபடும் எண்ணாக இருந்தால் வேள்வி நடத்துபவர் வென்றதாகவும், இல்லையென்றால் தோற்றதாகவும் அறிவிக்கப்படும் இவ்வாறு வென்று பெறப்படும் தானியத்தைக் கொண்டு வேள்வி நாளன்று நான்கு பிராமணர்களுக்கு உணவளிக்கப்படும்."

பேராசிரியர் எக்லிங் வேத நூல்களிலிருந்து எடுத்துக் காட்டும் குறிப்புகள் பகடை விளையாட்டு மிகவும் முற்பட்ட காலத்திலிருந்தே வழக்கத்தில் இருந்தது என்பதைச் சந்தேகத்துக்கிடமில்லாமல் தெரிவிக்கின்றன. இந்த விளையாட்டு ஐந்து பகடைகளைக் கொண்டு ஆடப்பட்டது என்பதும், இவற்றில் நான்கு பகடைகள் 'கிருத' என்றும், ஐந்தாவது பகடை 'கலி' என்றும் அழைக்கப்பட்டது என்பதும் அவர் காட்டும் குறிப்புகளிலிருந்து தெளிவாகிறது. இந்த விளையாட்டு பல்வேறு விதமாக ஆடப்பட்டது என்றும் அவர் கூறுகிறார். இவற்றில் மிகப் பழமையான விதம் வருமாறு: எல்லாப் பகடைகளிலும் குறி உள்ள பக்கங்கள் எல்லாம் மேலே இருக்கும்படி அல்லது அவை எல்லாம் கீழே இருக்கும்படி விழுந்தால், ஆடுபவருக்கு வெற்றி பகடை விளையாட்டு ராஜசூய வேள்வியிலும், புனித நெருப்பை மூட்டுகின்ற வேள்விச் சடங்கிலும் ஒரு பகுதியாக இடம் பெற்றது.

---

[1] ஆர்.சி.தத் தம்முடைய 'பண்டைய இந்தியாவில் நாகரிகம் என்ற நூலில் தரும் மேற்கோள்

கிருத, திரேதா, துவாபர, கலி என்ற சொற்கள் கணிதத்திலும் பயன்படுத்தப்பட்டன. ஜைன சமயம் பற்றிய பெரிய புத்தகமான பகவதி சூத்திரத்துக்கு அபய தேவசூரி எழுதிய உரையில் உள்ள பின் வரும் பகுதி இதைத் தெளிவாக்குகிறது

"கணிதத்தில் இரட்டைப் படை எண் 'யுக்மா என்றும், ஒற்றைப் படை எண் ஓஜஹ்' என்றும் அழைக்கப்படுகிறது. இங்கே யுக்மா என்று கூறத்தக்க இரண்டு எண்களும், ஓஜஹ் என்று கூறத்தக்க இரண்டு எண்களும் உள்ளன. இவற்றில் ஒன்று கிருதயுக்மா. கிருத என்றால் நிறைந்தது அதாவது பூர்த்தியானது என்று பொருள். நான்கிற்கு மேல் உள்ள எந்த எண்ணுக்கும் தனியான பெயர் (அதாவது கிருத முதலான பெயர்களிலிருந்து வேறான பெயர்) இல்லாததே இதற்குக் காரணம். திரையோஜா முதலான எண்களைப் போன்று கிருதயுக்மா நிறைவு பெறாதது அல்ல. திரையோஜா ஒரு கிருதயுக்மாவுக்கு மேலேயிருந்து ஒற்றைப் படையாக உள்ள எண் திரையோஜா ஆகும். துவாபரயுக்மா: கிருதயுக்மாப் போலவே மற்றொரு இரட்டைப்படை எண். ஆனால் அதிலிருந்து வேறுபட்டது. கிருதயுக்மாவுக்கு மேலேயிருந்து இரண்டால் அளவிடப்படுவது துவாபரயுக்மா. துவாபர என்பது ஓர் இலக்கணச் சிறப்புச் சொல் ஆகும். கலியோஜாதனிப்பட்ட ஒற்றைப்படை எண், ஒரு கிருதயுக்மாவுக்கு கலியால் ஒற்றைப் படையாக உள்ளது கலியோஜா. நான்கால் வகுக்கப்படும் போது முழுமையாக வகுபட்டால் அந்த எண் கிருதயுக்மா ஆகும். எண்களின் வரிசையில் நான்கு என்ற எண் நான்கால் வகுக்கப்பட வேண்டாம். ஏனென்றால் அதுவே நான்காயிருக்கிறது. இந்த எண்ணும் கிருதயுக்மா என்று அழைக்கப்படுகிறது."

ஷாம்சாஸ்திரி,[1] இந்தச் சொற்கள் வேறொரு பொருளில் பயன்படுத்தப்படுவதைக் குறிப்பிடுகிறார். கிருத பர்வம், திரேதா பர்வம், துவாபர பர்வம், கலி பாவம் என்ற பெயர்களில் இவை பர்வங்களைக் குறிக்கப் பயன்படுத்தப்படுகின்றன என்று அவர் கூறுகிறார். பர்வம் என்பது பதினைந்து திதிகள் அல்லது நாட்களைக் கொண்ட கால அளவு. இது பட்சம் என்றும் அழைக்கப்படுகிறது. மதச் சடங்குகள் தொடர்பான காரணங்களால் ஒரு பர்வம் எப்போது முடிவடைகிறது என்பது முக்கியமானது. பர்வம் முடிவடையும் காலங்கள் நான்கு வகையாகக் கூறப்படுகின்றன: (1) சூரிய உதயத்தில் 12) நாளின் ஒரு கால் பகுதி அல்லது பாதத்தில், (3) இரண்டு கால் பகுதிகள் அல்லது பாதங்களுக்குப் பின் (4) மூன்று கால் பகுதிகள் அல்லது பாதங்களில். இவற்றில் முதலாவது கிருத பர்வம் என்றும் இரண்டாவது திரேதா பாவம் என்றும், மூன்றாவது துவாபர பர்வம் என்றும், நான்காவது கலி பர்வம் என்றும் அழைக்கப்பட்டது.

1 ஷாம்சாஸ்திரி திரப்சா, பக் 92-93

கலி, முகம் என்ற சொற்கள் ஒரு காலத்தில் என்ன பொருளில் பயன்படுத்தப்பட்டிருந்தாலும், கலியுகம் என்பது நீண்ட காலமாகவே இந்து காலக் கணக்கு முறையில் ஒரு குறிப்பிட்ட கால அளவைக் குறிப்பதற்குப் பயன்படுத்தப்பட்டு வருகிறது. நான்கு யுகங்களைக் கொண்ட ஒரு காலச் சுழற்சி உள்ளது என்பது இந்துக்களின் கொள்கை. இந்த நான்கு யுகங்களில் ஒன்று கலியுகம். மற்ற யுகங்கள் கிருத, திரேதா. துவாபர, கலி என்பனவாகும்.

II

இப்போதைய கலியுகம் எப்போது தொடங்கியது? இந்தக் கேள்விக்கு இரண்டு வெவ்வேறு விடைகள் உள்ளன.

ஐத்ரேயபிராமமணம். வைவசுவதமனுவின் மகன் நபனே திஷ்டாவுடன் கலியுகம் தொடங்கியதாகக் கூறுகிறது. புராணங்களின் கூற்றுப்படி, மகாபாரதப் போருக்குப் பின் கிருஷ்ணர் மரணமடைந்ததிலிருந்து கலியுகம் தொடங்கியது.

முதலில் கூறப்பட்ட காலத்தை டாக்டர்ஷாம் சாஸ்திரி கணக்கிட்டுக்கூறியிருக்கிறார். கலியுகம் கி.மு.310-இல் தொடங்கியது என்று அவர் கூறுகிறார். இரண்டாவதாகக் கூறப்பட்ட காலத்தைத் திரு. கோபால் அய்யர் மிக நுணுக்கமாக கவனத்துடன் கணக்கிட்டிருக்கிறார். அவரது கணக்குப்படி மகாபாரதப் போர் கி. மு. 1194 அக்டோபர் 14 ஆம் தேதி தொடங்கி, அக்டோபர் 31-ஆம் தேதி இரவு முடிவடைந்தது. போர் முடிந்து 16 ஆண்டுகளுக்குப் பின் கிருஷ்ணர் இறந்தார் என்று அவர் கூறுகிறார். இதற்கு அவர் கொண்ட அடிப்படை வருமாறு: பார்சித்துக்கு முடி சூட்டப்பட்ட போது அவருக்கு வயது 16. பாண்டவர்கள், பரீட்சித்தை சிம்மாசனத்தில் அமர்த்திய பின் உடனேயே தங்களுடைய மகாபிரஸ்தான யாத்திரையைத் தொடங்கினார்கள். அவர்கள், கிருஷ்ணர் இறந்த நாளிலேயே இதைத் தொடங்கினார்கள், இந்தக் கணக்குப்படி கலியுகம் கிமு. 1117-இல் தொடங்கியது.

இவ்வாறாக, கலியுகம் தொடங்கிய காலம் கிமு. 3101 என்றும் கிமு 1177 என்றும் இரண்டு கணக்குகள் கூறப்படுகின்றன. கலியுகம் பற்றிய முதல் புதிர் இதுதான்.

இவ்வாறு ஒன்றுக்கொன்று மிகுந்த இடைவெளியுள்ள இரண்டு ஆண்டுகள் குறிப்பிடப்படுவதுப் பற்றி இரண்டு விளக்கங்கள் கூறப்படுகின்றன. கி.மு. 3101-ஆம் ஆண்டு, கல்பத்தின் தொடக்கம் என்றும் கலியின் தொடக்கம் அல்ல என்றும், பிரதி செய்தவர் கல்பத்தைத் தவறாகக் கலி என்று வாசித்து இந்தக் குழப்பத்தை

ஏற்படுத்திவிட்டார் என்றும் ஒரு விளக்கம் கூறப்படுகிறது. மற்றொரு விளக்கத்தை டாக்டர் ஷாம் சாஸ்திரி தருகிறார். இரண்டு வெவ்வேறு கலியுக சகாப்தங்கள் உள்ளன என்று அவர் கூறுகிறார். இவற்றில் ஒன்று கி.மு. 3101 - இலும், மற்றொன்று கி.மு. 1260 அல்லது 1240-இலும் தொடங்கியது. முதல் சகாப்தம் சுமார் 1840 அல்லது 1860 ஆண்டுகள் நீடித்தது என்றும் பின்பு மறைந்துவிட்டது என்றும் அவர் கூறுகிறார்.

III

கலி யுகம் எப்போது முடிவடையும்? இந்தப் பிரச்சினையில் புகழ் பெற்ற இந்திய வானவியல் அறிஞர் கர்காசார்யா தமது சித்தாந்தா என்ற நூலில், அசோகருக்குப் பின் வந்த நான்காவது மன்னரான சாலிசுக மவுரியா பற்றிப் பேசுகையில் பின் வரும் முக்கியமான கருத்தைக் கூறுகிறார்:[1]

"பின்பு கடுமையான தீரம் கொண்ட கிரேக்கர்கள். சாகோதத்தையும், மதுரா வரை பாஞ்சால நாட்டையும் அடக்கிய பின் குசுமத்வஜாவை (பாட்னா) அடைவார்கள். புஷ்பபுரம் கைப்பற்றப்பட்டு எல்லா மாகாணங்களும் சந்தேகமில்லாமல் குழப்பத்தில் இருக்கும்.வெல்ல முடியாதவர்களான யவனர்கள் மத்திய தேசத்தில் இருக்கமாட்டார்கள். அவர்களுக்கிடையிலேயே கொடுமையான, பயங்கரமான போர் நடக்கும். பின்பு யுகத்தின் இறுதியில் கிரேக்கர்கள் அழிக்கப்பட்ட பின் அவுதாவில் சக்தி வாய்ந்த ஏழு அரசர்கள் ஆட்சி செய்கிறார்கள்."

இதில் முக்கியமான வார்த்தைகள் "யுகத்தின் இறுதியில் கிரேக்கர்கள் அழிக்கப்பட்டபின்" என்பனவாகும். இந்த வார்த்தைகள் இரண்டு வினாக்களை எழுப்புகின்றன: (1) கர்கா எந்த யுகத்தை மனத்தில் வைத்துக் கூறுகிறார்? (2) இந்தியாவில் கிரேக்கர்கள் தோற்கடிக்கப்பட்டு அழிக்கப்பட்டது எப்போது? இந்த வினாக்களுக்கான விடைகள் பற்றிச் சந்தேகம் இல்லை. அவர் குறிப்பிடுவதும் கலியுகமே. கிரேக்கர்களின் தோல்வியும் அழிவும் சுமார் கி.மு. 165 -இல் நடந்தது. இது விவரங்களின் அடிப்படையில் யூகமாகக் கூறப்படுவதல்ல. மகாபாரதத்தில் வன பர்வம் அத்தியாயம் 188, 190 ஆகியவற்றில் இது நேரடியாகக் கூறப்படுகிறது. காட்டுமிராண்டிகளான சாகர்கள். யவனர்கள், பல்ஹிகர்கள் ஆகியோரும் மற்றும் பலரும் கலியுகத்தின் இறுதியில் பாரதவர்ஷத்தை நாசம் செய்வார்கள் என்று அதில் கூறப்படுகிறது.

இந்த இரண்டு கூற்றுக்களையும் சேர்த்துப் பார்க்கும்போது கலியுகம் கி.மு. 165-இல் முடிவடைந்தது என்று காண்கிறோம். இவ்வாறு முடிவு

1 ஆர்.சி.தத் தம்முடைய 'பண்டைய இந்தியாவில் நாகரிகம், என்ற நூலில் தரும் மேற்கோள்

செய்வதற்கு ஆதரவாக மற்றொரு வாதமும் உள்ளது. கலியுகம் ஆயிரம் ஆண்டுகளைக் கொண்டது என்று மகாபாரதம் கூறுகிறது.[1] கி.மு. *1171*- இல் கலியுகம் தொடங்கியது என்று கூறுப்படுவதை ஏற்றால், அதிலிருந்து ஆயிரம் ஆண்டுகளைக் கழித்த பின், கலியுகம் சுமார் கி.மு *171*-இல் முடிவடைந்திருக்க வேண்டும் என்ற முடிவு தவிர்க்க முடியாதது. கலி யுகத்தின் இறுதியில் நடப்பதாக கர்கா கூறுகின்ற சரித்திர நிகழ்ச்சிகளிலிருந்து இது அதிக தூரத்தில் இல்லை. எனவே தலைமை வானவியல் அறிஞரின்[2] கருத்தின்படி கலியுகம் சுமார் கி.மு. *165*-இல் முடிவடைந்தது என்பதில் சந்தேகமில்லை. ஆயினும் நிலைமை என்ன? வைதிக பிராமணர்களின் கருத்துப்படி கலியுகம் இன்னமும் முடிவடையவில்லை என்பதே இப்போதுள்ள நிலைமை. அது இன்னமும் நீடிக்கிறது. இந்துக்கள் சமயச் சடங்கு எதையும் செய்வதற்கு முன் இன்றும் கூட கூறுகின்ற ‘சங்கல்பம்’ இதைத் தெளிவுப்படுத்துகிறது. சங்கல்பம்’ பின்வருமாறு உள்ளது:[3]

“மங்களகரமான இந்த நாளில் இந்த மணியில், வெள்ளை வராகத்தின் கல்பம் என்று அழைக்கப்படும் முதல் பிரமாவின் இரண்டாம் பரார்த்தத்தில், வைசுவத மனுவின் காலத்தில், கலியுகத்தில், ஜம்புத்வீபத்தில், பாரதவர்ஷத்தில், பரத நாட்டில், பிரதவ தொடங்கி க்ஷய அல்லது அக்ஷயவில் முடிவடைகின்ற அறுபதாண்டு வட்டத்தில், பகவான் விஷ்ணு கட்டளையிட்டபடி, (ஆண்டின் பெயர்) ஆண்டில், தட்சணாயனம் அல்லது உத்தராயணத்தில் (எது பொருத்தமோ அது). சுக்கில பட்சம் அல்லது கிருஷ்ண பட்சத்தில், இந்தத் திதியில் நான் (பெயர்), (சடங்கின் பெயர்) சடங்கை சர்வ வல்லமையுள்ளவரை மகிழ்விப்பதற்காகச் செய்யத் தொடங்குகிறேன்.”

நாம் பரிசீலிக்க வேண்டிய கேள்வி இது தான்: கலியுகம் முடிந்துவிட்டது என்று வானவியல் அறிஞர் கூறுகையில், வேத பிராமணர்கள் அது இன்னமும் நீடிப்பதாக ஏன் வைத்திருக்கிறார்கள்? எப்படி அதைச் செய்திருக்கிறார்கள்?

முதலில், கலியுகத்தின் காலம் என்று ஆரம்பத்தில் இருந்தது எவ்வளவு என்பதைத் தீர்மானிக்க வேண்டும். விஷ்ணு புராணம் கூறுகிறது:

“கிருதயுகம் *4000* ஆண்டுகள், திரேதா *3000*, துவாபர *2000*, கலி *1000* ஆண்டுகள் உள்ளவை. கடந்த காலத்தை அறிந்தவர்கள் இவ்வாறு

1 பண்டையக்கால இந்தியா குறித்த காலக்கணிப்பு, பக். 117

2 கர்காவின் கூற்றை உறுதி செய்யும் வகையில், மகாபாரதமும் கலியுகம் ஆயிரம் ஆண்டுகளைக் கொண்டது என்று கூறுகிறது. ஆயிரத்துடன் 171-ஐக் கூட்டினால் 1171 வருகிறது. இது கலியுகம் தொடங்கியதாகக் கூறப்படும் ஆண்டு

3 ஷாம்ஷாஸ்திரி, திரப்சா, பக் 84

உரைத்திருக்கிறார்கள்." இவ்வாறாகக் கலியுகம் முதலில் 1000 ஆண்களைக் கொண்டிருந்தது. எனவே வேத பிராமணர்களின் கணக்குப்படியே கூட கலியுகம் நீண்ட காலத்துக்கு முன்பே முடிந்து போயிருக்க வேண்டும். ஆனால் முடிவடையவில்லை. காரணம் என்ன? கலியுகத்துக்கு முதலில் இருந்த கால அளவு பின்னால் நீட்டிக்கப்பட்டது என்பதே இதற்குக் காரணம். இது இரண்டு வழிகளில் செய்யப்பட்டது.

முதலாவதாக, சந்தயா, சந்தயாம்சா என்ற இரண்டு காலங்கள் ஒரு யுகம் தொடங்குவதற்கு முன்பும், யுக முடிவிற்குப் பின்பும் சேர்க்கப்பட்டதன் மூலம் இது செய்யப்பட்டது. முன்பு குறிப்பிடப்பட்ட விஷ்ணு புராணப் பகுதியிலேயே இதுவும் கூறப்படுகிறது. அது வருமாறு:

"ஒரு யுகத்துக்கு முன் உள்ள காலம் சந்த்யா எனப்படுகிறது. ஒரு யுகத்துக்குப் பின்னால் வருகின்ற காலம் சந்த்யாம்சா எனப்படுகிறது.

இதுவும் அதேகால அளவுக்கு நீடிக்கும். சந்த்யாவுக்கும் சந்தயாம் சாவுக்கும் இடையில் உள்ள காலங்கள் கிருத, திரேதா முதலான யுகங்களாகும்."

சந்தயா, சந்தயாம்சா என்பவற்றின் கால அளவுகள் என்ன? எல்லா யுகங்களிலும் இது ஒரே அளவாக உள்ளதா அல்லது யுகத்தைப் பொறுத்து வேறுபடுகிறதா? சந்தயா, சந்தயாம்சா காலங்கள் ஒரே அளவாக இல்லை. ஒவ்வொரு யுகத்துக்கும் இவை வேறுபட்டன. பின் வரும் அட்டவணை நான்கு யுகங்கள் அவற்றின் சந்தியா, சந்த்யாம்சா ஆகியவற்றின் கால அளவுகளைக் காட்டுகிறது :

மகாயுகத்தின் பிரிவுகள்	கால அளவு	விடியல்	அந்தி	மொத்தம்
கிருத யுகம்	4000	400	400	4800
திரேதா யுகம்	3000	300	300	3600
துவாபா யுகம்	2000	200	200	2400
கலியுகம்	1000	100	100	1200
மகாயுகம்				12000

கலியுகம் முன்பு போல் 1000 ஆண்டுகளாக இருப்பதற்குப் பதிலாக சந்தயா, சந்த்யாம்சா என்ற காலங்களைச் சேர்த்ததன் மூலம் 1200 ஆண்டுகளாக நீட்டிக்கப்பட்டது.

இரண்டாவதாக ஒரு புதிய கருத்து கூறப்பட்டது. ஒரு யுகத்துக்குக் கூறப்பட்ட ஆண்டுகள் உண்மையில் தேவ ஆண்டுகள் என்றும் மனித ஆண்டுகள் அல்ல என்றும் அறிவிக்கப்பட்டது. வேத பிராமணர்களின்

கூற்றுப்படி ஒரு தேவ நாள் ஒரு மனித ஆண்டுக்குச் சமம். எனவே கலியுகத்தின் காலம் 1000 ஆண்டுகளும், சந்தயா, சந்தயாம்சா ஆகியவற்றின் 200 ஆண்டுகளும், ஆக மொத்தம் 1200 ஆண்டுகளும் 4,32,000 (1200ஜ்360) ஆண்டுகளுக்குச் சமம் என்று ஆகிவிட்டன. இந்த இரண்டு வழிகளிலும் வேத பிராமணர்கள் கலியுகம் கி.மு. 165-இல் முடிந்துவிட்டது என்று வானவியல் அறிஞர்கள் கூறியது போல் அதை முடித்துவிடாமல், அதன் ஆயுட்காலத்தை 4,32,000 ஆண்டுகளாக நீட்டித்திருக்கிறார்கள். எனவே கலியுகம் இன்றும் கூட தொடர்ந்து இருக்கிறது என்பதிலும் இன்னும் பல லட்சம் ஆண்டுகளுக்குத் தொடரும் என்பதிலும் ஆச்சரியம் இல்லை. கலியுகத்துக்கு முடிவே இல்லை.

IV

கலியுகம் எதைக் குறிக்கிறது? கலி யுகம் என்பது அதர்மத்தின் காலம், ஒழுக்கக் கேட்டின் காலம், மன்னன் செய்யும் சட்டங்களை மக்கள் மதிக்கத் தேவையில்லாத காலம். ஒரு கேள்வி உடனே எழுகிறது.

கலியுகம் அதற்கு முந்திய யுகங்களைவிட ஒழுக்கக் கேடானது ஏன்? இப்போதைய கலியுகத்துக்கு முன் ஆரியர்களின் ஒழுக்க நிலை எப்படி இருந்தது? பிற்கால ஆரியர்களின் வழக்கங்களையும் சமூக நடைமுறைகளையும். பண்டைக்கால ஆரியர்களுடன் ஒப்பிட்டுப் பார்க்கும் எவரும், அவர்களுடைய் நடத்தைகளும் ஒழுக்கங்களும் சமூகப் புரட்சி என்று கூறத்தக்க அளவுக்கு மேம்பட்டிருப்பதைக் காண்பார்.

வேத கால ஆரியர்களின் மதம் காட்டுமிராண்டித்தனமான. ஆபாசமான வழக்கங்களைக் கொண்டிருந்த்து. மனித பலி அவர்களுடைய மதத்தில் ஒரு அம்சமாயிருந்தது. அது நரமேதயக்ஞும் என்று அழைக்கப்பட்டது. இந்தச் சடங்கைப் பற்றிய விரிவான விவரங்கள் யஜுர் வேத சங்கிதை, யஜுர் வேத பிராமணங்கள் சாங்க்யான சூத்திரம், வைதன சூத்திரம் ஆகியவற்றில் காணப்படுகின்றன. ஆண்குறி வழிபாடு என்று கூறப்படும் பாலுறுப்பு வழிபாடு பண்டைக்கால ஆரியர்களிடம் காணப்பட்டது. ஆண்குறி வழிபாடு ஸ்கம்பா எனப்பட்டு ஆரிய மதத்தின் பகுதியாக அங்கீகரிக்கப்பட்டது. அதர்வ வேதத்தில் X, 7 பாடலில் இதைக் காணலாம். ஆரியர்களின் மதத்தை அவலட்சணமாக்கிய மற்றொரு ஆபாச வழக்கம் அசுவமேதயக்ஞும் என்ற குதிரை வேள்வியில் காணப்படுகிறது. இந்த வேள்வியின் இன்றியமையாத ஒரு பகுதி.

மேதா' வின் (இறந்த குதிரையின்) சேபஸை' (ஆண்குறியை) யஜமானனின் (வேள்வி செய்பவனின்) பிரதான மனைவியின் யோனியில் (பெண்குறியில்) செலுத்துவதாகும். அப்போது பிராமணப் புரோகிதர்கள் நீண்ட மந்திரத் தொடர்களை ஓதுவார்கள். இவ்வாறு குதிரையின் சேவையைப் பெறும் கௌரவத்துக்கு அரசனின் மனைவிகளிடையே போட்டியும் இருந்தது என்பதை வாஜசநேய சங்கிதையில் ஒரு மந்திரம் (XXiii, 18) காட்டுகிறது. இதைப் பற்றி மேலும் அறிய விரும்புவோர் யஜுர் வேதத்துக்கு மகிதார எழுதியுள்ள உரையில் காணலாம். ஆரியர்களின் மதத்தில் ஒரு பகுதியாய் இருந்த இந்த ஆபாச வழக்கம் பற்றி முழுமையான விவரங்களை அவர் தந்திருக்கிறார்.

பண்டைக்கால ஆரியர்களின் ஒழுக்கங்கள் அவர்களுடைய மதத்தைவிட மேலானதாயில்லை. ஆரியர்கள் ஒரு சூதாடி இனமாக இருந்தார்கள். ஆரிய நாகரிகத்தின் மிக ஆரம்ப காலத்திலேயே அவர்கள் சூதாட்டத்தை ஒரு விஞ்ஞானமாகவே வளர்த்திருந்தார்கள். அவர்கள் சூதாட்டத்துக்கான பகடைகளை உருவாக்கி அவற்றுக்கு தொழில் நுட்பப் பெயர்கள் கொடுத்திருந்தார்கள். மிக அதிர்ஷ்டமான பகடை கிருத் என்றும் மிகவும் துரதிர்ஷ்டமானது கலி என்றும் அழைக்கப்பட்டது. இந்த இரண்டுக்கும் இடைப்பட்டவை திரேதா', 'துவாபா' எனப்பட்டன. ஆரியர்களிடையே சூதாட்டம் மிகுந்த வளர்ச்சி பெற்றிருந்தது மட்டுமல்ல, பந்தயம் இல்லாமல் அவர்கள் சூதாட்டம் நடத்தமாட்டார்கள். சூதாட்டத்தில் அவர்கள் அளவற்ற உற்சாகப் பெருக்குடன் விளையாடினார்கள். அவர்களுடைய சூதா உணர்ச்சி வேகத்துக்கு ஒப்புமையே கூற முடியாது. நாடுகளும் மனைவிகளும் கூட சூதாட்டத்தில் பந்தயப் பொருளாக வைக்கப்பட்டார்கள். நள மன்னன் நாட்டைப் பந்தயமாக வைத்து அதை இழந்தான். பாண்டவர்கள் அதற்கும் மேலே சென்றார்கள். அவர்கள் நாட்டை மட்டுமின்றி, தங்கள் மனைவி திரௌபதியையும் பந்தயமாக வைத்து இரண்டையும் இழந்தார்கள்: ஆரியர்களிடையே சூதாட்டம் பணக்காரர்களின் விளையாட்டாக இல்லை. அது பல மக்களின் தீய வழக்கமாக இருந்தது.

பண்டைக்கால ஆரியர்கள் ஒரு குடிகார இனமாகவும் இருந்தார்கள். மது அவர்களுடைய மதத்தில் இன்றியமையாத அம்சமாக இருந்தது. வேத காலக் கடவுளர்கள் மது அருந்தினார்கள். தேவர்களின் மது 'சோமா' என்றழைக்கப்பட்டது. ஆரியர்களின் கவளர்கள் மது அருந்தியதால் ஆரியர்களுக்கு மது அருந்துவதில் தயக்கம் எதுவும் இருக்கவில்லை. உண்மையில் மது அருந்துவது ஆரியரின் மதக்காமையின் ஒரு பகுதியாக இருந்தது. பண்டைக்கால ஆரியர்களிடையே

பற்பல சோம் வேள்விகள் இருந்ததால் சோமபானம் அருந்தாத நாட்கள் அரிதாக இருந்தன. மூன்று மேல் வகுப்புகளான பிராமணர், சத்திரியர். வைசியர் ஆகியோர் மட்டுமே சோமபானம் அருந்தினார்கள். இதனால் சூத்திரர்கள் மதுவை விலக்கியவர்கள் என்று அர்த்தமல்ல. சோமபானம் மறுக்கப்பட்டவர்கள் சுராபானம் குடித்தார்கள். இது சாதாரணமான. புனிதமல்லாத மதுபானம், இது அங்காடியில் விற்கப்பட்டது. ஆரியர்களில் ஆண்கள் மட்டுமின்றி பெண்களும் குடித்தார்கள். விதவையாகாத நான்கு அல்லது எட்டுப் பெண்களுக்கு உணவும் மதுவும் கொடுத்து. அவர்களை திருமணச் சடங்குக்கு முதல் நாள் இரவில் நான்கு முறை நடனமாடச் சொல்ல வேண்டும் என்று கௌஷிதாகி கிருஹ்ய சூத்திரம் 1.11.12 கூறுகிறது. போதைப் பானங்களைக் குடிக்கும் வழக்கம் பிராமணரல்லாத பெண்களிடம் மட்டுமே இருந்ததல்ல. பிராமணப் பெண்களிடம் கூட அந்த வழக்கம் இருந்தது. குடிப்பது பாவமாகக் கருதப்படவில்லை. அது ஒரு தீய வழக்கம் கூட அல்ல. அது மரியாதைக்குரிய வழக்கமாகவே இருந்தது. ருக் வேதம் கூறுகிறது:

"மதிரா (மது) அருந்துவதற்கு முன் சூரியனை வழிபடுதல்"

யஜுர் வேதம் கூறுகிறது:

"ஓ. தேவா சோமா! சுரா (மது) வால் பலமும் புத்துணர்ச்சியும் பெற்று, உன்னுடைய தூய உணர்வினால் தேவர்களை மகிழ்விப்பாய் வேள்வி செய்பவனுக்குச் சாறு நிறைந்த பழங்களையும், பிராமணர்களுக்கும் சத்திரியர்களுக்கும் சக்தியையும் கொடுப்பாய்."

மந்திர பிராமணம் கூறுகிறது:

"எதனால் பெண்கள் ஆண்களுக்கு இன்பம் தருவோராக ஆகின்றார்களோ. எதனால் தண்ணீர் (மனிதர்களின் இன்பத்துக்காக) சுரா (மது) வாக மாற்றப்படுகிறதோ - முதலானவை."

இராமனும் சீதையும் மது அருந்தியதை இராமாயணம் குறிப்பிடுகின்றது.

உத்தர காண்டம் கூறுகிறது:

"இந்திரன் (தன் மனைவி) ஷசியிடம் செய்வதைப்போல, ராமச்சந்திரன் சீதையை தூய தேனிலிருந்து செய்யப்பட்ட மதுவை அருந்தச் செய்தான். பணியாளர்கள் ராமச்சந்திரனுக்கு மாமிசமும் இனிய பழங்களும் கொண்டு வந்தார்கள்." கிருஷ்ணனும் அர்ஜுனனும் மது அருந்தினார்கள். மகாபாரதம் உத்தியோக பர்வத்தில் சஞ்சயன் கூறுகிறான்:

"அர்ஜுனனும் ஸ்ரீகிருஷ்ணனும் தேனிலிருந்து செய்யப்பட்ட மதுவை அருந்தி, நறுமணம் உள்ளவர்களாகவும், மாலை அணிந்தும், சிறந்த ஆடைகளும் அணிகலன்களும் அணிந்தும், பல வகை ரத்தினங்கள் பதிக்கப்பட்ட தங்கச் சிம்மாசனத்தில் அமர்ந்திருந்தார்கள். ஸ்ரீகிருஷ்ணனின் பாதங்கள் அரஜுனனின் மடிமேலும், அர்ஜுனனின் பாதங்கள் திரௌபதி, சத்யபாமாவின் மடிமேலும் இருப்பதைப் பார்த்தேன்."

அடுத்து நாம் ஆண் - பெண் திருமண உறவுகள் பற்றிப் பார்க்கலாம். வரலாறு என்ன கூறுகிறது? ஆரம்பத்தில் ஆரியர்களிடையே திருமணச் சட்டம் எதுவும் இல்லை. சமூகத்தின் மேல் வகுப்புகளிலும் கீழ் வகுப்புகளிலும் முற்றிலும் வரைமுறையற்ற உறவுகளே இருந்தன. தடை செய்யப்பட்ட திருமண உறவுகள் என்பதாக எதுவும் இல்லை. பின்வரும் உதாரணங்கள் இதைக் காட்டுகின்றன:

பிரமா தனது சொந்த மகள் சதரூபாவை மணந்தார். இவர்களின் மகன் மனு. இவர்தான் ஐக்ஸ்வாகர்களும் ஐலர்களும் தோன்றுவதற்கு முன் ஆண்ட பிருது வம்சத்தை நிறுவினார்.

இரண்யகசிபு தன் மகள் ரோகிணியை மணந்தான். தந்தை தன் மகளை மணந்த வேறு உதாரணங்கள்: வசிஷ்டரும் ஷத்ருபாவும், ஜான் ஹுவும் ஜான் ஹவியும், சூரியனும் உஷாவும், தந்தை தன் மகளை மணப்பது சாதாரணமாக வழக்கத்தில் இருந்தது என்பதை கனின' புத்திரர்களை அங்கீகரிக்கும் வழக்கத்திலிருந்து அறியலாம். கனின புத்திரர்கள் என்றால் திருமணமாகாத மகளுக்குப் பிறந்த மகன்கள் என்று பொருள். சட்டத்தில் இவர்கள் பெண்ணின் தந்தையின் மகன்கள் என்று ஏற்கப்பட்டனர். இவர்கள். தந்தையால் தனது சொந்த மகளிடம் பிறந்தவர்களாயிருக்க வேண்டும் என்பது தெளிவு.

தந்தையும் மகனும் ஒரே பெண்ணுடன் சேர்ந்திருக்கும் நிகழ்ச்சிகளும் உள்ளன. பிரமா. மனுவின் தந்தை; சதரூபா மனுவின் தாய். இந்த ஷத்ருபா மனுவின் மனைவியும் ஆவாள். மற்றொரு உதாரணம் சிரத்தா. இவள் விவஸ்வத்தின் மனைவி. இவர்களுடைய மகன் மனு. ஆனால் சிரத்தா, மனுவின் மனைவியாகவும் இருந்தாள். இதுவும் தந்தையும் மகனும் ஒரே பெண்ணைப் பகிரந்து கொள்வதைக் காட்டுகிறது. ஒருவன் தன்னுடைய சகோதரனின் மகளை மணந்து கொள்ள முடியும். தர்மா, தட்சனின் 10 மகள்களை மணந்து கொண்டான். ஆனால் தர்மாவும் தட்சனும் சகோதரர்கள். ஒருவன் தன்னுடைய தந்தையின் சகோதரனின் மகளையும் மணக்கலாம். கஸ்யபா 13 மனைவிகளை மணந்தான். இவர்கள் அனைவரும் கஸ்யபாவின் தந்தையான மரிசியின் சகோதரன் தட்சனின் மகள்கள்.

ருக்வேதத்தில் கூறப்படும் யமன் - யமி உரையாடலும் சகோதரர்களுக்கும் சகோதரிகளுக்குமிடையே திருமண உறவு பற்றித் தெரிவிக்கிறது. யமன் யமியுடன் உறவு கொள்ள மறுத்ததை வைத்து இத்தகைய திருமணங்கள் நடக்கவில்லை என்று கூற முடியாது.

மகாபாரதத்தின் ஆதிபர்வத்தில் பிரம தேவனிலிருந்து தொடங்கும் வம்சாவளி ஒன்று தரப்படுகிறது. இதில் பிரமாவுக்கு, மரீசி. தட்சன். தர்மா ஆகிய முன்று மகன்களும் ஒரு மகளும் (இவளுடைய பெயர் குறிப்பிடப்படவில்லை) இருந்ததாகக் கூறப்படுகிறது. தட்சன் பிரமாவின் மகளான தனது சகோதரியை மணந்ததாகவும், இவர்களுக்கு 50 முதல் 60 வரை பல்வேறு எண்ணிக்கையாகக் கூறப்படும் மகள்கள் பிறந்ததாகவும் இந்த வம்சாவளி தெரிவிக்கிறது. சகோதரர்களுக்கும் சகோதரிகளுக்கும் இடையே மண உறவுகள் பற்றிய வேறு உதாரணங்களும் உள்ளன. இவை வருமாறு: பூஷனும் அவனுடைய சகோதரிகள் அச்சோடாவும் அமாவசுவும்: புருகுத்சாவும் நர்மதாவும், விப்ரசித்தியும் சிம்ஹிகாவும்; நகுசாவும் விரஜாவும்; சுக்ரா - உசானசும் கோவும், அம்சுமத்தும் யசோதாவும்: தசரதனும் கௌசல்யாவும்; இராமனும் சீதையும்; சுகாவும் பிவரியும்: திரௌபதியும் பிரஸ்தியும் - இவையெல்லாம் சகோதரர்கள் சகோதரிகளை மணந்து கொண்ட உதாரணங்களே.

மகன் தாயுடன் உறவு கொண்டிருப்பதற்குத் தடை ஏதும் இல்லை என்று பின்வரும் உதாரணங்கள் காட்டுகின்றன: பூஷனும் அவனுடைய தாயும், மனுவும் ஷத்ருபாவும், மனுவும் சிரத்தாவும். வேறு உதாரணங்களையும் குறிப்பிடலாம்: அர்ஜுனனும் ஊர்வசியும்; அர்ஜுனனும் உத்தராவும். உத்தரா அர்ஜுனனின் மகனான அபிமன்யுவுக்கு, அவன் 16 வயதாயிருந்த போது மணம் செய்விக்கப்பட்டாள். உத்தரா அர்ஜுனனுடன் சேர்க்கப் பட்டிருந்தாள். அவன் அவளுக்கு இசையும் நடனமும் கற்பித்தான். உத்தரா அர்ஜுனனிடம் காதல் கொண்டிருந்ததாக வர்ணிக்கப்படுகிறது. அவர்களுடைய காதலின் இயல்பான தொடர்ச்சியாக அவர்கள் மணம் செய்து கொள்வது பற்றியும் மகாபாரதம் பேசுகிறது. அவர்கள் உண்மையிலேயே மனந்து கொண்டதாக மகாபாரதம் கூறவில்லை. ஆனால் அவர்கள் மணம் செய்து கொண்டிருந்தால் அபிமன்யு தன் தாயை மணந்து கொண்டதாகக் கூறலாம். அர்ஜுனன் - ஊர்வசி கதை இந்த விஷயத்தில் தெளிவாக உள்ளது.

இந்திரன் அர்ஜுனனின் உண்மையான தந்தையாவான். ஊர்வசி இந்திரனின் ஆசைநாயகி; எனவே அவள் அர்ஜுனனுக்குத் தாயின் இடத்தில் இருந்தாள். அவள் அர்ஜுனனுக்கு ஆசிரியையாக இருந்து இசையும் நடனமும் கற்பித்தாள். அவள் அர்ஜுனன் மேல் மோகம்

கொண்டாள். அவனுடைய தந்தையான இந்திரனின் சம்மதத்துடன் அவள் அர்ஜுனனை உடலுறவுக்காக அணுகினாள். ஆனால் அர்ஜுனன் அவள் தனக்குத் தாயைப் போன்றவள் என்று கூறி அவள் விருப்பத்துக்கு இணங்க மறுத்தான். இதில் அர்ஜுனனின் மறுப்பைவிட ஊர்வசியின் நடத்தை இரண்டு காரணங்களுக்காக அதிகமாகக் குறிப்பிடத்தக்கது. முதலாவதாக, ஊர்வசி அர்ஜுனனை அணுகிக் கேட்டாள் என்பதும், இதற்கு இந்திரனின் சம்மதம் இருந்தது என்பதும், அவள் நிலைபெற்றுள்ள ஒரு வழக்கத்தையே பின்பற்றினாள் எனக் காட்டுகின்றன. இரண்டாவதாக, அர்ஜுனனுக்கு அவள் அளித்த பதிலில், இது நன்கு ஏற்றுக் கொள்ளப்பட்ட ஒரு வழக்கம் என்றும், அர்ஜுனனின் முன்னோர்கள் - எல்லோரும் இத்தகைய அழைப்பை ஏற்றுள்ளனர் என்றும் அதனால் அவர்களுக்குப் பழி எதுவும் வரவில்லை என்றும் தெளிவாகக் கூறுகிறாள்.

பண்டைக்கால இந்தியாவில் ஆண்- பெண் சேர்ந்து வாழ்வதில் இரத்த உறவு பற்றிய எண்ணம் முற்றிலுமாகப் புறக்கணிக்கப்பட்டது என்பதற்கு மிகச் சிறந்த எடுத்துக்காட்டாக ஹரிவம்சம் இரண்டாவது அத்தியாயத்தில் கூறப்படும் பின் வரும் கதையைக் குறிப்பிடலாம். இதன்படி சோமன் பத்து தந்தைகளின் மகன் - ஒரு பெண்ணுக்குப் பல கணவர்கள் இருக்கும் முறையை இது குறிக்கிறது. இந்தப் பத்துப் பேரில் ஒவ்வொருவரும் பிரல்ஹேதா என்று அழைக்கப்பட்டார்கள். சோமனுவுக்கு மரிஷா என்ற ஒரு மகள் இருந்தாள். சோமாவின் பத்துத் தந்தைகளும், சோமாவும் கூட அவளுடன் சேர்ந்து வாழ்ந்தார்கள். பத்து தாத்தாக்களும், தந்தையும் அவர்களது பேத்தியும் மகளுமான ஒரு பெண்ணை மணந்து கொண்டதை இது காட்டுகிறது. இதே அத்தியாயத்தில் தட்சப் பிரஜாபதியின் கதை கூறப்படுகிறது. சோமனின் மகனான தட்சப் பிரஜாபதி தன்னுடைய 27 மகள்களைத் தனது தந்தை சோமனுக்கே வம்சவிருத்திக்காக் கொடுத்ததாகக் கூறப்படுகிறது. ஹரிவம்சத்தின் மூன்றாம் அத்தியாயத்தில், தட்சன் தனது மகளைத் தனது சொந்தத் தந்தையான பிரமாவுக்கு மணம் செய்து கொடுத்ததாக ஆசிரியர் கூறுகிறார். பிரமாவுக்கு இவளிடம் பிறந்த மகன் தான் நாரதர் என்று புகழ்பெற்றார். இவையெல்லாம் சபிண்டர்' களான ஆண்கள் சபிண்டர்' களான பெண்களுடன் சேர்ந்து வாழ்ந்ததைக் காட்டும் உதாரணங்களாகும்.

பண்டைக்கால ஆரியப் பெண்கள் விற்கப்பட்டார்கள். மகள்கள் விற்கப்பட்டார்கள் என்பது ஆர்ஷம் என்ற திருமண முறையிலிருந்து தெரிகிறது. இந்தத் திருமண முறையில் மணமகனின் தந்தை கோ - மிதுனம்' கொடுத்து மணப் பெண்ணைப் பெற்றுக்கொண்டார். இது அந்தப் பெண் கோ - மிதுனத்தை விலையாகப் பெற்றுக்கொண்டு

விற்கப்பட்டாள் என்பதை வேறு விதமாகக் கூறுவதாகும். கோ- மிதுனம் என்றால் ஒரு பசுவும் ஒரு காளையும் என்று பொருள். ஒரு பெண்ணுக்கு இது தகுந்த விலையாகக் கருதப்பட்டது. மகள்கள் தந்தைகளால் விற்கப்பட்டது மட்டுமல்ல, மனைவிகளும் தங்கள் கணவர்களால் விற்கப்பட்டார்கள் ஹறிவம்சம் 79-ஆவது அத்தியாயம், புண்யக - விரதம் என்ற மதச் சடங்கில் புரோகிதருக்கு எப்படி தட்சிணை கொடுக்க வேண்டும் என்பதை வருணிக்கிறது. பிராமணர்களின் மனைவிகள் அவர்களுடைய கணவர்களிடமிருந்து வாங்கப்பட்டு புரோகிதருக்குத் தட்சிணையாகக் கொடுக்கப்பட வேண்டும் என்று அது கூறுகிறது. பிராமணர்கள் தங்கள் மனைவிகளைத் தாராளமாக விலைக்கு விற்றார்கள் என்பது இதிலிருந்து தெளிவாகத் தெரிகிறது.

பண்டைக்கால ஆரியர்கள் தங்கள் பெண்களை மற்றவர்களுடன் சேர்ந்து வாழ்வதற்கு வாடகைக்குக் கொடுத்தார்கள் என்பதும் உண்மை. மகாபாரதம் அத்தியாயம் 103 முதல் 123 வரை மாதவி என்ற பெண்ணின் வாழ்க்கைக் கதை கூறப்படுகிறது. மாதவி, யயாதி மன்னனின் மகள் யயாதி அவளை ரிஷியான கலவருக்குத் தானமாகக் கொடுத்தான். கலவர் அவளை அடுத்தடுத்து மூன்று மன்னர்களுக்கு வாடகைக்குக் கொடுத்தார். ஒவ்வொருவருக்கும் அவள் ஒரு மகனைப் பெற்றுத்தரும் கால அளவுக்கே அவர் இவ்வாறு கொடுத்தார். மூன்றாவது மன்னனிடம் அவளது வாடகைக் காலம் முடிந்தபின் கலவர் மாதவியைத் தமது குருவான விசுவாமித்திரரிடம் கொடுத்துவிட்டார். அவர் அவளைத் தமது மனைவியாக்கிக் கொண்டார். விசுவாமித்திரர் அவளிடம் தமக்கு ஒரு மகன் பிறக்கும் வரை அவளை வைத்துக் கொண்டிருந்து விட்டு, பின்பு கலவரிடமே திரும்பக் கொடுத்தார். கலவர் அவளை அவளது தந்தை யயாதியிடம் திரும்பக் கொடுத்தார்.

பண்டைக்கால ஆரியச் சமூகத்தில் பலதார மணமும் பல கணவர் மணமும் மிகுதியாகக் காணப்பட்டன. இது மிக நன்றாகத் தெரிந்த உண்மை. ஆதலால் இதை நிரூபிக்க உதாரணங்கள் காட்டத் தேவையில்லை. ஆனால் அந்தச் சமூகத்தில் வரைமுறையற்ற பாலுறவு நிலவியது பற்றி அவ்வளவு நன்றாகத் தெரிந்திருக்கவில்லை. ஆரியர்களிடையே நிலவிய நியோகம்' என்ற நடைமுறையின் விதிகளைப் பார்த்தால் பாலுறவில் எத்தகைய வரையறையற்ற நிலை இருந்தது என்பது தெரிகிறது. நியோக முறையில், மணமான ஒரு பெண், தனது கணவனல்லாத ஒருவன் மூலம் குழந்தை பெற்றுக் கொள்ளலாம். இந்த முறை கட்டுப்பாடு எதுவும் இல்லாததாக இருந்ததால் பாலுறவில் வரைமுறை என்பது முற்றிலும் இல்லாமற்போன நிலையை இது உருவாக்குகிறது. முதலாவதாக ஒரு பெண் எத்தனை தடவை நியோக முறையைப் பின்பற்றலாம் என்பதற்கு வரம்பு எதுவும் இல்லை.

மதுதிக்கு ஒரு நியோகம் அனுமதிக்கப்பட்டது. அம்பிகா ஒரு முறை நியோகம் பெற்றாள்; மற்றொரு முறை நியோக யோசனை கூறப்பட்டது. சரதந்தயானி மூன்று நியோகங்கள் பெற்றாள். பாண்டு தமது மனைவி குந்திக்கு நான்கு நியோகங்கள் அனுமதித்தார். வியூசிஸ்தஸ்வா 7 நியோகங்கள் அனுமதிக்கப்பட்டாள். வாலி 17 நியோகங்களை அனுமதித்ததாகத் தெரிகிறது. இவற்றில் 11 முதல் மனைவிக்கும், 6 இரண்டாம் மனைவிக்கும் அனுமதிக்கப்பட்டன. எத்தனை முறை நியோகம் அனுமதிக்கலாம் என்பதற்கு வரம்பு இல்லாதது போலவே, எத்தகைய நிலையில் அதை அனுமதிக்கலாம் என்பதற்கும் விதி எதுவும் இல்லை. கணவனின் ஆயுட் காலத்திலேயே நியோகம் நடந்திருக்கிறது. கணவன் குழந்தை பெறமுடியாத குறைபாடு எதுவும் பிறவியிலேயே இல்லாத நிலையிலும் அது நடந்துள்ளது. இதற்கு முதல் நடவடிக்கை அநேகமாக மனைவியிடமிருந்தே வந்திருக்கக்கூடும். நியோகத்துக்கு எந்த ஆணைத் தெரிந்தெடுப்பது என்பதும் மனைவியின் விருப்பத்துக்கு விடப்பட்டது. அவள் நியோகத்துக்கு ஒரே ஆணைத் தெரிந்தெடுத்தால் அவனுடன் எத்தனை முறை சேர்வது என்பதையும் அவளே தீர்மானிப்பாள். நியோகம் என்பது கணவனல்லாத ஆணும் பெண்ணும் உடலுறவு கொள்வதற்கு மறுபெயர் ஆயிற்று. இந்த உடலுறவு வியாபாரத்தில் கணவன் மனப்பூர்வமான பங்காளியாக. தூங்கும் பங்காளியாக இருந்தான்.

பண்டைக்கால ஆரியச் சமூகத்தில் சாதாரண மனிதர்களின் நடத்தைகளும் ஒழுக்கங்களும் இவ்வாறு இருந்தன. பிராமணர்களின் ஒழுக்கங்கள் எப்படி இருந்தன? உண்மையைச் சொன்னால் அவை சாதாரண மனிதர்களின் ஒழுக்கங்களை விட தளர்த்தியாக இருந்தன என்பதைப் பல உதாரணங்கள் காட்டுகின்றன. இவற்றில் ஒரு சிலவற்றை மட்டும் கூறினால் போதும். பிராமணர்கள் தங்கள் மனைவிகளை விற்கும் வழக்கம் இருந்தது பற்றி முன்னமே குறிப்பிடப்பட்டுள்ளது. ஒழுக்கத் தளர்த்தியைக் காட்டும் வேறு உதாரணங்கள் தருகிறேன். உதங்கா. மூன்றாவது ஜனமேஜயனின் புரோகிதரான வேதாவின் மாணவன். வேதாவின் மனைவி. உதங்காவிடம் தன்னுடைய கணவனின் இடத்தை எடுத்துக் கொண்டு தன்னை அணுகுமாறு மிக அமைதியாகக் கேட்டுக் கொள்கிறாள். மற்றொரு உதாரணம் உத்தாலகாவின் மனைவி. அவள் தன்னுடைய சொந்த விருப்பத்தினாலோ. அழைப்பை ஏற்றோ. மற்ற பிராமணர்களிடம் செல்வதற்குச் சுதந்திரம் இருந்தது. சுவேதகேது அவளுடைய கணவனின் மாணாக்கன் ஒருவனுக்கு அவளிடம் பிறந்த மகன். இவை ஒழுக்கத் தளர்த்தியையோ கணவன் - மனைவி அல்லாத உடலுறவையோ காட்டும் உதாரணங்கள் அல்ல. இவை பிராமணப் பெண்கள் எவ்வளவு தூரம் விதியிலிருந்து விலகிச்செல்ல

அனுமதிக்கப்பட்டார்கள் என்பதைக் காட்டும் உதாரணங்களாகும். ஐடில - கௌதமி என்ற பிராமணப் பெண்ணுக்கு ஏழு கணவர்கள் இருந்தார்கள். இவர்கள் எல்லோரும் ரிஷிகள். திரௌபதி தனது ஐந்து கணவர்களுடன் இருப்பதைக் குடி மக்களின் மனைவியர் வியந்து பார்க்கிறார்கள் என்றும், எழு கணவர்களை உடைய ஐடில் - கௌதமியுடன் அவளை ஒப்பிடுகிறார்கள் என்றும் மகாபாரதம் காலத்திலேயே அவனது சகோதரன் பிரகஸ்பதி மமதாவிடம் ஆட்சேபம் தான் கருவுற்றிருப்பதால் அவன் காத்திருக்க வேண்டும் என்பதே. ஆனால் அவன் தன்னிடம் வருவது தகாதது என்றோ. சட்ட விரோதமானது என்றோ அவள் கூறவில்லை.

இத்தகைய ஒழுக்கக் கேடுகள் பிராமணர்களிடம் மிகச் சாதாரணமாகக் காணப்பட்டன. ஒரு முறை துரியோதனன். துரௌபதிக்குப் பல கணவர்கள் இருப்பதை வைத்து அவளைப் பசு என்று அழைத்தான். அதற்குப் பதிலளித்த திரௌபதி. தனது கணவர்கள் பிராமணர்களாகப் பிறக்காததற்குத் தான் வருந்துவதாகக் கூறினாள்.

ரிஷிகளின் ஒழுக்கத்தைப் பார்ப்போம். நாம் என்ன காண்கிறோம்? முதலில் நாம் காண்பது ரிஷிகளிடையே நிலவிய விலங்குப் புணர்ச்சி வழக்கம். விபாண்டகர் என்ற ரிஷியை எடுத்துக் கொள்ளுங்கள். மகாபாரதம் வன பர்வம் 100-ஆம் அத்தியாயத்தில் அவர் பெண் மான் ஒன்றுடன் உறவு கொண்டதாகவும், அந்தப் பெண் மானுக்கு ஒருமகன் பிறந்ததாகவும், அந்த மகன் பின்பு ரிஷி சிருங்கர் என்று பெயர் பெற்றதாகவும் கூறப்படுகிறது. மகாபாரதம் ஆதி பர்வம் அத்தியாயம் - இலும் 118-இலும் பாண்டவர்களின் தந்தையான பாண்டு 'தமா' என்ற ரிஷியிடம் எவ்வாறு சாபம் பெற்றார் என்பது கூறப்படுகிறது. ரிஷி தமா ஒரு முறை ஒரு பெண் மானுடன் உடலுறவு கொண்டிருந்தபோது பாண்டு அவர் மீது அம்பு எய்ததாகவும் அதனால் அந்த ரிஷி இறந்து போனதாகவும் வியாசர் கூறுகிறார். ஆனால் அவர் இறப்பதற்கு முன் பாண்டுவுக்குச் சாபம் கொடுத்தார். பாண்டு தம் மனைவியுடன் சேர்ந்தால் அவருக்கு உடனே மரணம் ஏற்படும் என்பது அவர் தந்த சாபம். இவ்வாறு ரிஷி ஒரு விலங்குடன் உறவு கொண்டதை வியாசர் பூசி மெழுகி, ரிஷியும் அவரது மனைவியும் விளையாட்டாகமான் உருவம் கொண்டிருந்தார்கள் என்று கூறுகிறார். இந்தியாவின் பண்டைய மத இலக்கியங்களில் தேடினால் ரிஷிகள் விலங்குகளுடன் உறவு கொண்ட வேறு நிகழ்ச்சிகளைக் காண்பது கடினமாயிராது.

ரிஷிகள் தொடர்பான மற்றொரு அருவெறுப்பான வழக்கம் அவர்கள் பெண்களுடன் பகிரங்கமாக, பொது மக்களின் கண் முன்னே உடலுறவு

கொள்வதாகும். மகாபாரதம் ஆதி பர்வம் 63 ஆம் அத்தியாயத்தில் பராசர ரிஷி, மீனவப் பெண்ணான மத்ஸ்ய கந்தா என்ற சத்தியவதியுடன் பாலுறவுகொண்டது வருணிக்கப்படுகிறது. அவர் அவளுடன் திறந்த இடத்தில் பகிரங்கமாக உடலுறவு கொண்டதாக வியாசர் கூறுகிறார். இதே போன்ற மற்றொரு நிகழ்ச்சி ஆதி பர்வம் 104-ஆம் அத்தியாயத்தில் கூறப்படுகிறது. அதில் திர்க தமா என்ற ரிஷி பொதுமக்களின் கண் முன் ஒரு பெண்ணுடன் உடலுறவு கொண்டதாகக் கூறப்படுகிறது. மகாபாரதத்தில் இது போன்ற பல நிகழ்ச்சிகள் கூறப்பட்டுள்ளன என்றாலும் அவற்றை எல்லாம் குறிப்பிடத் தேவையில்லை.

ஏனென்றால் 'அயோனிஜா' என்ற சொல்லே இந்த வழக்கம் பரவலாக இருந்ததைக் காட்டப் போதுமானது. சீதை, திரௌபதி, இன்னும் பல புகழ் பெற்ற பெண்கள் ஆகியோர் 'அயோனிஜா' என்று கூறப்படுவதைப் பெரும்பாலான இந்துக்கள் அறிவார்கள். ஆணின் தொடர்பு இல்லாமல் பிறந்த குழந்தை என்பது அயோனிஜா என்பதன் பொருள். ஆனால் சொற் பிறப்பியல் அடிப்படையில் அயோனி என்ற சொல்லுக்கு இந்தப் பொருள் கூற முடியாது. யோனி என்ற சொல்லின் வேர்ப் பொருள் வீடு என்பதாகும். யோனிஜா என்றால் வீட்டில் பிறந்த அல்லது வீட்டில் கருக்கொள்ளப்பட்ட குழந்தையைக் குறிக்கும். அயோனிஜா என்றால் வீட்டுக்கு வெளியே பிறந்த அல்லது கருக்கொள்ளப்பட்ட குழந்தையைக் குறிக்கும் அயோனிஜா என்ற சொல்லின் சரியான பொருள் இது தான் என்றால், திறந்த இடத்தில் பொதுமக்கள் கண் முன் உடலுறவு கொள்ளும் வழக்கம் இருந்ததற்கு இது சான்றாகிறது.

ரிஷிகளின் வெறுக்கத்தக்க ஒழுக்கக் கேட்டைக் காட்டும் மற்றொரு வழக்கம் சாந்தோக்ய உபநிஷதத்தில் கூறப்படுகிறது. இதன்படி, ரிஷிகள் ஒரு விதி செய்திருந்ததாகத் தெரிகிறது. அதாவது அவர்கள் ஒரு வேள்வி செய்வதில் ஈடுபட்டிருக்கும் போது ஒரு பெண் ஒரு ரிஷியுடன் உடலுறவுக்கு விருப்பம் தெரிவித்தால் அவர் உடனே அதற்கு இணங்கி, வேள்வி முடியும் வரை காத்திராமலும், தனியான இடத்துக்குச் செல்லாமலும், வேள்வி மண்டபத்திலேயே, எல்லோர் முன்னிலையிலும் உடலுறவில் ஈடுபடவேண்டும் என்பது இந்த விதி. ரிஷிகளின் இந்த ஒழுக்கக்கேடான செயல் ஒரு சமயச் சடங்கு என்ற நிலைக்கு உயர்த்தப்பட்டு வாம - விரதம் என்ற பெயர் கொடுக்கப்பட்டது. இது பிற்காலத்தில் வாம - மார்க்கம் என்ற பெயரில் புத்துயிர் கொடுக்கப்பட்டது.

ஆரியர்களின் புரோகிதச் சடங்குகள் பற்றிய இலக்கியத்தில் ரிஷிகளின் ஒழுக்கக்கேடு பற்றிக் காணப்படுபவை எல்லாவற்றையும் இங்கே

கூறிவிடவில்லை. அவர்களுடைய ஒழுக்கம் பற்றிய ஒரு ஆரியர்கள் தங்களை விடச் சிறந்த சந்ததிகளைப் பெறவேண்டும் என்ற பெரும் ஆசை பிடித்து ஆட்டப்பட்டார்கள் என்று தோன்றுகிறது. இதற்காக அவர்கள் தங்கள் மனைவிகளை மற்றவர்களிடம் அனுப்பிவைத்தார்கள். ரிஷிகளை ஆரியர்கள் உயர்ந்த காளைகளாகக் கருதியதால் அந்தப் பெண்கள் பெரும்பாலும் அவர்களிடம் அனுப்பப்பட்டார்கள். இத்தகைய வழக்கத்தில் சம்பந்தப்பட்ட ரிஷிகளின் எண்ணிக்கை மிகப்பெரியது. உண்மையில் ரிஷிகள் இந்த ஒழுக்கக்கேட்டை ஒரு வாடிக்கையான வியாபாரமாகவே ஆக்கியிருந்தார்கள். மன்னர்களும் கூடத் தங்கள் மனைவிகளைக்கருவுறச் செய்யுமாறு ரிஷிகளைக் கேட்டுக் கொண்டார்கள். இப்போது நாம் தேவர்களைப் பார்ப்போம்.[1]

தேவர்கள் மிகவும் சக்தி வாய்ந்த பாலியல் ஒழுக்கம் மிகவும் குறைந்த ஒரு சமுதாயமாக இருந்தனர். அவர்கள் ரிஷிகளின் மனைவிகளையும் தொல்லை செய்தார்கள். இந்திரன் கௌதம ரிஷியின் மனைவி அகல்யாவைக் கற்பழித்த கதை அனைவரும் அறிந்ததே. ஆரியப் பெண்களிடம் அவர்கள் செய்த ஒழுக்கக் கேடான செயல்கள் சொல்ல முடியாதவை. தேவர்கள் சமுதாயம் ஆரிய சமுதாயத்தின் மீது மிக ஆரம்ப காலத்திலிருந்தே மேலாதிக்கம் நிறுவிக் கொண்டதாகத் தோன்றுகிறது. இந்த மேலாதிக்கம் கீழ்த்தரமாகப் போய், ஆரியப் பெண்கள் தேவர்களின் காம இச்சையைத் திருப்தி செய்வதற்கு விபசாரிகளைப் போல் நடந்து கொள்ள வேண்டியிருந்தது. தனது மனைவியை ஒரு தேவன் வைத்திருந்து அவனரல் அவள் கருவுற்றால் ஒரு ஆரியன் அதைப் பற்றிப் பெருமைப் பட்டான். மகாபாரதத்திலும் ஹரிவம்சத்திலும் ஆரியப் பெண்களிடம் இந்திரன், யமன், நசத்யா அக்கினி, வாயு முதலான தேவர்களுக்குப் பிறந்த மகன்கள் பற்றி மிகப் பல இடங்களில் குறிப்பிடப்படுகிறது. தேவர்களுக்கும் ஆரியப் பெண்களுக்கும் இடையே எவ்வளவு பெரிய அளவில் தவறான உறவுகள் இருந்து வந்துள்ளன என்பதைக் காண மிக வியப்பாக உள்ளது.

---

1 'தேவா' என்ற சமஸ்கிருதச் சொல்லை ஆங்கிலத்தில் முதல் முதலாக 'காட்' (கடவுள்) என்று மொழிபெயர்த்த அறிஞரைப் பற்றி என்ன சொல்வதென்று தெரியவில்லை. இந்த மிகப்பெரிய தவறு குழப்பத்தை ஏற்படுத்தி, வேத நூல்களில் காணப்படுகிறபடி ஆரியர்களின் சமூக வாழ்க்கையைச் சரியாகப் புரிந்து கொள்வதையும் தடுத்துள்ளது. 'தேவா' என்பது ஒரு சமூகத்தின் பெயர் என்பதில் சந்தேகமில்லை. ராட்சசர்கள், தைத்தியர்கள், தானவர்கள் என்ற பெயர்களும், ஆரியர், தஸ்யு என்ற சொற்களைப் போல வெவ்வேறு சமுதாயங்களின் பெயர்கள் என்பது தடையின்றி ஏற்கப்பட வேண்டும்.

நாளடைவில் தேவர்களுக்கும் ஆரியர்களுக்கும் இடையிலான உறவுகள் ஒரு நிலைப்பட்டன. இது நிலப்பிரபுத்துவ முறையைப் போன்ற உறவாக இருந்தது என்று தோன்றுகிறது.

தேவர்கள் ஆரியர்களிடமிருந்து இரண்டு உரிமைகளைப் பெற்றுக் கொண்டார்கள்.

முதலாவது உரிமை யக்னும். இது ஆரியர்கள் தேவர்களுக்கு அவ்வப்போது அளித்த விருந்து. ராட்சசர்கள், தைத்தியர்கள். தானவர்கள் ஆகியோருக்கெதிரான சண்டைகளில் தேவர்கள் தங்களுக்கு அளிக்கும் பாதுகாப்புக்காக ஆரியர்கள் இந்த விருந்துக்களை அளித்தார்கள். இவை தேவர்கள் கறந்து கொண்ட கொள்ளவில்லை என்றால் அதற்கு முக்கியமான காரணம், தேவர்கள் என்ற சொல் ஒரு சமுதாயத்தைக் குறிப்பதாகப் பொருள் கொள்ளாமல் கடவுள் என்ற கருத்தைத் தரும் சொல்லாகப் பொருள் கொண்டதேயாகும். இது முற்றிலும் தவறானது: குறைந்தபட்சம் ஆரியச் சமூகத்தின் ஆரம்ப காலத்திலேனும் இது தவறாகும்.

ஆரியர்களிடம் தேவர்கள் பெற்றுக் கொண்ட இரண்டாவது உரிமை ஆரியப் பெண்களைத் தாங்கள் முதலில் அனுபவிக்கும் உரிமையாகும். இது மிக ஆரம்பகாலத்திலேயே முறைப்படுத்தப்பட்டுவிட்டது. ருக்வேதம் X 85, 40 இல் இதைப்பற்றிக் குறிப்பிடப்படுகிறது. ஆரியப் பெண்ணின் மேல் முதல் உரிமை சோமாவுக்கும் இரண்டாவதாக கந்தர்வாவுக்கும், மூன்றாவதாக அக்கினிக்கும். கடைசியாக ஆரியனுக்கும் இருப்பதாக அது கூறுகிறது. ஒவ்வொரு ஆரியப் பெண்ணும் ஒரு தேவனுக்கு அடைமானமாக்கப்படுகிறாள். அவள் பருவமடைந்ததும் அவளை முதலில் அனுபவிக்கும் உரிமை அந்தத் தேவனுக்கே உண்டு. அவளை ஒரு ஆரியனுக்கு மணம் அவனது உரிமையத் தீர்த்து அவளை மீட்க வேண்டும். இந்த முறை இருந்தது என்பதற்கு மிகத் தெளிவான நிரூபணம் ஆஷ்வலாயன கிருஹ்ய சூத்திரத்தில் காணப்படுகிறது. அதன் முதல் அத்தியாயம் 7 ஆவது கண்டிகையில் திருமணச் சடங்கு நடைமுறை விவரிக்கப்படுகிறது. இதைக் கவனமாக ஆராய்ந்தால் திருமணத்தில் ஆர்யமன், வருணன், புஷன் ஆகிய மூன்று தேவர்கள் வந்திருப்பதாகக் காணமுடிகிறது. மணப்பெண்ணின் மீது தங்களுக்கு உள்ள முதல் உரிமை காரணமாகவே இவர்கள் வந்திருக்க வேண்டும் என்று தெரிகிறது. மணமகன் செய்யும் முதல் செயல் மணப் பெண்ணை ஒரு அம்மிக்கல்லின் அருகே அழைத்து வந்து அதன் மேல் ஏறி நிற்கச் செய்வதாகும். அப்போது அவன் இந்தக் கல்லை மிதி, கல்லைப் போல் உறுதியாயிரு; எதிரிகளை வெல், பகைவர்களைக் காலின் கீழ் மிதித்துவிடு என்று சொல்லுகிறான்.

அவன் தன்னுடைய கைவர்களாகக் கருதும் மூன்று தேவர்களின் கட்டுப்பாட்டிலிருந்து ளை விடுவிப்பதற்காக இதைச் செய்கிறான் என்பதே பொருள். தேவர்கள் கோபமடைந்து மணமகளைக் கைப்பற்றச் சொல்கிறார்கள். மணமகளின் சகோதரன் குறுக்கிட்டுத் தாவாவைத் தீர்த்து வைக்க முயலுகிறான். அவன் மணமகளைத் தன் உள்ளங்கைகளைச் சேர்த்துக் குழிவாக வைத்துக் கொள்ளக் கூறுகிறான். அவளுடைய கைகளில் அவன் தானியப் பொரியை நிரப்பி அதன்மேல் நெய்யை ஊற்றி அதை ஒவ்வொரு தேவனுக்கும் மூன்று முறை கொடுக்கச் சொல்லுகிறான். இவ்வாறு கொடுப்பது 'அவதனம்' என்று கூறப்படுகிறது. மணப்பெண் அவதனம் கொடுக்கும் போது அவன் சொல்லும் வார்த்தைகள் குறிப்பிடத்தக்கவை. அவன் கூறுகிறான்: "இந்தப் பெண் இந்த அவதனத்தை ஆர்யமன் தேவனுக்கு அக்கினியின் மூலம் கொடுக்கிறாள். எனவே ஆர்யமன் இந்தப் பெண்ணின் மேல் தனது உரிமையைக் கைவிட்டு மணமகன் அவளைப் பெறுவதைத் தடுக்காமலிருக்க வேண்டும்." மற்ற இரண்டு தேவர்களுக்கும் மணமகள் இதேபோலத் தனித்தனியாக அவதனங்கள் கொடுக்கிறாள். அவதனம் கொடுக்கப்பட்டபின் மணமகனும் மணமகளும் தீயைச் சுற்றி வலம் வரும் நிகழ்ச்சி நடக்கிறது. இது சப்தபதி எனப்படுகிறது. இது முடிந்த பின் திருமணம் முழுமையடைந்து செல்லத்தக்கதாக ஆகிறது. இவையெல்லாம் ஆரியர்கள் தேவர்களுக்கு முற்றிலுமாகக் கீழ்ப்பட்டு இருந்ததையும், தேவர்களும் ஆரியர்களும் ஒழுக்கத்தில் தாழ்ந்து போயிருந்ததையும் மிகத் தெளிவாக வெளிச்சமிட்டுக் காட்டுகின்றன.

இந்து திருமணத்தில் சப்தபதிதான் மிக முக்கியமான அம்சம் என்பதையும், அது இல்லாமல் சட்டப்படி திருமணம் இல்லை என்பதையும் வழக்கறிஞர்கள் அறிவார்கள். ஆனால் சப்தபதி ஏன் அப்படி முக்கியமானது என்பதை அறிந்தவர்கள் மிகச் சிலரே. காரணம் தெளிவாகத் தெரிகிறது. மணப்பெண்ணின் மீது முதல் உரிமை கொண்டிருந்த தேவன் அவதனம் கொடுக்கப்பட்டதில் திருப்தியடைந்து அவளை விட்டுவிடத் தயாராயிருக்கிறானா என்பதைச் சோதிக்கும் நடைமுறையே அது. சப்தபதியில் நடந்து செல்லும் தூரம் வரை மணமகன் மணப்பெண்ணைத் தன்னுடன் அழைத்துச் செல்வதை அந்தத் தேவன் அனுமதித்தால், அவன் தனக்குக் கொடுக்கப்பட்ட இழப்பீட்டில் திருப்தியடைந்து விட்டான் என்றும், அவனது உரிமை தீர்ந்து போய்விட்டது என்றும், அந்தப் பெண் மற்றொருவனின் மனைவியாவதற்குச் சுதந்திரம் பெற்றுவிட்டாள் என்றும் கருதப்படுகிறது. சப்தபதிக்கு வேறு எந்தப் பொருளும் இருக்கமுடியாது. ஒவ்வொரு திருமணத்திற்கும் சப்தபதி இன்றியமையாத சடங்காக இருப்பது. தேவர்களிடையேயும் ஆரியர்களிடையேயும் இருந்த இந்த ஒழுக்கக்கேடு எல்லோரிடமும் பரவியிருந்ததையே காட்டுகிறது.

இந்த ஆய்வில் கிருஷ்ணனுடைய ஒழுக்கம் பற்றித் தனியாகக் கூறாமல் இது முழுமை பெறாது. கலியுகத்தின் தொடக்கம் கிருஷ்ணனுடைய மரணத்துடன் தொடர்புள்ளதாயிருப்பதால் அவருடைய ஒழுக்கம் முக்கியத்துவம் பெறுகிறது. கிருஷ்ணனுடைய ஒழுக்கம் மற்றவர்களுடன் ஒப்பிடும்போது எப்படி உள்ளது? கிருஷ்ணன் எப்படிப்பட்ட வாழ்க்கை நடத்தினார் என்பது பற்றி வேறொரு இடத்தில் முழுவிவரங்கள் தரப்படுகின்றன. அவை தவிர மேலும் சில விவரங்களை இங்கே தருகிறேன். கிருஷ்ணன் விருஷ்ணி (யாதவ) குலத்தைச் சேர்ந்தவர். யாதவர்கள் பலதார மணமுறை உள்ளவர்கள். யாதவ மன்னர்களுக்கு எண்ணற்ற மனைவிகளும் எண்ணற்ற மகன்களும் இருந்ததாகக் கூறப்படுகிறது. கிருஷ்ணனும் இந்தக் களங்கத்துக்கு விலக்கல்ல. ஆனால் இந்த யாதவ குலமும். கிருஷ்ணனுடைய சொந்தக் குடும்பமும் பெற்றோர் - குழந்தைகள் பாலுறவுக்களங்கம் அற்றவையல்ல. யாதவ குலத்தில் தந்தை. மகளை மணந்து கொண்ட நிகழ்ச்சி மத்ஸ்ய புராணத்தில் கூறப்படுகிறது. கிருஷ்ணனின் முன்னோர்களில் ஒருவரான தைத்திரி மன்னன் தனது சொந்த மகளை மணந்து கொண்டதாகவும் அவளிடம் அவனுக்கு நளன் என்ற மகன் பிறந்ததாகவும் மத்ஸ்ய புராணம் கூறுகிறது. மகன் தன் தாயுடன் உறவு கொள்ளும் நடத்தைக்கு உதாரணத்தை கிருஷ்ணனின் மகனான சம்பாவிடம் காணலாம். சம்பா, தனது தந்தையான கிருஷ்ணனின் மனைவிகளுடன் முறைகேடான உறவு கொண்டு வாழ்ந்ததாகவும், கிருஷ்ணன் கோபமடைந்து சம்பாவையும் தவறிழைத்த மனைவிகளையும் சபித்ததாக மத்ஸ்ய புராணம் கூறுகிறது. மகாபாரதத்திலும் இது குறிப்பிடப்படுகிறது. திரௌபதி தன்னுடைய ஐந்து கணவர்கள் மீது கொண்டுள்ள அதிகாரத்தின் ரகசியம் என்ன என்று சத்திய பாமா அவளைக் கேட்டாள். சத்தியபாமா தன் கணவனுடைய மற்ற மனைவிகளின் மகன்களுடன் தனியாகப் பேசுவதையோ இருப்பதையோ தவிர்க்க வேண்டும் என்று திரௌபதி எச்சரித்ததாக மகாபாரதம் கூறுகிறது. சம்பாவைப் பற்றி மத்ஸ்ய புராணம் கூறுவதை இது உறுதி செய்வதாக உள்ளது. சம்பா மட்டும் தான் இப்டிப்பட்டவன் என்பதல்ல. அவனுடைய சகோதரன் பிரத்யும்னன், சம்பரனின் மனைவியான தனது வளர்ப்புத்தாய் மாயாவதியை மணந்து கொண்டான்.

கிருஷ்ணன் இறப்பதற்கு முன் ஆரியச் சமூகத்தின் ஒழுக்கங்கள் இவ்வாறு இருந்தன. இந்த வரலாற்றைத் தனித்தனி யுகங்களாகப் பிரித்து, ஒழுக்க நிலைமை கிருதயுகத்தில் எப்படி இருந்தது. திரேதா யுகத்தில் எப்படியிருந்தது.

கிருஷ்ணன் இறந்தபோது முடிவடைந்த துவாபர யுகத்தில் எப்படி இருந்தது என்று கூறுவது இயலாது. ஆயினும் ஆரியர்கள் படிப்படியாக முன்னேறி வந்தார்கள் என்று வைத்துக்கொண்டால், மிக மோசமான ஒழுக்கக் கோடுகள் மிகவும் முற்பட்ட காலத்தில், அதாவது கிருத யுகத்தில் நடந்தன என்றும், அதைவிடக் குறைவாகத் திரேதா யுகத்திலும் அதையும் விடக் குறைவாக துவாபர யுகத்திலும் இருந்தன என்றும் கலியுகத்தில் தான் ஒழுக்கம் மிக உயர்ந்த நிலையில் இருந்தது என்றும் கருதலாம்.

இம்மாதிரியான சிந்தனை. உலகம் முழுவதிலும் மனித சமூகம் பொதுவாக மேம்பாடு அடைந்து வந்துள்ளதை நாம் காணுகிறோம் என்ற அடிப்படையில் மட்டும் அமைந்ததல்ல. ஆரியச் சமூகம் படிப்படியாக ஒழுக்கம் கெட்டு வராமல், தைரியமான சமூகச் சீர்திருத்தங்களை மேற்கொண்டு சமூகத் தீமைகளை ஒழிப்பதில் ஈடுபட்டிருந்தது என்பதை வரலாறு காட்டுகிறது.

தேவர்களும் ரிஷிகளும் சாதாரண ஆரியர்களின் கருத்தில் மிக உயர்ந்த இடம் பெற்றிருந்தார்கள். தாழ்ந்தவர்கள் உயர்ந்தவர்களைப் பார்த்து அவர்களைப் போல நடந்து கொள்வது வழக்கம். உயர்ந்த வகுப்பினரின் செயல்கள் தாழ்ந்த வகுப்பினருக்கு முன் மாதிரியாக அமைகின்றன. ஆரியச் சமூகத்தில் பரவியிருந்த ஒழுக்கக் கேட்டுக்குக் காரணம், சாதாரண ஆரியர்கள் தேவர்களும் ரிஷிகளும் செய்த செயல்களையும் நடத்தைகளையும் தாங்களும் பின்பற்றியதேயாகும். இவ்வாறு சமூகத்தில் ஒழுக்கக்கேடு பரவுவதைத் தடுத்து நிறுத்துவதற்காக ஆரியச் சமூகத் தலைவர்கள் மிக முக்கியமான சீர்திருத்தம் ஒன்றைக் கொண்டு வந்தார்கள். தேவர்களும் ரிஷிகளும் செய்யும் செயல்களை மற்றவர்கள் தங்களுக்கு முன்னுதாரணங்களாகக் கூறக்[1] கூடாது என்று அவர்கள் அறிவித்தார்கள். இவ்வாறாக ஒரு தைரியமான அறிவிப்பின் மூலம் ஒழுக்கக்கேட்டுக்குக் காரணமாயிருந்த ஓர் ஆதாரம் நீக்கப்பட்டது.

வேறு சீர்திருத்தங்களும் இதேபோலத் தீவிரமாயிருந்தன. மகாபாரதம் தீர்க்கதமா, சுவேதகேது என்ற இரண்டு சீர்திருத்தக்காரர்களைக் குறிப்பிடுகிறது. திருமணம் பிரிக்கமுடியாத உறவு என்றும் விவாகரத்து என்பது கிடையாது என்றும் சுவேதகேது விதி செய்தார். தீர்க்கதமா செய்தவையான இரண்டு சீர்திருத்தங்கள் குறிப்பிடப்படுகின்றன. ஒரு பெண் பல கணவர்களை மணப்பதை அவர் தடை செய்தார்.

---

1 ரிஷிகளின் நடத்தையை மற்றவர்களுக்கு முன்னுதாரணமாகக் கூறக்கூடாது என்ற விதி கௌதம தர்ம சூத்திரத்தில் கூறப்படுகிறது. 'ந தேவ சரிதமே சரதே' என்பது தேவர்களின் செயல்களை முன்னுதாரணமாகக் கொள்வது தடை செய்யப்பட்டதைக் குறிக்கிறது. இது ஒரு தனி சுலோகமாக உள்ளது. இதன் மூல நூல் எது என்பதைக் கண்டறிய முடியவில்லை.

ஒரு பெண்ணுக்கு ஒரு சமயத்தில் ஒரு கணவன் தான் இருக்க முடியும் என்று அவர் விதி செய்தார். அவர் செய்த இரண்டாவது சீர்திருத்தம் நியோகத்தை ஒழுங்குப்படுத்தும் விதிகள் செய்ததாகும். இதற்கு விதிக்கப்பட்ட முக்கியமான நிபந்தனைகள் வருமாறு:

(i) விதவையின் (அல்லது அவளது கணவனின்) தந்தை அல்லது சகோதரன், இறந்து போன கணவனுக்கும் அவனுடைய உறவினர்களுக்கும் கல்வி கற்பித்த அல்லது வேள்விகள் செய்த குருக்களை ஒன்று கூட்டி இறந்து போன கணவனுக்குச் சந்ததி உருவாக்க அவளை நியமிப்பார்கள்[1] (ii) (1) கணவன் உயிருடன் இருந்தாலும். இறந்து போயிருந்தாலும் அவனுக்கு மகன்கள் இல்லாமலிருக்க வேண்டும். (2) குடும்பச் சபையில் உள்ள குருக்கள். விதவையைத் தன் கணவனுக்குச் சந்ததி உருவாக்க நியமிக்க வேண்டும். (3) இதற்காக நியமிக்கப்படும் ஆண், கணவனின் சகோதரன் அல்லது சபிண்டன் அல்லது சகோத்திரன் அல்லது (கௌதமர் கூறுகின்றபடி) சப்ரவரன் அல்லது அதே சாதியைச் சேர்ந்தவன் ஆக இருக்க வேண்டும். (4) நியமிக்கப்படும் ஆணும் விதவையும் காம இச்சை இல்லாமல் கடமை உணர்வைக் கொண்டிருக்க வேண்டும். (5) நியமிக்கப்பட்ட ஆணின் தலையில் நெய் அல்லது எண்ணெய் தெளிக்கவேண்டும் (நாரத ஸ்த்ரிபும்சா. 82); (6) அவன் அந்தப் பெண்ணுடன் பேசவோ, அவளை முத்தமிடவோ. சரசவிலையில் ஈடுபடவோ கூடாது. இந்த உறவு ஒரு மகன் (அல்லது மற்றும் சிலரின் கூற்றுப்படி இரண்டு மகன்கள்) பிறக்கும் வரை நீடிக்கும். (7) விதவை ஓரளவுக்கு இளம் வயதினளாக இருக்க வேண்டும்: முதியவளாகவோ மலடியாகவோ, குழந்தை பெறும் வயதைக் கடந்தவளாகவோ விருப்பமில்லாதவளாகவோ, கருவுற்றவளாகவோ இருக்கக்கூடாது (பௌதாயன தர்ம சூத்திரம் 1 2,70, நாரத ஸ்த்ரீ பும்சா 83.84); (8) ஒரு மகன் பிறந்த பின் அவர்கள் தங்களை மாமனராகவும் மருமகளாகவும் கருதவேண்டும் (மனு IX, 62). பெரியோர்களால் நியமிக்கப்படாமல் ஒரு பெண்ணுடன் அவளுடைய கணவனின் சகோதரன் உடலுறவு கொண்டாலோ, அவ்வாறு நியமிக்கப்பட்டிருந்தாலும் மற்றச் சூழ்நிலைகள் இல்லையென்றாலோ, (அதாவது, கணவனுக்கு ஒரு மகன் இருந்தால்). அவன் நெருங்கிய உறவினருடன் தவறான உறவு கொண்ட குற்றத்துக்கு உள்ளாவான் என்றும் நூல்கள் தெளிவுப்படுத்துகின்றன.

ஆரியச் சமூகம் தன்னுடைய ஒழுக்க நெறிகளை மேம்படுத்துவதற்காக வேறுசிலசீர்திருத்தங்களும் செய்தது. இவற்றில் ஒன்று, திருமணத்துக்குத் தடைசெய்யப்பட்ட உறவுகளைக்குறிப்பிட்டதாகும். தந்தை - மகள்,

---

1 கானே தொகுதி11, பகுதி 1, பக் 601

சகோதரன்- சகோதரி, தாய் - மகன், தாத்தா - பேத்தி போன்ற உறவுகளைக் கொண்டவர்கள் மணம் செய்து கொள்ளும் நிகழ்ச்சிகள் மீண்டும் நடக்காமலிருப்பதற்கு இந்த விதி செய்யப்பட்டது. மற்றொரு சீர்திருத்தம், குருவின் மனைவியும் மாணாக்கனும் உடலுறவு கொள்வது கொடிய பாவம் என்று அறிவிக்கப்பட்டதாகும். சூதாட்டத்தைக் கட்டுப்படுத்த முயற்சி செய்யப்பட்டதைக் காட்டும் சான்றுகளும் தெளிவாக உள்ளன. தர்ம சூத்திரங்கள் என்ற வரிசையில் இயற்றப்பட்ட ஒவ்வொரு நூலும் சூதாட்டத்தை அரசு அதிகாரிகள் கடுமையான சட்டத்தின் மூலம் கட்டுப்படுத்தச் செய்வது அரசனின் கடமையாகும் என்று விதிக்கின்றன.

இந்தச் சீர்திருத்தங்களெல்லாம் கலியுகம் தொடங்குவதற்கு நீண்ட காலம் முன்பே செயலுக்கு வந்து விட்டதால், கலியுகத்தில் ஒழுக்கம் முந்தைய யுகங்களைவிட மேம்பட்டதாக இருக்கவேண்டும் என்று கருதுவது இயல்பாகும். கலியுகம். ஒழுக்கம் சீர்குலைந்து வருகின்ற காலம் என்று கூறுவது ஆதாரமற்றது மட்டுமில்லாமல் முற்றிலும் பிறழ்வான கூற்றுமாகும்.

V

கலியுகத்தைப் பற்றிய இந்த ஆய்வு பல வினாக்களை எழுப்பியது. மகாயுகம் என்ற கருத்து எப்படி, எப்போது தோன்றியது? கடந்த காலத்தில் பொற்காலம் ஒன்று இருந்தது என்ற கருத்து உலகெங்கும் காணப்படுகிறது என்பது உண்மை. வேறு இடங்களில் இந்தப் பொற்காலம் திரும்பிவராது என்று கருதப்படுகிறது. அது நிரந்தரமாகவே சென்று விட்டது. ஆனால் சென்றுவிடவில்லை. யுகச் சுழற்சி முடிந்தபின் அது மீண்டும் வரவிருக்கிறது.

இரண்டாவது புதிர் கலியுகம் கி.மு. 165-இல் ஏன் முடிவுக்கு வரவில்லை என்பது. வானவியல் அறிஞரின் கருத்துப்படி அது முடிவுக்கு வரவிருக்கிறது என்னும் போது அது ஏன் தொடர்ந்து நீடிக்கச் செய்யப்பட்டது? மூன்றாவது புதிர் கலியுகத்தின் கால அளவுடன் சந்தியா, சந்தியாம்சா கால அளவுகள் சேர்க்கப் பட்டதாகும். இவை பிற்காலத்தில் சேர்க்கப்பட்டவை என்பது தெளிவாகத் தெரிகிறது. ஏனென்றால் விஷ்ணு புராணம் இவற்றைத் தனியாகக் கூறுகிறது இவை முதலிலேயே கலியுகத்தின் பகுதிகள் என்று இருந்திருந்தால் தனியாகக் கூறப்பட்டிருக்க மாட்டா. இந்தப் பகுதிகள் ஏன் சேர்க்கப்பட்டன? நான்காவது புதிர் ஆண்டுகளை எண்ணுவதில் செய்யப்பட்ட மாற்றமாகும். முதலில் கலியுகத்தின் கால அளவு மனித ஆண்டுகளாகக்

கூறப்பட்டது. ஆனால் பின்னாட்களில் அது தேவ ஆண்டுகளைக் கொண்ட கால அளவு என்று கூறப்பட்டது. இதன் விளைவாகக் கலியுகம் 1200 ஆண்டுகளாக மட்டும் இருப்பதற்குப் பதிலாக 4,32,000 ஆண்டுகளைக் கொண்டதாக நீட்டிக்கப்பட்டது. இது புதுமையாகச் செய்யப்பட்ட மாற்றம் என்பது தெளிவாகத் தெரிகிறது. ஏனென்றால் தேவ ஆண்டுகள் என்ற அடிப்படையில் கலியுகத்தின் காலத்தைக் கணக்கிடுவது பற்றி மகாபாரதம் அறிந்திருக்கவில்லை. இந்தப் புதுமையான மாற்றம் ஏன் செய்யப்பட்டது? கலியுகத்தை இவ்வாறு கால வரம்பின்றி நீட்டிப்பதில் வேதப் பிராமணர்களின் நோக்கம் என்ன? சில சூத்திர மன்னர்களை அச்சுறுத்தி மிரட்டுவதற்காகக் கலியுகக் கோட்பாடு கண்டுபிடிக்கப்பட்டதா? அந்த மன்னனின் ஆட்சியிடம் குடிமக்களின் நம்பிக்கையை அழிப்பதற்காக அது முடிவற்றதாகச் செய்யப்பட்டதா?

புதிர் எண் 24

கலியுகம் என்ற புதிர்

காலத்தைக் கணக்கிடுவதற்கு இந்துக்கள் அதைப் பல்வேறு அலகுகளாகப் பிரித்திருக்கும் முறை மிகவும் தனித்தன்மையானது. இதன் தனித்தன்மைக்குத் தகுந்த அளவில் இதில் கவனம் செலுத்தப்படவில்லை. புராணங்களில் கூறப்படும் முக்கிய பொருள்களில் இக்காலக் கணக்கு ஒன்றாகும். காலத்தை அளவிடுவதற்குப் புராணங்கள் ஐந்து அளவுகளைக் குறிப்பிடுகின்றன: (1) வர்ஷம், (2) யுகம், (மகாயுகம், (4) மன்வந்தரம். (5) கல்பம். இந்த அளவுகள் என்ன என்பது பற்றி விஷ்ணு புராணம் கூறுவதை இங்கே தருகிறேன்.

முதலில் வருஷத்தைப் பார்ப்போம். விஷ்ணு புராணம் அதைப் பின்வருமாறு விளக்குகிறது:[1]

"முனிவர்களில் சிறந்தவரே, பதினைந்து கண்ணிமைப் பொழுது ஒரு கஷ்டம்' எனப்படும்; முப்பது கலைகள் ஒரு முகூர்த்தமாகும்; முப்பது முகூர்த்தங்கள் மனிதர்களின் ஒரு இரவும் பகலும் ஆகும். முப்பது நாட்கள் ஒரு மாதமாகும்; மாதம் இரண்டு அரை மாதங்களாகப் பிரிக்கப்படுகிறது; ஆறு மாதங்கள் ஒரு அயனமாகும் (சூரியன் பூமியின் சுற்றுப் பாதைக்கு வடக்கே அல்லது தெற்கே செல்லும் காலம்); இரண்டு அயனங்கள் ஒரு ஆண்டு ஆகும்."

இதுவே மேலும் விரிவாக விஷ்ணு புராணத்தில் மற்றோர் இடத்தில்[2] கூறப்படுகிறது.

"பதினைந்து கண்ணிமைப் பொழுது (நிமேதங்கள்) ஒரு கஷ்டம் எனப்படும்; முப்பது கஷ்டங்கள் ஒரு கலையாகும்; முப்பது கலைகள் ஒரு முகூர்த்தம் (48 நிமிடங்கள்); முப்பது முகூர்த்தங்கள் ஒரு பகலும் இரவும் ஆகும். நாளின் பகுதிகள் நீண்டோ குறுகியோ இருக்கும் என்பது விளக்கப்பட்டுள்ளது. ஆயினும் அவை நீண்டாலும் குறுகினாலும் சந்தியா' எப்போதும் ஒரே மாதிரியாக, ஒரு முகூர்த்த நேரமாக

---

[1] வில்சனின் விஷ்ணு புராணம் பக்கங்கள் 22-23.
[2] மேற்படி - இது 'கலியுகம்' என்ற தலைப்புக் கொண்ட அத்தியாயத்தின் மற்றொரு வடிவமாகும். நமக்குக் கிடைத்துள்ளது ஒரு கார்பன் பிரதி. இதில் ஆசிரியர் திருத்தங்களோ மாற்றங்களோ செய்யவில்லை. இந்த அத்தியாயத்தில் 40 பக்கங்கள் உள்ளன. -பதிப்பாசிரியர்கள்.

இருக்கும். சூரியனின் குறுக்கே ஒரு கோடு போட முடிகின்ற (அல்லது சூரியனின் அரைவட்டம் கண்ணுக்குத் தெரிகின்ற நேரத்திலிருந்து மூன்று முகூர்த்தங்கள் (2 மணி 24 நிமிடம்) முடியும் வரையுள்ள நேரம் ப்ராதர் (காலை) எனப்படும். இது ஒரு நாளின் ஐந்தில் ஒரு பகுதியாகும். அடுத்த பகுதி, அல்லது காலையிலிருந்து மூன்று முகூர்த்தங்கள் சங்கவா (முற்பகல்) எனப்படும்.

அடுத்த மூன்று முகூர்த்தங்கள் நண்பகல், அதற்கடுத்த மூன்று முகூர்த்தங்கள் பிறபகலும் அதன்பின் மூன்று முகூர்த்தங்கள் மாலையும் ஆகும். இவ்வாறாக பகற்பொழுதின் பதினைந்து முகூர்த்தங்களும், ஒவ்வொன்றும் முன்று முகூர்த்தங்களைக் கொண்ட ஐந்து பகுதிகளாகப் பிரிக்கப்படுகின்றன."

"ஒவ்வொன்றும் முப்பது முகூர்த்தங்கள் கொண்ட பதினைந்து நாட்கள் ஒரு 'பட்சம்' ஆகும்; இரண்டு பட்சங்கள் ஒரு மாதமும், இரண்டு மாதங்கள் ஒரு சூரியப் பருவமும் ஆகும்; மூன்று பருவங்கள் ஒரு வடக்கு அல்லது தெற்கு சாய்வு (அயனம்) ஆகும். இவை இரண்டும் சேர்ந்தது ஒரு ஆண்டு ஆகும்.

யுகம் என்ற கருத்து விஷ்ணு புராணத்தில் பின் வருமாறு விளக்கப்படுகிறது.[1]

பன்னிரண்டாயிரம் தேவ ஆண்டுகள், ஒவ்வொன்றும் (முந்நூற்று அறுபது) அத்தகைய நாட்களைக் கொண்டது நான்கு யுகங்களின் காலமாகும். அவை இவ்வாறு பிரிக்கப்படுகின்றன. கிருத யுகம் நாலாயிரம் தேவ ஆண்டுகளைக் கொண்டது: திரேதா மூவாயிரம்; துவாபர இரண்டாயிரம். கலியுகம் ஓராயிரம் பழமையை அறிந்தவர்கள் இவ்வாறு கூறியுள்ளனர்."

"ஒரு யுகத்துக்கு முன் உள்ள காலம் சந்தயா எனப்படும்; யுகத்தில் எத்தனை ஆயிரம் ஆண்டுகள் உள்ளனவோ அத்தனை நூறாண்டுகள் இதன் கால அளவாகும். ஒரு யுகத்துக்குப் பின்பு வருகின்ற காலம் சந்தயாம்சா எனப்படும். அதன் கால அளவும் அவ்வாறே இருக்கும். சந்தியாவுக்கும் சந்த்யாம் சாவுக்கும் இடைப்பட்ட காலம் கிருத, திரேதா முதலான யுகங்கள் ஆகும்."

யுகம் என்ற சொல் விஷ்ணு புராணத்தில் வேறொரு கால அளவைக் குறிப்பதற்கும் பயன்படுத்தப்படுகிறது. அது கூறுகிறது:

"நான்கு வகையான மாதங்களைக் கொண்ட ஆண்டுகள் ஐந்து வகையாகப் பிரித்துக் கூறப்படுகின்றன; எல்லா வகையான

1.வில்சனின் விஷ்ணு புராணம் பக்.23

காலங்களும் மொத்தமாகச் சேர்ந்தது ஒரு யுகம் அல்லது சுழற்சி என்று கூறுப்படுகிறது. ஆண்டுகள் தனித்தனியாக சம்வத்சரம், இத்வத்சரம். அனுவத்சரம், பவித்சரம், வத்சரம் என்று கூறப்படுகின்றன. இதுவே யுகம் என்றழைக்கப்படும் காலமாகும்."

மகா யுகம் என்ற கால அளவு யுகத்தின் விரிவாக்கமே. விஷ்ணு புராணம் கூறுகிறது.[1]

"கிருத, திரேதா, கலி ஆகிய நான்கு யுகங்கள் கொண்டது ஒரு மகாயுகம். ஆயிரம் மகாயுகங்கள் பிரமாவுக்கு ஒரு நாள் ஆகும்."

மன்வந்தரம் என்பதை விஷ்ணு புராணம் பின்வருமாறு விளக்குகிறது:[2]

"மன்வந்தரம் என்ற கால அளவு, நான்கு யுகங்களில் உள்ள ஆண்டுகளின் எண்ணிக்கையைப் போல் எழுபத்தொரு மடங்கும். கூடுதலாகக் கலி ஆண்டுகளும் கொண்டது."

கல்பம் என்பது என்ன என்பதை விஷ்ணு புராணம் பின் வருமாறு சுருக்கமாகக் கூறுகிறது:

"பிரமாவின் கல்பம் (அல்லது நாள்)."

காலம் இவ்வாறான அலகுகளாகப் பிரிக்கப்படுகிறது. இவை ஒவ்வொன்றின் அளவுகளைப் பார்க்கலாம்.

வாஷம் என்பது ஓர் எளிமையான அளவு. 365 நாட்களைக் கொண்ட ஆண்டையே அது குறிக்கிறது. ஆனால் யுகம், மகா யுகம், மன்வந்தரம், கல்பம் என்பவற்றின் கால அளவை அவ்வளவு எளிமையாகக் கணக்கிடமுடியாது. கல்பத்தை யுகத்தின் மடங்குகளாகக் கருதுவதை விட, யுகம், மகாயுகம் முதலானவற்றைக் கல்பத்தின் உட்பிரிவுகளாகப் பார்ப்பது எளிது. இந்த முறையில் பார்த்தால் ஒரு கல்பத்தில் 71 மகா யுகங்களும், ஒரு மகா யுகத்தில் நான்கு யுகங்களும் உள்ளன. மன்வந்தரம் என்பது 71 மகா யுகங்களும் கூடுதலாகச் சில ஆண்டுகளும் கொண்ட காலம்.

இந்த அலகுகளின் கால அளவைக் கணக்கிடுவதற்கு யுகத்தை அடிப்படையாகக் கொள்ள முடியாது. ஏனென்றால் யுகம் என்பது ஒரு குறிப்பிட்ட கால அளவு என்றாலும், எல்லா யுகங்களுக்கும் அந்த அளவு ஒரே மாதிரியாக இல்லை. குறிப்பிட்ட கால அளவைக் கொண்ட மகாயுகத்தையே காலக் கணக்குக்கு அடிப்படையாகக் கொள்ள வேண்டும்.

1 வில்சனின் விஷ்ணு புராணம் பக்.23

2 வில்சனின் விஷ்ணு புராணம் பக்.24

ஒரு மகாயுகம் என்பது. (1) கிருத, (2) திரேதா (3) துவாபர, (4) கலி என்ற நான்கு யுகங்களைக் கொண்ட ஒரு குறிப்பிட்ட கால அளவாகும். யுகம் என்பது அதற்குரிய கால அளவுடன் விடியல், அந்தி என்ற குறிப்பிட்ட அளவுள்ள காலங்களும் சேர்ந்தது. ஒவ்வொரு யுகத்துக்கும் உரியகால அளவும் விடியல், அந்தி என்ற கால அளவுகளும், வெவ்வேறு யுகங்களுக்கு வெவ்வேறாக உள்ளது.

யுகம்	கால அளவு	விடியல்	அந்தி	மொத்தம்
கிருத	4000	400	400	4800
திரேதா	3000	300	300	3600
துவாபர	2000	200	200	2400
கலி	1000	100	100	1200
மகாயுகம்				12000

மகா யுகத்தின் கால அளவு பற்றிய இந்தக் கணக்கிடு தேவ ஆண்டுகளை அடிப்படையாகக் கொண்டது. அதாவது 12,000 தேவ ஆண்டுகள் அல்லது பிரமாவின் ஆண்டுகள் ஒரு மகா யுகமாகும். மனிதர்களின் ஒரு ஆண்டு ஒரு தேவ நாள் என்ற கணக்குப்படி மகா யுகம் மனித ஆண்டுகள் கணக்கில் 43,20,000(30ஜ12000) ஆண்டுகளாகும்.

எழுபத்தொரு மகா யுகங்கள் ஒரு கல்பம். இதன்படி ஒரு கல்பம் 3,06,72,000 (43,20,000871) ஆண்டுகளுக்குச் சமம்.

மன்வந்தரம் என்பது 71 மகா யுகங்களும் அதற்கு மேல் ஒரு கால அளவும் கொண்டது. ஒரு மன்வந்தர காலம், ஒரு கல்ப காலமும் அதாவது 3,06,72,000 ஆண்டுகளும் அதற்கு மேல் ஒரு கால அளவும் கொண்டது. மன்வந்தர காலம், கல்ப காலத்தை விடப் பெரியது.

வர்ஷம் என்ற கருத்து வானவியலுடன் பொருந்துவதாக உள்ளது. காலத்தைக் கணக்கிடுவதற்கு இது அவசியமானது.

'**கல்பம்**' என்ற கருத்து புராணங்கள். பிரபஞ்சவியல் ஆகிய இரண்டையும் அடிப்படையாகக் கொண்டது. பிரபஞ்சம் பிரமாவால் படைக்கப்படுதல், அழிக்கப்படுதல் என்ற செயல்களுக்கு உள்ளாகிறது என்ற நம்பிக்கை இதற்கு அடிப்படையாக உள்ளது. படைப்புக்கும் அழிப்புக்கும் இடையிலான காலம் கல்பம் என்று அழைக்கப்படுகிறது. விஷ்ணு புராணத்தின் முதல் புத்தகம் இதைப் தொடங்குகிறது. படைத்தல் இரண்டு விதமானது: (1) முதல் நிலை (சர்கா). அதாவது, பிரகிருதி அல்லது என்றும் உள்ளதான் பருப்பொருளிலிருந்து பிரபஞ்சத்தைப் படைத்தல், (2) இரண்டாம் நிலை (பிரதிசர்கா)

அல்லது முதலில் உருவாக்கப்பட்ட தனிமப் பொருள்களிலிருந்து பொருள்களின் வடிவங்களை உருவாக்குதல், அல்லது தற்காலிகமாக. அழிக்கப்பட்டபின் அவை மீண்டும் தோன்றுதல், இந்த இரண்டு விதமான படைப்புகளும் காலந்தோறும் நடக்கின்றன. ஆனால் முதல் வகையான படைப்பின் இறுதிக் காலம் பிரமாவின் ஆயுளின் இறுதியில் தான் வருகிறது. அப்போது எல்லாக் கடவுளர்களும் மற்ற எல்லா வடிவான படைப்புகளும் அழிக்கப்படுவது மட்டுமின்றி, தனிமப் பொருள்களெல்லாம் மீண்டும் மூலப் பருப்பொருளில் இணைந்துவிடுகின்றன; இதைத்தவிர அப்போது ஒரே ஒரு பரமாத்மா மட்டுமே இருக்கும். இரண்டாம் வகையான படைப்புகள், ஒவ்வொரு கல்பம் அல்லது பிரமாவின் நாள் முடியும் போதும் அழிக்கப்படுகின்றன. கீழான உயிர்களையும், கீழ் உலகங்களையும் மட்டுமே இது பாதிக்கிறது. பிரபஞ்சத்தின் பருப்பொருள் அப்படியே இருப்பதோடு, முனிவர்கள், கடவுளர்கள் ஆகியோரும் அழியாமலிருப்பார்கள். கல்பம் என்ற கருத்து இவ்வாறு உள்ளது.

மன்வந்தரம்[1] என்ற கருத்துக்கு அடிப்படை வரலாற்று ரீதியானதல்ல என்றால், புராண ரீதியானதாகும். பிரயா, பிரபஞ்சத்தின் உயிரற்ற, உயிருள்ள எல்லாப் படைப்புகளையும் உருவாக்குகிறார் என்ற நம்பிக்கையை வைத்து இது தொடங்குகிறது. ஆனால் உயிருள்ள படைப்புகள் தங்களைப் பெருக்கிக் கொள்ளவில்லை. பின்பு பிரமா தமது மனத்திலிருந்து ஒன்பது மானச புத்திரர்களைப் படைத்தார். ஆனால் அவர்கள் ஆசை அற்றவர்களாக. ஞானத்தில் நாட்டம் கொண்டவர்களாக சந்ததியில் விருப்பமில்லாதவர்களாக இருந்தார்கள். இதைக் கண்ட பிரமா கோபமடைந்தார். அவர் தம்மைத்தாமே இரண்டு உருவங்களாக மாற்றினார். இவற்றில் ஒன்று. முதல் ஆணான சுவயம்புவ மனுவும், மற்றது, முதல் பெண்ணான சதரூபாவும் ஆகும். சுவயம்புவ மனு சதரூபாவை மணந்து கொண்டார். இவ்வாறாக, சுவயம்புவ மன்வந்தரம் எனப்படும் முதல் மந்வந்தரம் தொடங்குகிறது. பதினான்கு மன்வந்தரங்கள் பின்வருமாறு வருணிக்கப்படுகின்றன:

"பின்பு பிரமா, படைக்கப்பட்ட உயிர்களைப் பாதுகாப்பதற்காகத் தம்மை சுவயம்புவ மனுவாக, தம்மிடமிருந்தே பிறந்தவராக முற்றிலும் தம்மை ஒத்தவராகப் படைத்தார்; தம்முடைய பெண்பால் அம்சத்தை சதரூபாவாக உருவாக்கினார். அவள் தவத்தின் மூலம் (தடை செய்யப்பட்ட திருமணத்தின்) பாவத்திலிருந்து தூய்மைப்படுத்தப்பட்டாள். அவளைத் தெய்வீக சுவயம்புவ மனு தமது மனைவியாக்கிக் கொண்டார். இந்த இருவரிடமிருந்து பிரியவிரதன், உத்தானபாதன் என்ற இரண்டு மகன்களும், அழகும் உயர்ந்த நலன்களும் வாய்ந்த பிரசுதி, ஆகுதி

1.வில்சனின் விஷ்ணு புராணம் பக்.259-264.

என்ற இரண்டு மகள்களும் பிறந்தார்கள். பிரசூதியை அவர் தட்சனுக்குக் கொடுத்தார். ஆகுதியைக் குலத் தலைவரான ருசிக்குக் கொடுத்தார். அவர் அவளை மணந்து கொண்டார். ருசிக்கு ஆகுதியிடம் யக்ஞா. தட்சிணா என்ற இரட்டைக் குழந்தைகள் பிறந்தார்கள். இவர்கள் பின்பு கணவன் மனைவி ஆனார்கள். இவர்களுக்குப் பன்னிரண்டு மகன்கள் பிறந்தார்கள். இந்தப் பன்னிருவர் சுவயம்புவ மன்வந்தரத்தில் யமன்கள் என்ற தெய்வங்களாகக் கூறப்படுகிறார்கள்.

"முதல் மனு சுவாயம்புவன் அவருக்குப் பின் சுவாரோசிஷன், அடுத்து உத்தமன், அடுத்து தாமசன், அடுத்து ரைவதன். அடுத்து சாக்ஷுசன் ஆகியோரும் வந்தனர். இந்த ஆறு மனுக்களும் காலஞ் சென்றுவிட்டார்கள். இப்போது நடக்கும் ஏழாவது மன்வந்தரத்தில் ஆட்சியில் இருப்பவர் சூரியனின் மகனான வைவசுவதன்."

"இந்தக் கல்பத்தின் தொடக்கத்தில், சுவயம்புவ மனுவின் காலத்தையும், அக்காலத்தின் தேவர்கள், ரிஷிகள், முதலானவர்களையும் நான் ஏற்கெனவே விவரித்திருக்கிறேன் எனவே. இப்போது நான் மனு சுவாரோசிஷன் மன்வந்தரத்தின் ஆட்சித் தேவர்கள், ரிஷிகள், மனுவின் மகன்கள் முதலான விவரங்களைக் கூறுகிறேன். இந்தக் காலத்தின் (அதாவது இரண்டாவது மன்வந்தரத்தின) தெய்வங்கள் பரவதர்கள் என்றும் துஷிதர்கள் என்றும் அழைக்கப்பட்டார்கள். தேவர்களின் தலைவராக இருந்தவர் வல்லமை மிக்க விபஸ்சித்து. ஏழு ரிஷிகள், ஊர்ஜா, ஸ்தம்பா, பிராணா, தத்தோலி, ரிஷபா, நிஷசரா ஆர்வரிவத்து ஆகியோர். மனுவின் மகன்கள் சைத்ரா, கிம்புருஷா முதலானோர்.

"மூன்றாவது காலத்தில், அதாவது உத்தமி மன்வந்தரத்தில் தேவர்களின் அரசனாயிருந்தவர் சாந்தி. தேவர்கள், சுதாமாக்கள் சத்யாக்கள், சிவாக்கள், பிரதர்சனாக்கள், வசவேர்ட்டிகள் என்று வகைப்படுத்தப்பட்டிருந்தார்கள். இந்த வகுப்புகள் ஒவ்வொன்றிலும் பன்னிரண்டு தேவர்கள் இருந்தார்கள். வசிஷ்டரின் ஏழுமகன்கள் சப்தரிஷிகளாயிருந்தார்கள். அஜா. பரசு, திவ்யா முதலானோர் மனுவின் மகன்கள்.

"நான்காவது மனுவான தாமசனிவின் மன்வந்தரத்தில் தேவர்களின் வகுப்புகள் சுரூபாக்கள், ஹரிகள், சத்யாக்கள், சுதிகள் என்று அழைக்கப்பட்டார்கள். ஒவ்வொரு வகுப்பிலும் இருபத்தேழு தேவர்கள் இருந்தார்கள். சிவி என்பது இந்திரனின் பெயர். இவர் நூறு வேள்விகள் செய்தவர் (அல்லது சதக்கிரது) என்றும் அழைக்கப்பட்டார். ஏழுரிஷிகளின் பெயர்கள் ஜோதிர்தமா, பிரிது. கவ்யா. சைத்ரா. அக்னி, வனகா, பிவரா என்பன. வலிமை மிக்க மன்னர்களான நரா, கியாதி, சந்தஹயா, ஜனுஜங்கா முதலானோர் மனுவின் மகன்களாவார்கள்.

"ஐந்தாவது மன்வந்தர காலத்தில் ரைவதன் மனுவாகவும், விபு இந்திரனாகவும் இருந்தார்கள். தேவர்களின் வகுப்புகள் அமிதாபாஸ்கள், அபுதரஜாக்கள், வைகுண்டர்கள், சுமேதாக்கள் எனப்பட்டன. ஒவ்வொரு வகுப்பிலும் பதினான்கு தேவர்கள் இருந்தார்கள்.

ஏழு ரிஷிகள் இரண்யரோமா. வேதசிரி. ஊர்தோகாபாகு. வேதபாகு, சுதாமா, பர்ஜன்யா. மகாமுனி ஆகியோர். ரைவதனின் மகன்கள் பலபந்து, சுசம்பவியா. சத்தியகா முதலான தீரமிக்க மன்னர்கள்.

"இந்த நான்கு மனுக்கள், சுவாரோசிஷன், உத்தன், தாமசன், ரைவதன் ஆகியோர் பிரியவிரதனின் வம்ச வழியில் வந்தவர்கள். பிரியவிரதன் விஷ்ணுவை வழிபட்டு அவரை மகிழ்வித்து, தம் வம்சத்தினர் இந்த மன்வந்தரங்களில் ஆட்சி செய்ய வரம் பெற்றிருந்தார்.

"ஆறாவது மன்வந்தரத்தில் சாக்ஷுஸன் மனுவாகவும், மனோஜ்வா இந்திரனாகவும் இருந்தார்கள். தேவர்கள். ஆத்யாக்கள். பிரஸ்துதாக்கள், பாவ்யாக்கள். பிரிதுகாக்கள், லேகாக்கள் என்ற ஐந்து வகுப்புகளாக. ஒவ்வொரு வகுப்பிலும் எட்டுத் தேவர்களாக இருந்தார்கள். சுமேதஸ், விராஜஸ். ஹவிஷ்மத், உத்தமா, மது, அபினாமன், ஸஹிஷ்ணு ஆகியோர் ஏழு ரிஷிகள். சாக்ஷுனின் மகன்கள் உரு. புரு. சததும்னா முதலானோர் பூமியின் மன்னர்களாயிருந்தார்கள்.

"ஏழாவதான் இப்போதைய மன்வந்தரத்தின் மனுவான வைவ சுவதன் ஈமக்கிரியைகளின் அதிபதியும் சூரியனின் புகழ்மிக்க தோன்றலும் ஆவார். ஆதித்தியர்கள், வசுக்கள். ருத்திரர்கள் என்போர் தேவர்கள்; இவர்களின் அரசன் புரந்தரன், வசிஷ்டர், காசியபர், அத்ரி, ஜமதக்கினி, கவுதமர், விசுவாமித்திரர், பரத்வாஜர் ஆகியோர் ஏழு ரிஷிகள்: மன்னர்களான இக்ஷுவாகு, நபகா. திருஷ்டா, சன்யாதி. நரிஷ்யனதா, நபதிஷ்டா, கருஷா, பிரிஷத்ரா, புகழ்பெற்ற வசுமத் ஆகியோர் வைவசுவத மனுவின் ஒன்பது மகன்கள்.

விஷ்ணு புராணத்தில் இது வரை விவரிக்கப்பட்ட ஏழு மன்வந்தரங்கள் பற்றிய விவரங்கள் கீழே தரப்படுகின்றன:

"விஸ்வகர்மனின் மகளானசஞ்ஜனா சூரியனின் மனைவியாவாள். அவர்களுக்கு மனு (வைவசவதன்), யமன், தேவதையான யமி (அல்லது யமுனை நதி) ஆகிய மூன்று குழந்தைகள் பிறந்தார்கள். தனது கணவனின் தீவிர ஒளியையும் வெப்பத்தையும் தாங்க முடியாத சஞ்ஜனா அவனுக்குச் சாயாவைப் பணிப்பெண்ணாகக் கொடுத்துவிட்டு, காட்டில் மனைவி சஞ்ஜனா என்று எண்ணிக்கொண்டு அவளிடம் மேலும் மூன்று குழந்தைகளை

சனைஸ்சரா (சனி), மற்றொரு மனு (சாவர்ணி), தபதி என்ற மகள் (தப்தி நதி) ஆகியோரை பெற்றான். ஒரு சமயம் சாயாவுக்கு சஞ்ஜனாவின் மகனான யமன் மீது கோபம் ஏற்பட்டு அவனுக்குச் சாபம் கொடுத்தாள். அப்போது அவள் உண்மையில் யமனின் தாயான சஞ்ஜனா அல்ல என்பது யமனுக்கும் சூரியனுக்கும் தெரிந்தது. சஞ்ஜனா காட்டுக்குத் தவம் செய்யச் சென்றிருப்பதையும் சாயாவிடமிருந்து அறிந்து கொண்ட சூரியன் தியானக் கண் மூலம், அவள் ஒரு பெண் குதிரையின் வடிவத்தில் (உத்தர குரு பகுதியில்) கடுந்தவம் செய்து கொண்டிருப்பதைக் கண்டான். சூரியன் ஓர் ஆண் குதிரையாகத் தன்னை உருமாற்றிக் கொண்டு, தன் மனைவியுடன் மீண்டும் சேர்ந்து கொண்டான். அவனுக்கு அவளிடம் இரண்டு அஸ்வினி தேவர்கள், ரேவந்தா ஆகிய மேலும் மூன்று குழந்தைகள் பிறந்தார்கள். அதன் பின் சூரியன் சஞ்ஜனாவைத் தனது இருப்பிடத்துக்கே அழைத்துச் சென்றான். சூரியனின் தீவிர ஒளியைக் குறைப்பதற்காக விஸ்வகர்மன் அவனைத் தனது கடைசல் இயந்திரத்தில் வைத்துச் செதுக்கினான். இவ்வாறாக எட்டில் ஒரு பகுதியைக் குறைத்தான். அதற்கு மேல் சூரியனிடமிருந்து பிரிக்கமுடியவில்லை. சூரியனிடமிருந்த தெய்விக வைஷ்ணவ ஒளியின் பகுதிகள் விஸ்வகர்மனால் செதுக்கப்பட்டு ஒளிர்ந்து கொண்டு பூமியின் மேல் விழுந்தன. விஸ்வகர்மா அவற்றைக் கொண்டு விஷ்ணுவின் சக்கரத்தையும், சிவனின் திரிசூலத்தையும், செல்வத்தின் அதிபதியான தெய்வத்தின் ஆயுதத்தையும். கார்த்திகேயனின் வேலையும், மற்றத் தேவர்களின் ஆயுதங்களையும் உருவாக்கினான்: இவை எல்லாவற்றையும் அவன் சூரியனிடம் மிகையாக இருந்த ஒளியைக் கொண்டு செய்தான்.

“சாயாவின் மகனும் ஒரு மனு என்று அழைக்கப்பட்டான். அவன் தனது மூத்த சகோதரனான வைவசுவதனின் சாதியையே (சாவர்ணம்) சேர்ந்தவன் என்பதால் சூரிய சாவர்ணி என்ற பெயரைப் பெற்றான். அவன் அடுத்து வரும் எட்டாவது மன்வந்தரத்தின் அதிபதியாயிருப்பான். அதைப் பற்றியும் அதைத் தொடர்ந்து வரவுள்ள மன்வந்தரங்களைப் பற்றியும் இனி நான் விவரிக்கிறேன். சாவர்ணி மனுவாக இருக்கப் போகும் மன்வந்தரத்தில் தேவர்களின் வகுப்புகள் சுதபாக்கள். அமிதாபாக்கள், முக்கியாக்கள் எனப்படும். இவை ஒவ்வொன்றிலும் இருபத்தொரு தேவர்கள் இருப்பார்கள். ஏழு ரிஷிகள் திப்திமத் கலவா, ராமா, கிருபா, திரவுனி, எனது மகன் வியாசர். ரிஷியசிருங்கர் ஆகியோர். விரோசனனின் பாவமற்ற மகனான பலி இந்திரனாயிருப்பான். அவன் விஷ்ணுவின் அருளால் பாதாளத்தின் ஒரு பகுதிக்கு அரசனாக இருக்கிறான். சவாணியின் மைந்தர்களான மன்னர்கள் விரஜஸ், அர்வரிவா, நிர்மோகா முதலானோர்.

“ஒன்பதாவது மனுவாக தட்ச சாவர்ணி இருப்பான். தேவர்கள் பராக்கள், மரீசிகர்பாக்கள், சுதர்மாக்கள் என்ற மூன்று வகுப்புகளாகவும் ஒவ்வொன்றிலும் பன்னிரண்டு தேவர்களும் இருப்பார்கள். அபுதா என்ற இந்திரன் அவர்களின் தலைவனாயிருப்பான். சவனா, துமிதிமத், பவ்யா, வசு, மேதாதிதி, ஜோதிஷாமன், சத்தியா ஆகியோர் ஏழு ரிஷிகள்: திரித்கேது பஞ்சஹஸ்தா, நிராமயா, பிரிதுஸ்ரவா முதலானோர்

“பத்தாவது மன்வந்தரத்தில் பிரம் - சாவர்ணி மனுவாயிருப்பார். சுதமாக்கள், விருதாக்கள், சதசங்கியாக்கள் ஆகியோர் தேவர்கள்; பலசாலியான சந்தி இந்திரனாயிருப்பான். ஹவிஷாமன், சுகிர்தி, சத்தியா, அப்பம்மூர்த்தி, நபகா, அப்ரதிமவுஜஸ், சத்தியகேது முதலானோர் மனுவின் பத்து மகன்களாயிருப்பார்கள்.’

“பதினொன்றாவது மன்வந்தரத்தின் மனு தர்ம - சாவர்ணி; தேவர்களின் முக்கிய வகுப்புகள் விஹங்கமாக்கள், கமகமாக்கள், நிர்மனரதிகள் எனப்படும்:ஒவ்வொரு வகுப்பிலும் முப்பது தேவர்கள் இருப்பார்கள்; விருஷா இந்திரனாயிருப்பான். நிஸ்சரா. அக்னிதேஜஸ், வபுஷமன், விஷ்ணு, அருணி, ஹவிஷ்மன், அனகா ஆகியோர் ஏழு ரிஷகள்; பூமியின் மன்னர்களான மனுவின் மகன்கள் சவர்கா, சர்வதமனா, தேவனிகா முதலானோர்.

“பன்னிரண்டாம் மன்வந்தரத்தில் ருத்ரனின் மகனான சாவர்ணி மனுவாக இருப்பார். இந்திரன் ரிது தாமா ஹரிதாக்கள், லோஹிதாக்கள், சுமனசாக்கள், சுக்கிரமாக்கள் என்போர் தேவர்கள் ஒவ்வொரு வகுப்பிலும் பதினைந்து தேவர்கள் இருப்பார்கள் தபஸ்வி, சுதபஸ், தபோமூர்த்தி, தபோரதி, தபோதிரிதி, தபோதியுதி, தபோதனா ஆகியோர் ஏழுரிஷிகள் தேவாவான், உபதேவா, தேவசிரேஷ்டா முதலானோர் மனுவின் மகன்களும் பூமியின் மாபெரும் மன்னர்களுமாயிருப்பார்கள்.”

“பதின்மூன்றாம் மன்வந்தரத்தின் மனுரௌசியன் தேவர்களின் வகுப்புகள் சுதமனாக்கள், சுதர்மன்கள், சுகர்மணாக்கள் எனப்படும். இந்திரன் திவஸ்பதி: நிர்மோகா, தத்துவதர்சின், நிஷ்ப்ரகம்பா, நிருத்சுகா, திரிதிமத், அவ்யயா, சுதபஸ் ஆகியோர் ஏழு ரிஷிகள்; உரு, கபிரா பிரத்தினா முதலானோர் பூமியை ஆளும் மன்னர்களாயிருப்பார்கள்.”

“பதினான்காம் மன்வந்தரத்தில் பௌசியன் மனுவாயிருப்பார். இந்திரன் சுசி; தேவர்கள் சக்ஷுஷாக்கள். பவித்திராக்கள். கனிஷ்டாக்கள், பிரஜிராக்கள் வவிரதாக்கள் என்ற ஐந்து வகுப்புகளாயிருப்பார்கள். அக்கினிபாகு, சுசி, சுக்ரா. மகதா. கிரித்ரா. யுக்தா அஜிதா ஆகியோர்

ஏழு ரிஷிகள்; உரு, கபிரா பிரத்தினா முதலானோர் பூமியை ஆளும் மன்னர்களாயிருப்பார்கள்."

மன்வந்தரத்திட்டம், ஒரு மன்வந்தரத்தின் காலத்தில் பிரபஞ் சத்துக்கு ஓர் ஆட்சிக்குழுவை அமைத்துக் கொடுப்பதை நோக்கமாகக் கொண்டதென்று தோன்றுகிறது. ஒவ்வொரு மன்வந்தரத்திலும் மனு ஒருவர் அதிபதியாயிருந்து சட்டங்களை அளிக்கிறார்; வழிபடுவதற்குத் தெய்வங்கள், ஏழுரிஷிகள் நிர்வாகத்தை நடத்துவதற்கு ஒரு மன்னன் ஆகியோர் இருக்கிறார்கள்.

விஷ்ணு புராணம் கூறுகிறது:[1]

"ஒவ்வொரு மன்வந்தரத்திலும் உள்ள வெவ்வேறு வகுப்புத் தேவர்கள் வேள்விகளைப் பெறுகிறார்கள். அந்தக் காலம் முழுவதற்கும் மனுவின் மகன்களும் அவர்களின் சந்ததியினரும் மன்னர்களாயிருக்கிறார்கள். ஒவ்வொரு மன்வந்தரத்திலும் அதன் மனு, ஏழு ரிஷிகள், தேவர்கள், மனுவின் மகன்களான மன்னர்கள், இந்திரன் ஆகியோர் உலகத்துக்கு அதிபதிகளாயிருக்கிறார்கள்."

ஆனால் மகாயுகம் என்ற காலத் திட்டம் மிகவும் குழப்ப மளிப்பதாக உள்ளது.

கல்பம் ஏன் மகா யுகங்களாகப் பிரிக்கப்பட்டது. மகா யுகம் ஏன் கிருத, திரேதா, துவாபர, கலி என்ற யுகங்களாகப் பிரிக்கப்பட்டது, என்பது ஒரு புதிராகும். இதற்கு விளக்கம் தேவைப்படுகிறது. இந்தப் பிரிவு புராணங்களை அடிப்படையாகக் கொண்டதல்ல; சகாப்தத்தைப் போலன்றி இது இந்துக்களின் உண்மையான வரலாறு அல்லது நடந்ததாகக் கூறப்படும் வரலாறு எதனுடனும் தொடர்பு உள்ளதும் அல்ல.

முதலில், ஒரு யுகத்தின் கால அளவு ஏன் இவ்வாறு மிகப் பெரிதாக, அதன் காலத் திட்டமே நம்ப முடியாததாக வேண்டுமென்றே செய்யப்பட்டதாகத் தோன்றும் அளவுக்கு நீட்டிக்கப்பட்டது?

ருக் வேதத்தில் யுகம் என்ற சொல் 38 முறை வருகிறது. காலம் தலைமுறை. நுகத்தடி அல்லது இனக்குழு என்ற பொருளில் அது பயன்படுத்தப்படுகிறது. சில இடங்களில் இந்தச் சொல் ஒரு குறுகிய கால அளவை குறிப்பதாகத் தோன்றுகிறது: சாயனர் 'யுகே யுகே' என்ற தொடருக்குப் பிரதிதினம் அதாவது நாள் தோறும் என்று கூடப் பொருள் கூறுகிறார்.

---

1. வில்சனின் விஷ்ணு புராணம் பக்.269-70.

அடுத்தபடியாக, நான்கு யுகங்கள் என்ற கருத்து சமூகத்தின் ஒழுக்க நிலையின் சீர்குலைவுடன் தொடர்பு படுத்தப்பட்டுள்ளது. இந்தக் கருத்து மகாபாரதத்தில் பின் வரும் பகுதியில் தெளிவாகக் கூறப்படுகிறது:[1]

"கிருதயுகம், நல்லொழுக்கம் நிரந்தரமாயிருக்கும் காலம். யுகங்களில் மிகச் சிறந்ததான அந்தக் காலத்தில் (எல்லாமும்) செய்யப்பட்டது (கிருத); ஒன்றும் செய்வதற்கு (மிச்சமிருக்கவில்லை). கடமைகள் புறக்கணிக்கப்படவில்லை; மக்கள் நிலை தாழ்ந்து போகவில்லை. பின்பு காலத்தின் போக்கினால்) யுகம் கீழான நிலையை அடைந்தது. அந்தக் காலத்தில் தேவர்கள், தானவர்கள், கந்தர்வர்கள், யட்சர்கள், ராட்சசர்கள், பன்னகர்கள் யாரும் இல்லை; வாங்குதல், விற்றல் எதுவும் நடக்கவில்லை. வேதங்கள் ருக், யஜுஷ், சாமன் என்று பிரிக்கப்படவில்லை. மனிதர்கள் உழைப்பு எதுவும் செய்யவில்லை. தங்களுடைய விருப்பத்தின் மூலமே (பூமியின்) பலனை (அடைந்தார்கள்) அறநெறியும் உலகப் பற்றின்மையும் (நிலவின); மூப்பின் காரணமாக நோயோ, புலன்களின் திறன் குறைவோ ஏற்படவில்லை: தீய சிந்தையோ, அழுகையோ, கர்வமோ, ஏமாற்றுதலோ இல்லை, போட்டிகள் இல்லை; சோம்பல் எப்படி இருக்க முடியும்? வெறுத்தல், கொடுமை செய்தல். அச்சம், நோய், பொறாமை இல்லை. எனவே அந்த யோகியர் உயர்ந்தவரான பிரமாவையே நாடிச் சென்றார்கள். எல்லா உயிர்களின் ஆன்மாவான நாராயணன் வெண்மையாயிருந்தார். பிராமணர்கள், சத்திரியர்கள், வைசியர்கள், சூத்திரர்கள் அனைவரும் கிருதத்தின் பண்பைப் பெற்றிருந்தார்கள். அந்தக் காலத்தில் பிறந்த உயிர்கள் கடமைகளில் ஈடுபாடு கொண்டிருந்தன. அவர்கள் அனைவரும் நம்பிக்கையிலும் செயல்களிலும் அறிவிலும் ஒரே மாதிரியாக இருந்தார்கள். எல்லாச் சாதியினரும் தங்கள் கடமைகளை நிறைவேற்றி, ஒரே தெய்வத்தையே இடைவிடாது வழிபட்டு ஒரே மந்திரத்தைப் பயன்படுத்தி, ஒரே விதியைப் பின்பற்றி, ஒரே சடங்கைச் செய்து வாழ்ந்தார்கள். அவர்களுக்குத் தனித்தனியான கடமைகள் இருந்தாலும் வேதம் ஒன்றாகவே இருந்தது. ஒரே கடமையைச் செய்தார்கள். நான்கு நிலைகளுக்கும் தொடர்புடைய பணிகளினாலும், காலத்தை உத்தேசமாக மதிப்பிட்டும். பிரதிபலனைப் பெறுவதில் ஆசையோ எதிர்பார்ப்போ இல்லாமலும் அவர்கள் உயர்ந்த பேரின்பத்தை அடைந்தார்கள். கிருத யுகத்தில் நான்கு சாதிகளும் முழுமையாகவும் நிரந்தரமாகவும் அறநெறியைப் பின்பற்றி, அந்தக் காலத்தின் இயல்பைக் கொண்டு விளங்கி, பரமாத்மாவுடன் ஒன்றுவதில் நாட்டம் கொண்டிருந்தார்கள்.

---

1 முயிரின் சமஸ்கிருத விளக்க மூலம், தொகுதி 1, பக். 144-146.

கிருத யுகத்தில் மூன்று குணங்கள் இல்லை. வேள்வி செய்யத் தொடங்கிய திரேதா யுகத்தில் அறநெறி கால் பங்கு குறைந்தது என்று அறிக. விஷ்ணு சிவப்பு நிறமானார் : மனிதர்கள் சத்தியத்தைப் பின்பற்றினார்கள்: சடங்குகளைச் சார்ந்த அறநெறியில் ஈடுபாடு கொண்டு வாழ்ந்தார்கள். வேள்விகளும் அவற்றில் பல சடங்குகளும் புனிதச் செயல்களும் நடைபெற்றன. திரேதா யுகத்தில் மனிதர்கள் ஒரு நோக்கத்தை அடைவதற்காக வினை செய்தார்கள் தங்களுடைய சடங்குகளுக்கும் சண்டைகளுக்கும் பலனை எதிர்பார்த்தார்கள். கடமை (உணர்வால் மட்டுமே) அவர்கள் தவங்களோ தானங்களோ செய்பவர்களாயில்லை. ஆயினும் இந்தயுகத்தில் அவர்கள் தங்களுடைய கடமைகளையும் சமயச் சடங்குகளையும் தவறாமல் செய்தார்கள். துவாபரயுகத்தில் அறநெறி அரைப்பங்கு குறைந்தது: விஷ்ணு மஞ்சள் நிறமானார்; வேதங்கள் நான்காயின். சிலர் நான்கு வேதங்களையும் சிலர் மூன்றையும், சிலர் இரண்டையும், சிலர் ஒன்றையும் கற்றார்கள்; சிலர் இவற்றில் ஒன்றையும் கற்கவில்லை. இவ்வாறாக வேதங்கள் பிரிவுபட்டு, சடங்குகள் பலவிதமான முறைகளில் நடத்தப்பட்டன. தவங்களிலும் தானங்களிலும் ஈடுபட்ட மனிதர்கள் கோப தாபங்கள் மிகுந்த (ஜோ) குணத்தைக் கொண்டிருந்தார்கள். ஒரே வேதத்தை அறியாமையினால் வேதங்கள் பலவாகப் பெருக்கப்பட்டன. நற்குணம் (சத்துவம்) குறைந்து போனதால் சிலர் தான் சத்தியத்தைப் பின்பற்றினார்கள். மனிதர்கள் நற்பண்பிலிருந்து விழுந்து விட்டதால் பல நோய்களும், ஆசைகளும், விபத்துக்களும் விதியின் விளைவாக ஏற்பட்டு அவர்களைத் தாக்கின; இவற்றால் கடுமையாகப் பாதிக்கப்பட்டு அவர்கள் தவங்கள் செய்ய வேண்டிய அவசியம் ஏற்பட்டது. மற்றவர்கள் இன்பத்தையும் சுவர்க்க போகத்தையும் விரும்பி வேள்விகள் செய்தார்கள். இவ்வாறாக துவாபர யுகத்தில் மனிதர்கள் அறநெறி பிறழ்ந்து நிலை தாழ்ந்தார்கள். கலி யுகத்தில் அறநெறி கால் பங்கு தான் மிச்சமிருந்தது. அந்த இருண்ட யுகம் வந்த போது விஷ்ணு கருமை நிறமானார்; வேதங்கள் விதித்த செயல்களும் அறச் செயல்களும் வேள்விச் சடங்குகளும் நின்று போயின. பேரழிவுகள், நோய்கள். களைப்பு, கோபம் முதலான குறைபாடுகள், துன்பங்கள், கவலைகள் பசி, அச்சம் ஆகியவை எங்கும் நிலவின. யுகங்கள் சுழலும் போது அறநெறி மீண்டும் தாழ்ச்சியடைகிறது. அறநெறி தாழ்ச்சியடையும் போது மக்களும் தாழ்ச்சியடைகிறார்கள்: அவர்களைச் செயல்படுத்தும் உள்ளத்து உணர்வுகளும் தாழ்ச்சியடைகின்றன. யுகத்தின் தாழ்ச்சியினால் உருவான நடைமுறைகள் மக்களின் நோக்கங்கள் நிறைவேறாமல் தடுக்கின்றன. இப்படிப்பட்ட கலியுகம் சிறிது காலமாக இருந்து வருகிறது. நீண்ட ஆயுளுடன் வாழ்பவர்கள் யுகத்தின் தன்மைப்படி வாழுகிறார்கள்."

இது சந்தேகமில்லாமல் மிக விநோதமானது. புராதன வேத இலக்கியங்களில் இந்தச் சொற்கள் குறிப்பிடப்படுகின்றன. கிருத, திரேதா, துவாபர அஸ்கண்ட என்ற சொற்கள் தைத்ரீய சங்கிதையிலும், வாஜசனேயி சங்கிதையிலும், ஐத்ரேய பிராமணத்திலும், சதபது பிராமணத்திலும் வருகின்றன. சதபத பிராமணம் இவ்வாறு கூறுகிறது:" விளையாட்டில் தவறுகளைத் தனக்குச் சாதகமாகப் பயன்படுத்துபவன் கிருத எனப்படுகிறான். ஒழுங்கான திட்டப்படி விளையாடுபவன் திரேதா எனப்படுகிறான்: துவாபர எனப்படுபவன் தன்னுடன் விளையாடுபவனை மிஞ்சுவதற்குத் திட்டமிடுகிறான். அஸ்கண்ட என்பது விளையாடும் அறையின் ஒரு தூண். ஐத்ரேய பிராமணத்திலும் தைத்ரிய பிராமணத்திலும் அஸ்கண்ட என்ற சொல்லுக்குப் பதிலாகக் கலி என்ற சொல் பயன்படுத்தப்படுகிறது. தைத்ரீய பிராமணம். கிருத என்பது விளையாடும் அரங்கின் உரிமையாளனைக் குறிப்பதாகவும், திரேதா என்பது தவறுகளைச் சாதகமாக்கிக் கொள்பவனைக் குறிப்பதாகவும், துவாபர என்பது வெளியில் உட்கார்ந்திருப்பவனையும், கலி என்பது விளையாடும் வீட்டின் தூண் போன்றவனையும் அதாவது. அதைவிட்டு நீங்காமலிருப்பவனையும் குறிப்பதாகக் கூறுகிறது. ஐத்ரேய பிராமணம் கூறுகிறது:

"எல்லா வெற்றிகளும் கிடைப்பதற்கு நம்பிக்கை இருக்கிறது. ஏனென்றால் அதிர்ஷ்டக்குறைவான பகடையான கலி அசைவற்றுக் கிடக்கிறது, மற்றும் இரண்டு மெதுவாக நகர்ந்து கொண்டிருக்கின்றன, மிகவும் அதிர்ஷ்டமுள்ளதான் கிருத முழு வேகத்தில் சென்று கொண்டிருக்கிறது. இந்த இடங்களிலெல்லாம் இந்தச் சொற்களுக்குச் சூதாட்டப் பகடைகள் அல்லது பகடை வீச்சுக்கள் என்பதைத் தவிர வேறு பொருள் இல்லை என்பது தெளிவு.

இந்தச் சொற்களை மனு என்ன பொருளில் பயன்படுத்துகிறார் என்பதும் குறிப்பிடத்தக்கது. அவர் கூறுகிறார்:[1]

"கிருத, திரேதா. துவாபர, கலி யுகங்கள் எல்லாம் அரசனின் செயல்களின் வகைகளே; ஏனென்றால் அரசன் யுகம் என்று அழைக்கப்படுகிறான் உறங்கும் போது அவன் கலி; விழிக்கும் போது அவன் துவாபர யுகம்; செயலை நினைக்கும் போது அவன் திரேதா இயங்கும் போது அவன் கிருத யுகம்."

மனுவையும், அவருக்கு முன் இருந்தவர்களையும் ஒப்பிட்டுப் பார்க்கும் போது இந்தச் சொற்களின் பொருளில் நிச்சயமான மாற்றம் ஏற்பட்டுள்ளது என்பதை ஒப்புக் கொள்ள வேண்டும். சூதாட்டக்காரனின்

---
1 மனு IX 301-302.

குழூஉக்குறிகளான இந்தச் சொற்கள் அரசியல் சொற்களாக மாறி, அரசன் தனது கடமையைச் செய்வதன் ஆயத்த நிலைகளைக் குறிப்பவையாக, வெவ்வேறு வகையான மன்னர்களை, அதாவது செயல் துடிப்பு உள்ளவர்கள், செயல் செய்ய எண்ணுபவர்கள், விழிப்பாயிருப்பவர்கள், உறங்குபவர்கள், அதாவது சமூகம் சீரழிய விடுபவர்கள் ஆகியோரை வேறுபடுத்திக் காட்டும் சொற்களாக மாற்றம் பெற்றுள்ளன.

கேள்வி என்னவென்றால், பிராமணர்கள் கலியுகம் என்ற கோட்பாட்டைக் கண்டு பிடிக்கும் நிர்ப்பந்தத்தை ஏற்படுத்திய சூழ்நிலைகள் என்ன என்பதே. கலியுகம் என்றால் சமூகத்தின் சீர்கேடான நிலை என்று பொருள்படுமாறு பிராமணர்கள் செய்தது ஏன்? உறங்குகின்ற அரசனைக் கலி அரசன் என்று மனு கூறுவது ஏன்? மனுவின் காலத்தில் ஆட்சி செய்த அரசன் யார்? அவனை உறங்கும் அரசன் என்று மனு ஏன் அழைக்கிறார்? இவை கலியுகக் கோட்பாட்டிலிருந்து எழுகின்ற புதிர்களில் சில ஆகும்.

கலியுகக் கோட்பாட்டை மேலும் நுணுக்கமாக ஆராய்ந்தால் இவற்றைத் தவிர வேறு புதிர்களும் எழுகின்றன. கலியுகம் உண்மையில் எப்போது தொடங்கியது? கலியுகம் தொடங்கிய சரியான தேதி பற்றிப் பல்வேறு கொள்கைகள் உள்ளன. புராணங்கள் இரண்டு தேதிகளைக் கூறுகின்றன. கி.மு. 14-ஆம் நூற்றாண்டில் அது தொடங்கியது என்று சில புராணங்கள் கூறுகின்றன. மற்றவை, கௌரவர்களுக்கும் பாண்டவர்களுக்கும் இடையே நடந்த போர் தொடங்கியதாகக் கூறுப்படும் நாளான கி.மு.3102, பிப்ரவரி 18-ஆம் தேதி கலியுகம் தொடங்கியதாகக் கூறுகின்றன. பேராசிரியர் ஐயங்கார் சுட்டிக் காட்டுவது போல, இந்தியாவில் எங்குமே கி.பி. ஏழாம் நூற்றாண்டுக்கு முன் கலியுக ஆண்டு பயன்படுத்தப்பட்டதான சான்று எதுவும் இல்லை. பாதாமியில் கி.பி.610 முதல் 642 வரை ஆட்சி செய்த இரண்டாம் புலிகேசியின் காலத்தைச் சேர்ந்த ஒரு கல்வெட்டில் தான் அது முதன் முதலாகக் காணப்படுகிறது. அதில் சக ஆண்டு 556 களி ஆண்டு 3735 ஆகிய இரண்டு தேதிகள் குறிப்பிடப்படுகின்றன. இந்தத் தேதிகள், கலி யுகம் கி.மு. 3102 இல் தொடங்கியது என்ற அடிப்படையைப் பின்பற்றுகின்றன. இது தவறாகும். ஆண்டும் அல்ல. கலியுகம் தொடங்கிய ஆண்டும் கல். இதை திரு.கானே உறுதியாக நிரூபித்திருக்கிறார். பாண்டவர்களின் மகனான பரீட்சித் முதலாக ஆட்சி செய்த பல்வேறு வம்சங்களின் அரசர்கள் பற்றிய நிச்சயமான கூற்றுகளின்படி மகாபாரதப் போர் நடந்த சரியான ஆண்டு கி.மு. 1263 ஆகும். அது கி.மு. 3102 ஆக இருக்க முடியாது. கி.மு. 3102 ஆம் ஆண்டு கல்பம் தொடங்கிய ஆண்டு என்றும், கனி

தொடங்கிய ஆண்டு அல்ல என்றும் திரு. கானே காட்டியிருக்கிறார். கி.மு. 3102-ஆம் ஆண்டுடன் கல்பத்தைத் தொடர்புப்படுத்துவதற்கு மாறாகக் கலியைத் தொடர்புபடுத்தியது. கல்பாதி' என்ற சொல்லைக் 'கல்பாதி' என்று தவறாக வாசித்தது அல்லது தவறாகப் பெயர்த்தெழுதியதன் விளைவு என்றும் அவர் கூறியிருக்கிறார். இவ்வாறாக, கலியுகம் தொடங்கிய தேதி என்று நிச்சயமான தேதி எதையும் பிராமணர்கள் கூற முடியவில்லை. இத்தகைய முக்கியமான நிகழ்ச்சி தொடங்கியதைக் குறிப்பிடக்கூடிய சரியான தேதி எதுவும் இல்லை என்பது ஒரு புதிராகும்.

ஆயினும், மற்றப் புதிர்கள் இருப்பதையும் குறிப்பிட வேண்டும்.

கலியுகம் என்பதனோடு இரண்டு கோட்பாடுகள் இணைந்துள்ளன. கலியுகத்தில் முதலும் இறுதியுமான இரு வருணங்கள் மட்டுமே அதாவது பிராமணர்கள், சூத்திரர்கள் மட்டுமே இருப்பதற்குரியவை எனப் பிராமணர்கள் உறுதியாக நம்புகின்றனர். இவற்றிற்கு இடையிலுள்ள சத்திரியர் மற்றும் வைசய வருணங்கள் இராது. இந்தக் கோட்பாட்டிற்கு ஆதாரமானது எது? இந்தக் கோட்பாட்டின் பொருள் என்ன? இந்த இரு வருணங்களும் பிராமணியத்தில் மறைந்துவிடும் என்பது பொருளா அல்லது அவை வழக்கொழிந்து போகும் என்றாகுமா?

இந்திய வரலாற்றில் இந்தக் கோட்பாடு இடம் பெற்ற காலம் எது? இந்த இரு வருணங்களும் பிராமணியத்தில் கலந்து விடுவதே கலியுகத்தின் தோற்றத்திற்கு அடையாளம் என்பது இதன் பொருளா?

பிற யுகங்களுக்கு விதித்ததும், ஏற்றதுமான கிரியைகள், வழக்கங்கள் ஆகியவற்றைக் கலியுகத்தில் பின்பற்றலாகாது என்று விதிக்கும் கலிவர்ச்சியம் என்பது. கலியுகம் கொள்கையோடு தொடர்புடைய இரண்டாவது கோட்பாடு ஆகும். இது பற்றிய விதிகள் பல்வேறு புராணங்களில் விரவிக்கிடக்கின்றன. எனினும் ஆதித்திய புராணம் இவற்றை ஒன்றாகத் தொகுத்து முறைப்படுத்திக் கூறியுள்ளது. கலிவர்ச்சியம் எனப்படும் இந்த வழக்கங்கள் பின்வருமாறு:[1]

(1) விதவையொருத்தி ஒரு புதல்வனைப் பெற்றுக் கொள்வதற்காக அவளுடைய கணவனின் சகோதரனை நியமித்தல்.[2]

---

1 கலி வர் ஜ்ய, பி.வி. கானே பக். 8-16.

2 நியோகம் என்ற வழக்கத்தை இது குறிக்கிறது. இதைக் கௌதமரும் (18-9-14. நாரத ஸ்த்ரீபும்ச, சுலோகம் 58), யக்ஞ வல்கியரும் (1.68-69) அனுமதித்துள்ளனர்; ஆனால் மனுவும் (9.64–68), பிரகஸ்பதியும் இதைக் கண்டனம் செய்தனர்.

(2) திருமணம் நிறைவேறாமல் போன மணமகளுக்கு மறுமணம் செய்தலும், மணமானவளின் முதற்கணவன் இறந்த பின்பு இன்னொருவனுக்கு மணம் முடித்தலும்.[1]

(3) [2]துவிஜர்களான மூவகை வகுப்பாரிடையே வெவ்வேறு வருணப் பெண்களை மணம் முடித்தல்.[3]

(4)[4] அஞ்சா நெஞ்சத்துடன் நேருக்கு நேராக மோதும் பிராமணர்களிடையேயான சண்டையில் கொலை செய்தல்.[5]

---

1 இது விதவைகளின் மறுமணத்தைக் குறிக்கிறது. நாரதர் (ஸ்த்ரீபும்ச சுலோகங்கள் 98- 100) பிராமண விதவைகள் கூட, சில பேரழிவுச் சமயங்களில் மறுமணம் செய்து கொள்வதை அனுமதிக்கிறார்; பராசரரும் இவ்வாறு அனுமதிக்கிறார்; வசிஷ்ட (17.74) மற்றும் பவுதாயன தர்ம சூத்திரமும் (IV.1.18). முதல் திருமணத்தில் தாம்பத்ய உறவு ஏற்படாத பெண் மறுமணம் செய்து கொள்வதை அனுமதிக்கின்றன. இந்தப் பகுதி 'பாலிகாசதயோனைஸ்ச' என்று வாசிக்கப்படுகிறது; அப்படியானால் இது 'திருமணமாகி தாம்பத்ய உறவு ஏற்படாத பெண்' என்று தான் பொருள்படும்; மற்றொரு விதமாக இது வாசிக்கப்படும் போது இரண்டு வகையான விதவைகளை இது குறிப்பிடுகிறது (தாம்பத்ய உறவு ஏற்பட்ட விதவைகள், மற்றம் அது ஏற்பாடாத விதவைகள்).

2 கலி வர்ஜ்ய, பி.வி. கானே. பக் 8-16.

3 பெரும்பாலான புராதன ஸ்மிருதிகள் அனுலோமத் திருமணங்களை அனுமதித்தன; உதாரணமாக பவுதாயன தர்ம சூத்திரம் 1.8..2-5, வசிஷ்ட 124-27, மனு II 14-19, யக்ஞ வல்கிய I 56-57.

4 தர்ம சாஸ்திரங்களை எழுதியவர்கள் மிக அதிகமாகக் கருத்தைச் செலுத்திய விஷயங்களில் இது ஒன்று. மனு (8.350-351), விஷ்ணு V 180-80, வசிஷ்டர் (III 15-18) ஆகியோர் 'அடடாயி பிராமணனை'க் கொல்வதை அனுமதிக்கிறார்கள். சுமந்து கூறுகிறார்: அடடாயியைக் கொல்வதில் பாவமில்லை, ஒரு பிராமணனையும் ஒரு பசுவையும் தவிர, இதன் மூலம் அவர் 'அடடாயி' பிராமணனைக் கூடக் கொல்வதைத் தடை செய்கிறார். இதைப் பற்றிய விவாதத்துக்கு யக்ஞ. II 21 பற்றி மிதாட்சரா எழுதியுள்ளதைக் காண்க.

8.பவுதாயன தர்ம சூத்திரம் 11.20, கடற் பயணம் வட இந்தியப் பிராமணர்களிடம் காணப்படும் வழக்கம் என்று கூறி அதைக் கண்டனம் செய்கிறது. 'பதனியா' க்களில் இதற்கு முதல் இடம் கொடுக்கிறது (II 1.41)'நௌயது' என்ற கூட்டுச் சொல் பயன்படுத்தப்படுவதால், அடிக்கடி கடல்கடப்பவனுக்கு இந்தத் தடை பொருந்துவதாகச் சிலர் கூறுகிறார்கள். 'சமுத்ரகா' பதிதா ஆவான் என்று அவுசனசா கூறுகிறார். (ஜீவானந்தா பக். 525).

5 கலி வர் ஜ்ய, பி.வி. கானே, பக் 8-16.

(5) பிராயச்சித்தம் செய்து கொண்ட பிறகும் கூட கடற்பயணம் மேற்கொள்வதை வழக்கமாகக் கொண்டுள்ள துவிஜனோடு உண்பது முதலிய வகைகளில் கலந்து பழகுவதை ஏற்றுக் கொள்ளுதல்.[1]

(6) 'சத்தரா'வுக்கு முயலுதல்

(7) கமண்டலம் ஏந்துதல் (தண்ணீர்க் குவளை).[2]

(8) நெடும் பயணம் மேற்கொள்ளல். [3]

(9) கோமேதம் எனப்படும் யாகத்தில் பசுவினைக் கொல்லுதல்.[4]

(10)சிரெளதமணி யாகத்தின் போதும் மது அருந்துதல். [5]

(11,12) அக்னிஹோத்ர ஹோமம் நிறைவேறிய பின்பு, சமர்ப்பணப்பொருள்களைக் களைவதற்காக யாக அகப்பையை நக்குதலும் அவ்வாறு நக்கிய பின்பு அகப்பையை அக்னிஹோத்ரத்தில் பயன்படுத்துதலும்[6]

---

1 பவுதாயன தர்ம சூத்திரம் 11.20 கடற்பயணம் வட இந்தியப் பிராமணர்களிடம் காணப்படும் வழக்கம் என்று கூறி அதைக் கண்டனம் செய்கிறது. 'பதவியா' க்களில் இதற்கு முதல் இடம் கொடுக்கிறது (மிமி1.41) 'நௌயது' என்ற கூட்டுச் சொல் பயன்படுத்தப்படுவதால், அடிக்கடி கடல்கடப்பவனுக்கு இந்த தடை பொருத்துவதாகச் சிலர் கூறுகிறார்கள். 'சமுத்ரகா' பதிதா ஆவான் என்று அவுசளசா கூறுகிறா. (ஜீவானந்தா பக்.625)

2.பவுதாயன தர்ம சூத்திரம் (1.3.4), ஸ்னாதகர்கள் (கல்வியை முடித்து விட்டுத் திருமணம் செய்து கொண்டவர்கள், அல்லது செய்து கொள்ளப்போகிறவர்கள்) பின்பற்ற வேண்டிய விதிகளில் ஒன்றாக, அவர்கள் (மண்ணால் அல்லது மரத்தால் செய்யப்பட்ட) கலயத்தில் தண்ணீர் நிரப்பி எடுத்துச் செல்லவேண்டும் என்று கூறுகிறது. வசிஷ்டர் (12.14), மனு (4.36), யக்ஞ (1.132) ஆகியோரும் இவ்வாறு விதிக்கிறார்கள்.

3.காட்டில் வசிப்பவர்கள் ஆகிவிட்டவர்கள் வடகிழக்கு திசைநோக்கிச் செல்லுகின்ற வழக்கத்தை இது குறிக்கிறது. (மனு கூஷிமி 31. யக்ஞ.III 55). வயதானவர்கள், தங்கள் உடல் சாய்ந்து விழும் வரை பயணம் செய்கின்ற பெரும் பயணத்தை மேற்கொண்டு, அல்லது மலைமேலிருந்து விழுந்து, அல்லது பிரயாகை போன்ற புண்ணியத் தலங்களில் கங்கையில் இறங்கி, அல்லது நெருப்பில் புகுந்து தங்களை மாய்த்துக் கொள்ளும் வழக்கத்தையும் இது குறிக்கிறது. அபரார்கா பக். 536 -இல் இந்த வழக்கத்தை அனுமதிக்கும் ஸ்மிருதி பகுதிகள் தரப்பட்டுள்ளதைக் காண்க. மிருச்சகடிக்கத்தை எழுதிய புகழ்பெற்ற நாடகாசிரியர் சூத்ரகா நெருப்பில் புகுந்ததாகக் கூறப்படுவது குறிப்பிடத்தக்கது, மற்றும் ரனுசமும் 8.94. காண்க.

4. காண்க: சாங்கயான-ஸ்ரெளதா 14.15.1 காத்யாயன ஸ்ரெளதா XX11.34 மனு XI 74.

5.இது முக்கியமாக சூத்ரமனை அதாவது இந்திரனைக் குறித்துச் செய்யப்படும் வேள்வி. இதில் அஸ்வின்கள், சரஸ்வதி, இந்திரன் ஆகியோருக்கு மூன்று குவளை மது கொடுக்கப்படுகிறது; கொடுக்கப்பட்ட மதுவில் மிச்சமிருப்பதைக் குடிப்பதற்கு ஒரு பிராமணனைக் கூலிக்கு அமர்த்தவேண்டும். காண்க: தைத்ரீய பிராமணம் 18.6.2 சாங்காயன ஸ்ரெளதா 15.15-1- 14. பூர்வ மீமாம்சை சூத்திரம் III 5.14-15க்கு சபராவின் உரை.

6. காண்க: தைத்ரீய பிராமணம் II1.4 மற்றும் சத்யாசதஸ்ரெளதா

(13) சாஸ்திரங்களில் சொல்லியுள்ளபடி காடுறை வாழ்க்கையை மேற்கொண்டு ஒதுங்கி வாழ்தல்.[1]

(14) மரணம், பிறப்பு ஆகியவற்றால் ஏற்பட்ட தீட்டு கழிவதற்கு வேத மறிந்தவன் மேற்கொள்ள வேண்டிய காலவரையைச் சுருக்கிக் கொள்ளுதல்[2]

*(15)*பிராமணர்களுக்குப் பிராயச்சித்தமாக மரண தண்டனை விதித்தல்.[3]

*(16)*தங்கத்தைக் களவாடுதல் நீங்கலாகப் பிற கொடிய பாவங்களுக்காகவும் மகாபாதகம் இழைத்தவர்களுடன் தொடர்பு கொண்ட பாவத்திற்காகவும் பிராயச்சித்தத்தை இரகசியமாகச் [4]செய்தல்.

(17) பிதுர்கள், விருந்தினர் மற்றும் மணமகன் ஆகியோருக்கு மந்திரங்களோடு மாமிசத்தை அளித்தல்.[5]

1.ஆப.தர்ம சூத்திரம் 19.21.18. 11.9.23.2, மனு VI 1,32, வசிஷ்டர் IX 1-11 ஆகியவற்றில் இந்த நிலை பற்றி விரிவான விதிகள் கூறப்பட்டுள்ளன.

2. மேலே தரப்பட்ட பராசரர் மேற்கோளில் கூறப்படுவதைப் பார்க்கவும் வேதக் கல்வியும் அக்னிஹோத்திரமும் உடைய பிராமணன் ஒரு நாள் மட்டுமே ஆசூசை (துக்கம்) அனுசரிக்க வேண்டும் என்றும், கல்வி மட்டும் உடையவன் மூன்று நாட்களுக்கு அனுசரிக்கவேண்டும் என்றும் அதில் கூறப்பட்டுள்ளது. கவுதம 14.1 உரையில் ஹரதத்தர் பிரகஸ்பதியை மேற்கோள் காட்டியிருப்பதையும் காண்க. கலியில் எல்லோருக்குமே பத்து நாட்கள் என்ற பொது விதி ஏற்பட்டது.

3 மனு (II 89 மற்றும் 146), பிராமணனை மனமறிந்தே கொன்றதற்கும் மது அருந்தியதற்கும் மரணமே பிராயச் சித்தம் என்று கூறுகிறது. கவுதம 21.7 - உம் மனுவைப் பின்பற்றி இவ்வாறே கூறுகிறது.

4 மனு XI.54-இல் நான்கு மகாபாதகங்களைச் செய்தவர்களுடன் தொடர்பு கொள்வது ஐந்தாவது மகாபாதகமாகக் கூறப்படுகிறது. கௌதம 24-உம், வசிஷ்ட 25-உம் பிரம்மஹத்யா போன்ற மகாபாதகங்களுக்கும் ரகசிய பிராயச் சித்தங்கள் கூறுகின்றன. இந்த விதி, கலியில் பிரம்மஹத்யா, மது அருந்ததுதல், நெருங்கிய உறவினருடன் தவறான உடலுறவு கொள்ளுதல்ஆகியவற்றுக்கு ரகசிய பிராயச்சித்தம் இல்லை என்று கூறுகிறது. ரகசிய பிராயச் சித்தம் செய்தற்கு உரியவர்கள் யார் என்பது பற்றிய விதிகளுக்கு அபரார்கா பக்.1212 காண்க.

5 மரியாதைக்குரிய விருந்தினருக்கு மதுபர்க்கம் அளிக்கப்பட்டது; இவர்களில் மணமகனும் ஒருவர் காண்க. கவுதம V 25-35, யக்ஞ.1 109. சிராத்தத்தில் பித்ருக்களுக்குப் பல்வேறு விலங்குகளின் இறைச்சியை அளிப்பது அவர்களுக்கு மகிழ்ச்சியளிப்பதாகக் கருதப்பட்டது. காண்க: யக்ஞ.1 258-260, மனு III 123. இறைச்சி இல்லாமல் மதுபர்க்கம் கொடுக்க முடியாது என்று ஆஸ்வலாயன கிருஹ்ய சூத்திரம் 1. 24-26 கூறுகிறது. காண்க: வசிஷ்ட IV 5-6.

(18) [1]ஔரச மற்றும் தத்துப்பிள்ளைகள் தவிர பிறரைப் புதல்வர்களாக ஏற்றுக்கொள்ளுதல். [2]

(19) உயர்வருணத்தைச் சேர்ந்த பெண்களோடு ஒருவர் உடலுறவு கொண்டு அத்தகைய பாதகத்திற்கு ஏற்கெனவே பிராயச்சித்தம்[3] செய்து கொண்டிருந்த போதிலும் அவருடன் தொடர்பு கொள்ளுதல்.

(20) வயது முதிர்ந்தவனின் அல்லது மரியாதைக்குரியவனின் மனைவி வன்மையாகக் கண்டிக்கப்பட்டவனுடன் உறவு கொண்டிருந்தால் அத்தகையவளைக் கைவிடுதல்.[4]

(21) [5]பிறனொருவனுக்காகத் தன்னை மாய்த்துக்கொள்ளுதல்.[6]

(22) [7]ஒருவன் உண்டு மிச்சம் வைத்ததை உண்ணாமல் இருத்தல்.

(23) உரிய பலன் கிட்டியமைக்காக வாழ்நாள் முழுவதும் குறிப்பிட்டதொரு விக்கிரகத்தை வழிபடுவதற்குத் தீர்மானித்தல். [8]

---

1 கானேயின் கலிவர்ஜ்ய பக். 8-16

2 மனு 9, 168-80, யக்ஞ. II 128-132 ஆகியவற்றிலும் வேறு நூல்களிலும் பன்னிரண்டு வகையான மகன்கள் கூறப்படுகிறார்கள்.

3. கவுதம (IV 20 மற்றும் 22-23), கீழ்ச் சாதிகளைச் சேர்ந்த ஆண்கள் மேல் சாதிப் பெண்களுடன் உடலுறவு கொள்வதை வன்மையாகக் கண்டிக்கிறது. இவர்களுக்குப் பிறக்கும் குழந்தைகள் 'தர்மஹீனம்' ஆனவர்கள்.

4 வசிஷ்ட 21.10 நான்கு வகையான பெண்கள் கைவிடப்பட வேண்டும் என்று கூறுகிறது. இந்த நான்கு வகைப் பெண்கள்: கணவனின் மாணாக்கனுடன் அல்லது கணவனின் குருவுடன் உடலுறவு கொண்டவள். தன் கணவனைக் கொல்பவள், அல்லது தாழ்ந்த சாதியைச் சேர்ந்தவனுடன் உடலுறவு கொள்பவள். யக்ஞ. (III 296-297) இதை எதிர்க்கிறது. இப்படிப்பட்ட பெண்களைக் கூட வீட்டுக்கு அருகிலேயே இருக்கவைத்து. குறைந்த அளவில் பராமரிப்புப் பொருள் கொடுத்து வரவேண்டும் என்று அது கூறுகிறது. காண்க: அத்ரி V 1.5

5 கானேயின் கலி வர்ஜ்ய பக் 8-12.

6.பசுக்களையும் பிராமணர்களையும் காப்பாற்றுவதற்கு ஒரு மனிதன் தன் உயிரையும் ஆபத்துக்குள்ளாக்க வேண்டும் என்று ஸ்மிருதிகள் கூறுகின்றன. காண்க: மனு IX 79, விஷ்ணு III 45.

7.ஒருவன் தனக்காக எடுக்கப்பட்ட உணவிலிருந்து உண்டது போக மிஞ்சியதை, அல்லது அப்படி மிஞ்சியதனால் தொடப்பட்ட உணவை உண்ணக்கூடாது என்று வசிஷ்ட 14.20-21 கூறுகிறது. அல்லது உணவில் மிஞ்சியதை மற்றவர்களுக்குக் கொடுப்பது என்பது இதன் பொருளாயிருக்கலாம். சில ஸ்மிருதிகள் உச்சிஷ்டத்தை சூத்திரர்கள் மற்றும் அவர்களைப் போன்றவர்களுக்குக் கொடுப்பதை அனுமதிக்கின்றன. அது இங்கு தடை செய்யப்படுகிறது. காண்க: கவுதம X.61, மனு X 125.

8.பணத்துக்காக வழிபாடு நடத்தும் பிராமணன் சிராத்தத்துக்கும். 'தேவகிருத்ய'த்துக்கும் அழைக்கப்படத் தகுதியற்றவன் என்று மனு III 152 கூறுகிறது.

(24) தீயில் கருகிய எலும்புகளைச் சேகரித்த பின்பு இறந்ததால் தூய்மை கெட்டுள்ளவர்களைத் தொடுதல்.[1]

(25) யாகப் பிராணியைப் பிராமணரே வெட்டுதல்.

(26) பிராமணர் சோமபானச் செடியை விற்றல்.[2]

(27) ஆறு வேளை (அதாவது மூன்று நாட்கள்) சாப்பிடாமலிருந்த ஒரு பிராமணன் சூத்திரனிடம் கூட உணவு பெறுதல்.[3]

(28) (பிராமண) கிரஹஸ்தனுக்கு அவனுடைய தாசர்களாகக் கால் நடைகளை மேய்ப்பவர்களாக, பரம்பரை நண்பர்களாக, விளைச்சலில் ஒரு பகுதியை அளிக்க வேண்டும் என்னும் உடன்படிக்கையின் பேரில் அவனுடைய நிலங்களைப் பயிர் செய்பவர்களாக உள்ள சூத்திரர்களிடமிருந்து அவர்கள் சமைத்த உணவைப் பெற்றுக் கொள்வதற்கு அனுமதி அளித்தல்.[4]

(29). நெடுந்தூரம் பயணம் மேற்கொள்ளுதல்.[5]

(30) [6]ஸ்மிருதிகளில் விதித்துள்ளபடி ஆசிரியரொருவரிடத்தில் நடந்து கொள்வது போலவே அவருடைய மனைவியிடத்திலும் மாணவன் நடந்து கொள்ளுதல்.

1.எரிந்த உடம்பின் எலும்புகளைச் சேகரிப்பது உடல் எரிக்கப்பட்ட நான்கு நாட்களுக்குப் பின் செய்யப்பட்டது விஷ்ணு 19,10-12. வைகானச-ஸ்மார்த்த சூத்திரம் V 7, சம்வர்த்தா, சுலோகங்கள் 38-39

2 கானேயின் கலி வர்ஜ்ய பக். 13.

3.காத்யாயன ஸ்ரௌத (VII 6, 2-4), சோமாவை சவுத்ச கோத்திரத்தைச் சேர்ந்த பிராமணனிடமிருந்து அல்லது சூத்திரனிடமிருந்து வாங்க வேண்டும் என்று கூறுகிறது; ஆனால் மனு X.88. பிராமணன் விவசாயம் செய்து அல்லது வைசியனின் தொழிலைச் செய்து வாழ்ந்தாலும் அவன் சோமாவையும் மற்றும் சில பொருள்களையும் விற்கக்கூடாது என்று தடை செய்கிறது. மனு மிமிமி 158-170, சோமாவை விற்கும் பிராமணன் சிராத்தத்துக்கு அழைக்கப்படத் தகுதியற்றவன் என்று கூறுகிறது.

4.மனு XI/16, மூன்று நாட்களாக உணவு இல்லாமலிருக்கும் பிராமணன் ஒரு நாள் உணவை தாழ்வான செயல்கள் உள்ளவனிடமிருந்து கூட பெற்றுக் கொள்வதை அனுமதிக்கிறது. யக்ஞ. III43-உம் இதை அனுமதிக்கிறது.

5.பிராமணன், சூத்திரர்களிடமிருந்து சமைத்த உணவைப் பெற்றுக் கொள்வதை, அந்தச் சூத்திரர்கள் அவனுடைய தாசர்கள், நாவிதர், மாடு மேய்ப்பவர், அவனது நிலத்தில் விவசாயம் செய்பவர், பரம்பரையான நண்பர்கள் என்ற நிலையில் இருந்தால் அனுமதிக்கலாம் என்று மனு ஸ்மிருதிகள் கூறுகின்றன. காண்க: கவுதம 17.6, மனு IV 253, யக்ஞ, 1166, ஆங்கீரஸ் 120, பராசரா XI

6 கானேயின் கலி வர் ஜ்ய பக்.14

(31) வறுமையுற்ற காரணத்தால் *(தன் தகுதிக்கேற்றதல்லாத தொழில்களைச்)* செய்து பிழைத்தலும், நாளைக் கென்று சேகரித்து வைப்பதற்குப் பிராமணனொருவன் முயற்சி எடுத்துக் கொள்ளாத வாழ்க்கையை மேற்கொள்ளுதலும்.[1]

(32) [2] குழந்தையின் ஐடகருமம் முதல் அவளது திருமணம் வரையிலான சடங்குகளை நடத்துவதற்காக ஐட கர்ம ஹோமத்தின் போது பிராமணர்கள் *(யாகம் வளர்த்துவதற்குரிய மரத்துண்டுகளான)* அரணிகளைப் பெற்றுக்கொள்ளுதல். [3]

(33) பிராமணர்கள் இடையறாத பயணங்கள் மேற்கொள்ளுதல்.

(34) *(மூங்கில் ஊது குழலைப் பயன்படுத்தாமல்)* வாயினால் ஊதி நெருப்பை எரிய வைத்தல்.[4]

(35) கற்பழிப்பு முதலியவற்றால் தீட்டுப்பட்டுள்ள பெண்களைச் சாஸ்திரங்களில் விதித்தவாறு *(பிராயச்சித்தம் நடத்தப்பட்டுள்ள போது)* அந்த வருணத்தாரிடையே சுதந்திரமாகப் பழக அனுமதித்தல்.[5]

---

1 ஒருவனுடைய ஆசிரியரின் மனைவிகள் ஆசிரியரின் வர்ணத்தையே சேர்ந்தவர்களாக இருந்தால், அவர்கள் ஆசிரியரைப் போலவே கௌரவிக்கப்பட வேண்டும் என்றும். வேறு வர்ணத்தைச் சேர்ந்தவர்களானால், அவர்களை எழுந்து நின்று வரவேற்க வேண்டும் என்றும் வணக்கம் செலுத்த வேண்டும் என்றும் மனு II 210 விதிக்கிறது.

2. கவுதம VII 1-7, ஆப.த.சூ.17.20,11-17, 21.4, யக்ஞ. II135.44 ஆகியவை, பிராமணன் வறுமைக் காலத்தில் சத்திரியன் அல்லது வைசியனின் தொழிலைச் செய்து வாழலாம் என்று அனுமதிக்கின்றன. மனு IV 7, பிராமணன் மூன்று நாட்களுக்கு அல்லது அன்றைய நாளுக்கு மட்டும் தேவையான அளவுக்கு மேல் சேர்த்து வைக்காமலிருப்பதை இலட்சியமாகக் கொள்ளவேண்டும் என்று கூறுகிறது. இந்த இரண்டும் இங்கே தடைசெய்யப்படுகின்றன.

3 கானேயின் கலி வர்ஜ்ய பக்.14

4 ஸம்ஸ்கர்ய-கௌஸ்துபம் இதற்கு ஆதரவாக கிருஹ்யப் ரிசிஸ்டாவை மேற்கோள் காட்டுகிறது.

5 மனு IV 53-யும் இதே தடையை விதிக்கிறது. வேதங்களில் வாயிலிருந்து நேரடியாகக் காற்றை நெருப்பின் மேல் ஊதுவது அனுமதிக்கப்படுகிறது. ஆப.த. சூ. 15.13.20 குறித்து ஹரதத்தா கூறுவது காண்க.

(36) [1]*(சூத்திரர் உட்பட)* அனைத்து வருணத்தாரிடத்தும் சந்நியாசி யொருவன் உணவுக்காகப் பிச்சையெடுத்தல்.[2]

(37) அண்மையில் தரையில் தோண்டிய நீருற்றிலிருந்து *(பயன்படுத்துவதற்குத்* தண்ணீர் எடுக்காமல் பத்து நாட்கள் வரை காத்திருத்தல்.

(38) சாஸ்திரங்களில் விதித்துள்ளபடி ஆசிரியர் கேட்கும் கட்டணத்தைக் *(படித்து முடித்த போது)* கொடுத்தல்.[3]

(39) [4]பிராமணர்களுக்கும் பிறருக்கும் சமையல்காரர்களாகச் சூத்திரர்களை வேலைக்கு அமர்த்துதல்.[5]

(40) வயது முதிர்ந்தவர்கள் செங்குத்தான பாறைமேலிருந்து நெருப்பில் பாய்ந்து தற்கொலை செய்து கொள்ளுதல்.[6]

(41) பசுக்கள் வயிறாரக்குடித்த பின்பு எஞ்சியிருக்கின்ற தண்ணீரில் மரியாதைக்குரியவர்கள் ஆசமனம் புரிதல்.[7]

---

1 தேவலா ஸ்மிருதி போன்ற காலத்தால் மிகவும் பிற்பட்ட ஸ்மிருதிகூட, ஒருபெண், ஒரு மிலேச்சனால்கூட கற்பழிக்கப் பட்டிருந்தாலும், மூன்று நாட்கள் பிராயச்சித்தம் செய்த பின் தூய்மை அடைவதை அனுமதிக்கிறது. ஆதித்ய புராணம் அப்பாவியான, பாதிக்கப்பட்ட பெண்ணிடம் மிகவும் கடுமை காட்டுவதாகத் தோன்றுகிறது.

2 கானேயின் கலி வர்ஜ்ய பக்.15

3 பவுதாயன தர்ம சூத்திரம் II 10, ஒரு சன்னியாசி, சூத்திரர்கள் உள்ளிட்ட எல்லா வர்ணத்தினரிடமும் உணவு இரப்பதை அனுமதிக்கிறது. மனு (IV.33) . யக்ஞ (III.59) ஆகியவை அவன் ஒரு கிராமத்தில் மாலை நேரத்தில் பிச்சை ஏற்கவேண்டும் என்று விதிக்கின்றன. வசிஷ்ட(X.71)அவன்முன் கூட்டியேதெரிந்தெடுக்காத ஏழு வீடுகளில் பிச்சை கேட்கவேண்டும் என்று விதிக்கிறது. ஆனால் வசிஷ்டர் சற்றுப் பின்பு (ஒ.24), பிராமணர்களின் வீடுகளில் பெறுவதை உண்டு அவன் உயிர் வாழ வேண்டும் என்று கூறுகிறார்.

4 ஒரு மாணாக்கன் தனது வேதக் கல்வியை முடித்தபின், விரதங்களை நடத்திவிட்டு. ஆசிரியர் விரும்பும் தட்சிணையைக் கொடுக்கவேண்டும் என்றும், சடங்கு முறைப்படி நீராட வேண்டும் என்றும் யக்ஞ. 151 விதிக்கிறது.

5 கானேயின் கலிவர்ஜ்ய பக்.15.

6.ஆபஸ்தம்ப தர்மசூத்திரம் II.2.3.4.சூத்திரர்கள், ஆரியர்களின் மேற்பார்வையின் கீழ் மூன்று மேல்சாதியினருக்கும் சமையல்காரர்களாக இருக்கலாம் என்று அனுமதித்தது.

7 மேலே வரிசை எண் 8-இல் கூறப்பட்டதைப் பார்க்கவும்.

(42) தந்தைக்கும் மகனுக்கும் இடையே எழுந்த பூசலில் சாட்சியம் சொன்னவர்களுக்கு அபராதம் விதித்தல்.[1]

(43) சந்நியாசிகள் மாலைவேளையில் எங்கே இருக்க நேர்கின்றதோ அங்கேயே தங்கி விடுதல்.[2][3]

இந்தக் கலிவர்ச்சியக் கோட்பாட்டிலுள்ள சிறப்புத்தன்மைகள் முழுமையாகப் போற்றப்படவில்லை என்பது விந்தைக்குரியதாக உள்ளது. கலியுகத்தில் பின்பற்றக்கூடாதவை என்று மட்டும் இவை குறிப்பிடப்பட்டுள்ளன. செய்யக் கூடாதவை என்று விலக்கப்பட்டுள்ளவற்றிற்குப் பின்னால் எவ்வளவோ விஷயங்கள் பொதிந்துள்ளன. கலிவர்ச்சியக்கோட்பாட்டில் குறித்துள்ள பட்டியலில் மக்கள் பின்பற்றக் கூடாதவை என்று விலக்கப்பட்டவை அடங்கியுள்ளன என்பதில் ஐயமில்லை. ஆனால் இங்கு எழுகின்ற கேள்வி: ஒழுக்கமற்றவை, அறத்திற்குப் புறம்பானவை. பிறவகையில் சமுதாயத்திற்குக் கேடு பயக்கக்கூடியவை என்று இந்த வழக்கங்கள் கண்டிக்கப்பட்டுள்ளனவா? இதற்குக் கிடைக்கும் விடை 'இல்லை' என்பதுதான். இந்தப் பழக்கங்கள் தடுக்கப்பட்டவை என்றால் இவை ஏன் கண்டிக்கப்படவில்லை என்பதை அறிய விரும்புகின்றோம். இங்கேதான் கலிவர்ச்சிய கோட்பாட்டின் புதிர் அடங்கியுள்ளது. ஒரு பழக்கத்தைக் கண்டிக்காமல் தடுப்பது என்னும் உத்தி. பண்டைய காலங்களில் நடை முறையிலிருந்த போக்குகளுக்கு முற்றிலும் எதிரானது. ஒரே ஒரு எடுத்துக்காட்டினைப் பார்ப்போம். அபஸ்தம்ப தர்ம சாஸ்திரம் மூத்த மகனுக்கே அனைத்துச் சொத்துக்களையும் கொடுக்கும் பழக்கத்தைத் தடுக்கின்றது. அதை அவர் கண்டிக்கவும் செய்கின்றார். எனினும் தடுப்பது ஆனால் கண்டிப்பதில்லை என்ற உத்தியைப் பிராமணர்கள் ஏன் கண்டுபிடித்தனர்? இந்த நழுவலுக்கு ஏதாவது சிறப்புக்காரணம் இருக்க வேண்டும். அந்தக் காரணம் என்ன?

---

1 தரையில் உள்ள ஒரு குழியில் சேர்ந்த தண்ணீர் ஒரு பசுவின் தாகத்தைத் தீர்க்கப் போதுமான அளவில் இருந்தால் அந்தத் தண்ணீர் ஆசமனத்துக்குத் தகுதியானது என்று வசிஷ்ட (III.35) கூறுகிறது. மனு V.128, யக்ஞ. I 192 பார்க்கவும்.

2 தந்தைக்கும் மகனுக்கும் இடையிலான வழக்குகளில் சாட்சி கூறுவோருக்கு மூன்று பணம் அபராதம் விதிக்கவேண்டும் என்று யக்ஞ.II 239 கூறுகிறது.

3 சன்னியாசி மாலை நேரத்தில் வீடுகளில் இருக்கவேண்டும் என்றும் இது பொருள்படலாம்.

பின் இணைப்பு 1

இராமன், கிருஷ்ணன் பற்றிய புதிர்[1]

இராமன், வால்மீகி முனிவர் எழுதிய இராமாயணத்தின் கதைத் தலைவன். இராமாயணக் கதையே மிகச் சுருக்கமானது தான். இராமாயணக் கதை எளியது, நயமானது என்பது தவிர வேறு சிறப்பு எதுவும் அதில் இல்லை.

தற்காலத்தில் வாரணாசி என் வழங்கும் அயோத்தியை ஆண்டு வந்த மன்னன் தசரதனின் மகன் இராமன். தசரதனுக்குக் கௌசல்யா கைகேயி, சுமித்ரா என் மனைவியர் மூவர் இருந்தனர். இவர்களைத் தவிர நூற்றுக்கணக்கான வைப்பாட்டிகளைத் தசரதன் தன் ஆசை நாயகிகளாகக் கொண்டிருந்தார். கைகேயி தசரதனைத் திருமணம் செய்து கொண்ட போது இன்னதென்று குறிப்பிடாத ஒரு நிபந்தனையை விதித்திருந்தார். கைகேயி விரும்பிக் கேட்கும் போது மன்னன் தசரதன் அவள் விரும்பியதை நிறைவேற்ற வேண்டும் என்பதே அந்த நிபந்தனை. தசரதனுக்கு நெடுங்காலமாகப் பிள்ளைப் பேறு இல்லாமல் இருந்தது. தனக்குப் பின் ஆட்சிப் பொறுப்பேற்பதற்கு ஒரு வாரிசு தேவையென்று தசரதன் பெரிதும் விரும்பினார். தன்னுடைய மனைவியர் மூவர் மூலமாக ஒரு மகன் பிறப்பான் என்ற நம்பிக்கை இல்லாமற் போனதால், பிள்ளைப் பேற்றிற்காகப் புத்திரகாமேஷ்டி யாகம் நடத்த முடிவு செய்தார். அதன்படி சிருங்கன் என்னும் முனிவரை அழைத்து யாகம் வளர்த்து அதன் முடிவில் மூன்று பிண்டங்களைப் பிடித்துத் தன் மனைவியர் மூவருக்கும் கொடுத்து உண்ணச் செய்தார். அப்பிண்டங்களை உண்ட மூவரும் கருத்தரித்துப் பிள்ளைகளைப் பெற்றனர். கௌசலயா இராமனைப் பெற்றாள். கைகையி பரதனைப் பெற்றாள். சுமித்ராவுக்கு இலட்சுமணன் சத்ருக்கனன் ஆகிய இரட்டையர் பிறந்தனர். இவர்கள் வளர்ந்து பிற்காலத்தில் இராமன் சீதையை மணந்தான். இராமன் ஆட்சிப் பொறுப்பேற்கும் வயதை அடைந்த போது இராமனுக்கு முடிசூட்டி மன்னர் பதவியில் அமர்த்திவிட்டுத் தான் அரசுப் பொறுப்பிலிருந்து

---

1. தட்டச்சு செய்த 49 பக்கங்கள் கொண்ட இந்தப்பிரதி 'இந்து மதத்தின் அடையாளங்கள்' என்னும் கையெழுத்துப் பிரதியோடு நன்கு தைத்த கோப்பில் இருந்தது. இப்பொருளடக்கத்தில் இந்தப் புதிர் காணப்படவில்லை. எனவே இப்பகுதியின் பின்னினைப்பாகத் தரப்படுகின்றது. -பதிப்பாசிரியர்கள்.

குறிப்பு: இந்த இயலில் கூறப்பட்டுள்ள கருத்துக்கள் அரசுக்கு இசைவு உடையவை அல்ல.

விலகி ஓய்வு எடுத்துக் கொள்ளலாமென்று தசரதன் எண்ணினான். இந்த வேளையில், தன் திருமணத்தின் போது தசரதன் தனக்கு வாக்களித்திருந்த உறுதி மொழியை நிறைவேற்றித் தருமாறு கைகேயி பிரச்சினையைக் கிளப்பினாள். மன்னன் அவளுடைய விருப்பம் யாது எனக்கேட்டபோது, இராமனுக்குப் பதிலாகத் தன் மகன் பரதனுக்கு முடி சூட்ட வேண்டும், இராமன் 12 ஆண்டுகள் காட்டில் வனவாசம் செய்ய வேண்டும் என்று கைகேயி கூறினாள். மிகுந்த சஞ்சலத்திற்குப் பின் தசரதன் அவளது விருப்பத்தை நிறைவேற்ற இசைந்தான். பரதன் அயோத்தியின் மன்னனானான். இராமன் தன் மனைவி சீதையோடும் தன் சிற்றன்னையின் மகன் இலட்சுமணனோடும் வனவாசம் போனான். இவர்கள் மூவரும் காட்டில் வாழ்ந்திருந்த போது இலங்கையின் மன்னன் இராவணன் சீதையைக் கவர்ந்து கொண்டு போய் அவளைத் தன் மனைவியருள் ஒருத்தியாக்கிக் கொள்ளும் நோக்கத்தில் அரண்மனையில்வைத்தான். காணாமற்போன சீதையை இராமனும் இலட்சுமணனும் தேடத் தொடங்கினர். வழியில் வானர இனத் தளபதியான சுக்கிரீவனையும், அனுமானையும் சந்திக்கின்றனர். அவர்களோடு தோழமை கொள்கின்றனர். அவர்களுடைய உதவியுடன் சீதை இருக்குமிடத்தை அறிகிறார்கள். இலங்கை மீது படையெடுத்து இராவணனுடன் போரிட்டுத் தோற்கடித்துச் சீதையை மீட்டு வருகின்றனர். இராமன், இலட்சுமணன், சீதை ஆகியோர் அயோத்திக்குத் திரும்புகின்றனர். அதற்குள் கைகேயி விதித்திருந்த 12 ஆண்டு கெடு முடிந்து விடுகின்றது. அதன்படி பரதன் பதவி விலகுகிறான். இராமன் அயோத்தியின் மன்னனாகின்றான்.

வால்மீகி கூறும் இராமாயணக் கதையின் சுருக்கம் இதுதான்.

இராமன்[1] வழிபட்டு வணங்குவதற்கு உரியவன் என்னும் அளவிற்கு இந்தக் கதையில் எதுவுமில்லை. இராமன் கடமையுணர்வுள்ள ஒரு மைந்தன். அவ்வளவுதான். ஆனால் வால்மீகியோ, இராமனிடம் தனிச்சிறப்பான அருங்குணங்கள் உள்ளதெனக் கருதி அவற்றைச் சித்தரித்துக் காட்ட விரும்புகிறார். அவர், நாரதரிடம் கேட்கும் கேள்வியிலிருந்து இந்த விருப்பம் புலப்படுவதைக் காணலாம்:

"நாரதா. நீயே சொல் - இன்றைய உலகில் உயர் பண்புகள் நிறைந்தவன் யார்?"- இது வால்மீகி கேள்வி, அவர் கருதும் உயர்பண்புகள் எவை என்பது பற்றி விளக்குவதாவது:

"வல்லாண்மையுடைமை, மதத்தின் நுட்பங்களை அறிந்திருத்தல், நன்றியுடைமை, உண்மையுடைமை, சமய

1.பாலகாண்டம், சருக்கம் I, சுலோகங்கள் 1-5

ஆசாரங்களை நிறை வேற்றுவதற்கு மேற்கொண்ட விரதங்களை உடல், பொருள், ஆவி ஆகிய அனைத்தையும் இழந்து துன்புற நேர்ந்தபோதிலும் கைவிடாமை, நல்லொழுக்கம், அனைவரின் நலன்களையும் காப்பதற்கு முனைதல், தன்னடக்கத்தால் எவரையும் கவர்ந்திழுக்க வல்ல ஆற்றல், சினம் காக்கும் திறம், பிறர்க்கு எடுத்துக்காட்டாக விளங்குதல், பிறராக்கம் கண்டு அழுக்காறு கொள்ளாமை, போர்க்களத்தில் கடவுளர்களைக் கதிகலங்கச் செய்யும் பேராற்றல்" ஆகியவை.

இவற்றைக் கேட்டு ஆழ்ந்து யோசித்துப் பதில் சொல்லுவதற்குச் சற்று கால அவகாசம் கேட்ட நாரதர், இந்தப் பண்புகளையெல்லாம் பெற்றிருப்பவன் என்பதற்குத் தக்கவன் தசரதகுமாரன் இராமன் ஒருவனே என்கிறார்.

இந்தப் பண்புகளையெல்லாம் பெற்றிருப்பதால்தான் இராமன் தெய்வமாகப் போற்றிப் பூசிக்கத் தக்கவனாகின்றான் என்கின்றனர்.

ஆனால் இராமன் இத்தகைய பூசனைக்குத் தக்கவனா? இராமனுடைய பிறப்பே அதிசயமாக உள்ளது. சிருங்க முனிவரும் கௌசல்யாவும் கணவன், மனைவி என்ற உறவு கொண்டிருக்க வில்லையாயினும் இந்த முனிவன் மூலம் தான் கௌசல்யா இராமனைப் பெற்றெடுத்தாள் எனத் தெளிவாகத் தெரியும் ஓர் உண்மையை மூடி மறைப்பதற்காகவே சிருங்க முனிவன் பிடித்துக் கொடுத்த பிண்டத்தின் மூலம் கௌசல்யா இராமனைப் பெற்றெடுத்தாள் என்று சொல்லப் பட்டிருக்கலாம்.

இராமனுடைய பிறப்பில் களங்கம் எதுவுமில்லை என்று வாதிக்கப்பட்ட போதிலும், அவனது தோற்றம் இயற்கைக்கு முரணானது என்பது உறுதியாகின்றது. இராமனுடைய பிறப்புத் தொடர்பான மறுக்கமுடியாத அருவெறுப்பான வேறுபல நிகழ்ச்சிகளும் உள்ளன.

இராமாயணக் கதையின் தொடக்கத்திலேயே தசரதனின் மகன் இராமனாகப் பிறப்பதற்கு உடன்பட்டும் அதன்படி விஷ்ணுவே இராமனாக அவதரித்ததாகவால்மீகி கூறுகிறார். இதனைப் பிரம்மதேவன் அறிகின்றான். விஷ்ணு இராமாவதாரம் எடுத்துச் சாதிக்கவிருக்கும் காரியங்கள் யாவும் வெற்றியுடன் முடிய வேண்டுமானால் அவனோடு ஒத்துழைத்து உதவக் கூடிய வல்லமை மிக்க துணைவர்கள் இருக்க வேண்டும் என்பதையும் பிரம்மன் உணர்கின்றான். ஆனால் அத்தகைய துணைவர்கள் எவரும் அப்போது இருக்கவில்லை.

இந்தத் தேவையை நிறைவேற்றுவதற்காகக் கடவுள்கள். பிரம்ம தேவனின் கட்டளையை ஏற்று விலைமாதர்களான அப்சரசுகள்

மட்டுமன்றி யக்ஷர்கள். நாகர் ஆகியோரின் மணமாகாத கன்னிப் பெண்கள் மட்டுமன்றி முறையாக மணமாகி வாழ்ந்து கொண்டிருந்த ருக்ஷா, வித்யாதர், கந்தர்வர்கள், கின்னரர்கள், வானரர்கள் ஆகியோரின் மனைவியரையும் கற்பழித்து, இராமனுக்குத் துணையாக அமைந்த வானரர்களை உருவாக்கினர்.

இத்தகைய வரம்பு மீறிய ஒழுக்கக் கேடானது இராமனுடைய பிறப்பு அல்ல என்றாலும், அவனுடைய துணைவர்கள் பிறப்பு அருவெறுப்புக்குரியது. இராமன் சீதையை மணந்ததும் விமர்சனத்திற்கு அப்பாற்பட்டதல்ல. பௌத்தர்களின் இராமாயணத்தின் படி சீதை, இராமனின் சகோதரியாவாள். சீதையும் இராமனும் தசரதனுக்குப் பிறந்த மக்கள். பௌத்த இராமாயணம் கூறும் இந்த உறவு முறையை வால்மீகி இராமாயணம் ஏற்கவில்லை. வால்மீகியின் கூற்றுப்படி விதேக நாட்டு மன்னனான ஜனகனின் மகள் சீதை என்றும், அவள் இராமனுக்குத் தங்கை உறவு உடையவள் அல்ல என்றும் ஆகின்றது. சீதை ஜனகனுக்குப் பிறந்த மகள் அல்லவென்றும், உழவன் ஒருவன் தன் வயலில் கண்டெடுத்து ஜனகனிடம் அளித்து வளர்க்கப்பட்ட வகையிலேயே சிதை ஜனகனுக்கு மகளானாள் என்றும் கூறப்பட்டிருப்பதால் வால்மீகி இராமாயணத்தின் படியே கூட சீதை, ஜனகனுக்கு முறையாகப் பிறந்த மகள் அல்ல என்றாகிறது. எனவே பௌத்த இராமாயணம் கூறும் கதையே இயல்பானதாகத் தோன்றுகின்றது. அண்ணன் தங்கை உறவுடைய இராமனும் சீதையும் திருமணம் செய்து கொண்டதும் ஆரியத் திருமண வழக்கத்திற்கு மாறானதுமல்ல.[1] ஆயின் இந்தக் கதை உண்மையானால் இராமன், சீதை திருமணம் பிறர் பின்பற்றுவதற்குத் தக்கது அல்ல எனலாம். இராமன் ‘ஏக பத்தினி விரதன்’ என்பது ஒரு சிறப்பாகக் கூறப்படுகின்றது. இத்தகையதொரு அபிப்ராயம் எவ்வாறு பரவியது என்பது புரிந்துகொள்ள முடியாததாக உள்ளது. வால்மீகியே கூட தன் இராமாயணத்தில் இராமன் அனேக மனைவியரை மணந்து கொண்டதைக் குறிப்பிடுகிறார்.[2] மனைவியர் மட்டுமல்ல வைப்பாட்டியர் பலரையும் இராமன் வைத்திருந்தான்.

இந்த இராமன் ஒரு மன்னன் என்ற அளவிலும், ஒரு தனிமனிதன் என்ற முறையிலும் அவனுடைய குண நலன்களைக் காண்போம். இராமன் ஒரு தனி மனிதன் என்ற வகையில் அவனுடைய வாழ்வின் இரு நிகழ்ச்சிகளை மட்டுமே குறிப்பிட விரும்புகிறேன். ஒன்று வாலி தொடர்புடையது; மற்றொன்று இராமன் தன் மனைவி சீதையை

1.ஆரியர்களிடையே அண்ணண், தங்கையை மணந்துகொள்ளும் வழக்கமிருந்தது.

2 அயோத்தியா காண்டம், சருக்கம் 8, சுலோகம் 12.

நடத்திய விதம் பற்றியது. முதலில் வாலி தொடர்பான நிகழ்ச்சியைப் பார்ப்போம்.

வாலி, சுக்கிரீவன் ஆகிய இருவர் சகோதரர்கள்: கிஷ்கிந்தையைத் தலைநகராகக் கொண்டு அரசாண்ட குடும்பத்தைச் சேர்ந்தவர்கள். இவர்கள் வானர இனத்தைச் சேர்ந்தவர்கள். 'இராவணன் சீதையை அபகரித்துக் கொண்டு போன போது, வாலி கிஷ்கிந்தையை ஆண்டு கொண்டிருந்தான். இதற்கு முன் வாலி மாயாவி என்னும் இராட்சசனோடு போரிட நேர்ந்தது. வாலி - மாயாவி ஆகியோருக்கு இடையே நடந்த போரில் மாயாவி தப்பிப் பிழைத்தால் போதுமென்று தோற்று ஓடினான். வாலியும் சுக்கிரீவனும் மாயாவியைத் துரத்திச் சென்றனர். மாயாவி ஒரு மலைப் பிளவில் ஓடி ஒளிந்து கொண்டான். வாலி, சுக்கிரீவனை அந்தப் பிளவின் வாயிலில் நிற்கச் சொல்லிவிட்டு உள்ளே சென்றான். சற்று நேரத்திற்குப்பின் அந்தப் பிளவிலிருந்து உதிரம் வடிந்தது. இதைக் கண்ட சுக்கிரீவன் தன் அண்ணன் வாலி மாயாவியால் கொல்லப்பட்டிருக்க வேண்டும் என்று தானே முடிவு செய்து கொண்டு, கிஷ்கிந்தைக்குத் திரும்பிவந்து தன்னை அரசனாகப் பிரகடனப்படுத்திக்கொண்டு தனக்குத் தலைமை அமைச்சனாக அனுமனை நியமித்துக் கொண்டு அரசாளத் தொடங்கினான்.

ஆனால் வாலியோ உண்மையில் கொல்லப்படவில்லை. வாலியால் மாயாவிதான் கொல்லப்பட்டான். மாயாவியைக் கொன்றுவிட்டு, மலைப்பிளவிலிருந்து வெளிவந்த வாலி, தான் நிற்கச் சொன்ன இடத்தில் தம்பி சுக்கிரீவன் இல்லாததை அறிந்து கிஷ்கிந்தைக்குக் செல்கிறான். அங்கு சுக்கிரீவன் தன்னை மன்னனெனப் பிரகடனப் படுத்திக் கொண்டு ஆட்சி செய்து வருவதைக் கண்டு அதிர்ச்சி அடைகின்றான். தன் தம்பி சுக்கிரீவன் செய்த துரோகத்தை எண்ணிய வாலிக்கு இயல்பாகவே கடுங்கோபம் ஏற்படுகின்றது.

மலைப் பிளவில் வாலிதான் கொல்லப்பட்டானா என்பதைத் தெரிந்து கொள்ளச் சுக்கிரீவன் முயன்றிருக்க வேண்டும். வாலிதான் கொல்லப்பட்டிருக்க வேண்டும் எனத் தானாகவே அனுமானித்துக் கொண்டிருக்கக் கூடாது. அப்படி வாலியே கொல்லப்பட்டிருந்தாலும் வாலியின் முறைப்படியான வாரிசாக உள்ள அவனுடைய மகன் அங்கதனையே அரியணையில் அமர்த்தி இருக்க வேண்டியது சுக்கிரீவனின் கடமை. இந்த இரண்டில் எதையும் செய்யாத சுக்கிரீவனின் செயல் அப்பட்டமான அபகரிப்பே ஆகும். எனவே வாலி, சுக்கிரீவனை விரட்டி விட்டு மீண்டும் ஆட்சியதிகாரத்தைக் கைப்பற்றிக் கொண்டான். இதனால் அண்ணனும் தம்பியும் பரம எதிரிகளாகின்றனர்.

இந்த நிகழ்ச்சி நடந்து முடிந்த சில காலத்திற்குப்பின் காணாமற் போன சீதையைத் தேடிக்கொண்டு இராமனும், இலக்குவனும் காடு, மலைகளில் சுற்றித் திரிகின்றனர். அதே வேளையில் சுக்கிரீவனும் அவனுடைய தலைமை அமைச்சன் அனுமனும் மீண்டும் ஆட்சியைக் கைப்பற்றுவதற்கு உதவக்கூடிய நண்பர்களைத் தேடிக்கொண்டிருக்கின்றனர். எதிர்பாராத வகையில் இவ்விரு அணியினரும் காட்டில் சந்திக்கின்றனர்.இரு அணியினரும் தங்களுக்கு நேர்ந்த துன்பங்களைப் பரிமாறிக் கொள்கின்றனர். அவர்களுக்கு இடையே ஓர் உடன்பாடு ஏற்படுகின்றது. அதன்படி, சுக்கிரிவன் தன் சகோதரனான வாலியைக் கொன்று ஆட்சியதிகாரத்தைக் கைப்பற்றுவதற்கு இராமன் உதவிட வேண்டும் அதேபோல் காணாமற்போன தன் மனைவி சீதையை இராமன் பெறுவதற்கு வானரர்களான சுக்கிரீவனும். அனுமனும் உதவிடவேண்டும் என்று முடிவாகின்றது.

வாலியும் சுக்கிரீவனும் தனிப் போரில் ஈடுபடவேண்டும் எனத்திட்டமிடுகின்றனர். இவர்கள் இருவரும் வானரர்கள் ஆதலால் சுக்கிரீவன் யார், வாலி யார் என்று அடையாளம் கண்டு கொள்வதற்குச் சுக்கிரீவன் தன் கழுத்தில் ஒரு மாலையை அணிந்து கொள்ள வேண்டும். அவர்கள் இருவரும் போரிடும் போது, இராமன் ஒளிந்திருந்து அம்பு எய்தி வாலியைக் கொன்று விட வேண்டும் என்று திட்டம் வரையறுக்கப்படுகின்றது. இதன் படியே வாலியும் சுக்கிரீவனும் சண்டையிடுகின்றனர் சுக்கிரீவன் கழுத்தில் மாலையை அணிந்து கொண்டிருந்தான். மரத்தின் பின்னால் மறைந்திருந்த இராமன் வாலியை அடையாளம் கண்டு அம்பு எய்கிறான். அதனால் வாலி இறக்கின்றான். இதன் மூலம் சுக்கிரீவன் கிஷ்கிந்தைக்கு அரசனாகும் வாய்ப்பு ஏற்படுகின்றது. வாலியின் படுகொலை இராமனுடைய நடத்தையில் படிந்த மாபெரும் களங்கமாகும். இராமனின் கோபத்திற்கு ஆளாகக் கூடிய எந்தக் குற்றத்தையும் செய்யாத வாலியை மறைந்திருந்து இராமன்" கொன்றது மிகக் கடுமையான குற்றமாகும். நிராயுதபாணியாக இருந்த வாலியை அம்பு ஏவிக் கொன்ற இராமனின் செயல் கோழைத்தனமானதும் பேடித்தனமானதுமாகும். வாலியின் கொலை திட்டமிட்டுச் சதி செய்து நிகழ்த்தப்பட்ட படுகொலையாகும்.

இராமன் தன் சொந்த மனைவியான சீதையை நடத்திய விதத்தைக் காண்போம்.

சுக்கிரீவனும் அநுமானும் இராமனுக்காகத் திரட்டிய (வானர) சேனையோடு இலங்கை மீது இராமன் படையெடுக்கிறான்.

அப்போதும் வாலி - சுக்கிரீவன் ஆகிய இரு சகோதரர்களிடையே கையாளப்பட்ட மிகக் கேவலமான வழி முறையைத்தான் இராமன் கையாளுகிறான். பேரரசன் இராவணனையும் அவன் மகனையும் கொன்றுவிட்டு இராவணனுடைய தம்பி விபீஷ்ணனை அரியணை ஏற்றுவதாய்ச் சொல்லி விபீஷ்ணனின் உதவியைப் பெறுகிறான். அதன்படி இராவணனையும் அவனுடைய மகன் இந்திரஜித்தையும் இராமன் கொன்றுவிடுகிறான். போர் ஓய்ந்த பின் இராமன் செய்கிற முதற் காரியம் பேரரசன் இராவணனின் உடலை நல்லடக்கம் செய்தது தான். அதன் பின்னர் இராமனின் நோக்கமெல்லாம் விபீஷ்ணனை அரியணையிலேற்றுவதிலேயே இருந்தது. விபீஷ்ணனின் ஆட்சி அரங்கேறிய பின் தானும் இலட்சுமணன் சுக்கிரீவன் ஆகியோரும் சுக மகிழ்வோடு இருப்பதாகவும் இராவணன் கொல்லப்பட்ட சேதியையும் அநுமான் மூலம் சீதைக்குச் சொல்லி அனுப்புகிறான்.

இராவணனை நல்லடக்கம் செய்த பின் இராமன் செய்திருக்க வேண்டிய முதற் காரியம் ஓடோடிச் சென்று தன் மனைவி சீதையைச் சந்தித்திருக்க வேண்டும். அவன் அப்படிச் செய்யவில்லை. சீதையைச் சந்திப்பதைக் காட்டிலும் விபீஷ்ணனை அரியணையிலேற்றுவதிலேயே அவன் அதிக ஆர்வம் காட்டுகிறான். விபீஷ்ணனை ஆட்சியிலமர்த்திய பிறகும் கூட சீதையைக் காண அவனே போகவில்லை. அநுமனைத்தான் அனுப்புகிறான். அனுமன் மூலம் அவன் அனுப்பும் சேதிகள் தானென்ன? சீதையை அழைத்து வா என்று அநுமனிடம் சொல்லவில்லை. தாமும் தம் தோழர்களும் சகல நலத்தோடிருப்பதாகச் சீதைக்குச் சொல் - என்றுதான் சேதி அனுப்புகிறான். இராமனைச் சந்திக்க வேண்டுமென்ற தன் பேராவலைச் சீதைதான் அனுமன் மூலம் சொல்லியனுப்புகிறாள். தன்னுடைய சொந்த மனைவி சீதை. இராவணன் அவளைக் கடத்திக் கொண்டு போய்ச் சிறைப்படுத்தி 10 மாதங்களுக்கு மேலாகிறது. இருந்தும் தனிமையிலிருந்த சீதையைக் காண இராமன் போகவில்லை.

சீதையை இராமன் முன் கொண்டு வருகிறார்கள். அவளைப் பார்த்த போதாவது இராமன் சொன்னதென்ன?

மனித மனம் படைத்த பாமர மனிதன் கூட துயரம் கவ்விய நிலையிலுள்ள மனைவியிடம் இராமன் சீதையிடம் நடந்து கொண்டதைப் போல நடந்து கொண்டிருப்பானா என்பது நினைத்துக் கூடப் பார்க்க முடியாத நிகழ்ச்சியாய்த் தோன்றுகிறது. இலங்கையில் சிறைப்பட்டிருந்த சீதையை இராமன் நடத்திய முறைமைக்கு வால்மீகி நேரடியாக ஏதும் ஆதாரம் அளிக்கவில்லை எனினும் அடியிற் காணும்

பகுதியில் இராமன் தன் மனைவி சீதையிடம் சொல்கிறான்: "உன்னைச் சிறைப்பிடித்தானே அந்த எதிரியைக் கடும் போரில் தோற்கடித்துப் பணயப் பரிசாய் உன்னை மீட்டு வந்துள்ளேன். என் எதிரியை வீழ்த்தித் தன்மதிப்பைக் காப்பாற்றியுள்ளேன். என் போர்த் திறத்தை மக்கள் சண்டு மெச்சினர். என்னுடைய உழைப்பு பலனளித்திருப்பது எனக்குப் பெருமகிழ்ச்சி அளிக்கிறது. இராவணனைக் கொன்றிடவும் அவனால் ஏற்பட்ட அவமானத்தைத் துடைத்திடவுந்தான் நான் இங்கு வந்தேனே ஒழிய உனக்காக நான் இப்பெருந் தொல்லையை மேற்கொள்ளவில்லை." [1]

இராமன் சீதையிடம் இதைவிடக் கொடுஞ்செயல் வேறு என்ன செய்து இருக்க முடியும்? இராமன் அதோடு நிற்கவில்லை; சீதையை நோக்கி மேலும் கூறுகிறான்; "உன் நடத்தையை நான் சந்தேகிக்கிறேன். இராவணன் உன்னைக் களங்கப்படுத்தி இருக்க வேண்டும். உன்னைப்பார்க்க எனக்குப் பெரும் எரிச்சலூட்டுகிறது. ஓ. ஜனகனின் மகளே! உனக்கு விருப்பமுள்ள இடத்திற்கெங்காவது நீ போய்ச் சேரலாம். உன்னோடு எனக்கு எந்தத் தொடர்புமில்லை. போரிட்டு உன்னை மீண்டும் மீட்டுவந்தேன். என்னுடைய நோக்கம் அவ்வளவே! உன்னைப் போன்ற அழகிய பெண்ணொருத்தியை இராவணன் சும்மா விட்டிருப்பானா என்பதை என்னால் நினைத்துக்கூடப் பார்க்க முடியவில்லை."

இப்படிப்பட்ட இராமனைச் சீதை அற்பத்தனமானவன் என் இகழ்ந்திடுவது இயல்பே. தான் கவர்ந்து சென்ற சீதையை இராவணன் களங்கப்படுத்தியிருப்பான் என்ற எண்ணத்தை சிறைப்பட்டிருந்த வேளையில் தன்னைச் சந்திக்க வந்த அனுமன் மூலம் சொல்லியனுப்பி அதன் அடிப்படையில் சீதையைக் கை கழுவிவிடுகிறேன் என்று இராமன் புலப்படுத்தி இருந்தால் இவ்வளவு சிரமத்திற்கு இடமிருந்திருக்காது "நானே தற்கொலை செய்து என்னை மாய்த்துக்கொண்டிருப்பேனே" - என்று சீதை வெளிப்படையாகவே சொல்கிறாள்.

ஆயினும் இராமனுக்கு ஒரு வாய்ப்பு அளிக்கும் பொருட்டுத் தன் புனிரத்தை நிரூபித்திட முன்வருகிறாள். அதன்படி சீதை அக்கினிப் பிழம்பில் இறங்கி எவ்விதச் சேதமுமின்றி வெளிவருகிறாள். அவள் மேற்கொண்ட சோதனையின் மூலம் அவள் புனிதமானவள் என்பதைக் கடவுள்களே மெச்சிப் பாராட்டினார்கள். அதன் பின்னரே தன் மனைவி சீதையை இராமன் மீண்டும் அயோத்திக்கு அழைத்துப் போகிறான்.

---

1 யுத்த காண்டம், சருக்கம் 115, சுலோகம்' 1-23.

அயோத்திக்குத் திரும்பிய மன்னன் இராமன் தன் மனைவி சீதையிடம் எவ்வாறு நடந்து கொள்கிறான்? இராமன் இப்போது அயோத்தியை ஆளும் அரசன். அவன் மனைவி சீதையோ பேரரசி. இராமன் அரசாளுங்காலத்திலேயே வெகு விரைவில் சீதை அரசி என்ற நிலை இல்லாமற் போய்விட்டது. இராமனின் அவப்பெயருக்கு இந்நிகழ்ச்சி முத்தாய்ப்பு வைத்தது போல் உள்ளது. வால்மீகி எழுதிய இராமாயணத்திலேயே இந்நிகழ்ச்சி காணக் கிடக்கிறது.

அயோத்திக்கு அரசனாக இராமனும் அரசியாகச் சீதையும் கொலுவேறிய கொஞ்ச காலத்திலேயே சீதை கர்ப்பிணியாகிறாள். நாட்டில் அவதூறு பேசுவோர் சிலர், சீதை கருவுற்றிருப்பதைக் கண்டு அவளுக்குக் களங்கம் ஏற்படுத்தும் வகையில், இராவணனிடம் சிறைப்பட்டிருந்த காலத்திலேயே சீதை கருவுற்றிருக்க வேண்டும் என்றும், அப்படிப்பட்ட நடத்தை கெட்ட ஒருத்தியைத் தன் மனைவி என மீண்டும் நாட்டிற்குத் திரும்ப அழைத்துக் கொண்டுவந்ததற்காக இராமனைப் பழித்துப் பேசினர் என் அரசவைக் கோமாளியான பத்ரன் என்பவன் தன் காதிற்பட்ட அவதூறு வார்த்தைகளை இராமனிடம் சொல்கிறான். இராமனும் இவ்வித வதந்திகளைக் கேட்டுத் தாள முடியாத அவமானத்தில் அமிழ்ந்து போனான் என்பது இயல்பே. எனினும் அக்களங்கத்தைக் கழுவி- இராமன் மேற்கொள்ளும் அணுகுமுறையோ இயல்புக்கு மாறானதாக உள்ளது. இவற்றினின்று விடுபட இராமன் மிகத்துரிதமான குறுக்கு வழியைக் கையாளுகின்றான்.

அதாவது நிறைமாத கர்ப்பிணியாக உள்ளவளை உணவின்றி, இருக்க இடமின்றி, முன் தகவல் ஏதுமின்றி மக்கள் நடமாட்ட மில்லாத காட்டில் கொண்டுபோய் விட்டு விட்டதானது நாணயமற்ற சதியாகும். சீதையை நாடு கடத்திக் காட்டிற்கு அனுப்புவதெனும் இராமனின் முடிவு திடீரென மேற்கொள்ளப் பட்டதல்ல என்பதில் கொஞ்சமும் சந்தேகமில்லை. இராமனுக்குள் இப்படியொரு முடிவு உதயமானது, உருவெடுத்தது, நிறைவேறியதைப் பற்றியெல்லாம் சற்று தெளிவாகக் குறிப்பிட வேண்டியது அவசியம்.

சீதையைப் பற்றி நாட்டில் உலவிய வதந்திகளைத் தன் அரசவைக் கோமாளியான பத்ரன் மூலம் கேட்டறிந்த இராமன் தன் சகோதரர்களை அழைத்து, தனது உணர்வுகளைப் புலப்படுத்துகிறான். சீதையின் புனிதமான கற்பும், தூய்மையும் இலங்கையிலேயே நிரூபிக்கப்பட்டது.

அதற்குக் கடவுள்களே சாட்சியாயிருந்தார்கள். தானும் அதனை முற்றிலும் நம்புவதாக இராமன் தன் சகோதரர்களுக்குச் சொல்கிறான். எனினும் பொதுமக்களோ சீதை மீது வதந்திகளைக் கிளப்புவதாகவும்

என்னைப் பழிப்பதாகவும் எனக்கு அவமானம் ஏற்படும் வகையில் பேசுவதாகவும் அறிகிறேன். இத்தகைய இழிவினை யாராலும் சகித்துக்கொள்ள முடியாது. மானம், கௌரவம் என்பது பெரும் சொத்து. கடவுள்கள் மற்றும் பெருமான்கள் எல்லாம் அத்தகைய மாண்பினைத் தக்கவைத்துக்கொள்ள பெரும் பாடுபடுகின்றனர்.

இத்தகைய இழிவையும் அவமானத்தையும் தாங்கிக்கொள்ள என்னால் முடியவில்லை. அப்படிப்பட்ட இழிசொல் மற்றும் அவமானத்திலிருந்து என்னை நான் காப்பாற்றிக்கொள்ள உன்னைத் துறந்திடவும் நான் தயாராய் இருக்கிறேன். உன்னைக் கைவிட்டு விடமாட்டேன் என்று சீதையே நீ நினைத்துக் கொள்ளாதே" என்றான் இராமன்.

நாட்டு மக்களின் வதந்திகளிலிருந்து தப்பிட சீதையைக் காட்டிற்கு அனுப்பிவிடுவதொன்றே சுலபமான வழியென இராமன் திடமாக முடிவு செய்துவிட்டான் என்பதையே இவ்வாக்குமூலம் காட்டுகிறது. இப்படிச் செய்வது சரியா, தவறா! - என்பதை யோசிக்கக்கூட அவன் காத்திருக்கவில்லை. சீதையின் வாழ்வு அவனுக்கு ஒரு பொருட்டாகத் தெரியவில்லை. அவனுடைய பேரும் புகழுமே அவனுக்குப் பெரிதெனத் தோன்றியது. அரசாளும் மன்னன் என்ற முறையில், அவ்வித அவதூறுகளைப் போக்கிட அவன் என்ன செய்ய வேண்டுமோ அதையும் செய்யவில்லை. ஓர் அப்பாவி மனைவியின் நம்பிக்கைக்குரிய கணவன் ஒருவன் எதைச் செய்வானோ அதையும் செய்யவில்லை. யாரோ ஒருசிலர் கிளப்பிவிட்ட வதந்திகளுக்கு இணங்க வேண்டியவனானான்.

இராமனின் இச்செயலைச் சுட்டிக்காட்டி இராமன் ஒரு ஜனநாயகப் பேரரசன் என சொல்லித் திரியும் இந்துக்கள் இல்லாமலில்லை. அதேவேளையில் இராமன் கோழைத்தனமாய் விளங்கிய பலவீனமான மன்னன் எனச் சொல்பவர்களும் இல்லாமலில்லை.

எது எப்படி இருப்பினும் தன் பெயரையும் புகழையும் காப்பாற்றிக் கொள்ளச் சீதையைக் காட்டிற்கு அனுப்பிடுவது எனத் தான் செய்த கொடுமையான முடிவினைத் தன் சகோதரர்களுக்குச் சொல்லிய இராமன் சீதைக்குச் சொல்லவில்லை. அந்த முடிவினால் பாதிப்புக்கு ஆளாகப் போவது சிதைமட்டுந்தான். எனவே அந்த முடிவினைக் கட்டாயம் தெரிந்து கொள்ளும் உரிமைக்குரியவள் சீதையாவாள். ஆனால் சிதையோ முற்றிலும் புறக்கணிக்கப்படுகிறாள். இத்திட்டம் சீதைக்குத் தெரியக்கூடாத மிகப் பெரும் இரகசியமெனக் கருதி அத்திட்டத்தைச் செயற்படுத்தச் சரியானதொரு சந்தர்ப்பத்தை

எதிர்பார்த்து இராமன் காத்திருந்தான். சீதையின் கொடிய விதி இராமனின் எதிர்பார்ப்புக்குக் கை கொடுத்தது.

பெண்கள் கருவுற்றிருக்கும் காலத்தில் விசேஷமான சில பொருட்கள் மீது ஆசைப்படுவார்கள். அத்தகைய ஆசைகளை, விருப்பங்களை நிறைவேற்றுவது மரபு என்பது இராமனுக்கும் தெரியும். சீதைக்கு அப்படி ஏதேனும் விருப்பமுண்டா என்று ஒருநாள் இராமன் சீதையிடம் கேட்டான். ஆம் என்றாள் சீதை. அந்த ஆசை என்னவென்று கேட்டான் இராமன். கங்கைக் கரையோரம் அமைந்துள்ள ஏதாவதொரு முனிவரின் ஆசிரமத்தில் தங்கி, அங்குக் கிடைக்கும் பழங்களையும் கிழங்குகளையும் சாப்பிட்டு ஓரிரவாவது தங்கித் திரும்ப வேண்டும் என்பதே, தன் ஆசை என்றாள் கர்ப்பிணியான சீதை. அதைக் கேட்டு இராமனுக்கு அளவிலா மகிழ்ச்சி "அன்பே, கொஞ்சம் பொறுத்துக்கொள். நாளையே நீ அங்கு போக நான் ஏற்பாடு செய்கிறேன்" என்றான் இராமன் நேசத்திற்குரிய கணவனின் நேர்மையான பேச்சென்று சீதை இராமனின் வார்த்தையைக் கருதுகிறாள். ஆனால் இராமன் செய்ததென்ன?

சீதையைக் காட்டிற்கு அனுப்பிக் கைகழுவிட இதுவே தக்க தருணம் என இராமன் நினைக்கிறான். அதற்கொப்பத் தம் சகோதரர்களை இரகசியமாய் அழைத்துச் சந்திக்கிறான். சீதையை வனவாசம் அனுப்பிவிடுவதெனும் தன் அறுதியான முடிவினை அவர்களோடு பகிர்ந்துகொள்கிறான். அதற்கு இதுவே தக்க தருணம் என்பதையும் வலியுறுத்திச் சொல்கிறான். இராமனின் சகோதரர்கள் எவரும் சீதைக்காகப் பரிந்து பேசக்கூடாது என்கிறான். இராமனின் முடிவுக்கு எதிராகச் சீதைக்காகப் பரிந்து பேசினால் அவர்களை எதிரிகளாய்க் கருதுவேன் என்கிறான்.

அடுத்த நாள் காலையில் சீதையைத் தேரில் ஏற்றிக் கொண்டுபோய் கங்கைக் கரையோரக் காட்டிலுள்ள ஓர் ஆசிரமத்தில் விட்டுவிட்டு வா என்று இராமன் இலட்சுமணனுக்கு ஆணையிடுகிறான். சீதையைப் பற்றி இராமன் செய்துள்ள முடிவைச் சீதைக்குத் தெரிவிக்க இலட்சுமணனுக்குப் போதிய துணிவுமில்லை; வழியும் தெரியவில்லை. இச்சங்கடத்தைப் புரிந்து கொண்ட இராமன் கங்கைக் கரையோரக் காடுகளில் தங்கிச்சில காலத்தைக் கழிக்கச் சீதையே விரும்பிச் சொன்னாள் எனச் சொல்லி இலட்சுமணனின் மனதிற்கு ஆறுதல் அளிக்கின்றான்.

இந்த உரையாடல்கள் எல்லாம் இரவிலேயே நடந்து முடிந்தன. மறுநாள் விடியற் காலையில் இலட்சுமணன் சுமந்தனை அழைத்துத்

தேரில் குதிரைகளைப் பூட்டச் சொன்னான். குதிரைகளைப் பூட்டியுள்ள தேர் தயாராய் உள்ளதென்று சுமந்தன் சொன்னான். பிறகு இலட்சுமணன் அரண்மனைக்குப் போகிறான். சீதையைச் சந்திக்கிறான். வனத்தில் உள்ள ஆசிரமத்தில் தங்கிச் சில நாள் வாழ்ந்து திரும்பிட விரும்பியதாய் அவள் வெளிப்படுத்திய ஆசையை நினைவூட்டுகிறான்; அதனை நிறைவேற்ற இராமன் அளித்த உறுதி மொழியைச் சொல்லுகிறான். அதன்படி அப்பணியைத் தான் செய்ய இராமன் பணித்திருப்பதையும் சீதைக்குச் சொல்லுகிறான். பூட்டிய குதிரைகளுடன் காத்திருக்கும் தேரைக் காட்டி, புறப்படுங்கள் போகலாம்' என்கிறான். சீதையின் உள்ளம் விம்மிப் புடைக்கிறது. தாவி ஏறித் தேரில் அமர்கிறாள். அவள் உள்ளமெல்லாம் இராமனுக்கு நன்றி சொல்லும் நல்லுணர்வால் நிரம்பியது. சுமந்தன் தேரோட்ட இலட்சுமணன் காவலனாய்த் தொடர அவர்கள் குறிப்பிட்ட வனத்திற்குப் போகிறார்கள். கடைசியில் கங்கைக் கரையை அடைந்தார்கள். மீனவர்களின் உதவியோடு படகில் ஏறி அக்கரையை அடைகிறார்கள். இலட்சுமணன் சீதையின் கால்களில் வீழ்கிறான். அவன் தன் கண்களில் நீர் மல்க, மாசற்ற பேரரசியே, என்னை மன்னியுங்கள். உங்களை அரண்மனையில் வைத்திருப்பது அவமானத்திற் குரியதென்று மக்கள் கிளப்பிய வதந்திகளிலிருந்து தப்பிட நாடாளும் இராமன் எனக்கிட்ட கட்டளையை நான் நிறைவேற்றுகிறேன். உம்மைக் காட்டிலே கைவிட்டுத் திரும்பும் என்னை மன்னிக்க வேண்டும்' என்றான் இலட்சுமணன்.

காட்டில் எப்படியாவது செத்தொழியட்டும் என்று கைவிடப்பட்ட சீதை, அடைக்கலம் தேடி அருகிலிருந்த வால்மீகியின் ஆசிரமத்தை அடைந்தாள். வால்மீகி தன் ஆசிரமத்தில் சீதைக்கு இடமளித்துப் பாதுகாப்பும் கொடுத்தார். கொஞ்ச காலத்தில் சீதை இரட்டைக் குழந்தைகளைப் பெற்றெடுத்தாள். குசா, லவா என அக்குழந்தைகளுக்குப் பெயரிட்டாள். தாயும் இரு குழந்தைகளும் வால்மீகியுடன் வாழ்ந்து வந்தனர். வால்மீகி அச்சிறுவர்களை வளர்த்துத் தாம் இயற்றிய இராமாயணத்தை அவர்கள் பாடக் கற்றுக்கொடுத்தார். காட்டிலுள்ள வால்மீகியின் ஆசிரமத்தில் அந்தச் சிறுவர்கள் 12 ஆண்டுகள் வளர்ந்து வாழ்ந்தனர். வால்மீகியின் ஆசிரமம் இராமன் அரசாளும் அயோத்தி நகருக்கு நெடுந்தொலைவிலொன்றுமில்லை. இந்த 12 ஆண்டுகளில் ஒரு தடவையாவது இந்த உதாரண புருஷனான இராமன், பாசம் மிக்க தந்தை. சீதை என்னவானாள் - அவள் செத்தாளா - பிழைத்தாளா என்பதைப்பற்றி விசாரிக்கக்கூட இல்லை.

12 ஆண்டுகளுக்குப் பிறகு ஒரு விநோதமான சூழ்நிலையில் இராமன் சீதையைச் சந்திக்கிறான். இராமன் ஒரு யாகம் வளர்க்க நினைக்கிறான்.

அந்த யாகத்தில் அனைத்து ரிஷிகளும் பங்கேற்க அழைப்பு விடுக்கிறான். வால்மீகியின் ஆசிரமம் அயோத்திக்கு மிக அருகிலிருந்தும் கூட வேண்டுமென்றே இராமன் வால்மீகியை அந்த யாகத்திற்கு அழைக்கவில்லை. ஆனால் வால்மீகியோ, குசா, லவா ஆகிய சீதையின் இரு பிள்ளைகளைத் தன் சீடர்கள் என அறிமுகப்படுத்திக் கொண்டு அந்த யாகத்தில் கலந்து கொள்ள வந்தார்.

யாகம் நடந்து கொண்டிருந்தபோது குழுமியிருந்த பேரவை முன் அவ்விரு சிறுவர்களும் இராமாயணப்பாடல்களைப் பாடினர். செவிமடுத்த இராமன் நெகிழ்ந்து போனான். இக்குழந்தைகள் யார் எனக் கேட்டான். அவர்கள் சீதையின் பிள்ளைகள் என்றார்கள். அப்போதுதான் சீதை அவன் நினைவுக்கு வருகிறாள். அந்த நேரத்திலும் அவன் செய்ததென்ன? சீதையை அழைத்து வாருங்கள் என்று அவன் ஆள் அனுப்பவில்லை. பெற்றோர்கள் செய்த பாவத்தை அறியாத அந்த அப்பாவிக் குழந்தைகளை அழைத்து வால்மீகிக்குச் சொல்லச் சொன்னான்:

"சீதை களங்கமற்றவளாகவும் கற்புள்ளவளாகவுமிருந்தால் யாகத்தில் குழுமியுள்ள இச்சபையோர் முன் வந்து தன் தூய்மையை நிரூபிக்கட்டும். அதன் வாயிலாக என் மீதும் அவள் மீதும் படிந்துள்ள விஷமப் பேச்சுக்கள் மறைந்து போகும் - என் விதிப்பயன் விளைவித்த கொடுமைக்கு ஆளான அக்குழந்தைகள் மூலம் சொல்லியனுப்புகிறான்.

இதே மாதிரியான சோதனையைச் சீதை முன்பொருமுறை இலங்கையிலே மேற்கொண்டாள். சீதையைக் காட்டிற்கு அனுப்புமுன், மீண்டும் சீதை அத்தகையதொரு சோதனையை மேற்கொள்ள வேண்டுமென்று இராமன் சொல்லி இருக்கலாம். சீதை தன்னுடைய தூய்மையைப் புலப்படுத்தினால், அதற்குப் பின் இந்தத் தடவையாவது இராமன் சீதையை மீண்டும் தன் மனைவியாய் ஏற்றுக்கொள்வான் - என்பதற்கு உத்திரவாதம் ஏதுமில்லை. இருப்பினும் வால்மீகி சிதையை யாக சபைக்கு அழைத்து வருகிறார். இராமன் முன் சீதையை நிறுத்தி வால்மீகி சொன்னார்: "தசரதனின் மகனே, வம்பர்களின் வாய்ப் பேச்சைக் கேட்டுக் காட்டிலே நீ கைவிட்ட சீதை இங்கே இருக்கிறாள். நீ அனுமதித்தால் இச்சபை முன் அவள் தன் தூய்மையைச் சத்தியம் செய்து நிரூபிப்பாள்.

இதோ உன்னுடைய இரட்டைப் புதல்வர்கள் இங்கே இருக்கின்றார்கள். அவர்களுக்கு உணவளித்து. என் குடிலை உறைவிடமாய்த் தந்து நான் பராமரித்து வளர்த்து வந்தேன்" என்றான். இதைக் கேட்ட இராமன் சொன்னான்: "சீதை களங்கமற்றவள்,

கற்புள்ளவள் என்பதை நான் நன்கறிவேன். இவர்கள் என் பிள்ளைகள் என்பதும் எனக்குத் தெரியும். அவளுடைய தூய்மைக்கு ஆதாரமாக முன்பொருமுறை இலங்கையில் அவள் கடும் சோதனையை மேற் கொண்டாள். அதன் பின்னரே நான் அவளை மீண்டும் மனைவியாய் ஏற்றுக் கூட்டி வந்தேன். ஆயினும் மக்கள் இன்னும் அவ்வித சந்தேகங் கொண்டுள்ளனர். எனவே சீதை மீண்டுமொருமுறை இங்குக் கூடியுள்ள ரிஷிகள் மற்றும் பொது மக்கள் முன்னால், அவர்கள் பார்க்கும்படி அத்தகையதோர் சோதனையை மேற்கொள்ளட்டும்" என்றான்.

நீர் மல்கிய கண்கள் நிலம் நோக்கிட இரு கரம் கூப்பிய நிலையில் சீதை சொன்னாள்: "இராமனைத் தவிர வேறொரு ஆடவனை நான் நினைத்துக்கூடப் பார்த்ததில்லை; அது உண்மையானால் பூமாதேவியே வாய் திறவாய், நான் புதையுண்டு போகிறேன். என் சொல்லிலும் செயலிலும் நினைவிலும் கனவிலும் எப்போதும் நான் இராமனையே நேசிக்கிறேன் - அது உண்மையானால், பூமாதேவியே வாய் திறவாய் நான் புதையுண்டு போகிறேன்" என்றாள். சீதை வார்த்தைகளை உதிர்க்கும்போதே பூமி பிளந்தது; சீதை உட்புகுந்தாள். தங்கத்தாலான சிம்மாசனத்தில் அமர்ந்து அவள் மறைந்து போனாள். சீதை மீது வானவர்கள் பூமாரி பொழிந்தார்கள். பார்த்திருந்த மக்களோ மெய்மறந்து நின்றார்கள்.

அதாவது காட்டுமிராண்டித்தனமானவனை விட கேவலமாய் நடந்து கொண்ட இராமனோடு மனைவியாய் திரும்பப் போவதைக் காட்டிலும் சீதை மரணத்தையே விரும்பி ஏற்றுக்கொண்டாள். கடவுளான இராமனின் கயமையும் சீதையின் துயரமும் இவ்வாறு காணப்படுகிறது.)

அடுத்து இராமனை ஒரு மன்னன் எனும் நிலையில் வைத்து ஆராய்வோம். அறநெறி பிறழாத இலட்சிய மன்னன் என் இராமன் கருதப்படுகிறான். ஆனால் இந்த முடிவு உண்மைகளை அடிப்படையாகக் கொண்டதா? உண்மை யென்னவெனில் இராமன் மன்னனாயிருந்து ஒரு போதும் கோலோச்சவில்லை. பெயரளவில் தான் அவன் மன்னனாய் இருந்திருக்கிறான். ஆட்சிப் பொறுப்பு அனைத்தும் அவன் தம்பி பரதனிடமே ஒப்படைக்கப்பட்டிருந்தது என்று வால்மீகியே சொல்கிறார். அரசாட்சி மற்றும் நாட்டுப் பரிபாலனத்திலிருந்து இராமன் முற்றிலும் தன்னை விடுவித்துக் கொண்டிருந்தான்.

இராமன் அரியணை ஏறிய பின் அவனுடைய அன்றாட நடவடிக்கைகளை மிகக் குறிப்பாகவும் தெளிவாகவும் வால்மீகி

குறிப்பிடுகிறார்.[1] அதன்படி இராமனின் வாழ்வில் ஒரு நாள் இரண்டு பகுதிகளாகப் பிரிக்கப்பட்டன. நண்பகலுக்கு முன்பு வரை ஒரு பகுதி என்றும், நண்பகலுக்குப் பின் வேறொரு பகுதி என்றும் வரையறுக்கப்பட்டது. காலை முதல் நண்பகல் வரை இராமன் மத ஆச்சாரங்கள் மற்றும் சடங்குகளை நிறைவேற்றுவதிலும் பிரார்த்தனை செய்வதிலும் காலத்தைக் கழித்தான். நண்பகலுக்குப் பின் அரசவைக் கோமாளிகளுடனும் அந்தப்புரப் பெண்களுடனும் மாறி மாறி தன் நேரத்தைக் கழித்தான், அந்தப்புரப் பெண்களுடன் கூடிக் களித்து அயர்ந்திட்டால் கோமாளிகளுடன் பேசிக் கழிப்பான். கோமாளிகளுடன் பேசிக் களைப்புற்றால் அந்தப்புரப் பெண்களை நோக்கி ஓடுவான். இராமன்[2] அந்தப்புரப் பெண்களோடு அனுபவித்த களியாட்டங்களை வால்மீகியும் மிக விசாலமாகவே விவரிக்கிறார். அசோகவனம் எனும் அழகிய பூங்காவில் இந்த அந்தப்புரம் இருந்தது. அங்கு தான் இராமன் சாப்பிடுவது வழக்கம். இராமனின் உணவில் அருஞ்சுவைப் பொருட்கள் அனைத்தும் இடம்பெற்றன. மது, மாமிசம், பழவகைகள் உட்பட இராமன் மதுவை அறவே தொடாதவன் அல்ல இராமன் அளவுக்கு அதிகமாகவே குடிக்கும் பழக்கத்தைக் கொண்டிருந்தான். அப்படிக் குடித்து விட்டு அவன் ஆடும் களியாட்டத்தில் சீதையையும் கலந்து கொள்ளச் செய்தான்[3] என் வால்மீகி குறிப்பிடுகிறார். அந்தப்புரப் பெண்களுடன் இராமன் வாழ்ந்து கழித்ததாய் வால்மீகி சொல்லும் விவரங்கள் அற்பமானவை அல்ல. அந்தப்புரத்தில் இயல், இசை, நாட்டியத்தில் புகழ் பெற்ற கிண்ணரி, உரகா மற்றும் அப்சரசுகள் போன்ற பேரழகிகள் இருந்தனர். போதாதென்று நாட்டின் பல பகுதிகளிலிருந்தும் பெண்ணழகிகளெல்லாம் அந்த அந்தப்புரத்திற்குக் கொண்டு வரப்பட்டனர். இந்த அழகிகளின் மத்தியில் இராமன் குடித்து, கூத்தாடி கலந்து மகிழ்ந்து களிப்புற்றுக் கிடந்தான். அப்பெண்களெல்லாம் இராமனை மகிழவிக்கப் பெரும்பாடு பட்டனர். பதிலாக இராமன் அப்பெண்களுக்கு மாலை அணிவிப்பானாம். வஞ்சியரின் வளையத்துள் கிடந்த ஆடவருள் இளவரசன் இராமன் முதல்வன் என்கிறார் வால்மீகி. இவை இராமனின் ஒருநாள் வாழ்க்கை நிகழ்ச்சிகளல்ல. இராமனுடைய வாழ்வின் அன்றாட நிகழ்ச்சிகளே இவை.

நாட்டு நிர்வாகத்தில் இராமன் எப்போதும் பங்கேற்றதில்லை என்பதை ஏற்கெனவே குறிப்பிட்டோம். நாட்டு மக்களின் குறை கேட்டு

---

1. உத்தரகாண்டம், சருக்கம் 42, சுலோகம் 27
2. உத்தரகாண்டம், சருக்கம் 43, சுலோகம் 1
3. உத்தரகாண்டம், சருக்கம் 42, சுலோகம் 8

நிவர்த்தி செய்கிற பழங்கால மன்னர்களின் பழக்கத்தைக்கூட இராமன் ஒருபோதும் கடை பிடிக்கவில்லை. தம்மக்கள் குறைகளை ஏதோ ஒருதடவை இராமன் நேரில் கேட்டதாக வால்மீகி ஒரு சந்தர்ப்பத்தைக் குறிப்பிடுகிறார். அதுவும் ஒரு துயரமான நிகழ்ச்சியாக அமைகிறது. அக்குறையைத் தானே தீர்த்திடுவதாய்ப் பொறுப்பேற்கிறான் இராமன். அப்படி செய்கையில் வரலாறு காணாத கடுங்கொடிய குற்றத்தைச் செய்கிறான் இராமன். அதுவே சூத்திரனான சம்புகனின் படுகொலை நிகழ்ச்சியாகும்.

இராமனுடைய ஆட்சிக் காலத்தில் அவனுடைய நாட்டு மக்கள் யாரும் அகால மரணம் அடையவில்லை - என்கிறார் வால்மீகி. இருந்த போதிலும் பிராமணச்சிறுவன் ஒருவன் அகால மரணமடைய நேர்ந்தது. மகனைப் பறிகொடுத்த தந்தை தன் பிள்ளையின் பிணத்தைத் தூக்கிக்கொண்டு இராமனின் அரண்மனையை நோக்கிப் போனான். அரண்மனையின் வாசலில் பிணத்தைக் கிடத்திவிட்டுக் கதறி அழுதான். தன் பிள்ளையின் சாவுக்கு இராமனே காரணமென நிந்தித்தான். மன்னனின் ஆட்சியில் படிந்திட்ட பாவந்தான் தன் மகனின் மரணத்திற்குக் காரணம் என்றான். அக்குற்றத்தை அறிந்து தண்டிக்காவிட்டால் மன்னன் இராமனே குற்றவாளி என்றான்; மனம் போனபடி பழித்தான்; சபித்தான். குற்றவாளியைப் பிடித்துத் தண்டித்துச் செத்துப்போன தன் மகனைப் பிழைக்கச் செய்யாவிட்டால் அரண்மனை வாசலிலேயே பட்டினிப் போர் (தர்ணா) நடத்தித் தற்கொலை செய்து கொள்வேன் என அச்சுறுத்தினான்.

அதைக்கேட்டு நாரதன் உட்பட அறிவார்ந்த எட்டு ரிஷிகளுடன் இராமன் கலந்தாலோசித்தான். அந்த அறிஞர்களின் ஆலோசனைக் கூட்டத்தில் - நாட்டு மக்களுள் அதாவது இராம இராஜ்யத்தில் யாரோ சூத்திரன் ஒருவன் தவம் செய்து கொண்டிருப்பதாகவும் அச்செயல் தருமத்திற்கு எதிரானது என்றும் நாரதன் சொன்னான். தரும் (புனித) சட்டங்களின்படி பிராமணர்கள் மட்டுமே தவம் செய்யலாம். பிராமணர்களுக்குச் சேவகம் செய்வதே சூத்திரர்களுடைய கடமை என்று மேலும் நாரதன் கூறினான். தருமத்திற்கு எதிராக ஒரு சூத்திரன் தவம் செய்வது பெரும் பாவம், குற்றம் என்று இராமன் திடமாய் நம்பினான். உடனே தன் தேரில் ஏறி நாட்டைச் சுற்றித் துருவி அக்குற்றவாளியைப் பிடித்துவரப் புறப்பட்டான். இறுதியில் நாட்டின் தெற்கே அடர்ந்த காட்டுப் பகுதியில் ஒருவன் கடினமானதொரு தவத்திலாழ்ந்திருப்பதைக் கண்டான். இராமன் அவனை நோக்கிப் போனான். அந்தத் தவம் செய்து கொண்டிருந்தவன் தான் சம்பூகன் என்னும் சூத்திரனா, மனித உருவிலேயே மோட்சத்திற்குச் செல்லத்தவம் செய்பவனா என்று

440 | இந்து மதத்தில் புதிர்கள்

கூடக் கேட்டறியாமல், விசாரணையோ, எச்சரிக்கையோ, உண்மை நியாயத்தை அறிந்திடும் நோக்கமோ இன்றி சம்பூகனின் தலையைச் சீவிவிட்டான் இராமன், அதே நொடியில் எங்கோ தொலை தூரத்து அயோத்தியில் அகாலமரணமடைந்த பிராமணனின் மகன் மீண்டும் உயிர்பெற்றானாம். கடவுள்களெல்லாம் மன்னன் இராமனின் மீது மலர் தூவி மகிழ்ந்தார்களாம். தவம் செய்து மோட்சத்தை அடைய தமக்கே உள்ள உரிமையை அதற்கு அருகதையற்ற சூத்திரன் ஒருவன் மேற் கொண்டதைத் தடுத்து, தண்டித்து சம்பூகனைக் கொலை செய்த மன்னன் இராமனின் செய்கைக்காக அவர்கள் மகிழ்ந்தார்கள். கடவுள்கள், தேவர்கள் எல்லாம் இராமன் முன்தோன்றி அவன் செய்த இந்நற் காரியத்திற்காக அவனைப் பாராட்டினார்கள். அயோத்தி அரண்மனை வாசலில் பிணமாய்க் கிடந்த பிராமணச் சிறுவனை மீண்டும் உயிர்ப்பிக்க வேண்டும் என்று கடவுள்களிடம் இராமன் வேண்டினான் "அந்தப் பிராமணச் சிறுவன் எப்போதோ உயிர்பெற்று எழுந்து விட்டான்" என்று அவர்கள் இராமனுக்குச் சொல்லி விட்டு மறைந்து போயினர். அதற்குப் பின் இராமன் அருகிலிருந்த அகத்திய முனிவனின் ஆசிரமத்துக்குப் போனான். சம்பூகனைக் கொன்ற நற்செயலைப் பாராட்டி தெய்வ மகிமையுள்ள காப்பு ஒன்றை அகத்தியன் இராமனுக்குப் பரிசாய் அளித்தான். பிறகு இராமன் அயோத்தியை அடைந்தான். இத்தகையவனே இராமன்.

2

இப்போது கிருஷ்ணனைப் பற்றிப் பார்ப்போமாக.

மகாபாரதத்தின் கதாநாயகன் கிருஷ்ணன். சரியாகச் சொல்ல வேண்டுமானால் கௌரவர்கள் - பாண்டவர்கள் சம்பந்தப்பட்டதே மகாபாரதக் கதையாகும். தம் மூதாதையரின் அரசாட்சி உரிமைக்காக இவ்விரு அணியினர் மேற்கொண்ட யுத்த கதையே மகாபாரதக் கதையாகும். அவர்கள் தான் இக்கதையில் பிரதான பங்கினராய் இருந்திருக்க வேண்டும். ஆனால் அப்படித் தெரியவில்லை. கிருஷ்ணன் தான் இக் கதையின் கதாநாயகன். இது விநோதமாய் உள்ளது. மேலும் இந்தக் கிருஷ்ணன் கௌரவர்கள் - பாண்டவர்கள் வாழ்ந்த காலத்தில் வாழ்ந்திருந்த ஆளாகவும் தெரியவில்லை. கிருஷணன் நாடாண்ட பாண்டவர்களின் நண்பனாய் இருந்திருக்கிறான். வேறொரு நாட்டின் அரசனான கம்சனுக்குக் கிருஷ்ணன் எதிரி. அருகருகே ஒரே இடத்தில், ஒரே காலத்தில் இரண்டு அரசாட்சிகள் இருந்திருக்கக் கூடுமா? மேலும் இவ்விரு அரசர்களுக்கிடையே உறவு இருந்ததாய்க் காட்டிட

மகாபாரதத்தில் ஏதும் ஆதாரமில்லை. எனவே, கிருஷ்ணன் மற்றும் பாண்டவர் பற்றிய இரு தனித்தனி கதைகள் கலந்து ஜோடிக்கப்பட்டு இடைச்செருகலாகப் பிற்காலத்தில் மகாபாரதத்தில் நுழைக்கப் பட்டிருக்க வேண்டும். கிருஷ்ணனின் கதாபாத்திரத்தை மேலும் சற்று விரிவாக்கும் நோக்கத்துடனேயே இந்த இடைச்செருகல் இடம் பெற்றிருக்க வேண்டும்.

கிருஷ்ணன் அனைத்திற்கும் மேம்பட்டவன், பெருமைக் குரியவன் எனச் சித்தரித்துக் காட்டிட வியாசன் மேற்கொண்ட துணிகரத் திட்டத்தின் விளைவே இவ்விரு கதைகளின் கலப்புத் தொகுப்பாகும்.

வியாசனின் கூற்றுப்படி கிருஷ்ணன் மனிதர்களுள் தெய்வம்; அவ்வளவுதான்! அதனாலேயே கிருஷ்ணன் மகாபாரதக் கதையில் கதாநாயகன் ஆக்கப்பட்டிருக்கின்றான். உண்மையில் கிருஷ்ணன் மனிதர்களுள் தெய்வம் எனும் அளவுக்கு அருகதையுடையவனா? ஒருவேளை அவனுடைய வாழ்க்கைச் சுருக்கம் அவ்வித கேள்விக்குச் சரியான விடை அளிக்கலாம். சற்று பார்ப்போம்.

பத்ரா மாதம் எட்டாம் நாள் நள்ளிரவில் மதுராபுரி நகரில் கிருஷ்ணன் பிறந்தான். அவனுடைய தந்தை யாதவ இனத்தைச் சேர்ந்த வாசுதேவன். மதுராபுரியை ஆண்ட அரசன் உக்கிர சேனனுடைய சகோதரன் தேவகனுடைய மகள் தேவகி அவனுடைய தாய். சௌபாவின் தானவ மன்னன் துருமிளாவுடன் உக்கிரசேனனுடைய மனைவி கள்ளத் தொடர்பு கொண்டிருந்தாள். இத்தகாத தொடர்பினால் பிறந்தவன் கம்சன். ஒரு வழியில் பார்த்தால் தேவகிக்கு கம்சன் ஒன்றுவிட்ட சகோதரன். உக்கிரசேனனைச் சிறைப்படுத்தி மதுராபுரியின் ஆட்சியதிகாரத்தைக் கைப்பற்றினான் கம்சன். தேவகிக்குப் பிறக்கும் எட்டாவது குழந்தை கம்சனைக் கொன்றுவிடும் என்று வானத்திலிருந்து அசரீரி சொன்னதாய் நாரதன் அல்லது தெய்வானை மூலம் கேள்விப்பட்ட கம்சன் தேவகியையும் அவள் கணவனையும் சிறைப்படுத்தி ஒன்றன் பின் ஒன்றாய்ப் பிறந்த அவர்களுடைய ஆறு குழந்தைகளையும் கொன்று விடுகிறான். ஏழாவது குழந்தையாகிய பலராமன் தேவகியின் வயிற்றில் கருவாய் இருக்கும்போதே, வாசுதேவனின் வேறொரு மனைவியான ரோகிணியின் வயிற்றுக்கு அதிசயமான முறையில் மாற்றப் படுகிறான். எட்டாவது குழந்தையாய் கிருஷ்ணன் பிறக்கிறான். விராஜ நாட்டவர்களான நந்தனும் யசோதையும் அப்போது யமுனை நதியின் மறுகரையில் வாழ்கிறார்கள். இரகசியமாகக் கிருஷ்ணனின் தந்தை கிருஷ்ணன் பிறந்தவுடன் அவர்களிடம் சேர்த்து விடுகிறான். பெருக்கெடுத்து ஓடும் யமுனை நின்று இந்தத் தெய்வக் குழந்தை

ஆற்றைக் கடக்க வழிவிட்டதாம். நாகங்களின் தலைவனான அனந்தா (பாம்பு) படம் எடுத்து குழந்தைக்கு முக்காடிட்டு கொட்டும் அடைமழை குழந்தை மேல் விழாமல் பாதுகாத்து யமுனையின் அக்கரையிற் சேர்த்ததாம்; அவர்களுக்கு அடைக்கலம் கிடைத்ததாம்.

ஏற்கெனவே செய்து கொண்ட முன்னேற்பாட்டின்படி வாசுதேவன் தன் மகனை நந்தனுக்குக் கொடுத்தான்.

நந்தன் தாம் பெற்ற மகள் யோகிந்தா அல்லது மகமாயா எனும் குழந்தையை வாசுதேவனுக்குக் கொடுத்தான். இதுதான் தாம் பெற்ற எட்டாவது குழந்தையென்று வாசுதேவன் அப்பெண் குழந்தையைக் கம்சனிடம் கொடுத்தான். நந்தனும் யசோதையும் வளர்த்துவரும் குழந்தையே கம்சனைக் கொன்றுவிடும் என்று கூறிவிட்டு அப்பெண் குழந்தை எங்கோ ஓடி மறைந்தது.

எட்டாவது குழந்தையான கிருஷ்ணனைக் கொன்றிட கம்சன் பல வழிகளில் முயன்றும் முடியாமற் போகிறது. எப்படியாவது கிருஷ்ணனைக் கொன்று விட வேண்டும் எனும் நோக்கத்தில் பல ரூபங்களில் பல அசுரர்களைக் கம்சன் விராஜ நாட்டிற்கு அனுப்பினான். குழந்தைப் பருவத்திலேயே கிருஷ்ணன் பல அசுரர்களைக் கொன்றதாயும், அரிய பல சாகசங்களை நிகழ்த்தியதாயும் புராணத்தில் காணும் நிகழ்ச்சிகளுக் கொப்ப கிருஷ்ணனின் செயல்கள் வேறெந்த சாதாரணக் குழந்தையாலும் செய்யமுடியாத செயல்களாய்த் தெரிகின்றன. இப்படிச் சில நிகழ்ச்சிகளை மகாபாரதத்திலும் காணலாம் இவ்வெண்ணத்திற்கு இசைவாக இவ்வுண்மை நிகழ்ச்சிகளைப் பற்றிப் பொறுப்புள்ள சில பெரியவர்களும் கூட பெரும்பாலும் வித்தியாசமான கருத்தையே கொண்டுள்ளனர். பிற்காலத்திய சில ஆதாரங்களினடிப் படையில் சில உண்மைகளை மட்டும் நான் குறிப்பிடுகிறேன். முதலாவதாக, ஓர் நிகழ்ச்சியைப் பார்ப்போம்.

முதலாவதான நிகழ்ச்சி பூதனை என்ற பெண் கிருஷ்ணனால் கொல்லப்பட்ட நிகழ்ச்சி பூதனை கம்சனின் தாதியாய்ப் பணியாற்றியவள். கிருஷ்ணனைக் கொல்ல ஒரு பெண் இராஜாளிக் கழுகு ரூபத்தில் பூதனையை அனுப்பினான் கம்சன் என்கிறது ஹரிவம்ச புராணம். பாகவத புராணத்தின்படி ஓர் அழகிய பெண் ரூபத்தில் பூதனாவைக் கம்சன் அனுப்பினான் எனத் தெரிகிறது. அழகிய பெண் ரூபத்திலிருந்த பூதனா குழந்தை கிருஷ்ணனுக்குப் பாலூட்டுவது போலப் பாவனை செய்தாளாம். விஷம் தடவிய தன் மார்பகத்தைக் கிருஷ்ணனின் வாயில் வைத்தாளாம். கிருஷ்ணனோ வெகு பலமாக உறிஞ்சினானாம். அவள் உடம்பிலுள்ள இரத்த மெல்லாம் வறண்டு

போய்க் கடுங் கூச்சலுடன் அவள் கீழே விழுந்து மாண்டு போனாளாம். இது ஒரு நிகழ்ச்சி.

கிருஷ்ணன் மூன்று மாதக் குழந்தையாய் இருந்த போது வேறொரு வீர சாகசத்தைச் செய்தான். இது சகடை என்னும் வண்டியை உடைத்த கதை. இவ்வண்டி உணவுப் பாண்டங்களை வைக்க உபயோகிக்கப்பட்டது. அதில் விலையுயர்ந்த ஜாடிகள், சட்டி, பானை, பாத்திரங்கள், பால், தயிர் போன்றவைகளெல்லாம் சீராய் அடுக்கி வைக்கப்பட்டிருந்தன ஹரிவம்சபுராணத்தின் படி கம்சன் கிருஷ்ணனைக் கொன்றிடும் நோக்கத்துடன் ஒரு அசுரனை அந்த வண்டி ரூபத்தில் அனுப்பியதாய்த் தெரிகிறது, இருந்த போதிலும் யசோதா குழந்தையான கிருஷ்ணனை அவ்வண்டிக்குக் கீழே கிடத்தி விட்டுக் குளிப்பதற்காக யமுனைக்குப் போனாளாம். அவள் திரும்பி வந்த வேளையில் ‘வண்டியின் கீழ் படுத்துக் கொண்டிருந்த குழந்தை கிருஷ்ணன் அவ்வண்டியை உதைத்ததால் அதன் மீது அடுக்கி வைக்கப்பட்டிருந்த அனைத்துப் பொருட்களும் உடைந்து சிதறிச் சின்னா பின்னமாய்ப் போனதாலும் கேள்விப்படுகிறாள். இந்நிகழ்ச்சி யசோதைக்கே அதிர்ச்சியாயும், ஆச்சரியமாயும் உள்ளது.

அதன்மூலம் கெடுதல் நேரிடாமல் தடுத்திட அவள் பல பூஜைகள் செய்தாளாம். இது வேறொரு நிகழ்ச்சி கிருஷ்ணனைக் கொல்ல சகடை, பூதனா ஆகியோரின் முயற்சிகள் தோற்றபின் அதே காரியத்தைச் செய்ய கம்சன் மீண்டும் திரினவர்த்தன் எனும் வேறொரு அசுரனை அனுப்பினானாம். இந்த அசுரன் பறவை ரூபத்தில் வந்து தெய்வ வரம் பெற்ற அக்குழந்தையைத் தூக்கிக் கொண்டு பறந்தானாம்.

அப்போது கிருஷ்ணனுக்கு ஒரு வயதுதானாம். வானத்தில் பறந்து கொண்டிருந்த அசுரன் விரைவில் கீழே விழுந்து செத்தானாம். அப்போது குழந்தை (கிருஷ்ணன்) பத்திரமாய் இருந்ததோடு அந்த அசுரனின் குரல் வளையைக் கெட்டியாக இறுக்கிப் பிடித்துக் கொண்டிருந்ததாம். இது மற்றோர் நிகழ்ச்சி.

கிருஷ்ணனின் அடுத்த சாகசச் செயல் என்ன வெனில் அடுத்தடுத்து வளர்ந்திருந்த இரண்டு அர்ஜுனா மரங்களை உடைத்தெறிந்ததாகும்.

ஏதோ சாபத்தால் இரு யக்ஷர்கள் மரமாய்ப் போனார்கள் எனச் சொல்லப்படுகிறது. கிருஷ்ணன் அம் மரங்களை வீழ்த்திச் சாய்த்த சாகசத்தால் அவர்கள் இருவரும் மீண்டும் பழைய வடிவம் பெற்று விடுவிக்கப்பட்டார்களாம்.

கிருஷ்ணன் தவழத் தொடங்கிய காலத்தில் அவன் செய்யும் குறும்புகளிலிருந்து தடுத்திட மரஉரலில் கயிறு போட்டுக் கிருஷ்ணனைக் கட்டி விட்டு யசோதை வீட்டு வேலைகளைக் கவனிக்கப்போனாளாம். யசோதை மறைந்தவுடன் கிருஷ்ணன் அந்த மர உரலோடு இழுத்துக் கொண்டு போய் மரங்களை வேரோடு சாய்த்தானாம். அடிமரமே வேரறுந்து விழுந்த போது பெரும் ஓசை எழுந்ததாம். ஆனால், கிருஷ்ணனுக்கு எவ்விதபாதிப்பும் ஏற்படவில்லையாம்.

இவ்வித நிகழ்ச்சிகளெல்லாம் நந்தனின் மனத்தில் பெரும் பயத்தை உண்டாக்கியது விராஜ நாட்டிலிருந்து வெளியேறி வேறொரு பகுதிக்குக் குடிபெயர்ந்திட அவன் தீவிரமாய் யோசித்தான். அவன் இப்படி யோசித்துக் கொண்டிருந்த வேளையில் அப்பிரதேசத்தில் ஓநாய்கள் மலிந்து கால்நடைகளுக்குப் பேராபத்தை உண்டு பண்ணியதால் அவ்விடமே பாதுகாப்பற்ற இடமாய்த் தெரிந்தது. எனவே, நாடோடிகளாய் இருந்த கிருஷ்ணனின் கூட்டத்தார் தங்களுடைய பொருள் - உடைமைகளுடன் பிருந்தாவனம் எனும் இரம்மியமான பிரதேசத்தை நோக்கிப் புறப்பட்டனர். அப்போது கிருஷ்ணனுக்கு வயது ஏழுதான்.

புதிதாக இவ்விடத்திற்கு வந்து சேர்ந்த பின் கிருஷ்ணன் பல அசுரர்களைக் கொன்றான். அவர்களுள் அரிஸ்தா என்பவன் காளை மாட்டு ரூபத்தில் வந்தான். கேசின் என்பவன் குதிரை ரூபத்தில் வந்தான். மற்றும் விரதராசூரன், பக்காசூரன். அகாசூரன் போமாசூரன், மற்றும் ஷங்காசூரன் ஆகிய யக்ஷன் உட்பட ஐவர் கொல்லப்பட்டார்கள்.

இவையனைத்தையும் விட யமுனைப் பெருநீர்ச் சுழியில் வாழ்ந்து கொண்டு யமுனை நதி நீரில் விஷங்கலந்திட்ட காளியன் என்ற நாகங்களின் தலைவனைக் கிருஷ்ணன் கொன்றது மிகப் பெருஞ் செயலாம்.

ஒரு நாள் படமெடுத்து ஆடிக் கொண்டிருந்த காளியனின் தலை மீது குதித்துக் கிருஷ்ணன் நடனம் ஆடினான். பொறுக்க முடியாமல் அந்நாகம் இரத்த வாந்தி எடுத்தது.

கிருஷ்ணன் அந்த நாகத்தைக் கொன்று விட்டிருக்கலாம். ஆனால், அந்த நாகத்தின் குடும்பத்தினருக்காக இரங்கிப் பிழைத்துப் போகட்டும் என்று வேறெங்காவது போய்ச்சேர அனுமதித்தான்.

காளியனை அடக்கியதாய்ச் சொல்லப்படும் அருஞ் செயலைத் தொடர்ந்து கிருஷ்ணன் குளித்துக் கொண்டிருந்த பெண்களின் ஆடைகளைத் திருடிய நிகழ்ச்சி வருகிறது. புராணத்தில் வரும்,

கிருஷ்ணனைத் தெய்வமாய்த் தொழும் பக்தர்கள் இந்நிகழ்ச்சியை ஜீரணிப்பது பெரும் சங்கடத்திற்குரியது. இந்நிகழ்ச்சியை முற்றிலும் விரிவாகக் குறிப்பிட்டால் மிக்க அருவெறுக்கத்தக்க நிகழ்ச்சியாய்த் தோன்றும், சுருக்கமாய்ச் சொன்னாலும் கூட அசிங்கமாய்த் தெரியும்: அவமரியாதையாய்த் தோன்றும். ஆயினும் இயன்றவரை மிக நாகரிகத்துடனேயே கிருஷ்ணனின் இந்த நடவடிக்கையை நான் சுருக்கமாய்க் குறிப்பிடுகிறேன்.

கோபிகள் ஒரு நாள் யமுனையில் நீந்திக் குளிக்கப் போனார்கள். நதியில் இறங்குமுன் தம் ஆடைகளைக் களைந்து கரையில் வைத்தார்கள். நிர்வாணமாய்க் குளிக்கும் பழக்கம் நாட்டில் சில பகுதிகளில் இன்னும் நிலவிடுவதாய்ச் சொல்லப்படுகிறது. நதிக்கரையில் கோபியர்கள் அவிழ்த்துவைத்த ஆடைகளைக் கிருஷ்ணன் எடுத்துக் கொண்டு ஓடிப் போய் நதியோரத்தில் இருந்த ஒரு மரத்தின் மீது ஏறிக் கொண்டான். ஆடைகளைத் திருப்பித் தா என்று அப்பெண்கள் கேட்டபோது, ஒவ்வொருத்தியும் அம் மரத்தருகே வந்து தனக்கு ஆடை வேண்டுமென்று கையேந்திக் கேட்டாலொழிய அத்துணிகளைக் கொடுக்க முடியாதென்று கிருஷ்ணன் சொன்னானாம். இது நடக்க வேண்டுமானால் குளித்துக்கொண்டிருந்த அப்பெண்கள் நிர்வாணமாக வெளியேறி மரத்தடிக்கு வந்து கிருஷ்ணன் முன் நிர்வாணமாய் நின்று கையேந்த வேண்டும். அப்பெண்கள் அப்படிச் செய்த பின்னர்தான் கிருஷ்ணன் 'மனமிரங்கி அப்பெண்களுக்கு அவரவர் துணிகளைக் கொடுத்தானாம். இக்கதை பாகவதத்தில் சொல்லப்பட்டிருக்கிறது.

கிருஷ்ணனின் அடுத்த சாகசச் செயல் கோவர்தனக்குன்று ஏந்தியதாகும். கோவர்த்தனக்குன்றின் மீது வாழ்ந்து வந்த கோபர்கள், மழை பொழியச் செய்யும் இந்திர தேவனுக்குத் தம் அர்ப்பணங்களைச் சமர்ப்பித்திடும் வருடாந்திர விழாவிற்கு மிகைப்பட ஏற்பாடுகளைச் செய்து கொண்டிருந்தார்கள். அந்தக் காலத்தில் கோபர்கள் ஆயர்களைச் சார்ந்தவர்கள் உழவர்களல்ல. எனவே, அவர்களின் உண்மையான கடவுள்கள் பசுக்கள், குன்றுகள், மரங்கள் தான் என்றும் அவற்றினை மட்டுமே கோபர்கள் வணங்க வேண்டும் என்றும், மழை பொழியும் இந்திர தேவன் போன்ற கடவுள்களை வணங்கக் கூடாது என்றும் கிருஷ்ணன் சொன்னான். கோபர்களுக்கு அது சரியனெப்பட்டது அவர்கள் இந்திரனை வணங்கும் நோக்கத்தைக் கைவிட்டுவிட்டார்கள். மாறாகப் பசுக்களுக்கு உணவளித்துப்பராமரிக்கும் கோவர்தனக் குன்றுக்கும் பல பணிவிடைகளைச் செய்து கொண்டாடி, விருந்துண்டு, கூத்தாடி மகிழ்ந்தார்கள். தமக்கெதிராய் நடந்துள்ள இந்நிகழ்ச்சியை அறிந்து

இந்திரன் கடுங்கோபங் கொண்டான். கோபர்களைக் தண்டிக்கும் விதத்தில் கோபர் குன்றுகளின் மேல் ஏழுநாள் இரவும் பகலும் அடை மழை பொழியச் செய்தான். இந்த பயமுறுத்தலுக் கெல்லாம் கொஞ் சமும் விட்டுக் கொடுக்காத கிருஷ்ணன் கோவர்தனக் குன்றையே பெயர்த்தெடுத்து, அதனையே குடையாய்ப் பிடித்துக் கோபர்களுக்கும் அவர்களுடைய கால் நடைகளுக்கும், இந்திரன் கோபப்பட்டுப் பொழியச் செய்த மழையினால் எவ்வித பாதிப்பும் ஏற்படாமல் பார்த்துக் கொண்டான்.

ருக் வேதத்தில் இந்திரனுக்கும் கிருஷ்ணனுக்குமிடையே காணும் காழ்ப்புணர்ச்சியைப் பற்றியும் சதபத பிராமணத்தில் கிருஷ்ணனுக்கும் விஷ்ணுவுக்குமிடையே காணப்படும் எதிர்ப்புணர்ச்சியைப் பற்றியும் என்னுடைய முதல் சொற்பொழிவில் நான் ஏற்கெனவே பேசி இருக்கிறேன்.

கிருஷ்ணனின் இளைய பிராயம் முழுவதும் பிருந்தாவனத்து இளம் பெண்களுடன் தகாத உறவு கொண்டுகழித்ததாகவே தெரிகிறது. கிருஷ்ணன் செய்த இத்தகைய வீலைகளை இராசலீலை என்கின்றனர். ஆண்களும் பெண்களும் கை கோர்த்துச் சுற்றி வளைந்தாடும் நடனத்தை ரச என்றனர். இந்த நாட்டில் இன்றும் சில குல மரபினரிடையே அவ்வித நடனம் பழக்கத்தில் இருப்பதாய்ச் சொல்லப்படுகிறது. கிருஷ்ணனைப் பெரிதும் நேசித்த பிருந்தாவனத்துக் கோபியர்களுடன் சேர்ந்து அவன் அடிக்கடி இப்படி நடனமாடி மகிழ்ந்தான். விஷ்ணு புராணம், ஹரிவம்ச புராணம், பாகவத புராணம் ஆகியவற்றில் இத்தகைய ஒரு நடனத்தைப் பற்றித் தெளிவாய்ச் சொல்லப்பட்டுள்ளது. மேற்சொன்ன ஆதாரங்கள் எல்லாம் கோபிகள் கிருஷ்ணனிடம் கொண்டிருந்த காதல் மிகவும் பவ்யமானது: கடவுளின் பாலானது என்றும், அந்தக் கோபிகள் கிருஷ்ணனிடம் கொண்டிருந்த மோகத்தில் ஒன்றும் தவறில்லை எனவும் கூறுகின்றனர். வேறொரு ஆடவனிடத்தில் இப்பெண்கள் அப்படி நடந்து கொண்டிருந்தால் அவர்களுடைய நடத்தை பெரிதும் கண்டிக்கத் தக்கதென்பதையும், கிருஷ்ணன் இருந்த இடத்தில் வேறொரு ஆள் இருந்து அவனைக் கோபிகள் இப்படி மொய்த்திருந்தால் அவன் கடுந்தண்டனைக்கு உள்ளாகி இருப்பான் என்பதையும் அவர்களே ஒப்புக் கொள்கின்றனர். இந்நிகழ்ச்சியின் பொதுத் தன்மை குறித்து அனைவரும் ஒப்புக் கொள்கின்றனர் - அந்தக்காட்சி காலம், பருவம், இனிய இசையால் ஈர்க்கும் பெண்கள், நடனம், கிருஷ்ணனிடம் காம உணர்வு கொண்ட பெண்கள் மற்றும் பல்வேறு வழிகளில் அமைந்த அவர்களின் மெய்ப்பாடுகள்.

இந்நிகழ்ச்சிகளை விஷ்ணுபுராணம் ஆங்காங்கே சற்று நாகரிகமாய்ச் சொல்ல முயன்றாலும் ஹரிவம்ச புராணம் முற்றிலும் ஆபாசமாகவே சொல்லுகின்றது. பாகவத புராணமோ முழுக்க முழுக்க அறுவெறுப்பாகப் புலப்படுத்துகிறது.

கிருஷ்ணனுடைய அநாகரிகமான அநேக காரியங்களுள் மிகக் கேவலமானது என்னவெனில் அவன் இராதா என்ற கோபியுடன் கொண்ட முறை கெட்ட வாழ்க்கையாகும். கிருஷ்ணன் இராதாவுடன் கொண்டிருந்த தொடர்பினைப் பற்றிப் பிரம்ம வர்த்த புராணத்தில் வருணிக்கப்பட்டிருப்பதைக் காணலாம்.

மன்னன் ருக்மாங்கதனின் மகள் ருக்மணியைக் கிருஷ்ணன் திருமணம் செய்து கொள்கின்றான். இராதாவோ ஏற்கெனவே மணமானவள். முறைப்படி மணந்த மனைவி ருக்மணியைக் கைவிட்டுவிட்டு வேறொருத்தன் மனைவியான இராதாவுடன் கிருஷ்ணன் வாழ்க்கை நடத்துகிறான். அப்படிப்பட்ட பாவத்தைச் செய்து வாழ்க்கை நடத்தும் கிருஷ்ணனுக்குத் தான் செய்த குற்றத்தைப் பற்றி மனஸ்தாபமோ பச்சாதாபமோ கொஞ்சங்கூட இல்லை.

கிருஷ்ணன் மாவீரன் மாத்திரமல்ல. இளம் வயது முதலே மிகச் சிறந்த அரசியல் வித்தகன் எனவும் சொல்லப்படுகிறது. போர் வீரனாகவோ அல்லது அரசியல்வாதியாகவோ அவன் செய்த ஒவ்வொரு காரியமும் அறத்திற்கு மாறானவை. அந்த வகையில் அவன் செய்த முதற்காரியம் தன் சொந்த தாய்மாமனான கம்சனைக் கொன்றதாகும். அப்போது கிருஷ்ணனுக்கு வயது பன்னிரண்டுதானாம்.

கம்சன் கிருஷ்ணனுக்கு எரிச்சலூட்டினான். ஆயினும், கிருஷ்ணன் கம்சனைப் போர்க்களத்திலோ அல்லது தனிப்பட்ட முறையில் சண்டையிட்டோ கொன்றிடவில்லை.

பிருந்தாவனத்தில் கிருஷ்ணனின் சாகசக் காரியங்களைக் கேள்விப்பட்ட கம்சனுக்குப் பயம் ஏற்படுகிறது. இருப்பினும் அப்படிப்பட்ட வீரனொருவனுடன் ஆயுதங்கொண்டு போரிட்டு அப்போரில் மரணமடைவதையே பெரிதும் விரும்பினான் கம்சன்.

அதன்படி தன்னுடைய நாட்டில் ஓர் வில்வித்தை (தனுர்வஜ்னா) க்கு ஏற்பாடு செய்து சகலருக்கும் அறிவித்தான். அப்போட்டி நிகழ்ச்சியில் பங்கேற்க கிருஷ்ணன், அவனுடைய அண்ணன் பலராமன் மற்றும் அவர்களுடைய கோபர் நண்பர்களையும் அழைத்தான். கம்சன் தன் அரசு அதிகாரியான அக்ரூரனை அனுப்பி அவர்களை மதுராபுரிக்குக் கூட்டி வரச் சொன்னான். இந்த அக்ரூரன் மன்னன்

கம்சனின் அதிகாரியாயினும் கிருஷ்ணனின் விசுவாசி' யாமிருந்தான். கிருஷ்ணனும் அவனுடைய சகோதரர்களும் வந்தார்கள். கம்சன் அவர்களுக்கு மட்டும் கோபமூட்டவில்லை; வேறு பல யாதவர்களின் எரிச்சலுக்கும் ஆளாகி இருந்தான். கம்சனின் கொடுமை தாளாமல் பல யாதவர்கள் மதுராபுரியை விட்டே வெளியேறி விட்டிருந்தார்கள். எனவே, கம்சனுக்கு எதிராய் நிலவிய சதி கிருஷ்ணனுக்கும் அவன் சகோதரர்களுக்கும் சாதகமாய் அமைந்தது.

மதுராபுரியை வந்தடைந்தவுடன் தாம் அணிந்திருந்த சாதாரண ஆயர் உடையை மாற்றிச் சற்று நாகரிகமான உடையணிந்து கொள்ள கிருஷ்ணனும் அவனுடைய சகோதரர்களும் விரும்பினர். அவ்வழியே வீதியில் வந்த கம்சனின் சலவைக்காரனிடம் மிரட்டித் துணி கேட்டனர். அவனும் திமிராக நடந்து கொண்டதால் அவனைக் கொலை செய்துவிட்டு, அவன் சுமந்து வந்த துணி மூட்டையிலிருந்து தாம் விரும்பிய துணிகளை எடுத்துக் கொண்டனர்.

பிறகு கம்சனுக்கு வாசனைத் திரவியங்களைப் பூசும் குப்ஜா என்ற பெண்ணைச் சந்திக்கின்றனர். குப்ஜா ஒரு கூனி. அவர்களுடைய விருப்பத்திற்கிணங்க அவள் மணங்கமழும் சந்தனக் குழம்பைப் பூசி விட்டாள். பதிலுக்குக் கிருஷ்ணன் கூன் விழுந்த குப்ஜாவின் முதுகைக் குணப்படுத்தினானாம்.

வேறோர் சந்தர்ப்பத்தில் கிருஷ்ணன் குப்ஜாவைச் சந்திக்க நேர்ந்தபோது வழக்கம் போல் தகாத முறையில் குப்ஜாவுடன் உடலுறவு கொண்டதாகப் பாகவதம் சொல்கிறது. இருப்பினும் இந்தச் சந்தர்ப்பத்தில் கிருஷ்ணனுக்கும், அவன் சகோதரர்களுக்கும் குப்ஜா வாசனைத் திரவியங்களைப் பூசினாள்.

சுதாமா என்ற பூக்காரி அவர்களுக்குப் பூமாலை போட்டாள். அவர்கள் வில் (பூஜை) வித்தை நடக்குமிடத்தை அடைந்தனர். பூஜைக்குரிய மிகப் பெரியவில்லை உடைத்தெறிந்தனர். பயந்துபோன கம்சன் அவர்களைக் கொல்ல குவலய பிதா எனும் யானையை அவிழ்த்துவிட்டான். கிருஷ்ணன் அந்த யானையைக் கொன்றுவிட்டு அரங்கேறினான். அங்கே கம்சனின் புகழ்பெற்ற வீரர்களான சனூரன், முஸ்திகன், தோஷ்லகன் மற்றும் இந்திரனை வீழ்த்தினர். சனூரனையும், தோஷலகனையும் கிருஷ்ணன் கொன்றான். மற்ற இருவரையும் பலராமன் கொன்றான். தந்திரத்தால் கிருஷ்ணனைக் கொல்ல முடியாமற்போன கம்சன் கிருஷ்ணனும் அவன் சகோதரனும் நண்பர்களும் அவனுடைய இராஜாங்கத்தை விட்டே வெளியேறவும். அவர்களுடைய கால்நடைகளைப் பறிமுதல் செய்யவும்; வாசுதேவன்,

நந்தன் மற்றும் அவனுடைய சொந்தத் தந்தையான உக்கிரசேனனைக் கொல்லவும் உத்தரவிட்டான். இந்தத் தருணத்தில் கம்சன் அமர்ந்திருந்த மேடையை நோக்கித் தாவிக்குதித்துக் கம்சனின் தலைமயிரைப் பிடித்துத் தூக்கி ஓங்கித் தரையில் அடித்துக் கொன்றான் கிருஷ்ணன்.

கணவனை இழந்து புலம்பியழுத கம்சனின் மனைவியருக்கு ஆறுதல் சொல்லிவிட்டு ராஜமரியாதையோடு கம்சனின் உடலடக்கத்திற்கு ஆணையிட்டான். உக்கிரசேனன் அளித்த இராஜாங்கத்தை உதறித் தள்ளினான். பிறகு உக்கிரசேனனையே அரியணை ஏற்றினான். குடி பெயர்ந்து போன தம் குலத்தவர்களனைவரும் மீண்டும் மதுராபுரிக்கு வந்து சேர்ந்திட அழைத்தான்.

அடுத்த நிகழ்ச்சி கிருஷ்ணன் சராசந்தனுடன் நடத்திய போர் ஆகும். கலயாவனம் மற்றும் மகத நாட்டுப் பேரரசனான சராசந்தன், கம்சனின் மருமகன் ஆவான். தன் மாமனாரைக் கொன்ற கிருஷ்ணன் மீது கடுங்கோபங்கொண்ட சராசந்தன் மதுராபுரிமீது பதினேழு தடவைகள் படையெடுத்ததாகவும், ஒவ்வொரு தடவையும் கிருஷ்ணனிடம் படுதோல்வியடைந்து திரும்பியதாயும் சொல்லப்படுகிறது. சராசந்தன் பதினெட்டாவது தடவையாய் படையெடுத்து வந்தால் மதுராபுரி தாங்காது என அஞ்சி கிருஷ்ணன் மதுராபுரி யாதவர்களையெல்லாம் குஜராத் தீபகற்பத்தின் மேற்கிலுள்ள துவாரகைக்குக் குடிபெயரச் செய்தான். யாதவர்களெல்லாம் மதுராபுரியிலிருந்து வெளியேறியவுடன் சராசந்தனின் ஏவுதலால் கலயாவனத்தினர் மதுராபுரியை முற்றுகையிட்டனர். நகரத்துக்கு வெளியே கிருஷ்ணனுக்கும், கலயாவனத்தினருக்கும் கடும் சண்டை நடந்து கொண்டிருந்தது. அப்போது மன்னன் மச்சகுண்டன் என்பவன் மலைக்குகை ஒன்றில் தூங்கிக் கொண்டிருந்தான். அவனைக் கிருஷ்ணன் என்று தவறாக நினைத்துக் கொண்டு கலயா வனத்தான் ஒருவன் உதைத்துவிட்டான். உதைப்பட்ட மன்னன் தூக்கம் கலைந்து எழுந்து பார்த்தான். அவன் கண்களில் கோபம் கொப்பளித்து வந்தது. தன் கண்களிலிருந்து அக்கினியைக் கக்கினான். படையெடுத்து வந்தவர்கள் எரிந்து சாம்பலாயினர். எப்படியோ, கலயாவனத்துப் பட்டாளத்தைக் கிருஷ்ணன் தோற்கடித்து விட்டுச் சூறையாடிய பொருட்களோடு, துவாரகையை நோக்கிப் பறந்தான். வழியில் சராசந்தன் கிருஷ்ணன் முன் ஓடித் தடுத்தான். அப்போதும் ஓர் குன்றின் மீதேறி குதித்துத் தப்பி அங்கிருந்து துவாரகைக்குப் பறந்தான். கிருஷ்ணன் முதல் தடவையாய் திருமணம் செய்து கொண்டான். விதர்பா மன்னன் பீஷ்மகனின் மகள் ருக்மணியை மணந்தான் ருக்மணியின் தந்தை பீஷ்மகன், சராசந்தனின் யோசனையின் பேரில் கிருஷ்ணனின்

ஒன்றுவிட்ட சகோதரன் சேதி நாட்டு அரசன் சிசுபாலனுக்கு ருக்மணியை மணம் செய்து கொடுக்க ஏற்பாடுகளைச் செய்து கொண்டிருந்தான். ஆனால் கல்யாணத்திற்கு முன் நாள் ருக்மணியைக் கிருஷ்ணன் கடத்திக் கொண்டு போய்விட்டான். ருக்மணி கிருஷ்ணனை நேசித்ததாயும், அவள் கிருஷ்ணனுக்கு ஒரு காதல் கடிதம் எழுதியதாயும் பாகவதத்தில் சொல்லப்படுகிறது. இது உண்மையாய்த் தெரியவில்லை. ஏனெனில், கிருஷ்ணன் ருக்மணியின் நம்பிக்கைக்குரிய உண்மையான கணவனாய் இருந்ததாய்த் தெரியவில்லை. ருக்மணியைத் தொடர்ந்து பெரும் மந்தையே கிருஷ்ணனின் மனைவிக் கூட்டமானது. கிருஷ்ணனுடைய மனைவிப் பட்டாளத்தின் எண்ணிக்கை பதினாறாயிரத்து ஒரு நூற்றெட்டு பேர்கள். அவனுடைய குழந்தைகளின் எண்ணிக்கையோ ஒரு இலட்சத்து எண்பதாயிரம் பேர்கள்.

கிருஷ்ணனுடைய மனைவிமார்களுள் பிரபலமானவர்கள் ருக்மணி. சத்யபாமா, ஜாம்பாவதி, காளிந்தி, மித்ர பிந்தா, சத்யா, பத்ரா மற்றும் வக்ஷமணா ஆகிய எட்டு பேர்களாவர். எஞ்சிய பதினாறாயிரத்து நூறு பேர்களும் அவனை ஒரே நாளில் மணந்தவர்கள். இவர்களனைவரும், பிரஜோதிஷ் மன்னன் நாரகனுடைய அந்தப்புரத்துப் பெண்களாம். இந்திரனுடைய தாயின் கம்மலை நாரகன் கழற்றிக் கொண்டு போய் விட்டானாம். எனவே, இந்திரனின் அழைப்பை ஏற்று கிருஷ்ணன் நாரகனைத் தோற்கடித்தானாம் வெற்றிக் களிப்போடு தன் மனைவி சத்திய பாமாவுடன் இந்திர தேவலோகத்திற்கு விஜயம் செய்தபோது இந்திரனின் புகழ் பெற்ற பாரிஜாத (மரம்) மலர்மீது சத்யபாமாவுக்கு ஆசை ஏற்பட்டுவிட்டதாம். இப்போதுதான் இந்திரனுக்காகப் போராடித் திரும்பினான். தன் மனைவியின் விருப்பத்தை நிறைவேற்றி எந்தக் கடவுளுக்கு உதவினானோ, அதே கடவுளிடம் சண்டையிட நேர்ந்தது. வேதக் கடவுளுக்கெல்லாம் இந்திரன் தலைவனானாலும், கிருஷ்ணன் இப்போதுதான் இந்திரனுக்கு உதவியிருந்தாலும் பரம் பொருளின் மறு உரு எனப்படும் கிருஷ்ணனுக்கு இந்திரன் ஈடானவன் அல்ல என்பதால் இந்திரன் புகழ் பெற்ற பாரிஜாத மலரையும், மரத்தையும் கொண்டு செல்லுங்கள் என்று விட்டு விட்டான் கிருஷ்ணன் அவற்றினைக் கொண்டுவந்து துவாரகையில் நட்டான்.

கிருஷ்ணனின் முதல் எட்டு மனைவிகளை அவன் அடைந்த விதம் மிகவும் சுவையானது. கிருஷ்ணன் ருக்மணியை அடைந்த கதை ஏற்கெனவே சொல்லப்பட்டது.

யாதவர்களுடைய தலைவன் சத்ரஜித் என்பவனுடைய மகள் சத்யபாமா. கிருஷ்ணனுக்குப் பயந்து சில அனுகூலங்களுக்காகத் தன்

மகள் சத்யபாமாவைக் கிருஷ்ணனுக்குத் திருமணம் செய்து கொடுத்தான் சத்ரஜித்

கரடிகளின் தலைவன் ஜாம்பவானின் மகள் ஜாம்பாவதி முன்பொருதடவை ஒரு யாதவனிடமிருந்து ஜாம்பவான் அபகரித்துப் போன விலையுயர்ந்த வைரத்தைத் திரும்பப் பெற கிருஷ்ணன் ஜாம்பவானுடன் நீண்ட போர் நடத்தினான். போரில் ஜாம்பவான் தோற்றுப் போனான். அமைதிக்கு அடையாளமாய் தன் மகள் ஜாம்பாவதியைக் கிருஷ்ணனுக்குக் கொடுத்து விட்டான் ஜாம்பவான்.

கிருஷ்ணனைக் கணவனாய் அடைந்திட காளிந்தி தவமாய்த் தவங்கிடந்தாள். இறுதியில் அவளுடைய வேண்டுதல் கைகூடியது. கிருஷ்ணனுக்கு மனைவியானாள்.

கிருஷ்ணனின் அத்தை மகள் மித்ரபிந்தா. சுயம்வர மண்டபத்திலிருந்து கிருஷ்ணன் அவளைத் தூக்கிக் கொண்டு போய்விட்டான்.

அயோத்தி அரசன் நாக்நாஜித் காளையை அடக்கும் போட்டி ஒன்று நடத்தினான். கிருஷ்ணன் அப்போட்டியில் கலந்து கொண்டு வீரசாகசம் புரிந்தான். பலம் வாய்ந்த பல எருதுகளைக் கொன்றான். அயோத்தி அரசன் நாக்நாஜித்தையும் வென்று அவனுடைய மகளான சத்யாவை மணந்தான்.

பத்ரா கிருஷ்ணனுடைய வேறொரு அத்தை மகள். அவளை முறையாக அவன் மணந்தான்.

மத்ரா நாட்டரசன் பிருகத்சேனனின் மகள் லஷ்மணா. அவளையும் சுயம்வர மண்டபத்திலிருந்து கிருஷ்ணன் தூக்கிக் கொண்டு போய்விட்டான்.

கிருஷ்ணனின் ஒன்றுவிட்ட சகோதரியும் பலராமனின் உடன் பிறந்த சகோதரியுமான சுபத்ராவுக்கும் அர்ஜுனனுக்கும் நடந்ததிருமணத்தில் கிருஷ்ணன் ஆற்றிய பங்கு பெரிதும் கவனத்திற்குரியது. அர்ஜுனன் சஞ்சாரஞ் செய்து புனித பிரபாசாவை அடைந்தபோது, ரைவாதக பர்வதத்தின் மேல் இருந்து கிருஷ்ணன் அர்ஜுனனை வரவேற்றான். அங்கே சுபத்திரையின் மீது மையல் கொண்ட அர்ஜுனன் அவளை அவ்விடத்திற்குக் கொண்டு வருவது எப்படி எனக் கிருஷ்ணனிடம் கேட்டான். சத்திரியர்கள் சுயம்வரத்திற் கென்று காத்திருப்பதில்லை, வீரஞ்செறிந்த சத்திரியனான அர்ஜுனனும் அவ்வழக்கப்படியே சுபத்திரையைக் கடத்திக் கொண்டு போய் விட யோசனை சொன்னான் கிருஷ்ணன். அர்ஜுனனின் இந்த அடாத செயல்

முதலில் யாதவர்களுக்குப் பெரும் மானபங்கமாய் இருந்தது; கோபப்பட்டார்கள்; கொதிப்படைந்தார்கள். ஆனால் அர்ஜுனனின் செயலை நியாயப்படுத்தி கிருஷ்ணன் யாதவர்களை - இணங்கச் செய்தான். சுபத்திரைக்குத் தகுந்த பொருத்தமான கணவன் அர்ஜுனன், அவன் சுபத்திரையைக் கடத்திப் போன செயல் எந்தவகையிலும் ஒரு வீரனின் தரந்தாழ்ந்த செயலல்ல என்றான் கிருஷ்ணன். பிறகே யாதவர்கள் அர்ஜுனன் சுபத்திரை திருமணத்திற்கு இசைந்தார்கள். அவர்கள் வேறெதைச் செய்வார்கள்? கிருஷ்ணன் நம்மைப் போன்று சாதாரணமாய் வக்காலத்து வாங்கிப் பேசவில்லை. நாம் ஏற்கனவே பார்த்தது மாதிரி தனது சாகசங்களையும் அதற்காதாரமாய் எண்ணற்ற கற்பனை உதாரணங்களையும் சொல்லி யாதவர்களை இணங்கச் செய்தான்.

யுதிஷ்டிரன் நடத்திய ராஜசூய யாகத்தில் பூசல் ஏற்படுத்திய சிசுபாலனையும், சரசந்தனையும் கிருஷ்ணன் ஒழித்துக் கட்டிய விதம் மேலும் ருசிகரமானது. சராசந்தன் எண்ணற்ற மன்னர்களைச் சிறைப்படுத்தி இருந்தான். அவன் அரசர்களையெல்லாம் ருத்திரனுக்குக் காவு கொடுக்கவும் எண்ணி இருந்தான்.

சராசந்தனைக் கொன்று, மன்னர்களையெல்லாம் விடுவித்து. அவர்கள் யுதிஷ்டிரனுக்குத் தாள் படியாமல் போனால் யுதிஷ்டிரன் ஒரு பேரரசன் என்பது நிலையானதாகாது. எனவே கிருஷ்ணன் பீமன். அர்ஜுனன் சகிதம் சராசந்தனின் தலைநகரான ராஜ கிருகத்தை நோக்கிப் புறப்பட்டான். ராஜகிருகத்தில் சராசந்தனை நோக்கி, எம்மூவருள் யாருடனாவது ஒருவனுடன் ஒருவன் என் மோதிப்பார்க்கத் தயாரா எனச் சவால் விட்டான் எந்த ஒரு சத்திரியனும் அப்படிப்பட்ட சவாலை ஏற்க மறுக்க மாட்டான். எதிரியின் கையில் மாள்வது நிச்சயம் எனத் தெரிந்தும் சராசந்தன் தன் மகன் சகாதேவனைத் தன் வாரிசு எனச் சொல்லி விட்டு அம்மூவருள் பீமனோடு சமர்புரியத் தயார் என அறைகூவல் விட்டான். இந்தப் போர் பதின்மூன்று நாட்கள் நடந்தது. இறுதியில் சராசந்தன் தன் எதிரியின் கையில் மாண்டு போனான். சராசந்தனின் மகன் சகாதேவனை அரியணையிலமர்த்திவிட்டு விடுவிக்கப்பட்ட மன்னர்களையெல்லாம் யுதிஷ்டிரனின் ராஜசூயை யாகத்திற்கு அனுப்பி விட்டுக் கிருஷ்ணனும் அவன் நண்பர்களும் இந்திர பிரஸ்தத்திற்குத் திரும்பினார்கள்.

கொஞ்ச காலத்தில் யுதிஷ்டிரனின் ராஜசூயை யாகத்திற்கான நாளும் வந்தது. அந்நிகழ்ச்சிக்கான பல்வேறு பணிகளுள், அவ்விழாவுக்கு

வரும் பிராமணர்களின் கால்களைக்கழுவும் பாதபூஜை பொறுப்பினைக் கிருஷ்ணன் எடுத்துக் கொண்டதாகச் சொல்லப்படுகிறது.

எப்படி ஒப்பு நோக்கிப் பார்த்தாலும் இந்த நிகழ்ச்சியைப் பொருத்தமட்டிலாவது, மகாபாரதத்தை நவீனப்படுத்திடும் நோக்கில் நுழைக்கப்பட்ட இடைச் செருகல்கள் இவை என்பது தெளிவாய்த் தெரிகிறது. பழங்காலத்தில், அதாவது மேலாதிக்கம் நிலைத்துவிட்ட பின்னாளில் கூட, ஒருபோதும் சத்திரியர்கள் பிராமணர்களின் குற்றேவலர்களாயிருக்கவில்லை.

ஆயினும் பலி பூஜைகளெல்லாம் நடந்து முடிந்த பின் அப் பேரவையில் குழுமி இருந்தோரில் அரசர்கள், பூஜாரிகள் மற்றும் சன்மானத்துக்குரிய சான்றோர்களுக்குப் பரிசில்கள் வழங்கிட விரும்பி யுதிஷ்டிரன் எழுந்தான், யாரை முதலில் கௌரவிப்பது?

இக்கேள்வியை யுதிஷ்டிரன் பீஷ்மனிடம் கேட்டான். முதலில் கௌரவிக்கப்பட வேண்டியவன் கிருஷ்ணனே என்று பீஷ்மன் சொன்னான். அதன்படி யுதிஷ்டிரன் ஆணையிட சகாதேவன் ஆர்கியத்தைக் கிருஷ்ணனுக்குப் பரிசாய் அளித்துக் கௌரவித்தான். கிருஷ்ணனும், அதனைப் பெற்றுக் கொண்டான்.

இந்நிகழ்ச்சி சிசுபாலனை சஞ்சலப்படுத்தியது. முதல் மரியாதை பெற கிருஷ்ணனுக்குரிய யோக்கியதையை இடித்துக் காட்ட நீண்ட உரையாற்றி, அப்படி கிருஷ்ணனைக் கௌரவித்த பாண்டவர்களையும், இதனை ஏற்றதற்காகக் கிருஷ்ணனையும் பழித்துப் பேசினான். உடனே பீஷ்மன் எழுந்து கிருஷ்ணனின் ஆற்றல், திறமைகளை யெல்லாம் வரிசைப்படுத்தி நீண்டுரைத்தான் இறுதியில் கிருஷ்ணனுடைய தெய்வீகத் தன்மையையும் பிரகடனப்படுத்தினான். மீண்டும் எழுந்தான் சிசுபாலன். கிருஷ்ணனைப் பற்றி பீஷமன் சொன்ன வாதங்கள் ஒவ்வொன்றுக்கும் பதிலடி தந்து முறியடித்தான். கிருஷ்ணனை மேலும் பழித்துப் பேசினான்.

கிருஷ்ணனுக்கு எதிராகச் சிசுபாலன் அடுக்கிச் சொன்ன குற்றச் சாட்டுகளுள், பிருந்தாவனத்துக் கோபியர்களுடன் கிருஷ்ணன் நடத்தியலீலைகளைப்பற்றி எதுவுமில்லை என்று கிருஷ்ணனின் வாழ்க்கை வரலாற்றைச் சமீபத்தில் எழுதியவர்கள் கருத்துக் கொண்டுள்ளனர். மகாபாரதம் எழுதப்பட்ட காலத்தில், இந்த "கோபி - கிருஷ்ண" லீலைகளைப் பற்றிய கதை புராணக் கதாசிரியர்களாலும். கவிஞர்களாலும் பலவாறுபேசப்பட்டிருந்தும் இன்றைய நவீனப் பண்டிதர்கள் அக்காலத்தில் அக்கதையே கருக் கொண்டிருக்கவில்லை எனக் கருதுகின்றனர். ஆயினும், சிசுபாலன்

தன் நெடிய உரையை முடித்த பின் சிசுபாலனும் அவனுடைய ஆட்களும் நிகழ்ச்சி மும் முன் ஏதாவது சச்சரவு செய்வார்கள் எனப் பதட்டத்துடன் தந்த யுதிஷ்டிரனைக்கண்ட பீஷ்மன் அவர்களை நோக்கி "நீங்கள் சாவதென்றே முடிவு செய்து விட்டிருந்தால் கிருஷ்ணனை எதிர்க்கத் துணியலாம்! எதிர்த்துச் சவால் விடலாம், தெய்வ பலம் பொருந்திய கிருஷ்ணனோடு மோதிப் பார்க்கலாம்" - என்றான். இந்தத் தருணத்தில் சிசுபாலன் எழுந்து மீண்டும் கிருஷ்ணனுக்குச் சவால் விட்டான். சிசுபாலனின் சவாலை ஏற்ற கிருஷ்ணன் எழுந்து நின்று, "அவனுடைய அன்னை (என் சிற்றன்னை) யின் வேண்டுகோளின்படி அவன் செய்த நூற்றுக்கணக்கான குற்றங்களை நான் மன்னித்தேன். ஆனால் இங்குக்கூடியுள்ள அநேக இளவரசர்கள் முன் அவன் பேசிய அவமானப் பேச்சுகளை என்னால் மன்னிக்க முடியாது. இதோ உங்கள் முன்னாலேயே அவனைக் கொலை செய்கிறேன்!" என்றான். கிருஷ்ணன் அவனுடைய சக்கரத்தைச் சிசுபாலனை நோக்கி வீசினான். சிசுபாலன் தலை துண்டிக்கப்பட்டது.

அடுத்து மகாபாரதப்போரில் கிருஷணன் ஆற்றிய பங்கினை இப்போது பரிசீலிப்போம்.

1. கிருஷ்ணனுடைய நண்பன் சாத்யகி. அவன் சோமதத்தனுடைய மகன் பூரிஸ்ரவாவால் பெரிதும் தொல்லைக்காட்பட்டான். கிருஷ்ணன் அர்ஜுனனைத் தூண்டி பூரிஸ்ரவாவின் கைகளை வெட்டிடச் சொன்னான். அதன் பின்னர் சாத்யகி பூரிஸ்ரவாவைச் சுலபமாய்க் கொன்றிட முடிந்தது.

2. கௌரவர் படைவீரர்கள் எழுவர் தகாத முறையில் அபிமன்யுவைச் சுற்றி வளைத்துக் கொன்று விட்டனர். கொலை செய்த அந்த எழுவரின் தலைவன் ஜயத்ரதனை மறுநாள் சூரியன் மறைவதற்குள் கொன்றே தீருவேன்: அல்லவெனில் அக்கினிக்குள் புகுந்து என்னை நானே தற்கொலை செய்து கொள்வேன் என அர்ஜுனன் சபதம் செய்தான். மறுநாள் சூரியன் மறையும் வேளை இன்னும் ஜயத்ரதன் கொல்லப் படவில்லை. கிருஷ்ணன் அதிசயமாய் சூரியனை மறைத்தான். சற்று இருள் படிந்தது. ஜயத்ரதன் வெளியே வந்தான். சூரியனை மறைத்துக் கொண்டிருந்த கிருஷ்ணன் இப்போது சூரிய வெளிச்சம் விழச் செய்தான். சூதுவாது தெரியாமல் வெளியில் தென்பட்ட ஜயத்ரதனை அர்ஜுனன் கொன்றுவிட்டான்.

3. நேர்மையான முறையிலேயே தம்மை யாரும் கொன்றிடக் கூடும் எனும் நம்பிக்கை கொண்டிருந்த துரோணனைப் பாண்டவர்கள் தகாத வழியில் கொன்றிட அவர்களுக்குக் கிருஷ்ணன் ஆலோசனை சொன்னான்.

துரோணன் ஆயுதங்களைக் கீழே போட்டிடச் செய்தால் மட்டுமே அவனைக் கொல்வது எளிதென்றான் கிருஷ்ணன்.

துரோணன் போரில் ஈடுபட்டிருக்கிறபோது அவனுடைய மகன் அஸ்வத்தாமன் செத்துவிட்டான் - என்ற செய்தியை அவனுக்குச் சொன்னால் அது நடக்கும் என்றான். அதற்காகச் சொல்லிக் கொடுக்கப்பட்ட காரியத்தைப் பீமன் செய்தான். துரோணன் மகனின் பெயரைக் கொண்ட ஓர்யானையைப் பீமன் கொன்றுவிட்டு துரோணன் மகன் அஸ்வத்தாமன் கொல்லப்பட்டுவிட்டான் என்று துரோணனுக்குத் தகவல் கொடுத்தார்கள். மகன் கொலையுண்ட செய்தி கேட்ட துரோணன் பெரிதும் கலக்கப்பட்டான். ஆனால் அச் செய்தியை அவனால் நம்பமுடியவில்லை. இந்தச் சந்தர்ப்பத்தில் சண்டையை நிறுத்திவிட்டு, விண்ணுலகை அடைந்து, பிராமணர்களின் பிரத்தியேகப் பெருமைக்குரிய தவத்தை மேற்கொள்ளும்படி துரோணனுக்கு அநேக முனிவர்கள் வலிந்துரைத்தனர்.

இது துரோணனுக்கு மேலும் பதைபதைப் பூட்டியது. எனவே நம்பிக்கைக்குரிய யுதிஷ்டிரனிடம் தன் மகனைப் பற்றி சரியான தகவலென்ன என்று கேட்டான். யுதிஷ்டிரன் பொய் சொல்ல விருப்பமின்றிப் பெரிதும் தயங்குவதைக் கண்ட கிருஷ்ணன் மிக நீண்ட அறிவுரை (?) யாற்றி அச்சூழ்நிலையை எப்படிச் சமாளித்தான் என்பதையும் அவ்வுரையினூடே உண்மைக்குப் புறம்பானவற்றைச் சொல்லி எங்ஙனம் நியாயப் படுத்தினான் என்பதையும் அடியிற்காணும் வசிஸ்தஸ்மிருதியின் வாசகங்களில் காணலாம்.

"கல்யாணங்கள், காதல் விவகாரங்கள். ஒருவரின் உயிர் ஆபத்தில் சிக்கியுள்ள வேளை, ஒருவரின் உடமைப் பொருட்களெல்லாம் பறிபோகும் தருணம், மற்றும் ஒரு பிராமணனின் 'நலன்' பணயத்திலுள்ளது போன்ற சந்தர்ப்பங்களிளெல்லாம் பொய் சொல்லலாம் - மேற்கண்ட ஐந்து சந்தர்ப்பங்களில் பொய் சொல்வது பாவமாகாது என்று விவேகமுள்ள சான்றோர்கள் சொல்லியுள்ளனர்" என்கிறான் கிருஷ்ணன்.

மனசாட்சிப்படி உண்மை நெறி பிறழாது நடக்கிற யுதிஷ்டிரனின் மனம் தயங்கித் தளர்ந்தது. அவன் தன் தலைவ (துரோணனை நோக்கி "ஆம், அஸ்வத்தாமன் கொல்லப்பட்டு விட்டான், அது.... ஒரு யானை" என்று பின்னுள்ள சொற்களை மெல்லிய குரலில் சொன்னான். உணர்ச்சி வசப்பட்டிருந்த துரோணனின் காதுகளில் அந்தக் கடைசி சொற்கள் விழவே இல்லை. துரோணன் முற்றிலும் மனம் முறிந்து போனான். பீமன் உமிழ்ந்த சில இகழ்வுரைகளைக் கேட்டு மேலும் மனம்

குன்றித் தன் ஆயுதங்களை வீசி எறிந்து விட்டு துரோணன் தவத்தை மேற்கொண்டு தியானத்தில் அமர்ந்திருந்த போது திரிஸ்தத்யு மனாவால் கொல்லப்பட்டான்.

4. ஒரு தடவை தவைபயானா எனும் ஏரியின் ஓரத்தில் பீமனுக்கும் துரியோதனனுக்குமிடையே கடுமையான போர் நடந்து கொண்டிருந்தது. பீமன் பின் வாங்கி கொண்டிருந்தான். துரியோதனனுக்கு ஈடுகொடுக்க முடியவில்லை. இந்த வேளையில் கிருஷ்ணன் அர்ஜுனன் மூலம் பீமனுக்கு நினைவூட்டுகிறான். "உன் எதிரியைத் தொடையை நோக்கித் தாக்கு; அவன் சாய்ந்து போவான்" என்கிறான்.

போரில் ஈடுபட்டிருக்கும் எதிரியைத் தொப்புளுக்குக் கீழே அடித்துத் தாக்குவதென்பது போர் மரபுகளுக்கெதிரானது.

அப்படித் தாக்கினாலொழிய துரியோதனனைக் கொன்றிட முடியாது என்பதால் தகாத வழியில் துரியோதனனைக் கொன்றிட பீமனுக்குக் கிருஷ்ணன் யோசனை தருகிறான். அதையே பீமனும் செய்கிறான்.

கிருஷ்ணனின் மறைவு கிருஷ்ணனின் வாழ்முறை நெறிகளைப் பற்றி மேலும் அதிக விவரங்களைத் தருகின்றன. துவாரகையை ஆண்டுகொண்டிருந்தபோது கிருஷ்ணன் மறைந்தான். அப்போது துவாரகை எப்படி இருந்தது? கிருஷணனுக்கு எத்தகைய மரணம் சம்பவித்தது?

துவாரகை நகரத்தை அவன் நிர்மாணித்த போது பல்லாயிரக்கணக்கான அநாதைகளை அங்கே குடியமர்த்திட பிரத்தியேகக் கவனம் செலுத்தினான். அதைப் பற்றி ஹரிவம்ச புராணம் குறிப்பிடுவதாவது.

"அவனே மாவீரன்! வீரஞ்செறிந்த யாதவர்களின் உதவியோடு பலசாலிகளான தைத்யர்களையே வென்று இந்நகரத்தை அமைத்து, பிரபு இங்கு ஆயிரக் கணக்கான விலை மாதர்களைக் குடியமர்த்தி இருக்கிறான்".

துவாரகையில் கூத்து, பாட்டு, களியாட்டங்கள் அதில் மணமான ஆடவர் பெண்டிர் மற்றும் விபச்சாரிகளின் கேளிக்கைகள் நிரம்பி வழிந்தன. மகிழ்ச்சிக் கூத்துக் களியாட்டங்களில் மகத்தான சாதனங்களாய் இவ்வகை மாதர்களே பிரதானமாய் இருந்துள்ளனர் என்பதற்குக் கடலளவு விவரங்கள் காணக் கிடக்கின்றன. இப்படிப்பட்ட கூத்து. பாட்டுகளால் பெரிதும் ஈர்க்கப்பட்ட கிருஷ்ணனும் பலராமனும் தத்தம் மனைவி மார்களோடு அக்களியாட்டாங்களில் கலந்து கொண்டனர். அவர்களைத் தொடர்ந்து பல யாதவ தலைவர்களும் அர்ஜுனனும்,

நாரதனும் கூட சேர்ந்து கொண்டனர். உணர்ச்சி மேலீட்டால் அவர்கள் உந்தப்பட்டு ஒரு புதிய விளையாட்டு விளையாட விழைந்தனர்.

ஆண்களும் பெண்களும் கலந்து இரண்டு அணிகள் பிரிக்கப்பட்டன. ஓர் அணிக்குக் கிருஷ்ணனும் மற்றோர் அணிக்குப் பலராமனும் தலைமை ஏற்றனர். கிருஷ்ணனின் யோசனைப்படி எல்லாரும் கடலில் குதித்து. ஜலக்கிரீடப் போட்டி நடத்தினர். இந்த வேளையில் அரசவையணங்குகள் முழக்கிய இசை விருந்து களியாட்டக்காரர்களுக்கு மேலும் முறுக்கேற்றியது. கடலில் நீராடிக் கரை சேர்ந்தவுடன் நல்விருந்தும் சுவையான மதுவும் அவர்களின் ருசியைத் தணித்தன. மீண்டும் இடம் பெற்ற விசேஷ இசைக்கூத்துகளில் தலைவர்களெல்லாம் இசையில் தமக்குள்ள பேராற்றலைப் புலப்படுத்தும் வகையில் பல்வேறு இசைக் கருவிகளை இசைத்துக் காட்டினர். இப்படி உண்டு களித்துக் கூத்தாடி 'ஜாலியாக வாழ்ந்த மக்கள் யாதவர்கள் என்பது தெளிவாய்த் தெரிகிறது.

இன்றைய காலகட்டத்தில் பிராமணர்களும் சில ஆச்சாரிகளும் உள்ளூர் நாடக நிகழ்ச்சிகளைப்பற்றியும் பழங்கால நடன நாட்டியங்களைப் பற்றியும் எதிர்ப்புத் தெரிவித்துக் கூவிடும் கூச்சலைக் கேட்டிருந்தால் அன்றைய யாதவர்கள் இவர்களை எந்த அளவுக்குக் கடுமையாய் நடத்தி இருப்பார்கள்?

இத்தகைய கூத்துக் களிவெறியாட்டத்தால் தான் யாதவ இனமே அழிந்து போனது. இப்படிப்பட்ட களியாட்டத்தால் யாதவர்கள் அநேக முனிவர்களின் மனத்தாங்கலுக்கு ஆளாயினர். யாதவப் பையன்கள் முனிவர்களிடம் காட்டிய விஷம் விளையாட்டு முனிவர்களிடையே பெரும் எரிச்சலுணர்வைத் தூண்டியது.

ஒரு நாள் யாதவப் பையன்கள் கிருஷ்ணனுடைய மகன் சம்பாவைப் பிடித்துப் பிள்ளைத்தாய்ச்சி மாதிரி வேடம் போட்டு, தொப்புளுக்குக் கீழே ஒரு உலக்கைத் தடியைக் கட்டி முனிவர்கள் முன் கொண்டு போய் நிறுத்தி இந்தப் பிள்ளைத் தாய்ச்சிக்கு என்ன குழந்தை பிறக்கும் என்று கேட்டார்கள். கோபத்தால் கொதிப்படைந்த ஒரு முனிவன், "இவளுக்குக் குழந்தையாய் ஒரு இரும்புத் துண்டு பிறக்கும்; யாதவர்கள் பூண்டறுந்து போக அதுவே காரணமாயிருக்கும்" என்று சாபமிட்டான்.

முனிவனுடைய சாபத்தின் விபரீத விளைவுகளை எண்ணி யாதவப் பையன்கள் அந்த உலக்கைத் தடியைக் கொண்டு போய் உடைத்துக் கடலோரத்தில் புதைத்து விட்டார்கள்.

ஆனால் அத்தடியின் துண்டு துணுக்குகளெல்லாம் மேலெழும்பி அருகம்புல் வடிவில் வளர்ந்தன. கடலில் கலந்துவிட்ட ஒரு சிறிய துண்டு கரையில் ஒதுங்கி ஓர் வேட்டைக்காரனிடம் கிடைத்தது. அவன் அத்துண்டினை தன் அம்பின் முனையாய்ப் பயன்படுத்தினான்

பிரபாசா எனும் புண்ணிய பூமிக்கு யாதவர்கள் பெருமளவில் போனார்கள். அங்கே குடி வெறியாட்டத்தில் இறங்கினர். அதுவே அவர்களின் அழிவை. உறுதிப்படுத்தியது. குடிப்பழக்கம் அங்கே தடை செய்யப்பட்டிருந்தது. இதனைக் கிருஷ்ணனும் மற்ற யாதவத் தலைவர்களும் மிக நன்றாகவே அறிந்திருந்தனர். ஆயினும் அந்தத் தடையை யாரும் பொருட்படுத்தியதாய்த் தெரியவில்லை.

குடித்துப் போதையேறிய யாதவர்கள் முதலில் சச்சரவில் ஈடுபட்டனர். பின்னர் கலவரத்திலிறங்கி ஒருவரை ஒருவர் வெட்டிக் கொண்டு மாண்டனர். இச்சண்டையில் கிருஷ்ணனின் சொந்த மகன்கள் சிலரும் உயிரிழந்தனர். அதையறிந்து ஆத்திர மடைந்த கிருஷ்ணனும் சண்டையிலிறங்கிப் பெருமளவிலான தம் மக்களையே கொன்று போட்டான். அதன் பின்னர் கிருஷ்ணன் பலராமனைத் தேடிப் புறப்பட்டான்.

அண்ணன் பலராமன் தியானத்தில் ஆழ்ந்திருப்பதைக் கண்டான் தம்பி கிருஷ்ணன் பலராமனின் ஆவி பிரிந்து மிகப் பெரிய நாகமாக ரூபமெடுப்பதையும் கண்டான். அந்நாகத்திற்குத் தெய்வ சக்தியுள்ள சேஷ நாகன் எனப் பெயரிட்டான். தானும் மறைந்து போக இதுவே சரியான தருணம் எனவும் கிருஷ்ணன் கருதினான்.

பின்னர் தன் தந்தைக்கும் மனைவிமார்களுக்கும் விடையளித்து விட்டு, ''உங்களை இனிமேல் பார்த்துப் பராமரிக்க அர்ஜுனனுக்குத் தகவல் அனுப்பியுள்ளேன். அப்பொறுப்பு அவனுடையது என்று சொன்னான் கிருஷ்ணன்.

பிறகு கிருஷ்ணன் ஒரு மரத்தடிக்குச் சென்று மனத்தை ஒருமுகப்படுத்தி தியானத்திலமர்ந்தான். அடர்ந்த அம்மரத்தின் கிளைகளும் தழைகளும் அவனை மறைத்துக் கொண்டன். கிருஷ்ணன் அவ்வாறு உட்கார்ந்திருந்த வேளையில் ஜாரா என்றொரு வேட்டைக்காரன் மரத்தடியிலமர்ந்திருந்த உருவத்தை மான் என்று தவறாகக் கருதி கிருஷ்ணன் மீது அம்பு ஒன்றை எய்தான்.

ஒடித்துக் கடல் ஓரத்தில் புதைக்கப்பட்ட உலக்கைத் தடியிலிருந்து வேட்டைக்காரன் ஒருவன் கண்டெடுத்த சிறிய துணுக்கினை முனையாய்க் கொண்டிருந்த அம்புதான், ஜாரா கிருஷ்ணனை

நோக்கி அடித்த அம்பு அறியாமல் நடந்திட்ட தவற்றினை உணர்ந்த வேட்டைக்காரன் ஜாரா, கிருஷ்ணனின் கால்களில் வீழ்ந்து மன்னிப்புக் கேட்டான். கிருஷ்ணனும் மன்னித்தான். திசையெங்கும் இடியும் மின்னலும் பிரகாசிக்கச் செய்து கிருஷ்ணன் வானுலகை அடைந்தான்.

அர்ஜுனன் வந்தான். எஞ்சியிருந்த ஆடவர், பெண்டிர் அனைவரையும் அழைத்துக் கொண்டு ஹஸ்தினாபுரி நோக்கிப் போனான்.

ஆற்றல் வாய்ந்த மைத்துனன் கிருஷ்ணனை இழந்த அர்ஜுனன், இதுவரை இணையற்ற திறம் வாய்ந்த வில்லாளன் எனும் ஆற்றலையும் இழந்தான்.

ஹஸ்தினாபுரிக்குப் போகிற வழியில் சாதாரணத்தடிக் கொம்புகளைக் கொண்டு அகிரர்கள் அர்ஜுனனின் கூட்டத்தாரைத் தாக்கினர். பல பெண்களையும் தூக்கிக் கொண்டு போய் விட்டனர். மிச்சம் மீதியாயிருந்த மிகச் சிலருடனேயே அர்ஜுனன் ஹஸ்தினாபுரி போய்ச் சேர்ந்தான். அர்ஜுனன் துவாரகையை நீங்கிச் சென்ற பின்னர் துவாரகையைக் கடல் கொண்டது.

யாதவர்களின் பெருமையைப் பேசவும், அவர்களின் களியாட்டங்கள் மற்றும் கலக சச்சரவுகளைப் புலப்படுத்தவும் எதுவுமே எஞ்சியிருக்கவில்லை.

நூற்பட்டியல்

இந்த நூற்பட்டியலில் ஆசிரியர் மேற் கோளாகக் காட்டியுள்ள நூல்களும் இதழ்களும் இடம் பெற்றுள்ளன. இந்த வெளியீடுகள் பற்றிய விவரங்கள் பம்பாய் பல்கலைக்கழகம் மற்றும் ஆசியவியல் கழகம் ஆகியவற்றின் நூலகங்களிலிருந்து பெறப்பட்டுள்ளன. இந்த நூலை வெளியிடுவதற்குள் போதிய கால வாய்ப்பு இல்லாமற் போனதால் மேலும் விரிவான தகவல்களைப் பெறமுடியாமற் போ-யிற்று. - பதிப்பாசிரியர்கள்.

குறிப்பு: *பெயர் வரிசை ஆங்கில நூலில் உள்ளபடியே தரப்பட்டுள்ளது!*

- தமிழ் நூல் பதிப்பாளர்

அபயதேவ சூரி	**பகவத் சூத்திர உரை**
ஆப்ரிசித், பேரா	**காத்தியாயனரின் சிரௌத்த சூத்திரங்கள்**
ஆவலோன், ஆர்தர்	**தந்திரக் கோட்பாடுகள்.**
போட்லிங்க், ஆட்டோ மற்றும் ரோத், லூடால்ப்	**சமஸ்கிருத வோர்ட்டர்பக்**
பெல்வால்கர், ஸ்ரீபாத் கிருஷ்ணா	**வேதாந்த தத்துவம்** *(பாஸு -மாலிக் சொற்பொழிவுகள், கல்கத்தா பல்கலைக் கழகம்; பூனே, 1929)*
பவ ராஜு, வியங்கட் கிருஷ்ணாராவ்	**ஆந்திர தேசத்தின் துவக்கக்கால ஆட்சியாளர்கள்**
பிளாகொய்யர், டபிள்யூ. சி	**ஆசியவியல் ஆய்வுத் தொகுதிகள்**
கோல்புரூக்	**பல்வகைக் கட்டுரைகள், தொகுதிகள் 1 மற்றும் 2** *(சென்னை, ஹிக்கிங்பாதம் கம்பெனி, 1872)*
தண்டேகர், பேரா	**வேதங்களில் விஷ்ணு**
டூவி, ஜான்	**ஜனநாயகமும் கல்வியும்** *(நியு யார்க், மாக்மில்லன் 1916)*

தத், ஆர்.சி	**பண்டைய இந்திய நாகரிகம்** (1888 பண்டைய இந்தியா பற்றிய காலவரிசைப் பட்டியல்)
எக்லிங்க், ஜூலியஸ்	**சதபத பிராமணம் - பகுதி 1 முதல் 5 வரை** (லண்டன், கீழை நாடுகளின் புனித நூல்கள் வரிசை, ஆக்ஸ்போர்டு, 1885) ஹாப்கின்ஸ்
ஈவாஷர்மென்	**இந்தியாவின் பெருங்காப்பியங்கள்** (சார்லஸ் ஸ்கிரிப்னர்ஸ் சன், 1901)
ஜெய்ஸ்வால்	**இந்து ஆட்சியியல்**
கானே, பி.வி	**கலிவர்ச்சியம் பற்றிய ஆய்வுக் கட்டுரை - தர்ம சாஸ்திர வரலாறு** (பண்டைய மற்றும் இடைக்கால உரிமையியல் சட்டம் தொகுதி
1.லா, பி.சி	**பண்டை இந்தியாவில் மகதம்** (ராயல் ஏஷியாடிக் சொசைடி, லண்டன் 1946), **பௌத்த இந்தியாவில் சத்திரிய குலமரபு**
மாக்ஸ் முல்லர்	**சதபத பிராமணம், பகுதிகள் 1-5**
மொழி பெயர்ப்பு	எஃலிங், கீழை நாடுகளின் புனித நூல்கள் வரிசை, தொகுதிகள் 12,26,43 மற்றும் 48, பதிப்பாளர் ஃஎப். மாக்ஸ் முல்லர் (ஆக்ஸ்போர்டு 1885,1894, 1897,1900)
மெயினி	**இந்து சட்டமும் வழக்காறும்**
மெடாடிதி	**மனுவைப் பற்றிய கருத்துரை**, விஸ்வநாத் நாராயண் மற்றும் இடைக்கால வரலாற்று விளகத்திற்கான அமைப்பு விதிகள் (டபிள்யூ நியுமான் கம்பெனி, கல்கத்தா, 1881)
மூர், எட்வர்டு	**இந்து தெய்வங்கள்** (லண்டன், டபிள்யூ 2. சிம்ஸ, 1810)
முயிர், ஜே	**சமஸ்கிருத மூலநூல் தொகுதிகள்** (தொகுதி -11, லண்டன், ட்ரூப்னர் அண்டு கோ, 57 மற்றும் 59, லட்கேட் ஹால், 1873- இரண்டாம் பதிப்பு)

முகர்ஜி, இராதாகுமுத்	**பண்டைய இந்தியக் கல்வி** *(பிராமணிய மற்றும் பௌத்தம்)* லண்டன், மாக்மில்லன் அண்டு கோ, 1947
ரங்காச்சாரியா	**யுகங்கள், இந்து கால வரிசையைப் பற்றிய தொரு ஐயப்பாடு**
ஷாம் சாஸ்திரி	**திரப்சா வேதங்களில் கிரகணங்களின் கால வட்டம்**
வெப்பர், ஆல்பிரிகெட்	**இந்திய ஆய்வுகள்** (பொலின், 1868-69)
வில்சன்	**விஷ்ணு புராணம்** *(சமஸ்கிருத இலக்கியம் பற்றிய கட்டுரைகள், இந்து வழக்காறுகள் மற்றும் புராண நூல் முறைமைகள்.*
பதி. பிட்ஜ் எட்வர்டு ஹால்	**தொகுதிகள் 1-5 (லண்டன், டரூபனர் அண்டு கோ, 1864)**